AF747043

ഉറുമ്പ്

Urumbu
(Novel)

S R C Nair

CHINTHA PUBLISHERS
Thiruvananthapuram

First Edition
August 2021

Published & Typesetting
Chintha Publishers, Thiruvananthapuram

Cover Design
Vinod Mangoes

ISBN : 978-93-90301-71-3

CO - 3014 / 5514

Email: chinthapublishers@gmail.com
Website: www.chinthapublishers.com

Distribution
DESHABHIMANI BOOKHOUSE
H O Thiruvananthapuram 695035

Branch
Head Office Kunnukuzhi • Statue Thiruvananthapuram • KSRTC Bus Station Thiruvananthapuram
KSRTC Bus Station Alappuzha • KSRTC Bus Station Ernakulam • Machingal Lane Thrissur • IG Road Kozhikode • Mavoor Road Kozhikode • NGO Union Building Kannur • Central Bus Terminal Complex Thavakkara Kannur

ഉറുമ്പ്
(നോവൽ)

എസ് ആർ സി നായർ

ചിന്ത പബ്ലിഷേഴ്സ്
തിരുവനന്തപുരം-695 035

എസ് ആർ സി നായർ

പത്തനംതിട്ട ജില്ലയിൽ ആടൂരിനടുത്ത് ഏഴംകുളത്ത് ജനനം. പന്തളം എൻ എസ് എസ് കോളേജിലും കോട്ടയം സി എം എസ് കോളേജിലും (ഈവനിങ് ക്ലാസ്) പഠിച്ചു. *മാതൃഭൂമി* ആഴ്ചപ്പതിപ്പ് കോളേജ് വിദ്യാർത്ഥികൾക്കായി നടത്തിയ കവിതാ മത്സരത്തിൽ രണ്ടാംസ്ഥാനം. സമസ്ത കേരള സാഹിത്യ പരിഷത്ത്, കോൺഫെഡറേഷൻ ഓഫ് തമിഴ്നാട് മലയാളി അസോസിയേഷൻ, ചൂളൈമേട് (തമിഴ്നാട്) മലയാളി അസോസിയേഷൻ, കൊച്ചി പ്രിയദർ ശിനി കൾച്ചറൽ ഫോറം എന്നീ സംഘടനകളുടെ കവിതാ മത്സരത്തിൽ സമ്മാനം കിട്ടിയിട്ടുണ്ട്. *മാതൃഭൂമി* ആഴ്ചപ്പ തിപ്പിൽ പ്രസിദ്ധീകരിച്ച 'ശാർങ്ങക്കാവിലെ കുരങ്ങർ, ആദ്യകഥ. നാല്പത്തിഒന്ന് വർഷത്തെ സേവനത്തിനു ശേഷം ബി എസ് എൻ എൽ ഡിപ്പാർട്ട്മെന്റിൽ സബ് ഡിവിഷണൽ എഞ്ചിനീയറായി പെൻഷൻ പറ്റി. *പുകയില്ലാത്തടുപ്പുകൾ*, *ഗന്ധരാജന്റെ ഇലകൾ* (കഥകൾ), *വാളമ്പും വില്ലും* (നോവൽ), *നീലനിറമുള്ള സൂര്യൻ* (അനുഭവം) എന്നിവ പ്രസിദ്ധീകരിച്ച കൃതികളാണ്.

ഭാര്യ : രാധ
മക്കൾ : ഹരി, ലക്ഷ്മി
വിലാസം : അമ്പഴവേലിൽ വീട്
ഏഴംകുളം സ്കൂളിന് സമീപം
പറക്കോട് പി ഒ
പത്തനംതിട്ട ജില്ല - 691554
ഫോൺ : 8943038400

പ്രസാധകക്കുറിപ്പ്

ആധുനികതയിലേക്ക് നടന്നു കയറും മുമ്പുള്ള ഗ്രാമീണ കേരളത്തെ ഗൃഹാതുരതയോടെ വരച്ചുകാട്ടിയ നോവലുകൾ മലയാളത്തിന് ഏറെ വന്നിട്ടുണ്ട്. ഗ്രാമ നഗര ദ്വന്ദ്വങ്ങൾ സൃഷ്ടിക്കുകയും അതിൽ ഗ്രാമത്തെ നന്മയുടെ പ്രതീകമായി പ്രതിഷ്ഠിക്കുകയുമാണ് സാധാരണ ചെയ്തുവരാറുള്ളത്. എന്നാൽ പരമ്പരാഗത മൂല്യങ്ങളുടെ ചെളിക്കുണ്ടാണ് ഗ്രാമങ്ങൾ എന്ന വസ്തുത ഈ നോവൽ എടുത്തുപറയുന്നു. എസ് ആർ സി നായരുടെ *ഉറുമ്പ്* കഥാബിന്ദുവിലും ആഖ്യാനരീതിയിലും വ്യത്യസ്തത പുലർത്തുന്ന നോവലാണ്. എല്ലാത്തരം പരാധീനതകളോടും പങ്കപ്പാടുകളോടും പൊരുതി വളർന്ന ശിവൻകുട്ടിയും അവന് തണലാകുന്ന 'പോരാളി' മുത്തശ്ശിയും കേരളത്തിന്റെ മുന്നേറ്റ ചരിത്രത്തിലെ അടയാളങ്ങളാണ്. നാട്ടിൻപുറത്തുനിന്നും നഗരത്തിലേക്ക് എത്തുന്ന ശിവൻകുട്ടി തന്റെ തൊഴിൽ മേഖലയിലെ സമരങ്ങളിൽ പങ്കാളിയാവുന്നു. സ്വന്തം ഇച്ഛകൊണ്ടും സാഹചര്യ സമ്മർദ്ദങ്ങൾകൊണ്ടും വീണ്ടും വൻ സമരങ്ങളിൽ ചെന്നുപെടുന്നു. ട്രേഡ് യൂണിയൻ അവകാശങ്ങൾക്കു വേണ്ടിയുള്ള പോരാട്ടങ്ങളിൽ വലിയ നഷ്ടങ്ങൾ പേറേണ്ടിവന്നവരെ ചരിത്രം ഓർത്തെടുക്കും. എന്നാൽ അവരുടെ യാതനകളെയോ? കേരളത്തിന്റെ മുന്നേറ്റ ചരിത്രത്തിന്റെ ഒരേട് കൃതഹസ്തതയോടെ വരച്ചിടുകയാണീ നോവലിൽ.

ചിന്ത പബ്ലിഷേഴ്സ്

ഉറുമ്പുകളുടെ ഉന്മാദം

അടൂർ താലൂക്കിലെ ഏഴംകുളം എന്ന ഗ്രാമത്തിലാണ് ഞാൻ ജനിച്ചതും വളർന്നതും. ഏഴംകുളം ക്ഷേത്രവും ചരിത്രപ്രസിദ്ധമായ വഴിപാടുതൂക്കങ്ങളും കൊണ്ട് സമ്പന്നമായ ഗ്രാമം. ഇപ്പോൾ ഏഴംകുളത്തെ വഴികൾ മിക്കതും ടാർ ചെയ്തിരിക്കുന്നു. ഓലപ്പുര എങ്ങുമില്ല. ഓടിട്ട വീട് തന്നെ അപൂർവ്വം. നിലംതല്ലികൊണ്ട് അടിച്ചൊതുക്കിയ കയ്യാലകൾ കാണാനേയില്ല. കയ്യാലയിൽ വളർന്നു കിടന്ന വെള്ളംകൊള്ളിയെന്ന വള്ളിച്ചെടി അപ്രത്യക്ഷമായി. പുറമെ മാറ്റങ്ങളുണ്ടെങ്കിലും നാട്ടുമ്പുറത്തിന്റെ നേരുകൾ ഇപ്പോഴും ഈ ഗ്രാമത്തിൽ അവശേഷിക്കുന്നുണ്ട്. എന്റെ ആദ്യനോവലായ *വാളമ്പും വില്ലും* ഏഴംകുളത്തിന്റെ പശ്ചാത്തലത്തിൽ എഴുതിയതാണ്. *ഉറുമ്പ്* എന്ന ഈ നോവലിന്റെ പശ്ചാത്തലവും ഏഴംകുളം ഗ്രാമം തന്നെ. അതൊരു പോരായ്മയായി തോന്നുന്നില്ല.

സാധാരണഗതിയിൽ ഒരു പുസ്തകത്തിന് പേരിടുന്നത് കൃതി എഴുതിക്കഴിഞ്ഞതിനു ശേഷമാണ്. ഈ നോവൽ എഴുതാൻ തുടങ്ങുന്നതിന് മുമ്പുതന്നെ ഉറുമ്പുമായി ബന്ധപ്പെട്ട ഏതെങ്കിലും പേരിടണമെന്ന് ഞാൻ തീരുമാനിച്ചിരുന്നു. ഉറുമ്പിന്റെ സാമൂഹ്യജീവിതം അത്രമേൽ എന്നെ സ്വാധീനിച്ചിരുന്നു. തൊള്ളായിരത്തി അറുപതിനുശേഷമുള്ള ഞങ്ങളുടെ ഗ്രാമത്തിന്റെ ജീവിതപരിസരത്തു നിന്നാണ് ഈ നോവലിന്റെയും പിറവി. വൈദ്യുതി എത്തിയിട്ടില്ലാത്ത വീടുകളും മൺകട്ട അടുക്കിക്കെട്ടിയ ഭിത്തിയും കനത്ത ഇരുട്ട് മേയുന്ന ഇടവഴികളും ചാണകം മെഴുകിയ തറയും കെട്ടുകോണകം വില്ക്കുന്ന പറക്കോട്ട് ചന്തയും പട്ടിണിയും മറ്റും ഈ നോവലിന്റെ പശ്ചാത്തലമാണ്. പട്ടുകോണകമുടുത്ത് അമ്പലക്കാവിലെ വള്ളിക്കെട്ടുകളിൽ കുരങ്ങന്മാരെപ്പോലെ ചാടിമറയുന്ന കുട്ടികൾ എന്റെ ഓർമ്മയിൽ ഇപ്പോഴും സജീവമാണ്. അമ്പലക്കാവിലും മറ്റ് ജന്തുക്കളെപ്പോലെ പലതരം ഉറുമ്പുകളും ഉണ്ടായിരുന്നു.

വേനൽമഴയിൽ മണ്ണ് ഒരു കൂന്താലിപ്പാടെങ്കിലും നനഞ്ഞു കഴിയുമ്പോഴാണ് ചിലയിനം ഉറുമ്പുകൾ കൂടുണ്ടാക്കാൻ തുടങ്ങുന്നത്. വീട്ടിൽ ഐശ്വര്യം കൊണ്ടുവരുമെന്ന് വിശ്വസിക്കപ്പെടുന്ന ചോണനുറുമ്പുകൾ കുട്ടയുടെയോ വട്ടിയുടെയോ പനയോലകൊണ്ടു നിർമ്മിച്ച തടുക്കിന്റെയോ കീഴിൽ മുട്ടയിടും. അവർക്കിടയിൽ രാജാവും രാജ്ഞിയുമുണ്ട്. അവർക്ക് ജനാധിപത്യ ബോധവും ഉന്നത നിലവാരമുള്ള ജീവിതചിന്തകളുമുണ്ട്. 'തടുക്ക്' ഉയർത്തിയാൽ വെളുത്ത മുട്ടയുമായി ധൃതിയിൽ അഭയാർത്ഥികളെപ്പോലെ ഓടുന്ന അവർ കൗതുകകരമായ കാഴ്ചയാണ്. ശർക്കരപ്പാത്രത്തിലിറങ്ങി കൂട്ടത്തോടെ മധുരം നുണയുന്ന നെയ്യുണ്ണി ഉറുമ്പുകളുടെ വാർത്താവിനിമയം അതിശയകരം തന്നെ. എതിരെ വരുന്നവരോട് എന്തെങ്കിലും ഉരിയാടാതെ പോകാൻ അവർക്കാവില്ല. പരിചയക്കാരെ വഴിയിൽ കണ്ടാൽ ഒന്നുമിണ്ടാൻപോലും കൂട്ടാക്കാത്ത മനുഷ്യർ ഉറുമ്പുകളുടെ ജീവിതം മാതൃകയാക്കേണ്ടതാണ്.

കട്ടുറുമ്പുകൾ കടിച്ചാൽ അസഹനീയമായ വേദനയാണ്. ശവംതീനി ഉറുമ്പിന് വലിപ്പം കുറവാണെങ്കിലും കടിച്ചുപൊട്ടിക്കുന്ന സ്വഭാവക്കാരാണ്. ഇല കൂട്ടിത്തുന്നി, വീടുണ്ടാക്കുന്ന ചുവന്ന ഉറുമ്പുകൾ (മിശിറ്) പോരാളികളാണ്. ശത്രുവിനെ നേരിടുന്നതിൽ അവർക്ക് തെല്ലും ഭയമില്ല. ഒരുതരം ഉന്മാദാവസ്ഥയിലാണ് ചുവന്ന ഉറുമ്പുകളുടെ ആക്രമണം. മരച്ചുവട്ടിൽനിന്നും നിരന്തരം മണ്ണടരുകൾ പെറുക്കി കൂടുണ്ടാക്കുന്ന കൂനനുറുമ്പുകൾ താരതമ്യേന നിരുപദ്രവികളാണ്. അവരുടെ ഉത്സാഹവും ജോലിയോടുള്ള താല്പര്യവും കണ്ട് ഞാൻ അത്ഭുതപ്പെട്ടിട്ടുണ്ട്. രാത്രിയെന്നോ പകലെന്നോ ഇല്ലാതെ തീരെ ചെറിയ മൺകട്ടകൾ പെറുക്കി പുറത്തു കൊണ്ടിടുന്ന അവർ, അതിരാവിലെ അടുക്കളയിൽ കയറുന്ന അമ്മമാരെ ഓർമ്മിപ്പിക്കുന്നു. അവരുടെ അദ്ധ്വാനഭാരത്തെ എങ്ങനെ ശ്ലാഘിക്കാതിരിക്കും. അവർക്ക് ഏകാന്തതയില്ല, ഒറ്റപ്പെടലില്ല, ആസ്തിത്വ ദുഃഖമില്ല, ശത്രുതയില്ല, പരിഭവമില്ല, പരാതിയില്ല, ഉറക്കമില്ല. എപ്പോഴും ജോലിതന്നെ.

ചുവന്ന ഉറുമ്പുകളെ തുരത്താൻ കുഞ്ഞന്മാരായ കറുത്ത ഉറുമ്പുകളെ ഉപയോഗിക്കാറുണ്ട്. എങ്കിലും ഉറുമ്പുകൾ പരസ്പരം പോരടിക്കാറില്ല. അവരുടെ ജാതിയിൽപ്പെട്ടവരുമായി സംഘർഷമുണ്ടാക്കാറില്ല. മനുഷ്യരെപ്പോലെ ചിലതരം ഉറുമ്പുകൾ ഉന്മാദികളാണ്. ഉറച്ച നിലപാടുള്ളവരാണ്, സ്വപ്നം കാണുന്നവരാണ്. ഈ നോവലിലെ പ്രധാന കഥാപാത്രങ്ങൾക്കൊക്കെ ഉറുമ്പിന്റെ ജീവിതവുമായി സാദൃശ്യമുണ്ട്.

ഭൂമിയിലെ എല്ലാ ഉറുമ്പുകൾക്കുമായി ഈ നോവൽ ഞാൻ സ്നേഹപൂർവ്വം സമർപ്പിക്കുന്നു.

എസ് ആർ സി നായർ

അമ്പലക്കുളത്തിലെ വലിയ പപ്പടം

ഡോ. എസ് രാജശേഖരൻ

കലാരൂപങ്ങളേതും, അതിൽത്തന്നെ വിശേഷിച്ച് സാഹിത്യരൂപങ്ങൾ, ജീവിതാഖ്യാനങ്ങളാണെന്ന് പറയുമ്പോൾ തികച്ചും ന്യായമായൊരവകാശവാദം നോവലിന് പ്രത്യേകമായുണ്ട്. ജീവിതത്തിന്റെ സമഗ്രാവിഷ്കാരത്തിനുള്ള സവിശേഷ സാദ്ധ്യതയാണത്. ദേശം, കാലം, വ്യക്തി, സമൂഹം ഇവയിലെല്ലാമുള്ള സ്ഥിതവ്യവസ്ഥകൾ, അനുനിമിഷമെന്നപോലെ ദീർഘകാലംകൊണ്ടു വന്നുചേരുന്ന പരിണാമങ്ങൾ - എല്ലാറ്റിനെയും പൂർണ്ണമായും ഉൾക്കൊള്ളാനും അനുവാചകനിലേക്ക് ഏറ്റവും സമർത്ഥമായി പ്രക്ഷേപിക്കാനും ഏറ്റവും സമർത്ഥമായൊരു മാധ്യമമാണ് നോവൽ. ആധുനിക കാലത്തിന്റെ മാധ്യമമെന്ന നിലയിൽ നോവൽ എന്ന പേരിനെ ഏറ്റവുമധികം അന്വർത്ഥമാക്കുന്ന സവിശേഷതയിതാണ്. ഏഴംകുളം ഗ്രാമത്തിന്റെ കഥാകാരനായ എസ് ആർ സി നായർ തന്റെ നാടിന്റെ ഒരു അതീതകാലപരിധിയെ *ഉറുമ്പ്* എന്ന നോവലിൽ ആവാഹിച്ചുനിർത്തിയിരിക്കുന്നത് കണ്ടപ്പോൾ ആദ്യംതന്നെ മനസ്സിൽ വന്നത് നോവൽ എന്ന സാഹിത്യരൂപത്തിന്റെ ഇങ്ങനെയുള്ള അനന്തമായ സാദ്ധ്യതകളെ സംബന്ധിച്ച ചിന്തയാണ്.

ഇന്ന് ആകെക്കൂടി ഒരു നഗരമാകാൻ കുതികൊള്ളുന്ന കേരളത്തിൽ നിന്ന് ഏതാണ്ട് തിരോഭൂതമായ ഒരു ഗ്രാമത്തിന്റെ ജൈവാവസ്ഥയെ അതിന്റെ എല്ലാ സജീവതകളോടും ചലനങ്ങളോടും ജാഡ്യങ്ങളോടും കൂടി വാക്കുകളിൽ വാർത്തുവച്ച നോവലാണ് *ഉറുമ്പ്.* ആധുനിക പരിഷ്കൃതിയിലേക്ക് കാലെടുത്തുവയ്ക്കുന്നതിനു മുമ്പുള്ള ഒരു കേരളഗ്രാമം കഥാരംഭത്തിൽ മുന്നിലെത്തുന്നു; ഇരുപതാം നൂറ്റാണ്ടിന്റെ ആരംഭ - മദ്ധ്യങ്ങളിലെ കേരളഗ്രാമം. അതിന് ഏഴംകുളം എന്ന് പേര് വന്നെന്നേയുള്ളൂ. അന്നത്തെ ഏത് ഗ്രാമത്തിനും യോജിക്കുന്നതാണ് ആ അനുഭ

വങ്ങൾ; ദേശഭേദങ്ങൾക്കനുസരിച്ച് ചെറുവ്യതിയാനങ്ങൾ വരാമെന്നു മാത്രം. കാസർകോട്ടായാലും മലപ്പുറത്തായാലും അടൂരായാലും കന്യാകുമാരിയായാലും അന്നത്തെ ജീവിതം ഏതാണ്ട് ഒന്നുതന്നെയായിരുന്നു. ദേശഭേദങ്ങളും അതിനനുസരിച്ച ആചാരവിശ്വാസങ്ങളും അവരെ അകറ്റുമ്പോഴും, അവർ അടിസ്ഥാനപരമായി ഒന്നുതന്നെയായിരുന്നു. അതുകൊണ്ട് *ഉറുമ്പ്* പറയുന്ന അടൂരിലെ ഈ ഏഴംകുളംഗ്രാമത്തിന്റെ കഥ അന്നത്തെ കേരളത്തിന്റെ ജീവിതകഥതന്നെ. *ഉറുമ്പ്* വായിക്കുമ്പോൾ നാം നമ്മുടെ അതീതകാലങ്ങളിൽ വീണ്ടും ജീവിക്കുന്നു.

ഒരു കാലഘട്ടത്തിന്റെ തികച്ചും സാധാരണമായ അനുഭവങ്ങളിൽ നിന്ന് ഒരസാധാരണ കഥയും സാധാരണക്കാരായ വ്യക്തികളിൽനിന്ന് അസാധാരണരായ കഥാപാത്രങ്ങളും ഉറന്നുവരുന്ന ജീവിതകഥയുടെ ഒരു സവിശേഷ ആഖ്യാനമാണ് *ഉറുമ്പ്*. ഇതിലെ മുഖ്യകഥാപാത്രമെന്ന് വിശേഷിപ്പിക്കാവുന്ന പാറുവമ്മ അക്കാലത്തെ ഏതൊരു നാട്ടുമ്പുറത്തും കണ്ടിരുന്ന ഒരു വെറും സാധാരണ വീട്ടമ്മ തന്നെ. ഭർത്താവും മകനും അയാളുടെ ഭാര്യയും മരിച്ചുകഴിഞ്ഞ്, സ്വന്തം അദ്ധ്വാനശക്തികൊണ്ടുതന്നെ വീടുപുലർത്താനും കൊച്ചുമക്കളെ പഠിപ്പിക്കാനും അവർക്ക് നല്ല ജീവിതം നല്കാനും പാടുപെടുകയും സ്വപ്നം കാണുകയും ചെയ്യുന്ന വീട്ടമ്മ. എന്നാൽ തന്റെ വ്യക്തിത്വവും ഹിതങ്ങളും മറ്റെന്തിലും പ്രധാനമാണെന്ന് കരുതുകയും പ്രതിസന്ധികളെ അതിജീവിച്ചു മുന്നേറുന്നതിലും ലക്ഷ്യത്തിലെത്തിച്ചേരുന്നതിനുള്ള നിശ്ചയദാർഢ്യത്തിലുംതെല്ലും വിട്ടുവീഴ്ചയ്ക്ക് തയ്യാറാകാതിരിക്കുകയും ചെയ്യുന്ന ആ വൃദ്ധ സ്വത്വവിശേഷതകളിലൂടെ തികച്ചും അസാധാരണമായൊരു കഥാപാത്രമായി വളരുന്നു. വ്യത്യസ്തസന്ദർഭങ്ങളിലായി വരുന്ന രൂപവർണ്ണനകൾ, ചിന്തകൾ, പ്രവൃത്തികൾ, നിലപാടുകൾ തുടങ്ങി കഥാപാത്രത്തിന്റെ സമഗ്രവ്യാപാരങ്ങൾ ചിത്രീകരിക്കുന്നതിലൂടെയാണ് കഥാകൃത്ത് ഇത് സാദ്ധ്യമാക്കുന്നത്. ജീവിതത്തിലൊരിക്കലും മേലുടുപ്പ് ധരിച്ചിട്ടില്ലെങ്കിലും ക്ഷേത്രത്തിലെ തൂപ്പുപണിയുടെ സൗകര്യത്തിനുവേണ്ടി റവുക്ക തയ്പ്പിച്ച പാറുവമ്മ ആ പണി വേണ്ടെന്നു വയ്ക്കുന്നതോടെ ആ റവുക്കയൂരി കൈതക്കാട്ടിലേക്കെറിയുന്നതിന് തെല്ലും ആലോചിക്കേണ്ടി വരുന്നില്ല. 'പെണ്ണുങ്ങൾ പുരുഷന്മാരെപ്പോലെനിന്ന് മൂത്രമൊഴിച്ചാലെന്ത്?' എന്ന് ചിന്തിക്കുന്നതിലും അങ്ങനെ ചെയ്യുന്നതിലുംനിന്ന് അവരെ ഒന്നും തടയുന്നില്ല. തന്റെ അഭിലാഷങ്ങളും പ്രവർത്തന ലക്ഷ്യങ്ങളുമെല്ലാം വിഫലമാകുമ്പോഴും ഒരു നിഷ്ക്രിയതയിലേക്ക് സ്വയമറിയാതെ പരിവർത്തനം ചെയ്യുമ്പോഴും പാറുവമ്മയെന്ന കഥാപാത്രം നിർമ്മിച്ചുവച്ച ഔന്നത്യത്തിന് ഇടിവുതട്ടുന്നില്ല. കാലത്തിലും ദേശത്തിലുംനിന്ന് വ്യക്തിക്ക് ആവാഹിക്കാൻ കഴിയുന്ന ഗരിമയുടെ പ്രതിനിധാനമാണ് പാറുവമ്മ.

പാത്ര നിർമ്മിതിയിലെ ഈ വൈഭവം ഇതിലെ ഓരോ കഥാപാത്രത്തെയും മുൻനിർത്തി വിസ്തരിക്കാവുന്നതാണ്. അതിലേക്ക് കടന്നി

ല്ലെന്നിരുന്നാലും എടുത്തുപറയേണ്ട ഒരു വസ്തുതയുണ്ട്. ഇതിലെ നിറവുറ്റ സ്ത്രീകഥാപാത്രങ്ങളെക്കുറിച്ചാണത്. ആത്മാഭിമാനവും സ്വപ്രത്യയസ്ഥൈര്യവും തികഞ്ഞ് സ്വന്തമായ നിലപാടുകളുള്ളവരാണ് അവർ. ന്യായാന്യായവിചാരണ കൂടാതെയാണെങ്കിൽ പോലും സ്വന്തമായ ജീവിതനിയമങ്ങളും സന്മാർഗ്ഗനിലപാടുകളും പുലർത്തുന്നതിൽ ബദ്ധശ്രദ്ധരാണ് ആ സ്ത്രീവ്യക്തിത്വങ്ങൾ. ആ ലോകത്ത് അവരുടെ കൃത്യനിർവ്വഹണ പൂർത്തിയിലെ ആവശ്യഘടകങ്ങൾ എന്നതാണ് പുരുഷന്മാർ ഇവിടെ വഹിക്കുന്ന പങ്ക്. സാധാരണ സമൂഹക്രമത്തിൽ ശ്രദ്ധിക്കപ്പെടാതെ പോകുന്ന സ്ത്രീജീവിതങ്ങൾ യഥാർത്ഥത്തിൽ എത്രമാത്രം ശ്രദ്ധേയവും പ്രശംസനീയവുമായ സ്ഥാനമാണ് വഹിക്കുന്നത് എന്നതിന്റെ സ്വാഭാവികമായ അനാവരണംകൂടി ആകുന്നുണ്ട് ഇതിലെ പാത്രചിത്രങ്ങളോരോന്നും. പാറുവമ്മയും സൗദാമിനിയും ഭാരതിയും തുടങ്ങി ഈ നോവൽ വിരിയിച്ചെടുക്കുന്ന സ്ത്രീജീവിതങ്ങളെല്ലാം ഈ വസ്തുത ഉറപ്പിക്കുന്നുണ്ട്. തികച്ചും നിസ്സാരവും നിശ്ശബ്ദവുമായൊരു ജീവിതം നയിക്കേണ്ടിവരുമ്പോഴും, നിലപാടുകളും ഉൾക്കനവുംകൊണ്ട് എത്രമാത്രം ഉന്നതരാണ് സ്ത്രീകളെന്ന് ഈ കഥാപാത്രങ്ങൾ വ്യക്തമാക്കുന്നു.

ഗ്രാമീണ ജീവിതത്തെ അതിന്റെ എല്ലാ തനിമകളോടുംകൂടി കോരിനിറയ്ക്കുന്ന ഇതിലെ ആഖ്യാനരീതിയും ഏറെ ശ്രദ്ധേയമാണ്. തോളത്ത് മുട്ടുന്ന പാറുവമ്മയുടെ കാതും, കൂമ്പാളക്കോണകവുമുടുത്ത് സുന്ദരിയായ ഇന്ദിരയും, ചിരട്ടയും വാഴവള്ളിയും ചേർത്ത് ഉണ്ടാക്കിയ മൈക്ക് എന്ന 'ശാസ്ത്രീയ' കണ്ടുപിടുത്തവും, നെല്ലുപുഴുങ്ങി ഉണക്കിക്കുത്തി അടുത്ത ദിവസത്തേക്ക് കഞ്ഞിവയ്ക്കാം എന്ന തയ്യാറെടുപ്പും, ചായക്കടയിൽ ചമ്മന്തിക്ക് കടുക് വറുക്കുന്ന മണവും, അമ്പഴക്കായ് പുഴുങ്ങി വിളക്കെണ്ണ ഉണ്ടാക്കലും, തകർന്നകൂട് തികഞ്ഞ ഉത്സാഹത്തോടെ വീണ്ടുമുണ്ടാക്കുന്ന ഉറുമ്പുകളും മറ്റുമായി ദേശവും കാലവും പ്രകൃതിയും ചേർന്ന് നിർമ്മിച്ചെടുത്ത ജീവിതചിത്രങ്ങളുടെ നൈരന്തര്യം ഈ നോവലിന്റെ രചനാമാധ്യമമായിത്തീർന്നിട്ടുണ്ട്. 'പാറുവമ്മ മുറ്റത്തെ മാവിനെപ്പോലെയായിരുന്നു' എന്ന് നോവലിന്റെ അവസാന ഭാഗത്തോടടുക്കുമ്പോൾ ഒരു പരാമർശമുണ്ട്. മുറ്റത്തെ മാവിനെ പാറുവമ്മയിലേക്കും പാറുവമ്മയെ മാവിലേക്കും പരസ്പരം വിന്യസിക്കുന്ന ആ പ്രയോഗം, നോവലിൽ ആദ്യന്തം തുടർന്നുപോരുന്ന പ്രകൃതി-ജീവിത പാരസ്പര്യത്തിന്റെ ഒരു പ്രവചനംകൂടിയായി തീരുന്നു. ഉറുമ്പുകളും മനുഷ്യരും അഭിന്നരായി തീരുന്നതും അങ്ങനെതന്നെ. അതിന്റെ തന്നെ മറ്റൊരു മുഖമായി കാണേണ്ടതാണ് നോവലിൽത്തുടരുന്ന ഗ്രാമീണാചാരങ്ങളുടെയും വിശ്വാസാനുഷ്ഠാനങ്ങളുടെയും നിറപെയ്ത്ത്. ആഖ്യാനത്തിൽ ഇടയ്ക്കിടെ കടന്നുവരുന്ന പ്രഖ്യാതമായ കാവ്യഭാവങ്ങൾ എന്നപോലെ, കവിത തുടിക്കുന്ന പദാവലിയും പ്രയോഗങ്ങളും സങ്കല്പങ്ങളുമെല്ലാം നോവൽ എന്ന മാധ്യമത്തിന് എത്രമാത്രം കാവ്യാത്മകമാകാമെന്നുകൂടി

അന്വേഷിക്കുന്നുണ്ട്. സമഗ്രജീവിതത്തിന്റെയും ദേശത്തിന്റെയും സമഗ്രാവിഷ്കാരം എന്ന പദവിയിലേക്ക് നോവലിന് എങ്ങനെ ഉയരാൻ കഴിയുമെന്ന് അങ്ങനെ ഈ *ഉറുമ്പ്* കാട്ടിത്തരുന്നു.

ഇതിലെ ഒരു കല്പന കടമെടുത്തുപറഞ്ഞാൽ, നോവൽ എന്ന 'അമ്പലക്കുളത്തിൽ രാത്രിയിൽ വെള്ളിവെളിച്ചം തീർത്തു പൊങ്ങിയ പൂർണ്ണചന്ദ്രൻ എന്ന വലിയ പപ്പടം' എന്ന വിശേഷണത്തിന് തികച്ചും അർഹമാണ് ഈ കൃതി. നോവൽ എന്ന മാധ്യമത്തിന് ഈ *ഉറുമ്പ്* ഒരു പുതിയ മുഖം നല്കുന്നു.

സാഹിതി, തിരുവനന്തപുരം
ആഗസ്ത് 1, 2018

ഒന്ന്

അവർ നടക്കുകയാണ്.

പാറുവമ്മയും ശിവൻകുട്ടിയും.

റോഡിലാകെ മെറ്റൽ ഇളകി കിടക്കുകയാണ്. ഇരുമ്പ് പട്ട ചുറ്റിയ കാളവണ്ടിച്ചക്രങ്ങൾ ഉരുണ്ടുപോയപാട് ഒരു റിബ്ബൺപോലെ റോഡിൽ തെളിഞ്ഞു കാണാം. ഇളകിത്തെറിച്ച മെറ്റൽ കഷണങ്ങളിൽത്തട്ടി പാറുവമ്മയുടെ കാല് വേദനിച്ചെങ്കിലും അതൊന്നും അവർ അറിയുന്നുണ്ടായിരുന്നില്ല. ഓരോ കല്ലും ഓരോ പൂവായിട്ടാണ് അവർക്ക് തോന്നിയത്. ഞാറ് നടാനും കളപറിക്കാനും കൊയ്യാനും കണ്ടത്തിലിറങ്ങി ശീലമുള്ള പാറുവമ്മയുടെ കാലിന് കാരിരുമ്പിന്റെ കട്ടികിട്ടിയത് സ്വാഭാവികം മാത്രം. അവരുടെ മനസ്സിൽ ഇപ്പോൾ ഒരേയൊരു ചിന്തമാത്രം. പട്ടാഴിമുക്കിലെ പലചരക്കുകടക്കാരൻ മുതലാളിയെ എത്രയും പെട്ടെന്ന് കാണുക. തന്റെ ചെറുമകൻ പത്താംക്ലാസ് ജയിച്ച വിവരം പറയുക. പണ്ട് വാഗ്ദാനംചെയ്ത ജോലി ആവശ്യപ്പെടുക. കടയുടെ മുതലാളി കോന്നപ്പിള്ളയുടെ വീട്ടിൽ പാറുവമ്മ മുറ്റംതൂക്കാനും പാത്രം കഴുകാനും പോയിട്ടുണ്ട്. ശിവൻകുട്ടി എന്ന് പത്താംക്ലാസ് പാസാവുന്നോ അന്ന് അവനെ തന്റെ കടയിൽ കണക്കെഴുത്തുകാരനാക്കാമെന്ന് കോന്നപ്പിള്ള പാറുവമ്മയ്ക്ക് വാക്കുകൊടുത്തിരുന്നു. പഴയ കാര്യങ്ങൾ മറക്കുന്ന ആളല്ല കോന്നപ്പിള്ള. ശിവൻകുട്ടി പത്താംക്ലാസ് പാസായ വിവരം അറിഞ്ഞപ്പോൾ പാറുവമ്മ കോന്നപ്പിള്ളയുടെ കടയിലേക്ക് പോകാൻ തയ്യാറായി.

“എടാ, ശിവാ ഞാൻ കോന്നപ്പിള്ളേടെ കടേലോട്ടു പോവ്വാ. നീ പൊറെ വന്നേക്കണം. പത്താംക്ലാസ് പാസായാൽ നിനക്കവിടെ കണക്കെഴുത്തുകാരന്റെ ജോലി തരാമെന്ന് അങ്ങേര് പറഞ്ഞിട്ടുണ്ട്. വഴീ

ലെങ്ങും വായ് നോക്കിനില്ക്കാതെ വേഗം കടേലോട്ടു വന്നേര്. നിന്നെ ചെറുപ്പത്തി കണ്ടിട്ടൊണ്ടെങ്കിലും അങ്ങേർക്ക് ഇപ്പോ നിന്നെ ഒന്നു കാണണമല്ലോ."

പാറുവമ്മ കറുത്തിട്ടാണ്. മുട്ടോളമെത്തുന്ന ജപ്പാൻമുണ്ട് അരയിൽ തിരുകിവച്ചിട്ടുണ്ട്. നെഞ്ചുമറയാൻ വിരിച്ചിട്ട കസവില്ലാത്ത നേര്യത് കാറ്റത്തിളകുന്നുണ്ട്. പാറുവമ്മയുടെ കഴുത്തും പുറവും നഗ്നമാണ്. നീട്ടിവളർത്തിയ കാത് തോളിൽ തൊട്ടുനില്ക്കുന്നു. ചെറുപ്പത്തിൽ പാറുവമ്മ റൗക്കധരിച്ചിട്ടുണ്ട്. മകൻ രാമക്കുറുപ്പ് ജനിച്ചതിനുശേഷം മുലപ്പാൽ കൊടുക്കാൻ റൗക്ക ഊരി ദൂരെ എറിഞ്ഞു. അങ്ങനെ പാറുവമ്മയുടെ പാൽക്കുപ്പികൾ പാരതന്ത്ര്യത്തിൽനിന്നും മോചിതരായി. വെയില് തട്ടി പാറുവമ്മയുടെ മുഖത്തിനും മുലയ്ക്കും ഒരേനിറം. വിവാഹത്തിനു മുമ്പ് മുലകൾ വാരി റവുക്കയ്ക്കുള്ളിൽ നിറച്ച് കെട്ടിയുറപ്പിച്ചാണ് അവർ കണ്ടം കൊയ്യാൻ പോയിരുന്നത്. അന്നൊക്കെ നാട്ടിലെ കുറുപ്പന്മാർ കുറുക്കനെപ്പോലെ പാറുവമ്മയെ നോക്കി വായിൽ തേൻതുള്ളികൾ ഇറ്റിച്ചു. ഇനിയും മേൽക്കുപ്പായത്തിന്റെ ആവശ്യമില്ല എന്ന് അവർ സ്വയം തീരുമാനിക്കുകയായിരുന്നു. സ്ത്രീകൾ മാറുമറയ്ക്കാൻ പാടില്ല എന്നൊരു നിയമം പണ്ടുണ്ടായിരുന്നതായി പാറുവമ്മയ്ക്കറിയാം. വീട്ടുകരംപോലെ മുലക്കരവും തലക്കരവും ചുമത്തിയിരുന്നു. ചേർത്തലക്കാരി നങ്ങേലി ഏതാണ്ട് നൂറ്റി അറുപത് വർഷം മുമ്പ് മുലക്കരത്തിനെതിരായി സ്വന്തം മുലകൾ ഛേദിച്ച് പ്രവൃത്തിയാരുടെ മുമ്പിൽ വച്ചതും ചോരവാർന്ന് മരിച്ചതുമായ കഥ ആരോ പറഞ്ഞ് പാറുവമ്മ കേട്ടിട്ടുണ്ട്. അരിവാളിന്റെ മൂർച്ചയുടെ അറ്റത്ത് നിലത്തിട്ട തൂശനിലയിൽ മുലയറ്റു വീണു മരിച്ച സ്ത്രീയുടെ കഥ കെട്ടുകഥയാണെന്ന് പറഞ്ഞ് പാറുവമ്മ ചിരിച്ചുതള്ളി. പക്ഷേ, അതേ ചേർത്തലയിൽ ജനിച്ച കെ ആർ ഗൗരിയമ്മയോട് പാറുവമ്മയ്ക്ക് ബഹുമാനം തോന്നിയിരുന്നു. തന്റേടമുള്ള സ്ത്രീകളെ അവർക്ക് ബഹുമാനമാണ്. പാറുവമ്മയും ഒരു തന്റേടിയാണല്ലോ!

നടക്കുമ്പോൾ പാറുവമ്മ വെറുതെ ചവയ്ക്കുന്നുണ്ട്. വീട്ടിൽനിന്നും ഇറങ്ങുമ്പോൾ ജാപ്പാണം പുകയിലയുടെ ഒരു കഷണം വായ്ക്കുള്ളിൽ തിരുകിയിരുന്നു. അയവെട്ടുന്നതുപോലെ അവർ ഇടയ്ക്കിടെ വായാട്ടി. ഊറി വരുന്ന പുകയില ഞെട്ടിന്റെ ചാറ് തറയിൽ തുപ്പിക്കൊണ്ടാണ് നടക്കുന്നത്. നടക്കാനുള്ള ഊർജ്ജം പുകയില ഞെട്ടിൽ നിന്നാണു അവർക്ക് കിട്ടുന്നത്. എന്തെങ്കിലും പ്രത്യേക ആഗ്രഹം മനസ്സിൽ കടന്നുകൂടിയാൽ അത് സാധിച്ചെടുക്കാൻ തീവ്രമായി ശ്രമിക്കുന്ന സ്വഭാവമാണ് അവരുടേത്. ചുറ്റിലുമുള്ള കാഴ്ചകളൊന്നും അവർ ശ്രദ്ധിക്കാറില്ല. കണ്ണും മനസ്സും ഏകാഗ്രമാക്കിയ അർജ്ജുനനെപ്പോലെ ചിന്ത എപ്പോഴും ലക്ഷ്യത്തെക്കുറിച്ചായിരിക്കും. അർജ്ജുനന്റെ ശ്രദ്ധയും ആത്മാർത്ഥതയും മനസ്സിലാക്കിയിട്ടാണ് കൃഷ്ണൻ *ഗീത* ഉപദേശിച്ചത്. എന്തുകാര്യവും ശ്രദ്ധയോടെ ചെയ്യുന്നതുകൊണ്ടാണ് കോന്നപ്പിള്ള മുതലാളി ചെറുമകന് ജോലി വാഗ്ദാനം ചെയ്തതും.

കിഴക്ക് ചീരംകുന്നിന്റെ നെറുകയിൽ സൂര്യന്റെ തൃക്കണ്ണ് തുറന്നിട്ട് ഏതാണ്ട് പത്ത് നാഴിക പിന്നിട്ടിരിക്കുന്നു. കൊല്ലന്റെ ആലയിൽ, കരിക്കട്ടകൾക്കിടയിൽ തിരുകിവച്ച ഇരുമ്പ് ചുവന്നുവരുന്നതുപോലെ സൂര്യൻ പഴുത്തു. തലേന്ന് പെയ്ത മഴയിൽ, റോഡിലെ കുഴികളിൽ കെട്ടിക്കിടന്ന ജലം പുറത്തേക്ക് ഒഴുകാൻ കഴിയാതെ മറ്റൊരു മഴയുടെ ആരവത്തിനുവേണ്ടി കാതോർത്തു. പാറുവമ്മ മഴക്കുഴികളെ ഒഴിഞ്ഞുനടന്നു.

എത്ര വേഗത്തിൽ നടന്നിട്ടും പാറുവമ്മയ്ക്കൊപ്പമെത്താൻ ശിവൻകുട്ടിക്കായില്ല. ഇടയ്ക്ക് അവൻ ഓടിനോക്കി. എന്നിട്ടും രക്ഷയില്ല. പാറുവമ്മ വളരെ മുന്നിലാണ്. ശിവൻകുട്ടിയുടെ കാലുകൾ മെറ്റൽ കഷണങ്ങളിൽ തട്ടി വേദനിച്ചു. ചെരിപ്പ് ഇടുന്നവർ അന്ന് അപൂർവ്വമായിരുന്നു. കോയിക്കലേത്ത് കേശവക്കുറുപ്പ് സാർ മെതിയടിപ്പുറത്താണ് നടക്കുന്നത്. നടക്കുമ്പോൾ ഉപ്പൂറ്റിയിൽ മെതിയടി തട്ടി 'കിടോ, കിടോ' എന്ന ശബ്ദം കേൾക്കാം. അദ്ദേഹം ഏഴംകുളം സ്കൂളിലെ ഹെഡ്മാസ്റ്ററായിരുന്നു. അത്തരത്തിൽ ഒരു മെതിയടി വാങ്ങിയാൽ കൊള്ളാമെന്ന് ഒരിക്കൽ ഓച്ചിറ അമ്പലത്തിൽ പോയപ്പോൾ ശിവൻകുട്ടിക്ക് തോന്നി. അച്ഛൻ രാമക്കുറുപ്പ് കൂടെയുണ്ടായിരുന്നു. വില്പനയ്ക്കായി നിരത്തിവച്ചിരിക്കുന്ന മെതിയടി കണ്ടെങ്കിലും അച്ഛനോട് പറയാനുള്ള മനക്കരുത്ത് അവനില്ലായിരുന്നു. മെറ്റൽ കഷണങ്ങളിൽ തട്ടി കാല് വേദനിച്ചെങ്കിലും അവൻ നടത്തം തുടർന്നു.

റോഡിന്റെ ഇടതുഭാഗം വയലാണ്. കൊയ്ത്തുകഴിഞ്ഞ പാടത്തിൽ കച്ചി അറുത്തുമാറ്റിയ നെല്ലിൻകുറ്റികൾ ആകാശത്തേക്ക് നോക്കി കണ്ണീർപൊഴിച്ചു. മഴക്കാലത്ത് കണ്ടത്തിന്റെ മദ്ധ്യഭാഗത്തുകൂടി ഒഴുകിയ ചെറിയ തോടിന്റെ നീണ്ടകുഴികൾ വ്യക്തമായി കാണാം. നെറ്റിയിൽ വെളുത്ത പുള്ളിയുള്ള കറുത്ത പശു പുല്ല് തിന്നുന്നതിനിടയിൽ ചൂടുള്ള ചാണകം ഭൂമിയിൽ നിക്ഷേപിച്ചു. ചാണകം വന്ന വഴി സാവധാനം അടയുന്നത് ശിവൻകുട്ടി ശ്രദ്ധിച്ചു. വെയിൽ വീണ് വാടിയ ഒരു മത്തവള്ളി ഇഴയാൻ കഴിയാതെ മണ്ണിൽ പറ്റിപ്പിടിച്ചു കിടന്ന് നെടുവീർപ്പിട്ടു. വഴിയരികിലൊന്നും വീടുകളുണ്ടായിരുന്നില്ല. തെങ്ങിൻ തലപ്പുകളിൽ മഞ്ഞവെയിൽ പരന്നിട്ടുണ്ട്.

റോഡിന്റെ വലതുവശം കാടാണ്. കാടിനുള്ളിൽനിന്നും കുരുവിക്കൂട്ടങ്ങൾ കലപില ശബ്ദമുണ്ടാക്കി. ഉള്ളിലേക്ക് കടക്കാൻ കഴിയാതെ സൂര്യപ്രകാശം കാടിനുമുകളിൽ വിശ്രമിച്ചു. കാടിനോടു ചേർന്നു വീതി കുറഞ്ഞ ഒരു നാട്ടുവഴി മുകളിലേക്ക് നീണ്ടുകിടക്കുന്നത് ശിവൻകുട്ടി ശ്രദ്ധിച്ചു. കാടിനപ്പുറത്ത് വീടുകളുണ്ടാവാമെന്ന് അവൻ ഊഹിച്ചു. പാറുവമ്മ വളരെ മുന്നിൽ വളവ് തിരിയുന്നത് കണ്ടെങ്കിലും അവൻ സാവധാനമാണ് നടന്നത്.

ശിവൻകുട്ടി പാറുവമ്മയെപ്പോലെയല്ല. ചുറ്റിലുമുള്ള കാഴ്ചകൾ കണ്ടാണ് അവൻ നടക്കുന്നത്. റോഡരുകിൽ ഒരു മുറുക്കാൻകട അവന്റെ കണ്ണില്പെട്ടു. ഏറുമാടത്തിന്റെ തട്ടിലിരുന്ന് ഒരാൾ ബീഡി തെറു

ക്കുകയാണ്. കടയുടെ പലകകൾ അയാൾക്ക് സമീപം അടുക്കിവച്ചിട്ടുണ്ട്. ഒന്ന്, രണ്ട് മൂന്ന് എന്നിങ്ങനെ പലകയിൽ ചോക്കുകൊണ്ട് നമ്പരിട്ടിട്ടുണ്ട്. ഇലയിൽ ചുക്ക നിറയ്ക്കുമ്പോൾ കൈകളുടെ ചലനം കാണാൻ നല്ല രസമാണ്. അതേ താളത്തിൽ തലയും ചലിക്കുന്നു. ബീഡിയിൽ നൂല് കെട്ടുമ്പോൾ അയാൾ ഒരു നർത്തകനായി മാറുന്നു. അയാളെ നോക്കിനിന്നപ്പോൾ ശിവൻകുട്ടി പാറുവമ്മയെ മറന്നു. കോന്നപ്പിള്ള മോലാളിയേ മറന്നു. അയാളുടെ സമീപമിരുന്ന റേഡിയോയിൽക്കൂടി ജി ശങ്കരക്കുറുപ്പിന് ജ്ഞാനപീഠം അവാർഡ് കിട്ടിയ വാർത്ത പ്രക്ഷേപണം ചെയ്തത് ശിവൻകുട്ടി കേട്ടു. 'ഇന്നു ഞാൻ നാളെ നീ' എന്ന കവിത ശിവൻകുട്ടി പഠിച്ചിട്ടുണ്ട്.

"എന്തായാലും ആദ്യത്തെ ജ്ഞാനപീഠം അവാർഡ് നമുക്കാ." ബീഡിതെറുപ്പുകാരൻ പറഞ്ഞു. ശിവൻകുട്ടി ചിരിച്ചു.

"പാറുവമ്മേടെ കൊച്ചുമോനാണോ?" അയാൾ വീണ്ടും ചോദിച്ചു.

"ങാ"

"എവിടെപ്പോവ്വാ?"

"കമ്പനിക്കടേൽ."

"എന്തോയിനാ?"

"മോലാളിയെ കാണാൻ."

"മോലാളി മരിച്ചുപോയല്ലോ."

"ചുമ്മാ കള്ളം പറയാതെ."

"സത്യം."

ശിവൻകുട്ടി നടന്നു. ബീഡി തെറുപ്പുകാരൻ പറഞ്ഞത് സത്യമായിരിക്കരുതേ എന്ന് ശിവൻകുട്ടി പ്രാർത്ഥിച്ചു.

പാറുവമ്മ ഇടയ്ക്ക് ഒരു പ്രാവശ്യം പിറകോട്ടു തിരിഞ്ഞുനോക്കിയെങ്കിലും ശിവൻകുട്ടിയെ കണ്ടില്ല. ചെറുക്കൻ എവിടെയെങ്കിലും വായ്നോക്കി നില്ക്കുകയായിരിക്കുമെന്ന് പാറുവമ്മ ഊഹിച്ചു. അച്ഛനെപ്പോലെ തന്നെ മകനും. വിത്തുഗുണം പത്തുഗുണമെന്നല്ലേ പറയാറ്. ഒരിക്കൽ കണ്ടം കിളച്ചുകൊണ്ടിരുന്ന കിട്ടുപിള്ളയ്ക്കും ശശിക്കും കഞ്ഞിയുമായി പോയ രാമക്കുറുപ്പ് അമ്പലത്തിൽ ചീട്ടുകളി കണ്ടപ്പോൾ കഞ്ഞി തറയിൽ വച്ച് ചീട്ടുകളി കാണാൻ തുടങ്ങി. എവിടെ ചീട്ടുകളി കണ്ടാലും രാമക്കുറുപ്പ് അവിടെ യാത്രനിർത്തും. കഞ്ഞിപ്പാത്രം വച്ചിരുന്ന വട്ടി വിയർത്തു. വിശന്നു വലഞ്ഞ ശശിയും കിട്ടുപിള്ളയും കണ്ടത്തിൽ നിന്നും വീട്ടിലെത്തിയപ്പോഴാണ് രാമക്കുറുപ്പ് അവിടെ എത്തിയില്ലെന്ന് പാറുവമ്മ അറിഞ്ഞത്.

"കഞ്ഞിയുമായി രാമനങ്ങു വന്നില്ലേ?"

"ഇല്ല."

"അമ്പലത്തിന്റെയടുത്ത് ചീട്ടുകളിയുണ്ടോ?"

"അറിയില്ല."

"ചീട്ടുകളി കണ്ടാൽ അവനെല്ലാം മറക്കും. ഇതുപോലൊരു വായ്നോക്കി."

പാറുവമ്മ രാമക്കുറുപ്പിനെ അന്വേഷിച്ചിറങ്ങി. ക്ഷേത്രമുറ്റത്തെ തെങ്ങിൻചുവട്ടിലിരുന്നു കുറെ ആളുകൾ ചീട്ടു കളിക്കുന്നത് പാറുവമ്മയുടെ കണ്ണില്പെട്ടു. പൂജ കഴിഞ്ഞ് വാരിക്കളയുന്ന പൂക്കൾ ഉണങ്ങി ഒരു ചെറിയ കൂന രൂപപ്പെട്ടതിന്റെ മറവിലാണ് ചീട്ടുകളി. രാമക്കുറുപ്പ് ഒരു കളിക്കാരന്റെ സമീപമിരുന്ന് ക്ലാവർ ഇറക്ക് എന്നുപറയുന്നത് പാറുവമ്മ കേട്ടു. പാറുവമ്മ നടന്നുവരുന്നത് രാമക്കുറുപ്പ് കണ്ടില്ല. പാറുവമ്മ മകന്റെ പുറത്ത് ഒന്നു തട്ടിയപ്പോൾ രാമക്കുറുപ്പ് ചാടിയെഴുന്നേറ്റ് വട്ടി കൈയിലെടുത്തു.

"കഞ്ഞി ഇങ്ങു തന്നേര്, കെളക്കാര് വീട്ടിലൊണ്ട്. കഞ്ഞി പഴം കഞ്ഞിയായിക്കാണും."

വട്ടി തലയിലേറ്റി പാറുവമ്മ വേഗം നടന്നു. അവന്റെ മകനല്ലേ ശിവൻകുട്ടി. പാറുവമ്മ നിലവിലുള്ള പല്ലുകൾ കടിച്ചുടച്ചു. എന്നിട്ട്, മകനെയോർത്ത് ഒരു നിമിഷം ദുഃഖിച്ചു.

ഉടുത്തിരുന്ന ചെറിയ തോർത്ത് രണ്ടായി മടക്കിയതുകാരണം ചുവന്ന കോണകത്തിന്റെ നീളൻതുമ്പ് താഴേക്ക് തൂക്കിയ ഒരു മദ്ധ്യവയസ്കൻ വെട്ടുവഴിയിലൂടെ മുകളിലേക്ക് കയറിപ്പോവുന്നത് കണ്ടപ്പോൾ ശിവൻകുട്ടി നടത്തം നിർത്തി. പ്രായമായ പുരുഷന്മാർ കൂടുതലും കോണകമാണ് ധരിക്കുന്നത്. കണ്ടംകൊത്തിയുടയ്ക്കാൻ വരുന്ന കിട്ടുമ്മാവൻ ജോലി തുടങ്ങുമ്പോൾ തോർത്തഴിച്ച് തലയിൽക്കെട്ടും. പിന്നീടുള്ള വസ്ത്രം കോണകം മാത്രം. സ്ത്രീകൾക്ക് അങ്ങനെ ഒരു വസ്ത്രമുണ്ടോ എന്ന് ശിവൻകുട്ടിക്കറിയില്ല. ഒരു ദിവസം മുളവീട്ടിലെ ഇന്ദിര വീട്ടിൽ വന്നത് വസ്ത്രമൊന്നും ധരിക്കാതെയാണ്.

"പോടീ, പോടീ പോയി കുമ്പാള ഉടുത്തോണ്ടു വാടീ. ആമ്പുള്ളാരുടെ മുമ്പി മുഴുവനായിട്ടാണോ വന്നുനില്ക്കുന്നേ?"

പാറുവമ്മ ശകാരിച്ചപ്പോൾ അവൾ ഓടിപ്പോയി. വെളുത്ത എന്തോ ഒന്ന് ഉടുത്ത് പെട്ടെന്നുതന്നെ തിരിച്ചുവന്നു.

"എന്താ ഇത്?"

ശിവൻകുട്ടി ഇന്ദിരയുടെ സമീപമെത്തി വളരെ രഹസ്യമായി ചോദിച്ചു. ഇന്ദിരയ്ക്ക് അന്ന് അഞ്ചുവയസ്സായിരുന്നു.

"കുമ്പാള." അവൾ ശബ്ദം താഴ്ത്തിപ്പറഞ്ഞു.

"ഞാനൊന്നു തൊട്ടുനോക്കിക്കോട്ടെ."

"ഓഹോ, പക്ഷേ പാറുവമ്മ വഴക്കുപറയും."

"ഇതെന്താ സാധനം?"

"കമുകിന്റെ പാളയില്ലേ?"

"ഒണ്ട്."

"അതിനകത്തെ വെളുത്ത സാധനം കീറിയെടുത്തതാ."

"നല്ല മാർദ്ദവമുണ്ടല്ലോ."

"ങാ."

കുമ്പാളയുടുത്തപ്പോൾ ഇന്ദിര സുന്ദരിയായി.

ഒരിക്കൽ ഓണത്തിന് രാമക്കുറുപ്പ് പറക്കോട്ട് ചന്തയിൽനിന്നും ഒരു കെട്ടുകോണകം ശിവൻകുട്ടിക്ക് വാങ്ങിക്കൊടുത്തു. ചുവന്നനിറം, നല്ല ഭംഗി. ശിവൻകുട്ടി മൂന്നാം ക്ലാസിൽ പഠിക്കുകയായിരുന്നു. അന്ന് അമ്പലത്തിൽ പന്തിരുനാഴി പായസം വഴിപാടുണ്ട്. ക്ഷേത്രത്തിൽ ഉരുൾനേർച്ചയുണ്ട്. വയറുനിറയെ പായസം കഴിക്കാം. കൗമാരക്കാരായ കുട്ടികൾ ഉരുളാൻ വേണ്ടി അതിരാവിലെ ക്ഷേത്രത്തിലെത്തും. ഉരുണ്ടാൽ കൂടുതൽ പായസം കിട്ടും. അവർക്ക് കല്ലുവളയത്തിനുള്ളിലിരിക്കാം. കല്ലുവളയത്തിന്റെ തറ കല്ല് പാകിയതാണ്. ചന്തിക്ക് മണ്ണ്പറ്റില്ല. മറ്റുള്ളവർ മുറ്റത്തിരിക്കണം. ഉരുണ്ടവർക്ക് പായസം തൂശനിലയിൽ. പുറത്തിരിക്കുന്നവർക്ക് വട്ടയിലയിലാണ് പായസം. കൂടുതൽ പായസം കഴിക്കാനാണ് ശിവൻകുട്ടി ഉരുളാൻ പോയത്. അമ്പലക്കുളം അതിരാവിലെ തണുത്തു മരവിച്ച് കിടക്കും. ശിരസ്സിലും ശരീരത്തിലും തെങ്ങോലചുറ്റി ഈറനോടെ, കോണകവും ഉടുത്ത് ഉരുളാൻ ചെന്നപ്പോൾ നടത്തിപ്പുകാരനായ നാരായണക്കുറുപ്പ് ചിരിച്ചുകൊണ്ട് പറഞ്ഞു.

"എടാ കോണകവും ഉടുത്തോണ്ട് എങ്ങനാടാ ഉരുളുന്നത്? നിന്റെ പുഞ്ഞാണി മണ്ണിൽക്കിടന്നു ഉരുളത്തില്ലിയോ? അതു കാണാൻ ഒരു സുകോമില്ല. പിന്നെ, ദേവി കോപിക്കേംചെയ്യും. അതോണ്ട് നീ വേഗം വീട്ടില്പോയി ഒരു നിക്കറിട്ടോണ്ടുവാ. ഞാൻ പറഞ്ഞെന്ന് വിചാരിച്ച് കോണകം അഴിച്ചുകളയണ്ട. അതും കെടന്നോട്ടെ. അന്നേരം കൂടുതൽ സുരക്ഷിതോം ആയിരിക്കും."

ശിവൻകുട്ടി വീട്ടിലേക്കോടി. സ്കൂളിൽ പോകാൻ അവന് ഒരു നിക്കറും ഉടുപ്പും മാത്രം. അണ്ടിക്കറയും മാങ്ങാച്ചുനയും കളയാൻ നിക്കറും ഉടുപ്പും ചാണകവെള്ളത്തിൽ മുക്കി പാറുവമ്മ പുഴുങ്ങാൻ വച്ചിരിക്കുന്നു. ശിവൻകുട്ടിക്ക് സഹിക്കാൻ കഴിഞ്ഞില്ല. ഉരുണ്ടില്ലെങ്കിൽ പായസത്തിന്റെ അളവ് കുറയും. അവന്റെ കണ്ണുകൾ നിറഞ്ഞു. വേറെ നിക്കർ ഇല്ലല്ലോ! അവൻ ദേഷ്യംകൊണ്ടു വിറച്ചു. കോണകവാലും വിറച്ചു.

"എങ്കി നീ ഉരുളണ്ട." പാറുവമ്മ ശകാരിക്കുന്നതുപോലെ പറഞ്ഞു. "പായസം ഇച്ചിരി കൊറയുമായിരിക്കും. സാരമില്ല. കല്ലുവളയത്തിലിരിക്കാൻ ഒക്കത്തില്ലായിരിക്കും. മിറ്റത്തിരുന്നാ മതി. രഹസ്യമായി പായസം രണ്ടു പ്രാവശ്യം വാങ്ങിയാൽ മതി."

ശിവൻകുട്ടി കോണകമഴിച്ച് ഒറ്റ ഏറ്. കോണകം ആകാശത്ത് പറന്നിട്ട് അവന്റെ മുന്നിൽത്തന്നെ വീണു. അയയിൽ കിടന്ന രാമക്കുറുപ്പിന്റെ ചുട്ടിക്കരയൻ തോർത്തെടുത്ത് അരയിൽചുറ്റി. ശിവൻകുട്ടി അമ്പലത്തിലേക്കോടി. അപ്പോഴേക്കും ഉരുൾനേർച്ച കഴിഞ്ഞിരുന്നു.

"ഉരുണ്ടില്ലെങ്കിലും ഉരുണ്ടോരുടെകൂടെ ഇരുന്നോ, നേരത്തെ വന്നതല്ലേ."

നാരായണക്കുറുപ്പ് പറഞ്ഞു.

ശിവൻകുട്ടിക്ക് സന്തോഷമായി.

അവൻ കല്ലുവളയത്തിനുള്ളിലിരുന്നു.

വയറ് നിറയെ പായസം കഴിച്ചു. പായസത്തിലെ ചൂടുള്ള തേങ്ങാപ്പൂളിന്റെ രുചി ഭയങ്കരമായിരുന്നു.

ശിവൻകുട്ടി വേഗത്തിൽ നടന്നു. തുടർന്ന് അവൻ ഓടാൻ തുടങ്ങി. കാലുകൾ കുഴഞ്ഞതല്ലാതെ പാറുവമ്മയെ കണ്ടില്ല. പ്രായമേറിയെന്നിട്ടും എങ്ങനെയാണ് പാറുവമ്മ ഇത്രവേഗത്തിൽ നടക്കുന്നതെന്ന് അവൻ അതിശയിച്ചു.

ഓടുമേഞ്ഞ ഒരു കെട്ടിടത്തിനു മുന്നിൽ പാറുവമ്മയുടെ യാത്ര അവസാനിച്ചു. അടുത്തെങ്ങും ഓടിട്ട കെട്ടിടമില്ലായിരുന്നു. ഓലമേഞ്ഞതും പുല്ല് നിരത്തിയ വീടുകളുമായിരുന്നു വഴിനിറയെ. കടയുടെ ഭിത്തി വെട്ടുകല്ലാണ്. അതിൽ ചായം പൂശിയിട്ടുണ്ട്. നാല് വലിയ മുറികളുള്ള കടയായിരുന്നു അത്. പാറുവമ്മ തിണ്ണയിൽ കയറി ഉള്ളിലേക്കു നോക്കി. കോന്നപ്പിള്ള മുതലാളി സ്ഥിരമായി ഇരിക്കാറുള്ള കസേര ഒഴിഞ്ഞുകിടക്കുന്നു. മുതലാളിയെ കണ്ടില്ലെങ്കിൽ കാര്യങ്ങൾ കുഴഞ്ഞതുതന്നെ. ഇന്നുതന്നെ അദ്ദേഹത്തെ കണ്ടു ജോലിക്കാര്യം ഉറപ്പിക്കണം. നാളെത്തന്നെ ശിവൻകുട്ടിയെ ജോലിയിൽ കയറ്റണം. ഒന്നും നാളത്തേക്ക് മാറ്റിവയ്ക്കാൻ പാടില്ല. പാറുവമ്മയ്ക്ക് സങ്കടം തോന്നി. അവർ വീണ്ടും ഉള്ളിലേക്ക് നോക്കി. പണ്ട് നല്ല തിരക്കുള്ള കടയായിരുന്നു. ഇപ്പോൾ ആരെയും കാണാനില്ല. ഉള്ളിലെ വെപ്രാളം പാറുവമ്മ പുറത്തു കാണിച്ചില്ല. കോന്നപ്പിള്ള മുതലാളി സുന്ദരനായിരുന്നു. രണ്ടുകാതിലും ചുവന്നകല്ലിന്റെ വളച്ചുകെട്ടിയ കമ്മൽ. നെറ്റിയിൽ ആഴത്തിലുള്ള മുറിവ് കരിഞ്ഞ അടയാളം. ചെറുപ്പത്തിൽ ആഞ്ഞിലിച്ചക്ക പറിക്കാൻ കയറിയപ്പോൾ താഴെ വീണു തലപൊട്ടിയതായി അദ്ദേഹം ഒരിക്കൽ പാറുവമ്മയോടു പറഞ്ഞു. ശൃംഗാരചുവയുള്ള വാക്കുകൾകൊണ്ട് സ്ത്രീകളെ വശീകരിക്കാൻ കോന്നപ്പിള്ളയ്ക്ക് ഒരു പ്രത്യേക കഴിവുണ്ടായിരുന്നു. പുറകിൽ വിശറിയിട്ട പെമ്പിളമാരെ കാണുമ്പോൾ മുഖത്തു വീണമുടി പിറകിലേക്കു വലിച്ചുമാറ്റി ചിരിക്കുന്നത് ഒരു പ്രത്യേകതരത്തിലാണ്. രണ്ടണയ്ക്ക് മുളക് ചോദിക്കുമ്പോൾ ഒരല്പം മല്ലിയും കുറേ വെളുത്തുള്ളിയും ചുവന്നുള്ളിയും വെറുതെ വാരിയിട്ടു കൊടുക്കും. മുതലാളിയുടെ ഈട്ടിത്തടി കസേരയുടെ സമീപം ഒരു ചെറുപ്പക്കാരൻ ഇരിക്കുന്നുണ്ട്. രൂപംകൊണ്ട് മുതലാളിയുടെ മകനാണെന്നു തോന്നുന്നു. മുതലാളിയുടെ എല്ലാ മക്കളേയും ചെറുപ്പത്തിൽ പാറുവമ്മ ലാളിച്ചിട്ടുണ്ട്.

"ആരാ?"

തിണ്ണയിലേക്കിറങ്ങി വന്ന് ഉടുപ്പിടാത്ത ഒരാൾ ചോദിച്ചു. അയാളുടെ ശരീരം രോമംകൊണ്ട് നിറഞ്ഞിരുന്നു.

"കോന്നപ്പിള്ള മോലാളിയെ ഒന്നു കാണാൻ വന്നതാ."

"എന്താ വിശേഷം?"

"ഒരു കാര്യമൊണ്ട്."

"നിങ്ങളാരാ?"

"ഞാൻ പാറുവമ്മ. പണ്ട് മോലാളീടെ വീട്ടിൽ ഞാൻ ജോലിക്ക്

നിന്നിട്ടൊണ്ട്. ജോലീന്നു പറഞ്ഞാൽ പുറംജോലി. പാത്രം കഴുകേം മുറ്റം തൂക്കേം ഒക്കെ. എന്റെ കൊച്ചുമോൻ പത്താം ക്ലാസ് പാസായാൽ അവനിവിടെ ഒരു ജോലി തരാമെന്ന് മോലാളി വാക്കുതന്നിട്ടുണ്ട്. അത് ചോദിക്കാൻ വന്നതാ. മോലാളി എന്ത്യേ?"

"വാ, തള്ളേ."

അയാൾ പാറുവമ്മയെ കടയുടെ പിറകിലേക്ക് വിളിച്ചുകൊണ്ടുപോയി.

"മോലാളി മരിച്ചുപോയി. മൂന്നുമാസം മുമ്പ്. കോയമ്പത്തൂര് പോയില എടുക്കാൻ പോയതാ. ഹൃദയസ്തംഭനമാരുന്നു. ശവമാ കൊണ്ടുവന്നത്." അയാൾ ശബ്ദം താഴ്ത്തിപ്പറഞ്ഞു.

നെഞ്ച് പിളർന്നതുപോലെ പാറുവമ്മയ്ക്ക് തോന്നി. മുറിവേറ്റ ഒരു പക്ഷി നെഞ്ചിൻകൂടിനുള്ളിൽ നിന്നും പുറത്തേക്കു പറന്നു. അവർക്ക് ആ വാർത്ത വിശ്വസിക്കാനേ കഴിഞ്ഞില്ല. കോന്നപ്പിള്ള ഇത്ര പെട്ടെന്ന് മരിക്കുമെന്ന് അവർ സ്വപ്നത്തില്പോലും കരുതിയില്ല. മുതലാളി മരിച്ച വാർത്ത ആരും തന്നോടു പറഞ്ഞില്ലല്ലോ എന്നോർത്തു ദുഃഖിച്ചു. അല്ലെങ്കിൽ തന്നെ പാറുവമ്മ കോന്നപ്പിള്ള മുതലാളിയുടെ ആരുമല്ലല്ലോ! അന്നേരം ദൂരെനിന്നും ശിവൻകുട്ടി കടയിലേക്ക് നടന്നുവന്നുകൊണ്ടിരുന്നത് പാറുവമ്മ ശ്രദ്ധിച്ചില്ല. പാറുവമ്മ അപ്പോൾ ഒരു യന്ത്രമായിരുന്നു. കീ കൊടുത്തുവിട്ട ഒരു യന്ത്രത്തേപ്പോലെ അവർ റോഡിലിറങ്ങി.

രണ്ട്

പോകാൻനേരം കടയുടെ മുറ്റത്തുനിന്ന് പാറുവമ്മ കരയുന്നത് കണ്ടെങ്കിലും ശിവൻകുട്ടി അത്ര കാര്യമായി പരിഗണിച്ചില്ല. കോന്നപ്പിള്ളയുടെ കടയിലെ കണക്കെഴുത്തു ജോലിയോട് അവന് താല്പര്യമൊന്നും തോന്നിയില്ല. പാറുവമ്മ പറയുന്നതും ആവശ്യപ്പെടുന്നതും അവന് അനുസരിക്കാതിരിക്കാൻ കഴിയുമായിരുന്നില്ല. വിവേകത്തോടെ കാര്യങ്ങൾ നീക്കാൻ അവൻ ശീലിക്കാൻ തുടങ്ങി. പാറുവമ്മയുടെ ജീവിതത്തിൽ വീണ കരിനിഴലും വേദനയും തന്റെ ജീവിതത്തിൽ പതിക്കാതിരിക്കാൻ ശിവൻകുട്ടി ആഗ്രഹിച്ചു. പോകാൻനേരം പാറുവമ്മ ശിവൻകുട്ടിയെ മരവിച്ച മനസ്സോടെ നോക്കിയെങ്കിലും വിളിച്ചില്ല. പാറുവമ്മയ്ക്ക് വീട്ടിലെത്താൻ ധൃതിയുള്ളതുപോലെ തോന്നി. ഭാരതിചേച്ചി തനിച്ചാണല്ലോ വീട്ടിലെന്ന് ശിവൻകുട്ടി ചിന്തിച്ചു, ശിവൻകുട്ടിയെ ഇപ്പോൾ അലട്ടുന്നത് മറ്റൊരു പ്രശ്നമാണ്.

ടെലിഫോൺ കണ്ടുപിടിച്ചത് ഗ്രഹാം ബല്ലാണെന്ന് ശിവൻകുട്ടിക്കറിയാം. റേഡിയോ മാർക്കോണിയും. എല്ലാം സയൻസ് ക്ലാസിൽ ശിവൻകുട്ടി പഠിച്ചതാണ്. കറണ്ട് കടത്തിവിട്ടാൽ ഇരുമ്പ് കാന്തമാവുമെന്നും അവനറിയാം. ടെലിഫോണും കാന്തവും തമ്മിൽ ബന്ധമുണ്ട്. ശബ്ദം കമ്പിയിൽക്കൂടി എങ്ങനെയാണ് സഞ്ചരിക്കുന്നതെന്ന് അവന്

ഒരു പിടിയുമില്ല. ശബ്ദം കാണാൻ കഴിയില്ലെങ്കിലും കേൾക്കാം. കറണ്ടിന്റെ സാന്നിദ്ധ്യം സ്പർശിച്ചാൽ മനസ്സിലാവും. പണ്ട് ചിരട്ടയും വാഴവള്ളിയും ഉപയോഗിച്ച് മൈക്ക് കളിച്ച കാര്യം ശിവൻകുട്ടി ഓർത്തു. നീളമുള്ള വാഴവള്ളിയുടെ രണ്ടറ്റത്തും ഓരോ കണ്ണൻചിരട്ടകെട്ടി, കൂട്ടുകാരൻ ഗോപി ഒരറ്റം ചെവിയിൽ വച്ചു. മറുഭാഗത്തുകൂടി ഒരു പാട്ട് പാടിയപ്പോൾ മറ്റേ ചിരട്ടയിൽ ശബ്ദം കൃത്യമായി കിട്ടി. ശബ്ദത്തിന് സഞ്ചരിക്കാൻ ഒരു 'മീഡിയം' വേണമെന്ന് സയൻസ് പഠിപ്പിച്ച ശാന്തകുമാരി ടീച്ചർ പറഞ്ഞുതന്നിട്ടുണ്ട്. ഇവിടെ വാഴവള്ളിയാണ് മീഡിയം. ടെലിഫോണിൽ മണിയടിക്കുന്നത് കേൾക്കാനും സംസാരിക്കാനും ശിവൻകുട്ടി പണ്ടുമുതലേ കൊതിച്ചിരുന്നു. ഉച്ചയ്ക്ക് സ്കൂളിൽനിന്നും വീട്ടില്പോയി വല്ലതും കഴിച്ചിട്ട് ഓടിവന്ന് ചക്കനാട്ടു കടയുടെ മുന്നിൽ കാത്തുനില്ക്കും. ടെലിഫോണിൽ ബല്ലടിക്കുന്നതു കേൾക്കാൻ. അന്ന് പറക്കോട്ട് ചന്തയിൽ ആകെയുണ്ടായിരുന്ന ഫോണായിരുന്നു ചക്കനാട്ടുകടയിലേത്. ഫോണിൽ മണിയടിക്കുന്നതു കേൾക്കാൻ ശിവൻകുട്ടിക്ക് ഒരിക്കലും ഭാഗ്യമുണ്ടായില്ല. കമ്പനിക്കടയിൽ ഒരു ഫോണിരിക്കുന്നത് കണ്ട് ശിവൻകുട്ടി മുറ്റത്തുതന്നെ നിന്നു. ഫോണെടുത്ത് 'ഹലോ' എന്നു പറഞ്ഞ് മറുതലയ്ക്കലുള്ള ആളുമായി സംസാരിക്കാൻ അവൻ ആഗ്രഹിച്ചു.

സോമന്റെ വീട്ടിൽ ഫോണില്ലെങ്കിലും കടയിലുണ്ട്. അതുകൊണ്ട് അവൻ ഫോണിൽ സംസാരിച്ചിട്ടുണ്ട്. സോമൻ ഭാഗ്യവാനാണ്. അവന്റെ അച്ഛൻ പണക്കാരനാണ്. ധാരാളം സ്വത്തുണ്ട്. അവന് ഡസൻകണക്കിന് വസ്ത്രങ്ങളുണ്ട്. തനിക്കോ? അച്ഛനും അമ്മയുമില്ല. ആഹാരം കൃത്യമായി കിട്ടുന്നില്ല. ധരിക്കാൻ ഒരു നിക്കറും ഉടുപ്പും മാത്രം. അണ്ടിക്കറയും മാങ്ങാച്ചുനയും വാഴക്കറയും പുരണ്ടത്. നനച്ചാൽ വെളുക്കാത്തത്. സോമന്റെ വീട്ടിൽ എല്ലാ ദിവസവും രാവിലെ ദോശയോ ഇഡ്ഡലിയോ കാണും. ശിവൻകുട്ടിക്കോ? എന്നും പഴംകഞ്ഞി. മഴയായാലും വെയിലായാലും. പ്രതീക്ഷയ്ക്ക് വകയില്ലാത്ത ഒരു ജീവിതമാണ് തന്റേതെന്ന് ശിവൻകുട്ടി കൂടെക്കൂടെ ഓർത്തു.

ഒരു ദിവസം ശിവൻകുട്ടി സോമനോടു ചോദിച്ചു.

“ദൂരെനിന്നും വരുന്ന സംഭാഷണം ഫോണിൽക്കൂടി അതേ രീതിയിൽ കേൾക്കുന്നത് എങ്ങനെയാ?”

“എനിക്ക് കൃത്യമായി അറിയില്ല.” സോമൻ നെറ്റിചുളിച്ചു. “അച്ഛൻ ചിലതൊക്കെ പറഞ്ഞു തന്നെങ്കിലും എനിക്കൊന്നും മനസ്സിലായില്ല. അതൊക്കെ കോളേജിൽ ചെല്ലുമ്പോൾ നീ പഠിക്കും.”

“കോളേജോ? ഞാനോ? എങ്കി കാക്ക മലർന്നു പറക്കും.”

“എന്താ, നീ കോളേജിൽ ചേരുന്നില്ലേ?”

“കോളേജിൽ ചേരാനും പഠിക്കാനുമൊക്കെ കാശുവേണം. അതൊന്നും ഞങ്ങൾക്കില്ലെന്ന് നിനക്കറിഞ്ഞൂടേ?”

“നീ കോളേജിൽ ചേരും, പഠിക്കും. ഇപ്പഴത്തെ കാലത്ത് പത്തിൽ ഫസ്റ്റ് ക്ലാസ് കിട്ടുക എന്നു പറഞ്ഞാൽ ചെറിയ കാര്യമാണോ?”

"ഞങ്ങൾ ചെറിയ ആൾക്കാർക്ക് അതൊക്കെ ചെറിയ കാര്യമാ."

ശിവൻകുട്ടി കടയുടെ മുറ്റത്തുനിന്ന് സ്വയം പുഞ്ചിരിച്ചു.

അവൻ കടയുടെ തിണ്ണയിൽ കയറി ഉറക്കെ പറഞ്ഞു.

"എനിക്ക് ഫോണിലൊന്നു സംസാരിക്കണം."

അകത്തിരുന്ന സുമുഖനായ ചെറുപ്പക്കാരൻ അവനെ കൈയാട്ടി വിളിച്ചു. ശിവൻകുട്ടി കടയ്ക്കുള്ളിൽ കയറി. നേരത്തേ, പാറുവമ്മയുമായി സംസാരിച്ച ആൾ ചാക്കുകെട്ടുകൾ പുറത്തിട്ടു മറ്റൊരു മുറിയിലേക്ക് നടക്കുന്നതു കണ്ടു. അയാൾ കുനിഞ്ഞാണ് നടക്കുന്നത്. അയാൾ ഒരു കഴുതയാണെന്ന് ശിവൻകുട്ടിക്കു തോന്നി. യാതൊരു പരിഭവവുമില്ലാതെ ഭാരം ചുമക്കുന്നവരാണല്ലോ കഴുതകൾ. അയാളുടെ അസ്ഥികൾ വിറയ്ക്കുന്നുണ്ടായിരുന്നു.

"ഇത് കറക്കുന്ന ഫോണല്ല." ചെറുപ്പക്കാരൻ പറഞ്ഞു. "നമ്പർ പ്ലീസാ, നിനക്ക് ആരെയാ വിളിക്കേണ്ടത്."

"അങ്ങനെയൊന്നുമില്ല." ശിവൻകുട്ടി തോളുയർത്തി. "ആരായാലും മതി. ഫോണി സംസാരിക്കാൻ ഒരു കൊതി."

ചെറുപ്പക്കാരൻ റിസീവറെടുത്തു.

ഒരല്പനേരം കാത്തു.

"ഹലോ."

"ഹലോ."

"എന്തുവേണം."

"ഈ ചെക്കനോടൊന്നു സംസാരിച്ചേ."

ഫോൺ ശിവൻകുട്ടിയുടെ കൈയിൽ കൊടുത്തു. ശിവൻകുട്ടിയുടെ കൈകൾ വിറച്ചു. മുഖം വിളറി. ശരീരം പ്രകമ്പനംകൊണ്ടു. ഷർട്ടിൽ വിയർപ്പിന്റെ നനവ് പടർന്നു. വാക്കുകൾ തൊണ്ടയിൽ കുരുങ്ങി. ശിവൻകുട്ടി ആദ്യമായി ഫോണിൽ സംസാരിക്കുകയാണ്.

"ഹലോ."

"എന്താ ഒന്നും മിണ്ടാത്തെ?"

"എനിക്കൊന്നും പറയാനില്ല, ഫോണിന്റെ ശബ്ദം കേൾക്കാനുള്ള കൊതികൊണ്ടാ."

"എന്താ പേര്?"

"ശിവൻകുട്ടി."

"എത്രലാ പഠിക്കുന്നേ?"

"പത്തിൽ ജയിച്ചു. ക്ലാസുണ്ട്."

"മിടുക്കൻ."

മതിയായതുപോലെ ശിവൻകുട്ടി റിസീവർ ചെറുപ്പക്കാരന്റെ കൈയിൽ കൊടുത്തു. അപ്പോഴും അവന്റെ ശരീരം വിറച്ചുകൊണ്ടിരുന്നു. ഒരല്പ നേരത്തേക്ക് അവൻ ഭൂമിയിലായിരുന്നില്ല. കമ്പിയില്ലാക്കമ്പികളുടെ ലോകത്തായിരുന്നു. ശബ്ദത്തിന്റെ ലോകത്തായിരുന്നു. മുറ്റത്തെ ബദാംമരത്തിന്റെ ഇലപ്പടർപ്പുകളിൽ ഒരു പക്ഷി അപ്പോൾ പറന്നുപറ്റി. പക്ഷി കുലുങ്ങിക്കൊണ്ടിരുന്നു.

"പത്താം ക്ലാസിൽ ഫസ്റ്റ് ക്ലാസുണ്ടോ?" ചെറുപ്പക്കാരൻ ചോദിച്ചു.
"ഒണ്ട്."
"ഇനീം എന്താ പരിപാടി?"
"അറിയില്ല."
"കോളേജിൽ ചേരുന്നില്ലേ?"
"അറിയില്ല."

ശിവൻകുട്ടി മുറ്റത്തേക്ക് ചാടിയിറങ്ങി. സ്വർഗ്ഗം കിട്ടിയ വാശിയായിരുന്നു അവന്. റോഡിലൂടെ അവൻ സാവധാനമാണ് നടന്നത്. വേര് പറിഞ്ഞ് ഒഴുക്കിലേക്കു വീണ ചെടിപോലെ അവൻ ചിന്തയിൽ നീന്തുകയായിരുന്നു. ഏറുമാടത്തിനു മുന്നിലിരുന്നു ബീഡി തെറുക്കുന്ന വൃദ്ധന്റെ നൃത്തം കണ്ടുകൊണ്ട് അവൻ ഒരല്പനേരം മുറുക്കാൻ കടയുടെ മുന്നിൽനിന്നു. കത്തിച്ചുവച്ച നിലവിളക്കിനു പിന്നിലെ കഥകളിക്കാരന്റെ കണ്ണുകളുടെ ചലനമാണ് ബീഡിതെറുപ്പുകാരനിൽ കണ്ടത്.

"എന്താ, ബീഡിവേണോ?" വൃദ്ധൻ ചോദിച്ചു.
"വേണ്ട."
"പിന്നെന്തിനാ ഇവിടെ നിന്നത്?"
"ബീഡി തെറുക്കുന്നതു കാണാനാ."
"തെറുക്കാൻ പഠിക്കണോ?"
ശിവൻകുട്ടി ഒന്നും പറഞ്ഞില്ല.
"നൂറ് ബീഡി തെറുത്താൽ ഒന്നരരൂപാ കിട്ടും. എന്താ പോരുന്നോ?"
ബീഡി തെറുപ്പും ഒരു ജോലിയാണെന്ന് അന്നേരം ശിവൻകുട്ടി മനസ്സിലാക്കി.

കണ്ടത്തിന്റെ വടക്കേക്കരയിലെ വലിയ പുളിമരത്തിന്റെ മുന്നിലാണ് ശിവൻകുട്ടിയുടെ കൂട്ടുകാരനായ അപ്പുവിന്റെ വീട്. ശിവൻകുട്ടി കണ്ടത്തിലിറങ്ങി, വരമ്പിലൂടെ അപ്പുവിന്റെ വീട് ലക്ഷ്യമാക്കി നടന്നു. അപ്പു നാലാം ക്ലാസിൽ പഠിത്തം നിർത്തിയിട്ട് നാലഞ്ചു വർഷമായി. പരമ്പരാഗതമായി ഇരുമ്പിൽ പണിചെയ്യുന്ന കൊല്ലന്മാരുടെ കുടുംബമാണ് അപ്പുവിന്റേത്. അപ്പുവിന്റെ അച്ഛൻ ഭാസ്കരനും ഭാസ്കരന്റെ അച്ഛൻ നീലാണ്ടനും ഇരുമ്പുപണിക്കാരാണ്. അപ്പുവിന്റെ വീടിനോട് ചേർന്ന് ഒരു ആലയുണ്ട്. അപ്പുവിന്റെ അച്ഛൻ ആലയിലിരുന്ന് ഇരുമ്പ് പഴുപ്പിക്കുന്നത് ശിവൻകുട്ടി കണ്ടിട്ടുണ്ട്. അപ്പുവിന്റെ അച്ഛൻ അരയിൽ ഒരു കറുത്ത തോർത്ത് ചുറ്റിയിരിക്കും. ഇരുമ്പ് പഴുക്കുമ്പോൾ വലിയകൂടം കൊണ്ട് അടിച്ചു പരത്തുന്നത് അപ്പുവാണ്. ആലയിലെ ശബ്ദം മൈലുകൾക്കപ്പുറം വരെ കേൾക്കാം. അപ്പുവിന്റെ അച്ഛന് ക്ഷയമാണെന്ന് അറിഞ്ഞതിനുശേഷമാണ് അപ്പു പഠിത്തം നിർത്തിയത്. ഇപ്പോൾ അപ്പു അച്ഛനെ സഹായിക്കുന്നു. അപ്പുവിന്റെ ആലയിൽ ഒരു യന്ത്രമുണ്ട്. വികസിക്കുകയും ചുരുങ്ങുകയും ചെയ്യുന്ന ഒരു യന്ത്രം. യന്ത്രത്തിൽനിന്നും ഒരു തടിക്കഷണം മുന്നോട്ടുവന്നിട്ടുണ്ട്. തടിയിൽ പിടിച്ച് ഉയർത്തുകയും താഴ്ത്തുകയും ചെയ്യുമ്പോൾ കാറ്റ് വന്നു കരിക്കട്ടകളെ ജ്വലിപ്പിക്കും.

കരിക്കട്ടകൾക്കിടയിൽ തിരുകി വച്ചിരിക്കുന്ന ഇരുമ്പുകഷണം പഴുത്ത് ചെമ്പരത്തിപ്പൂവിന്റെ നിറമാവുമ്പോൾ അടിച്ചുപരത്തും. വീണ്ടും ഉലയിൽ വയ്ക്കും. അപ്പുവിന്റെ വീട് ഓലമേഞ്ഞതാണ്. ഒറ്റമുറിയും അടുക്കളയും മാത്രം.

ശിവൻകുട്ടി അല്പനേരം നടന്നപ്പോൾ ദൂരെ അപ്പുവിന്റെ വീട് കണ്ടു. ഇരുമ്പ് അടിച്ചുപരത്തുന്ന ശബ്ദവും കേട്ടു. കറുത്ത ചുട്ടിക്കരയൻ തോർത്താണ് അപ്പുവിന്റെ വസ്ത്രം. ആലയിലെ അഴുക്ക് അവന്റെ ശരീരത്തിലും കാണാം. ശിവൻകുട്ടി ഇടവഴിയിൽ നില്ക്കുന്നത് കണ്ടപ്പോൾ അപ്പു മുകളിൽനിന്നും താഴേക്കിറങ്ങി വന്നു. ഇടവഴിയിൽനിന്നും അല്പം ഉയരത്തിലാണ് അപ്പുവിന്റെ വീടും ആലയും.

"ശിവൻകുട്ടി." അപ്പു ഉറക്കെ വിളിച്ചു. വേനലിൽ വാടിയ മരംപോലെ അവന്റെ ശരീരം മെലിഞ്ഞിട്ടുണ്ട്.

"നിനക്ക് പത്തിൽ ക്ലാസുണ്ടോ?" അപ്പു ചോദിച്ചു.

"ഒണ്ട്."

"എങ്ങനെ പറ്റിയെടാ ഇതൊക്കെ. നിന്റെ വീട്ടിൽ കറണ്ടില്ല. മണ്ണെണ്ണ വിളക്കിന്റെ വെട്ടത്തിൽ പഠിച്ചാൽ ക്ലാസ് കിട്ടുമോ? നിനക്ക് ട്യൂഷനും ഇല്ലാരുന്നല്ലോ."

"എങ്ങനെയാ ക്ലാസ് കിട്ടിയതെന്ന് എനിക്കും അറിഞ്ഞുകൂടാ. ദൈവത്തിന്റെ കളി. അല്ലാതെന്തു പറയാനാ. നിനക്ക് ഞങ്ങടെ വീട്ടിലെ കാര്യം അറിയാമല്ലോ."

"ഇനി എന്താ നിന്റെ പ്ലാൻ?"

"അറിയില്ല."

"അതൊന്നും പറഞ്ഞാലൊക്കത്തില്ല. നീ കോളേജിൽ ചേരണം."

ശിവൻകുട്ടി ഒന്നും പറഞ്ഞില്ല.

"കോളേജിലൊക്കെ പഠിച്ച് വല്യ ആളാവുമ്പോ ആലേൽ കെടന്ന് ഇരുമ്പടിക്കുന്ന എന്നെക്കൂടി ഓർക്കണേ."

"നീയെന്താ ഈ പറയുന്നെ!" ശിവൻകുട്ടിയുടെ ശബ്ദം ചിലമ്പി. "അച്ഛൻ മരിച്ചു. അല്ല, ആത്മഹത്യചെയ്തു. അമ്മയില്ല. പെങ്ങൾ കല്യാണപ്രായം കഴിഞ്ഞുനില്ക്കുന്നു. കാര്യമായി ഒന്നും കഴിക്കാനില്ല. പഴുത്ത ഇരുമ്പേൽ അടിച്ചാൽ നിനക്കെന്തെങ്കിലും കിട്ടും. ഞാൻ എവിടെ അടിക്കാനാ. വയറ്റത്തടിച്ചു പാടാൻ എനിക്കു വശമില്ല. ജോലിയൊക്കെ കഴിഞ്ഞ് വൈകിട്ട് അമ്പലമുറ്റത്തു വന്നാൽ നമുക്ക് വിശദമായി സംസാരിക്കാം. സമയമുണ്ടെങ്കിൽ നമുക്ക് കാടൻകായ് കളിക്കാം."

അപ്പു തല കുലുക്കി.

അപ്പുവിന്റെ വീടിനു മുന്നിലെ കയ്യാലയിൽ മഷിത്തണ്ട് പടർന്നു കിടക്കുന്നുണ്ട്. അക്ഷരം പഠിക്കാൻ ആശാന്റെ പള്ളിക്കൂടത്തിൽ പോകുമ്പോൾ അപ്പു എന്നും മഷിത്തണ്ട് കൊണ്ടുവരുമായിരുന്നു. ഒന്നാം ക്ലാസിൽ എത്തിയപ്പോൾ സ്ലേറ്റ് തുടയ്ക്കാനായി മഷിത്തണ്ട് അവൻ നിക്കറിന്റെ പോക്കറ്റിൽ കരുതിയിരുന്നു. അന്ന് കോടത്തുമഠത്തിലെ

കാവിൽ നിന്നും പഴുത്ത കുരണ്ടിപ്പഴം പറിച്ചെടുത്തു തരുമായിരുന്നു. കാവിലെ വെട്ടിമരത്തിൽ മഞ്ഞനിറത്തിൽ പഴങ്ങൾ പഴുത്തുനില്ക്കുന്നത് കണ്ടാൽ അവൻ ഓടിവന്നു പറയും.

"ശിവൻകുട്ടീ, നമുക്ക് വെട്ടിപ്പഴം തിന്നാൻ പോകാം."

വെട്ടിപ്പഴത്തിന്റെ രുചി ശിവൻകുട്ടിയുടെ നാവിൻതുമ്പിൽ വന്നു.

ഒരിക്കൽ അപ്പുവും ശിവൻ കുട്ടിയും ചീരംകുന്ന് കാണാൻ പോയി. ഏഴംകുളം ഗ്രാമത്തിന് കിഴക്കുഭാഗത്ത് കാണുന്ന മലയാണ് ചീരംകുന്ന്. കുന്നിന് മുകളിൽ കയറി നോക്കിയാൽ ശാസ്താംകോട്ട കായൽ ഒരു വലിയ കണ്ണാടി കഷണംപോലെ തിളങ്ങുന്നതു കാണാമെന്ന് കൂട്ടുകാരൊക്കെ പറഞ്ഞു. പാറുവമ്മയോടു പറയാതെ ഒരു അവധിദിവസമാണു കുന്നുകയറാൻ പോയത്. കയറ്റത്തിന്റെ വഴിയിൽ പായൽപിടിച്ച പാറയുണ്ട്. തെന്നി വീഴാൻ സാദ്ധ്യതയുണ്ട്. ഒരു മൈൽ ദൂരത്തിൽ കുത്തനേയുള്ള കയറ്റംകയറണം. മുകളിലെത്തിയപ്പോൾ രണ്ടുപേരും ക്ഷീണിച്ചു. മലയുടെ മുകളിലെ കാഴ്ച മനോഹരമായിരുന്നു. ദൂരെ, ഒരു കണ്ണാടിക്കഷണം പോലെ കണ്ടത് ഏതോ ജലാശയമാണ്. അതു ശാസ്താംകോട്ട കായലായിരുന്നു എന്ന് ശിവൻകുട്ടിക്കറിയില്ലായിരുന്നു. മലയുടെ നെറുകയിൽ ഒരു കിണറുണ്ടായിരുന്നു. പണ്ട് ഏതോ സന്ന്യാസി തപസ്സിരുന്നപ്പോൾ കുഴിച്ചതാണെന്ന് കേട്ടിട്ടുണ്ട്. ആഴക്കൂടുതൽകൊണ്ട് ഉള്ളിലേക്കു നോക്കിയപ്പോൾ തലകറങ്ങി. ഭയംമൂലം അധികനേരം അവിടെ നില്ക്കാൻ കഴിയാതെ താഴോട്ടിറങ്ങി. മലയുടെ അടിവാരത്തിൽ ഒരു ചെറിയ വീടുകണ്ടു. അവിടെ നെല്ലിമരത്തിൽനിന്നും നെല്ലിക്കാ പറിച്ച് ശുദ്ധമായ വെള്ളം കുടിച്ചപ്പോൾ വെള്ളത്തിന്റെ രുചി അപാരം. വെള്ളം ഉള്ളിൽ ചെന്നപ്പോൾ യാത്രയുടെ ആലസ്യം അകന്നു.

ശിവൻകുട്ടി അല്പനേരം അപ്പുവിന്റെ സമീപം നിന്നു. രണ്ടുപേരും കുറേനേരം ഒന്നും സംസാരിച്ചില്ല.

"എന്നാ പോട്ടെ." ശിവൻകുട്ടി അപ്പുവിന്റെ തോളിൽ കൈവച്ചു.

"കോളേജിൽ ചേരണേ."

ശിവൻകുട്ടി തലയാട്ടി. അവൻ ഉടയാൻമുറ്റം കാവിന് സമീപമെത്തി. കാവിനു മുന്നിൽക്കൂടി പോയാൽ വലിയകുളത്തിന് സമീപമെത്താം. പാറുവമ്മയുടെ അനുവാദമില്ലാതെ കുളത്തിൽച്ചാടി ഉണ്ടകളിക്കാമായിരുന്നു. പക്ഷേ, കൂട്ടുകാർ വേണ്ടേ? ശിവൻകുട്ടി വീട്ടിലേക്കു പോകാൻ വേണ്ടി ഇടത്തോട്ടു തിരിഞ്ഞപ്പോൾ വടക്കേക്കരയിലെ ശശി ധൃതിയിൽ വരുന്നതുകണ്ടു.

"നീ സിനിമ കാണാൻ വരുന്നോ?" ശശി ചോദിച്ചു.

"ഏതു സിനിമ?"

"ചെമ്മീൻ, പറക്കോട്ടുണ്ട്."

"ടിക്കറ്റെടുക്കാൻ പൈസയില്ല."

"എടാ ഇരുപതു പൈസാമതി."

"അതും ഇല്ല."

ആകാശത്തിന്റെ അടുപ്പിലെ തീയ് ആരോ വെള്ളമൊഴിച്ചു കെടുത്തിയതുപോലെ വെളിച്ചം മങ്ങിയപ്പോൾ ശിവൻകുട്ടി വീട്ടിലേക്കു നടന്നു.

മൂന്ന്

കോന്നപ്പിള്ളയുടെ കടയിൽ നിന്നുമിറങ്ങുമ്പോൾ ഉണങ്ങിവരണ്ട പാടംപോലെ പാറുവമ്മയുടെ മനസ്സ് ശൂന്യമായിരുന്നു. കോന്നപ്പിള്ളയുടെ മരണം ഒരിക്കലും അവർ പ്രതീക്ഷിച്ചില്ല. ഇത്രപെട്ടെന്ന് മരിക്കുമെന്ന് പാറുവമ്മ സ്വപ്നത്തില്പോലും കരുതിയില്ല. അമ്പത്തിയഞ്ച് വയസ്സ് കഴിഞ്ഞെങ്കിലും കോന്നപ്പിള്ള ആരോഗ്യവാനായിരുന്നു. ശിവൻകുട്ടിക്ക് കടയിൽ ഒരു ജോലികിട്ടിയിരുന്നെങ്കിൽ പ്രശ്നങ്ങളൊക്കെ ഒരുവിധം കൈകാര്യം ചെയ്യാമെന്ന് പാറുവമ്മ കണക്ക് കൂട്ടിയിരുന്നു. ശിവൻകുട്ടിയുടെ ശമ്പളവും പത്തായത്തിലിരിക്കുന്ന പൈസയും ഉപയോഗിച്ച് ഭാരതിയുടെ വിവാഹം ഭംഗിയായി നടത്താമെന്ന് അവർ സ്വപ്നംകണ്ടു. അനിയത്തി പങ്കിയമ്മയുടെ പതിനാലുസെന്റ് സ്ഥലം വാങ്ങുന്നതിനേക്കാൾ പ്രധാനമാണ് ഭാരതിയുടെ വിവാഹം. തല നിറയെ ചിന്തകളുമായി അവർ ഉടയാൻമുറ്റം ക്ഷേത്രത്തിനു മുന്നിലെത്തി. ചിന്തകൾ കലങ്ങിത്തെളിയാൻ പത്തുപൈസ വഞ്ചിയിലിട്ടു.

"എന്റെ ഭാരതിയേയും ശിവനേയും രക്ഷിക്കണേ." പാറുവമ്മ പ്രാർത്ഥിച്ചു. "ഭാരതിയുടെ കല്യാണം എത്രയുംവേഗം നടത്തിത്തന്നേ പറ്റൂ. അവളിങ്ങനെ നിന്നാൽ ഒരു മനഃസമാധാനവുമില്ല. കേട്ടല്ലോ. ശിവൻകുട്ടിക്ക് ഒരു ജോലിയും തരപ്പെടുത്തിത്തരണം."

കാവിൽനിന്നും എന്തെങ്കിലും മറുപടി കിട്ടുമെന്ന് പ്രതീക്ഷിച്ച് പാറുവമ്മ കണ്ണടച്ചുനിന്നു. പാറുവമ്മയുടെ വീട്ടിൽനിന്നും കമ്പനിക്കടയിലേക്കുള്ള വഴിയിലാണ് ഉടയാൻമുറ്റം ക്ഷേത്രം. വൃശ്ചികം ഒന്നു മുതൽ ധനുമാസം പതിനൊന്നുവരെ മാത്രമേ ഇവിടെ നിത്യപൂജയുള്ളൂ. പൊടുന്നനെ ഒരു പരുന്ത് കാവിനുള്ളിൽനിന്നും ചിറകടിച്ച് പറന്നുയർന്ന് പടിഞ്ഞാറോട്ടുപോയി. പരുന്ത് ശ്രീകൃഷ്ണന്റെ വാഹനമാണ്. ഭഗവാൻ പിണങ്ങിപ്പോയതാണോ? കൊടുത്തതു കുറഞ്ഞുപോയോ? മുണ്ടിന്റെ മടിയിൽ മടക്കിവച്ചിരുന്ന ഒരുരൂപാനോട്ട് കൂടി എടുത്ത് പാറുവമ്മ വഞ്ചിയിലിട്ടു. തൃപ്തിയായോ എന്ന് പാറുവമ്മ വിഗ്രഹത്തോട് ചോദിച്ചു.

പണ്ട് ഇവിടെ ഒരു കാവ് മാത്രമാണ് ഉണ്ടായിരുന്നത്. കാവിനുള്ളിൽ ഒരു വലിയ കാഞ്ഞിരമരവും നിന്നിരുന്നു. കാഞ്ഞിരത്തിന്റെ തടിക്കുള്ളിൽ ഒരു വിഗ്രഹം പുറത്തേക്കു തള്ളിനില്ക്കുന്നത് ആദ്യം കണ്ടത് പുല്ലരിയാൻ വന്ന ഷണ്മുഖത്തിന്റെ ഭാര്യ പൊന്നമ്മാളായിരുന്നു. വിവരമറിഞ്ഞ് നാട്ടുകാർ പല കൈവഴികളിലൂടെ കാഞ്ഞിരത്തിന് സമീപമെത്തി. വിഗ്രഹം കാഞ്ഞിരത്തിന് താഴെ സ്ഥാപിച്ച് വിളക്ക് കൊളുത്തി. അതൊരു ശിവലിംഗമായിരുന്നു. മരത്തിനുള്ളിൽ സ്വയംഭൂവായി ഉണ്ടായതാണെന്ന് ഭക്തർ വിശ്വസിച്ചു. കാഞ്ഞിരത്തിന്റെ ഇലകൾക്ക് ഔഷധഗുണമുണ്ടാ

യിരുന്നു. കാഞ്ഞിരത്തിന് ചുറ്റും കാട് വളർന്ന് മരത്തെ പൊതിഞ്ഞിട്ടുണ്ട്. മരണത്തെ ജയിക്കാനുള്ള 'മൃത്യുഞ്ജയ ഹോമം' ഇവിടത്തെ പ്രധാന വഴിപാടാണ്. മരണത്തെ ജയിക്കാൻ ആർക്കെങ്കിലും കഴിയുമോ എന്ന് പാറുവമ്മയ്ക്ക് സംശയമുണ്ട്. കാലനില്ലാത്ത ഒരു കാലത്തെക്കുറിച്ച് ചില കഥകളൊക്കെ പാറുവമ്മ കേട്ടിട്ടുണ്ട്. ആരും മരിക്കുന്നില്ലെങ്കിൽ അതും ഒരു പ്രശ്നമല്ലേ? പാറുവമ്മ സ്വയം ചോദിച്ചു. ഒന്നുകൂടി തൊഴുതിട്ട് പാറുവമ്മ വീട്ടിലേക്കു നടന്നു.

വെള്ളം വറ്റിയ തോടും തോടിനുള്ളിലെ കാട്ടുചേമ്പും ചേമ്പിലയിൽ താഴെ വീഴാൻ വെമ്പുന്ന വെള്ളത്തുള്ളികളും കണ്ടപ്പോൾ പാറുവമ്മ തോട്ടിൻ കരയിൽ ഒരല്പനേരം നിന്നു. മീനമാസത്തിൽ തോട്ടിലെ വെള്ളം വറ്റും. കുട്ടികൾ തലപ്പന്ത് കളിക്കുന്നത് അപ്പോൾ തോട്ടിലാണ്. ചെറുപ്പത്തിൽ തീണ്ടാരികുളിക്കാൻ പോവുന്ന തോടായിരുന്നു അത്. ആ സമയത്ത് മൂന്നു ദിവസം ചായ്പ്പിലാണ് കിടക്കുന്നത്. പുറത്തിറങ്ങാൻ പാടില്ല. അതായിരുന്നു നിയമം. മൂന്നാം ദിവസം കിടന്ന തഴപ്പായ് കഴുകി തോട്ടിൻകരയിൽ ഉണങ്ങാനിടും. ആർത്തവച്ചോര പുരണ്ടതുണി ഭംഗിയായി കഴുകി അടുത്തമാസം ഉപയോഗിക്കാൻ സൂക്ഷിക്കും. ചിതറി വീഴുന്ന ഓർമ്മകളെ നുണഞ്ഞുകൊണ്ട് പാറുവമ്മ തോട്ടിൻകരയിലൂടെ നടന്നു.

കൊയ്ത്തുകാലമാവുമ്പോൾ ഇപ്പോൾ പാറുവമ്മ വല്ലാതെ വേദനിക്കാറുണ്ട്. പണ്ട് കൊയ്ത്തുകാലം ഉത്സവമായിരുന്നു. വാരിയിൽ തിരുകി വച്ചിരിക്കുന്ന അരിവാളെടുത്ത് മൂർച്ചകൂട്ടി വയ്ക്കും. ഉണങ്ങിയ വാഴവള്ളി വെള്ളത്തിലിട്ട് കുതിർക്കും. അതിരാവിലെ എഴുന്നേറ്റ് പഴംകഞ്ഞി കുടിച്ച് വയറ് നിറയ്ക്കും. മഞ്ഞൊഴിയാത്ത മകരമാസത്തെ പ്രഭാതത്തിൽ കണ്ടത്തിന്റെ കരയിലിരുന്നു വെറ്റില മുറുക്കുന്നത് പാറുവമ്മ ഓർത്തു. രാമക്കുറുപ്പിന്റെ മരണശേഷം പാറുവമ്മ കൊയ്യാൻ പോയിട്ടില്ല. കച്ചികെട്ടാൻ ഇപ്പോൾ ആരും കൂടെവരാനില്ല. കുറുപ്പിന്റെ മരണശേഷം ഞാറ് നടുന്നത് കാണാൻ കണ്ടത്തിന്റെ വരമ്പിൽ പോയിനിന്നിട്ടുണ്ട് പാറുവമ്മ. കൊയ്ത്തും മെതിയും കറ്റകെട്ടും കളീത്ര അടിക്കലും ഇനിയും തന്റെ ജീവിതത്തിൽ ആവർത്തിക്കില്ല എന്ന് പാറുവമ്മയ്ക്കറിയാം. കണ്ടത്തിന്റെ വരമ്പിൽ കുടചൂടി നില്ക്കുന്ന തമ്പ്രാക്കന്മാരോടും അരിവാളുയർത്തി ഞാനും കൊയ്യാനുണ്ടേ എന്ന് വിളിച്ചുപറയുന്ന കാലമൊക്കെ കഴിഞ്ഞു. ഒരിക്കലും തിരിച്ചുവരാത്ത ആ കാലത്തെക്കുറിച്ച് പാറുവമ്മ സ്വപ്നം കണ്ടു.

രാമക്കുറുപ്പ് ജനിച്ചതിനുശേഷം പാറുവമ്മ ചിരിച്ചിട്ടില്ല. ഭർത്താവിന്റെ പേര് എന്താണെന്ന് പോലും കൃത്യമായി പാറുവമ്മയ്ക്കറിയില്ല. കറുത്തിരുണ്ട അയാളുടെ രൂപം അവ്യക്തമായി മനസ്സിന്റെ കോണിലെവിടെയോ ഉടഞ്ഞുകിടപ്പുണ്ട്. എവിടെനിന്നോ വന്നു എങ്ങോട്ടോ പോയ ഒരു ഇളംകാറ്റായിരുന്നു അയാൾ. അച്ഛന്റെ നിർബ്ബന്ധപ്രകാരമാണ് അയാൾ കൊടുത്ത പുടവവാങ്ങി പാറുവമ്മ ഭാര്യയായത്. താലി കെട്ടി

യില്ല. താങ്ങായി നിന്നില്ല. രാമക്കുറുപ്പിന് മൂന്നുമാസം പ്രായമായപ്പോൾ അയാൾ എങ്ങോട്ടോ പോയി. ഇതുവരെ ഒരു വിവരവും ഇല്ല. തിരിച്ചുവരുമെന്നു പ്രതീക്ഷിച്ച് കുറേനാൾ കാത്തിരുന്നു. വന്നില്ല. അന്നൊക്കെ ആരും കാണാതെ രാത്രിയിൽ അവർ ധാരാളം കരഞ്ഞിട്ടുണ്ട്. പകലൊക്കെ അവർ സന്തോഷത്തോടെ പെരുമാറി. പാറുവമ്മ തന്റേടമുള്ള സ്ത്രീയാണെന്ന് ആളുകൾ പറഞ്ഞു. പക്ഷേ, തന്റെ കുഴിക്കട്ടിലിലെ തലയിണയിൽ കണ്ണീരുപ്പ് കലർന്ന കറുത്തപാടുകൾ ആരും കാണാതിരിക്കാൻ അവൾ ശ്രദ്ധിച്ചു.

ഒരിക്കൽമാത്രം കോന്നപ്പിള്ള മുതലാളി തീരെ പ്രതീക്ഷിക്കാതെ പാറുവമ്മയുടെ വീട്ടിൽ ചെന്നു. ഏഴംകുളം ക്ഷേത്രത്തിൽ ഇരുപത്തിയൊന്നു തൂക്കം നടന്ന ദിവസമായിരുന്നു അത്. അമ്പതുവർഷം കൂടുമ്പോൾ മാത്രം നടക്കുന്ന അനുഷ്ഠാനമായിരുന്നു ഇരുപത്തിയൊന്ന് തൂക്കം. നാടിന്റെ നാനാദിക്കിൽനിന്നും പാളപ്പൊതിയുമായി ആളുകൾ ക്ഷേത്രത്തിലെത്തും. ദൂരെനിന്നും വരുന്ന ഭക്തർക്ക് വിശ്രമിക്കാനായി രാമക്കുറുപ്പ് മുറ്റത്തൊരു പന്തലിട്ടു. പന്തലിലിടാൻ കസേരയൊന്നും ഇല്ലാത്തതുകൊണ്ട് കോടത്ത് മഠത്തിലെ അമ്പിക്കുഞ്ഞിനോട് ഒരു കസേര കടംവാങ്ങി. കാലെടുത്ത് മുകളിൽ വയ്ക്കാവുന്ന തുണിക്കസേരയായിരുന്നു അത്. മുഷിഞ്ഞ തുണി കാരവെള്ളത്തിലിട്ടു കഴുകിയെടുത്തത് പാറുവമ്മയായിരുന്നു. ഉദയായുടെ കുഞ്ചാക്കോ ഇരുപത്തിയൊന്ന് തൂക്കം ഫിലിമിലാക്കിയതും *ലോകനീതി* സിനിമയുടെ ന്യൂസ് റീലായി കാണിച്ചതും പാറുവമ്മ ഇപ്പോഴും ഓർക്കുന്നു. പാറുവമ്മയും അനിയത്തി പങ്കിയമ്മയും കൂടിയാണ് അന്ന് സിനിമയ്ക്ക് പോയത്. ഇരുപത്തിയൊന്ന് വഴിപാടു തൂക്കക്കാരെ ഒന്നിച്ച് ഒരു വില്ലിൽ കുത്തിപ്പൊക്കിയ ദിവസം പാറുവമ്മയ്ക്ക് വയലിൽനിന്നും കാലണ കളഞ്ഞുകിട്ടിയെങ്കിലും അപ്പോഴേക്കും അത് മാറിപ്പോയിരുന്നു.

കോന്നപ്പിള്ള മുതലാളി സൈക്കിളിലാണ് വന്നത്. പാറുവമ്മ വളരെ ഭവ്യതയോടെ മുതലാളിക്കു സമീപം നിന്നു. മുതലാളി തന്റെ വീട്ടിൽ വന്നതിൽ പാറുവമ്മയ്ക്ക് അഭിമാനം തോന്നി. സന്തോഷംകൊണ്ട് പാറുവമ്മയ്ക്ക് സംസാരിക്കാനേ കഴിഞ്ഞില്ല.

"രാമക്കുറുപ്പെന്ത്യേ?" മുതലാളി ചോദിച്ചു.

"അവനങ്ങ് അമ്പലത്തിലാ, കുതിരേ കെട്ട് തൊടങ്ങിയാൽ പിന്നെ അവൻ വീട്ടിലോട്ടു വരാറില്ല. കുതിരമൂട്ടിൽ കഞ്ഞിയൊണ്ടല്ലോ. അതു കുടിക്കും. അതോണ്ട് ആഹാരം കഴിക്കാനും വരാറില്ല. ഇപ്രാവശ്യം ഇരുപത്തിയൊന്ന് തൂക്കമൊള്ളോണ്ട് പത്തുകരക്കാർക്കും എടുപ്പുകുതിരയാ. നമ്മടെ കുതിരയ്ക്ക് തന്നെ പത്തിരുപത് മടൽ ഓലേടെ ഈരക്കിൽ വേണം. അതിനവൻ തെങ്ങേക്കേറി നടക്കാ. ചെലപ്പോ രാത്രിലെങ്ങാനും വന്നെങ്കിലായി."

"കൊച്ചുമോന്റെ പേരെന്തുവാ?"

"ശിവൻകുട്ടി."

"എത്ര വയസ്സായി?"
"അഞ്ച്."
"അവനെന്ത്യേ?"
"അവനേം കൊണ്ടുപോയേക്കുവാ."
"കുറുപ്പിന് വേറെ മക്കളില്ലേ?"
"ഒണ്ട്. മൂത്തതാ. പെണ്ണ്. മൂന്നിപ്പഠിക്കുവാ - ഭാരതീന്നാ പേര്. പള്ളിക്കൂടത്തിന്റെയ്യത്ത് ചീനി ചിക്കാൻ പോയേക്കുവാ. തള്ളേം കൂടൊണ്ട്."

ഒരു മൊന്ത നിറയെ സംഭാരം കുടിച്ചിട്ടാണ് മുതലാളി പോയത്. അദ്ദേഹം ജീവിച്ചിരുന്നെങ്കിൽ ശിവൻകുട്ടിക്ക് കടയിൽ ജോലികിട്ടുമായിരുന്നു. ഭാരതിയുടെ വിവാഹം ഭംഗിയായി നടത്താമായിരുന്നു. പട്ടിണിയില്ലാതെ കഴിയാമായിരുന്നു. ഭാരതിയുടെ വിവാഹം എത്രയും പെട്ടെന്ന് നടത്തണമെന്ന് പാറുവമ്മ ഉറപ്പിച്ചു. പങ്കിയമ്മയുടെ സ്ഥലം വാങ്ങിയില്ലെങ്കിലും കുഴപ്പമില്ല. ചുരുണ്ടു കിടക്കാൻ ഒരു ചെറിയ വീടും ഒരല്പം സ്ഥലവുമുണ്ടല്ലോ എന്ന് പാറുവമ്മ സമാധാനിച്ചു. പ്രായമായ പെണ്ണ് കരിമരുന്ന് പോലെയാണ്. തീയ് അടുത്തുകൂടി പോയാൽ കയറിപ്പിടിക്കും. ഒറ്റ നിമിഷംകൊണ്ട് എല്ലാം ചാമ്പലാവും. ചെല്ലമ്മയുടെ രണ്ട് കമ്മലും രാമക്കുറുപ്പിന്റെ വളച്ചുകെട്ടിയ ഒരു കമ്മലുമാണ് ആകെയുള്ള സ്വർണ്ണം. മൂന്നുംകൂടി മുക്കാൽ പവൻ വരും. ക്ഷേത്രത്തിലെ ഉത്സവത്തിന് കുതിരയെ എഴുന്നള്ളിക്കുമ്പോൾ ചട്ടത്തിൽ തട്ടി രാമക്കുറുപ്പിന്റെ ഒരു കമ്മൽ കണ്ടത്തിലെവിടെയോ വീണു. അന്നേരം അറിഞ്ഞില്ല. പിറ്റേന്ന് കുതിരയെ അഴിച്ചുപറക്കുമ്പോഴാണ് ശ്രദ്ധിച്ചത്. കണ്ടവും കരയും അരിച്ചുപെറുക്കി നോക്കിയെങ്കിലും കമ്മൽ കിട്ടിയില്ല. വിവാഹത്തിന് അഞ്ചുപവൻകൂടി വാങ്ങണം. അതിന് അഞ്ഞൂറ്റി അൻപതു രൂപാ വേണം. അത്രയും രൂപാ പാറുവമ്മയുടെ പെട്ടിയിലുണ്ട്.

പാറുവമ്മയുടെ ചിന്ത കാടുകയറുമ്പോൾ കച്ചി കയറ്റിയ ഒരു കാളവണ്ടി അതുവഴി വന്നു. ഉടയാൻമുറ്റം കാവിനു മുന്നിലെ വെട്ടുവഴിയിൽക്കൂടി സാധാരണ വണ്ടികളൊന്നും വരാറില്ല. കൊയ്ത്തു കാലമാവുമ്പോൾ കറ്റകൾ കയറ്റി വല്ലപ്പോഴും വണ്ടികൾ കടന്നുപോകും. കാളയുടെ കഴുത്തിലെ മണിയുടെ ശബ്ദം ചിന്തയ്ക്കിടയിൽ പാറുവമ്മ കേട്ടില്ല.

"എന്താ തള്ളേ ഒഴിഞ്ഞു നടക്കരുതോ?"

കാളവണ്ടിക്കാരന്റെ ചോദ്യം കേട്ടാണ് പാറുവമ്മ ചിന്തയിൽനിന്നും ഉണർന്നത്. തോട്ടിലേക്ക് ചെരിഞ്ഞുനിന്ന് പാറുവമ്മ വഴിമാറിക്കൊടുത്തു. വണ്ടികടന്നുപോയപ്പോൾ കാറ്റടിച്ച് പാറുവമ്മയുടെ നെഞ്ചിൽ നിന്നും നേര്യത് പറന്ന് മുന്നണിക്കാട്ടിൽ വീണു.

കാളവണ്ടിക്കാരൻ കളിയാക്കുന്ന മട്ടിൽ ചിരിച്ചു.

"നീ പോടാ പട്ടീ."

പാറുവമ്മ ഉറക്കെപ്പറഞ്ഞു. നേര്യതു കുനിഞ്ഞെടുക്കുമ്പോൾ വണ്ടിക്കാരൻ പിറകോട്ടു നോക്കി വീണ്ടും ചിരിച്ചു. പാറുവമ്മ അയാളെ വീണ്ടും ശകാരിച്ചു.

പാറുവമ്മയും ശിവൻകുട്ടിയും തിരിച്ചുവരുന്നതും കാത്ത് ഭാരതി തിണ്ണയിലെ ബഞ്ചിൽ ഇരിക്കാൻ തുടങ്ങിയിട്ട് ഏറെനേരമായി. എത്ര നേരമാണ് ഇങ്ങനെ ആരോടും സംസാരിക്കാതെ വെറുതെ ഇരിക്കുന്നത്? അവൾ ഇടവഴിയിലേക്കു നോക്കി. പാറുവമ്മ കയറി വരുന്നതുകണ്ടു. വന്നപാടെ നേര്യത് മടക്കി അയയിലിട്ടു. യാത്രകഴിഞ്ഞു വരുമ്പോൾ പാറുവമ്മ എന്നും അങ്ങനെയാണ്. വിയർപ്പ് മൂലം നനഞ്ഞ വസ്ത്രങ്ങൾ വെയിലിലിട്ട് ഉണക്കിയെടുക്കും. കഴുകാൻ സോപ്പോ കാരമോ വേണം, വെള്ളം വേണം, സമയം വേണം, കല്ലിലടിച്ചു കഴുകുമ്പോൾ മുണ്ടിന്റെ ആയുസ്സ് കുറയും. അതുകൊണ്ട് ഉണക്കിയെടുക്കുന്നതാണ് ബുദ്ധിയെന്ന് അവർ ഭാരതിയോടു പറഞ്ഞിട്ടുണ്ട്.

“പോയിട്ട് എന്തോവായി, മോലാളിയെ കണ്ടോ?”

“ഇല്ല, കണ്ടില്ല.”

“അതെന്താ?”

“രണ്ടുമാസം മുമ്പ് അങ്ങേര് മരിച്ചെന്ന് കടേലെ ഒരുത്തൻ പറഞ്ഞു. കോയമ്പത്തൂര് പോയില വാങ്ങാൻ പോയതാ. ശവമാ കൊണ്ടുവന്നെ. നീയാ വെറ്റിലപ്പാത്രം ഇങ്ങോട്ടൊന്ന് എടുത്തോണ്ടു വാ. പത്തായത്തിന്റെ മോളി കാണും. എനിക്കൊന്നു മുറുക്കണം.”

“മുറുക്കണേൽ വെറ്റിലവേണ്ടേ?”

“എങ്കി ഇച്ചിരി പൊയില വായിലിടാം.” ഒരല്പം പുകയിലഞെട്ട് ചിറിക്കുള്ളിൽ തിരുകി പാറുവമ്മ പറഞ്ഞു. “മോലാളി മരിച്ചകാര്യം ആരും പറഞ്ഞില്ലല്ലോ, കഷ്ടമായിപ്പോയി, നിന്റെ ഭാഗ്യദോഷം.”

“എന്റെ ഭാഗ്യദോഷമോ? അതെങ്ങനാ?”

“ചെറുക്കന് കടേൽ ജോലികിട്ടീരുന്നെങ്കിൽ നിന്റെ കല്യാണം വേഗം നടത്താമാരുന്നു.”

“എനിക്ക് കല്യാണം കഴിക്കാൻ മുട്ടീട്ടൊന്നുമില്ല. മുട്ടുമ്പോൾ പറയാം.”

“നീ പോടീ അസത്തേ.” പാറുവമ്മ ചൊടിച്ചു. “പെണ്ണായാൽ ഇച്ചിരി അടക്കോം ഒതുക്കോമൊക്കെ വേണം.”

“എനിക്ക് ആവശ്യത്തിന് അതൊക്കെയൊണ്ട്.”

“പെണ്ണ് പ്രായമായാൽ കല്യാണം നടത്തണം. അതാ അതിന്റെ ശരി.”

“ഇപ്പോൾ കല്യാണമല്ല പ്രശ്നം.”

“പിന്നെ.....”

“ശിവൻകുട്ടിയെ കോളേജി വിടണം. നമ്മടെ നാട്ടിലെ രണ്ടാമത്തെ ഫസ്റ്റ് ക്ലാസാ. അവനെ പഠിപ്പിക്കണം. അവന് ജോലികിട്ടി കഴിഞ്ഞിട്ടു മതി എല്ലാം.”

“അതിന് കാശെന്തിയേ?”

“പത്തായത്തിലുണ്ടല്ലോ.”

“പങ്കീടെ സ്ഥലം വാങ്ങണം. അല്ലെങ്കിൽ നിന്റെ കല്യാണം നട

ത്തണം. അത് ഞാനെടുക്കത്തില്ല. ദൈവം തമ്പുരാൻ പറഞ്ഞാലും. കോളേജി വിടണോ, കല്യാണം നടത്തണോ അതോ പങ്കീടെ സ്ഥലം വാങ്ങണോ? നീതന്നെ പറ. ഏതെങ്കിലും ഒന്നേ നടക്കൂ. ചെറുക്കൻ വേറെ എന്തെങ്കിലും ജോലിക്ക് പോട്ടെ."

"ഇതു നല്ലകൂത്ത്. പാറുവമ്മ വിട്ടില്ലെങ്കിൽ ഞാൻ വിടും."

"നീ എങ്ങനെ വിടും."

"വല്ല ജോലിക്കും പോയി."

ഭാരതി പാറുവമ്മയെ രൂക്ഷമായി നോക്കി. അവളുടെ നോട്ടത്തിന് കാന്താരിയുടെ എരിവും കാഞ്ഞിരത്തിന്റെ കയ്പ്പും ഉണ്ടായിരുന്നു. പാറുവമ്മ പിന്നീടൊന്നും പറഞ്ഞില്ല. ഓലത്തട്ടി ഉയർത്തി, വായിൽ ഊറിക്കൂടിയ വെള്ളം പുറത്തേക്ക് തുപ്പി. പാറുവമ്മ നീറുന്ന ചിന്തയിൽ മുഴുകി. പാറുവമ്മ ഗാഢമായി ചിന്തിക്കുമ്പോൾ മുകളിലെ അവശേഷിക്കുന്ന ഒരു പല്ല് താഴത്തെ ചിറിയുടെ മുകളിലൂടെ ഇറങ്ങിനില്ക്കും. ചിന്തമുറിയുമ്പോൾ പല്ല് യഥാസ്ഥാനത്ത് തിരികെ ചെല്ലും. വിയർപ്പ് മണികൾ ഇറ്റിനില്ക്കുന്ന നെറ്റിത്തടം പാറുവമ്മ തുടച്ചു.

നാല്

ദുഃഖം വന്നാലും സന്തോഷം തോന്നിയാലും ശിവൻകുട്ടി ഓടിയെത്തുന്നത് അമ്പലമുറ്റത്തേക്കാണ്. ക്ഷേത്രത്തിന് മുന്നിൽ തണൽ വിരിച്ചു നില്ക്കുന്ന ഒരു ഞാവൽമരമുണ്ട്. മരത്തിന് ചുറ്റും കെട്ടിയുയർത്തിയ തിട്ടയിലിരുന്നാൽ മനസ്സ് ശാന്തമാകും. ഞാവൽ മരത്തിന് ക്ഷേത്രത്തോളം പഴക്കമുണ്ടെന്നാണ് ആളുകൾ പറയുന്നത്. ഞാവൽ മരത്തിന്റെ തടിയിൽ പണ്ട് ആരോ കുത്തുവിളക്കുകൾ കത്തിച്ചിരുന്നു. വർഷങ്ങൾ കഴിഞ്ഞപ്പോൾ വിളക്കുകളെല്ലാം തടിക്കുള്ളിൽ മറഞ്ഞു. ഞാവൽ മരത്തിന്റെ അടിഭാഗത്തിന് ഏതാണ്ട് മുപ്പതടിയോളം വ്യാസമുണ്ട്. രാത്രിയിൽ ഞാവൽമരത്തിന്റെ ചുറ്റും ഇരുന്നാണ് ആളുകൾ ഉത്സവം കാണുന്നത്. മരച്ചില്ലകൾ ഒരു വലിയ കുടനിവർത്തി ക്ഷേത്രമുറ്റത്തെ വെയിലിൽനിന്നും സംരക്ഷിക്കുന്നു. കുംഭം, മീനം മാസങ്ങളിൽ ചൂടകറ്റാൻ ഞാവൽ മരച്ചുവട്ടിൽ ആളുകൾ വിശ്രമിക്കാറുണ്ട്. ഉത്സവം അടുക്കുമ്പോൾ ഞാവൽ മരത്തിന്റെ ചുറ്റുമിരുന്നാണ് കെട്ടുകുതിരയെ പണിയുന്നതും പൂപ്പന്തൽ നിർമ്മിക്കുന്നതും. ക്ഷേത്രത്തിന്റെ അധീനതയിൽ നാലഞ്ചേക്കർ കണ്ടമുണ്ട്. മഴക്കാലത്ത് കണ്ടത്തിൽ വെള്ളം നിറഞ്ഞ് കിടക്കും. ഉത്സവത്തിന് കെട്ടുകുതിരയേയും കാളയേയും കളിപ്പിക്കുന്നത് ഈ വയലിലാണ്. അതുകൊണ്ട് കണ്ടത്തിൽ കൃഷി ചെയ്യാറില്ല. വയലിൽ തെണ്ടിത്തിരിയുന്ന കാറ്റ് പലപ്പോഴും വിശ്രമിക്കുന്നത് ഞാവലിന്റെ ചില്ലയിലാണ്. ഉപപ്രതിഷ്ഠയായ യക്ഷിയമ്പലത്തിനോടു ചേർന്ന് രണ്ടുവലിയ പനകൾ ആകാശം തുളച്ച് നില്ക്കുന്നുണ്ട്. അലഞ്ഞുതിരിയുന്ന കാറ്റിനെ കുരുക്കിട്ട് പിടിച്ച് ഞാവലിന്റെ കൊമ്പുകളിൽ

കെട്ടുന്നത് ഈ പനകളാണ്. കാറ്റ് പിടിക്കുമ്പോൾ പനയോലകൾ സംഗീതക്കച്ചേരി നടത്തും.

മനസ്സ് നൊന്തപ്പോൾ ശിവൻകുട്ടി ഞാവലിന്റെ ചുവട്ടിൽ ചെന്നിരുന്നു. പണ്ടൊക്കെ അവധി ദിവസങ്ങളിലെല്ലാം അവൻ അമ്പലമുറ്റത്തേക്കു പോകും. തലപ്പന്തു കളിയും കിളിത്തട്ടു കളിയും ഗോലികളിയും മൊട്ടപൊട്ടീര് കളിയുമൊക്കെ രാവിലെതന്നെ തുടങ്ങും. തണലുണ്ടായതുകൊണ്ട് കാവിനോട് ചേർന്നാണ് ഗോലികളിക്കുന്ന കുഴികളുള്ളത്. ചെറിയ മഴയിൽ മണ്ണിറങ്ങി കുഴി നിറയും. മണ്ണ് തോണ്ടി പുറത്തിടുമ്പോൾ കുഴികൾ വീണ്ടും തെളിയും. ക്ഷേത്രത്തിന്റെ പടിഞ്ഞാറേ ബലിക്കൽ പുരയിൽ 'ഇരുപത്തിയെട്ടു നായും പുലിയും' കളിക്കാനുള്ള കണ്ണങ്ങൾ കല്ലിൽ കൊത്തിയിട്ടിട്ടുണ്ട്. പണ്ട് കുടുമയുള്ള കുറുപ്പന്മാർക്ക് കളിക്കാൻ വേണ്ടിയായിരുന്നു കല്ലിലെ കണ്ണങ്ങൾ. ശിവൻകുട്ടിക്ക് 'ഇരുപത്തിയെട്ടു നായും പുലിയും' കളിക്കാനറിയാം. കരയിലെ കളി മടുക്കുമ്പോൾ അമ്പലക്കുളത്തിൽ ചാടാൻ പോകും. ഒരിക്കൽ കുളത്തിലെ വെള്ളത്തിനടിയിലൂടെ സഞ്ചരിച്ചപ്പോൾ ശിവൻകുട്ടിയുടെ തല കല്ലിൽ തട്ടി മുറിഞ്ഞു. ശിവൻകുട്ടിയുടെ തലയിൽനിന്നും ചോരവീണ് അമ്പലക്കുളം കലങ്ങി. വീട്ടിൽ ചെന്നപ്പോൾ പാറുവമ്മയുടെ വകയായി അടിയും കിട്ടി.

ക്ഷേത്രത്തിലേക്കുള്ള വഴിയിൽ കണ്ടത്തിലൂടെ സോമൻ നടന്നു വരുന്നത് ശിവൻകുട്ടി കണ്ടു. കോളേജിലായതിനുശേഷം വളരെ അപൂർവ്വമായി മാത്രമേ സോമനെ ശിവൻകുട്ടി കാണാറുള്ളൂ. ഒന്നാം ക്ലാസ് കിട്ടിയതറിഞ്ഞ് ഒരുദിവസം സോമൻ ശിവൻകുട്ടിയുടെ വീട്ടിലെത്തി അനുമോദനങ്ങളറിയിച്ചു. പിന്നീട് ഇപ്പോഴാണ് കാണുന്നത്. സോമന്റെ മുഖത്ത് എപ്പോഴും രോഷത്തിന്റെ കനലെരിയുന്നതായി ശിവൻകുട്ടിക്ക് പലപ്പോഴും തോന്നിയിട്ടുണ്ട്. ഒരുപക്ഷേ, ശിവൻകുട്ടിയുടെ തോന്നലാവാം അത്. ശിവൻകുട്ടി കോളേജിൽ ചേരുമെന്ന് തന്നെയാണ് സോമന്റെ വിശ്വാസം. ശിവൻകുട്ടിയുടെ വീട്ടിൽ പരാധീനതകളുണ്ടെന്ന് അവനറിയാം. സോമൻ അല്പം തടിച്ചിട്ടുണ്ട്. കുട്ടിത്തം പിൻവാങ്ങിയതുപോലെയുള്ള പെരുമാറ്റം. തന്നോടുള്ള സ്നേഹത്തിന് ഒരു കുറവും വന്നിട്ടില്ല എന്നു ശിവൻകുട്ടി വിശ്വസിക്കുന്നു.

സോമൻ ശിവൻകുട്ടിയുടെ സമീപമിരുന്നു. ശിവൻകുട്ടിയുടെ മുഖത്ത് നിരാശ നിഴലിച്ചു. രണ്ടുപേരും പരസ്പരം ചിരിച്ചതല്ലാതെ കുറേ നേരത്തേക്ക് ഒന്നും സംസാരിച്ചില്ല.

"എന്താ നീ കോളേജിൽ ചേരുന്നില്ലേ, അപേക്ഷാഫാറം വാങ്ങുന്നതിനെക്കുറിച്ച് നീ ഒന്നും പറഞ്ഞില്ല."

"എനിക്ക് എന്റെ കാര്യം തീരുമാനിക്കാൻ പറ്റുമോ?"

മുട്ടവിളക്കിലെ ദീപം കെട്ടതുപോലെ ശിവൻകുട്ടിയുടെ മുഖം ഇരുണ്ടു. "കൂടുതലൊന്നും പഠിക്കണ്ടാ എന്നാ മുത്തശ്ശി പറയുന്നത്. കാശു വേണ്ടേ?"

"നിന്റെ മുത്തശ്ശിയുടെ പത്തായം പൊളിച്ചാലോ? അതിൽ പൂത്ത കാശുണ്ടെന്നാ ആളുകൾ പറയുന്നത്."

"അതു തെറ്റാ" ശിവൻ കുട്ടി പറഞ്ഞു. "പാല് വിറ്റും ചീനി വിറ്റും ചേന വിറ്റും പത്ത് നാനൂറ് രൂപാ പത്തായത്തിൽ കാണും. അത് അച്ഛനുള്ള കാലത്തേ ഒണ്ടാരുന്നതാ. ഇപ്പോൾ അച്ഛനില്ല. കൃഷിയുമില്ല. നിത്യച്ചെലവിനു തന്നെ പ്രയാസം. അതേന്ന് മുത്തശ്ശി ചില്ലിക്കാശെടുക്കത്തില്ല. ഒന്നുകിൽ പങ്കിയമ്മേടെ സ്ഥലം വാങ്ങണം. അല്ലെങ്കിൽ ഭാരതിച്ചേച്ചിയുടെ കല്യാണം നടത്തണം."

"അവരടെ തലയ്ക്ക് വട്ടാ. താമസിക്കാൻ സ്ഥലമൊണ്ട്. പിന്നെന്തിനാ പിന്നേം സ്ഥലം."

"അത് മുത്തശ്ശീടെ ഒരു വാശിയാ."

"അവരടെ വാശി നടന്നാൽ മതിയോ! നിനക്കു പഠിക്കേണ്ടേ?"

പാറുവമ്മയുടെ പത്തായത്തിൽ ഒരു വർഷം പഠിക്കാനുള്ള പൈസ കണ്ടേക്കും. അവരെ കാര്യങ്ങൾ പറഞ്ഞ് സമ്മതിപ്പിക്കാൻ ഭഗീരഥ പ്രയത്നംതന്നെ വേണ്ടിവരുമെന്ന് ശിവൻകുട്ടിക്കറിയാം. ഇപ്പോൾ കൃത്യമായി ആഹാരം കഴിക്കാൻപോലും കിട്ടുന്നില്ല. രാമക്കുറുപ്പ് ജീവിച്ചിരുന്നപ്പോൾ കോടത്തുമഠം പാട്ടത്തിനെടുത്ത് ചീനിയും ചേനയും സ്വന്തമായി കൃഷി ചെയ്തിരുന്നു. നെടുമണ്ണുള്ള മൂന്നുപറ കണ്ടത്തിലെ നെല്ല് കഞ്ഞികുടിക്കാൻ തികയുമായിരുന്നു. കണ്ടം കിളച്ച്, കൊത്തിയുടച്ച്, ഞാറ് നട്ട്, സമയാ സമയങ്ങളിൽ വളം ചേർക്കുന്നതുമൊക്കെ രാമക്കുറുപ്പ് സ്വയം ചെയ്തിരുന്നു. ഇപ്പോൾ കണ്ടം വെറുതെ കിടക്കുകയാണ്. കോടത്തുമഠത്തിൽ ആരും കൃഷിചെയ്യാനില്ല. രാമക്കുറുപ്പ് ജീവിച്ചിരുന്നപ്പോൾ പട്ടിണി എന്താണെന്ന് ശിവൻകുട്ടി അറിഞ്ഞില്ല. ഇപ്പോൾ എല്ലാം അറിയുന്നു.

അമ്പലക്കാവിനുള്ളിൽ പകൽ സമയങ്ങളില്പോലും വെളിച്ചമില്ല. കാവിനുള്ളിലെ വെട്ടിമരത്തിൽ മഞ്ഞനിറമുള്ള വെട്ടിപ്പഴം തോടുപൊട്ടി കഴിക്കാൻ പാകത്തിൽ പഴുത്തു നില്ക്കുന്നുണ്ട്. തനിയേ കാവിനുള്ളിൽ കയറാൻ ശിവൻകുട്ടിക്ക് ഭയമാണ്. വെട്ടിപ്പഴത്തിന് അസാമാന്യ രുചിയാണ്. നാവിലിട്ടു നുണയുമ്പോൾ രുചിയുടെ തേൻതുള്ളികൾ നിറയും. വെട്ടിപ്പഴം തിന്നാമെന്നും കാവിൽക്കയറാമെന്നും സോമൻ പറഞ്ഞപ്പോൾ ശിവൻകുട്ടിക്ക് സന്തോഷമായി. വലിയ മഞ്ചാടിമരത്തിന്റെ കൊമ്പുകളിൽ വവ്വാൽക്കൂട്ടം തലകീഴായി കിടക്കുന്നതുകണ്ടു. അവർ നാമം ജപിക്കുകയാണെന്ന് ശിവൻകുട്ടിക്ക് തോന്നി. വവ്വാൽ ചപ്പിയിട്ട കശുവണ്ടികൾ ഉണങ്ങിയ കുണ്ടിയുമായി കാവിലെ കരിയിലയ്ക്കുള്ളിൽ മറഞ്ഞു കിടപ്പുണ്ടാകുമെന്ന് ശിവൻകുട്ടി സംശയിച്ചു. കാവിന്റെ കിഴക്കേ അതിരിൽ കൊരണ്ടിപ്പഴം ചുമന്ന് പഴുത്ത് നില്ക്കുന്നത് പുറത്തു നിന്നാലും കാണാം. കാവിലടിയന്തിരം വരുമ്പോൾ മാത്രം പുല്ല് ചെത്തി നാഗപ്രതിഷ്ഠയുടെ മുൻവശം വൃത്തിയാക്കും. രക്തത്തുള്ളികൾ ഇറ്റു വീണതുപോലെ മഞ്ചാടിക്കുരുവും കുന്നിക്കുരുവും കാവിനുള്ളിൽ ചിതറിക്കി

ടപ്പുണ്ട്. ഓരോ വർഷവും ക്ഷേത്രത്തിലെ കളം എഴുതിപ്പാട്ടിനുള്ള പച്ച പ്പൊടി തയ്യാറാക്കുന്നത് മഞ്ചാടി ഇലയിൽ നിന്നാണ്.

"നീ വാ."

സോമൻ ശിവൻകുട്ടിയെ വിളിച്ചു.

ശിവൻകുട്ടി ഇതേവരെ കാവിൽ കയറിയിട്ടില്ല. കാവിനുള്ളിലെ കാഴ്ചകൾ കാണാൻ പലപ്പോഴും അവന് കൊതി തോന്നിയിട്ടുണ്ട്. ഇഴ ജന്തുക്കളെ ഭയന്ന് ആരും കാവിൽ കയറാറില്ല. ചില സമയങ്ങളിൽ മര ച്ചീനി പുഴുങ്ങിയ വെള്ളത്തിന്റെ മണം കാവിൽനിന്നും വരുമ്പോൾ അത് പാമ്പ് വായ് തുറക്കുന്നതാണെന്ന് പ്രായമായവർ പറഞ്ഞുകേട്ടിട്ടുണ്ട്. ഒരു ദിവസം ഒരു സർപ്പം ഇഴഞ്ഞ് യോഗീശ്വര ക്ഷേത്രത്തിലേക്കു നീങ്ങു ന്നത് ശിവൻകുട്ടി കണ്ടതാണ്. ആരൊക്കെയോ ദേവിയെ വിളിച്ച് കര ഞ്ഞപ്പോൾ സർപ്പം അപ്രത്യക്ഷമായി. സോമൻ കൂട്ടിനുള്ളതുകൊണ്ട് ശിവൻകുട്ടിക്ക് ധൈര്യമായി. കാവിലെ വഞ്ചിയിൽ സോമൻ അഞ്ചു പൈസ നാണയമിട്ടു. ചെറുപക്ഷികൾ പറന്നുപൊങ്ങി പുറത്തേക്കു പോയി. പിഴുതു വീണ ഒരു പാലമരം മറ്റൊരു മരത്തിൽ തട്ടി താഴെ വീഴാതെ ചരിഞ്ഞു കിടപ്പുണ്ട്. ഏതോ കനമുള്ള കാട്ടുവള്ളി പാലമര ത്തിൽ പാമ്പിനെപ്പോലെ ചുറ്റിയിട്ടുണ്ട്. കെട്ടുകാഴ്ചകൾ കാണാൻ വരു ന്നവരെപ്പോലെ ചോണനുറുമ്പുകൾ വരിവരിയായി മരത്തിൽക്കൂടി നീങ്ങു ന്നതുകണ്ടു. ഒന്നുരണ്ട് കറുത്ത ഉറുമ്പുകൾ സോമന്റെ കാലിൽ കടിച്ചു. അസ്സഹനീയമായ നീറ്റൽ അനുഭവപ്പെട്ടെങ്കിലും ചാഞ്ഞമരത്തിൽക്കൂടി വള്ളിയിൽ പിടിച്ച് സോമനും ശിവൻകുട്ടിയും മുകളിലേക്ക് കയറി. വെട്ടി പ്പഴം നില്ക്കുന്നത് ഒരല്പം അകലെയാണ്. സോമൻ കാട്ടുവള്ളിയിൽ തൂങ്ങി വെട്ടിമരത്തിലെത്തി. പൊടുന്നനെ ശിവൻകുട്ടി കാലുതെന്നി തറ യിൽ വീണു. സോമൻ ധൃതിയിൽ താഴെയെത്തി. ശിവൻകുട്ടി കരഞ്ഞു കൊണ്ടിരുന്നു. കാലിലെ മുട്ടിൽനിന്നും ചോരത്തുള്ളി കരിയിലയിൽ വീണു. കാലിലെ മുറിവ് പൊത്തിപ്പിടിച്ച് അവർ അമ്പലക്കുളത്തിലെ ത്തി. ഇടതുകാലിന് സ്വാധീനമില്ലാത്ത ആളെപ്പോലെയാണ് ശിവൻകുട്ടി നടന്നത്.

"ചെറിയ മുറിവാ. സാരമില്ല."

സോമൻ പറഞ്ഞു. മുണ്ടിന്റെ കോന്തലകീറി മുറിവിൽ കെട്ടി. മുന്ന ണിപ്പച്ചയുടെ ചാറ് തുണിക്ക് മുകളിൽ ഇറ്റിച്ചു.

"ഇപ്പോൾ വേദനയുണ്ടോ?"

"ഒണ്ട്."

"സാരമില്ല. കാവിൽക്കയറിയ കാര്യം പാറുവമ്മയോട് പറയണ്ട. പറ ഞ്ഞാൽ ശകാരം ഒറപ്പാ."

കാലിലെ വേദനയേക്കാൾ ശിവൻകുട്ടിയെ വിഷമിപ്പിച്ചത് മറ്റൊരു കാര്യമായിരുന്നു. അവന്റെ മനസ്സിൽ വിചിത്രമായ ചില ചിന്തകൾ പൊന്തി. അമ്പലക്കാവിൽ തന്റെ രക്തം വീണതിൽ എന്തെങ്കിലും ദോഷ മുണ്ടോ? ദേവി കോപിക്കുമോ? ആളുകളറിഞ്ഞാൽ എങ്ങനെ പ്രതിക

രിക്കും? വിശ്വാസത്തെ തൊട്ടുകളിച്ചാൽ പൊതുജനം പ്രകോപിതരാവും. തന്റെ രക്തംകൊണ്ട് ദേവിക്ക് അർപ്പിച്ച ബലിയല്ലേ ഇതെന്ന് ശിവൻകുട്ടി ശങ്കിച്ചു. വഴിപാട് തൂക്കക്കാരുടെ മുതുകിൽ ചൂണ്ടകൊരുക്കുമ്പോൾ രക്തം പൊടിയാറുണ്ടല്ലോ. തൂക്കം ഒരു വഴിപാടാണെങ്കിൽ ഇതും ഒരു വഴിപാടല്ലേ? തന്റെ രക്തംകൊണ്ട് ദേവിക്ക് രക്തപുഷ്പാഞ്ജലി അർപ്പിച്ചിരിക്കുന്നതായി ശിവൻകുട്ടിക്ക് തോന്നി. ശിവൻകുട്ടി ക്ഷേത്രക്കുളത്തിൽ നിന്നും പടവുകൾ കയറി മുകളിൽ വരുമ്പോൾ സോമനെ കണ്ടില്ല. സോമൻ എവിടെപ്പോയി? എവിടെനിന്നോ ഒരു ചിത്രശലഭം പറന്ന് ശിവൻകുട്ടിയുടെ തോളില്പറ്റി. അതിന് സാധാരണ ശലഭത്തേക്കാൾ വലിപ്പമുണ്ടായിരുന്നു. ചിറകുകൾ വലുതും ഭംഗിയുള്ളതുമായിരുന്നു. കുംഭഭരണി ദിവസം വെളുപ്പിനേ ദേവിയുടെ മുമ്പിൽ എഴുന്നെള്ളിക്കുന്ന ആലുവിളക്കിലെ ഗരുഡനെപ്പോലെ ചിത്രശലഭത്തിന് നീളമുള്ള കൊക്കുണ്ടായിരുന്നു. ചിത്രശലഭം ശിവൻകുട്ടിയോടു സംസാരിക്കാൻ തുടങ്ങി.

"നീ അമ്പലക്കാവിൽ കയറിയത് തെറ്റു തന്നെയാണ്. നിന്റെ രക്തം കാവിൽ വീണതുകൊണ്ട് അതൊരു ബലിയായി. ഏഴംകുളത്തമ്മ നിന്നിൽ പ്രസാദിച്ചിരിക്കുന്നു. നീ വലിയ നിലയിലെത്തും."

"എങ്ങനെ?"

ഉത്തരം പറയാതെ ചിത്രശലഭം നാലമ്പലം കടന്ന് ശ്രീകോവിലിലേക്ക് പറന്നു. താഴികക്കുടത്തിൽ നിലയുറപ്പിച്ചു. ഒന്നും മനസ്സിലാവാത്തതുപോലെ ശിവൻകുട്ടി മുറിവിൽ അമർത്തിപ്പിടിച്ചു. കരയണമെന്നു തോന്നിയെങ്കിലും അവൻ ധൈര്യം വീണ്ടെടുത്തു. എവിടെനിന്നോ ആൾപ്പിണ്ടികൾ ക്ഷേത്രമുറ്റത്ത് നിരന്നതായി അവനു തോന്നി. ക്ഷേത്രഭിത്തിയിലെ കൽവിളക്കുകളെല്ലാം ഒന്നിച്ച് പ്രകാശിച്ചു. കത്താത്ത തിരികൾ കൊത്തി കാക്കകൾ പറന്നുപോയി. തണുത്ത കാറ്റടിച്ചപ്പോൾ മരച്ചില്ലകൾ കൂട്ടിമുട്ടി ശബ്ദമുണ്ടാക്കി. സോമൻ എവിടെയാണെന്ന് കണ്ണുകൊണ്ട് തിരഞ്ഞെങ്കിലും കണ്ടില്ല. കാവിൽ കയറാൻ നേരം സോമൻ തന്നോടൊത്തുണ്ടായിരുന്നു. സോമൻ ഒന്നും പറയാതെ എവിടെപ്പോയി? ശിവൻകുട്ടി വീട്ടിലേക്കു പോകാതെ ഞാവൽമരത്തിന്റെ തിട്ടയിൽ പടിഞ്ഞാറോട്ടു നോക്കിയിരുന്നു. വലിയ വരമ്പിൽക്കൂടി ആരോ പടിഞ്ഞാറോട്ടു നടക്കുന്നതു കണ്ടു. അത് ആരായിരുന്നു? ശിവൻകുട്ടിക്ക് ഒന്നും മനസ്സിലായില്ല. തീറ്റ മതിയാക്കി ഒരു കറുത്ത പശു ക്ഷേത്രമുറ്റത്തുകൂടി തെക്കോട്ടു നടക്കുന്നത് ശിവൻകുട്ടി ശ്രദ്ധിച്ചു. ഒരു ധ്യാനത്തിലെന്നപോലെ ശിവൻകുട്ടി കണ്ണുകളടച്ചു. ഇലഞ്ഞിപ്പൂമണം കാറ്റിൽ കലർന്ന് അവന്റെ മുന്നിലൂടെ കടന്നുപോയി.

അഞ്ച്

സൂര്യൻ കിഴക്കുദിക്കുന്നു. പകൽ ആകാശത്തുകൂടി നീന്തി സന്ധ്യയോടെ കടലിൽ താഴുന്നു. കടലിനടിയിൽക്കൂടി രാത്രി മുഴുവൻ തുഴഞ്ഞ്

നേരം വെളുക്കാൻ തുടങ്ങുമ്പോൾ വീണ്ടും കിഴക്കേ മലയിൽ കയറി ഭൂമിയിലേക്ക് നോക്കുന്നു. അങ്ങനെ പകലും രാത്രിയും ഉണ്ടാകുന്നു. ചിലപ്പോൾ ഭൂമിയാകെ ചുട്ടുപൊള്ളുന്ന ചൂടായിരിക്കും. മറ്റു ചിലപ്പോൾ കോരിച്ചൊരിയുന്ന മഴയും. ഏതു പരിതസ്ഥിതിയിലും സൂര്യൻ തന്റെ ജോലികൾ കൃത്യമായി തുടർന്നുകൊണ്ടിരിക്കുന്നു. അങ്ങനെ വസന്തവും ശിശിരവും ശരത്തും മാറിമാറി ഭൂമിയിലെത്തുന്നു. അതൊക്കെ സത്യ മാണ്. ഒന്നും സ്ഥിരമായി നില്ക്കുന്നില്ല. വാട്ടം തട്ടിയ മരങ്ങൾ മഴ യേല്ക്കുമ്പോൾ തളിർക്കും. തളിർത്ത മരങ്ങളുടെ ഇലകൾ മഞ്ഞനിറ മായി കൊഴിയുന്നു. മാറ്റങ്ങൾ പ്രകൃതിയിലും എല്ലാ ജീവജാലങ്ങളിലും സംഭവിക്കുന്നുണ്ട്. പക്ഷേ, സൗദാമിനിയുടെ ജീവിതത്തിന് ഒരു മാറ്റവു മില്ല. വളരെയേറെ ചൂടും പുകയും ഉയർന്ന ജീവിതമായിരുന്നു അവളു ടേത്. രാത്രിയും പകലും വരുന്നതും കടന്നുപോകുന്നതും സൗദാമിനി അറിയുന്നുണ്ട്. പക്ഷേ, അവളുടെ ജീവിതം ഇപ്പോൾ വഴിമുട്ടി നില്ക്കു കയാണ്. ഒഴുകാതെ കെട്ടിക്കിടക്കുന്ന ജലാശയംപോലെ നിശ്ചലമാണ് അവളുടെ ജീവിതം. എന്തിനാണ് തന്റെ ജീവിതം ഇങ്ങനെ നീട്ടിക്കൊണ്ടു പോകുന്നതെന്ന് അവൾ എല്ലായ്പ്പോഴും ചിന്തിക്കാറുണ്ട്. രണ്ട് ആൺമ ക്കളെ പ്രസവിച്ച് വളർത്തി. അവർ രണ്ടുപേരും ഇപ്പോൾ സൗദാമിനിയെ കാണാൻ വരാറില്ല. അവർ പറക്കോട്ടു ചന്തയിൽ തട്ടുകട നടത്തുക യാണ്. പിറന്നത് രണ്ടും ആൺകുട്ടികളായതുകൊണ്ട് ആളുകൾ കുരവ യിട്ടു. സൗദാമിനിയും കിടന്നുകൊണ്ട് സന്തോഷപൂർവ്വം കുരവയിട്ടു. ശബ്ദം പുറത്തു കേൾക്കാതിരിക്കാൻ അവൾ ശ്രദ്ധിച്ചു. രാമക്കുറുപ്പിനെ മാവിൽ കെട്ടിയിട്ട ദിവസമാണ് നന്ദനും ഗോപനും സൗദാമിനിയെ അവ സാനമായി കണ്ടത്. രാമക്കുറുപ്പിന്റെ ആത്മഹത്യയുടെ ഉത്തരവാദിത്വം പൂർണ്ണമായും സൗദാമിനിക്കാണെന്ന് മക്കൾ രണ്ടുപേരും വിശ്വസിക്കു ന്നു. രാമക്കുറുപ്പിന് തൂക്കത്തിന് വ്രതമുള്ളതായി കൈയിൽ വാളമ്പും വില്ലും കണ്ടപ്പോഴാണ് അവർക്ക് മനസ്സിലായത്. അമ്മ പറഞ്ഞിട്ടാണ് അവർ അങ്ങനെ ചെയ്തത്. അമ്മയുടെ ആവശ്യം എന്താണെന്ന് അറി ഞ്ഞു പ്രവർത്തിക്കുകയാണല്ലോ മക്കളുടെ ജോലി അല്ലെങ്കിൽ കടമ. സൗദാമിനിക്കുവേണ്ടി രാമക്കുറുപ്പിനെ അവർ ചതിച്ചു. തിരുത്താൻ കഴി യാത്ത തെറ്റ്. 'ചക്കിനു വച്ചത് കൊക്കിനു കൊണ്ടു' എന്നു പറയുന്നതു പോലെയായി കാര്യങ്ങൾ. രാമക്കുറുപ്പ് എന്തെങ്കിലും തെറ്റ് ചെയ്തോ എന്നൊന്നും അവർ അന്വേഷിച്ചില്ല. വ്രതം തെറ്റിച്ച രാമക്കുറുപ്പിനെ വഴി പാടുതൂക്കത്തിൽനിന്നും അമ്പലക്കമ്മിറ്റി ഒഴിവാക്കി. രാമക്കുറുപ്പ് തൂങ്ങി മരിച്ചു. തൂക്കം മുടങ്ങിയതിന്റെ പേരിൽ ആരെങ്കിലും ആത്മഹത്യ ചെയ്ത തായി ഇതേവരെ കേട്ടിട്ടില്ല. രാമക്കുറുപ്പിന്റെ പ്രവൃത്തി അവിവേകമാ യിട്ടാണ് സൗദാമിനി കരുതുന്നത്. രാമക്കുറുപ്പിനെ മാവിൽ പിടിച്ചു കെട്ടാൻ മക്കളോടു പറഞ്ഞത് സൗദാമിനിയാണ്. അതോർത്ത് ദുഃഖി ക്കാത്ത നിമിഷങ്ങളില്ല.

ഗോപാലൻനായരുടെ ശല്യം ഇപ്പോഴും തുടരുന്നു. മാസത്തിൽ ഒരു പ്രാവശ്യമെങ്കിലും മദ്യപിച്ച് അയാൾ സൗദാമിനിയുടെ വീട്ടിലെത്താറു

ണ്ട്. സൗദാമിനിയുടെ ഭർത്താവ് മരിച്ചതിനു ശേഷമാണ് ഗോപാലൻനായരുടെ കൂടെക്കൂടെയുള്ള വരവ്. നന്ദന്റേം ഗോപന്റേം അച്ഛനോട് നിനക്ക് സ്നേഹമുണ്ടായിരുന്നോ എന്ന് ഒരിക്കൽ കളീക്കലെ ചന്ദ്രിക സൗദാമിനിയോട് ചോദിച്ചു. മില്ലിൽ ഗോതമ്പ് പൊടിക്കാൻ ചെന്നപ്പോഴായിരുന്നു ചോദ്യം. "സത്യത്തിൽ എന്താണീ സ്നേഹമെന്നു എനിക്കറിയില്ല ചേച്ചീ" സൗദാമിനി പറഞ്ഞു. "സ്നേഹത്തിന് കൃത്യമായ ഒരു നിർവ്വചനം തരാൻ ആർക്കെങ്കിലും കഴിയുമോ? ഈ ലോകത്തിൽ ഒരു ഭാര്യക്കും സ്വന്തം ഭർത്താവിനോട് കറകളഞ്ഞ സ്നേഹം ഉള്ളതായി ഞാൻ വിശ്വസിക്കുന്നില്ല. ജീവിക്കാൻ വേണ്ടിയാണ് അങ്ങനെയൊക്കെ പറയുന്നത്. ഉള്ളു തുറന്നു നോക്കിയാൽ ചുളയുണ്ടാവില്ല. സ്ത്രീകളെ സംബന്ധിച്ചിടത്തോളം കുട്ടികളുണ്ടാവാനുള്ള ഉപാധിമാത്രമാണ് പുരുഷൻ. പ്രകൃതി അത്രമാത്രമേ ഉദ്ദേശിച്ചിട്ടുള്ളൂ. ബന്ധപ്പെടുന്ന ഒരു നിമിഷത്തിൽ അയാളോടു കഠിനമായ ഇഷ്ടം തോന്നാറുണ്ട്. അതിനെ സ്നേഹമെന്നു വിളിക്കാമോ?" ചന്ദ്രിക ചിരിച്ചതല്ലാതെ പിന്നീടൊന്നും പറഞ്ഞില്ല.

സൗദാമിനിയുടെ ഒറ്റമുറി വീടിന്റെ തിണ്ണയിലിരുന്നാൽ ദൂരെ ക്ഷേത്ര വിളക്കുകൾ കത്തിനില്ക്കുന്നതു കാണാം. എണ്ണയുണ്ടെങ്കിലും ചില വിളക്കുകൾ പെട്ടെന്നണയും. എണ്ണതീർന്നാലും ചില വിളക്കുകൾ കത്തിക്കൊണ്ടിരിക്കും. ക്ഷേത്രഭിത്തിയിലെ വിളക്കുകൾക്ക് ജീവിതവുമായി ബന്ധമുള്ളതുപോലെ സൗദാമിനിക്ക് തോന്നാറുണ്ട്. സമ്പന്നരാണെങ്കിലും ചില ആളുകൾ വളരെ നേരത്തെ മരിക്കുന്നു. എണ്ണ വറ്റിയതു മൂലം കരിന്തിരിയെരിഞ്ഞ് സാവധാനം സമാധിയിലാവുന്നു മറ്റു ചിലർ. കൗമാരത്തിൽത്തന്നെ ചിലരെ മരണമെന്ന കാക്ക കൊത്തിക്കൊണ്ടു പോകുന്നു. നിറയെ എണ്ണയുള്ള വിളക്കുകൾ ഏറെനേരം കത്തിനില്ക്കുമെങ്കിലും അവസാനം അണയാതെ നിവൃത്തിയില്ലല്ലോ. സ്നേഹം എണ്ണയാണ്. അതില്ലാതെ ഒരു ജീവിതവും കത്താറില്ല. സൗദാമിനി വെറുതെ ഓരോന്നു ആലോചിച്ച് വിഷമിച്ചു.

പലപ്പോഴും സൗദാമിനി അടുക്കളയിൽ തീയ് കത്തിക്കാറില്ല. ആർക്കും ഒന്നും വച്ച് വിളമ്പി കൊടുക്കേണ്ട. രാവിലെ ഇരുനാഴി പാല് വാങ്ങും. രാധയുടെ വീട്ടിൽ നിന്നാണ് പാല് വാങ്ങുന്നത്. രാധയ്ക്ക് മക്കളില്ല. പശുക്കളാണ് അവരുടെ മക്കൾ. കറവ വറ്റിയ പശുക്കളെ അവർ വില്ക്കാറില്ല. അവയുടെ കഴുത്തിൽ കത്തി വീഴുന്നത് അവർക്ക് ചിന്തിക്കാൻ പോലും കഴിയില്ല. തള്ളപ്പശുവിന് കിടാരിയോടുള്ള സ്നേഹം കാണുമ്പോൾ രാധയുടെ കണ്ണുകൾ നിറയും. രാധയുടെ ഭർത്താവ് കൃഷ്ണന് തടിമില്ലിലാണ് ജോലി. രാധയും കൃഷ്ണനും നല്ല ചേർച്ചയുള്ള പേര്. പക്ഷേ മക്കളുണ്ടാവാൻ പേരിലെ ചേർച്ച മാത്രം പോരല്ലോ!

"രാധേ, എനിക്ക് നാഴി പാല് തരുമോ?" വഴിയിൽ വച്ച് കണ്ടപ്പോൾ സൗദാമിനി ചോദിച്ചു.

"എടങ്ങഴി പാല് വാങ്ങ് ചേച്ചി. അപ്പോ മാസവസാനം എനിക്ക് നല്ലൊരു തൊക കിട്ടുമല്ലോ."

"അതിന് ഒരാക്കെന്തിനാ എടങ്ങഴി പാല്. എങ്കി ഇരുനാഴി താ. ബാക്കി വന്നാൽ ഒറ ഒഴിക്കാം."

രാവിലെ നാഴി പാലെടുത്ത് ചായ ഉണ്ടാക്കും. രണ്ടുനേരം കുടിക്കും. ഉച്ചയ്ക്ക് ചിലപ്പോൾ മരച്ചീനി പുഴുങ്ങും. സൗദാമിനിക്ക് നാല് പറ കണ്ട മുണ്ട്. അതിൽ തെങ്ങും ചേനയും മരച്ചീനിയും കൃഷി ചെയ്യുന്നു. രണ്ട് മുളകും ഉള്ളിയും ഉപ്പും രണ്ട് കാന്താരിമുളകും ചേർത്ത് അരച്ചാൽ ചീനിക്ക് കൂട്ടാനായി. ക്ഷേത്രത്തിനു മുന്നിലെ കുഞ്ഞിരാമൻ ചേട്ടന്റെ കടയിൽനിന്നും ചിലപ്പോൾ രാവിലെ രണ്ട് ദോശ വാങ്ങും. എന്നുമില്ല, വല്ലപ്പോഴും. അതിരാവിലെ ചെന്നാലേ ദോശകിട്ടൂ. ഒൻപതു മണിയാവുമ്പോൾ ദോശ തീരും. കുഞ്ഞിരാമൻ ചേട്ടന്റെ ദോശയുടെ രുചി അപാരമാണ്. ഒരു പ്രാവശ്യം കഴിച്ചാൽ പിന്നൊരിക്കലും അതിന്റെ രുചി മറക്കില്ല. ദോശയാണോ ചമ്മന്തിയാണോ കേമൻ എന്ന് ചോദിച്ചാൽ ഉത്തരം പറയാൻ കഴിയില്ല. എത്രനാൾ ഇങ്ങനെ തനിച്ച് കഴിയണമെന്ന് സൗദാമിനിക്ക് ഒരു രൂപവുമില്ല. മനസ്സിന് ബലം കിട്ടുമ്പോൾ ഇതങ്ങ് അവസാനിപ്പിക്കണം. ഒന്ന് മിണ്ടാനും പറയാനും ആരുമില്ലാത്ത ജീവിതം അസ്സഹനീയമാണെന്ന് അവൾ മനസ്സിലാക്കി.

രാമക്കുറുപ്പിന്റെ മരണശേഷം ഒരു ദിവസം രാത്രിയിൽ ഗോപാലൻനായർ സൗദാമിനിയുടെ വീട്ടിലെത്തി. അയാൾ മദ്യപിച്ചിട്ടുണ്ടായിരുന്നു. ആടിയാടിയാണ് അയാൾ വന്നത്. ഉറക്കം വരുന്നതുവരെ സൗദാമിനി വീട്ടിന്റെ തിണ്ണയിലിരിക്കുക പതിവാണ്. ക്ഷേത്രഭിത്തിയിൽ സന്ധ്യക്ക് വിരിയുന്ന പൂക്കളെ കണ്ടുകൊണ്ടിരിക്കുമ്പോൾ മനസ്സിന് ഒരു സുഖം തോന്നാറുണ്ട്. ചെറിയ കാറ്റടിക്കുമ്പോൾ പൂക്കൾ ചലിക്കും. ചിലത് കൊഴിയും. ഏതാണ്ട് ഒൻപത് മണി കഴിഞ്ഞാണ് ഗോപാലൻനായർ വന്നത്. മുന്നിൽ ഒരു നിഴൽ അനങ്ങുന്നത് കണ്ടപ്പോൾ സൗദാമിനി എഴുന്നേറ്റുനിന്നു. കാണാൻ കഴിഞ്ഞില്ലെങ്കിലും ഗോപാലൻനായരായിരിക്കുമെന്ന് അവൾ ഊഹിച്ചു. മറ്റാരും ഈ നേരത്ത് തന്റെ വീട്ടിൽ വരാൻ സാദ്ധ്യതയില്ല. ഊരി വീഴാൻ പോകുന്ന മുണ്ട് അരയിൽ താങ്ങിപ്പിടിച്ചാണ് ഗോപാലൻനായരുടെ വരവ്. റാന്തലിന്റെ ദുർബ്ബലമായ വെളിച്ചം തിണ്ണയിലും മുറ്റത്തും മുരിങ്ങച്ചുവട്ടിലും പരന്നു കിടപ്പുണ്ട്.

"ആരാ."

"ഞാനാടീ, ഗോപാലൻനായർ. നിന്റെ സ്ഥിരം കാമുകൻ. ആരെങ്കിലും അകത്തുണ്ടോടീ അറുവാണീ."

സൗദാമിനി എഴുന്നേറ്റ് ദേഷ്യത്തോടെ അയാളെ നോക്കി.

"നിങ്ങൾ എന്റെ കാമുകനല്ല, എനിക്ക് കാമുകനില്ല."

"നീ അങ്ങനേ പറയൂ. അതെനിക്കറിയാം. വേണ്ട ഞാൻ നിന്റെ കാമുകനല്ല. നീ ഏഴാം ക്ലാസിൽ പഠിക്കുമ്പോൾ ഞാനെത്രലാ പഠിക്കുന്നതെന്ന് നിനക്ക് ഓർമ്മയുണ്ടോ? കാണത്തില്ല. ഞാൻ പത്തിലാരുന്നു. അന്നു മുതലേ ഞാൻ നിന്നെ സ്നേഹിച്ചു. നീ എന്നേയും. സത്യമല്ലിയോ ഞാൻ പറയുന്നെ. കല്യാണം കഴിക്കാൻ തീരുമാനിച്ചപ്പോൾ എന്റെ അമ്മ

യുണ്ടല്ലോ, ആ കൂത്തിച്ചി, കെണറ്റി ചാടുമെന്ന് പറഞ്ഞ് എന്നെ ഭയപ്പെടുത്തി. അമ്മ ദൈവമാണന്നല്ലിയോ ആളുകൾ പറയുന്നെ. അമ്മ കിണറ്റിൽ ചാടിയാൽ പിന്നെ എനിക്ക് അമ്മയുണ്ടോ? ഇല്ലല്ലോ.... അതോണ്ട് ഞാൻ കാത്തു. ഇപ്പോ അവരടെ കാറ്റുപോയി. ഇനീം അവറ് ശല്യപ്പെടുത്താൻ വരത്തില്ല. നീ എന്റെ കൂടെവാ. നമുക്ക് സുഖമായി ജീവിക്കാം. ജീവിച്ച്.... ജീവിച്ച്...."

ഗോപാലൻനായർ സൗദാമിനിയുടെ സമീപമെത്തി. താഴെ വീഴാതിരിക്കാൻ മുരിങ്ങമരത്തിൽ പിടിച്ചു. അപ്പോൾ മുണ്ടഴിഞ്ഞ് തറയിൽ വീണു. മുണ്ട് കുനിഞ്ഞ് എടുക്കുമ്പോൾ ഗോപാലൻനായർ മണ്ണിൽ മൂക്കുകുത്തി. മുരിങ്ങക്കായ്കൾ ഉലഞ്ഞു.

"സൗദാമിനി, ഞാൻ നിന്നെ പൊന്നുപോലെ നോക്കിക്കോളാം. ഏഴി പഠിക്കുമ്പം തന്നെ നീ തീണ്ടാരികുളിച്ച കാര്യമൊക്കെ ഞാനറിഞ്ഞാരുന്നു. പതിനാറുകാരന് പന്ത്രണ്ടുകാരിയെ കെട്ടാൻ പറ്റുമോ. ഇനിയും ഒരങ്കത്തിന് എനിക്ക് ബാല്യമുണ്ട്. രാമക്കുറുപ്പ് പോയെങ്കിൽ പോട്ടടീ. ഞാനില്ലെ നെനക്ക്. കുറുപ്പ് അല്ലേലും നിന്നെ കെട്ടത്തില്ലാരുന്നു. അവനെന്നോടു പറഞ്ഞു. അന്നേരം ഞാൻ എന്ത് സന്തോഷിച്ചെന്നോ! നീ വരുന്നോ? വന്നാൽ ഇപ്പോത്തന്നെ കൊണ്ടുപോകും. ഈ രാത്രീല്. ഒരുത്തനും ഒരു കുന്തോം ചെയ്യത്തില്ല. നിന്റെ മക്കളുണ്ടല്ലോ, അവന്മാരും മിണ്ടത്തില്ല. നിന്റെ അടുക്കളേൽ വല്ലോമൊണ്ടോ കഴിക്കാൻ. എനിക്ക് വിശക്കുന്നു."

"നിങ്ങൾ എന്നെ വഞ്ചിച്ചു." സൗദാമിനി ഉറക്കെപ്പറഞ്ഞു.

"അതു നേരാ." ഗോപാലൻനായർ മുണ്ടെടുത്തു അരയിൽ ചുറ്റിയിട്ടു പറഞ്ഞു. "അതുകൊണ്ടല്ലിയോ നിനക്കുവേണ്ടി ഇത്രേം കാലം ഞാൻ കാത്തിരുന്നത്. ഇപ്പോഴും കാത്തിരിക്കുന്നത്. എനിക്ക് നിന്നോട് കൊതിയാ സൗദാമിനി."

"അതൊക്കെ നേരത്തേ വിചാരിക്കണം."

"നേരത്തെ വിചാരിച്ചതാ. ഉറപ്പായും വിചാരിച്ചതാ. ഒരല്പം സാവകാശം. അതു നീ തന്നില്ല. അപ്പോഴേക്കും അവൻ നിന്നെ റാഞ്ചി. ഞാൻ കാത്തുസൂക്ഷിച്ച കസ്തൂരി മാമ്പഴം അവൻ കൊത്തിക്കൊണ്ടു പോയി. നീ ഇന്ന് എന്റെകൂടെ വന്നില്ലെങ്കിൽ ഞാനിനി ഇവിടെ വരത്തില്ല."

"വേണ്ട, വരണ്ട."

"നീ അത്രയ്ക്കായോ."

ഗോപാലൻനായർ സൗദാമിനിയെ കടന്നുപിടിക്കാൻ മുന്നോട്ടാഞ്ഞു. അയാൾ വീണ്ടും മുരിങ്ങച്ചുവട്ടിൽ വീണു. മുഖത്തും വായിലും മണൽത്തരികൾ പറ്റി. അയാൾ വീണ്ടും എഴുന്നേറ്റുനിന്നു. അയൽപക്കക്കാരിൽ ചിലർ വയലിൽനിന്ന് അടക്കിപ്പിടിച്ചു സംസാരിച്ചു.

"തള്ളമാർ തെളിക്കുന്ന വഴിയിലൂടെ മാത്രമേ ആൺമക്കൾ സഞ്ചരിക്കാവൂ എന്ന് എന്റെ തള്ള വാശി പിടിച്ചോണ്ടാ എനിക്കീ ഗതി കേടുണ്ടായത്. ഒരു ഭ്രാന്തനെപ്പോലെയാണ് ഞാൻ നിന്നെ സ്നേഹി

ച്ചത്. ഒരാൾക്ക് ജീവിതത്തിൽ ഒരാളോടുമാത്രമേ യഥാർത്ഥത്തിൽ സ്നേഹം തോന്നൂ. അത് നിന്നോടായിപ്പോയി. നിനക്കുവേണ്ടി ഒരു മുറി എന്റെ ഹൃദയത്തിൽ ഒഴിച്ചിട്ടേക്കുവാ."

സൗദാമിനി റാന്തൽ വിളക്കുമായി മുറിക്കുള്ളിലേക്കു പോയി. കതക് വലിച്ചടയ്ക്കുന്ന ശബ്ദം കേട്ടപ്പോൾ ഗോപാലൻനായർ ചിരിച്ചു. മുരിങ്ങമരത്തിൽ കൈകളൂന്നി അയാൾ ഏറെനേരം നിന്നു. മുരിങ്ങയുടെ ചെറിയ കമ്പ് ഒടിച്ച് തടിയിൽ തല്ലി. ഇലകൾ പറിഞ്ഞു പറന്നു. പക്ഷികളില്ലാത്ത ഒരു കാക്കക്കൂട് തറയിൽ വീണു. ഏറെസമയം പണിപ്പെട്ട് അയാൾ മുരിങ്ങച്ചുവട്ടിൽ മൂത്രമൊഴിച്ചു.

"സൗദാമിനീടെ മൂത്രോം എന്റെ മൂത്രോം ഒന്നിച്ചു കിടക്കട്ടെ. അങ്ങനെയെങ്കിലും അവരൊന്നു സുഖിക്കട്ടെ."

ഗോപാലൻനായർ കനാല്പാലത്തിലൂടെ നടന്ന് കണ്ടത്തിന്റെ കരയിലെത്തി. തെങ്ങിൻ ചുവട്ടിൽ അയാൾ മലർന്നടിച്ചു വീണു. ആകാശം ഒരു കറുത്തകുടപോലെ ഗോപാലൻനായർക്കു തോന്നി. നേരം പുലർന്നപ്പോൾ സൗദാമിനി എഴുന്നേറ്റു. രാത്രിയിൽ അവൾക്ക് ഉറങ്ങാൻ കഴിഞ്ഞിരുന്നില്ല. മനസ്സിലെ മുറിപ്പാടുകളിൽ നിരന്തരം നീറ്റൽ അനുഭവപ്പെട്ടു. മുരിങ്ങമരത്തിന്റെ ചുവട്ടിൽ വെളുത്തനിറം കണ്ടു. ഗോപാലൻനായർ മൂത്രമൊഴിക്കുന്ന ശബ്ദം അവൾ കേട്ടതാണ്. വെളുത്ത നിറത്തിനു മുകളിൽ കറുത്ത ഉറുമ്പുകൾ കൂട്ടത്തോടെ അമർന്നിരുന്ന് ഭക്ഷിക്കുന്നു. ഗോപാലൻനായർക്ക് പഞ്ചസാരയുടെ കടുത്ത അസുഖമുണ്ടല്ലോ എന്നവൾ സ്വയം പറഞ്ഞു. അല്ലെങ്കിൽ മൂത്രമൊഴിച്ച സ്ഥലത്ത് ഇത്രയും ഉറുമ്പുകൾ വരുമായിരുന്നില്ല. മുറ്റത്തിറങ്ങി സൗദാമിനി വെളുപ്പിലേക്ക് ഒന്നുകൂടി നോക്കി. കുമ്മായം അടർന്ന് പായൽ പിടിച്ച തന്റെ വീടിന്റെ ഭിത്തിയിൽക്കൂടി ജീവനുള്ള ഒരു മണ്ണിരയെ കുറെ ഉറുമ്പുകൾ വലിച്ചുകൊണ്ടു പോകുന്നത് കണ്ട് സൗദാമിനി നെടുവീർപ്പിട്ടു. ശാന്തമായ ജീവിതം നയിക്കുന്ന ഉറുമ്പുകളെ സൗദാമിനിക്കിഷ്ടമാണ്.

ആറ്

സ്കൂൾ തുറക്കുന്നതും കാത്തിരിക്കുകയാണ് മാനത്ത് മഴമേഘങ്ങൾ. സ്കൂൾ തുറക്കുന്ന ദിവസം തന്നെ മഴ പൊട്ടിയടർന്ന് മണ്ണിൽ വീഴും. ആദ്യം താഴ്ന്ന പ്രദേശങ്ങൾ വെള്ളത്തിനടിയിലാകും. വയലുകളിൽ നിറഞ്ഞ വെള്ളം ഇര വിഴുങ്ങിയ പാമ്പിനെപ്പോലെ തോടുകളിലൂടെ ഇഴഞ്ഞുനീങ്ങും. അവസാനം തോടും വയലും ഒന്നായി കായൽ പോലെ നിശ്ചലമായി കിടക്കും. വയലിലെ വീടുകളിലൊക്കെ വെള്ളം കയറും. വാഴപ്പിണ്ടിമുറിച്ച് കൂട്ടിക്കെട്ടിയാണ് ആളുകൾ പുറത്തിറങ്ങുന്നത്. അമ്പലമുറ്റം ഊറ്റുവെള്ളംകൊണ്ട് നിറയും. ശ്രീകോവിലിന് ചുറ്റും പാകിയ കരിങ്കല്ലിനു മുകളിൽ കലങ്ങാത്ത വെള്ളം കയറിക്കിടക്കും. കാറ്റടിക്കുമ്പോൾ ചലിക്കാൻ കഴിയാതെ കരിയിലകൾ നനഞ്ഞൊട്ടിയി

രിക്കും. മഴ തുടങ്ങിക്കഴിഞ്ഞാൽ പിന്നെ നിർത്താതെ പെയ്ത്താണ്. വാഴയില തലയ്ക്കുമുകളിൽ പിടിച്ചാണ് മിക്ക കുട്ടികളും സ്കൂളിൽ പോകുന്നത്. ഒരു ചെറിയ കാറ്റടിച്ചാൽ ശരീരം മുഴുവൻ നനയും. തലമാത്രം കഷ്ടിച്ച് രക്ഷപ്പെടും. സ്കൂളിലെത്തുമ്പോൾ ശരീരം കുളിരുകൊണ്ട് വിറയ്ക്കും. മുഖത്തും ശരീരത്തും പറ്റിപ്പിടിച്ച വെള്ളത്തുള്ളികളെ തുടച്ചുകളഞ്ഞ് ക്ലാസിലിരിക്കുമ്പോൾ അടുത്തിരിക്കുന്ന കുട്ടികളുടെ ശരീരത്തിന്റെ ചൂടാണ് ഏക ആശ്രയം.

കൊയ്ത്തും കിളയും നിർത്തിവച്ച് കൃഷിക്കാർ വീട്ടിൽത്തന്നെ കഴിച്ചുകൂട്ടും. വരമ്പുകളിടിഞ്ഞ് വലിയ മട വീഴുന്നത് വെള്ളം താഴ്ന്നാൽ മാത്രമേ അറിയാൻ കഴിയൂ. കുറേ ദിവസത്തേക്ക് പാടത്തെ ജോലിക്കാർക്ക് പണിയുണ്ടാവില്ല. പണിയില്ലാത്തതുകൊണ്ട് പട്ടിണിയായിരിക്കും. രണ്ടുദിവസമായി ശിവൻകുട്ടി പുറത്തിറങ്ങിയിട്ട്. തഴപ്പായ നിവർത്തി, തൂവാനമേറ്റ് നനഞ്ഞ തറയിൽ അവൻ വെറുതെ കിടന്നു. മഴക്കാലത്ത് കഞ്ഞിവയ്ക്കാൻവേണ്ടി പാറുവമ്മ പത്തായത്തിൽ കുറെ നെല്ല് സൂക്ഷിച്ചിട്ടുണ്ടായിരുന്നു. പച്ച നെല്ല് വറുത്ത് ഉരലിലിട്ട് കുത്തിയെടുത്തു. ഉണക്കലരിക്കഞ്ഞി പെട്ടെന്ന് ദഹിക്കാത്തതുകൊണ്ട് ശിവൻകുട്ടി മഴക്കാലത്ത് വിശപ്പറിഞ്ഞില്ല. വൈകുന്നേരങ്ങളിൽ വെട്ടുചേമ്പ് പുഴുങ്ങിയതും കഴിച്ചു.

രണ്ടു മുറികളുള്ള പാറുവമ്മയുടെ വീടിന്റെ ഭിത്തി മണ്ണാണ്. ചാണകം മെഴുകിയ ഭിത്തി ഈർപ്പം തട്ടി കുതിരുമ്പോൾ പാറുവമ്മ ഭയത്തോടെ മൺഭിത്തിയിലേക്ക് നോക്കും. മണ്ണ് കുഴച്ച്, വലിയ ഉരുളകളാക്കി, ഒന്നിനു മുകളിൽ ഒന്നെന്ന രീതിയിൽ അടുക്കി, നിലംതല്ലി കൊണ്ട് അടിച്ച് ബലപ്പെടുത്തിയുണ്ടാക്കിയതാണ് ഭിത്തി. മണ്ണ് ചവുട്ടിക്കുഴച്ചതും ഉരുളകളാക്കിയതും രാമക്കുറുപ്പായിരുന്നു. ദൈവത്തിന്റെ കാരുണ്യംകൊണ്ട് ഇതേവരെ ഭിത്തിക്ക് ഒരു കോട്ടവും സംഭവിച്ചില്ല. മണ്ണിനെ വിശ്വസിക്കാം. എങ്കിലും തുടർച്ചയായി പെയ്യുന്ന മഴയെ പാറുവമ്മയ്ക്ക് പേടിയാണ്. മേൽക്കൂരയിൽ ചില സ്ഥലങ്ങളിൽ ചോർച്ചയുണ്ട്. പത്തായത്തിനു മുകളിൽ മഴവെള്ളം വീഴാതിരിക്കാൻ പാറുവമ്മ ശ്രദ്ധിക്കാറുണ്ട്. ഓലയുടെ വിടവുകളിൽ പ്ലാസ്റ്റിക്കും പാളക്കീറും തിരുകി വെച്ച് ചോർച്ച വരാതെ മുൻകരുതലുകൾ എടുത്തിട്ടുണ്ട്. പാറുവമ്മയുടെ സമ്പാദ്യമുള്ള ചെറിയ പെട്ടി പത്തായത്തിനുള്ളിലാണ്. പത്തായത്തിന് മൂന്ന് അറകളാണുള്ളത്. ഒരു അറയിൽ വാട്ടിയ മരച്ചീനി. മറ്റൊന്നിൽ പച്ചയ്ക്ക് ഉണങ്ങിയത്. നടുക്കത്തെ അറയിലാണ് നെല്ല്. രാമക്കുറുപ്പ് മരിച്ചതോടെ നെൽകൃഷി നിന്നു. ഒരിക്കൽ ചെല്ലമ്മയുടെ കണ്ടത്തിൽ വിതയ്ക്കാനുള്ള വിത്ത് പത്തായത്തിലുണ്ടായിരുന്നു. പത്തായത്തിനുള്ളിൽ വെള്ളം വീണ് നെല്ല് കുതിർന്നത് അറിഞ്ഞില്ല. വിത്ത് പത്തായത്തിനുള്ളിൽ മുളപൊട്ടി വളർന്നതിനുശേഷമാണ് ശ്രദ്ധിച്ചത്. ആ വിത്ത് പിന്നീട് ഉപയോഗിക്കാൻ കഴിഞ്ഞില്ല. അതുകൊണ്ട് മഴക്കാലം എത്തുന്നതിനു മുമ്പേ പത്തായത്തിൽ വെള്ളം വീഴാതിരിക്കാൻ വേണ്ട കാര്യങ്ങൾ പാറുവമ്മ ശ്രദ്ധിക്കാറുണ്ട്.

രണ്ട് ദിവസം തുടർച്ചയായി മഴ പെയ്തതിനുശേഷമാണ് മാനം തെളിഞ്ഞത്. ആകാശത്തിന്റെ സുഷിരങ്ങളിൽക്കൂടി വെളിച്ചം ഭൂമിയിലേക്ക് വീണു. ചവുട്ടിയാൽ പുതയുന്ന രൂപത്തിൽ മുറ്റം ഊറ്റുവെള്ളം നിറഞ്ഞു. ശിവൻകുട്ടി പുറത്തിറങ്ങി ആകാശത്തേക്കു നോക്കി. ആകാശം കറുപ്പിൽനിന്നും വെളുപ്പിലേക്ക് പതിയെ നീങ്ങുന്നുണ്ട്. ശിവൻകുട്ടി ക്ഷേത്രത്തിലേക്കു നടന്നു. കാലിൽത്തട്ടി ഒഴിഞ്ഞുപോകുന്ന നീരൊഴുക്കിന് നല്ല തണുപ്പുണ്ടായിരുന്നു. ക്ഷേത്രത്തിനു പടിഞ്ഞാറുള്ള വയൽ കവിഞ്ഞ് വെള്ളം ക്ഷേത്രമുറ്റത്തെത്തിയിട്ടുണ്ട്. പതിയാന്റെ തോട് എവിടെയാണെന്ന് തിരിച്ചറിയാൻ കഴിയുന്നില്ല. തോടിന്റെ കരയിലെ കൈതയുടെ തുമ്പുമാത്രം വെള്ളത്തിനു മുകളിൽ കാണാം. വീടുകളുടെ ഉമ്മറപ്പടിവരെ വെള്ളം കയറിയിരിക്കുന്നു. വയലിൽ ഉയർന്നു നില്ക്കുന്ന മരക്കുറ്റിയിൽ ഒരു വെള്ളക്കൊക്ക് ധ്യാനത്തിലിരിക്കുന്നതു കണ്ടു.

വെറുതെ ഒരു രസത്തിനു വേണ്ടിയാണ് ശിവൻകുട്ടി വീട്ടിൽനിന്നും ഇറങ്ങിയത്. വയലും അമ്പലമുറ്റവും പതിയാന്റെ തോടുമെല്ലാം ഒന്നായി കിടക്കുന്നത് കാണാൻ കൗതുകം തോന്നി. ക്ഷേത്രജീവനക്കാരൻ രവിയുടെ വീട്ടിലേക്കുള്ള വഴികൾ വെള്ളത്തിനടിയിലാണ്. വീടിന്റെ ഇറയത്തിരുന്ന് പല്ലുതേച്ചിട്ട് ഉമ്മറപ്പടിയിലിരുന്ന് വായ് കഴുകി തുപ്പുന്നത് ശിവൻകുട്ടി കണ്ടു. സൗദാമിനിയുടെ വീട് കനാൽപാലത്തിനു മുകളിലായതുകൊണ്ട് അവിടെ വെള്ളം കയറാൻ വഴിയില്ല എന്ന് ശിവൻകുട്ടി ചിന്തിച്ചു. അച്ഛന്റെ ആത്മഹത്യയ്ക്കു ശേഷം സൗദാമിനിയെ ശിവൻകുട്ടി മുഖാമുഖം കണ്ടിട്ടില്ല. ഒരു വെള്ളിയാഴ്ച ദിവസം ക്ഷേത്രത്തിലേക്കു പോകുന്നത് കുളക്കരയിലെ ആലിൻചുവട്ടിലിരുന്ന് ശിവൻകുട്ടി കണ്ടിരുന്നു. സൗദാമിനിയോടു ദേഷ്യമോ വിദ്വേഷമോ ശിവൻകുട്ടിക്ക് ഒരിക്കലും തോന്നിയിട്ടില്ല. അച്ഛന്റെ മരണത്തിന് കാരണം സൗദാമിനിയാണെന്ന് ആളുകൾ പറയുന്നുണ്ട്. ആരുടെയെങ്കിലും പ്രേരണയാൽ ഒരാൾ ആത്മഹത്യചെയ്യുമോ? അതൊക്കെ ഒരു നിമിത്തമാണെന്ന് വിശ്വസിക്കാനാണ് ശിവൻകുട്ടിക്കിഷ്ടം. സൗദാമിനി ഒരു ചീത്തസ്ത്രീയാണെന്ന് പലരും പറയുന്നത് കേട്ടിട്ടുണ്ട്. പക്ഷേ, സോമന്റെ അഭിപ്രായം നേരേമറിച്ചാണ്.

“ഭർത്താവ് മരിച്ചു കഴിഞ്ഞാൽ സ്ത്രീകളെക്കുറിച്ച് ആളുകൾ അപവാദം പറയും. അത് നാട്ടുനടപ്പാ. പ്രത്യേകിച്ച് സൗന്ദര്യമുള്ള സൗദാമിനി ചേച്ചിയേപ്പോലുള്ളവരെ സമൂഹം പലവിധത്തിലും തെറ്റുകാരിയാക്കും. നിന്റെ അച്ഛനെ സൗദാമിനി സ്നേഹിച്ചിരുന്നു എന്നത് ഒരു സത്യമാണ്. ഗോപാലൻനായർ എത്രയോ നാളായി അവരടെ പിറകേ നടക്കാൻ തുടങ്ങിയിട്ട്. അവർ വഴങ്ങിയില്ലല്ലോ. ഉറച്ച മനസ്സിന്റെ ഉടമയാണവർ. നിന്റെ അച്ഛൻ അവരെ അവഗണിച്ചപ്പോൾ പരിഹാരമായി അവർ ചില പൊടിക്കൈകൾ പ്രയോഗിച്ചു കാണും. അതിലൊന്നും തെറ്റു പറയാൻ കഴിയില്ല. ആഗ്രഹിച്ചത് കിട്ടിയില്ലെങ്കിൽ അങ്ങനെയൊക്കെ ആരായാലും ചെയ്യും. വിവേകമില്ലാത്ത നിന്റെ അച്ഛൻ തൂങ്ങിമരിച്ചു.

അതുകൊണ്ട് അവർ ഒരു ചീത്തസ്ത്രീയാണെന്ന് പറയാൻ കഴിയുമോ? ഭർത്താവ് മരിച്ചു കഴിഞ്ഞാൽ സ്ത്രീകൾക്ക് സ്നേഹവും വികാരവും പാടില്ല എന്നു പറയുന്നത് തനികാടത്തമാണ്. സൗദാമിനി ചേച്ചിയോടും നിന്റെ അച്ഛനോടും എനിക്ക് സഹതാപമുണ്ട്. എന്തുചെയ്യാം, വരാനുള്ളതൊന്നും വഴീൽ തങ്ങില്ലല്ലോ!"

ഒരു ചെറിയ കാറ്റടിച്ചപ്പോൾ ഉണങ്ങാൻ വിരിച്ച മുണ്ടുപോലെ അനങ്ങാതെ കിടന്ന വെള്ളത്തിന്റെ അരികുകൾ മടങ്ങി. ശിവൻകുട്ടി നടന്ന് സൗദാമിനിയുടെ വീടിനു സമീപമെത്തി. ശിവൻകുട്ടിയെ ദൂരെനിന്നു കണ്ടപ്പോൾത്തന്നെ സൗദാമിനി കൈയാട്ടി വിളിച്ചു. ഒരു സ്ത്രീ ഒറ്റയ്ക്കു താമസിക്കുന്ന വീട്ടിൽ പോകുന്നത് ശരിയല്ലെങ്കിലും തന്റെ അമ്മയുടെ പ്രായമുള്ളതുകൊണ്ട് അപാകതയില്ലെന്ന് ശിവൻകുട്ടി വിചാരിച്ചു. മുറ്റത്തെ മുരിങ്ങമരത്തിന്റെ ബലമില്ലാത്ത കമ്പുകൾ സൗദാമിനിയുടെ വീടിനു മുകളിലേക്ക് ചാഞ്ഞിട്ടുണ്ട്. ചില്ലകൾക്ക് ഇത്രയും ബലക്കുറവുള്ള മറ്റൊരു മരം ഭൂമിയിലുണ്ടോയെന്ന് ശിവൻകുട്ടി സംശയിച്ചു. വീട്ടിൽ നിന്നും ഇറങ്ങുമ്പോൾ ശിവൻകുട്ടിക്ക് പ്രത്യേകിച്ച് ഉദ്ദേശ്യമൊന്നുമില്ലായിരുന്നു. വയൽ ഒരു കായൽപോലെ കിടക്കുന്നത് കാണാൻ അവന് ആവേശം തോന്നി.

"നീ എവിടെപ്പോവാ?" സൗദാമിനി വിളിച്ചു ചോദിച്ചു.

"വെറുതെ."

വളരെ നാളുകൾക്കുശേഷം കണ്ട ബന്ധുവിനെ സ്വീകരിക്കുന്നതുപോലെ സൗദാമിനി ശിവൻകുട്ടിയെ തിണ്ണയിലേക്ക് ക്ഷണിച്ചു. ഭിത്തിയിൽ ചാരിവച്ചിരുന്ന കുരണ്ടി ശിവൻകുട്ടിക്ക് ഇരിക്കാൻ കൊടുത്തു.

"ഇരിക്കൂ."

സൗദാമിനിയുടെ ശബ്ദത്തിന് അമ്മയുടെ അലിവും കരുതലുമുണ്ടായിരുന്നു. കൂട്ടുപിരിഞ്ഞൊഴുകിയ മഴച്ചാലുകൾ ഒന്നിക്കുന്നതുപോലെ ശിവൻകുട്ടിയുടേയും സൗദാമിനിയുടേയും കണ്ണുകൾ ഇടഞ്ഞു. ശിവൻകുട്ടി കുരണ്ടിപ്പലകയിൽ ചന്തിചേർത്തു.

"പത്താം ക്ലാസിൽ ഫസ്റ്റ് ക്ലാസുണ്ടെന്ന് അറിഞ്ഞു. അനുമോദനങ്ങൾ. അരപ്പട്ടിണിക്കാരായ നമുക്കും നല്ല മാർക്ക് കിട്ടുമെന്ന് ഇപ്പോൾ തെളിഞ്ഞു. എന്തായാലും എനിക്ക് സന്തോഷമായി."

എന്ത് മറുപടി പറയണമെന്ന് അറിയാതെ ശിവൻകുട്ടി സൗദാമിനിയുടെ മുഖത്തേക്ക് നോക്കി. അവിടെ അമ്മ ചെല്ലമ്മയുടെ അലിവും സ്നേഹവും അലതല്ലുന്നത് അവൻ കണ്ടു. പണ്ടൊരിക്കൽ ക്ഷേത്രത്തിൽ വച്ച് അവനെ എടുത്തുയർത്തി എളിയിൽ വച്ച് വെടിക്കെട്ടു കാണിച്ചത് ഓർമ്മയിൽ വന്നു. അന്ന് അമ്മയോടൊത്ത് കല്ലുവളയത്തിൽ നില്ക്കുമ്പോഴായിരുന്നു കമ്പക്കെട്ടിന് തീപിടിച്ചതും ശിവൻകുട്ടി കരഞ്ഞതും.

"ഞാൻ നിന്നെ പഠിപ്പിക്കാം." സൗദാമിനി സ്നേഹത്തോടെ പറഞ്ഞു. "എവിടംവരെ പഠിക്കണോ അവടംവരെ. രാമക്കുറുപ്പിന്റെ മോൻ എന്റേയും മോനാ."

"അതിന് ചേച്ചീടെ കൈയിൽ അതിനുംമാത്രം കാശൊണ്ടോ?"

"അതൊന്നും നീയറിയണ്ടാ. ഞാൻ വാക്കുപറഞ്ഞാൽ വാക്കാ."

കൈലിത്തുമ്പെടുത്ത് കണ്ണീർ തുടച്ചിട്ട് സൗദാമിനി അടുക്കളയിലേക്ക് പോയി. ഒരു പാത്രത്തിൽ രണ്ട് കൊഴക്കട്ടയുമായി അവർ തിരിച്ചുവന്നു. കൊഴക്കട്ടയുടെ മുകളിൽ പഞ്ചസാര വിതറിയിട്ടുണ്ടായിരുന്നു.

"ഇന്നലെ തെങ്ങേന്ന് വെളയാത്ത ഒരു തേങ്ങാ വീണു. പൊതിച്ചു നോക്കിയപ്പം കരിക്കാ. എന്നാ പിന്നെ കൊഴക്കട്ട പുഴുങ്ങാമെന്ന് വിചാരിച്ചു. തിരുമ്മി ഇച്ചിരി അരീം ചേർത്ത് അരച്ചു. വെളയാത്ത തേങ്ങായായോണ്ട് രുചി കൊറവായിരിക്കും. എന്തൊണ്ടാക്കിയാലും കൂടെ കഴിക്കാൻ ആളില്ലെങ്കി ഒന്നും തിന്നാൻ തോന്നത്തില്ല. അപ്പഴാ നീ വന്നെ. ഞാനും ഒരെണ്ണം തിന്നാം."

പണ്ട് രാമക്കുറുപ്പിന് കൊഴക്കട്ട കൊടുത്തപ്പോൾ വിശപ്പില്ലെന്നു പറഞ്ഞ് തിന്നാതെപോയി. ശിവൻകുട്ടി കൊഴക്കട്ട പൊട്ടിച്ചു. ഉള്ളിൽ ശർക്കരയും തേങ്ങയും വച്ചിട്ടുണ്ടായിരുന്നു. നല്ല വിശപ്പുണ്ടായതുകൊണ്ട് ശിവൻകുട്ടി കുഴക്കട്ട രണ്ടും തിന്നു.

"എങ്ങനൊണ്ടാരുന്നു?"

"കൊള്ളാമാരുന്നു."

"ചായയിടാൻ പാലില്ല. കടുംചായ മതിയോ?"

"ഒന്നും വേണ്ട. ഇച്ചിരി വെള്ളം തന്നേച്ചാ മതി. വെശപ്പുള്ളപ്പോൾ ആഹാരത്തിന് രുചി തോന്നും. അല്ലേലും നല്ലതാരുന്നു. കൊഴക്കട്ട പുഴുങ്ങിയ വെള്ളമിരുപ്പോണ്ടോ?"

"ഇല്ല. ആവീലാ പുഴുങ്ങിയെ."

"എങ്കീ ചൂടുവെള്ളം മതി."

"എന്നാ കോളേജിൽ ചേരുന്നെ?"

"അടുത്ത തിങ്കളാഴ്ചയ്ക്ക് മുമ്പ് ഫോറം പൂരിപ്പിച്ചു നല്കണമെന്നാ കേട്ടത്. ഫാറം ഇതേവരെ വാങ്ങിയില്ല."

"ഞാൻ പോയി വാങ്ങണോ?"

"അതൊന്നും വേണ്ട."

"കാശ് ഇന്നുതന്നെ വേണോ?"

"അതൊക്കെ പിന്നെ പറയാം."

"അച്ഛന്റെ കൂട്ടാവരുത് മോനും. പങ്കിയമ്മേടെ സ്ഥലം മേടിക്കാൻ കാശ് കൊടുക്കാമെന്ന് ഞാൻ അച്ഛനോട് പറഞ്ഞിരുന്നു. പക്ഷേ, വന്നില്ല. അതുപോലാകരുത്."

"ഇല്ല."

പോകാനായി ശിവൻകുട്ടി എഴുന്നേറ്റു.

"സൂക്ഷിക്കണം. എല്ലാടോം വെള്ളമാ. കുഴിയേതാ കുണ്ടേതാന്ന് അറിയത്തില്ല. കണ്ടത്തിലേ വല്യവരമ്പ് നിനക്കറിയാമല്ലോ. സൂക്ഷിച്ചു പോണം. കാലെടുത്തു വയ്ക്കുമ്പോൾ ശ്രദ്ധിക്കണം."

"ശരി."

വലിയ വരമ്പിലൂടെ ശിവൻകുട്ടി ക്ഷേത്രമുറ്റത്തെത്തി. ക്ഷേത്രമുറ്റത്തെ പുല്ല് ശ്വസിക്കാൻ വേണ്ടി വെള്ളത്തിനു മുകളിൽ മൂക്കുയർത്തി നില്ക്കുന്നതു കണ്ടു. അമ്പലക്കുളത്തിൽനിന്നും പുറത്തേക്കൊഴുകിയ വെള്ളത്തിൽ കൂടി ചെറിയ മീനുകൾ വയലിലെത്തി നൃത്തം വയ്ക്കുന്നത് ശിവൻകുട്ടി ശ്രദ്ധിച്ചു.

ഏഴ്

നെഞ്ചിൽ നീറിപ്പുകയുന്ന ചിന്തയുമായി ശിവൻകുട്ടി സൗദാമിനിയുടെ വീട്ടിൽ നിന്നുമിറങ്ങി ക്ഷേത്രമുറ്റത്തെ ആലിൻചുവട്ടിൽ എത്തി. ക്ഷേത്രത്തിനുള്ളിൽനിന്നും കളമെഴുത്ത് പാട്ടുകേട്ടു. എല്ലാ മാസവും ഭരണിനാളിൽ ക്ഷേത്രത്തിൽ കളമെഴുത്തും പാട്ടുമുണ്ട്. പതിനൊന്ന് മണിയോടെ ഉച്ചപ്പാട്ട് കഴിയും. കളമെഴുതുന്നത് കുന്നംകുളത്തുകാരൻ ഭാസ്കരൻ നമ്പീശനാണ്. അശ്വതിനാളിൽ രാത്രിയിൽ അയാൾ ഏഴംകുളത്തെത്തി. ദേവസ്വം ഓഫീസിനോടു ചേർന്ന മുറിയിലാണ് അയാൾക്ക് താമസസൗകര്യം ഒരുക്കിയിരിക്കുന്നത്. രാത്രിയിൽ തനിയെ ഉറങ്ങാനുള്ള ധൈര്യമില്ലാത്തതുകൊണ്ട് കൂട്ടിന് ആരെയെങ്കിലും ഏർപ്പാടാക്കണമെന്ന് അയാൾ കമ്മിറ്റിക്കാരോട് പറഞ്ഞിരുന്നു. നമ്പീശൻ എഴുപത് കഴിഞ്ഞ വൃദ്ധനാണ്. പലതരം പൊടികളുപയോഗിച്ചാണ് കളമെഴുതുന്നത്. വർഷങ്ങളായുള്ള പൊടിയുടെ സമ്പർക്കംകൊണ്ട് നമ്പീശനെ ആസ്ത്മ ആക്രമിച്ചു. വൃശ്ചികമാസത്തിൽ ക്ഷേത്രത്തിൽ വന്നാൽ ഗുരുതിവരെയുള്ള നാല്പതുദിവസം നമ്പീശൻ മുടങ്ങാതെ ക്ഷേത്രത്തിൽ താമസിക്കും. നമ്പീശൻ വന്നതറിഞ്ഞാലുടൻ കണ്ടത്തിൽ താമസിക്കുന്ന ഗണേശൻ നമ്പീശന്റെ കൂടെ കിടക്കാൻ എത്തിച്ചേരും. നമ്പീശന് ഗണേശനെ വലിയ ഇഷ്ടമാണ്. വെള്ളം മാത്രം കുടിച്ചുകൊണ്ട് എത്രദിവസം വേണമെങ്കിലും ഗണേശൻ കഴിഞ്ഞുകൂടും. മരുഭൂമിയിലെ ഒട്ടകത്തെപ്പോലെയാണ് ഗണേശനെന്ന് ആളുകൾ കളിയാക്കും. അയാൾ തീരെ മെലിഞ്ഞതാണ്. വിവാഹം കഴിച്ചിട്ടില്ല. ഒരു ചെറിയ കാറ്റടിച്ചാൽ ഗണേശൻ പറന്നുപോകുമെന്ന് പറഞ്ഞ് ആളുകൾ ചിരിക്കും. വളരെ ചെറിയ ശരീരമായതുകൊണ്ട് ഗണേശനെ ആളുകൾ 'മങ്ക്' എന്നാണ് വിളിക്കുന്നത്.

ആലിൻചുവട്ടിലിരിക്കുന്ന ശിവൻകുട്ടിയെ കണ്ടപ്പോൾ ഗണേശൻ ചിരിച്ചുകൊണ്ട് സമീപത്തേക്കു ചെന്നു.

"ശിവൻകുട്ടി എവിടെപ്പോയതാ?"

"വെറുതെ വെള്ളം കാണാൻ ഇറങ്ങീതാ."

"നമ്പീശൻ ഇന്നലെ വന്നു."

"അപ്പോൾ ഗണേശന് ജോലിയായല്ലോ."

"എന്തോന്ന് ജോലി!" അയാൾ ചിരിച്ചു. "രാവിലെ ഒരു ചായ-അതും മധുരമിടാത്തത് വാങ്ങിക്കൊടുക്കണം. ഉച്ചയ്ക്ക് അമ്പലത്തീന്ന് പടച്ചോറ്

കിട്ടും. അത് ഞങ്ങൾ രണ്ടുപേരുംകൂടി കഴിക്കും. അച്ചാറ് വാങ്ങി വച്ചിട്ടുണ്ട്. ശകലം മോര് കുഞ്ഞിരാമൻ ചേട്ടന്റെ കടേന്നു കിട്ടും. വൈകിട്ടു നമ്പീശൻ കാര്യമായി ഒന്നും കഴിക്കത്തില്ല. ഇന്നലെ രാത്രീ ഉറക്കത്തി ചൂടുവെള്ളം ചോദിച്ചു. കൊടുത്തു. പാവമാ." സന്തോഷം അടക്കാൻ കഴിയാതെ ഗണേശൻ നമ്പീശന്റെ സമീപത്തേക്ക് പോയി.

കോളേജിൽ ചേരാൻ കഴിയുമോ എന്ന് ശിവൻകുട്ടിക്ക് ആശങ്കയുണ്ടായിരുന്നെങ്കിലും സൗദാമിനിയെ കണ്ടതിനുശേഷം നേരിയപ്രതീക്ഷ അവന്റെ ഉള്ളിൽ രൂപപ്പെട്ടു. ശിവൻകുട്ടി ആൽമരത്തിന്റെ ചുവട്ടിൽ അമർന്നിരുന്നു. സൗദാമിനിച്ചേച്ചി സഹായിക്കാമെന്ന് പറഞ്ഞത് സത്യമാണോ? അവരുടെ കൈയിൽ ഇത്രയധികം പൈസ എവിടെനിന്നു വന്നു? കൃഷിയല്ലാതെ മറ്റ് ആദായമൊന്നും അവർക്കില്ല. തെറ്റായ മാർഗ്ഗത്തിൽക്കൂടി സമ്പാദിച്ചതാണെങ്കിൽ ആ രൂപകൊണ്ട് പഠിക്കുന്നത് തെറ്റല്ലേ? സൗദാമിനിയോടു ശിവൻകുട്ടിക്ക് ആദരവ് തോന്നിയെങ്കിലും എന്തോ ഒരു സംതൃപ്തിക്കുറവ് അവനുണ്ടായി. അവർ സഹായിക്കാമെന്നു പറഞ്ഞ കാര്യം ആരോടും വെളിപ്പെടുത്താതിരിക്കുന്നതാണ് ബുദ്ധി. പാറുവമ്മയുടെ അനുവാദം വാങ്ങാതെ സൗദാമിനിച്ചേച്ചിയുടെ സഹായം സ്വീകരിക്കുന്നത് ശരിയല്ലെന്ന് ശിവൻകുട്ടി തീർച്ചപ്പെടുത്തി. സൗദാമിനിയുടെ വീട്ടിൽനിന്നും ഇറങ്ങിവരുന്നത് ആരെങ്കിലും കണ്ടോ എന്ന് ശിവൻകുട്ടി ഭയന്നു. അച്ഛന്റെ മരണത്തിന് കാരണക്കാരിയായ സ്ത്രീയുടെ വീട്ടിൽ മകൻ കയറിയിറങ്ങുന്നത് തെറ്റു തന്നെയാണ്. നാടു മുഴുവൻ വെള്ളം കയറിക്കിടക്കുന്നതുകൊണ്ട് ആരുംതന്നെ ശ്രദ്ധിച്ചില്ല എന്ന് ശിവൻകുട്ടി ആശ്വസിച്ചു.

ക്ഷേത്രത്തിനു പടിഞ്ഞാറ് വയലിനെ രണ്ടായി പകുത്ത് ഒരു വലിയ വരമ്പുണ്ട്. മഴക്കാലത്ത് വരമ്പ് ഇടിഞ്ഞു തകരും. ഉത്സവമടുക്കുമ്പോൾ മണ്ണ് വെട്ടിക്കേറ്റി വരമ്പ് വലുതാക്കും. അമ്പലപ്പറമ്പിൽനിന്നും ഊറ്റുവെള്ളം വലിയ വരമ്പിന്റെ സമീപത്തുകൂടിയാണ് ഒഴുകുന്നത്. ക്ഷേത്രമുറ്റം ചെളി കയറി മൂടിക്കിടക്കുകയാണ്. വലിയ വരമ്പിന് ഇരുവശങ്ങളിലുമായി ആളുകൾ നിരന്നുനിന്നാണ് കരപറയുന്നത്. അഞ്ചുകരക്കാർ ചേർന്ന തെക്കേ കരപ്പുറവും അഞ്ചുകരക്കാർ ഉൾക്കൊണ്ട വടക്കേ കരപ്പുറവും മുഖാമുഖം നില്ക്കും. രണ്ടാംമുണ്ട് അരയിൽ കെട്ടി പരസ്പര ബഹുമാനത്തോടെയാണ് ആളുകൾ നില്ക്കുന്നത്. കരപറയുന്ന ചടങ്ങ് എന്താണെന്ന് അറിയാൻ വേണ്ടി ഒരിക്കൽ ശിവൻകുട്ടി വലിയ വരമ്പിന് സമീപം നിന്നു. ഉത്സവം സമാധാനപരമായി നടത്താൻ എല്ലാവരും സഹകരിക്കണമെന്നു മാത്രം പറയുന്നതു കേട്ടു. കരപറഞ്ഞു കഴിഞ്ഞാൽ തേങ്ങയുടച്ച് ദേവിയെ എഴുന്നള്ളിച്ച് ഓരോ കെട്ടുകാഴ്ചയുടെയും സമീപം മുൻഗണനാക്രമത്തിൽ എത്തിക്കും.

ഒരിക്കൽ മഴയുള്ള ദിവസം അമ്മയോടൊത്ത് ശിവൻകുട്ടി ക്ഷേത്രത്തിൽ പോയി. വലിയ വരമ്പ് മാത്രം മുങ്ങിയിട്ടില്ല. സൂര്യപ്രകാശം ഭൂമിയിൽ വീഴാൻ മഴമേഘങ്ങൾ അനുവദിച്ചില്ല. ഷർട്ടൂരി തോളിലിട്ടു അമ്മ

യോടൊപ്പം ക്ഷേത്രത്തിനുള്ളിൽ കയറി. പുരുഷന്മാരും ആൺകുട്ടികളും ഷർട്ട് ധരിച്ച് നാലമ്പലത്തിനുള്ളിൽ കയറാൻ പാടില്ല എന്നാണ് നിയമം. എല്ലാവരും തുല്യതയ്ക്കുവേണ്ടി പ്രസംഗിക്കാറുണ്ടെങ്കിലും ക്ഷേത്രത്തിൽ കയറുന്ന കാര്യത്തില്പോലും വിവേചനം നിലനില്ക്കുന്നതായി ശിവൻകുട്ടിക്കു തോന്നി. 1936 ൽ തിരുവിതാംകൂർ മഹാരാജാവ് ചിത്തിരതിരുനാൾ ബാലരാമവർമ്മ ക്ഷേത്രപ്രവേശന വിളംബരം നടത്തിയപ്പോൾ ഷർട്ടിട്ട് ക്ഷേത്രത്തിൽ കയറുന്നതിനെക്കുറിച്ച് എന്തെങ്കിലും പറഞ്ഞിരുന്നോ എന്നൊന്നും ശിവൻകുട്ടിക്കറിയില്ല. പണ്ടു മുതലേ ഒരേപന്തിയിൽ രണ്ടുതരം വിളമ്പുണ്ട്. ഷർട്ട് ധരിച്ചാലും ഇല്ലെങ്കിലും ദേവിക്കോ ദേവനോ എന്തെങ്കിലും വികാരമുണ്ടാവുമെന്ന് ശിവൻകുട്ടിക്ക് തോന്നിയില്ല. അമ്മ തൊഴുത ഭാഗത്തൊക്കെ അവനും തൊഴുതു. ശ്രീകോവിലിന് ചുറ്റും ഒരേ നീളത്തിലും വീതിയിലും കനത്തിലുമുള്ള കരിങ്കല്ലുകൾ പാകിയിരുന്നു. പഴയകാലത്തെ ആളുകളുടെ അദ്ധ്വാനത്തെ തീർച്ചയായും മാനിക്കേണ്ടതാണ്. അമ്പലക്കുളത്തിൽ സ്ഥാനം തെറ്റിക്കിടന്ന ഒരു കല്ല് ഉയർത്തി നേരേ വയ്ക്കാൻ എത്ര പേർ ശ്രമിച്ചിട്ടും നടക്കാത്ത കാര്യം ശിവൻകുട്ടി ഓർത്തു.

ശ്രീകോവിലിനു ചുറ്റും ഒരടിയോളം വെള്ളമുണ്ടായിരുന്നു. പുറത്തേക്കുള്ള ഓവ് അടഞ്ഞുപോയതായി ശ്രീകാര്യം പറയുന്നതുകേട്ടു. വെള്ളം കണ്ടപ്പോൾ ശിവൻകുട്ടിയുടെ കാലിൽ കുസൃതി കുരുങ്ങി. അവൻ കാലുകൊണ്ട് വെള്ളം തെറിപ്പിച്ചു. മേൽശാന്തിയുടെ ദേഹത്ത് വെള്ളം തെറിച്ചു വീണു.

"എന്തോന്ന് അഹമ്മതിയാ ഇത്. ചെറുക്കനെ മര്യാദയ്ക്ക് വളർത്തണം. ഇതൊരമ്പലമാ. അതെന്താ ആരും ഓർക്കാത്തെ." മേൽശാന്തി ചൂടായി.

അമ്മ ശിവൻകുട്ടിയെ അടിക്കാൻ കൈയോങ്ങി. അവൻ ഒഴിഞ്ഞു മാറിയപ്പോൾ അമ്മയുടെ കൈയ് തൂക്കുവിളക്കിൽ തട്ടി. എണ്ണ വെള്ളത്തിൽ വീണു. ശിവൻകുട്ടിയുടേയും അമ്മ ചെല്ലമ്മയുടേയും കാലിൽ എണ്ണപുരണ്ടു. വെള്ളത്തിൽ കിടന്ന ഒരു ചെമ്പരത്തിപ്പൂവ് ചെവിക്ക് പിറകിൽ തിരുകാൻ തുടങ്ങുമ്പോൾ അമ്മ അവനെ വീണ്ടും അടിക്കാൻ ശ്രമിച്ചു. അവൻ ഓടി ബലിക്കൽപുരയിൽനിന്ന് ചിരിച്ചു. തീർത്ഥജലം പുറത്തേക്ക് ഒഴുകുന്ന കല്ലിന് സമീപത്തുകൂടി സ്വർണ്ണനിറമുള്ള ഒരു സർപ്പം ഇഴഞ്ഞു പോകുന്നതു കണ്ടപ്പോൾ അമ്മ പ്രാർത്ഥിച്ചു.

"ഏഴംകുളത്തമ്മേ, ഞങ്ങളെ പരീക്ഷിക്കല്ലേ. നാഗരാജാക്കന്മാർക്ക് നൂറുംപാലും കഴിച്ചേക്കാമേ."

മാസത്തിൽ ഒരിക്കൽ വെട്ടിക്കോട്ട് ക്ഷേത്രത്തിൽ പോകുന്ന പതിവുണ്ടായിരുന്നു അമ്മയ്ക്ക്. ബലിക്കൽപുരയിൽനിന്നും മുറ്റത്തേക്ക് ഓടാൻ തുടങ്ങിയപ്പോൾ അമ്മ ശിവൻകുട്ടിയെ വിലക്കി

"എടാ ശിവാ, ഓടണ്ടാ. എല്ലാടോം വെള്ളം കേറി കെടക്കുവാ. കുണ്ടേതാ കുഴിയേതാന്ന് അറിയത്തില്ല."

അമ്മ പണ്ട് പറഞ്ഞതു തന്നെയല്ലേ ഇപ്പോൾ സൗദാമിനിച്ചേച്ചി പറഞ്ഞതും. മരിച്ചുപോയ തന്റെ അമ്മയുടെ ശബ്ദമായിരുന്നില്ലേ അതെന്ന് അവൻ സ്വയം ചോദിച്ചു.

ശിവൻകുട്ടി ആലിൻചുവട്ടിൽ എഴുന്നേറ്റുനിന്നു. കാറ്റടിച്ചപ്പോൾ ആലിലകൾ ചിലച്ചു. അവധി ദിവസങ്ങളിൽ മിക്കവാറും സോമൻ ഞാവലിന്റെ ചുവട്ടിലുണ്ടാകും. സൂക്ഷിച്ചുനോക്കിയപ്പോൾ ഞാവൽ മരത്തിന്റെ വടക്കുഭാഗത്ത് ആരോ ഇരിക്കുന്നതു കണ്ടു. അത് സോമനായിരിക്കും. ശിവൻകുട്ടി ഞാവലിന്റെ സമീപത്തേക്ക് നടന്നു. സൗദാമിനിച്ചേച്ചിയുടെ വീട്ടിൽ നിന്നുവരുമ്പോൾ സോമൻ ക്ഷേത്രമുറ്റത്തില്ലായിരുന്നു. പിന്നീട് വന്നതാവാനാണ് വഴി. മഴയായതുകൊണ്ട് പുറത്തിറങ്ങാൻ മടിതോന്നിക്കാണും. സോമന്റെ മുഖത്ത് എന്തൊക്കെയോ ചിന്തകൾ തിളയ്ക്കുന്നുണ്ട്. ഞാവൽ മരത്തിന്റെ ചുവട്ടിലിരുന്നാൽ മനസ്സ് ശാന്തമാവുമെന്നു ഒരിക്കൽ സോമൻ പറഞ്ഞിരുന്നു. സോമന്റെ ചിന്തകൾ ഏതു വഴിക്കാണ് സഞ്ചരിക്കുന്നതെന്ന് ശിവൻകുട്ടിക്കറിയില്ല. അവന് എന്തെങ്കിലും പ്രശ്നമുള്ളതായി ശിവൻകുട്ടിക്ക് തോന്നിയിട്ടില്ല. സോമൻ ഭാഗ്യവാനാണ്. അവന് അച്ഛനും അമ്മയുമുണ്ട്. ഇഷ്ടംപോലെ പണമുണ്ട്. ആഹാരത്തിന് ബുദ്ധിമുട്ടില്ല. എല്ലാ സുഖസൗകര്യങ്ങളുമുണ്ട്. എന്നിട്ടും എപ്പോഴും അവൻ എന്തൊക്കെയോ ചിന്തിച്ചുകൂട്ടുന്നു. ശുദ്ധോദന മഹാരാജാവിന്റെ മകനായ ഗൗതമബുദ്ധനെപ്പോലെയാണ് സോമൻ. ഗൗതമന് എല്ലാ സുഖസൗകര്യങ്ങളുമുണ്ടായിരുന്നിട്ടും അതെല്ലാം ഉപേക്ഷിച്ച് കൊട്ടാരം വിട്ടിറങ്ങിയ കഥപോലെയാണ് സോമന്റെ ജീവിതവും. പണ്ടൊക്കെ സോമൻ അവനെ കാണുമ്പോൾ തുറന്ന് ചിരിക്കുമായിരുന്നു. ഇപ്പോൾ ചിരിക്കാൻ മറന്നതുപോലെയാണ് അവന്റെ പെരുമാറ്റം. 'കൊട്ടാരം ചിന്തയാൽ ജാഗരം കൊള്ളുന്നു/കൊച്ചുകുടിൽക്കത്രേ നിദ്രാസുഖം' എന്ന് ഏതോ കവിപാടിയതുപോലെ എല്ലാ സൗകര്യങ്ങളുമുള്ള സോമൻ എപ്പോഴും ചിന്താധീനനാണ്.

"നിന്നോടൊരു കാര്യം പറയാനൊണ്ടാരുന്നു."

സോമൻ ഗൗരവത്തോടെ ശിവൻകുട്ടിയോട് പറഞ്ഞു. നെല്ലിനിടയിൽനിന്നും കളപിഴുത് വരമ്പിൽ വയ്ക്കുന്നതുപോലെ ഓരോ വാക്കും അവൻ സാവധാനമാണ് പറഞ്ഞത്.

"നിനക്ക് കോളേജിൽ ചേരണ്ടേ? നീ എന്താ ഇങ്ങനെ വായ്നോക്കി നടക്കുന്നത്. തേരാപ്പാരാ നടന്നാൽ എല്ലാം ശരിയാവുമെന്നാണോ നിന്റെ വിചാരം."

"കോളേജിൽ ചേരണമെന്നുണ്ട്."

"എങ്കിൽ ചേരണം. അല്ലാതെ...." എന്തോ തെറിവാക്ക് പ്രയോഗിക്കാൻ ശ്രമിച്ചെങ്കിലും സോമൻ അതിൽനിന്നും പിന്മാറി. സോമന്റെ ശബ്ദത്തിന് എരിവും മൂർച്ചയുമുണ്ടായിരുന്നു. ശിവൻകുട്ടി ഒന്നും പറയാതെ കുനിഞ്ഞിരുന്നു. ഏറുകൊണ്ട നായെപ്പോലെ അവന്റെ മുഖം വിളറി.

"നീയെന്താ ഇതേവരെ ഫോറം വാങ്ങാത്തെ. എന്നോടു പറഞ്ഞിരുന്നെങ്കി ഞാൻ കൊണ്ടുവരുമായിരുന്നല്ലോ."

"കോളേജിൽ ചേരുന്നങ്കിപ്പോരേ ഫോറം വാങ്ങുന്നത്."

"നമ്മുടെ നാട്ടിലെ രണ്ടാമത്തെ ഫസ്റ്റ് ക്ലാസാ നീന്. നീ കോളേജി ചേരുന്നില്ലെങ്കി... എന്നെക്കൊണ്ടൊന്നും പറയിക്കരുത്. നീ ഫോറം പൂരിപ്പിച്ച് കൊട്. ഇപ്പത്തന്നെ സമയം പോയി. സമയമാവുമ്പം എന്തെങ്കിലും വഴിതെളിയും. തെളിഞ്ഞില്ലെങ്കിൽ തെളിക്കും. അല്ലെങ്കി, ഞാനൊരു വഴി പറഞ്ഞുതരാം. നീ ചങ്ങനാശ്ശേരി എന്നൊരു സ്ഥലം കേട്ടിട്ടുണ്ടോ?"

"ഒണ്ട്."

"അവിടെയാ നമ്മൾ നായമ്മാരുടെ ഹെഡ്ഓഫീസ്. മന്നത്തു പത്മനാഭൻ എന്നൊരാളേ കേട്ടിട്ടുണ്ടോ?"

"ഒണ്ട്." ശിവൻകുട്ടി സോമന് സമീപമിരുന്നു. "പണ്ട് വിമോചന സമരകാലത്ത് അദ്ദേഹം പറക്കോട്ടു പ്രസംഗിക്കാൻ വന്നിരുന്നു. ഞാനും അച്ഛനും പ്രസംഗം കേൾക്കാൻപോയി. അന്നെനിക്ക് പത്ത് വയസ്സായിരുന്നു. രാത്രീലാരുന്നു പ്രസംഗം. ട്യൂബ് ലൈറ്റിന്റെ വെട്ടത്തിൽ ദൂരെ നിന്നും അദ്ദേഹത്തെ കണ്ടു. കൈയില്ലാത്ത ഒരു ബനിയനും ഒറ്റമുണ്ടുമായിരുന്നു വേഷം. നല്ല പ്രസംഗമായിരുന്നു."

"അതൊക്കെപ്പോട്ട്. അദ്ദേഹം ഇപ്പോൾ ചങ്ങനാശ്ശേരീലുണ്ട്. നീപോയി ഒന്നു കാണ്. നീ ഒരു നായരാണെന്നു പറ. നിനക്ക് അച്ഛനും അമ്മയുമില്ലെന്ന് പറ. പഠിക്കാൻ നിവൃത്തിയില്ലെന്ന് പറ. പത്തിൽ ഫസ്റ്റ് ക്ലാസുണ്ടെന്നു പറ. അദ്ദേഹം വിചാരിച്ചാൽ നടക്കും. പോയാൽ ഒരു വാക്ക്. കിട്ടിയാൽ നീ രക്ഷപ്പെട്ടു."

"ഞാൻ പറഞ്ഞാൽ അദ്ദേഹം സഹായിക്കുമോ?"

"എടാ കോപ്പേ" സോമന്റെ ശബ്ദം ഉയർന്നു. "ഒന്ന് ശ്രമിച്ചാലെന്താ കൊഴപ്പം. നിന്റെ ഈ സൊഭാവം മാറ്റണം. അദ്ദേഹത്തിന് വേണോങ്കി സഹായിക്കട്ടെ. ഇല്ലേൽവേണ്ട. വേറെ വഴി നോക്കാം. *ഭഗവദ്ഗീതേല്* എന്താ പറഞ്ഞിരിക്കുന്നത്. നീ നിന്റെ കർമ്മം ചെയ്യുക. ഫലത്തെക്കുറിച്ച് ചിന്തിക്കരുതെന്നല്ലേ? ശ്രമിച്ചാൽ നടക്കാത്തതായി ഈ ലോകത്തിൽ ഒന്നുമില്ല. ഇപ്പോൾ എന്റെ വേവലാതി മുഴുവൻ നിന്റെ സ്വഭാവത്തെക്കുറിച്ചാണ്. നീ ഒന്ന് ഉണര്. വേണ്ടത് വേണ്ടസമയത്ത് ചെയ്യാൻ ശ്രമിക്ക്. ആയുധമെടുത്ത് അടരാടാൻ നോക്ക്. എന്റെ എല്ലാ പിന്തുണയും നിനക്കുണ്ടാവും. ചങ്ങനാശ്ശേരി പോവാനുള്ള വണ്ടിക്കൂലി ഞാൻ തരാം. അങ്ങോട്ടും ഇങ്ങോട്ടുമുള്ള വണ്ടിക്കൂലി രണ്ടരരൂപ. ഒരു ചായേം ഒരു കടീം. ഇരുപത് പൈസ. ഇവിടുന്ന് അടൂരിപോകാൻ പത്തുപൈസ. അപ്പം എത്രചെലവു വരും. ഇന്നാ പിടിച്ചോ അഞ്ചുരൂപാ."

"പാറുവമ്മയോടു പറയണോ?"

"എനിക്ക് നിന്റെ സൊഭാവം തീരെ ഇഷ്ടപ്പെടുന്നില്ല. പറയണോ വേണ്ടയോ എന്ന് തീരുമാനിക്കുന്നത് നീയാ. അല്ലാതെ ഞാനല്ല."

"അല്ല ഞാൻ ചോദിച്ചെന്നേയുള്ളൂ."

“എടാ, നിന്നെ സംബന്ധിച്ച് എല്ലാകാര്യത്തിലും തീരുമാനമെടുക്കേണ്ടത് നീതന്നാ, അല്ലാതെ മറ്റുള്ളവരല്ല.”

“ശരി, ശരി എങ്കി നീ കൂടെവാ.”

“ഞാൻ വരത്തില്ല.” സോമൻ ഗൗരവം വിട്ടു ചിരിച്ചുകൊണ്ട് പറഞ്ഞു.

“നീ തനിച്ചുതന്നെ പോകണം. ഈ ലോകത്തിൽ നിന്നെ സഹായിക്കാൻ നീ മാത്രമേ കാണൂ. നീ നാളെ ചങ്ങനാശ്ശേരിക്കു പോണം.”

“പോവാം. പക്ഷേ, സ്ഥലമറിയില്ല. അടൂരിനു പുറത്തേക്ക് ഞാനിതേവരെ പോയിട്ടില്ല.”

“കോട്ടയം ബസിൽ കയറി പെരുന്നേല് ഇറങ്ങണം. ഒന്നേകാൽ മണിക്കൂർ യാത്ര. നായർ സർവ്വീസ് സൊസൈറ്റി പാവങ്ങളെ സഹായിക്കാൻ കൂടിയാ. സഹായിച്ചില്ലെങ്കിൽ നമുക്ക് അവിടെ സത്യഗ്രഹമിരിക്കാം. ഞാൻ വെറുതെ ഒരു ഭംഗിക്കുവേണ്ടി പറയുന്നതല്ല. സീരിയസായിട്ടു പറയുകയാ. സമരം കൊണ്ടേ എന്തെങ്കിലും നേടാൻ കഴിയൂ. പൊരുതണം. അനീതിക്കെതിരെ പൊരുതണം. അമരാവതിയിൽ എ കെ ജി സത്യഗ്രഹം കിടന്നപ്പോൾ കുടിയിറക്കിയവരുടെ പ്രശ്നങ്ങൾ ഒരുപരിധിവരെ പരിഹരിച്ചില്ലേ? ശിപായിലഹള മുതൽ ചന്ദനത്തോപ്പ് വെടിവെപ്പ് വരെ സമൂഹത്തിന് നേട്ടങ്ങളുണ്ടാക്കി. ഇവിടെ പാവപ്പെട്ടവനും പണക്കാരനും തമ്മിലുള്ള അന്തരം ഭാഷയിൽ പോലുമുണ്ട്. അറിയാമോ നിനക്ക്. പുലയന്റെ ഭക്ഷണം കരിക്കാടി. പുരോഹിതന്റെ ഭക്ഷണം അമൃതേത്ത്. വായ്കൈയ് പൊത്തിനിന്ന് സംസാരിക്കേണ്ട ഗതികേടൊക്കെ ഇപ്പോൾ കുറേമാറിയില്ലേ? അടിയൻ എന്ന വാക്ക് മലയാളഭാഷയിൽ നിന്നും വെട്ടിമാറ്റാൻ സമയമായി. സ്ത്രീകളുടെ ജീവിതത്തിന്റെ നിയന്ത്രണം മതനേതാക്കന്മാരുടെ കൈയിലാ. ഇതിനൊക്കെ ഒരു അറുതി വരുത്താൻ നീയും ഞാനും നമ്മെപ്പോലെയുള്ള ചെറുപ്പക്കാരും സമരരംഗത്തിറങ്ങണം. പോവാൻ ഷർട്ടും മുണ്ടുമില്ലെങ്കിൽ ഞാൻ തരാം.”

ചില വാക്കുകൾ വളരെ ശക്തിയോടെയാണ് സോമൻ ഉച്ചരിച്ചത്. എല്ലാറ്റിനോടും ഒരുതരം വെറുപ്പും വിദ്വേഷവും അവന്റെ ശബ്ദത്തിനുണ്ടായിരുന്നു. സോമൻ ആകപ്പാടെ മാറിയതുപോലെ ശിവൻകുട്ടിക്കു തോന്നി. തന്റെ കാലുകൾക്ക് കരുത്തും മനസ്സിന് ബലവും കിട്ടിയതുപോലെ ശിവൻകുട്ടി വീട്ടിലേക്ക് വേഗത്തിൽ നടന്നു. ആപത്തുവരുമ്പോൾ സഹായിക്കുന്നവനാണ് യഥാർത്ഥ കൂട്ടുകാരനെന്ന് ശിവൻകുട്ടി മനസ്സിലാക്കി.

എട്ട്

ഏഴംകുളത്തെ ജനങ്ങളുടെ ആത്മീയ ആശ്രയമാണ് ഏഴംകുളത്തമ്മ. പത്തുകരക്കാർ ഒത്തുചേർന്നാണ് ക്ഷേത്രഭരണവും കുംഭമാസത്തിലെ ഭരണി ഉത്സവവും കാർത്തികനാളിലെ ചരിത്രപ്രസിദ്ധമായ വഴിപാടു തൂക്കങ്ങളും ആഘോഷിക്കുന്നത്. ഭരണിദിവസം നാട്ടുകാർ അണി

യിച്ചൊരുക്കുന്ന കെട്ടുകുതിരയും കാളയും തോളിലേറ്റി കാഴ്ചക്കണ്ട ത്തിൽ എഴുന്നള്ളിക്കാൻ പത്തുകരയിലേയും നാനാജാതിമതസ്ഥരും എത്താറുണ്ട്. ക്രിസ്ത്യാനിയെന്നോ മുസ്ലീമെന്നോ വേർതിരിവില്ല. പട്ടാഴിമുക്കിലെ മുസ്ലീം സഹോദരന്മാരും പാലമുക്കിലെ ക്രിസ്ത്യാനികളായ അച്ചായന്മാരും എടുപ്പുകുതിരയുടെ ചട്ടത്തിന്റെ കീഴിൽ തോളുചേർക്കും. എല്ലാവരും ഒത്തുചേരുമ്പോൾ കുതിര കുണുങ്ങാൻ തുടങ്ങും. തൂക്കും വൈരക്കോടിയും ചിരിക്കും. ആലവട്ടവും വെഞ്ചാമരവും അനങ്ങും. ആളുകളുടെ ശരീരവും മനസ്സും ഒന്നാകുമ്പോൾ കുതിര ചലിക്കാൻ തുടങ്ങും. കുംഭഭരണി നാടിന്റെ ദേശീയ ഉത്സവമായിട്ടാണ് എല്ലാ വിഭാഗം ജനങ്ങളും കണക്കാക്കുന്നത്. 1962 ൽ രൂപംകൊണ്ട ശാസ്ത്രസാഹിത്യ പരിഷത്തിന്റെ സെക്രട്ടറിയായിരുന്ന കെ ജി അടിയോടിയോടൊപ്പം പ്രവർത്തിക്കാൻ വേണ്ടി, അന്നുവരെ ക്ഷേത്രപ്രസിഡന്റായിരുന്ന അടിമുറ്റത്ത് കുട്ടൻപിള്ള രാജി വച്ചപ്പോൾ പുതുതായി വന്ന പ്രസിഡന്റാണ് മനയ്ക്കൽ ഗോവിന്ദക്കുറുപ്പ്. ഗോവിന്ദക്കുറുപ്പ് മദ്ധ്യവയസ്കനായിരുന്നു. ഒരല്പം പിടിവാശി കുറുപ്പിന് കൈമുതലായിട്ടുണ്ടായിരുന്നു. സത്യസന്ധനായിരുന്നെങ്കിലും സംഭാഷണത്തിലെ ഞാനെന്ന ഭാവവും ഭാഷയുടെ കാഠിന്യവും അദ്ദേഹത്തെ ആളുകളിൽനിന്ന് അകറ്റി. പക്ഷേ, ഒരു ഭരണാധികാരിയെന്ന നിലയിൽ ക്ഷേത്രത്തിനു വേണ്ടി പല കാര്യങ്ങളും ചെയ്യാൻ അദ്ദേഹത്തിനു സാധിച്ചു. ക്ഷേത്രത്തിന് പടിഞ്ഞാറുള്ള വിശാലമായ പാടം പല വ്യക്തികളിൽനിന്നും കുറഞ്ഞ വിലയ്ക്കുവാങ്ങി ക്ഷേത്രത്തിന്റെ അധീനതയിലാക്കി. ഇപ്പോൾ കെട്ടുത്സവം നടക്കുന്നത് അവിടെയാണ്. ഊരാഴ്മയുടെ അനന്തരവകാശി എന്ന നിലയിൽ അദ്ദേഹം ക്ഷേത്രസംരക്ഷണ സമിതിയുടെ സ്ഥിരം പ്രസിഡന്റാവുകയും അതിനാവശ്യമായ രീതിയിൽ ഭരണഘടന മാറ്റിയെഴുതി തന്റെ അധികാരം ശക്തിപ്പെടുത്തുകയും ചെയ്തു.

1964 ൽ ചൈനയെ ആക്രമണകാരിയായി ചിത്രീകരിക്കുന്ന ഒരു പ്രമേയം ഇന്ത്യൻ കമ്യൂണിസ്റ്റ് പാർട്ടി അംഗീകരിച്ചപ്പോൾ ഇ എം എസ് എതിർക്കുകയും പാർട്ടിസ്ഥാനം രാജിവയ്ക്കുകയും ദേശീയ കൗൺസിലിൽനിന്നും മുപ്പത്തിരണ്ടു പേർ ഇറങ്ങിപ്പോരുകയും ചെയ്തു. അതിൽ ഒരാളായിരുന്നു മനയ്ക്കൽ ഗോവിന്ദക്കുറുപ്പ്. പക്ഷേ, ക്ഷേത്രകാര്യങ്ങളിൽ രാഷ്ട്രീയം കലരാതിരിക്കാൻ അദ്ദേഹം ശ്രദ്ധിച്ചു.

വെളുപ്പിനെ അഞ്ചു മണിക്കും വൈകിട്ട് അഞ്ചുമണിക്കും ക്ഷേത്രത്തിൽനിന്നും റിക്കാർഡ് പാട്ട് കേട്ടിരിക്കണമെന്ന് കുറുപ്പിന് നിർബ്ബന്ധമാണ്. റിക്കാർഡ് വയ്ക്കേണ്ട ജോലി ദേവസ്വം മാനേജർക്കാണ്. ഏഴംകുളത്ത് ആദ്യമായി ഒരു പാട്ടുപെട്ടി പ്രത്യക്ഷപ്പെടുന്നത് ക്ഷേത്രത്തിലാണ്. ആംപ്ലിഫയറും കോളാമ്പിയും കണ്ട് ആളുകൾ അന്തംവിട്ടു. കൊച്ചുകുട്ടികൾ പാട്ടുപെട്ടിയുടെ സമീപത്തുനിന്നും പോകാൻ വിസമ്മതിച്ചു. ദോശക്കല്ലിന്റെ വലിപ്പമുള്ള കറുത്ത വരകളുള്ള ഒരു സാധനം കറക്കി വിടുമ്പോൾ അതിൽ ഒരു സൂചി ഉരഞ്ഞാണ് ശബ്ദം കേൾക്കു

ന്നത്. കോളാമ്പിയിൽക്കൂടി ശബ്ദം വലുതായി കേട്ട് ആളുകൾ ആനന്ദ നൃത്തം ചവുട്ടി. ജ്ഞാനപ്പഴത്തെ പിഴിയുന്ന തമിഴ്പാട്ട് അങ്ങനെ ഏഴം കുളത്തുകാർ ആദ്യമായി കേട്ടു. പേര് വെളിപ്പെടുത്താൻ ആഗ്രഹിക്കാത്ത ഒരു ഭക്തൻ മദിരാശിയിലെ മൗണ്ട് റോഡിൽനിന്നും വാങ്ങി ദേവിക്ക് സമർപ്പിച്ചതാണ് പെട്ടി.

ഗോവിന്ദക്കുറുപ്പ് രാവിലെ ഉണരുന്ന സ്വഭാവക്കാരനാണ്. കുറെനാൾ അദ്ദേഹം വടക്കേ ഇന്ത്യയിൽ ജീവിച്ച ആളാണ്. ആദ്യത്തെ പതിനഞ്ച് മിനിറ്റ് ധ്യാനത്തിൽ മുഴുകും. പിന്നീട് നടക്കാനിറങ്ങും. അഞ്ചു മണിക്കുതന്നെ ക്ഷേത്രത്തിൽനിന്നും പാട്ടു കേട്ടില്ലെങ്കിൽ ധൃതിയിൽ നടന്ന് ക്ഷേത്രമുറ്റത്തെത്തും. ക്ഷേത്രത്തിൽനിന്നും കഷ്ടിച്ച് ഒന്നരമൈൽ ദൂരം മാത്രമേയുള്ളൂ വീട്ടിലേക്ക്. ദേവസ്വം മാനേജരെ നിർദ്ദാക്ഷിണ്യം ശകാരിക്കും.

"എടോ, തനിക്ക് സമയത്തിന് പാട്ടിടാൻ വയ്യെങ്കിൽ നാളെ മുതൽ ദേവസ്വം മാനേജരാന്നും പറഞ്ഞ് ഇങ്ങോട്ടു വരണ്ട. മനസ്സിലായോ? വേറെ ആളിനെ നോക്കിക്കൊള്ളാം. കൃത്യമായി ജോലിചെയ്യാൻ അറിയാവുന്നോര് ഇവിടുത്തെ പത്തുകരേലുമുണ്ട്. അവരൊക്കെ മിടുക്കരുമാ."

ഗോവിന്ദക്കുറുപ്പിനെ കാണുമ്പോൾ തന്നെ ദേവസ്വം മാനേജരുടെ പകുതി ജീവൻ പറന്നകലും. അയാളുടെ കൗപീനം നനയും. ദേവസ്വം മാനേജർ കുമാരന് മൂന്നു പെൺമക്കളാണ്. മൂത്തകുട്ടി നിർമ്മല ടൈപ്പ് പഠിക്കുകയാണ്. രണ്ടും മൂന്നും സ്കൂൾ വിദ്യാർത്ഥികളാണ്. ക്ഷേത്രത്തിൽനിന്നും കിട്ടുന്ന തുച്ഛമായ ശമ്പളംകൊണ്ട് രണ്ടറ്റവും കൂട്ടിമുട്ടിക്കാൻ അയാൾ പാടുപെടുകയാണ്. മൂത്തകുട്ടിക്ക് എന്തെങ്കിലും ജോലി കിട്ടിയിരുന്നെങ്കിൽ അയാൾ ദേവസ്വം മാനേജരുടെ ജോലി വലിച്ചെറിഞ്ഞേനേ. കൂലിവേല ചെയ്യാനുള്ള ആരോഗ്യം അയാൾക്കില്ല. ചെറുപ്പത്തിൽ അയാൾക്ക് 'ക്ഷയം' വന്നിരുന്നു. അതുകൊണ്ട് ശരീരം മെലിഞ്ഞതാണ്.

"തണുപ്പായോണ്ട് വീട്ടീന്ന് എത്താൻ ഒരല്പം താമസിച്ചുപോയതാ." കുമാരൻ വിറച്ചുകൊണ്ട് പറഞ്ഞു. "ഇനീം താമസിക്കാതെ വരാം. ഇപ്പഴത്തേക്ക് മാപ്പാക്കണം."

"ശരി, ശരി നാളെ മുതൽ കൃത്യമായി അമ്പലത്തി എത്തിക്കോണം."

"ശരി സാർ."

കുമാരൻ അഭിഷേകത്തിനുള്ള പാല് വാങ്ങാൻ പുറത്തേക്ക് പോയി. അഭിഷേകത്തിന് ശുദ്ധമായ പശുവിന്റെ പാല് തന്നെവേണം. ആലുവിളയിൽ ലീലാമ്മയുടെ വീട്ടിൽ നിന്നാണ് പാല് വാങ്ങുന്നത്. അവർക്ക് കറക്കുന്ന രണ്ട് പശുക്കളുണ്ട്. ശുദ്ധവും വൃത്തിയുമുണ്ട്. രാവിലെ കുളി കഴിഞ്ഞാണ് കറവ. ക്ഷേത്രത്തിലേക്കുള്ള പാല് ലീലാമ്മ പ്രത്യേകം മാറ്റിവച്ചിരിക്കും. അഞ്ചു മണിക്കുള്ള പാട്ടു കേട്ടാണ് ക്ഷേത്രത്തിനു ചുറ്റുമുള്ളവർ ഉണരുന്നത്. നക്ഷത്രങ്ങൾ വിരിയുന്നതുപോലെ മണ്ണെണ്ണ വിളക്കുകൾ തെളിയാൻ തുടങ്ങും. റാന്തൽ വിളക്കുമായി പശുവിനെ കറ

ക്കാൻ പോകുന്നവരും വെറ്റിലക്കെട്ടുമായി ചന്തയിൽ പോകുന്നവരും കുരുമുളക് തിരിയിൽനിന്നും മുളക് മെതിച്ചെടുക്കുന്നവരും മകരമാസ മാണെങ്കിൽ മരച്ചീനി വാട്ടുന്നവരും കാപ്പിക്കടയിലെ ചെമ്പുകലത്തിന്റെ ചുവട്ടിൽ തീ കത്തിക്കുന്നവരും പാട്ടുകേട്ടുണരും. നിർമ്മാല്യം തൊഴാനായി സ്ത്രീകൾ ഈറനോടെ ക്ഷേത്രത്തിലേക്ക് യാത്രതിരിക്കും. അഴിച്ചിട്ട മുടിയുടെ തുമ്പിൽനിന്നും വെള്ളത്തുള്ളികൾ വീണുകൊണ്ടിരിക്കും. അമ്പലക്കുളത്തിന് മുകളിൽ നീരാവി പുകപോലെ തങ്ങിനില്ക്കും. പായൽ വകഞ്ഞുമാറ്റി ദേവദാസ് തിരുമേനി കുളത്തിൽ ഒന്ന് മുങ്ങിയിട്ടു പെട്ടെന്ന് കരയിൽ ചാടിക്കയറും. കല്പടവിൽനിന്ന് തോർത്ത് പിഴിഞ്ഞ് ശരീരം തുടച്ചെടുക്കും. നനഞ്ഞ പട്ടു കോണകം പിഴിഞ്ഞ് വൃഷണത്തിന്റെ വശത്തുകൂടി അരയിലെ ചരടിൽ ബന്ധിപ്പിക്കും. കോണകം ഉണങ്ങിക്കഴിയുമ്പോൾ മാത്രം യഥാസ്ഥാനത്ത് വീതിയിൽ പൊതിഞ്ഞു വയ്ക്കും.

റിക്കാർഡ് പാട്ടുകേട്ടു പതിവിലും നേരത്തെ ശിവൻകുട്ടി ഉണർന്നു. മുറ്റത്തെ പാലയുടെ ചുവട്ടിൽ വെളുത്തപൂക്കൾ പൊഴിഞ്ഞു വീണിട്ടുണ്ട്. അതിൽ മഞ്ഞുതുള്ളികൾ പറ്റിച്ചേർന്ന് ഉറങ്ങുന്നുണ്ട്. വീടിന്റെ വടക്കേവാരിയിലെ ചുരയ്ക്കാത്തോടിൽനിന്നും ഒരല്പം ഉമിക്കരിവാരി പല്ലുതേക്കുമ്പോൾ ഭാരതിയും എഴുന്നേറ്റു വന്നു.

"നീ എന്ത്വാ ഇത്ര രാവിലെ എഴുന്നേറ്റു പല്ല് തേക്കുന്നത്? എവിടെ പോവ്വാ?"

ശിവൻകുട്ടി ഒന്നും മിണ്ടിയില്ല

"എന്ത്വാടാ കാര്യം പറ."

"ഒരേടം വരെ പോവ്വാ."

"ആ ഒരേടം ഏതാ. പേരില്ലായോ?"

"ഒണ്ട്, ചങ്ങനാശ്ശേരി."

"അവിടാരാ?"

"ഒരാള്."

"അതാരാ, പേരു പറ."

"ചേച്ചിക്ക് എന്തോന്റെ സൂക്കേടാ. ഇപ്പോ പേരുപറയത്തില്ല. വന്നിട്ടുപറയാം."

"ചങ്ങനാശ്ശേരി അങ്ങ് ദൂരെയല്ലിയോ?"

"ആണ്."

"അതിന് നിന്റെ കൈയിൽ വഴിച്ചെലവിനൊള്ള കാശുണ്ടോ?"

"ഒണ്ട്."

"എവിടുന്നാ?"

"സോമൻ തന്നു."

"മുത്തശ്ശിയോടു പറഞ്ഞോ?"

"ഇല്ല, വന്നിട്ടു പറയാം. ഒറങ്ങുവല്ലിയോ, ഒണത്തണ്ടാ."

കൂടുതലൊന്നും പറയാതെ ശിവൻകുട്ടി കിണറ്റിൻകരയിലേക്ക്

നടന്നു. കെട്ടാത്ത കിണറാണ്. കിണറിന് ചുറ്റും കാടാണ്. കഴിഞ്ഞ ദിവസം വെള്ളം കോരാൻ പോയപ്പോൾ ഭാരതി ഒരു പാമ്പിനെ കണ്ടിരുന്നു. അതിപ്പോഴും അവിടെ ഉണ്ടാവുമെന്ന് അവൾ ഊഹിച്ചു.

"എടാ, നിക്ക്. വെളക്ക് കൊണ്ടെരാം. വല്ല ഇഴജന്തുക്കളും കാണും. കടിച്ചാൽ നിന്റെ യാത്ര മുടങ്ങും. കടിച്ചാൽ പിന്നെ കഷ്ടപ്പാട് എനിക്കാ."

ഭാരതിയുടെ മുഖത്തേക്ക് നോക്കി ശിവൻകുട്ടി മണ്ണെണ്ണവിളക്ക് വാങ്ങി. ചെറിയകാറ്റിൽ ദീപം പിടഞ്ഞു. കിണറ്റു കരയിലിട്ടിരുന്ന വലിയ കല്ലിൽ വിളക്ക് വച്ചിട്ടു പാള കിണറ്റിലേക്കിറക്കി. പാളയിൽ വെള്ളം കയറാൻ കുറേ സമയമെടുക്കും. ഒരു ഇരുമ്പുതൊട്ടി വാങ്ങണമെന്ന് വിചാരിച്ചെങ്കിലും മുത്തശ്ശി വഴങ്ങിയില്ല. ഒരു പാളവെള്ളം തലയിൽ കമഴ്ത്തിയപ്പോൾ ശരീരം തണുത്തുവിറച്ചു. ശിവൻകുട്ടി ഓടി തിണ്ണയിൽ കയറി. കരിമെഴുകിയ തിണ്ണയിൽ വെള്ളത്തുള്ളികൾ വീണ് മണ്ണ് തെളിഞ്ഞു. ചാണകം അടർന്ന് ശിവൻകുട്ടിയുടെ കാലിൽ പറ്റി.

"എടാ, തല നല്ലോണം തോർത്തണേ" ഭാരതി അടുക്കളയിൽ നിന്നും വിളിച്ചുപറഞ്ഞു. ആകാശത്ത് മഴക്കാറു കണ്ടാൽ ഒടൻ പനിപിടിക്കുന്ന ചെക്കനാ."

ഭാരതി ലോട്ടയിൽ കടുംകാപ്പിയുമായി വന്നു.

"ഒരല്പം കുടിച്ചോ, തണുപ്പ് പമ്പകടക്കും."

"വേണ്ട." ശിവൻകുട്ടി പറഞ്ഞു. "ഇപ്പോൾ എന്തെങ്കിലും കഴിച്ചാൽ ഒടൻ തൂറാൻ മുട്ടും. കുംഭംകോട്ടു തറേലൊന്നും പോകാൻ സമയമില്ല. അതുമല്ല, എല്ലാടോം വെള്ളം കേറി കിടക്കല്ലിയോ. വേണ്ട ചേച്ചി."

"കൊറെ ദൂരമില്ലേ ചങ്ങനാശ്ശേരിക്ക്. വല്ലതും കഴിക്കാതെ പോയാൽ വെശക്കത്തില്ലിയോ?"

"ഒരല്പം വെശക്കട്ടെ. സാരമില്ല."

ശിവൻകുട്ടി ഇന്നലെ കാര്യമായിട്ടു ഒന്നും കഴിച്ചിരുന്നില്ല. കരുപ്പ്കട്ടിയുടെ വലിപ്പത്തിൽ ഒരു കാച്ചില് കിട്ടിയതുകൊണ്ട് അസ്ത്രം വച്ചു. നാഴിയരിയിട്ടു കഞ്ഞിയും വച്ചു. വറ്റ് കുറവും വെള്ളം കൂടുതലുമുള്ള കഞ്ഞി. അപ്പോൾത്തന്നെ ദഹിച്ചുകാണും. ഭാരതിക്കു സങ്കടം വന്നു.

ശിവൻകുട്ടിയുടെ വീടിനു മുന്നിലൂടെ ഓടുന്ന ഏകബസാണ് 'ഗണപതി'. ബസിന്റെ മൂക്കിലൂടെ ഒരു കമ്പിയിട്ടു കറക്കുമ്പോഴാണ് ഗണപതി ഓടാൻ തുടങ്ങുന്നത്. വണ്ടി ആദ്യം തുമ്മിയിട്ടു ചീറ്റാൻ തുടങ്ങും. ബസിന്റെ രണ്ടുവശവും തുറന്നാണ് കിടക്കുന്നത്. കട്ടിയുള്ള കാക്കിത്തുണികൊണ്ട് വശങ്ങൾ മറച്ചിട്ടുണ്ട്. ബസ് ഓടുമ്പോൾ കാക്കിത്തുണി കാറ്റിൽ പറന്ന് ചിറകുകളായി മാറും. ഒരിക്കൽ വീടിന് സമീപമുള്ള കുഴിയിൽ ഗണപതി ബസ് മറിഞ്ഞു. നാല് ചക്രങ്ങൾ മുകളിൽ കിടന്നു കറങ്ങുമ്പോഴാണ് ശിവൻകുട്ടിയും സോമനും ബസിനടുത്തെത്തിയത്. ബസിന്റെ ഡ്രൈവർ ഇറങ്ങി ഓടുന്നതു കണ്ടപ്പോൾ ശിവൻകുട്ടിയും സോമനും അയാളുടെ പിറകെ ഓടി. ശിവൻകുട്ടി അന്ന് രണ്ടാം ക്ലാസിൽ പഠിക്കുകയായിരുന്നു. ഡ്രൈവർ എന്തിനാണ് ഓടുന്നതെന്ന് അറിയാനുള്ള ആകാംക്ഷയുണ്ടായിരുന്നു. അയാൾ കനാൽ പാലത്തിന്റെ അടിയിലേക്ക് ചാടി. സോമനും ശിവൻകുട്ടിയും പുറകേ ചാടി. അന്ന് കനാ

ലിൽ വെള്ളമില്ലായിരുന്നു. ഡ്രൈവർ കരയുന്നതു കണ്ടപ്പോൾ ശിവൻകുട്ടി ചോദിച്ചു.

"എന്തിനാ കരയുന്നെ?"

"വല്ലോരും മരിച്ചോന്നു പോയി നോക്കിനെടാ, എന്തിനാ എന്റെ പൊറെ വരുന്നത്. പൊലീസ് വന്നാ എന്നെ കൊണ്ടുപോകും."

എന്തോ പന്തികേട് തോന്നിയതുകൊണ്ട് രണ്ടുപേരും ബസ് മറിഞ്ഞഭാഗത്തേക്ക് ചെന്നു. ബസിൽ യാത്രക്കാർ കുറവായിരുന്നു. കുഴിവിള വീട്ടിൽ സരസ്വതിയുടെ മൂക്കിന്റെ പാലം തകർന്നതുകൊണ്ട് അവരെ ആശുപത്രിയിലേക്കു കൊണ്ടുപോയതായി ആളുകൾ പറയുന്നതു കേട്ടു. മറ്റുള്ളവർക്ക് ചെറിയ പരുക്കുകൾ മാത്രം. പിറ്റേന്ന് പരീക്ഷയായതുകൊണ്ട് സോമൻ വീട്ടിലേക്ക് മടങ്ങി. ശിവൻകുട്ടി കുറേനേരം ബസിന് സമീപം നിന്നു.

ഗണപതിബസ് രാവിലെ വടക്കോട്ടാണ്. അടൂരെത്തിയിട്ടുവേണം ചങ്ങനാശ്ശേരിക്ക് ബസ് പിടിക്കാൻ. ശിവൻകുട്ടി ക്ഷേത്രത്തിലേക്ക് നടന്നു. ഏഴംകുളത്തമ്മയുടെ അനുവാദം വാങ്ങണം. ഭാരതി തിണ്ണയിൽ നിന്ന് പ്രാർത്ഥിച്ചു. ക്ഷേത്രം വടക്കായതുകൊണ്ട് അവൾ വടക്കോട്ടു നിന്നാണ് കൈകൾ കൂപ്പിയത്. ക്ഷേത്രത്തിലെത്തിയപ്പോൾ നിർമ്മാല്യം കഴിഞ്ഞിരുന്നു. വാടിയ ഒരു ജമന്തിപ്പൂമാല നമസ്കാര മണ്ഡപത്തിൽ കിടക്കുന്നതു കണ്ടു. വാഴയിലയിൽ ദേവദാസ് തിരുമേനി നല്കിയ ചന്ദനം നെറ്റിയിൽ തൊട്ടു.

"ഒരു വെളക്ക് കൊളുത്തണം."

ശിവൻകുട്ടി പത്തുപൈസാ നാണയം ദേവദാസ് തിരുമേനിയുടെ കൈവെള്ളയിലിട്ടു.

"എന്താ വിശേഷം?"

"ഒന്നുമില്ല. ഒരുസ്ഥലം വരെ പോവ്വാ."

"എന്തോയിനാ?"

"ഒരാവശ്യമുണ്ട്. വന്നിട്ട് പറയാം."

റോഡിലിറങ്ങിയപ്പോൾ കറ്റകയറ്റിയ ഒരു കാളവണ്ടി ശിവൻകുട്ടിയെ കടന്നുപോയി. കാളവണ്ടിക്കാരൻ ഉറക്കെ പാടുന്നുണ്ടായിരുന്നു. കായലരികത്ത് വലയെറിഞ്ഞപ്പോൾ വളകിലുക്കിയ സുന്ദരിയെക്കുറിച്ചായിരുന്നു പാട്ട്. കാളവണ്ടിയുടെ അടിയിൽ കരിപിടിച്ച റാന്തൽ വിളക്ക് ആടിക്കൊണ്ടിരുന്നു. കൊയ്ത്തും മെതിയും കഴിഞ്ഞ പാടംപോലെ ആകാശം ശൂന്യമായിരുന്നു.

ഒൻപത്

ഓലയ്ക്കിടയിലൂടെ സൂര്യപ്രകാശം ചതുരക്കട്ടകളായി മുറിയിൽ ചിതറി വീണപ്പോൾ പാറുവമ്മ കണ്ണുകൾ തുറന്ന് പുറത്തേക്ക് നോക്കി. മുറ്റത്ത് മാവിൻചോട്ടിൽ വീണുകിടന്ന വെളിച്ചം പരിസരം മറന്ന് മണ്ണിനോടൊട്ടിക്കിടന്നു. പലതരം ചിന്തകൾ പാറുവമ്മയെ അലട്ടിയതു കാരണം രാത്രിയിൽ ഉറങ്ങാൻ കഴിഞ്ഞില്ല. കോടത്തേ പൂവൻകോഴി

കൂവുന്നതുകേട്ടപ്പോഴും അവർ ഉണർന്നു കിടക്കുകയായിരുന്നു. ശിവൻകുട്ടിയും ഭാരതിയും മാറിമാറി അവരുടെ ചിന്തയിൽ കുരുങ്ങിക്കിടന്നു. കുഴിഞ്ഞ കട്ടിലിൽനിന്നും തുണിത്തൊട്ടിയിലെ കുട്ടിയെപ്പോലെ അവർ ആയാസപ്പെട്ടു പുറത്തുവന്നു. പാറുവമ്മയുടെ ശരീരത്തിൽ ചുറ്റിയ പഴംതുണിക്കഷണം അവർ എടുത്ത് മാറ്റി. പ്രഭാതവും പ്രദോഷവും മാറിമാറി വരുന്നു. വെയിലും മഴയും ആവർത്തിക്കുന്നു. പ്രകൃതിയിൽ സംഭവിക്കുന്നതെല്ലാം ആവർത്തനമാണ്. ജീവിതത്തിന്റെ കടിഞ്ഞാൺ ദൈവത്തിന്റെ കൈയിലാണ്. ജീവന്റെ അധികാരി അദ്ദേഹം മാത്രമാണ്. ഭാവിയെക്കുറിച്ച് എന്തെങ്കിലും ആധികാരികമായി പറയാനുള്ള അവകാശം അദ്ദേഹത്തിന് മാത്രമാണ്. ചുവരിൽക്കൂടി ഒരു പഴുതാര താഴേക്കു വരുന്നത് കണ്ടപ്പോൾ മുറിയിൽനിന്നും ധൃതിയിൽ അവർ തിണ്ണയിലേക്കിറങ്ങി. പണ്ട് കണ്ടത്തിൽ നില്ക്കുമ്പോൾ നെല്ലിന്റെ ചുവട്ടിൽ വച്ച് ഒരു പഴുതാര പാറുവമ്മയെ കടിച്ചു. പറഞ്ഞറിയിക്കാൻ കഴിയാത്ത വേദനയാണ് പാറുവമ്മ അന്ന് അനുഭവിച്ചത്. പഴുതാരയ്ക്ക് വിഷമുണ്ടോ എന്നൊന്നും പാറുവമ്മയ്ക്ക് അറിയില്ലായിരുന്നു. എങ്കിലും വിഷം ശരീരത്തിൽ കയറാതിരിക്കാൻ മുട്ടിനുതാഴെ ഒരു കെട്ടിട്ടു. കണ്ടത്തിലെ ചെളിവെള്ളത്തിൽക്കൂടി എലിയുടെ മൂത്രം ശരീരത്തിൽ കയറാതിരിക്കാൻ വീട്ടിൽ പോകുന്നതാണ് നല്ലതെന്ന് ജാനമ്മ പറഞ്ഞപ്പോൾ പാറുവമ്മ അനുസരിച്ചു.

കയറൊക്കെ പൊട്ടിയതുകാരണം കുഴിഞ്ഞുപോയ കട്ടിലിൽ, കോടത്തുമഠത്തിലെ അമ്പിക്കുഞ്ഞ് പട്ടാളത്തിൽനിന്നും അവധിക്ക് വന്നപ്പോൾ കൊടുത്ത കമ്പിളിയും കുറെ പഴംതുണികളും വാരിനിറച്ചാണ് പാറുവമ്മ കിടക്കുന്നത്. കിടക്കുമ്പോൾ അവർ മുഴുവനായി കട്ടിലിന്റെ കുഴിയിൽ താഴും. പൊട്ടിയ ഇഴക്കയർമാറ്റി, കട്ടിൽ വരിഞ്ഞ് കിടക്കാൻ പാകത്തിലാക്കിത്തരണമെന്ന് മകൻ രാമക്കുറുപ്പിനോടും അവർ പലപ്രാവശ്യം പറഞ്ഞതാണ്. "വരിഞ്ഞുതരാം" എന്നുമാത്രം കുറുപ്പ് മറുപടി പറഞ്ഞു. കയറുകൊണ്ടുള്ള എല്ലാ ജോലിക്കും രാമക്കുറുപ്പ് മിടുക്കനായിരുന്നു. പാചകക്കാരനായ കുഞ്ഞൻപിള്ള ചോറ് കോരാനുള്ള വലിയ വെള്ളക്കുട്ട വാങ്ങുമ്പോൾ കയർ വരിയാനായി കുറുപ്പിനെയാണ് ഏല്പിക്കുന്നത്. മറ്റുള്ളവരുടെ ജോലിയൊക്കെ അയാൾ കൃത്യമായി ചെയ്തുകൊടുക്കും. സ്വന്തം വീട്ടിലെ കാര്യങ്ങൾ നാളത്തേക്ക് മാറ്റിവയ്ക്കും. ഓരോരുത്തർക്കും ജന്മനാ ഓരോ വാസനയും സ്വഭാവവുമുണ്ട്. മകനെക്കുറിച്ചുള്ള ചിന്തകൾ പാറുവമ്മ ഒഴിവാക്കാറുണ്ടെങ്കിലും കണ്ണീർ നിറച്ച മൺചെരാതുകൾ അവർ ഉള്ളിൽ നിരന്തരം കത്തിച്ചുവയ്ക്കാറുണ്ട്. മകന്റെ മരണശേഷം പാറുവമ്മയ്ക്ക് പ്രസരിപ്പ് നഷ്ടപ്പെട്ടെന്ന് ആളുകൾ പറയാറുണ്ടെങ്കിലും അതൊന്നും പാറുവമ്മ സമ്മതിച്ചുകൊടുക്കാറില്ല.

പാറുവമ്മ വെറ്റിലപ്പാത്രമെടുത്തു.

വെറ്റിലയുടെ പകുതി വായിലിട്ടു.

അവർ വീണ്ടും ആഴമേറിയ ചിന്തയിൽ മുഴുകി.

ശിവൻകുട്ടിയെ കോളേജിൽ വിടണോ അതോ ഭാരതിയുടെ കല്യാണം നടത്തണോ? ഡിഗ്രി എടുക്കാൻ അഞ്ചുവർഷം വേണമെന്നാണ് ഭാരതി പറഞ്ഞത്. അത്രയുംനാൾ ഭാരതിയെ വീട്ടിൽ നിർത്താൻ കഴിയുമോ? ഒരു പെണ്ണിനെ സംബന്ധിച്ച് അഞ്ചുവർഷം വളരെ കൂടുതലാണ്. കടന്നുപോയ ദിനങ്ങൾ ഒരിക്കലും തിരിച്ചുവരില്ല. കാറ്റ് നോക്കി തൂറ്റണമെന്നല്ലേ പഴഞ്ചൊല്ല്. അതുകൊണ്ട് ഭാരതിയുടെ വിവാഹം ആദ്യം നടക്കട്ടെ. പത്താംക്ലാസ് ജയിച്ചാലും ജോലി കിട്ടും. കാവിന്റെ തെക്കേതിലെ കരുണാകരന്റെ മകന് ട്രാൻസ്പോർട്ടിൽ ജോലി കിട്ടിയില്ലേ! അവൻ പത്താംക്ലാസ് കഷ്ടിച്ചു ജയിച്ചതേയുള്ളൂ. ശിവൻകുട്ടിക്ക് ഒന്നാം ക്ലാസുണ്ട്.

മുറ്റത്തെ കിണർ മൂടിയില്ലാത്തതാണ്. കിണറിനു ചുറ്റും മണ്ണുവാരി പൊത്തിവച്ചത് മഴയത്ത് അടർന്നു നിരന്നു. കിണറിപ്പോൾ തറ നിരപ്പിലായി. കിണറിനു ചുറ്റും മുന്നണി വളർന്ന് കാടായിമാറി. കപ്പി ഉറപ്പിച്ചിരിക്കുന്ന തെങ്ങുംതടിക്കുള്ളിൽ മണ്ണാണ്. പാലം എപ്പോൾ വേണമെങ്കിലും തകർന്ന് കിണറ്റിൽ വീഴാം. കിണറ്റിൽ വീഴുന്നത് ഭാരതിയായിരിക്കും. വിവാഹം കഴിയാത്ത പെണ്ണിനെ കിണറ്റിലിട്ടെന്ന് ആളുകൾ പരദൂഷണം പറയും. അവളാണല്ലോ വെള്ളം കോരുന്നത്. വെള്ളം കോരുമ്പോൾ കപ്പി ഇളകിയ പല്ലുപോലെ ആടുന്നുണ്ട്. കിണർ കെട്ടണോ അതോ ഭാരതിയുടെ കെട്ട് നടത്തണോ?

പാറുവമ്മ കാര്യമായി ചിന്തിക്കുമ്പോൾ മുൻനിരയിലെ അവശേഷിക്കുന്ന പല്ല് കീഴ്ചുണ്ടിന്റെ മുകളിൽക്കൂടി താഴേക്ക് ഇറങ്ങിനില്ക്കും. പല്ല് ഇറങ്ങിവരുന്നത് കണ്ടപ്പോൾ ഭാരതി ഉള്ളിൽ ചിരിച്ചു.

“പാറുവമ്മ എന്ത്വാ ഇത്ര കാര്യമായി ചിന്തിക്കുന്നെ?”

“ചെറുക്കനെന്ത്യേടി?”

“ഓ, അവനോ? ആരാണ്ടെ കാണാൻ പോയിരിക്ക്വാ.”

“എവിടാ പോന്നേന്ന് നിന്നോടു പറഞ്ഞില്ലിയോ?”

“ഇല്ല, ഉച്ചയാവുമ്പം അവനിങ്ങു വരും.”

“ആരു പറഞ്ഞു.”

“അവൻ പറഞ്ഞു, അല്ലാതാരാ?”

“ആരെ കാണാനാ അവൻ പോയേ?”

“അതവൻ പറഞ്ഞില്ല.”

‘’അവൻ പോവാൻ നേരം എന്നോടെന്താ പറയാഞ്ഞെ?”

“മുത്തശ്ശി ഒറങ്ങുവല്ലാരുന്നോ?”

“നീ ഇച്ചിരം വെള്ളം അടുപ്പത്തോട്ടു വെച്ച് ഒന്നു ചൂടാക്ക്. എനിക്കൊന്ന് കുളിക്കണം.”

പാറുവമ്മ എന്നും കുളിക്കാറില്ല. ചൂടുകാലമാവുമ്പോൾ ഒന്നിടവിട്ട ദിവസങ്ങളിൽ ചിലപ്പോൾ കുളിക്കും. അല്ലെങ്കിൽ ആഴ്ചയിൽ ഒരു പ്രാവശ്യം മാത്രം. കുളിക്കുന്നത് ക്ഷേത്രത്തിൽ പോകാനായിരിക്കും.

അല്ലെങ്കിൽ ആരെയെങ്കിലും കാണാൻ പോകുമ്പോൾ. കുളി കഠിനമായ ഒരു ജോലിയാണെന്നാണ് പാറുവമ്മ പറയുന്നത്. വെറുതെ വെള്ളവും സോപ്പും സമയവും നഷ്ടപ്പെടുത്തുന്ന പ്രക്രിയ. സായിപ്പന്മാർ കുളിക്കാറില്ലെന്ന് ഒരിക്കൽ കോടത്തെ അമ്പിക്കുഞ്ഞ് പാറുവമ്മയോട് നേരിട്ടു പറഞ്ഞതാണ്. അവർ കക്കൂസിൽ പോയാൽ കഴുകാറില്ല. പേപ്പറാണ് അതിന് ഉപയോഗിക്കുന്നത്. അതൊരു തണുപ്പ് രാജ്യമാണെന്ന് മാത്രം അമ്പിക്കുഞ്ഞ് പറഞ്ഞില്ല. വെയിലേല്ക്കുന്ന ചില മൃഗങ്ങളും പക്ഷികളും എന്നും കുളിക്കാറില്ലല്ലോ. മനുഷ്യനും ഒരു മൃഗമാണ്. പാറുവമ്മയുടെ മനസ്സിലും മൃഗങ്ങളുണ്ട്. ഉറങ്ങുകയും ഉണരുകയും പുറത്തിറങ്ങി വേട്ടയാടുകയും ചെയ്യുന്ന മൃഗങ്ങൾ.

ഏറെ സമയമെടുത്താണ് പാറുവമ്മ കുളിക്കുന്നത്. വെള്ളം നന്നായി തിളച്ചിരിക്കണം. ശരീരത്ത് വീഴുമ്പോൾ ആവിപറക്കണം. മഴയും വെയിലുമേറ്റ പാറുവമ്മയുടെ ശരീരത്തിന് കട്ടികൂടുതലാണ്. വലിയ മുലകൾ രണ്ടും സോപ്പിട്ട് കുതിർത്ത് വച്ചിട്ടു പിന്നീടാണ് അഴുക്ക് കഴുകി കളയുന്നത്. കുളിക്കുമ്പോൾ ഉപയോഗിക്കാൻ ഒരു കഷണം ലൈഫ്ബോയ് സോപ്പ് രഹസ്യമായി പത്തായത്തിൽ വച്ചിട്ടുണ്ട്. കുളികഴിഞ്ഞാൽ സോപ്പിന്റെ കഷണം കൃത്യമായി പത്തായത്തിൽ തിരിച്ചെത്തും. ഭാരതിക്കു കുളിക്കാൻ ഓലകൊണ്ട് ഒരു മറപ്പുര കെട്ടി കൊടുത്തിട്ടുണ്ട്. പക്ഷേ, പാറുവമ്മ അതിനുള്ളിൽ കയറാറില്ല. ചെറുപ്പത്തിൽ അമ്പലക്കുളത്തിലായിരുന്നു കുളി. അവിടെ മറയൊന്നും ഇല്ലായിരുന്നു. മറപ്പുരയ്ക്ക് വെളിയിൽ മാവിൻ ചുവട്ടിലാണ് പാറുവമ്മ കുളിക്കുന്നത്. ഇരുന്നാൽ എഴുന്നേല്ക്കാൻ ബുദ്ധിമുട്ടുള്ളതുകൊണ്ട് കുളിക്കിടയിൽ പാറുവമ്മ നിന്നാണ് മൂത്രമൊഴിക്കുന്നത്. വളരെ പണ്ട് അക്ഷരം പഠിക്കാൻ കുടിപ്പള്ളിക്കൂടത്തിൽ പോയപ്പോൾ കൂട്ടുകാരൻ സുകുമാരൻ കയ്യാലപ്പുറത്ത് കയറിനിന്ന് റോഡിലേക്കു മൂത്രമൊഴിക്കുന്നത് കണ്ടിട്ടാണ് പാറുവമ്മ അത് പ്രയോഗത്തിൽ വരുത്തിയത്. കയ്യാലപ്പുറത്തെ കവുങ്ങിൽ ചാരിനിന്ന് കൈകൾ രണ്ടും സുകുമാരൻ വച്ചതുപോലെ അമർത്തിപ്പിടിച്ച് പാറുവമ്മ നിന്നുകൊണ്ടു മൂത്രമൊഴിച്ചു. സുകുമാരൻ ചിരിച്ചു. സുകുമാരന് ഇതൊക്കെ ആവാമെങ്കിൽ എന്തുകൊണ്ട് തനിക്കും ആയിക്കൂടാ എന്നാണ് അന്ന് പാറുവമ്മ ചിന്തിച്ചത്. പെണ്ണുങ്ങൾ പുരുഷന്മാരെപ്പോലെ നിന്ന് മൂത്രമൊഴിക്കാൻ പാടില്ല എന്ന് പാറുവമ്മയുടെ അമ്മ നാരായണി ശകാരിച്ചെങ്കിലും എന്തുകൊണ്ട് ആയിക്കൂടാ എന്നൊരു മറുചോദ്യമാണ് പാറുവമ്മയിൽനിന്നും പുറത്തേക്കു വന്നത്. നാരായണി പാറുവമ്മയെ അടിക്കാൻ ഓടിച്ചെങ്കിലും പാറുവമ്മയ്ക്ക് വേഗതകൂടുതലായിരുന്നു.

വെള്ളം തിളപ്പിക്കാൻ വിറകില്ല എന്നതാണ് ഭാരതിയുടെ പ്രശ്നം. ഇപ്പോൾ കരിയിലകൊണ്ടാണ് പാചകം. വിറക് തീർന്നിട്ട് രണ്ടാഴ്ചയായി. കരിയില വാരാൻ കോടത്തുമഠത്തിലെ കാവിൽ പോകണം. കരിയില വാരി നിറയ്ക്കാനുള്ള വല്ലം എവിടെയാണെന്ന് അവൾ ഓർത്തുനോക്കി. പകൽ സമയത്തുപോലും കാവിനുള്ളിൽ വെളിച്ചമില്ല. കൊടുംവനം

പോലെയാണ് കാവ്. കാവിനുള്ളിൽ കയറാൻ അവൾക്ക് ഭയമാണ്. കാവിനുള്ളിൽ ഒരു കിണറുണ്ട്. എന്തുമാത്രം ആഴമുണ്ടെന്ന് അവൾക്കറിയില്ല. ഒരിക്കൽ പശുവിന്റെ മറുപിള്ള കാവിലെ കിണറ്റിലിടാൻ പാറുവമ്മ ഭാരതിയെ ഏല്പിച്ചു. പാളയിൽ പൊതിഞ്ഞ മറുപിള്ള കിണറ്റിൽ വീണപ്പോൾ വെള്ളം മുകളിലേക്ക് തെറിക്കുന്ന ശബ്ദം കേട്ടു. കോടത്തുമഠത്തിലെ പാപ്പാകുഞ്ഞിന് ഭ്രാന്ത് വന്നപ്പോൾ എട്ടുമാസം പ്രായമുള്ള അവരുടെ ആൺകുഞ്ഞ് കട്ടിലിൽനിന്ന് താഴെവീണു മരിച്ചു. ജഡം ആരും അറിയാതെ അവർ കാവിലെ കിണറ്റിൽ കൊണ്ടിട്ടു. കൂടെക്കൂടെ കിണറ്റിൽനിന്നും ഒരു കുഞ്ഞിന്റെ കരച്ചിൽ കേൾക്കാറുണ്ടെന്ന് ആളുകൾ പറയുന്നു. രാത്രികാലങ്ങളിൽ കിണറ്റിൽനിന്നും തീക്കുണ്ഡങ്ങൾ പുറത്തേക്ക് ഉയരുന്നത് ആളുകൾ കണ്ടിട്ടുണ്ട്. വവ്വാൽ ചപ്പിയിട്ട കശുവണ്ടി പെറുക്കാൻ ഒരിക്കൻ ശിവൻകുട്ടി കാവിനുള്ളിൽ കയറി. കിണറിനുള്ളിൽനിന്നും ഏതോ ഭീകരശബ്ദം കേട്ടു അവൻ പുറത്തേക്കോടി. കരിയില വാരണമെങ്കിൽ കാവിൽ കയറിയേ പറ്റൂ എന്ന് ചിന്തിച്ച് ഭാരതി വല്ലവുമെടുത്ത് കോടത്ത്മഠത്തിലേക്കു നടന്നു. കാവിനരികിൽ ധാരാളം കരിയില കിടന്നതുകൊണ്ട് കാവിനുള്ളിൽ കയറാതെ വല്ലംനിറച്ച് ഭാരതി തിരിച്ചെത്തി.

"മുത്തശ്ശി കുളിച്ചിട്ടു എവിടെപ്പോവ്വാ?"

കാരണമില്ലാതെ പാറുവമ്മ കുളിക്കാറില്ലെന്ന് ഭാരതിക്ക് അറിയാം.

"അതോ, അമ്പലംവരെ" പാറുവമ്മയുടെ മുഖം വികസിച്ചു.

"അവിടെ ഒരു തൂപ്പുകാരീടെ ഒഴിവൊണ്ടെന്നു കേട്ടു. അതെനിക്ക് തരുമോന്ന് ചോദിക്കാൻ. ഇന്ന് കമ്മിറ്റിയൊണ്ട്. എല്ലാരും അമ്പലത്തികാണും. പോയാൽ ഒരു വാക്ക്. കിട്ടിയില്ലെങ്കിൽ വേണ്ട."

ഭാരതി പാറുവമ്മയെ സൂക്ഷിച്ചുനോക്കി.

വയസ്സുകാലത്ത് അമ്പലത്തിലെ തൂപ്പുകാരിയാവാനുള്ള ആരോഗ്യമൊന്നും പാറുവമ്മയ്ക്കില്ല എന്നവൾക്കറിയാം.

"രണ്ടുമൂന്നേക്കറ് സ്ഥലമൊണ്ട്. അതൊക്കെ തൂത്തുവാരാൻ മുത്തശ്ശിക്കാവുമോ?"

"അതിനുള്ള ആരോഗ്യമൊക്കെ എനിക്കുണ്ട്. അല്ലെങ്കിൽ ഏഴംകുളത്തമ്മ തരും. തീ കത്തിക്കാൻ ഓലച്ചൂട്ടില്ല്യോടീ?"

"തെക്കേ വാരിയിൽ കെട്ടിയിട്ടതൊണ്ട്. മുത്തശ്ശിയല്ല്യോ പറഞ്ഞത് അത് മഴക്കാലത്ത് തീ കത്തിക്കാൻ എടുക്കാമെന്ന്. അതോണ്ട് കോടത്തുമഠത്തീന്ന് കരിയില വാരി. അതൊക്കെ പോട്ട്. ഞാനൊന്ന് ചോദിക്കട്ടെ. അമ്പലത്തിലെ ജോലിക്ക് ഞാൻ പോയാലോ?"

"മാസമൊറ വരുമ്പം നീ എന്തോ ചെയ്യും?"

"നാലഞ്ചു ദെവസത്തേക്ക് മുത്തശ്ശി പോണം. എന്താ ഒക്കത്തില്ല്യോ?"

"ഒക്കത്തില്ല. കമ്മിറ്റിക്കാരു സമ്മതിക്കത്തില്ല. മാസമുറ നിന്നോരു വേണമെന്നാ അമ്പലക്കാര് പറയുന്നെ."

കൂടുതലൊന്നും പറയാതെ കൈലിയുടെ തുമ്പെടുത്ത് അരയിൽ കുത്തി ഭാരതി അടുക്കളയിലേക്കു പോയി. ഒന്നും രണ്ടും പറഞ്ഞാൽ പിന്നീടു വഴക്കാവും. രണ്ടുദിവസം പരസ്പരം മിണ്ടാതെ രണ്ടുപേരും മൗനത്തിലാവും. പാറുവമ്മ മിണ്ടാതിരിക്കുന്നത് ഭാരതിക്ക് സഹിക്കാൻ കഴിയില്ല. ഭാരതി സംസാരിച്ചില്ലെങ്കിൽ പാറുവമ്മയക്ക് ശ്വാസംമുട്ടും. ഒടക്ക് ഒഴിവാക്കാൻ രണ്ടുപേരും ശ്രമിക്കും. മനസ്സ് നൊന്താൽ ഫലം കണ്ണീരാണ്.

ഇടയ്ക്ക് ഭാരതി പാറുവമ്മയുടെ സമീപമെത്തി.

"മുത്തശ്ശീം ഞാനും ഏഴംകുളത്തമ്മയുമൊക്കെ പെണ്ണുങ്ങളല്ലിയോ? അമ്മയ്ക്ക് എല്ലാം അറിയാമല്ലോ. അതൊക്കെ സഹിക്കും. പിന്നെന്താ?"

"അഹമ്മതി പറയാതെടീ" പാറുവമ്മ പ്രാർത്ഥനപോലെ പറഞ്ഞു "ദൈവദോഷം പറയരുത്. അമ്മ കോപിച്ചാൽ എല്ലാം തീർന്നു."

പാറുവമ്മയുടെ മുഖം ഭക്തിസാന്ദ്രമായി. ഭാരതി അക്കാര്യത്തെക്കുറിച്ച് പിന്നീട് ഒന്നും പറഞ്ഞില്ല. ഭാരതി ചെമ്പുകലത്തിൽ വെള്ളം നിറച്ചു. അടുപ്പിൽ തീകൂട്ടി. ചെമ്പുകലത്തിൽ ചന്തിയിൽക്കൂടി തീനാളങ്ങൾ മുകളിലേക്ക് പടർന്നു. ചൂടേറിയപ്പോൾ കലത്തിലെ വെള്ളത്തിൽ ചെറിയ ചെറിയ കുമിളകൾ പരസ്പരം കലഹിച്ചു.

പത്ത്

പാറുവമ്മ കണ്ണിൽനിന്നും മറയുന്നതുവരെ ഭാരതി തിണ്ണയിൽ നിന്നു. പാറുവമ്മ വളരെ വേഗത്തിലാണ് നടക്കുന്നത്. സാവധാനം നടക്കാൻ അവർ ശീലിച്ചിട്ടില്ല. ഏത് കാര്യം ഉദ്ദേശിച്ചാണോ അവർ വീട്ടിൽ നിന്നും ഇറങ്ങിയത് അക്കാര്യത്തെക്കുറിച്ച് മാത്രമാണ് അവരുടെ ചിന്ത. അവരുടെ കാലിൽ ഒരു വേഗപ്പൂട്ട് ഘടിപ്പിക്കണമെന്ന് ഭാരതി ചിരിച്ചുകൊണ്ട് ചിന്തിച്ചു. ക്ഷേത്രത്തിലേക്ക് ഏറിയാൽ പതിനഞ്ച് മിനിറ്റ് നടത്തം മാത്രം. വളവ് തിരിഞ്ഞ് പാറുവമ്മ അപ്രത്യക്ഷമായപ്പോൾ ഭാരതി അടുക്കളയിലേക്ക് പോയി.

അന്നു പാചകം തൊഴുത്തിനോട് ചേർന്ന ചായ്പിലായിരുന്നു. മാസത്തിൽ മൂന്നു ദിവസം തീ കത്തിക്കുന്നത് അവിടെയാണ്. പശുക്കറവയുള്ളപ്പോൾ കിടാവിനെ കെട്ടിയിരുന്നത് ചായ്പിലാണ്. ഇപ്പോൾ തൊഴുത്ത് ഒഴിഞ്ഞു കിടക്കുകയാണ്. അതിരാവിലെ ഭാരതി കുളിച്ചിട്ടാണ് ചായ്പിലെ അടുക്കളയിൽ കയറിയത്. കുളിച്ചിട്ടു അടുക്കളയിൽ കയറുന്നതും ഭക്ഷണം പാകം ചെയ്യുന്നതും ഒരു സുഖമായിട്ടാണ് അവൾക്ക് തോന്നിയത്. ചായ്പിൽ പകൽ സമയത്തും ഇരുട്ടാണ്. അകത്ത് കയറി കുറേ സമയം കഴിയുമ്പോഴാണ് അടുക്കള കാണാൻ കഴിയുന്നത്. വീടു അശുദ്ധമാവാതിരിക്കാനാണ് പാചകം ചായ്പിലേക്ക് മാറ്റണമെന്ന് പാറുവമ്മ തീരുമാനിച്ചത്. ഇക്കാര്യത്തിൽ പാറുവമ്മയുമായി ചില്ലറ വാക്കുതർക്കങ്ങളുമുണ്ടായി. പാറുവമ്മേയുടെ മുഖത്തെ ഭാവം കണ്ടാൽ എല്ലാം

ഇട്ടെറിഞ്ഞ് എവിടെയെങ്കിലും പോകണമെന്ന് പലപ്പോഴും ഭാരതിക്ക് തോന്നിയിട്ടുണ്ട്.

പാറുവമ്മയുടെ വീടിന് രണ്ടു മുറികളാണുള്ളത്. തെക്കേമുറിയിലാണ് പാറുവമ്മ കിടക്കുന്ന കുഴിക്കട്ടിലും പത്തായവും. വടക്കേമുറിയാണ് അടുക്കള. ഭാരതി അടുക്കളയിലാണ് ഇപ്പോൾ ഉറങ്ങുന്നത്. കുറേ നാൾ മുമ്പ് പാറുവമ്മയോടൊത്ത് പത്തായത്തിന്റെ മുകളിലായിരുന്നു ഭാരതി ഉറങ്ങിയത്. പത്തായത്തിന് മൂന്ന് അറകളുണ്ട്. ഒന്നിൽ നെല്ല്. രണ്ടാമത്തെ അറയിൽ മരച്ചീനി വാട്ടി ഉണങ്ങിയത്. മറ്റൊന്നിൽ മരച്ചീനി പച്ചയ്ക്ക് ഉണങ്ങിയത്. രാമക്കുറുപ്പ് ജീവിച്ചിരുന്നപ്പോൾ പത്തായം നിറഞ്ഞുകിടന്നു. ആഹാരത്തിന് ഒരു ബുദ്ധിമുട്ടും ഇല്ലായിരുന്നു. ഇപ്പോൾ പത്തായം കാലി. വിശപ്പ് എന്താണെന്ന് അറിയുന്നത് ഇപ്പോഴാണ്. നെടുമണ്ണുള്ള മൂന്നുപറ കണ്ടം വെറുതെ കിടക്കുകയാണ്. രാമക്കുറുപ്പ് പാട്ടത്തിനെടുത്ത് കൃഷിചെയ്ത കോടത്തുമഠം കാടുമൂടിക്കിടക്കുന്നു. നൂറ് മൂട് ചേനയും ഇരട്ടി കാച്ചിലും വെട്ടുചേമ്പുമൊക്കെ രാമക്കുറുപ്പ് കൃഷി ചെയ്തിരുന്നു. എപ്പോഴും വിശക്കുന്ന ശിവൻകുട്ടിയുടെ വയറ് അന്ന് നിറഞ്ഞിരുന്നു. ഒന്നും കഴിക്കാൻ കിട്ടാത്തതുകൊണ്ട് കോടത്തുമഠത്തിലെ ചുണ്ടെലികൾക്കും ഇപ്പോൾ ശനിദശയാണ്. ചേനയും കാച്ചിലും ചേമ്പും അന്ന് തൊഴുത്തിലാണ് സൂക്ഷിച്ചിരുന്നത്. ചായ്പ് ഒഴിഞ്ഞപ്പോൾ അടുക്കള അങ്ങോട്ടുമാറ്റി. പാചകം കഴിഞ്ഞാൽ സാധനങ്ങൾ വീട്ടിലെ അടുക്കളയിൽ വയ്ക്കും. കണ്ടം കിളയ്ക്കാനും കൃഷിയിറക്കാനുമുള്ള ആരോഗ്യം ശിവൻകുട്ടിക്കില്ല. അക്കാര്യം പാറുവമ്മയ്ക്ക് അറിയാം. നെറ്റിയിൽ പൊടിഞ്ഞ വിയർപ്പ് തുടച്ചുനീക്കി എന്ത് ചെയ്യണമെന്ന് ഒരു രൂപവുമില്ലാതെ ഭാരതി ചായ്പിലിരുന്നു. പാറുവമ്മ ക്ഷേത്രത്തിൽനിന്നും തിരിച്ചു വരുമ്പോൾ എന്തെങ്കിലും കഴിക്കാൻ കൊടുക്കണം. ആഹാരം കഴിച്ചില്ലെങ്കിൽ ആരോഗ്യമില്ലാതാവും. പാറുവമ്മ ആരോഗ്യത്തോടെ ജീവിക്കേണ്ടത് തന്റെ ആവശ്യം കൂടിയാണെന്ന് ഭാരതിക്കറിയാം.

തമിഴ്നാട്ടിൽനിന്നും കരുപ്പുകട്ടി കൊണ്ടുവന്ന കുറെ വൈക്കോൽ തൊഴുത്തിന്റെ സമീപത്ത് കെട്ടിവച്ചിട്ടുണ്ട്. അതിനുള്ളിൽ ചക്കര കഷണങ്ങളുണ്ടാവും. ഇന്നലെ വൈകിട്ടു മുരുകൻ മുതലാളിയുടെ കടയിൽനിന്നും കൊണ്ടുവന്നതാണ്. കച്ചി കുടഞ്ഞു നോക്കിയാൽ ചക്കരക്കഷണങ്ങൾ കിട്ടും. കച്ചിക്കുള്ളിൽ ചക്കരപ്പുക്കിളുണ്ടാവും. ഒരു ഗ്ലാസ് ചക്കരക്കാപ്പിക്ക് ഒരു പുക്കിൾ മതിയാവും. കുറേ ഗോതമ്പുപൊടിയുണ്ടായിരുന്നത് കുടഞ്ഞിട്ടു. പൊടികുഴച്ച് ചക്കരക്കഷണങ്ങളും ചേർത്ത് നാലഞ്ച് 'ഓട്ടട' ഉണ്ടാക്കാമെന്ന് അവൾ വിചാരിച്ചു. അമ്പലത്തിൽനിന്നും തിരിച്ചു വരുമ്പോൾ പാറുവമ്മയ്ക്ക് കൊടുക്കാം. അവൾ വിചാരിച്ചു. ഓട്ടടയാവുമ്പോൾ പെട്ടെന്ന് വിശക്കില്ല. ശിവൻകുട്ടിക്ക് ചെറുപ്പംമുതലേ എപ്പോഴും വിശപ്പാണ്. അവനെ പോറ്റുന്നതാണ് ഏറ്റവും വലിയ പ്രശ്നം. പിടിച്ചാൽ നില്ക്കാതെ ഓടുന്ന പശുക്കുട്ടിയെപ്പോലെയാണ് ശിവൻകു

ട്ടിയുടെ വിശപ്പ്. ഉത്സവദിനങ്ങളിൽ കുതിരച്ചുവട്ടിൽ നില്ക്കുമ്പോഴും വിശന്നാൽ ശിവൻകുട്ടി ഓടി വീട്ടിലെത്തും.

"ചേച്ചി, എന്തെങ്കിലും ഒണ്ടേൽ താ. എനിക്കു വെശക്കുന്നു. കഴിച്ചിട്ടു കുതിരേടെ മൂട്ടി പോണം."

"അതിന് കുതിരമൂട്ടിൽ കഞ്ഞിയൊണ്ടല്ലോ."

"ഒണ്ട്, പക്ഷേ, വെന്തില്ല. ഒരു മണിക്കൂറെങ്കിലും കഴിയും."

പക്ഷേ, രാമക്കുറുപ്പ് അങ്ങിനെയായിരുന്നില്ല. എത്ര വിശന്നാലും എല്ലാം സഹിച്ചുകൊണ്ട് ജോലി തീർത്തിട്ട് മാത്രമേ ആഹാരത്തെക്കുറിച്ച് ചിന്തിക്കാറുള്ളൂ. മനുഷ്യൻ ജീവിക്കുന്നതുതന്നെ ആഹാരം കഴിക്കാനാണെന്നാണ് ശിവൻകുട്ടിയുടെ ശക്തമായ അഭിപ്രായം. നനച്ച ഗോതമ്പുപൊടി വാഴയിലയിൽ പരത്തി, ശർക്കരക്കഷണങ്ങൾ നിരത്തി, ഭാരതി ഇല മടക്കി ദോശക്കല്ലിൽ ഇട്ടു. ചൂടുകൊണ്ട് വാഴയില പൊടിയാൻ തുടങ്ങിയപ്പോൾ ഓട്ടട പുറത്തെടുത്ത് പിഞ്ഞാണത്തിൽ സൂക്ഷിച്ചു.

പാറുവമ്മ ക്ഷേത്രനടയിലെത്തി ദേവിയെ തൊഴുതു. ഉത്സവം അടുത്തു വരുന്നതിന്റെ ലക്ഷണങ്ങൾ ക്ഷേത്രത്തിൽ കാണാം. വയലിലെ കാടുകളൊക്കെ ആരോ തെളിക്കുന്നുണ്ട്. തോടിനോടു ചേർന്ന ഭാഗത്ത് ആറടി ഉയരത്തിൽ കാട്ടുചെടികൾ വളർന്നിട്ടുണ്ട്. കണ്ടത്തിന്റെ കരയിൽ താമസിക്കുന്നവർക്ക് ക്ഷേത്രത്തിലെത്താൻ കാട് ശല്യമാണ്. പൊങ്കാലദിവസം പുല്ല് ചെത്തിമാറ്റിയതുകൊണ്ട് ക്ഷേത്രമുറ്റത്ത് തെളിച്ചമുണ്ടായിരുന്നു.

ക്ഷേത്രത്തിനു മുന്നിലെ കുഞ്ഞിരാമന്റെ ചായക്കടയിൽ ആരെയും കണ്ടില്ല. രണ്ടിടങ്ങഴി അരിയുടെ ദോശ എട്ടു മണിയാവുമ്പോൾ വിറ്റു തീരും. അമ്പലമുറ്റത്തെത്തുമ്പോൾ ദോശ ചുടുന്ന മണമാണ് ആദ്യം മൂക്കിലെത്തുന്നത്. വർഷത്തിൽ രണ്ടു പ്രാവശ്യം മാത്രം ദോശ തിന്നാനുള്ള ഭാഗ്യമേ പാറുവമ്മയ്ക്കുണ്ടായിരുന്നുള്ളൂ. ദീപാവലിക്കും വിഷുവിനും. അന്ന് ശിവൻകുട്ടി പത്ത് ദോശവരെ തിന്നും. ഇരയെ വിഴുങ്ങിയ പാമ്പിനെപ്പോലെ അവൻ തിണ്ണയിൽ കിടന്ന് ഇഴയും. ബാക്കിയുള്ള എല്ലാ ദിവസങ്ങളിലും രാവിലെ പഴംകഞ്ഞിയാണ്. ഓട്ടടപോലെ പഴംകഞ്ഞിയും അത്രവേഗത്തിൽ ദഹിക്കില്ല. ഉറങ്ങാൻനേരം ഒന്നും കഴിച്ചില്ലെങ്കിലും പാറുവമ്മയ്ക്ക് പരാതിയില്ല. കലത്തിൽ വല്ലതുമുണ്ടെങ്കിൽ അത് ശിവൻകുട്ടിക്കും ഭാരതിക്കും വീതിച്ചു നല്കും. ഉറങ്ങുമ്പോൾ വിശപ്പ് അറിയാറില്ല എന്നാണ് പാറുവമ്മയുടെ അഭിപ്രായം. ശിവൻകുട്ടി അങ്ങനെയല്ല. ഉറങ്ങണമെങ്കിൽ വയറ് നിറയണം. ശിവൻകുട്ടിയുടെ വിശപ്പ് മാറ്റാനാണ് പാറുവമ്മ ക്ഷേത്രം പ്രസിഡന്റിനു മുന്നിൽ കൈകൂപ്പി നിന്നത്.

നല്ല ചന്തമുള്ള വെളുത്തനിറമാണ് പ്രസിഡന്റിന്. തല നരച്ചിട്ടില്ല. ലേശം വയറുണ്ട്. അത് കുപ്പായത്തിന് മുകളിൽ മുഴച്ചുനില്ക്കുന്നു. വെളുത്ത ഷർട്ടും മുണ്ടുമാണ് വേഷം. കഷണ്ടിയുടെ ആക്രമണമുണ്ടോ

എന്ന് സംശയിക്കാവുന്ന രീതിയിലുള്ള തല ഉയർത്തിപ്പിടിച്ച് ഗോവിന്ദ ക്കുറുപ്പ് ദേവസ്വം ഓഫീസിന്റെ മുന്നിൽ നില്ക്കുന്നത് കണ്ടപ്പോൾ പാറു വമ്മ അയാളെ വിനയത്തോടെ വണങ്ങി.

"എന്താ?"

"എന്നെ മനസ്സിലായോന്ന് അറിയത്തില്ല."

"ഇല്ല, അറിയത്തില്ല."

"ഞാൻ പാറുവമ്മ. തൂക്കക്കാരൻ രാമക്കുറുപ്പിന്റെ അമ്മയാ. തൂങ്ങി മരിച്ച...."

"ഓ, ഇപ്പോ മനസ്സിലായി. എന്തുണ്ട് വിശേഷം?"

"ഇവിടെ ഒരു തൂപ്പുകാരീടെ ഒഴിവൊണ്ടെന്നു കേട്ടു. അതെനിക്കു തരുമോന്ന് ചോദിക്കാൻ വന്നതാ. ജീവിക്കാൻ മറ്റു മാർഗ്ഗമൊന്നുമില്ല. സത്യം പറഞ്ഞാൽ പട്ടിണിയാ. മോന്റെ മോളൊന്നു പ്രായമായി നിക്കുവാ. ഇതേവരെ കല്യാണം കഴിഞ്ഞിട്ടില്ല. രൂപാ വേണ്ടായോ. കൊച്ചുമോൻ പത്താം ക്ലാസ് ജയിച്ചു. അവനും ജോലിയൊന്നുമില്ല. കോളേജിൽ വിടാൻ കാശില്ല. അതുകൊണ്ട് തൂപ്പുകാരീടെ ജോലി എനിക്ക് തരണം. ഉപേക്ഷ വിചാരിക്കരുത്."

"പാറുവമ്മയ്ക്ക് എത്ര വയസ്സായി?"

"വയസ്സ് കൊറെയായി. കൃത്യമായി ഓർക്കുന്നില്ല. മുറ്റം തൂക്കാനുള്ള ആരോഗ്യമൊക്കെ എനിക്കുണ്ട്. പണിയെടുത്ത ശരീരമാ എന്റേത്. കണ്ട ത്തിലും കരയിലും. ഒരു കുടുംബം രക്ഷപ്പെടുന്ന കാര്യമാ. സഹായി ക്കണം."

"അത് ഞാൻ വിചാരിച്ചാൽ മാത്രം നടക്കില്ല." പാറുവമ്മയെ അടി മുടി നോക്കിക്കൊണ്ട് ഗോവിന്ദക്കുറുപ്പ് പറഞ്ഞു "അമ്പലം കമ്മിറ്റിയാ തീരുമാനിക്കുന്നത്. കമ്മിറ്റിയിൽ പാറുവമ്മയുടെ കാര്യം ഞാൻ പ്രത്യേകം പറയാം. ഒരപേക്ഷ തരണം. ഞാനത് കമ്മിറ്റിയിൽ വയ്ക്കാം."

ഗോവിന്ദക്കുറുപ്പ് ദേവസ്വം ഓഫീസിൽനിന്നും ഒരു വെള്ളപ്പേപ്പർ പാറുവമ്മയ്ക്ക് നല്കി.

"കുഞ്ഞേ, എനിക്ക് എഴുതാൻ അറിയില്ല. കുടിപ്പള്ളിക്കൂടത്തിപ്പോയി അക്ഷരം പഠിച്ചിട്ടുണ്ട്. അത് വളരെ പണ്ടാ. ഇപ്പോ ഒന്നും ഓർമ്മയില്ല. സ്കൂളിന്റെ തൊട്ടടുത്താ എന്റെ വീട്. പക്ഷേങ്കില് പഠിക്കാനായി അവിടെ പോയിട്ടില്ല. ചീനി ഒണങ്ങാൻ പോയിട്ടുണ്ട്. അമ്പലത്തിന്റെ മുറ്റം തൂക്കാൻ പഠിത്തം വേണോ?"

"വേണ്ട. അപേക്ഷ ഞാനെഴുതി തരാം. ഒപ്പിടാൻ അറിയാമോ?"

"അതൊക്കെ അറിയാം. ഒരു വട്ടമാ എന്റെ ഒപ്പ്." പാറുവമ്മ ചിരിച്ചു. ഗോവിന്ദക്കുറുപ്പ് പാറുവമ്മയെ നോക്കി. മേൽക്കുപ്പായമില്ലാത്ത പാറുവ മ്മയെ തൂപ്പുകാരിയായി നിയമിക്കണമെങ്കിൽ ഒരു റവുക്കയെങ്കിലും വേണ്ടേ എന്ന് ഗോവിന്ദക്കുറുപ്പ് സംശയിച്ചു. അതൊന്നും ഇപ്പോൾ പറ യണ്ടകാര്യമല്ലെന്ന് അയാൾ വിചാരിച്ചു.

പാറുവമ്മ ഗോവിന്ദക്കുറുപ്പിനെ തൊഴുതു. ഗോവിന്ദക്കുറുപ്പ് ഒരു

ഭീകരനാണെന്നാണ് ആളുകൾ പറയുന്നത്. പക്ഷേ, തന്നോടുള്ള പെരുമാറ്റം കണ്ടപ്പോൾ പാറുവമ്മയുടെ പേടി മാറി. ജീവിതത്തിൽ ആരോടും വിധേയത്വം കാണിക്കാത്ത പാറുവമ്മ തൊഴുതു നില്ക്കുന്ന രംഗം കണ്ടപ്പോൾ ആലിന്റെ ഇലകൾ തലയിളക്കി ചിരിച്ചു. ഗതികെട്ടാൽ പുലി പുല്ലും തിന്നുമെന്ന് ആലിലകൾ പരസ്പരം പറഞ്ഞു. പാറുവമ്മ ധൃതിയിൽ ക്ഷേത്രത്തിന് മുന്നിലെത്തി പ്രാർത്ഥിച്ചു.

"ഭഗോതി, നീ എന്റെ രാമനെ വിളിച്ചോണ്ടുപോയി. സാരമില്ല. എല്ലാം സഹിച്ചല്ലേ പറ്റൂ. പക്ഷേ, ശിവൻകുട്ടീടേം ഭാരതീടേം കാര്യങ്ങൾ നോക്കിക്കോണം. ഭാഗ്യം ഒണ്ടെങ്കി ഞാനിവിടുത്തെ തൂപ്പുകാരിയാകും. അപ്പോൾ എല്ലാക്കാര്യങ്ങളും നമുക്ക് വിശദമായി സംസാരിക്കാം. ശിവൻകുട്ടിക്ക് അത്യാവശ്യമായും ഒരു ജോലി സംഘടിപ്പിച്ചു കൊടുക്കണം. പിന്നെ ഭാരതീടെ കല്യാണവും നടത്തിത്തരണം. രണ്ടും കഴിഞ്ഞാൽ എന്നെ മോളിലോട്ടു വിളിക്കാനുള്ള ഏർപ്പാടുണ്ടാക്കണം. ഇത്രേം നാള് ജീവിച്ചല്ലോ. അതുമതി."

പാറുവമ്മ പ്രാർത്ഥിച്ചുകൊണ്ടിരുന്ന അതേ സമയത്ത് ശിവൻകുട്ടി, പെരുന്നയിൽ മന്നത്തു പത്മനാഭന്റെ മുറിയുടെ മൂലയിൽ പ്രാർത്ഥനയോടെ കൈകൂപ്പി നിന്നു. വിശാലമായ മുറിയായിരുന്നു അത്. മേൽക്കൂര ഓടുമേഞ്ഞതായിരുന്നു. കഴുക്കോലുകൾക്ക് സാധാരണയിൽ കവിഞ്ഞ കനം തോന്നി. വാതിൽ തുറന്നുകിടക്കുകയായിരുന്നു. സിമന്റിട്ട തിണ്ണ വലുതായിരുന്നു. മുറ്റത്തുകൂടി ആളുകൾ ശബ്ദമുണ്ടാക്കാതെയാണ് നടക്കുന്നത്. വൃക്ഷങ്ങൾപോലും നിശ്ചലമായി നിന്നു. ചിത്രശലഭങ്ങൾ പൂക്കളെ ശ്രദ്ധിക്കാതെ പറന്നകന്നു. മുറ്റത്തെ മൂവാണ്ടൻമാവിന്റെ തടിയിൽക്കൂടി ഉറുമ്പുകൾ നിരനിരയായി പോകുന്നത് കാണാമായിരുന്നു. മാവിന്റെ വേരുകൾ മണ്ണിനു മുകളിൽ തെളിഞ്ഞുകണ്ടു. വിശപ്പും ദാഹവും ശിവൻകുട്ടി മറന്നതുപോലെ തോന്നി. വിമോചന സമരകാലത്ത് പറക്കോട്ട് സ്കൂളിനു സമീപം അദ്ദേഹം പ്രസംഗിക്കാൻ വന്നത് ശിവൻകുട്ടി ഓർത്തു. പ്രസംഗം കേൾക്കാൻവേണ്ടി രാമക്കുറുപ്പിനോടൊപ്പമാണ് അവൻ പോയത്. അന്ന് ശിവൻകുട്ടി നാലാം ക്ലാസിൽ പഠിക്കുകയാണ്. ട്യൂബ് ലൈറ്റിന്റെ വെട്ടത്തിൽ മന്നത്തിന്റെ മുഖം വ്യക്തമായി കാണാൻ കഴിഞ്ഞില്ല. കയ്യാലപ്പുറത്ത് കയറി നിന്നാണ് പ്രസംഗം കേട്ടത്. സംസാരിക്കുമ്പോൾ അദ്ദേഹത്തിന്റെ മുഖം ചുവക്കുകയും ചുമലുകൾ കുലുങ്ങുകയും ചെയ്തു.

നിറയെ ജന്നലുകളുണ്ടായിരുന്നതുകൊണ്ട് അദ്ദേഹത്തിന്റെ മുറിയിൽ നല്ല വെളിച്ചമുണ്ടായിരുന്നു. ആരോ ഒരാൾ മുറിയുടെ വാതിൽക്കൽ വന്ന് അകത്തോട്ടു നോക്കിയിട്ട് തിണ്ണയിൽ മാറി നില്ക്കുന്നതു കണ്ടു. ഒരാൾ മന്നത്തിന് അഭിമുഖമായി കസേരയിലിരിക്കുന്നുണ്ട്. നല്ല നീളവും തടിയുമുള്ള ഒരാൾ. മുറിയിലുള്ള ആൾ പുറത്തിറങ്ങാൻ വേണ്ടി ശിവൻകുട്ടി ഏറെനേരം തിണ്ണയിൽ കാത്തുനിന്നു. ശിവൻകുട്ടിയെ ശ്രദ്ധിച്ചുകൊണ്ട് ഒരാൾ മാവിൻ ചുവട്ടിൽ അസ്വസ്ഥനായി നില്ക്കുന്നത് കണ്ടു.

അയാൾ കൂടെക്കൂടെ മന്നത്തിന്റെ മുറിയിലേക്ക് നോക്കുന്നുണ്ടായിരുന്നു. ഏറെനേരം കാത്തുനിന്ന ശേഷമാണ് ശിവൻകുട്ടി മുറിയിൽ കയറിയത്. ഒരു കൂട്ടം വെള്ളപ്രാവുകൾ പറന്ന് മുറ്റത്തിറങ്ങി എന്തോ അന്വേഷിക്കുന്നതുപോലെ നടന്നു. വെയിലിന് ചൂടില്ലായിരുന്നെങ്കിലും ശിവൻകുട്ടി വിയർത്തു. മന്നത്ത് പത്മനാഭന്റെ മുറി ഒരു ക്ഷേത്രശ്രീകോവിൽപോലെ ശിവൻകുട്ടിക്ക് തോന്നി. കർപ്പൂരത്തിന്റെയും കത്തുന്ന സാമ്പ്രാണിയുടേയും മണം അവിടെ തങ്ങിനില്ക്കുന്നതായി അവന് അനുഭവപ്പെട്ടു. മുൻവശത്തിരിക്കുന്ന ആളുമായി അദ്ദേഹം എന്തോ കാര്യമായി സംസാരിക്കുകയാണ്. മുറിയുടെ മൂലയിൽ തൊഴുകൈയുമായി നില്ക്കുന്ന ശിവൻകുട്ടിയെ അദ്ദേഹം കണ്ടില്ല. ഏറെനേരം അങ്ങനെ നില്ക്കാൻ ശിവൻകുട്ടിക്കായില്ല. വിയർപ്പ് പോലെ മുഖത്ത് ഒരു കരച്ചിൽ പൊടിഞ്ഞു. നേരിയ ശബ്ദത്തിൽ നിയന്ത്രണം വിട്ടു കരച്ചിൽ പുറത്തുചാടിയപ്പോൾ രണ്ടുപേരും ശിവൻകുട്ടിയെ നോക്കി.

"ആരാ?" മന്നം തലയുയർത്തി "എന്തുവേണം?"

മന്നത്തിന് മുഖാമുഖമായി ഇരുന്ന ആളും തിരിഞ്ഞുനോക്കി. അത് കിടങ്ങൂർ ഗോപാലകൃഷ്ണപിള്ളയാണെന്ന് ശിവൻകുട്ടിക്ക് മനസ്സിലായി. പേപ്പറിലും മറ്റും അദ്ദേഹത്തെ ശിവൻകുട്ടി കണ്ടിട്ടുണ്ട്. കിടങ്ങൂർ ശിവൻകുട്ടിയെ നോക്കി ചിരിച്ചു. തന്റെ ശരീരത്തിനുപാകമാകാത്ത ളോഹപോലെയുള്ള കുപ്പായം കണ്ടിട്ടാണോ അദ്ദേഹം ചിരിക്കുന്നതെന്ന് ശിവൻകുട്ടി സംശയിച്ചു.

"എവിടെയാ വീട്?"

"അടൂരിനടുത്ത് ഏഴംകുളം."

"എന്താ വിശേഷിച്ച്?"

ശിവൻകുട്ടിക്ക് അപ്പോൾ ഒന്നും പറയാൻ കഴിഞ്ഞില്ല. ശബ്ദം പുറത്തു വരാൻ വിഷമിച്ചു. ജീവിതത്തിൽ ആദ്യമായി ഒരു വലിയ മനുഷ്യന്റെ മുമ്പിൽ നിന്നപ്പോൾ അവന്റെ ശബ്ദം പതറി. ഒരുവിധം പണിപ്പെട്ടു അവൻ പറഞ്ഞു.

"എന്റെ പേര് ശിവൻകുട്ടീന്നാ. പത്താം ക്ലാസ് ഫസ്റ്റ് ക്ലാസിൽ പാസായി. എനിക്ക് അച്ഛനും അമ്മയുമില്ല. മുത്തശ്ശിയാണ് വളർത്തുന്നത്. കോളേജിൽ ചേരാൻ കാശില്ല. തുടർന്ന് പഠിക്കണമെന്ന് ആഗ്രഹമുണ്ട്. പഠിക്കാൻ സഹായിക്കണം."

ശിവൻകുട്ടിയുടെ തൊണ്ടക്കുഴിയിൽനിന്നും ഒരു കരച്ചിൽ പുറത്തേക്കു വന്നെങ്കിലും അവൻ നിയന്ത്രിച്ചു നിർത്തി.

"പത്തിൽ എത്ര മാർക്കുണ്ട്?"

"നാനൂറ്റി പത്ത്."

"നല്ല മാർക്കാണല്ലോ. പന്തളം കോളേജല്ലേ അടുത്ത്?"

"അതേ."

"ക്ലാസ് തുടങ്ങിക്കഴിഞ്ഞു. പ്രിൻസിപ്പാൾ എൻ ജി കുറുപ്പാ. ഞാൻ പറഞ്ഞെന്നു പറയൂ. പ്രീഡിഗ്രിക്ക് ചേര്."

"കോളേജിൽ ചേരാനും കാശില്ല."

മന്നം മറുപടിയൊന്നും പറയാതെ കിടങ്ങൂരിനോട് വീണ്ടും സംസാരിക്കാൻ തുടങ്ങി. ശിവൻകുട്ടി തൊഴുതുകൊണ്ട് നിന്നു. കൂടുതൽ സമയം അവിടെ നിന്നതുകൊണ്ട് ഫലമില്ലെന്ന് അവനു തോന്നി. പ്രാർത്ഥിച്ചാലും കനിയാത്ത ദൈവങ്ങളാണ് ചുറ്റിലുമെന്നുള്ള അറിവ് ശിവൻകുട്ടിയെ തളർത്തി. പ്രാവിന്റെ കുറുകൽപോലെ നേർത്തശബ്ദത്തിൽ അവൻ കരഞ്ഞു. അവൻ കൈകൾകൂപ്പി കണ്ണടച്ചുനിന്നു.

"ഒരപേക്ഷ തന്നേര്. എന്നിട്ടു എങ്ങനെയെങ്കിലും കോളേജിൽ ചേരാൻ നോക്ക്. എന്തു സഹായം ചെയ്യാൻ കഴിയുമെന്ന് ആലോചിച്ചു പറയാം."

ശിവൻകുട്ടി തിണ്ണയിലിറങ്ങി. അവന്റേതായ ഭാഷയിൽ ഒരപേക്ഷ തയ്യാറാക്കി. അക്ഷരങ്ങൾക്ക് നല്ല വലിപ്പമുണ്ടായിരുന്നു. നേരത്തെ മാവിൻചുവട്ടിൽ കണ്ട അപരിചിതൻ ശിവൻകുട്ടിയുടെ സമീപം ചെന്നു.

"എന്താ പേര്?"

"ശിവൻകുട്ടി."

"അദ്ദേഹത്തെ കണ്ടത് എന്തോയിനാ?"

"പഠിക്കാൻ നിവൃത്തിയില്ല. സഹായം ചോദിക്കാൻ വന്നതാ."

"ഓ, അതൊന്നും നടക്കത്തില്ല. ദിവസവും എത്രപേരാ ഇങ്ങനെ സഹായം ചോദിച്ചുവരുന്നത്. അവരെയെല്ലാം സഹായിക്കാൻ പോയാൽ ഈ പ്രസ്ഥാനം എങ്ങനെ നടത്തിക്കൊണ്ടുപോകും. അതോണ്ട് വലിയ പ്രതീക്ഷയൊന്നും വേണ്ട. അപേക്ഷ ഇങ്ങു തന്നേര്. ഞാൻ കൊടുത്തേക്കാം."

ശിവൻകുട്ടി തലയാട്ടി.

മുറ്റത്തിറങ്ങി മാവിന്റെ തണലിൽ ഒരല്പനേരം നിന്നു.

വിശപ്പുമൂലം അവന്റെ ശരീരം തളർന്നു.

സർവ്വശക്തിയും സംഭരിച്ച് അവൻ റോഡിലിറങ്ങി വടക്കോട്ടു നടന്നു.

പതിനൊന്ന്

ചങ്ങനാശ്ശേരിക്കു പോകുമ്പോഴുണ്ടായ സന്തോഷവും വിശ്വാസവും മന്നത്തെ കണ്ടിട്ട് പുറത്തിറങ്ങുമ്പോൾ ശിവൻകുട്ടിക്ക് തോന്നിയില്ല. ചില കാര്യങ്ങൾ വളരെ പ്രതീക്ഷയോടെയാണ് തുടങ്ങുന്നത്. അവസാനിക്കുന്നത് നിരാശയിലും ആശങ്കയിലുമായിരിക്കും. അത് പ്രകൃതി നിയമമാണോ എന്നുപോലും ശിവൻകുട്ടിക്ക് സംശയമുണ്ടായി. മറ്റുള്ളവർക്കും ഇത്തരത്തിൽ അനുഭവങ്ങളുണ്ടാവാം. നമ്മളറിയുന്ന രീതിയിലല്ല കാര്യങ്ങളുടെ പോക്ക്. ഋതുഭേദങ്ങളുണ്ടാവുമെങ്കിലും ചില സംഭവങ്ങൾ സ്ഥിരമാണ്. ഭൂമി സൂര്യനെ ചുറ്റുന്നതും രാത്രിയും പകലും ഉണ്ടാവുന്നതും മാറ്റമില്ലാത്ത സംഗതിയാണ്. അവൻ റോഡ് മുറിച്ചുകടന്ന് റോഡിന്റെ

ഇടതുവശത്തെത്തി. ബസ്സ്റ്റാൻഡ് റോഡിന്റെ ഇടതുവശത്താണെന്ന് അവൻ നേരത്തെ മനസ്സിലാക്കിയിരുന്നു.

ശിവൻകുട്ടി ആരെയും ശ്രദ്ധിക്കാതെ കുനിഞ്ഞാണ് നടന്നത്. ഒരല്പം നടന്നപ്പോൾ അവൻ എൻ എസ് എസ് ഹിന്ദു കോളേജിന്റെ മുന്നിലെത്തി. പന്തളം കോളേജ് റോഡിൽനിന്നും അര മൈലോളം ദൂരത്തിലാണ്. ചങ്ങനാശ്ശേരിയിലെ കോളേജ് റോഡിനോട് ചേർന്നാണ്. തള്ളവിരലിൽ ഉയർന്ന് നിന്ന് ശിവൻകുട്ടി മതിലിനുള്ളിലേക്ക് നോക്കി. മതിലിനുള്ളിൽ പുല്ല് വളർന്നു നില്ക്കുന്നത് കാണാമായിരുന്നു. ഉള്ളിൽ മതിലിനോട് ചേർന്ന് നാലഞ്ചു കുട്ടികൾ കൂട്ടംകൂടി നില്ക്കുന്നതു കണ്ടു. കൗമാരം കഴിഞ്ഞിട്ടില്ലാത്ത ഒരാൾ സിഗരറ്റു വലിക്കുന്നത് ശിവൻകുട്ടി ശ്രദ്ധിച്ചു. പുകച്ചുരുളുകൾ വെളുത്ത വള്ളിപോലെ മുകളിലേക്ക് പടർന്നു കയറി. ക്ലാസിൽ കയറാത്ത, ഉഴപ്പന്മാരാവാം അവരെന്ന് ശിവൻകുട്ടി ഊഹിച്ചു. മഞ്ഞപ്പൂക്കളുള്ള ഒരുതരം ചെടി തറയാകെ പടർന്നിട്ടുണ്ട്. സിഗരറ്റ് വലിച്ച്, കോളേജ് കുമാരനായി ക്ലാസിൽ കയറാതെ, അലഞ്ഞു തിരിയുന്നതിനെക്കുറിച്ച് അവൻ സ്വപ്നം കണ്ടു. മതിലിനോട് ചേർന്നുള്ള ഓടയിൽ കാലിക്കുപ്പികൾ കിടക്കുന്നതു കണ്ടു. മുറുക്കാൻ കടകളിലും ചാരായം ചെറിയ കുപ്പികളിലാക്കി വില്ക്കാൻ വച്ചിട്ടുള്ളതായി സോമൻ പറഞ്ഞിരുന്നു. കോളേജിൽ പഠിക്കുന്നവരാണ് ചാരായം കൂടുതലും കഴിക്കുന്നതെന്നും സോമൻ പറഞ്ഞു.

കോളേജിൽനിന്നും പെൺകുട്ടികൾ നിരനിരയായി നടന്നു വരുന്നുണ്ടായിരുന്നു. മഴവില്ലിന്റെ മനോഹരമായ നിറങ്ങൾ ഒഴുകി വരുന്നതുപോലെയാണ് ശിവൻകുട്ടിക്ക് തോന്നിയത്. അവരെല്ലാം വടക്കോട്ടാണ് നടക്കുന്നത്. ശിവൻകുട്ടി അവരുടെ പിറകെ നടക്കാൻ തുടങ്ങി. പെൺകുട്ടികളുടെ പിറകേ നടക്കുന്നത് ഒരു സുഖമാണ്. അവരുടെ നടത്തത്തിന് ഒരു താളവും ഭംഗിയുമുണ്ട്. അവർ സാവധാനമാണ് നടക്കുന്നത്. കാച്ചെണ്ണ തേച്ച കാർകൂന്തലിന്റെ മണം കാറ്റിൽ കലർന്ന് അവരോടൊത്ത് നീങ്ങി. അവരുടെ ശരീരത്തിന്റെ വടിവും ചലനത്തിന്റെ ചാരുതയും കണ്ടപ്പോൾ ശിവൻകുട്ടി വിശപ്പ് മറന്നു. പരിസരം മറന്നു. വന്നകാര്യം മറന്നു. റോഡിലൂടെ പോകുന്നവർ അവനെ ശ്രദ്ധിക്കുന്നുണ്ടോ എന്നു അവൻ ഭയന്നു. ഇടയ്ക്ക് പെൺകുട്ടികളിലൊരാൾ ശിവൻകുട്ടിയെ കണ്ടപ്പോൾ പെട്ടെന്ന് നിന്നു. ചിരിച്ചുകൊണ്ട് അവൾ ശിവൻകുട്ടിയുടെ സമീപത്തേക്ക് വന്നു. മറ്റ് പെൺകുട്ടികൾ മുന്നോട്ടു നടക്കാതെ അവളേയും പ്രതീക്ഷിച്ചു നിന്നപ്പോൾ പൊയ്ക്കൊള്ളാൻ ആംഗ്യം കാണിച്ചിട്ട് അവൾ ശിവൻകുട്ടിയെ നോക്കി ചിരിച്ചു. ആരാണിവൾ എന്ന ശങ്കയോടെ ശിവൻകുട്ടി അവളുടെ മുഖത്തേക്ക് നോക്കി.

"എന്നെ പരിചയമുണ്ടോ?"

പെൺകുട്ടി ചോദിച്ചു.

അവളെ എവിടെയോ കണ്ടിട്ടുള്ളതുപോലെ ശിവൻകുട്ടിക്ക് തോന്നി. നാട്ടിൽ വച്ചാണോ, അതോ മറ്റേതെങ്കിലും സ്ഥലത്തുവച്ചോ? ഓർമ്മി

ച്ചെടുക്കാൻ കഴിയുന്നില്ല. തിരിച്ചറിയാൻ പറ്റുന്നില്ല. ക്ഷേത്രത്തിൽ വച്ച് പലരേയും കണ്ടിട്ടുണ്ട്. കവലയിലെ കടയിൽനിന്നും ആരൊക്കെയോ അവരെ നോക്കുന്നുണ്ടായിരുന്നു. വലിയ തേനീച്ചയുടെ കൂടുപോലെ ചുരുണ്ടമുടി കണ്ടപ്പോൾ അവന്റെ മനസ്സ് ഉണർന്നു. അതേ, അവളു തന്നെ. തകിടിയിൽ സുരേന്ദ്രൻ മാഷിന്റെ മകൾ ശ്രീദേവി. ഒരു മിന്നൽ പോലെ ശ്രീദേവിയെക്കുറിച്ചുള്ള ഓർമ്മ അവന്റെ ഉള്ളിൽ വന്നു. പണ്ട് പാല്പാത്രവുമായി സുരേന്ദ്രൻ മാഷിന്റെ വീട്ടിൽ പോയതും ശ്രീദേവി അവനെ അടുക്കളയിലേക്ക് വിളിച്ചുകയറ്റിയതും പാല്പാത്രം പിന്നെ തരാമെന്ന് പറഞ്ഞതും ഒരല്പം കഴിഞ്ഞ് പോകാമെന്ന് പറഞ്ഞതും തന്നെ ആലിംഗനം ചെയ്തതും അവൻ ഓർത്തു. ഭിന്നസംഖ്യ എങ്ങനെയാണ് കൂട്ടുന്നതെന്ന് ചോദിച്ചുകൊണ്ട് അവൾ അവനെ തന്റെ ശരീരത്തോടു ചേർത്തു നിർത്തിയതും രണ്ടു കൈകൾകൊണ്ടും അവന്റെ മുഖം അവളുടെ മാറിലേക്ക് ചായ്ച്ചതും ഛേദവും ഛേദവും അംശവും അംശവും തമ്മിൽ കൂട്ടിമുട്ടിച്ചാലോ എന്നു ചോദിച്ചുകൊണ്ട് ശരീരം അമർത്തിപ്പിടിച്ചതും അവളുടെ നെഞ്ചിലെ നന്ത്യാർവട്ട പൂക്കൾ വിടർന്നതും സുരേന്ദ്രൻ മാഷ് തിണ്ണയിലിരുന്ന് സൂര്യനമസ്കാരം ചെയ്യുന്ന ശബ്ദം കേട്ടപ്പോൾ പിടിവിട്ടു മുറ്റത്തേക്ക് ഓടിയിറങ്ങിയതുമൊക്കെ ശിവൻകുട്ടി ഓർത്തു. അല്പനേരംകൂടി ശ്രീദേവിയുടെ അടുത്ത് നിന്നിരുന്നെങ്കിൽ അവൾ ശിവൻകുട്ടിയെ ബലാത്സംഗം ചെയ്യുമായിരുന്നു. സ്ത്രീകൾ ഏതെങ്കിലും പുരുഷനെ ബലാൽക്കാരം ചെയ്തിട്ടുണ്ടോ? അറിയില്ല. അവളുടെ ആലിംഗനത്തിന്റെ ചൂട് അവന്റെ ശരീരത്തിൽനിന്നും ഇപ്പോഴും പൂർണ്ണമായി വിട്ടുമാറിയിട്ടില്ല. അവൾക്കൊരു മണമുണ്ടായിരുന്നു. ഓർമ്മയിൽ അവളുടെ മണം തങ്ങിനിന്നിരുന്നു.

"സുരേന്ദ്രൻ മാഷിന്റെ മകൾ ശ്രീദേവിയല്ലേ?" ശിവൻകുട്ടി ചോദിച്ചു.

"അപ്പോൾ നീ എന്നെ മറന്നിട്ടില്ല. നല്ലകാര്യം."

"എങ്ങനെ മറക്കും? അന്ന് അടുക്കളയിൽ വച്ച് ഭിന്നസംഖ്യ കൂട്ടുന്നകാര്യം ചോദിച്ചത് മറക്കാൻ ഞാൻ മനുഷ്യനല്ലാതാവണം."

"അതൊക്കെ ഇപ്പോഴും ഓർമ്മയുണ്ട് അല്ലേ?"

"ഒണ്ട്. ഞാനന്ന് നാലിൽ പഠിക്കുകയായിരുന്നു. ശ്രീദേവി പത്തിലും. അന്ന് ഞാനൊരു പുരുഷനല്ലായിരുന്നു. വെറും ബാലൻ. ഇന്നായിരുന്നെങ്കിൽ നിങ്ങളുടെ അടുക്കളയിൽനിന്നും കിതപ്പും ഞരക്കവും കേട്ടേനെ!"

"അതൊക്കെ പോട്ട്. നീ എന്തിനാ ചങ്ങനാശ്ശേരി വന്നെ?"

"അച്ഛൻ മരിച്ച കാര്യം ശ്രീദേവി അറിഞ്ഞുകാണുമല്ലോ?"

"ഞാനവിടെ വന്നതും നിന്നെ കണ്ടതും മറന്നോ?"

"ആരൊക്കെ വന്നന്നൊന്നും എനിക്ക് ഓർമ്മയില്ല." ഒരല്പനേരം നിർത്തിയിട്ട് ശിവൻകുട്ടി പറഞ്ഞു. "എനിക്ക് പത്തിൽ ഫസ്റ്റ് ക്ലാസുണ്ട്. പക്ഷേ, കോളേജിൽ ചേരാൻ മുത്തശ്ശീടെ കൈയിൽ കാശില്ല. അതുകൊണ്ട് നമ്മുടെ സമുദായാചാര്യനോട് സഹായം ചോദിക്കാൻ വന്നതാ."

“അദ്ദേഹം എന്തു പറഞ്ഞു?”

“അപേക്ഷ കൊടുത്തിട്ട് കോളേജിൽ ചേരാൻ പറഞ്ഞു. ചേരാനായാലും പൈസ വേണ്ടേ? അക്കാര്യം അദ്ദേഹത്തോടു വീണ്ടും പറഞ്ഞു. കുറെനേരം മിണ്ടിയില്ല. ഒരപേക്ഷ കൊടുത്തിട്ട് ഞാനിറങ്ങിപ്പോന്നു.”

“ഇനീം വീട്ടിപ്പോവാണോ?”

“അല്ലാതെന്തു ചെയ്യാനാ.”

“ചെറു പ്രായത്തിലേ ദുരിതം തുടങ്ങി അല്ലേ?”

“അതെ. ശ്രീദേവി ഇവിടെ പഠിക്കുകയാണോ?”

“ഡിഗ്രിക്ക് മൂന്നാം വർഷം. ഹോസ്റ്റലിലാ. വീട്ടിൽ ആരാണ്ടിരിക്കുന്നോ ആഹാരം തരാൻ. കാരണമെന്തുമാകട്ടെ, അമ്മയെ വിളിച്ചോണ്ടു വരാൻ അച്ഛനോടു പറയാൻ പോവ്വാ. അല്ലാതെ നിവൃത്തിയില്ല. അച്ഛനും വയസ്സാകുന്നു. അച്ഛനും അമ്മയും തമ്മിലുള്ള പ്രശ്നമെന്താണെന്ന് എനിക്കിപ്പോഴും അറിയില്ല. അച്ഛനും ഹോട്ടലീന്നാ കഴിപ്പൊക്കെ. എന്നും കുന്നും ഹോട്ടലി പോവാൻ പറ്റുമോ? എനിക്കാണേൽ പാചകം അത്ര പോരാ. അവിയലു വച്ചാൽ സാമ്പാറ് പോലിരിക്കും. ചായയിടാൻ മാത്രം അറിയാം.”

ശ്രീദേവി ചിരിച്ചു. എന്നിട്ടു ചോദിച്ചു.

“നീ വല്ലതും കഴിച്ചോ?”

“ഇല്ല.”

“എങ്കീവാ. നമുക്ക് ആര്യഭവനിൽ പോകാം. നല്ല നെയ്റോസ്റ്റ് കിട്ടും.”

ശിവൻകുട്ടി ശ്രീദേവിയുടെ പിറകേ നടന്നു. അവളുടെ നിതംബം സാരിക്കുള്ളിൽ കൂടി തുളുമ്പുന്നുണ്ടായിരുന്നു. ശിവൻകുട്ടിയുടെ മനസ്സ് പെട്ടെന്ന് മൂകമായി. ജീവിതത്തിന്റെ വഴിയിൽ വരുന്ന സൗഭാഗ്യങ്ങളൊന്നും വലിച്ചെറിയാൻ പാടില്ല എന്ന് അവന് തോന്നി. നഷ്ടപ്പെട്ടതൊന്നും വീണ്ടും പഴയപടി തിരിച്ചുവരികയില്ലെന്നും അവൻ മനസ്സിലാക്കി.

“വാ, കേറിവാ.”

ആര്യഭവന്റെ മുന്നിലെത്തിയപ്പോൾ ശ്രീദേവി അവനെ വിളിച്ചു. ആട്ടിൻകുട്ടിയെപ്പോലെ ശിവൻകുട്ടി അനുസരിച്ചു. മൂടിക്കെട്ടിയ ആകാശം പോലെ അവന്റെ മനസ്സ് മൗനമായി. കൈ കഴുകുമ്പോൾ ശ്രീദേവിയുടെ ശരീരം ശിവൻകുട്ടിയുടെ തോളിൽ തട്ടി. ഒരു കുരുടൻ കണക്കെ അവൻ അവളുടെ പിന്നാലെ ചെന്നു.

“നിനക്കെന്താ കഴിക്കാൻ വേണ്ടത്, മസാലദോശയോ നെയ്റോസ്റ്റോ?”

“എന്തായാലും മതി.”

മേശയ്ക്ക് ചുറ്റും പരിസരം മറന്ന് അവർ ഇരുന്നു. ബ്ലൗസിനുള്ളിൽനിന്നും നാലായി മടക്കിയ ഒരു കടലാസ് കഷണം അവൾ പുറത്തെടുത്തു. വിയർപ്പ് പുരണ്ടതുമൂലം കടലാസ് നനഞ്ഞിരുന്നു. മീശ കുരുത്തുവരുന്ന ശിവൻകുട്ടിയുടെ മുഖത്ത് നിഷ്കളങ്കത നിഴലിച്ചു. കടലാസ് സാവധാനം നിവർത്തിക്കൊണ്ട് ശ്രീദേവി പറഞ്ഞു.

"ഞങ്ങടെ ക്ലാസിൽ പഠിക്കുന്ന ഒരു ചെക്കൻ ഇന്നുതന്ന ഒരു പ്രേമലേഖനമാ ഇത്. ഇതേവരെ വായിച്ചു നോക്കിയില്ല. പയ്യെ തിന്നാൽ പനയേം തിന്നാം എന്നല്ലേ പറഞ്ഞു കേൾക്കുന്നത്. പ്രേമലേഖനം വയ്ക്കാൻ സുരക്ഷിതമായ സ്ഥലം ബ്ലൗസിനുള്ളിലെ മാംസളമായ സ്ഥലമാണ്. ബുക്കില് വച്ചാ ആരെങ്കിലും കണ്ടുപിടിക്കും. വായിച്ചു കഴിഞ്ഞാൽ ഒടൻ കീറിക്കളയും. അല്ലാതെ കൈയിൽ വച്ചോണ്ടിരിക്കത്തില്ല. അതാ എന്റെ രീതി. നിനക്ക് വായിക്കണോങ്കി തരാം. അല്ലേൽ ഇപ്പോ കീറിക്കളയും."

"വേണ്ട."

ഒരു കള്ളച്ചിരി ശ്രീദേവി അവന് പകർന്നുനല്കി. വെയ്റ്റർ വന്നു. രണ്ട് നെയ്റോസ്റ്റിനും രണ്ടു ചായയ്ക്കും പറഞ്ഞു. വെയിറ്റർ ഗ്ലാസിൽ വെള്ളം വെച്ചിട്ടു പോയപ്പോൾ ശ്രീദേവി ചോദിച്ചു.

"നിനക്ക് ആരെങ്കിലും പ്രേമലേഖനം തന്നിട്ടുണ്ടോ?"

"ഇല്ല. പ്രേമിക്കാനുള്ള യോഗ്യതയൊന്നും എനിക്കില്ല. ഞങ്ങൾ പാവങ്ങളാ. വരാഹം കൈയിലില്ലെങ്കിൽ നാരികളാരും വരത്തില്ല എന്നാണ് പ്രമാണം."

"എടാ ശിവൻകുട്ടി, നഷ്ടപ്പെട്ട ദിനങ്ങളൊന്നും നമുക്ക് തിരിച്ചു കിട്ടത്തില്ല. അതുകൊണ്ട് ഒള്ള സമയംകൊണ്ട് പരമാവധി മുതലാക്കണം. കല്യാണം കഴിഞ്ഞാൽ ഇതൊന്നും നടക്കത്തില്ല. പക്ഷേ, ഇലയ്ക്കും മുള്ളിനും കേടുവരാതെയും ശ്രദ്ധിക്കണം. സപ്പോസ് ഞാനങ്ങ് മുതുക്കിയായെന്നിരിക്കട്ടെ. അന്നേരം ഒരു പ്രേമലേഖനം കിട്ടിയാക്കൊള്ളാമെന്ന് കൊതിച്ചാൽ കിട്ടുമോ? ഇല്ലേയില്ല. കാറ്റ് നോക്കി തൂറ്റണം. ഇപ്പോത്തന്നെ മൂന്നാല് കോന്തന്മാർ എനിക്ക് പ്രേമലേഖനം തന്നിട്ടുണ്ട്. അവരോടെല്ലാം പ്രേമമാണെന്ന് ഞാൻ അഭിനയിക്കും. മറുപടിയൊന്നും കൊടുക്കത്തില്ല. മറുപടി കൊടുത്താൽ അതുവെച്ച് അവന്മാര് മുതലെടുക്കും. അവന്മാരുടെ പഠിത്തം കൊളമാവും. ഞാൻ ഭംഗിയായി പഠിക്കും. അവന്മാരെല്ലാം തോക്കും. ഞാൻ ജയിക്കും. അവന്മാരെല്ലാം വഴിയാധാരമാവും. എന്റെ ഉദ്ദേശ്യവും അതാ. ഏറ്റവും കൂടുതൽ ചെറുക്കന്മാരെ പ്രേമിച്ച് നശിപ്പിച്ച പെണ്ണ് എന്നുള്ള പേര് ഗിന്നസ് ബുക്കിൽ വരണം. അതാണെന്റെ ലക്ഷ്യം."

ഒന്നും മനസ്സിലാവാത്തതുപോലെ ശ്രീദേവിയെ അത്ഭുതത്തോടെ ശിവൻകുട്ടി നോക്കി.

"കേട്ടോ ശിവൻകുട്ടി, വിവാഹത്തിനു മുമ്പ് ഒരു പുരുഷനുമായി ബന്ധപ്പെടണമെന്നുള്ളത് എന്റെ ആഗ്രഹങ്ങളിലൊന്നാ. ഈ കന്യകാത്വമെന്നൊക്കെ പറയുന്ന സങ്കല്പമുണ്ടല്ലോ, അതൊക്കെ പൊളിച്ചടുക്കണമെന്നാ എന്റെ ഉദ്ദേശ്യം. അത് നിന്നിൽക്കൂടി സാധിക്കണമെന്നാ എന്റെ ഒരു താല്പര്യം. ഞാൻ തുറന്ന് പറയുന്നോണ്ട് മറ്റൊന്നും തോന്നരുത്. ഇക്കാര്യം മറ്റാരോടും പറയാനും പാടില്ല. അതുകൂടി പറയാനാ നിന്നെ കണ്ടപ്പോൾ ഞാൻ നിന്നത്. നാട്ടിൽ വച്ച് ഇതുപോലെ സംസാ

രിക്കാൻ സന്ദർഭമില്ല. അമ്പലത്തിൽ വച്ച് നിന്നെ പലപ്രാവശ്യം കണ്ടെങ്കിലും ഇത്തരം വിഷയങ്ങൾ അവിടെവെച്ച് എങ്ങനാ പറയുന്നത്. അല്ലിയോ?"

ശിവൻകുട്ടി തലയാട്ടി.

"നീ എന്നെക്കാൾ വളരെ ചെറുപ്പമാ. തളിരിലകൾക്ക് മാർദ്ദവം കൂടും. വാട്ടിയെടുത്താൽ പൊട്ടില്ല. തളിർ വെറ്റിലയിൽ ചുണ്ണാമ്പ് തേച്ച് പാക്ക് കടിച്ചുടച്ച് മുറുക്കുമ്പോഴുള്ള സുഖം സങ്കല്പിക്കാനേ കഴിയുന്നില്ല."

ശ്രീദേവി പറഞ്ഞതെല്ലാം ശിവൻകുട്ടിയുടെ ഒരു ചെവിയിൽ കൂടി കയറി മറുചെവിയിൽക്കൂടി പുറത്തിറങ്ങിയതല്ലാതെ അവനെ ബാധിച്ചില്ല. ഭ്രാന്തമായ ആശയങ്ങളും പെരുമാറ്റവുമാണ് ശ്രീദേവിയുടേതെന്ന് ശിവൻകുട്ടിക്ക് തോന്നി. പഠിക്കുന്ന കാലത്ത് പഠിക്കുകയാണ് വേണ്ടത്. മറ്റെല്ലാം അപകടമാണ്. ശിവൻകുട്ടി നെയ്റോസ്റ്റ് പെട്ടെന്ന് കഴിച്ചിട്ടു ചായകുടിച്ചു. നെറ്റിയിൽ തളർന്നുവീണ മുടി ചെവിക്ക് പുറകിൽ ഒതുക്കി വച്ചിട്ടു ശ്രീദേവി പറഞ്ഞു.

"ഉത്സവത്തിന് ഞാൻ വീട്ടിൽവരും. അച്ഛൻ ഉത്സവത്തിനു പോകും. രാത്രിയിൽ ഞാൻ വീട്ടിൽ തനിച്ചാരിക്കും. നീ പത്തുമണി കഴിഞ്ഞ് വീട്ടിലോട്ടു പോര് എന്താ?"

ശിവൻകുട്ടി ഒന്നും പറഞ്ഞില്ല. അവന്റെ മനസ്സും ശരീരവും കീഴ്പ്പെടുത്താനുള്ള ശ്രമമാണ് ശ്രീദേവിയുടേതെന്ന് അവൻ ഊഹിച്ചു.

"നെയ്റോസ്റ്റിനു അഞ്ചുരൂപാ. രണ്ട് ചായയ്ക്ക് ഇരുപതു പൈസ. ആകെ അഞ്ചുരൂപാ ഇരുപതു പൈസ. ബാക്കി വണ്ടിക്കൂലിക്കെടുത്തോ."

പത്തുരൂപാ നോട്ടെടുത്ത് അവൾ ശിവൻകുട്ടിക്ക് നേരേനീട്ടി.

"അതൊന്നും വേണ്ട. എന്റെ കൈയിൽ പൈസയുണ്ട്."

"ഞാനല്ലിയോ നിന്നെ കാപ്പികുടിക്കാൻ വിളിച്ചത്. ഞാൻ തന്നെ കൊടുക്കും."

ശ്രീദേവി മാനേജരുടെ അടുത്തുചെന്നു.

"നീ സിഗരറ്റ് വലിക്കുമോ?"

"ഇല്ല."

"എടാ, പുരുഷനായാൽ വല്ലപ്പോഴും ഒരു സിഗരറ്റൊക്കെ വലിക്കണം. ഞാനൊരിക്കൽ രഹസ്യമായി ഒരു ബർക്കിലി സിഗരറ്റ് വലിച്ചുനോക്കി. ചുമച്ച് കൊടല് പുറത്തുവന്നു." ശ്രീവേദി വീണ്ടും ചിരിച്ചു. ശബ്ദം പുറത്തു കേൾക്കാതിരിക്കാൻ സാരിയുടെ തുമ്പ് വായിൽ തിരുകി. എങ്കിലും അവളുടെ മുഖത്ത് വ്യസനത്തിന്റെ ഒരു നിഴലുള്ളതുപോലെ ശിവൻകുട്ടിക്കു തോന്നി. ആഗ്രഹങ്ങൾ സാധിക്കാൻ ആർത്തി കാണിക്കുന്ന അവളുടെ സ്വഭാവത്തെ കുറ്റപ്പെടുത്താൻ ശിവൻകുട്ടിക്കു തോന്നിയില്ല.

"നീ ഞങ്ങടെ ഹോസ്റ്റലിലേക്കു വരുന്നോ? മുഴുവൻ പെമ്പിള്ളാരാ അവിടെ."

ഇല്ലെന്ന് ശിവൻകുട്ടി പറഞ്ഞു.

"ഞാനീ പറഞ്ഞതൊന്നും മറ്റാരോടും പറയരുത്. രസത്തിനു പോലും. നാട്ടിൽ ഞാൻ നല്ല കുട്ടിയാ. നല്ല സ്വഭാവമുള്ള ഒരുത്തന്റെ കൂടെ ജീവിക്കാനുള്ളതാ. അത് ഞാൻ പറഞ്ഞേക്കാം. ഉത്സവത്തിന് കാണണേ! ഒരല്പം നടന്നാൽ ബസ്സ്റ്റാന്റിലെത്താം. അവിടെ ചെന്നാൽ ഇരുന്നുപോകാം."

ശ്രീദേവി ഹോസ്റ്റലിലേക്കുള്ള വഴിയിൽ കയറിയപ്പോൾ പല പ്രാവശ്യം ശിവൻകുട്ടിയെ അവൾ തിരിഞ്ഞുനോക്കി. ഒരു സ്വർണ്ണ അരയന്നം നീന്തിപ്പോവുന്നതുപോലെയാണ് ശ്രീദേവിയുടെ നടത്തമെന്നു അവനു തോന്നി. ഒരാൾക്ക് അയാൾക്കിഷ്ടപ്പെട്ട മറ്റൊരാളുമായി ലൈംഗികബന്ധത്തിൽ ഏർപ്പെടുന്നത് തെറ്റോ അതോ ശരിയോ എന്ന് തീരുമാനിക്കാൻ കഴിയാതെ ശിവൻകുട്ടി റോഡിൽ നിശ്ചലനായിനിന്നു. ഈ ലോകത്തിൽ ഓരോരുത്തരും ഓരോ രീതിയിലാണ് പെരുമാറുന്നതെന്ന് അവൻ സമാധാനിച്ചു. ചിലർക്ക് വികാരം നിയന്ത്രിക്കാനുള്ള കഴിവില്ല. അത്തരത്തിലൊരു പെൺകുട്ടിയാണ് ശ്രീദേവിയെന്ന് അവന് തോന്നി.

പന്ത്രണ്ട്

ജോലിക്കാര്യത്തെക്കുറിച്ച് അറിയാനാണ് പാറുവമ്മ അമ്പലത്തിലെത്തിയത്. വെള്ളിയാഴ്ചയായതുകൊണ്ട് ക്ഷേത്രത്തിൽ നല്ല തിരക്കായിരുന്നു. നാഗത്തറയിൽ സർപ്പം പാട്ട് പാടുന്ന സ്ത്രീ പാറുവമ്മയെ കണ്ടപ്പോൾ പുഞ്ചിരിച്ചു. ചൊവ്വാഴ്ചയും വെള്ളിയാഴ്ചയുമാണ് അവർ പാടാനെത്തുന്നത്. ഈ രണ്ടുദിവസവും ക്ഷേത്രത്തിൽ തിരക്കായിരിക്കും. ദേവസ്വം ഓഫീസിനു മുന്നിൽ കമ്മിറ്റിക്കാർ കൂടി നില്ക്കുന്നുണ്ട്. അവരുടെ നെറ്റിയിൽ ചന്ദനക്കുറിയുണ്ട്. മുഖത്ത് സന്തോഷവും. അവരുടെയിടയിൽ ഗോവിന്ദക്കുറുപ്പ് നില്ക്കുന്നത് കണ്ട് പാറുവമ്മ അങ്ങോട്ടു ചെന്നു.

"പാറുവമ്മയുടെ ജോലിക്കാര്യം റെഡി." ഹൃദയംതുറന്ന് ചിരിച്ചുകൊണ്ട് ഗോവിന്ദക്കുറുപ്പ് പറഞ്ഞു. "വേണോങ്കി പാറുവമ്മ ഇന്നുതന്നെ ജോലിക്ക് കയറിക്കോ. അല്ലെങ്കിൽ നാളെ. ശമ്പളം എത്രയാന്ന് അറിയേണ്ടേ? മാസം ഇരുപത്തിയഞ്ചുരൂപ. നേരത്തെ അത് ഇരുപതു രൂപയായിരുന്നു. തൂക്കക്കാരൻ രാമക്കുറുപ്പിന്റെ അമ്മയായോണ്ടാ അഞ്ചു രൂപ കൂട്ടിയത്. എന്താ പാറുവമ്മയുടെ അഭിപ്രായം?"

"ഇരുപത്തിയഞ്ച് രൂഭാ അത്ര കൊറവൊന്നുമല്ല കുഞ്ഞേ." പാറുവമ്മ ഭവ്യതയോടെ പറഞ്ഞു. "റേഷൻ വാങ്ങാനൊണ്ട്. പട്ടിണി കെടക്കാതെ കഴിയാം. എല്ലാം ഏഴംകുളത്തമ്മേടെ കൃപ. ചെറുക്കന് എന്തെങ്കിലും ജോലികിട്ടിയാൽ ഞങ്ങൾ രക്ഷപ്പെട്ടു. അവന്റെ പെങ്ങള് പെണ്ണ് പ്രായമായി നില്ക്കുവാന്നേ. അവളെ എത്രയും പെട്ടെന്ന് കെട്ടിച്ചയക്കണം. അതിനൊരു വഴിയാ ഇവിടത്തെ ജോലി. കുഞ്ഞിനേം കൂടെയുള്ളവരേം ദേവി അനുഗ്രഹിക്കും."

പാറുവമ്മയ്ക്ക് സന്തോഷം അടക്കാൻ കഴിഞ്ഞില്ല. എരിയുന്ന ചന്ദനത്തിരിയുടെ മണം പാറുവമ്മയുടെ മുന്നിലൂടെ കടന്നുപോയി. വിശ്വസിക്കാൻ കഴിയാത്ത കാര്യങ്ങളാണ് ജീവിതത്തിൽ സംഭവിക്കുന്നതെല്ലാം. ഏതാണ്ട് മൂന്ന് ഏക്കറോളം സ്ഥലത്താണ് അമ്പലം നില്ക്കുന്നത്. ഇരുപത് സെന്റ് അമ്പലക്കാവാണ്. അത്രയുംതന്നെ സ്ഥലത്താണ് അമ്പലക്കുളം. കുളക്കരയിൽ രണ്ട് വലിയ ആൽമരമുണ്ട്. കൊഴിഞ്ഞ ആലിലകൾ കുളത്തിനടിയിൽ ഉറങ്ങുന്നത് ഉച്ചസമയത്ത് കാണാം. ക്ഷേത്രത്തിനു മുന്നിലെ ഞാവൽമരത്തിൽനിന്നും ഇലകൾ ക്ഷേത്രമുറ്റത്തു വീഴുന്നത് ദിവസവും വൃത്തിയാക്കണം. ഊട്ടുപുരയോടു ചേർന്നും ദേവസ്വം ഓഫീസിനരികിലും നില്ക്കുന്ന ആൽമരങ്ങളും ധാരാളം ഇലകൾ പൊഴിക്കും. മേൽക്കുപ്പായമില്ലെന്നതാണ് പാറുവമ്മ ഇപ്പോൾ അഭിമുഖീകരിക്കുന്ന ഏറ്റവും വലിയ പ്രശ്നം. കുനിഞ്ഞുനിന്ന് തൂക്കുമ്പോൾ നെഞ്ചിലെ കുഞ്ഞുങ്ങൾ ഊഞ്ഞാലാടാൻ തുടങ്ങും. ആട്ടം ഒഴിവാക്കണമെങ്കിൽ റൗക്ക ഇടണം. ഇന്നുതന്നെ തുണിയെടുത്ത് രണ്ട് റവുക്ക തയ്പ്പിക്കാനുള്ള കാര്യങ്ങൾ ചെയ്യണമെന്ന് പാറുവമ്മ തീരുമാനിച്ചു.

ക്ഷേത്രത്തിലധികം വരുന്ന പായസവും വെള്ളച്ചോറും കിട്ടിയാൽ ജീവിതം സുഭിക്ഷമാവുമെന്ന് പാറുവമ്മ കണക്കുകൂട്ടി. കഴകം ഇപ്പോൾ ഒരു ചെറുപ്പക്കാരനാണ്. അധികം വരുന്ന സാധനങ്ങളൊന്നും അവൻ വീട്ടിൽ കൊണ്ടുപോകാറില്ല. നേരത്തെ ജോലിയിലിരുന്ന കഴകക്കാരൻ കളത്തറയിൽ പ്രഭാകരന് രണ്ടു പശുക്കളുണ്ടായിരുന്നു. പായസവും വെള്ളച്ചോറും കലക്കി തവിടും ഉപ്പും ചേർത്ത് കൊടുത്താൽ പിറ്റേന്ന് ധാരാളം പാല് കിട്ടുമെന്ന് പ്രഭാകരൻ ഒരിക്കൽ പറഞ്ഞു. പുതിയ കഴകത്തിന് വീട്ടിൽ പശുക്കളില്ല. അധികം വരുന്ന ഒരു പടച്ചോറ് കഴിച്ചാൽ പിന്നെ അന്ന് വിശക്കത്തില്ല. ക്ഷേത്രത്തിനു മുന്നിലെ കുഞ്ഞിരാമന്റെ കാപ്പിക്കടയിൽനിന്നും അവസാനം ചുടുന്ന ദോശ കിട്ടിയാലും മതി. കുഞ്ഞിരാമൻ തന്നെയാണ് അരി ആട്ടുന്നത്. അരിയും ഉഴുന്നും പ്രത്യേകം അരച്ച് കൂട്ടിക്കലർത്തും. ഉഴുന്ന് പഞ്ഞിപോലെ മൃദുവായി പതഞ്ഞു പൊങ്ങുന്നതുവരെ കുഴവിക്ക് വിശ്രമമില്ല. പറക്കോട്ട് അരിയാട്ട് മില്ലുണ്ടെങ്കിലും അതിൽ അരച്ചാൽ ഇത്രയും രുചി കിട്ടില്ല എന്നാണ് കുഞ്ഞിരാമന്റെ അഭിപ്രായം. കുഞ്ഞിരാമന്റെ ദോശയുടെ മണമേറ്റാൽ വായിൽ വെള്ളം നിറയും.

"വെളുപ്പിനേ അഞ്ചുമണിക്കുതന്നെ ക്ഷേത്രത്തിലെത്തണം." ഗോവിന്ദക്കുറുപ്പ് വീണ്ടും പാറുവമ്മയോടായി പറഞ്ഞു. "മഴയായാലും മഞ്ഞായാലും കൃത്യമായി ജോലി ചെയ്യണം. അക്കാര്യത്തിൽ ഒരു വിട്ടുവീഴ്ചയുമില്ല. ചിലപ്പോൾ കഴകക്കാരൻ വരാൻ താമസിച്ചാൽ പൂജാപാത്രങ്ങളും നിവേദ്യത്തിനുള്ള പാത്രങ്ങളും കഴുകിക്കൊടുക്കണം. മുറ്റമൊക്കെ പിന്നെ തൂത്താമതി. ഇന്നതേ ചെയ്യാവൂ എന്നു വാശിപിടിക്കരുത്. മുട്ടിനു ഊട്ടുപുരേം കഴുകേണ്ടതായി വരും. ഉത്സവം അടുക്കുമ്പോൾ ജോലി കൂടുതലുണ്ടാവും. അതും ചെയ്യണം. പ്രായമായോണ്ട്

എനിക്ക് വയ്യ എന്നൊന്നും പറഞ്ഞേക്കരുത്. ജോലിക്കൂടുതലുണ്ടെങ്കിൽ എന്തെങ്കിലും സ്പെഷ്യലായിട്ട് തരും."

വിസ്മയം തിളച്ചുതൂവിയ മുഖവുമായി പാറുവമ്മ ഗോവിന്ദക്കുറുപ്പിനെ നോക്കി. എല്ലാം താൻ അംഗീകരിച്ചിരിക്കുന്നു എന്ന അർത്ഥം പാറുവമ്മയുടെ നോട്ടത്തിനുണ്ടായിരുന്നു. അരിവാളിന്റെ തഴമ്പുള്ള കൈകൾ ഉയർത്തി പാറുവമ്മ ഗോവിന്ദക്കുറുപ്പിനെ തൊഴുതു. എന്നിട്ട് തിരക്കിട്ട് വീട്ടിലേക്കു പോയി.

രാമക്കുറുപ്പിന്റെ മരണശേഷം അഞ്ചാറുമാസത്തേക്ക് കഴിക്കാനുള്ള വകകൾ പത്തായത്തിലും തൊഴുത്തിലെ ചായ്പിലും ഉണ്ടായിരുന്നു. ഇപ്പോൾ പത്തായം ഒഴിഞ്ഞു. ചായ്പിൽ ഒരു ചേനയും രണ്ട് മൂട് കാച്ചിലും മാത്രം അവശേഷിച്ചു. പണ്ടൊക്കെ ഏത് പ്രതിസന്ധിയെയും തരണം ചെയ്യാനുള്ള ആത്മബലം പാറുവമ്മയ്ക്കുണ്ടായിരുന്നു. രാമക്കുറുപ്പായിരുന്നു പാറുവമ്മയുടെ ബലം. രാമക്കുറുപ്പ് പോയപ്പോൾ പാറുവമ്മയുടെ ശക്തിയും നഷ്ടപ്പെട്ടു. ഈയിടെ വയറുവിശന്നപ്പോൾ പറക്കോട്ടെ തേങ്ങാ ആട്ടുന്ന മില്ലിൽ കയറി ഒരു കഷണം തേങ്ങാപിണ്ണാക്ക് ഇരന്നു വാങ്ങിക്കഴിച്ചപ്പോൾ പാറുവമ്മ മില്ലിന്റ ഭിത്തിക്ക് മറഞ്ഞുനിന്ന് വിങ്ങിപ്പൊട്ടിക്കരഞ്ഞു. ചൂടുള്ള തേങ്ങാപ്പിള്ളാക്ക് വയറ്റിലിറങ്ങാതെ വഴിയിൽ തങ്ങിയപ്പോൾ ഇക്കിൾ പൊട്ടി. മില്ലിനു സമീപത്തെ കിണറ്റിൽ നിന്നും വെള്ളം കോരി കുടിച്ചപ്പോൾ ഇക്കിൾനിന്നു. വിശപ്പാണ് ഏറ്റവും വലിയ ദുഃഖമെന്ന് അന്ന് പാറുവമ്മയ്ക്ക് മനസ്സിലായി.

ക്ഷേത്രത്തിൽനിന്നും പാറുവമ്മ തിരിച്ചുവരുമ്പോൾ തിണ്ണയിലെ മുളന്തൂണിൽ ചാരിയിരുന്ന് ഭാരതി നേരിയ മയക്കത്തിലേക്ക് വീണ് കഴിഞ്ഞിരുന്നു. പാറുവമ്മ വന്നതും മുറ്റത്തു നിന്നതും അവൾ അറിഞ്ഞില്ല. പാറുവമ്മ തട്ടിവിളിച്ചപ്പോൾ അവൾ ഉണർന്നു. പാറുവമ്മയുടെ വെളുത്ത മുടി വെയിലിൽ തിളങ്ങി. അവരുടെ മുഖത്തെ പുഞ്ചിരി കണ്ടപ്പോൾ ഭാരതിക്ക് കാര്യം മനസ്സിലായി. പാറുവമ്മയുടെ ജോലി ശരിയായിരിക്കുന്നു. തല ഉയർത്തിപ്പിടിച്ചാണ് പാറുവമ്മ തിണ്ണയിൽ കയറിയത്. കുരണ്ടിയിലിരുന്നിട്ട് അവർ 'എന്ത്യേ'യെന്ന് ഭാരതിയോടു ചോദിച്ചു. 'എന്ത്യേ' എന്നു ചോദിച്ചാൽ അത് വെറ്റിലപ്പാത്രമാണെന്ന് ഭാരതിക്കറിയാം. വെറ്റിലപ്പാത്രം പത്തായത്തിനു മുകളിലിരിക്കുന്നത് അവൾ കണ്ടതാണ്. വെറ്റിലയോ പാക്കോ ഇല്ലാത്ത വെറ്റിലപ്പാത്രം അവൾ പാറുവമ്മയുടെ മുന്നിൽ വെച്ചിട്ട് തറയിലിരുന്നു. ദുഃഖം വരുമ്പോഴും സന്തോഷം തോന്നുമ്പോഴും പാറുവമ്മ മുറുക്കും. ഒരിക്കൽ അനിയത്തി പങ്കിയുമായി എന്തോ കാര്യത്തിന് വഴക്കിട്ട് തിരിച്ചു വന്നപ്പോൾ, മുറുക്കാൻ പാത്രത്തിൽ ഒന്നും ഇല്ലാത്തതുകൊണ്ട് വാഴയ്ക്കിടയിൽ പോയി രഹസ്യമായി ബീഡി വലിച്ചത് ഭാരതിക്കറിയാം. എവിടെനിന്നാണ് ബീഡി കിട്ടിയതെന്നു അവർ ഭാരതിയോടു പറഞ്ഞില്ല. അന്ന് ബീഡി വലിക്കുമ്പോൾ പാറുവമ്മയുടെ ചുണ്ടുകൾ വിറച്ചു. അപ്പോൾ മുകളിൽനിന്നും ഒറ്റപ്പല്ലിറങ്ങി ചുണ്ടിനെ അടക്കി. കുംഭഭരണി ദിവസം അഞ്ചു പൈസയ്ക്ക് ബീഡി വാങ്ങി പാറു

വമ്മയുടെ അനിയത്തി പങ്കിയമ്മയും ചേർന്ന് വലിച്ചു തീർക്കുമായിരുന്നു. രാജഗിരിയിൽനിന്നും ഉത്സവത്തിന് വരുന്ന കൊച്ചുകുഞ്ഞുകുറുപ്പിനും പാറുവമ്മ ഒരു ബീഡി കൊടുക്കും. പിന്നീടു വലിക്കാമെന്നു പറഞ്ഞ് അയാൾ ബീഡി ചെവിക്കു പിറകിൽ തിരുകിവയ്ക്കും. രാമക്കുറുപ്പ് മരിച്ച ദിവസം പാറുവമ്മ പല പ്രാവശ്യം വെറ്റില മുറുക്കി. രാത്രിയിൽ രണ്ടു മൂന്നു തവണ ബീഡിയും വലിച്ചു. അശാന്തമായ മനസ്സിനെ ശാന്തമാക്കാനുള്ള കുറുക്കുവഴിയാണ് പാറുവമ്മയ്ക്ക് മുറുക്കാനും ബീഡിയും.

രണ്ടുവർഷം മുമ്പ് പറമ്പിലെ നല്ല കായ്ഫലമുള്ള തെങ്ങ് ചെത്താൻ കൊടുത്തു. തെങ്ങിന് ഒരു വർഷം എഴുപതു രൂപാ കിട്ടും. ഏഴംകുളം ഷാപ്പിലെ രഘുകുമാറാണ് തെങ്ങ് ചെത്താൻ ചോദിച്ചത്.

“പക്ഷേ, ഒരു കാര്യം.” പാറുവമ്മ ഒരു കണ്ടീഷൻ വച്ചു. “എനിക്ക് മാസത്തിലൊരിക്കൽ ഇരുനാഴി കള്ളുതരണം. പൈസ തരത്തില്ല. എന്നാലേ തെങ്ങ് ചെത്താൻ തരത്തൊള്ളൂ.”

രഘുകുമാർ സമ്മതിച്ചു. രാമക്കുറുപ്പ് എല്ലാം കേട്ടുകൊണ്ടിരുന്നു. പാറുവമ്മയോട് ഒരു കാര്യത്തിനും എതിര് പറയാത്ത രാമക്കുറുപ്പ് എന്തു പറയാനാണ്. ഓരോ മാസവും പാറുവമ്മയ്ക്ക് ഇരുനാഴി കള്ളുകിട്ടി. തെക്കേമുറിയിൽ കയറി കതകടച്ച്, മൺചട്ടിയിൽനിന്നും കള്ളുമുഴുവൻ ഊറ്റിക്കുടിച്ച്, കതക് തുറന്നു പുറത്തിറങ്ങുമ്പോൾ പാറുവമ്മയുടെ കള്ളച്ചിരി കാണാൻ നല്ല ഭംഗിയാണ്. മൺചട്ടിയുടെ അടിയിൽ ഉറുമ്പുകൾ ചത്തു കിടക്കുന്നത് കണ്ടിട്ടു പാറുവമ്മ സ്വയം പറയും.

“അരിക്കാത്ത കള്ളിൽ ചത്ത ഉറുമ്പുകൾ കാണും. അതിനെന്താ?”

വയലിൽ, വെള്ളപ്പൊക്കക്കാലത്ത് മീൻ കുഞ്ഞുങ്ങളെ തിരയുന്ന കൊക്കുകളെപ്പോലെ പാറുവമ്മയുടെ കണ്ണുകൾ ആൾപ്പെരുമാറ്റം ശ്രദ്ധിക്കും. ഭാരതിയോ ശിവൻകുട്ടിയോ തിണ്ണയിലെങ്ങാനുമുണ്ടോ? തിണ്ണയിലും മുറ്റത്തും ആരുമില്ലെന്ന് അറിയുമ്പോൾ പാറുവമ്മയുടെ മുഖത്ത് ഒരു ചെറുചിരി വിരിയും.

“എടീ ഭാരതിയേ.” പാറുവമ്മ നീട്ടിവിളിച്ചു. “നീ കടേ പോയി കൊറച്ച് ജപ്പാൻതുണി വാങ്ങിക്കൊണ്ടുവാ. എനിക്ക് രണ്ടു റവുക്ക തയ്പിക്കണം. നാളെ മുതൽ അമ്പലത്തി ജോലിക്കുപോണം. റവുക്കയില്ലേൽ പറ്റത്തില്ല.”

“അങ്ങനെ വഴിക്കുവാ.” ഭാരതി തിണ്ണയിലേക്കു വന്നു. “റവുക്കയില്ലാതെ മുത്തശ്ശി മുറ്റം തൂക്കുന്നതു കണ്ടാൽ ഏഴംകുളത്തമ്മപോലും ചിരിക്കും. അത്രയ്ക്ക് ഭംഗിയല്ലിയോ കാണാൻ.”

“നീ പോടീ അവിടുന്ന്.”

“ജോലിക്കാര്യം എന്തായി?”

“അതൊക്കെ ശരിയായി. അതു കൊണ്ടല്ലിയോ ഞാൻ റവുക്ക തയ്പിക്കാൻ പോന്നെ. മാസം ഇരുപത്തിയഞ്ചു രൂപായാ ശമ്പളം.”

“അത് മോശമല്ല.”

പാറുവമ്മ ചിരിച്ചു. അവരുടെ ഹൃദയംനിറഞ്ഞു. വീട്ടു ചെലവി

നായി ശമ്പളത്തിൽനിന്ന് ഒരു പൈസയും എടുക്കത്തില്ലെന്ന് അവർ തീർച്ചപ്പെടുത്തി. എത്രയും പെട്ടെന്ന് ഭാരതിയുടെ കല്യാണം നടത്തണം. അതിനുള്ള ഒരുക്കങ്ങൾ തുടങ്ങാൻ സമയമായതായി അവർ ഉറപ്പിച്ചു.

സന്ധ്യക്കു മുമ്പേ ശിവൻകുട്ടി ചങ്ങനാശ്ശേരിയിൽനിന്നും തിരിച്ചെത്തി. ശ്രീദേവി വാങ്ങിക്കൊടുത്ത നെയ്റോസ്റ്റ് കഴിച്ചതുകൊണ്ട് അവന് വിശപ്പ് തോന്നിയില്ല. വിശപ്പിനെക്കുറിച്ച് ചിന്തിക്കാതിരുന്നാൽ വിശക്കില്ല എന്നൊരു തത്ത്വമുണ്ട്. വലിയ ശത്രു വരുമ്പോൾ ചെറിയ ശത്രു നിസ്സാരനായിമാറും. ആദ്യം അവനെത്തിയത് ക്ഷേത്രത്തിലായിരുന്നു. ആരുടെയോ വിവാഹം ഉണ്ടായിരുന്നതായി ശിവൻകുട്ടിക്ക് തോന്നി. ഊട്ടുപുരയുടെ സമീപത്തുനിന്നും വാടിയ വാഴയിലയുടെ ഗന്ധവും ചീഞ്ഞ ചോറിന്റെയും കറിയുടെയും മണവും അവന് അനുഭവപ്പെട്ടു. സോമൻ ക്ഷേത്രമുറ്റത്തു കാണും എന്ന ചിന്തയിലാണ് അവൻ അങ്ങോട്ടു പോയത്. സോമനെ കാണാത്തതുകൊണ്ട് അവൻ സോമന്റെ വീട്ടിലേക്ക് നടന്നു. സോമന്റെ സഹോദരി സുധർമ്മ മുറ്റത്തുനിന്ന് തെറ്റിപ്പൂവ് അടർത്തുന്നതു കണ്ടു. വിളക്കുകൊളുത്തുമ്പോൾ പൂജാമുറിയിൽ വയ്ക്കാനായിരിക്കുമെന്ന് അവൻ ഊഹിച്ചു. ശിവൻകുട്ടിയെ കണ്ടപ്പോൾ സുധർമ്മ ചിരിച്ചു. അത്ര സുന്ദരിയല്ലെങ്കിലും അവളുടെ ചിരിക്ക് ഭംഗിയുണ്ടായിരുന്നു. സുധർമ്മ പത്താംക്ലാസ് മൂന്നുപ്രാവശ്യം എഴുതിയിട്ടും ജയിച്ചില്ല. പഠിക്കാത്ത പെണ്ണിനെ കെട്ടിച്ചയക്കുകയാണ് നല്ലതെന്ന് സുധർമ്മയുടെ അച്ഛൻ കരുണാകരൻപിള്ള തീരുമാനിച്ചതിൽ തെറ്റുണ്ടെന്ന് തോന്നുന്നില്ല. പത്താംക്ലാസ് ജയിക്കാത്ത സുധർമ്മ ഫസ്റ്റ് ക്ലാസ് വാങ്ങിയ ശിവൻകുട്ടിയെ ആദരവോടെയാണ് കണ്ടത്.

“ശിവൻകുട്ടി കോളേജിൽ ചേരുന്നില്ലേ?”

“അറിയില്ല.”

“ശിവൻകുട്ടിയുടെ കാര്യം ശിവൻകുട്ടിക്കറിയില്ലേ? അതു നല്ല തമാശയാണല്ലോ.”

“ഇല്ല, എന്റെ കാര്യം എനിക്കറിയില്ല.”

“യൗവനം അച്ഛനു കൊടുത്തിട്ട് വാർദ്ധക്യം സ്വീകരിച്ച ഒരു മകന്റെ കഥ ശിവൻകുട്ടി കേട്ടുകാണുമല്ലോ. കോളേജിൽ ചേരുന്നില്ലെങ്കിൽ ശിവൻകുട്ടിയുടെ ഫസ്റ്റ് ക്ലാസ് എനിക്കു തന്നാൽ എന്റെ തോല്‌വി ഞാൻ പകരം തരാം. അങ്ങിനെയെങ്കിലും വിവാഹത്തിൽനിന്നും രക്ഷപ്പെടാമല്ലോ.”

ഇറുത്ത തെറ്റിപ്പൂവുമായി സുധർമ്മ വീടിനുള്ളിലേക്കുപോയി. സോമന്റെ വീട് ഓടിട്ടതാണ്. ഓടിട്ട വീടുകൾ ഏഴംകുളത്ത് കുറവാണ്. നാലുകെട്ടാണ്. വിശാലമായ മുറ്റത്തിന്റെ അതിരുകളിൽ കാശിത്തെറ്റിയും വാടാമുല്ലയും വെളുത്ത ചെമ്പരത്തിയും വളർന്നു നില്ക്കുന്നുണ്ട്. പൂക്കളിൽനിന്നും വീണ്ടും ചെടികളുണ്ടാവുന്ന വാടാമുല്ലയ്ക്ക് ഭംഗിയുണ്ട്. വീടിനോളം വലിപ്പമുണ്ട് തൊഴുത്തിനും. തൊഴുത്തിനു പിറകിൽ വലിയ രണ്ട് കച്ചിത്തുറു കാണാം. വൈക്കോൽ വലിച്ചെടുത്തതു കാരണം തുറുവിന്റെ

വയർഭാഗം മെലിഞ്ഞിട്ടുണ്ട്. കത്തിച്ച നിലവിളക്കുമായി സുധർമ്മ പൂമുഖത്തേക്കു വരുന്നതു കണ്ടപ്പോൾ ശിവൻകുട്ടി വീട്ടിലേക്കു നടന്നു. അപരാഹ്നത്തിലെ ചുവന്ന പ്രകാശം ഇടവഴിയിലെ കൈതച്ചെടികളിൽ ചിത്രങ്ങൾ വരച്ചു. യാത്രാക്ഷീണമകറ്റാനായി ശിവൻകുട്ടി പത്തായത്തിനു മുകളിൽ കയറിക്കിടന്നു.

സന്ധ്യക്ക് നിലവിളക്ക് കത്തിച്ചു കഴിഞ്ഞാൽ പാറുവമ്മ നാമം ചൊല്ലാൻ തുടങ്ങും. നാമം ചൊല്ലുന്നതിന് മുമ്പ് മൊന്തയിൽ വെള്ളമെടുത്ത് വായ്കഴുകും. പാക്കിൻ കഷണങ്ങൾ പുറത്തേക്ക് തുപ്പും. ചുരയ്ക്കാത്തോടിൽനിന്നും ഒരു നുള്ള് ഭസ്മമെടുത്ത് നെറ്റിയിൽ നീളത്തിൽ വരയ്ക്കും. ഈശ്വരചിന്ത മനസ്സിലാണ്. അതുകൊണ്ട് ദേഹശുദ്ധിവരുത്താൻ പാറുവമ്മ ശ്രമിക്കാറില്ല. പാറുവമ്മ നാമം ജപിക്കുന്നതുകേട്ടാൽ ഭ്രാന്ത് പുലമ്പുന്നതായി തോന്നും. ഇടയ്ക്ക് ഭാരതിയുടേയും ശിവൻകുട്ടിയുടേയും പേരുകൾ മാത്രം മനസ്സിലാവും. ബാക്കിയെല്ലാം കഷണങ്ങളില്ലാത്ത ചാറുപോലെ തോന്നും. പാറുവമ്മയുടെ ജപം കേൾക്കുമ്പോൾ ഭാരതിയുടെ ഉള്ളിൽ ചിരിപൊട്ടും. ചിരിയുടെ ശബ്ദം പുറത്തു വരാതെ അവൾ ശ്രദ്ധിക്കും. ഒരുപക്ഷേ, ദൈവത്തിന് പാറുവമ്മയുടെ അക്ഷരമോ വാക്കോ ഇല്ലാത്ത പ്രാർത്ഥനയായിരിക്കും കൂടുതലിഷ്ടം എന്ന് ഭാരതി വിചാരിക്കും. പനയോലത്തടുക്കിലിരുന്നാണ് പാറുവമ്മ നാമം ജപിക്കുന്നത്. പലപ്പോഴും നാമം ചൊല്ലുന്നതിനിടയിൽ പാറുവമ്മ ഉറക്കത്തിലേക്ക് വീണിട്ടുണ്ട്.

നാമം ചൊല്ലിക്കഴിഞ്ഞ് പാറുവമ്മ ശിവൻകുട്ടിയെ അന്വേഷിച്ചു. ഭാരതിയോ പാറുവമ്മയോ അറിയാതെയാണ് അവൻ പത്തായത്തിന് മുകളിൽ കിടന്നത്. കിടന്നപ്പോൾത്തന്നെ ഉറങ്ങിപ്പോയി. ചങ്ങനാശ്ശേരിയാത്ര അവനെ തളർത്തിയിരുന്നു. ഇടയ്ക്ക് വെറ്റിലപ്പാത്രം എടുക്കാൻ മുറിയിൽ കയറിയപ്പോഴാണ് ശിവൻകുട്ടി പത്തായത്തിനു മുകളിൽ ഉറങ്ങുന്നത് കണ്ടത്.

“എടാ, ശിവൻകുട്ടി, എന്തുവാടാ സന്ധ്യക്ക് കിടന്നുറങ്ങുന്നെ. എഴുന്നേക്കെടാ, സന്ധ്യക്കുറങ്ങുന്നത് ദോഷമാടാ.”

പാറുവമ്മ ശിവൻകുട്ടിയെ തട്ടിയുണർത്തി.

“നീ എങ്ങാണ്ടു പോയേക്കുവാരുന്നെന്ന് ഭാരതി പറഞ്ഞു. പോവുന്നേന് മുമ്പ് നീ എന്താ എന്നോടു പറയാഞ്ഞെ?”

“ഞാനിറങ്ങുമ്പോൾ മുത്തശ്ശി ഒറങ്ങുവാരുന്നു. ഒണർത്തണ്ടാന്നു വിചാരിച്ചു. ഞാൻ ചങ്ങനാശ്ശേരി വരെ പോയതാ. മന്നത്തിനെ കാണാൻ.”

“എന്നിട്ട് അദ്ദേഹം എന്തുപറഞ്ഞു?”

“കോളേജിൽ ചേരാൻ പറഞ്ഞു.”

“ചേരാനും പൈസയില്ലെന്ന് പറഞ്ഞില്ലേ?”

“പറഞ്ഞു. ഒരപേക്ഷ കൊടുത്തിട്ട് ഞാനിങ്ങുപോന്നു.”

“വല്ലോം നടക്കുമോടാ.”

“അറിയില്ല.”

"ശിവൻകുട്ടിയെ കോളേജിൽ വിട് മുത്തശ്ശീ."

ഭാരതി പാറുവമ്മയുടെ സമീപമെത്തി.

"അതിന് കാശ് വേണ്ടേ?"

"പത്തായത്തിൽ പത്തഞ്ഞൂറ് രൂപയൊണ്ടല്ലോ?"

"അപ്പോ നിന്റെ കല്യാണം.."

"എനിക്ക് കല്യാണം വേണ്ട."

"അതൊന്നും പറഞ്ഞാൽ പറ്റത്തില്ല." പാറുവമ്മയ്ക്ക് ദേഷ്യം ഇരച്ചു കയറിവന്നു. "ആ പൈസാ നിന്റെ കല്യാണത്തിനാ. അത് വേഗം നടത്തണം. എന്റെ കണ്ണടയുന്നതിനു മുമ്പേ നടത്തണം. ബ്രോക്കർ രാജീവനോട് ഞാൻ പറഞ്ഞിട്ടുണ്ട്."

"ആരു വന്നാലും ഞാൻ സമ്മതിക്കത്തില്ല." ഭാരതി ശബ്ദം താഴ്ത്തി പാറുവമ്മയോടു ചോദിച്ചു.

"ഞാനൊരു കാര്യം പറഞ്ഞാൽ മുത്തശ്ശി കേക്കുമോ?"

"പറഞ്ഞുതൊലയ്ക്ക്."

"സൗദാമിനിച്ചേച്ചി ശിവൻകുട്ടിയെ എത്രവരെ വേണമെങ്കിലും പഠിപ്പിക്കാമെന്ന് അവനോട് പറഞ്ഞു."

"അവളാരാ പടിപ്പിക്കാൻ. ആ അറുവാണീടെ ഒരു സഹായോം എന്റെ കൊച്ചുമോന് വേണ്ട. ഇനീം അവള് നമ്മളെ കൊല്ലും. നീ നോക്കിക്കോ. അവനെന്തെങ്കിലും ജോലിക്ക് ശ്രമിക്കട്ടെ. അല്ലെങ്കിൽ കൂലിവേലയ്ക്ക് പോട്ട്."

ഭാരതി പിന്നീടൊന്നും പറഞ്ഞില്ല. അവൾ ശിവൻകുട്ടിയെ പത്തായത്തിന്റെ മുകളിലും അടുക്കളയിലും മുറ്റത്തും അന്വേഷിച്ചെങ്കിലും അവൻ അവിടെയെങ്ങും ഇല്ലായിരുന്നു. ചോണനുറുമ്പുകളുടെ ഘോഷയാത്ര തിണ്ണയിലൂടെ നീങ്ങുന്നത് അവൾ ശ്രദ്ധിച്ചു. ഉറുമ്പുകൾ കൂടൊരുക്കാനുള്ള ശ്രമത്തിലാണോ ഇങ്ങനെ കൂട്ടമായി നീങ്ങുന്നത്? അവൾ സംശയിച്ചു.

പതിമൂന്ന്

ഏഴംകുളം ഗ്രാമത്തിൽ സാമ്പത്തിക ശേഷിയുള്ള നാലുപേരിൽ ഒരാളായിരുന്നു സോമന്റെ അച്ഛനായ കരുണാകരപിള്ള. ചുറ്റുമുള്ളവർ എങ്ങനെ ജീവിക്കുന്നു, അവർ പട്ടിണിയാണോ, അവർക്കെന്തെങ്കിലും പ്രശ്നങ്ങളുണ്ടോ എന്നൊന്നും അയാൾ അന്വേഷിക്കാറില്ല. സ്വന്തം മക്കൾക്കുമാത്രം ആഹാരം കൊടുക്കുക, അവർക്ക് നല്ല വസ്ത്രങ്ങൾ വാങ്ങിക്കൊടുക്കുക, അവർക്ക് സുഖമായി കഴിയാനുള്ള കാര്യങ്ങൾ യഥാവിധി ചെയ്യുക എന്നിവ മാത്രമാണ് അയാൾ ശ്രദ്ധിച്ചിരുന്നത്. സ്വന്തം സുഖമാണ് കരുണാകരൻപിള്ളയ്ക്ക് പ്രധാനം. വല്ലപ്പോഴും കടയടച്ച് വളരെ രഹസ്യമായി കള്ളുഷാപ്പിൽ പോകും. പൊരിച്ച മീനും കപ്പയും കൂട്ടി കള്ള് കുടിക്കും. വഴിയിൽവച്ച് പരിചയക്കാരെ കണ്ടാല്പോലും

അയാൾ മിണ്ടാറില്ല. മദ്യം അകത്തുചെന്നാൽ മൗനത്തിന്റെ കയങ്ങളിൽ മയങ്ങിവീഴുന്നത് അയാളുടെ സ്വഭാവമായിരുന്നു.

കരുണാകരൻപിള്ള ആരോടും അടുപ്പം കാണിക്കാറില്ല. എല്ലാവരേയും നിശ്ചിത അകലത്തിൽ നിർത്താൻ അയാൾ ശ്രദ്ധിച്ചിരുന്നു. അയാളുടെ ഏറ്റവും അടുത്ത സുഹൃത്ത് കണ്ണാടികൃഷ്ണൻ എന്ന് ആളുകൾ വിളിക്കുന്ന വെറ്റിക്കോണത്ത് കൃഷ്ണനായിരുന്നു. കൃഷ്ണൻ സ്ഥിരമായി കണ്ണട വയ്ക്കുന്നതുകൊണ്ടാണ് അയാളെ കണ്ണാടികൃഷ്ണൻ എന്ന് ആളുകൾ വിളിച്ചിരുന്നത്. സ്കൂളിൽ പഠിക്കുന്ന കാലം മുതലേ അയാൾ കണ്ണട ധരിച്ചിരുന്നു. *മാർത്താണ്ഡവർമ്മ* നോവലിലെ ഭ്രാന്തൻ ചാന്നാനെപ്പോലെ അയാൾ സൂത്രശാലിയായിരുന്നു. എപ്പോഴെങ്കിലും കരുണാകരൻപിള്ള അപകടത്തില്പെട്ടാൽ കണ്ണാടികൃഷ്ണൻ പ്രത്യക്ഷപ്പെട്ടു അയാളെ രക്ഷിക്കുമായിരുന്നു. ഏതു വഴിയിലൂടെ നീങ്ങിയാൽ ശത്രുവിനെ പരാജയപ്പെടുത്താമെന്ന് ഉപദേശിക്കുന്നത് കൃഷ്ണനാണ്. കൃഷ്ണൻ ആരോടും ഉറക്കെ സംസാരിക്കാറില്ല. അയാൾക്ക് ഒരിക്കലും ദേഷ്യം വരാറില്ല. വികാരങ്ങളെ നിയന്ത്രിക്കാനുള്ള കഴിവ് അയാൾക്കുണ്ട്. ചിരിയും തമാശയും കലർന്ന ചെറിയ ശബ്ദത്തിൽ കാര്യങ്ങൾ പറയുമ്പോൾ കേട്ടിരിക്കാൻ സുഖമുണ്ട്. കരുണാകരൻപിള്ളയേക്കാൾ പ്രായക്കുറവുള്ള കൃഷ്ണൻ വിവാഹം കഴിച്ചിട്ടില്ല. വിവാഹം കഴിക്കാതെ രതിസുഖം അനുഭവിക്കുന്ന രീതിയാണ് കൃഷ്ണനിഷ്ടം. ഭർത്താക്കന്മാർ സ്ഥലത്തില്ലാത്ത, വിവാഹം കഴിഞ്ഞ സ്ത്രീകളോടാണ് അയാൾക്ക് താല്പര്യം. അത്തരം ബന്ധങ്ങൾക്ക് അപകടം കുറവാണെന്നാണ് കൃഷ്ണന്റെ വിദഗ്ദ്ധമായ അഭിപ്രായം. ആനക്കല്ലിൽ ആനന്ദവല്ലിയുമായുള്ള കൃഷ്ണന്റെ അടുപ്പത്തെക്കുറിച്ച് ആളുകൾ പറയാറുണ്ട്. ആനന്ദവല്ലിയുടെ ഭർത്താവ് ബോംബേയിലെ എം ജി റോഡിൽ ചായക്കട നടത്തുകയാണ്. വർഷത്തിൽ ഒന്നോ രണ്ടോ പ്രാവശ്യം ആനന്ദവല്ലിയെ കാണാൻവരും. രണ്ടുദിവസം താമസിച്ചിട്ടു തിരിച്ചുപോകും. അമ്മ വസുമതി കൂടെയുള്ളതുകൊണ്ട് ഭർത്താവിന് വേവലാതിയൊന്നുമില്ലെന്ന് ആനന്ദവല്ലി ആളുകളോട് പറയാറുണ്ട്. കണ്ണാടികൃഷ്ണന്റെ കാമുകിമാരിൽ ഒരാൾ മാത്രമാണ് ആനന്ദവല്ലി.

സുധർമ്മയുടെ വിവാഹക്കാര്യം തീരുമാനമായതായി സോമൻ ശിവൻകുട്ടിയോട് പറഞ്ഞിരുന്നു. തന്റെ വിവാഹത്തെക്കുറിച്ച് എന്തെങ്കിലും അഭിപ്രായം പറയാനുള്ള ധൈര്യം സുധർമ്മയ്ക്കില്ലായിരുന്നു. പത്താംക്ലാസ് പല പ്രാവശ്യം തോറ്റ ഒരു പെൺകുട്ടിക്ക് അത്തരം അഭിപ്രായങ്ങൾ പറയാനുള്ള ഒരവകാശവുമില്ലെന്ന് കരുണാകരൻപിള്ള നേരത്തേ പറഞ്ഞിരുന്നു. കരുണാകരൻപിള്ളയുടെ തീരുമാനങ്ങളെ എതിർക്കാനുള്ള മാനസികമായ ശക്തിയൊന്നും സുധർമ്മയ്ക്കില്ലായിരുന്നു. വാക്കുകൾകൊണ്ട് മറ്റുള്ളവരെ മുറിപ്പെടുത്താൻ കരുണാകരൻപിള്ള വിരുതനാണ്. ഭാര്യയായാലും മക്കളായാലും അയാൾ ശകാരത്തിന്റെ വാളെടുത്ത് ആഞ്ഞ് വീശും. വാൾമുനകൊണ്ട് ശരീരം മുറിയാ

തിരിക്കാൻ എല്ലാവരും നിശ്ശബ്ദരാവും. നല്ല നീളവും ഒത്ത ശരീരവും കറുത്ത നിറവും കപ്പടാമീശയുമുള്ള കരുണാകരൻപിള്ളയോടു എതിർത്ത് സംസാരിക്കാൻ ഭാര്യ സരസ്വതിയോ മക്കളോ തയ്യാറായില്ല.

കരുണാകരൻപിള്ള സരസ്വതിയെ വിവാഹം കഴിക്കുന്നതിനു മുമ്പ് തടവിളയിൽ രാമൻപിള്ളയുടെ മകൾ സേതുലക്ഷ്മിയെ പ്രേമിക്കാൻ ഒരു വിഫലശ്രമം അയാൾ നടത്തി. രാമൻപിള്ള അന്നാട്ടിലെ ഏറ്റവും വലിയ പണക്കാരനായിരുന്നു. ആനയും ആറേക്കർ കരയും നൂറുപറ ഇരുപ്പുനിലവും ഒറ്റ മകളുമായിരുന്നു. രാമൻപിള്ളയുടെ സ്വത്ത് മുഴുവൻ സ്വന്തമാക്കുകയായിരുന്നു കരുണാകരൻപിള്ളയുടെ ഉദ്ദേശ്യം. കണ്ണാടികൃഷ്ണനായിരുന്നു ഇത്തരത്തിലൊരു ആശയം മുന്നോട്ടു വച്ചത്. സേതുലക്ഷ്മി സുന്ദരിയായിരുന്നു. കൊന്നത്തെങ്ങുപോലെ നില്ക്കുന്ന കരുണാകരൻപിള്ളയെ അവൾ ഇഷ്ടപ്പെട്ടില്ല. കണ്ണാടികൃഷ്ണന്റെ ഉപദേശങ്ങളൊന്നും വിലപ്പോയില്ല. എല്ലാ തന്ത്രങ്ങളും പ്രയോഗിച്ചെങ്കിലും സേതുലക്ഷ്മി കരുണാകരൻപിള്ളയുടെ ചൂണ്ടയിൽ കൊത്തിയില്ല. ഉത്സവദിവസം വെളുപ്പിനേ കണ്ടത്തിൽ വെടിക്കെട്ടിന് തീകൊളുത്തിയപ്പോൾ, ആകാശത്ത് വെളിച്ചം ധാന്യക്കതിരുകളായി വിരിഞ്ഞപ്പോൾ, സേതുലക്ഷ്മിയെ കരുണാകരൻപിള്ള കയറിപ്പിടിച്ചു. വിവരം അറിഞ്ഞ് പറക്കോട്ടെ കാളച്ചന്തദിവസം രാമൻപിള്ള കരുണാകരൻപിള്ളയുടെ ചെവിക്കുറ്റി അടിച്ച് പരത്തി പൊന്നീച്ച പറത്തിയ വിവരം കുറെനാൾ നാട്ടിൽ പാട്ടായി അലഞ്ഞുതിരിഞ്ഞു. പക്ഷേ, അർഹിച്ച അവഗണനയോടെ അതെല്ലാം കരുണാകരൻപിള്ള തള്ളിക്കളഞ്ഞു.

സുധർമ്മയ്ക്കുവേണ്ടി കണ്ടുപിടിച്ച ചെറുക്കൻ പണക്കാരനാണെങ്കിലും കാണാൻ ഒരു ഭംഗിയുമില്ലായിരുന്നു. അയാൾ അഞ്ചാംക്ലാസ് വരെ മാത്രമേ പഠിച്ചിട്ടുള്ളൂ. പലപ്രാവശ്യം അഞ്ചിൽ തോറ്റതുകൊണ്ട് അയാൾ പഠിത്തം നിർത്തി. ചെറുക്കൻ സുഗുണന്റെ അച്ഛൻ കുടുംബപരമായി സ്വത്തുകാരാണ്. സ്വന്തമായി സ്കൂളുണ്ട്. സുഗുണൻ പത്താംക്ലാസ് ജയിച്ചിരുന്നെങ്കിൽ സ്കൂളിൽ ക്ലാർക്കിന്റെ ജോലി തരപ്പെടുത്താമായിരുന്നു എന്ന് സുഗുണന്റെ അച്ഛൻ ചെട്ടിത്തെരുവിൽ കുട്ടൻപിള്ള കരുണാകരൻപിള്ളയോടു പറഞ്ഞിരുന്നു. സുഗുണന്റെ മുഖം മുന്നോട്ട് ഉന്തിയതാണ്. നെറ്റിയും പുറത്തേക്കു തള്ളി നില്ക്കുന്നു. കണ്ണുകൾ രണ്ടും അഗാധ കുഴിയിലാണ്. ചെറുക്കനെ കണ്ടപ്പോൾ സോമൻ എതിർത്തെങ്കിലും അച്ഛന്റെ തീരുമാനം മാറ്റാൻ കഴിഞ്ഞില്ല.

സുധർമ്മയുടെ വിവാഹക്കാര്യം കണ്ണാടികൃഷ്ണനോടു പറഞ്ഞപ്പോൾ അയാൾ ചിരിച്ചു.

“ചേട്ടാ, ചെറുക്കന് പണമുണ്ടോ? എങ്കിപ്പിന്നെ ഒന്നും നോക്കണ്ടാ. അതങ്ങു നടത്തണം. സൗന്ദര്യവും വിദ്യാഭ്യാസവുമൊന്നും പണത്തിന്റെ മുമ്പിൽ ഒന്നുമല്ല. സ്വന്തം മോള് സുഖമായി ജീവിക്കുന്നതു കാണാനല്ലേ ചേട്ടനിഷ്ടം. സൗന്ദര്യം പുഴുങ്ങിത്തിന്നോണ്ട് കിടന്നാൽ വിശപ്പ് മാറില്ല. പെങ്കുട്ടികളെ പണമൊള്ള വീട്ടിലേ കെട്ടിച്ചു വിടാവൂ. അതങ്ങ് നടത്ത് ചേട്ടാ.”

കണ്ണാടികൃഷ്ണന്റെ അഭിപ്രായം ദേവതുല്യമാണ്.

കരുണാകരൻപിള്ളയ്ക്ക് പിന്നെ സംശയമുണ്ടായില്ല.

അച്ഛനറിയാതെ ഒരു ദിവസം സോമൻ സുധർമ്മയോടു ചോദിച്ചു.

"നിനക്കീ കല്യാണം ഇഷ്ടമാണോ? അയാക്ക് കുറെ പണമുണ്ട്. അത് ശരിയാ. പക്ഷേ, അധികമായാൽ അമൃതും വിഷമാ. നീ സുഗുണനെ ശ്രദ്ധിച്ചോ. ഇത്ര അസുന്ദരനായ ഒരാളെ ഞാൻ ജീവിതത്തിൽ കണ്ടിട്ടില്ല. രണ്ടു പേരുംകൂടി പുറത്തിറങ്ങി നടന്നാൽ ആളുകൾ കളിയാക്കും. സമ്പത്ത് നോക്കി കെട്ടിച്ചതാന്നും പറയും. നീയല്ലേ അയാടെ കൂടെ കഴിയേണ്ടത്. നീ പറഞ്ഞാൽ അച്ഛൻ ഒരുപക്ഷേ കേട്ടേക്കും. അല്ലെങ്കിൽ അമ്മയെക്കൊണ്ട് പറയിക്ക്."

മറുപടി ഒന്നും പറയാതെ സുധർമ്മ കരയുക മാത്രം ചെയ്തു. പാവാടത്തുമ്പുയർത്തി അവൾ കണ്ണീർ തുടച്ചിട്ടു അകത്തേക്കു പോയി. സരസ്വതിയമ്മ വീടിന് പുറത്തിറങ്ങുന്നത് അപൂർവ്വമാണ്. സ്വന്തം അഭിപ്രായങ്ങൾ ഭർത്താവിനോടുപോലും പറയാറില്ല. രണ്ടുദിവസം കഴിഞ്ഞാൽ സുധർമ്മയുടെ നിശ്ചയമാണ്. പത്താംക്ലാസ് മൂന്നുപ്രാവശ്യം തോറ്റ പെൺകുട്ടിക്ക് എതിർത്ത് സംസാരിക്കാനുള്ള അവകാശമില്ല. ജനിച്ചുപോയതുകൊണ്ട് ജീവിക്കാതിരിക്കാൻ കഴിയില്ലല്ലോ. ആരുടെ മുമ്പിലും കഴുത്തുനീട്ടിക്കൊടുക്കാൻ സുധർമ്മ തയ്യാറായിരുന്നു.

എങ്കിലും സോമൻ അച്ഛനോടു സ്വന്തം അഭിപ്രായം പറയാതിരുന്നില്ല.

"അച്ഛാ, സുധർമ്മയ്ക്ക് ആ ചെക്കൻ വേണ്ട. അയാളെ കാണാൻ ഒരു കൊണോമില്ല."

"കാണാൻ സുഖമില്ലെങ്കിലും ഇട്ടുമൂടാനുള്ള സ്വത്തുണ്ട്. ഇന്നത്തെ കാലത്ത് അതാ ആവശ്യം. ഒരു സ്കൂൾ സ്വന്തമായിട്ടുണ്ട് അവന്. പുതുമോടിയൊക്കെ കഴിയുമ്പോൾ എല്ലാം നേരേയാവും. കാര്യങ്ങൾ നിന്നേക്കാൾ എനിക്കു കൂടുതലറിയാം. അച്ഛനെന്നുള്ള സ്ഥാനത്തുനിന്നുകൊണ്ട് മകളുടെ വിവാഹക്കാര്യത്തേക്കുറിച്ച് തീരുമാനമെടുക്കാനുള്ള അവകാശം എനിക്കുണ്ട്. സഹോദരൻ എന്ന രീതിയിൽ നിനക്കു നിന്റെ അഭിപ്രായം പറയാനുള്ള അധികാരവുമുണ്ട്. പക്ഷേ, തീരുമാനം ഞാൻ എടുക്കും. അത് നടപ്പിലാക്കുകയും ചെയ്യും. അക്കാര്യത്തിൽ ആരും ഇടപെടേണ്ട."

"അച്ഛാ, അയാൾ അഞ്ചാംക്ലാസുവരെ മാത്രമേ പഠിച്ചിട്ടുള്ളൂ."

"സുധർമ്മ പത്തിൽ തോറ്റതല്ലേ. രണ്ടും വലിയ വ്യത്യാസമില്ല. എന്തിനാ കൂടുതൽ പഠിത്തം. കാശുണ്ടല്ലോ. അതുമതി."

ഞാവൽ മരത്തിന്റെ ചുവട്ടിലിരുന്നു കഥകളൊക്കെ പറയുമ്പോൾ സോമന്റെ മുഖത്ത് ദേഷ്യമോ വേദനയോ സങ്കടമോ ഒന്നിച്ച് ഉരുണ്ടുകൂടിവന്നു. ഇടയ്ക്ക് തളിർക്കുകയും പൂക്കുകയും പിന്നീട് ഇലകൾ കൊഴിഞ്ഞ് തടിയും വേരുകളും ഉണങ്ങി ഒരു ചെറിയ കാറ്റിന് നിലംപൊത്തുന്ന മരംപോലെയാണ് ജീവിതമെന്ന് ശിവൻകുട്ടിക്കു തോന്നി.

"ശിവാ, മറ്റന്നാളാ സുധർമ്മേടെ നിശ്ചയം. നീ നേരത്തേ വീട്ടിൽ വരണം. നീ അടുത്തുണ്ടെങ്കിൽ എനിക്കൊരാശ്വാസമാ. സന്ധ്യയാവുമ്പം പ്രഥമനുള്ള അട പരത്താൻ തൊടങ്ങും. പാചകക്കാരൻ വെറ്റിക്കോണത്ത് ശിവൻരാമൻ ചേട്ടനാ. ചിലപ്പോൾ നമ്മുടെ സഹായം വേണ്ടിവരും. അട ചൂടുവെള്ളത്തിലിടുന്നതിനുമുമ്പ് രണ്ടറ്റവും കെട്ടേണ്ട ജോലി നമുക്കായിരിക്കും."

ശിവൻകുട്ടി തലകുലുക്കി.

സന്ധ്യമയങ്ങിയതുകൊണ്ട് തലകുലുക്കുന്നത് സോമൻ കണ്ടില്ല.

എനിക്കല്പം ധൃതിയുണ്ടെന്നു പറഞ്ഞ് സോമൻ എഴുന്നേറ്റു.

മഴയുടെ ലക്ഷണംപോലെ ആകാശത്ത് കറുത്ത മേഘങ്ങൾ നിറഞ്ഞു.

ശിവൻകുട്ടി വീട്ടിൽ എത്തിയപ്പോൾ മണ്ണെണ്ണ വിളക്കിന്റെ വെട്ടത്തിൽ കോടത്തുമഠത്തിലെ തിണ്ണയിൽനിന്നും കിട്ടിയ ഓണപ്പതിപ്പ് വായിക്കുന്ന ഭാരതിയെ കണ്ടു. അവൾ അക്ഷരങ്ങളിൽ കുരുങ്ങിക്കിടന്നതുകൊണ്ട് ശിവൻകുട്ടി വന്നത് അറിഞ്ഞില്ല. അവൾ ആദ്യം വായിച്ചത് വെണ്ണിക്കുളം ഗോപാലക്കുറുപ്പിന്റെ കവിതയാണ്. അമ്മയില്ലാത്ത ഗംഗയെക്കുറിച്ചുള്ള ആ കവിത വായിച്ചപ്പോൾ അവളുടെ കണ്ണുകൾ നനഞ്ഞു. മല്ലികയ്ക്കും മാലതിക്കും അമ്മയുണ്ട്. ഗംഗയ്ക്ക് മാത്രമില്ലെങ്കിൽ സഹിക്കുമോ എന്നുള്ള വരികൾ നഷ്ടപ്പെട്ട പകലിനെ ചേർത്തു പിടിക്കലായി ഭാരതിക്കു തോന്നി. വെറുതെയിരുന്ന് ബോറടിക്കുമ്പോൾ വായന ഒരാശ്വാസമായി ഭാരതിക്കു തോന്നി. എട്ടാം ക്ലാസിൽ പഠിത്തം നിർത്തിയെങ്കിലും അക്ഷരങ്ങളോടുള്ള അഭിനിവേശം ഉള്ളിൽ വറ്റാതെ കിടന്നു. എട്ടാം ക്ലാസിലെ ഓണപ്പരീക്ഷയിൽ ഇംഗ്ലീഷിന് അവൾ മാത്രമാണ് ജയിച്ചത്. അൻപതിൽ പത്തൊൻപത് മാർക്ക്. ജയിക്കാൻ പതിനേഴര മാർക്ക് മതിയായിരുന്നു. കമലമ്മയ്ക്കും സുഭദ്രയ്ക്കും പതിനഞ്ചുമാർക്കിൽ കുറവായിരുന്നു. ക്ലാസിലെ മിടുക്കികളായിരുന്നു അവർ. രണ്ടുവർഷംകൂടി പഠിച്ചിരുന്നെങ്കിൽ ഭാരതി പത്താം ക്ലാസ് പാസാകുമായിരുന്നു. ഹെഡ്മാസ്റ്റർ ശങ്കരൻനായർ വീട്ടിലെത്തി പാറുവമ്മയെ ഉപദേശിച്ചെങ്കിലും അവർ വഴങ്ങിയില്ല. പെൺകുട്ടികൾ അധികം പഠിക്കാതിരിക്കുന്നതാണ് നല്ലതെന്ന് പാറുവമ്മ പറഞ്ഞു. ഭാരതിയെ മൂന്നാം ക്ലാസിൽ കണക്ക് പഠിപ്പിച്ച തോമസ് സാർ ഒരിക്കൽ പാറുവമ്മയോട് പറഞ്ഞു.

"ഭാരതി പഠിക്കാൻ മിടുക്കിയാ. പ്രത്യേകിച്ച് കണക്ക്. പത്തിലെത്തിയാൽ അവൾക്ക് ക്ലാസ് കിട്ടും. അതോണ്ട് പത്താം ക്ലാസ് വരെയെങ്കിലും അവളെ പഠിപ്പിക്കണം."

"അപ്പോ, ഇവിടത്തെ കാര്യം ആരു നോക്കും? എനിക്ക് കെണറ്റീന്ന് വെള്ളം കോരാൻ വയ്യ. ഇരുന്നാൽ പിന്നെ എഴുന്നേല്ക്കാൻ വയ്യ. ആരെങ്കിലും പിടിച്ചെഴുന്നേല്പിക്കണം. അതോണ്ട് അടുക്കളേൽ കേറ്റോം നടക്കത്തില്ല. അതൊക്കെക്കൊണ്ടാ തള്ള മരിച്ചേനു ശേഷം അവളെ പള്ളിക്കൂടത്തിവിടാത്തെ."

തോമസ് സാറിന്റെ വാക്കുകൾ പാറുവമ്മയുടെ തലയ്ക്കുള്ളിൽ കിടന്നു കറങ്ങിയെങ്കിലും അവർ തീരുമാനം മാറ്റിയില്ല. ഓരോരുത്തരുടെ തലയിൽ ഓരോന്ന് എഴുതിയിട്ടുണ്ടെന്ന് വിശ്വസിക്കാനാണ് ഭാരതി ഇഷ്ടപ്പെട്ടത്. പ്രഭാതത്തിനും പ്രദോഷത്തിനുമിടയിൽ എന്തെങ്കിലും വായിക്കാൻ കഴിഞ്ഞില്ലെങ്കിൽ അവൾക്ക് ശ്വാസം മുട്ടലാണ്. ആഹാരം ശരീരത്തിനാണെങ്കിൽ വായന മനസ്സിനാണ്. വായന വർദ്ധിക്കുംതോറും മനസ്സിലെ മാലിന്യങ്ങൾ ക്രമേണ ഇല്ലാതാവുമെന്ന് അവൾ മനസ്സിലാക്കി. പി കുഞ്ഞിരാമൻനായരുടെ ഒരു കവിത അവൾ കാണാതെ പഠിച്ചു.

അമ്പലമുക്കിൽ ഒരു തുണിക്കടയുണ്ട്. ചുണ്ടയിൽ മത്തായിയുടേതാണ് കട. കടയുടെ തിണ്ണയിലിരുന്നാണ് ചെല്ലപ്പൻ തുണി തയ്ക്കുന്നത്. ചെല്ലപ്പൻ ചെറുപ്പമാണ്. പൊടിമീശവച്ച ഒരു ചെറുപ്പക്കാരൻ. ഒരു തയ്യൽക്കാരന് ഇത്രയും മേക്കപ്പ് വേണോ എന്ന് ശിവൻകുട്ടി പലപ്പോഴും സംശയിച്ചിട്ടുണ്ട്. അയാൾ കറുത്ത പെൻസിൽകൊണ്ട് മീശ കറുപ്പിക്കുന്നുണ്ട്. അയാൾ *ജനയുഗം* വാരിക വരുത്തുന്നുണ്ട്. ശിവൻകുട്ടി ആദ്യമായി ഒരു ആഴ്ചപ്പതിപ്പ് കാണുന്നത് ചെല്ലപ്പന്റെ കൈയിലാണ്. ചെല്ലപ്പൻ *ജനയുഗം* വരുത്തുന്ന കാര്യം ഭാരതി ആരോ പറഞ്ഞ് അറിഞ്ഞിരുന്നു. ക്ഷേത്രത്തിലേക്കു പോകുമ്പോൾ ചെല്ലപ്പന്റെ പക്കൽനിന്നും *ജനയുഗം* വാരിക വാങ്ങിത്തരാമോ എന്നു ഭാരതി ശിവൻകുട്ടിയോടു ചോദിച്ചു.

"*ജനയുഗ*മുണ്ടോ?"

ശിവൻകുട്ടി കടയിൽ ചെന്ന് ചെല്ലപ്പനോടു ചോദിച്ചു.

ചെല്ലപ്പൻ തയ്യൽ മെഷീന്റെ ചക്രങ്ങളുടെ വേഗം കുറച്ചു.

"എന്താ കാര്യം?"

"വിമൽമിത്രയുടെ *വിലയ്ക്കുവാങ്ങാം* വായിക്കാനാ."

"ആർക്കാ?"

"ചേച്ചിക്ക്."

"അവരടെ പേരെന്താ?"

"ഭാരതി."

"വായിക്കുന്നതൊക്കെ നല്ലതാ. പക്ഷേങ്കി വാരിക വീട്ടിക്കൊണ്ടു പോകാൻ തരത്തില്ല. ഇവിടിരുന്ന് വായിക്കാമെങ്കിൽ തരാം."

"ചേച്ചി കടത്തിണ്ണേ ഇരുന്ന് വായിക്കാൻ വരത്തില്ല."

"തൂക്കക്കാരൻ രാമക്കുറുപ്പിന്റെ മോളായോണ്ട് തരാം. നാളെത്തന്നെ തിരിച്ചുതരണം. എന്റെ ഭാര്യ ഇതേവരെ വായിച്ചിട്ടില്ല."

"അതൊക്കെ തരാം."

ചെല്ലപ്പൻ തയ്യൽ മെഷീന്റെ ഡ്രോയിൽനിന്നും രണ്ടായിമടക്കിയ വാരിക നിവർത്തി ശിവൻകുട്ടിക്ക് നല്കി.

വാരികയുംകൊണ്ട് ശിവൻകുട്ടി വേഗത്തിൽ വീട്ടിലേക്ക് നടന്നു. ഭാരതി ശിവൻകുട്ടിയെ കാത്തിരിക്കുകയായിരുന്നു. നഷ്ടപ്പെട്ട സ്വന്തം കുട്ടിയെ വളരെ നാളുകൾക്കുശേഷം തിരിച്ചുകിട്ടിയ അമ്മയുടെ

സന്തോഷം ഭാരതിയുടെ മുഖത്തു തെളിഞ്ഞു. അവൾ ആർത്തിയോടെ വാരിക ഉമ്മ വച്ചു. എന്നിട്ടു മുളന്തൂണിൽ ചാരിയിരുന്ന് പേപ്പറുകൾ മറിച്ചു. സുഖകരമായ എന്തൊക്കെയോ ചിന്തകൾ അവളുടെ ഉള്ളിൽ മുളപൊട്ടി. മുഖത്തേക്ക് ചാഞ്ഞ് കിടന്ന മുടിച്ചുരുളുകൾ ഒതുക്കി അവൾ വാരികയ്ക്കുള്ളിലേക്ക് നോക്കി. ശിവൻകുട്ടി പോകാൻ തുടങ്ങുമ്പോൾ ഭാരതി ചോദിച്ചു.

“നീ എവിടെപ്പോവ്വാ?”

“അമ്പലത്തി ഓമനക്കുട്ടനും ഗോപിക്കുട്ടനും കിളിത്തട്ടു കളിക്കാൻ വിളിച്ചിട്ടുണ്ട്. ഓമനക്കുട്ടന്റെ ടീമിലാ ഞാൻ. ഗോപിക്കുട്ടൻ എതിർ ടീമിന്റെ കിളിയാ. കൈക്ക് എന്തൊരു നീളമാണെന്നോ. എവിടെ നിന്നാലും അടി ഒറപ്പാ.”

ശിവൻകുട്ടി പറഞ്ഞതൊന്നും ശ്രദ്ധിക്കാതെ നോവലിലെ കഥാപാത്രങ്ങളായ ദീപാങ്കുരസെന്നിനേയും സതിയേയും അന്വേഷിച്ച് ഭാരതിയുടെ കണ്ണുകൾ അലഞ്ഞു. ശിവൻകുട്ടി ധൃതിയിൽ ക്ഷേത്രത്തിലേക്കു നടന്നു.

പതിനാല്

കരുണാകരൻപിള്ളയുടെ കാതിൽ വെളുത്ത ഒറ്റക്കല്ലിന്റെ രണ്ടു കമ്മലുണ്ടായിരുന്നു. കമ്മൽ രണ്ടും കാതിലണിഞ്ഞപ്പോൾ, അയാളുടെ സൗന്ദര്യം പതിമടങ്ങ് വർദ്ധിച്ചതായി കണ്ണാടി കൃഷ്ണൻ പറഞ്ഞപ്പോൾ സത്യമാണെന്ന് അയാൾ വിചാരിച്ചു. കാതിനു പുറത്തുകൂടി വളച്ചുകെട്ടിയ കമ്മലായിരുന്നു അത്. വെളുത്ത കല്ലിന്റെ ഒരു മൂക്കുത്തി വാങ്ങി സരസ്വതിക്കു കൊടുത്തെങ്കിലും ആഭരണത്തിൽ ഭ്രമമില്ലാത്തതുകൊണ്ട് അവൾ ധരിച്ചില്ല. സുധർമ്മയുടെ വിവാഹം പ്രമാണിച്ച് രണ്ടു വളകൾ സരസ്വതിക്ക് വാങ്ങിക്കൊടുക്കണമെന്ന് കരുണാകരൻപിള്ള നിശ്ചയിച്ചിട്ടുണ്ട്. സരസ്വതിയുടെ കാര്യത്തിൽ കരുണാകരൻപിള്ളയ്ക്ക് അത്രയധികം താല്പര്യമുണ്ടായിരുന്നു.

കരുണാകരൻപിള്ളയുടെ വീട് റോഡിൽനിന്നും ഒരല്പം ഉയരത്തിലാണ്. പടികൾ കയറിവേണം വീട്ടിലെത്താൻ. കാറിന് കയറിപ്പോകാൻ പാകത്തിൽ വീടിന്റെ മറുവശത്തുകൂടി മറ്റൊരു റോഡുണ്ട്. റോഡിന്റെ തുമ്പിൽ ഒരു അമ്പാസിഡർ കാർ കിടക്കുന്നത് കാണാം. കാറ് പുറത്തേക്ക് എടുക്കാറില്ല. സോമന് വണ്ടി ഓടിക്കാനറിയാമെങ്കിലും ഓടിക്കാൻ പാടില്ല എന്ന് കർശന നിർദ്ദേശമുണ്ട്. അവന്റെകൂടെ കോളേജിൽ പഠിക്കുന്ന കൂട്ടുകാരൻ വണ്ടിയിലാണ് കോളേജിൽ വരുന്നത്. ചില ഞായറാഴ്ചകളിൽ അച്ഛൻ അമ്മയേയുംകൂട്ടി മങ്ങാട്ടു ഗണപതി ക്ഷേത്രത്തിൽ പോകുമ്പോൾ മാത്രമാണ് വണ്ടി പുറത്തിറക്കുന്നത്. കൊയ്ത്തുകാലമാവുമ്പോൾ കറ്റയും കച്ചിയും കയറ്റിയ കാളവണ്ടികൾ റോഡിലൂടെ കടന്നുപോകുന്ന ‘കടകട’ ശബ്ദം കേൾക്കാം. കാളവണ്ടിക്കാരൻ ഉറക്കെ

പാടുന്നതും കേൾക്കാം. ഉറക്കെപ്പാടുമ്പോൾ അറുകൊലയും മറ്റും അടുത്തുവരാൻ മടിക്കും. വണ്ടിക്കാരൻ ഉറങ്ങിപ്പോയാൽ കാളകൾ കൃത്യമായ സ്ഥലത്ത് എത്തിച്ചേരും. കാളയുടെ കഴുത്തിൽനിന്നും നുകം അഴിച്ചുമാറ്റി വൈക്കോൽ കൊടുത്ത്, കറ്റകൾ വലിച്ച് പുറത്തിടുന്നതുവരെ കാളവണ്ടിക്കാരൻ കാത്തിരിക്കും.

കരുണാകരൻപിള്ള വടക്കുദേശത്തുനിന്നും ഏഴംകുളത്ത് വന്നതാണ്. ജങ്ഷനിൽ ആദ്യം ഒരു മുറുക്കാൻ കട തുടങ്ങി. പിന്നീടു പലചരക്കു കടയായി വളർന്നു. പലചരക്കു കടയോടു ചേർന്ന് ഒരു തുണിക്കടയും തുടങ്ങി. ജങ്ഷനിൽനിന്നും ഒരല്പം മാറി അയാൾ അൻപത് സെന്റ് സ്ഥലം വാങ്ങി. രണ്ടു മുറിയിൽ ഒരു ഓലപ്പുര കെട്ടിയുണ്ടാക്കി. കരുണാകരൻപിള്ളയുടെ വളർച്ച കണ്ടിട്ടാണ് മുണ്ടനാട്ട് കൃഷ്ണൻനായർ തന്റെ മകൾ സരസ്വതിയേ അയാൾക്ക് നല്കിയത്. സരസ്വതിയുടെ വരവോടെ അയാളുടെ ശുക്രൻ തെളിഞ്ഞതായി ആളുകൾ പറഞ്ഞു. സാമ്പത്തികമായി അയാൾ വളരെ ഉയരത്തിലെത്തി. എല്ലാം സരസ്വതിയുടെ ഐശ്വര്യം. കരുണാകരൻപിള്ള എല്ലാവരോടും പറഞ്ഞു. എന്തുകൊണ്ടാണെന്നറിയില്ല സരസ്വതി എപ്പോഴും ഒരു ദുഃഖപുത്രിയെപ്പോലെ പെരുമാറി. പ്രസവത്തോടെ സരസ്വതി വല്ലാതെ തടിച്ചു. കരുണാകരൻപിള്ളയോടൊത്തുള്ള യാത്ര സരസ്വതി നിർത്തലാക്കി. ഭർത്താവിന്റെ തീരുമാനത്തെ അവൾ എതിർക്കാറില്ല. എതിർത്താലും കാര്യമില്ലെന്ന് അവൾക്കറിയാം. സുധർമ്മയുടെ വിവാഹക്കാര്യം സരസ്വതിയോടു പറഞ്ഞെങ്കിലും അവൾ ഒരഭിപ്രായവും പ്രകടിപ്പിച്ചില്ല. അതാണ് നല്ലതെന്ന് സരസ്വതി വിചാരിച്ചിട്ടുണ്ടാവും. നല്ല ഈശ്വരവിശ്വാസമുള്ള സ്ത്രീയാണ് സരസ്വതി. എല്ലാ വെള്ളിയാഴ്ചയും ഭർത്താവിന്റെ പേരിൽ രക്തപുഷ്പാഞ്ജലി നടത്തും. പ്രസാദം വാങ്ങാൻ സോമനെ പറഞ്ഞുവിടും. തിരുമേനിക്കും കഴകത്തിനും ദക്ഷിണകൊടുക്കണമെന്ന് സോമനോട് പറയും. കരുണാകരൻപിള്ളയ്ക്ക് പഞ്ചസാരയുടെ അസുഖമുണ്ടെങ്കിലും ഇരട്ടിപ്പായസവും പാല്പായസവും കുറഞ്ഞ അളവിൽ അയാൾക്ക് നല്കും. സുധർമ്മ മൂന്നു പ്രാവശ്യം പത്താംക്ലാസിൽ തോറ്റപ്പോൾ സരസ്വതി വീട്ടിൽനിന്നും പുറത്തിറങ്ങാതായി. ഒറ്റപ്പെട്ട ജീവിതമാണ് അവരുടേത്. സന്തോഷമോ ദുഃഖമോ പുറത്ത് കാണിക്കാറില്ല. അവരുടെ മുഖത്ത് കറുത്ത പാടുകൾ പെട്ടെന്ന് പ്രത്യക്ഷപ്പെട്ടു. മുടിയൊക്കെ കൊഴിഞ്ഞ് തലയോട്ടി പുറത്തുകണ്ടു. കുംഭഭരണിദിവസം വെളുപ്പിനേയുള്ള എഴുന്നള്ളത്തും ആലുവിളക്കും കണ്ട് തൊഴാൻ മാത്രം എല്ലാ വർഷവും ക്ഷേത്രത്തിൽ പോകാറുണ്ട്. കാവിനോടു ചേർന്നുള്ള കൽക്കെട്ടിൽ ചാരിനിന്ന് എഴുന്നള്ളത്ത് കണ്ടിട്ടു സുധർമ്മയോടൊപ്പം വീട്ടിലേക്ക് തിരിച്ചു പോകും.

ക്ഷേത്രത്തിൽ ഇരുപത്തിയൊന്ന് തൂക്കം നടന്നപ്പോൾ സോമനോടൊപ്പമാണ് സരസ്വതി ക്ഷേത്രത്തിൽ പോയത്. സുധർമ്മ അന്ന് ജനിച്ചിട്ടില്ല. സോമന് അന്ന് നാല് വയസ്സായിരുന്നു പ്രായം. ഇരുപത്തിയൊന്ന്

തൂക്കക്കാർ ഒന്നിച്ച് ഒരേ വില്ലിൽ ഉയർന്നപ്പോൾ സോമനെ തോളിലിരുത്തിയാണ് തൂക്കം കാണിച്ചത്.

സുധർമ്മയുടെ വിവാഹനിശ്ചയത്തിന് അഞ്ഞൂറ് പേരുടെ സദ്യയാണ് ഒരുക്കുന്നത്. കരുണാകരൻപിള്ളയ്ക്ക് ധാരാളം സുഹൃത്തുക്കളുണ്ട്. പറക്കോട്ടു ചന്തയിലെ കച്ചവടക്കാർ അയാളുടെ കൂട്ടുകാരാണ്. അവർ തന്നെ ഇരുനൂറിലധികം പേരുണ്ടാവും. പിന്നെ കരയോഗക്കാരും മറ്റു ജാതിക്കാരും. പാചകത്തിന് നേതൃത്വം നല്കുന്ന വെറ്റിക്കോണത്ത് ശിവരാമപിള്ള നേരത്തെയെത്തി ഉപ്പേരി വറുക്കാൻ തുടങ്ങി. ഇഞ്ചിക്കറി വയ്ക്കാനും തയ്യാറെടുപ്പുകൾ തുടങ്ങി. നാരങ്ങായും മാങ്ങയും ഉപ്പിലിടാൻ വേണ്ടി സുഭാഷിണി കറിക്കത്തി എടുക്കാൻ പോയിരിക്കുന്നു. നാല് കുഴയുള്ള വാർപ്പെടുക്കാൻ കാരുവേലിൽ ശങ്കരപ്പിള്ളയുടെ വീട്ടിലേക്ക് നാലുപേർ പോയിട്ടുണ്ട്. രണ്ട് പറ അരിയുടെ പ്രഥമൻ വെക്കാൻ പറ്റുന്ന വാർപ്പാണ് അത്. വാർപ്പ് അറയിൽനിന്നും വളരെ പ്രയാസപ്പെട്ടാണ് പുറത്തിറക്കുന്നത്. കല്യാണത്തിന് വീണ്ടും വലിയ വാർപ്പ് എടുക്കേണ്ടിവരും. പ്രഥമനുള്ള അരി ഇടിക്കുന്നത് സ്ത്രീകളാണ്. സുഭാഷിണി അരി അരിപ്പയിലിട്ട് തുള്ളിക്കുന്നു. ശങ്കരപ്പിള്ളയ്ക്ക് മൂന്നു വാർപ്പുകളുണ്ട്. രണ്ടെണ്ണം എപ്പോഴും യാത്രയിലാണ്. നാലു കുഴയുള്ള വാർപ്പ് ആർക്കും കൊടുക്കാറില്ല. കരുണാകരൻപിള്ള ചോദിച്ചതുകൊണ്ടു മാത്രമാണ് വാർപ്പ് കൊടുക്കുന്നത്. പാത്രങ്ങളെത്തിക്കഴിഞ്ഞാൽ പകുതി ജോലി തീർന്നു. ഇനിയും അറുനൂറ് ഇല മുറിക്കണം. അഞ്ഞൂറെണ്ണം സദ്യക്കും നൂറെണ്ണം പ്രഥമനും. എല്ലാ കാര്യങ്ങളും നാട്ടുകാരാണ് ചെയ്യുന്നത്. ഓരോ കല്യാണവും അവർക്ക് ഓരോ ഉത്സവമാണ്.

വാതിലിൽ മറഞ്ഞുനിന്ന് സുധർമ്മ ഒരുക്കങ്ങളൊക്കെ കാണുന്നുണ്ട്. അവളുടെ മുഖം ശാന്തമാണ്. സന്തോഷമോ ദുഃഖമോ അവൾക്ക് തോന്നിയില്ല. സരസ്വതി പഴക്കുല കെട്ടാനുള്ള സ്ഥലം കാണിച്ചുകൊടുക്കുന്നു. സുധർമ്മയ്ക്ക് നേരിയ ജലദോഷത്തിന്റെ ലക്ഷണമുണ്ട്. ഒന്ന് രണ്ട് പ്രാവശ്യം തുമ്മിയതുകൊണ്ട് വായിലൂടെയാണ് അവൾ ശ്വാസം വിട്ടത്. മൂക്കടഞ്ഞാൽ വായുണ്ടല്ലോ എന്നവൾ സമാധാനിച്ചു. ഓരോ അവയവങ്ങൾക്കും ഒന്നിൽക്കൂടുതൽ ഉപയോഗം. സൃഷ്ടിയുടെ മഹത്ത്വം മനോഹരമാണെന്ന് സുധർമ്മ മനസ്സിലാക്കി.

സന്ധ്യമയങ്ങിയ നേരത്താണ് ശിവൻകുട്ടി സോമന്റെ വീട്ടിലെത്തിയത്. ശിവൻകുട്ടിയെ കണ്ടെങ്കിലും സോമന്റെ മുഖത്ത് ഒരു ഭാവപ്രകടനവും കണ്ടില്ല. സോമന്റെ ഉള്ളിൽ കടലിരമ്പുന്നതുപോലെ ശിവൻകുട്ടിക്ക് തോന്നി. തൊഴുത്തിന്റെ തിണ്ണയിലാണ് സോമൻ ഇരിക്കുന്നത്. തറ ചാണകം മെഴുകിയതാണ്. അവിടവിടെ ചാണകപ്പൊറ്റകൾ അടർന്നുപോയിട്ടുണ്ട്. ഉള്ളിലെ മണ്ണ് തെളിഞ്ഞുകാണാം. പണ്ട് കാളകളേയും പശുക്കളേയും കെട്ടിയിരുന്ന തൊഴുത്തിൽ ഇപ്പോൾ കടയിലെ ഉപയോഗശൂന്യമായ വസ്തുക്കൾ സൂക്ഷിച്ചിരിക്കുന്നു. കുറേ കട്ടിളയും ജന്നലും പുതുതായി പണിഞ്ഞത് ഒരു ഭാഗത്ത് കൂട്ടിവച്ചിട്ടുണ്ട്.

"സൂര്യൻ പടിഞ്ഞാറാണോ ഉദിക്കേണ്ടത്. അല്ലല്ലോ. കിഴക്കുദിക്കാത്ത സൂര്യനെ എനിക്കിഷ്ടമല്ല."

സോമൻ ഗൗരവത്തോടെ പറഞ്ഞു.

ശിവൻകുട്ടിക്ക് ഒന്നും മനസ്സിലായില്ല.

"നീ എന്തോന്നാ ഈ പറയുന്നെ?"

"എനിക്കീ കല്യാണം ഇഷ്ടമല്ല."

"ഇനീം പറഞ്ഞോണ്ടു കാര്യമില്ല. നാടോടുമ്പോൾ നടുവേ ഓടണമെന്നല്ലേ പറയുന്നത്."

"എന്തായാലും കല്യാണത്തിന് ഞാനിവിടെ കാണത്തില്ല."

"അങ്ങനെ പറയരുത്. ആങ്ങളയാ ചെറുക്കനെ സ്വീകരിക്കേണ്ടത്. സുധർമ്മയ്ക്ക് സഹിക്കത്തില്ല."

"അമ്മ ശക്തമായി പറഞ്ഞിരുന്നെങ്കിൽ അച്ഛൻ കേട്ടേനെ. അമ്മയെ അച്ഛന് ഇഷ്ടമാ, പക്ഷേ, അമ്മ പറഞ്ഞില്ലല്ലോ."

"അതൊക്കെ പോട്ടെ, കതിരിന്മേൽ വളം വച്ചാൽ വല്ല കാര്യവുമുണ്ടോ?" ശിവൻകുട്ടിയുടെ മുഖത്തേക്ക് സോമൻ ഗൗരവത്തോടെ നോക്കി. ഇരുട്ടു വീണതുപോലെ സോമന്റെ മുഖം കറുത്തിരുന്നു.

തേങ്ങാ തിരുമ്മാനുള്ള കറക്കുന്ന ചിരവ പന്തലിനുള്ളിൽ വയ്ക്കുമ്പോൾ ശിവരാമപിള്ള ശിവൻകുട്ടിയോടു ചോദിച്ചു.

"ശിവൻകുട്ടിക്കാവുമോ ഈ ചക്രം കറക്കിത്തരാൻ?"

"ഇല്ല, അവന് വേറെ ജോലിയൊണ്ട്."

സോമനാണ് മറുപടി പറഞ്ഞത്.

വെള്ളം കോരുന്നവർ കുട്ടകത്തിന്റെ കാതിൽ വഴുക കെട്ടി ഉള്ളിലൂടെ ഉലക്ക കയറ്റി തോളത്തുവച്ച് കിണറ്റിൻകരയിലേക്ക് നടന്നു. പൂവേലി പൊന്നമ്മയും മുരുപ്പേൽ ശാന്തയും അനിതയും അരി ഇടിക്കുന്നുണ്ട്. വാട്ടിയ ഇല വാർപ്പിൽനിന്നും പുറത്തെടുത്ത് ആവി അകലാനായി തറയിൽ വച്ചിരിക്കുന്നു. ശർക്കര ചേർത്ത് അരി കുഴയ്ക്കാൻ ശിവൻരാമപിള്ള എത്തി. രണ്ടുപേർ തേങ്ങാ ഉടച്ച് കുട്ടയിൽ ഇടുന്നുണ്ട്. തേങ്ങാവെള്ളം തറയിൽ താഴ്ന്നു. ഇടയ്ക്ക് ശിവരാമപിള്ള വെറ്റില മുറുക്കി പുറത്തുപോയി തുപ്പി തിരിച്ചുവന്നു. പൂവേലി പൊന്നമ്മ ശിവൻകുട്ടിയെ കണ്ടപ്പോൾ ചോദിച്ചു.

"എടാ, മോനേ നീ കോളേജിൽ ചേരുന്നില്ലേ? നല്ല മാർക്കുണ്ടെന്ന് കേട്ടല്ലോ?"

"ഇല്ല." ശിവൻകുട്ടി ഉറക്കെപ്പറഞ്ഞു.

"നീ എന്തിനാ മോനെ ചൂടാവുന്നെ."

"പൈസയില്ല, അത്രതന്നെ."

"പാറുവമ്മയുടെ പത്തായത്തിൽ പൂത്ത പൈസയുണ്ടെന്നാ ആളുകൾ പറയുന്നെ."

"അതിന് ഞാനെന്തുവേണം?"

അന്നേരം അനിത ഇടപെട്ടു.

"രാമക്കുറുപ്പ് ഒണ്ടായിരുന്നപ്പം ചേനേം ചീനീം വിറ്റ് കൊറെ കാശ് പാറുവമ്മയ്ക്ക് കൊടുത്തുകാണും. പക്ഷേ, പെണ്ണിനെ കെട്ടിച്ചയക്കണ്ടായോ? ഇവനെ കോളേജിൽ വിട്ടാ പെണ്ണിനെ എന്തോ ചെയ്യും?"

"അതു ശരിയാ."

ശിവൻകുട്ടിക്ക് ദേഷ്യം വന്നു. വീടിന്റെ വടക്കുഭാഗത്തെ വാഴത്തോട്ടത്തിൽ അവൻ കയറിയപ്പോൾ സോമൻ പിറകെചെന്ന് അവനെ ആശ്വസിപ്പിച്ചു.

"ആളുകൾ അതുമിതും പറയും. അതൊന്നും കേട്ട് നീ ബേജാറാവണ്ട. വാ നമുക്ക് പോയി അത്താഴം കഴിക്കാം."

അത്താഴ സദ്യ കഴിഞ്ഞു.

"നീ പന്തലിലോട്ടു നോക്ക്യേ" സോമൻ ചെറുചിരിയോടെ ശിവനോട് പറഞ്ഞു "തേങ്ങാതിരുമ്മുന്നത് ആരാ?"

"ചരുവിൽ കേശവൻനായർ."

"തൊട്ടടുത്തിരുന്ന് തേങ്ങാപൊട്ടിക്കുന്നത് ആരാ?"

"ചരുവിൽ പ്രഭാകരനും രാജനും."

"പന്തലിന്റെ വടക്കേയറ്റത്ത് ഇഞ്ചി പലകേലിട്ടു കൊത്തുന്നതാരാ?"

"ചരുവിൽ പത്മാവതിയമ്മ."

"നിനക്കിപ്പോൾ എന്തു മനസ്സിലായി?"

"ഒന്നും മനസ്സിലായില്ല."

"എടാ, കോന്താ, ചരുവിലെ എല്ലാവരും ഇവിടുണ്ട്. ഒരാളൊഴിച്ച്. സുശീല. അവളിപ്പോൾ വീട്ടിൽ തനിച്ചാ. ഇതൊരു നല്ല സമയമാ. കളഞ്ഞു കുളിക്കരുത്. ഇതുപോലൊരു സന്ദർഭം ഇനി ഉണ്ടാവാൻ പോകുന്നില്ല. എന്നെ അവള് കുറേ അടി കൊള്ളിച്ചതാ. അതിന് എനിക്ക് പ്രതികാരം ചെയ്യണം. പുളിങ്കമ്പുകൊണ്ട് അച്ഛനടിച്ച പാട് ഇപ്പോഴും കാൽവണ്ണയിലുണ്ട്."

ചരുവിൽ സുശീല പത്തിലാണ് ഇപ്പോൾ പഠിക്കുന്നത്. ചിറയ്ക്കരോട്ടുചിറയുടെ തെക്കുവശത്തെ ആഞ്ഞിലി ചുവട്ടിൽ വവ്വാൽ ചപ്പിയിട്ട കശുവണ്ടി തിരയുകയായിരുന്നു സോമൻ. കുണ്ടിയുടെ നീര് കുടിച്ചുകഴിഞ്ഞാൽ അണ്ടി താഴേക്കിട്ട് വവ്വാലുകൾ പറന്നകലും. കശുമാവിൽ നിന്നും പഴം അണ്ടിയോടെ പറിച്ചെടുത്ത് ആഞ്ഞിലി കൊമ്പത്തിരുന്നാണ് വവ്വാലുകൾ നീര് കുടിക്കുന്നത്. ആഞ്ഞിലിച്ചുവട്ടിൽ കരിയിലപ്പുറത്ത് ദിവസവും അഞ്ചാറ് പറങ്കിയണ്ടികൾ കാണും. അത് പറക്കാനാണ് സോമൻ അവിടെയെത്തിയത്. സമയം ഉച്ചയോടടുക്കുന്നു. ചിറയ്ക്ക് താഴെ വയലാണ്. എന്നും ചിറയിൽ നാലരയടിയോളം വെള്ളം കാണും. വെള്ളം കൂടുതലായാൽ കവിഞ്ഞ് ഒഴുകാനുള്ള സംവിധാനമുണ്ട്. ചരുവിലെ സുശീലയും കൂട്ടുകാരി തങ്കമണിയും ചിറയിൽ പരസ്പരം വെള്ളം ചെപ്പി കളിക്കുന്നു. വെള്ളത്തിനു മുകളിൽ അവരുടെ വെളുത്ത ശരീരം വ്യക്തമായി കാണാം. ഉച്ച സമയമായതുകൊണ്ട് ആരും അതുവഴി വരാൻ ന്യായമില്ലെന്ന് അവർ ചിന്തിച്ചുകാണും. സോമൻ

ആഞ്ഞിലിച്ചുവട്ടിൽ നില്ക്കുന്നത് അവരറിഞ്ഞില്ല. ഇടയ്ക്ക് സുശീല ചിറയുടെ കരയിൽ കയറി ഓടാൻ തുടങ്ങി. തങ്കമണി പിറകേ വച്ചുപിടിച്ചു. സോമൻ മരത്തിന് മറഞ്ഞുനിന്ന് അവരുടെ ഓട്ടം ശ്രദ്ധിച്ചു. രണ്ടുപേരും 'ഉണ്ട' കളിക്കുകയാണ്. സുശീലയുടെ നെഞ്ചിലെ ഉണ്ണിമാങ്ങകൾ കുലുങ്ങുന്നത് കണ്ടപ്പോൾ സോമന് സഹിച്ചില്ല. ഇത് ഭൂമിയിലെ ഒരു അത്ഭുതക്കാഴ്ചയാണ്. ഓടുന്നത് സുശീലയല്ല എന്ന് സോമനു തോന്നി. ഏതോ ദേവസ്ത്രീയാണെന്ന് അവൻ കരുതി. ഇത്ര മനോഹരമായ ഒരു കാഴ്ച ഇതിനുമുമ്പ് അവൻ കണ്ടിട്ടില്ലായിരുന്നു. കിണ്ണത്തിൽ വിളമ്പിവച്ച ചൂട് പൊടിയരിക്കഞ്ഞി അസ്ത്രംകൂട്ടി കഴിക്കുമ്പോഴുള്ള സുഖം സോമന് തോന്നി. അവൻ രഹസ്യമായി വെള്ളത്തിലേക്ക് ചാടി. പായലിനുള്ളിൽ അവന്റെ തല അപ്രത്യക്ഷമായി. വെള്ളത്തിനടിയിലൂടെ കണ്ണുകൾ തുറന്ന് നീന്തി. ഇടയ്ക്ക് ശ്വാസമെടുക്കാൻ തല വെള്ളത്തിനു മുകളിൽ കൊണ്ടുവന്നു. വീണ്ടും മുങ്ങി. അവൻ സുശീലയുടെ സമീപമെത്തി എവിടെയോ കയറിപ്പിടിച്ചു. മുതലയെ കണ്ട മാൻകുട്ടിയേപ്പോലെ രണ്ടുപേരും ഓടി കരയ്ക്കുകയറി. സുശീല ഉറക്കെ കരയുന്നുണ്ടായിരുന്നു. സുശീല കരയുന്നതു കണ്ടപ്പോൾ തങ്കമണിയും കരഞ്ഞു. പെറ്റിക്കോട്ട് വലിച്ചുകയറ്റി ശരീരം മറച്ച് അവർ വീട്ടിലേക്കു നടന്നു. സോമൻ ഏതോ സുഖാലസ്യത്തിൽ വെള്ളത്തിൽ തന്നെ കിടന്നു. എത്രനേരം കിടന്നു എന്ന് അവനോർമ്മയില്ല. വായിൽ വെള്ളം കയറ്റി പൂക്കുറ്റി പോലെ അവൻ പുറത്തേക്ക് പായിച്ചു. വീട്ടിലേക്ക് അത്യാവശ്യമായി ചെല്ലാൻ സുധർമ്മ ചിറയുടെ കരയിൽ വന്ന് പറഞ്ഞപ്പോൾ സോമൻ അപകടം മണത്തു. വീട്ടിലെത്തിയപ്പോൾ സുശീലയും അമ്മ പത്മാവതിയമ്മയും വീട്ടുമുറ്റത്ത് നില്ക്കുന്നതു കണ്ടു. അവർ കരുണാകരൻപിള്ളയോടു എന്തൊക്കെയോ പറയുന്നുണ്ട്. സോമനെ കണ്ടപ്പോൾ കരുണാകരൻപിള്ള പുളിങ്കമ്പ് ഒടിച്ച് സോമന്റെ ശരീരത്തിൽ ആഞ്ഞടിച്ചു. പുളിങ്കമ്പ് ഒടിയുന്നതുവരെ കരുണാകരൻപിള്ള സോമനെ തല്ലി. സരസ്വതി പുറത്തേക്കു വന്നില്ല. സുധർമ്മ അടക്കിപ്പിടിച്ചു കരയുന്നതു കണ്ടു.

"എന്നെ തല്ലല്ലേ അച്ഛാ, ഞാനിനി ഒരു തെറ്റും ചെയ്യത്തില്ല." സോമൻ കരഞ്ഞു പറഞ്ഞിട്ടും അച്ഛന്റെ അരിശം അടങ്ങിയില്ല. സ്വന്തം മകനെ ഇത്ര ക്രൂരമായി തല്ലിയ അച്ഛനോടുള്ള ദേഷ്യവും കാരണക്കാരിയായ സുശീലയോടുള്ള പകയും ഉറഞ്ഞ് ഒരു കല്ലായി സോമന്റെ ഉള്ളിൽ ഇപ്പോഴും കിടക്കുന്നു. സുശീലയോട് പ്രതികാരം ചെയ്യണം. സോമൻ ഉറപ്പിച്ചു.

"എടാ ശിവൻകുട്ടീ നമുക്ക് സുശീലയുടെ അടുത്തുവരെ പോകാം."

"അതുവേണ്ട. അപകടമാ. അവരുടെ സഹോദരന്മാരിലാരെങ്കിലും അന്നേരം കയറി വന്നാൽ പ്രശ്നം ഗുരുതരമാവും."

"എന്തോന്ന് പ്രശ്നം? അത്താഴസദ്യ ഉണ്ണാതെ അവരാരും വരത്തില്ല. പ്രഥമന്റെ അടപരത്തിക്കഴിഞ്ഞേ അവര് അത്താഴമുണ്ണൂ. എന്തായാലും അരമണിക്കൂർ കഴിയും."

"നിന്റെ അച്ഛനറിഞ്ഞാൽ വീണ്ടും അടി ഉറപ്പാ."

"അടിക്കട്ടെ. എന്റെ ഉള്ളിൽ ഉറഞ്ഞുകിടക്കുന്ന വേദന അവളറിയണം. പത്തിവിടർത്തി അവളുടെ നാഭിയിൽ വിഷപ്പല്ല് അമർത്തി കൊത്തണം. നീയൊന്നും ചെയ്യണ്ടാ. നീ റോഡിൽ നിന്നാൽ മതി. ആരെങ്കിലും വരുന്നത് കണ്ടാൽ ഒരു അടയാളം തരണം. അത്താഴം കഴിഞ്ഞ് ആരെങ്കിലും വരുന്നേന് മുമ്പേ വേണം. വന്നാൽ എന്നെ നീ ഉറക്കെ വിളിക്കണം. സോമൻ ചിരവ എടുക്കാൻ പോയതാണെന്ന് പറയണം."

"എടാ, അതിന് അവരടെ വീട്ടീന്ന് ഞാനാ ചെരവയെടുത്തെ."

"ഒന്നൂടെ എടുത്താൽ എന്താ കൊഴപ്പം?"

ശിവൻകുട്ടി മനസ്സില്ലാമനസ്സോടെ തലയാട്ടി.

സുശീലയുടെ വീട് റോഡിന് താഴെയാണ്. ഇടുങ്ങിയ ഇടവഴിയിൽക്കൂടി ഒരല്പം താഴോട്ടു നടക്കണം. വഴിയിൽ ഉരുണ്ട കല്ലുകൾ നിരന്നു കിടക്കുകയാണ്. സൂക്ഷിച്ചു നടന്നില്ലെങ്കിൽ കല്ലിൽ കാല് തട്ടി താഴെ വീഴാനും മതി. വെളിച്ചമില്ലാത്തതുകൊണ്ട് സൂക്ഷിച്ചു നടക്കണേയെന്നു അവൻ സോമനോട് പറഞ്ഞു.

"നീ റോഡിൽ നിന്നാൽ മതി." സോമൻ പറഞ്ഞു. "അങ്ങോട്ടു വരണ്ട. ഞാൻ പോയിട്ടു വരാം. കാര്യം ഒത്താൽ ഇച്ചിരി താമസിക്കും. പതിനഞ്ച് മിനിറ്റ്. നീ അത്രേം നേരം എനിക്കുവേണ്ടി കാക്കണം."

സോമൻ സുശീലയുടെ വീടിന്റെ മുറ്റത്തെത്തി.

"സുശീലേ, കതക് തുറക്ക്." അവൻ പറഞ്ഞു.

"ആരാ?"

"ഞാനാ സോമൻ. ചെരവ എടുക്കാൻ വന്നതാ."

"ചെരവ കൊണ്ടുപോയല്ലോ."

"കൊണ്ടുപോയോ? എങ്കി വേണ്ട. എനിക്ക് നിന്നോട് ചില കാര്യങ്ങൾ സംസാരിക്കാനുണ്ട്. കതക് തുറക്ക്."

"ഒരു കാര്യോം പറയണ്ട. ഞാൻ കതക് തുറക്കത്തില്ല. വേല കൈയി വച്ചേച്ചാ മതി."

"കതക് തുറന്നില്ലെങ്കിൽ ഞാൻ ചവട്ടിപ്പൊളിക്കും."

"പേടിപ്പിക്കല്ലേ സോമാ. നിങ്ങടെ വീട്ടിലെ പുളിക്ക് ഇനീം കമ്പുകളുണ്ട്."

"സുശീലേ കതക് തുറക്ക്."

"ഇല്ല തൊറക്കത്തില്ല."

ചൂട്ടു മിന്നിച്ചുകൊണ്ട് ആരോ വരുന്നതു കണ്ടപ്പോൾ ശിവൻകുട്ടിയുടെ ശരീരം വിറച്ചു. എന്തോ വലിയ അപകടം വരുന്നതുപോലെ ശിവൻകുട്ടിക്ക് തോന്നി. എന്തു ചെയ്യണമെന്നറിയാതെ ശിവൻകുട്ടി ഒരു നിമിഷം പകച്ചുനിന്നു.

"നീയെന്താ ഇവിടെ."

സുശീലയുടെ സഹോദരൻ പ്രഭാകരനായിരുന്നു അത്. എരിയുന്ന ചൂട്ട് അയാൾ ശിവൻകുട്ടിയുടെ മുഖത്തേക്ക് നീട്ടി.

“സോമൻ ചെരവയെടുക്കാൻ പോയതാ. എടാ, സോമാ ചെരവയെടുത്തോണ്ട് വേഗം വാ.” ശിവൻകുട്ടി ഉറക്കെ വിളിച്ചുപറഞ്ഞു.

“അതിന് നീയല്ലേ കൊറെമുമ്പേ വീട്ടീന്ന് ചെരവേംകൊണ്ട് വന്നത്. അവിടെ രണ്ടു ചെരവയില്ലല്ലോ.”

“ഞാനതങ്ങു മറന്നു.”

ശിവൻകുട്ടിയുടെ ശരീരം തളർച്ചയിലേക്ക് വീണു. സുശീലയുടെ ആങ്ങള ഒരല്പം റൗഡി കൂടിയാണ്. ദുർന്നടപ്പ് ആരോപിച്ച് സോമനെ അയാൾക്ക് എന്തു വേണമെങ്കിലും ചെയ്യാം. ഒന്നും സംഭവിക്കല്ലേയെന്ന് ശിവൻകുട്ടി എല്ലാ ദൈവങ്ങളേയും മനസ്സിൽ വിളിച്ച് പ്രാർത്ഥിച്ചു. സോമൻ ഓടിക്കിതച്ചെത്തി.

“ചെരവ കിട്ടിയോടാ സോമാ നിനക്ക്.”

ഉടുപ്പിടാത്ത ഉറച്ച മസിലുകളുള്ള പ്രഭാകരൻ ചോദിച്ചു.

“ഇല്ല.”

“സുശീല എന്തോ പറഞ്ഞു?”

“ചെരവ കൊണ്ടുപോയെന്നു പറഞ്ഞു.”

“വെളച്ചിലു കാണിച്ചാൽ അടിച്ച് നിന്റെ അണപ്പല്ല് തെറിപ്പിക്കും. കരുണാകരൻപിള്ളേടെ മോനാന്നൊന്നും നോക്കത്തില്ല. നിനക്കെന്നെ അറിയത്തില്ല.”

പ്രഭാകരൻ സോമനോടു പറഞ്ഞു. എന്നിട്ട് ശിവൻകുട്ടിയുടെ നേരേ തിരിഞ്ഞു.

“ഇവന്റെ കൂടെ നടന്നാൽ നീയും ചീത്തയാവും. കേട്ടല്ലോ! നിന്റെ അച്ഛൻ രാമക്കുറുപ്പിനെ ഓർത്ത് കൂടുതലൊന്നും പറയുന്നില്ല. അയാള് നല്ല മനുഷേനാരുന്നു. ഒരു വൃത്തികേടും ഇല്ലാത്ത മനുഷ്യൻ. ആ നല്ല പേര് കളഞ്ഞു കുളിക്കരുത്.”

സോമനും ശിവൻകുട്ടിയും ഉറങ്ങിക്കിടന്ന നിലാവിന്റെ മുഖത്തു ചവുട്ടി വീട്ടിലേക്ക് നടന്നു. കാറ്റടിച്ചപ്പോൾ നാട്ടുമാവിന്റെ നിഴലുകൾ പാമ്പുകളെപ്പോലെ ഇടവഴിയിൽ ഇഴഞ്ഞു. കറുത്ത ഉറുമ്പ് കടിച്ചതു പോലെയുള്ള കടുത്ത വേദന സോമന്റെ മനസ്സിൽ നിറഞ്ഞു. അച്ഛൻ വിധിക്കുന്ന ഏതു ശിക്ഷയും സ്വീകരിക്കാൻ അവന്റെ ശരീരം തയ്യാറായി.

പതിനഞ്ച്

മേൽവസ്ത്രമെല്ലാം ഊരിക്കളഞ്ഞ് പുറംതൊലി പുറത്തുകാണിച്ച്, നഗ്നയായി കിടക്കുന്ന ഭൂമിക്ക് കുംഭമാസത്തിലെ ചാറ്റൽ മഴയോടാണ് കൂടുതൽ പ്രേമം. ഓരോ ചെറിയ മഴയും ഓരോ സുരതത്തിന്റെ സുഖമാണ് ഭൂമിക്കു നല്കുന്നത്. ഭൂമിയെ മരണത്തിൽനിന്നും രക്ഷിക്കുന്നത് ഈ മഴകളാണ്. മണ്ണടരുകളിൽക്കൂടി മഴവെള്ളം താഴേക്കിറങ്ങുമ്പോൾ ഭൂമിയുടെ ശരീരത്തിൽ രോമാഞ്ചം മൂടും. നിന്ന് പെയ്യുന്ന ഇടവപ്പാതി

യോട് ഭൂമിക്ക് മാനസികമായി അടുപ്പക്കുറവുണ്ട്. ഒഴുകിയൊഴുകി പെരുംകടലിൽ ചെന്നുചേരാൻ ധൃതി കൂട്ടുന്ന സ്വഭാവമാണ് ഇടവപ്പാതിക്ക്. വിശന്നിരിക്കുമ്പോൾ കിട്ടുന്ന പാഥേയത്തിന്റെ രുചിയാണ് വേനൽ മഴയ്ക്ക്. വെയിലേറ്റ്, വാടിത്തളർന്ന്, മരണത്തിന്റെ വക്കിലെത്തിനില്ക്കുന്ന വാഴയും ചീനിയും ചേനയും ഉണർന്ന് ജീവിതത്തെക്കുറിച്ച് വീണ്ടും സ്വപ്നം കാണാൻ തുടങ്ങും. ഏറെനാളായി മണ്ണിനടിയിൽ ശാപമോക്ഷവും പ്രതീക്ഷിച്ച് കിടന്നിരുന്ന വിത്തുകൾ മുളപൊട്ടി തലയ്ക്ക് മുകളിൽ വർണ്ണക്കുടകൾ നിവർത്തി നില്ക്കുന്നത് കാണുമ്പോൾ ഭൂമിയുടെ കണ്ണുകളിൽ ജലം പൊടിയും. തിമിരത്തെ പ്രതിരോധിക്കാനാകാത്ത ഭൂമിയുടെ കണ്ണുകൾ കാഴ്ചയുടെ ശക്തി വീണ്ടെടുക്കും. സൗദാമിനിക്ക് എന്നും വെയിലിനേക്കാൾ മഴയോടായിരുന്നു ഇഷ്ടക്കൂടുതൽ. വേനൽമഴ വീഴുമ്പോൾ അവൾ തിണ്ണയിൽ തടുക്കിട്ട് മഴ കാണും. രാമക്കുറുപ്പിന് കുംഭമാസത്തെ മഴയോടാണ് സാദൃശ്യം. ചിലപ്പോൾ ഇടിവെട്ടുമെങ്കിലും പെട്ടെന്ന് വന്ന് പെട്ടെന്ന് പിൻവാങ്ങുന്ന കുംഭമഴ അവളുടെ മനസ്സിൽ ചന്ദനം തേച്ച് തണുപ്പിക്കുമായിരുന്നു. ഒരിക്കലും തോരാതെ വീണ്ടും വീണ്ടും തകർത്തു പെയ്യുന്ന ഇടവപ്പാതിപോലെയായിരുന്നു ഗോപാലൻനായർ. സ്വന്തംവാശിയുടെ വഴിയിലേക്ക് വഴിതെറ്റിവന്ന ഗോപാലൻനായർ നിന്ന് പെയ്തെങ്കിലും സൗദാമിനി ആ മഴയെ സ്നേഹിക്കാൻ കൂട്ടാക്കിയില്ല. പ്രച്ഛന്നവേഷം കെട്ടി ആളുകളെ കബളിപ്പിക്കാനെത്തുന്ന മഴകളും ഈ ഭൂമിയിലുണ്ടെന്ന് സൗദാമിനിക്ക് വളരെ മുമ്പേ അറിയാമായിരുന്നു.

ഏകാന്തവാസം സൗദാമിനിക്ക് ദുസ്സഹമായി തോന്നി. മക്കൾ രണ്ടുപേരും അമ്മ ജീവിച്ചിരിക്കുന്നോ എന്നുപോലും തിരക്കാറില്ല. കണ്ടുമുട്ടിയാൽ അധികം വിടരാത്ത ഒരു ചിരി സമ്മാനിച്ച് രണ്ടുപേരും കടന്നുപോകും. സൗദാമിനിയെ വിവാഹം കഴിക്കാൻ കൊതിച്ച ഗോപാലൻനായർ ഇപ്പോഴും അവളെ കാത്തിരിക്കുന്നു. എപ്പോൾ വേണമെങ്കിലും സ്വീകരിക്കാൻ അയാൾ തയ്യാറാണ്. സൗദാമിനിയുടെ ഒറ്റവാക്കിനുവേണ്ടി കണ്ണിൽ എണ്ണയൊഴിച്ച് അയാൾ കാത്തിരിക്കുകയാണ്. പക്ഷേ, എന്തു ചെയ്യാം? സൗദാമിനിക്ക് അയാളോടൊത്തുള്ള ജീവിതം വേണ്ട. അയാളോടുള്ള പ്രതികാരമായി അതിനെ വ്യാഖ്യാനിക്കാം. സൗദാമിനിയുടെ നിലപാട് മാറുംവരെ കാത്തിരിക്കാനാണ് ഗോപാലൻനായരുടെ തീരുമാനം. ഗോപാലൻനായരുടെ അമ്മയ്ക്ക് സൗദാമിനിയെ വിവാഹം കഴിക്കുന്നതിൽ ഇഷ്ടക്കേടുണ്ടായിരുന്നു. അക്കാര്യം അവർ തുറന്നു പറയുകയും ചെയ്തു. അമ്മയാണോ കാമുകിയാണോ വലുതെന്ന് ചിന്തിച്ചപ്പോൾ അമ്മയാണ് വലുതെന്ന് ഗോപാലൻനായർക്ക് തോന്നിയതിൽ കുറ്റം പറയാൻ കഴിയുമോ? അമ്മയുടെ മരണശേഷം സൗദാമിനിയെ സമീപിച്ചപ്പോൾ അവൾ മറ്റൊരാളുടെ ഭാര്യയായി മാറിക്കഴിഞ്ഞിരുന്നു. രണ്ടാൺമക്കളുടെ അമ്മയുമായി. ലോറിയിൽ തടികയറ്റുമ്പോൾ വടം പൊട്ടി തടിക്കഷണം ഉരുണ്ട് സൗദാമിനിയുടെ കെട്ടിയോന്റെ തലയിൽ

വീണപ്പോൾ ഗോപാലൻനായർ മാത്രം സന്തോഷിച്ചു. അധികം താമസിയാതെ സൗദാമിനി തന്റെ സ്വന്തമാകുമെന്ന് അയാൾ സ്വപ്നം കണ്ടെങ്കിലും യാഥാർത്ഥ്യമായില്ല. അവൾ രാമക്കുറുപ്പിനെ ഇഷ്ടപ്പെടാൻ തുടങ്ങി. രാമക്കുറുപ്പ് ആത്മഹത്യ ചെയ്തപ്പോൾ തന്റെ ഏറ്റവും അടുത്ത സുഹൃത്തായിരുന്നെങ്കിലും ഗോപാലൻനായർ വീണ്ടും സന്തോഷിച്ചു. പ്രതീക്ഷകളുടെ കനത്ത ഭാണ്ഡവും തോളിലേറ്റി അയാൾ വീണ്ടും സൗദാമിനിയെ കണ്ടു. പക്ഷേ, അവൾ വീണ്ടും അയാളെ അകറ്റിനിർത്തി.

"സൗദാമിനീ, നീ വാ. നമുക്ക് ഒന്നിച്ച് കഴിയാം. നിന്നോടൊത്ത് ഒരു ദിവസമെങ്കിലും എനിക്ക് സന്തോഷത്തോടെ കഴിയണം. നിന്റെ മക്കളായ നന്ദനേം ഗോപനേം ഞാൻ പറഞ്ഞ് സമ്മതിപ്പിച്ചോളാം. നീ ഇവിടെ തനിച്ച് എത്രനാളാ ഇങ്ങനെ കഴിയാൻ പോകുന്നത്. നമ്മളെ സ്നേഹിക്കുന്ന ഒരുത്തന്റെ കൂടെയാ നമ്മൾ ജീവിക്കേണ്ടത്. നിന്നെ ഞാൻ സ്നേഹിക്കുന്നു."

"ചത്താലും ഞാൻ നിങ്ങടെ കൂടെ ജീവിക്കത്തില്ല. നിങ്ങൾ ഒരാണാണോ? കാമുകിക്കുവേണ്ടി അമ്മയെ ധിക്കരിക്കാൻ കഴിയാത്തോൻ ആണല്ല."

ആരും സംസാരിക്കാനില്ലാതെ, ആർക്കും ഒന്നും വച്ചു വിളമ്പിക്കൊടുക്കാനില്ലാതെ, കനാൽക്കരയിലെ ഓലപ്പുരയിൽ സൗദാമിനി ഒറ്റയ്ക്ക് ജീവിക്കുന്നു. സ്വന്തമായുള്ള ഒരല്പം സ്ഥലത്ത് ചേനയും കാച്ചിലും ചേമ്പും നട്ടു വെള്ളമൊഴിച്ച് വളർത്തിയെടുക്കുന്നു. ഭർത്താവിനെ അടക്കംചെയ്ത സ്ഥലത്ത് നട്ട ചുടലത്തെങ്ങിൽ തേങ്ങാപിടിക്കാൻ തുടങ്ങിയിരിക്കുന്നു. അവളെ കാണുമ്പോൾ ആളുകൾ അർത്ഥം വച്ച് ഓരോന്നു പറയുന്നു. അവൾ ആരോടും പ്രതികരിക്കാറില്ല. രാമക്കുറുപ്പിന്റെ മകൻ ശിവൻകുട്ടിയെ പഠിപ്പിക്കാൻ അവൾ തയ്യാറായിരുന്നു. പക്ഷേ, പാറുവമ്മ എതിരാണെന്ന് അറിയാൻ കഴിഞ്ഞു. അതുകൊണ്ടായിരിക്കാം ശിവൻകുട്ടി പിന്നീടുവന്നില്ല. രാമക്കുറുപ്പിനെപ്പോലെ ശിവൻകുട്ടിക്കും പാറുവമ്മയെ എതിർക്കാൻ കഴിയുമെന്ന് തോന്നുന്നില്ല. മക്കൾ ഏത് പൊട്ടക്കിണറ്റിൽ വീണാലും സ്വന്തം ആഗ്രഹങ്ങളും അഭിപ്രായങ്ങളും ഉപേക്ഷിക്കാൻ ഒരമ്മയും തയ്യാറാവത്തില്ല. രാമക്കുറുപ്പിന്റെ തന്റേടം തനിക്കു കിട്ടിയിരുന്നെങ്കിൽ ഒരു മുഴം കയറിൽ തന്റെ ജീവിതം അവസാനിപ്പിക്കാമായിരുന്നെന്ന് അവൾ കൂടെക്കൂടെ ചിന്തിച്ചു.

ഗോപാലൻനായർ ആശുപത്രിയിലാണെന്ന് ഇന്നലെ സ്വയംപ്രഭ സൗദാമിനിയോടു പറഞ്ഞിരുന്നു. ഏത് ആശുപത്രിയിലാണെന്നോ അസുഖമെന്താണെന്നോ എന്നൊന്നും അവൾ ചോദിച്ചില്ല. ഗോപാലൻനായർ താമസിക്കുന്ന മുറിയുടെ സമീപം മുറുക്കാൻ കട നടത്തുകയാണ് സ്വയംപ്രഭ. അയാളെക്കുറിച്ചുള്ള വിവരങ്ങൾ ഏറക്കുറെ സ്വയംപ്രഭയ്ക്കറിയാം. മദ്യപിക്കുന്നതൊഴിച്ചാൽ അയാളൊരു നല്ല മനുഷ്യനാണെന്നാണ് സ്വയംപ്രഭയുടെ അഭിപ്രായം. ഒരു നല്ല അദ്ധ്യാപകൻ കൂടിയാണ് ഗോപാലൻനായർ എന്ന് ഒരു ദിവസം വഴിയിൽ വച്ച് അവർ കണ്ട

പ്പോൾ പറയുകയും ചെയ്തു. ഇംഗ്ലീഷ്ഗ്രാമർ നന്നായി പഠിപ്പിക്കും. പേരെടുത്ത പല അദ്ധ്യാപകരും ഇംഗ്ലീഷിലുള്ള സംശയങ്ങൾ തീർക്കുന്നത് അയാളോടാണ്. അയാൾക്ക് പഞ്ചസാരയുടെ അസുഖം കൂടിക്കാണുമെന്ന് സൗദാമിനി വിചാരിച്ചു. മുരിങ്ങയുടെ മൂട്ടിൽ ഒഴിച്ച മൂത്രത്തിൽ കൂനനുറുമ്പുകൾ കൂട്ടത്തോടെ എന്തോ തിന്നുന്നതു കണ്ടപ്പോൾത്തന്നെ സൗദാമിനിയുടെ സംശയം ബലപ്പെട്ടിരുന്നു. ഇനിയും സ്വയംപ്രഭയെ കാണുമ്പോൾ ഏത് ആശുപത്രിയിലാണെന്ന് ചോദിക്കാൻ സൗദാമിനി തീരുമാനിച്ചു.

അമ്പലക്കുളത്തിനരികിലെ ആൽമരച്ചുവട്ടിലെ കൽക്കെട്ടിൽ ഉറങ്ങുന്ന ഗോപാലൻനായരെ അവൾ കഴിഞ്ഞയാഴ്ച കണ്ടിരുന്നു. കാറ്റത്തൊടിഞ്ഞു തൂങ്ങിയ വാഴപോലെ അയാളുടെ തല കൽക്കെട്ടിനു വെളിയിലേക്ക് തൂങ്ങിക്കിടക്കുകയായിരുന്നു. കണ്ണുകൾ അടഞ്ഞിരുന്നു. അയാൾ സൗദാമിനിയെ കണ്ടില്ല. പണ്ടൊക്കെ അവളെ കാണുമ്പോൾ അയാളുടെ മുഖം സന്തോഷംകൊണ്ട് വികസിക്കുമായിരുന്നു. സൗദാമിനി അടുത്തുചെന്ന് നോക്കിയെങ്കിലും അയാൾ ഉറക്കത്തിലമർന്ന് കിടക്കുകയായിരുന്നു.

എത്രയും പെട്ടെന്ന് ശിവൻകുട്ടിയെ കാണാൻ അവൾ ആഗ്രഹിച്ചു. വീട്ടിൽ ചെന്നാൽ പാറുവമ്മയെ അഭിമുഖീകരിക്കേണ്ടി വരും. ഭാരതിയുടെ തീക്ഷ്ണമായ നോട്ടം നേരിടേണ്ടിവരും. അവർ തന്നെ പുറത്താക്കിയാൽ അത് നാണക്കേടാവും. ശിവൻകുട്ടി കോളേജിൽ ചേരാൻ വേണ്ടി തന്നെ- കാണുമെന്ന് പ്രതീക്ഷിച്ചെങ്കിലും അവൻ വരാത്തതിൽ സൗദാമിനിക്ക് ദുഃഖമുണ്ടായിരുന്നു. വൃത്തികെട്ട സ്ത്രീയാണെന്നുള്ള പേരുദോഷം ഉള്ളതുകൊണ്ടാണോ ശിവൻകുട്ടി വരാത്തതെന്ന് സൗദാമിനി സംശയിച്ചു. നല്ലസ്ത്രീയും ചീത്തസ്ത്രീയും തമ്മിലുള്ള അതിർവരമ്പ് ഏതാണെന്ന് അവൾ സ്വയം ചോദിച്ചു. ഭർത്താവ് മരിച്ച സ്ത്രീ ചീത്ത; ഭർത്താവുള്ളവർ നല്ലത്; അങ്ങനെയാണോ?

സൗദാമിനിയുടെ വീടിനു മുന്നിലെ ഇടവഴിയിൽക്കൂടി സരസാലയത്തിൽ ശിവശങ്കരൻ ധൃതിയിൽ ഓടുന്നതു കണ്ടപ്പോൾ അവൾ വീടിനു പുറത്തിറങ്ങി. ശിവശങ്കരൻ ഗോപാലൻനായരുടെ ശിഷ്യനാണ്. ഇപ്പോൾ കോളേജിൽ പഠിക്കുന്നു.

"എന്താ ശിവശങ്കരാ നീ ഓടുന്നെ?"

"ചേച്ചി അറിഞ്ഞില്ലേ? ഗോപാലൻനായർ സാർ മരിച്ചു. സ്വന്തം മുറീൽ കെടന്നാ മരിച്ചെ. രാത്രിയിൽ ഒറങ്ങാൻ കെടന്നതാ. രാവിലെ ഒണന്നില്ല. അസുഖം കൊറഞ്ഞ് ഇന്നലെയാ ആശുപത്രീന്ന് പോന്നെ. ഇന്നലെത്തന്നെ മരിക്കേം ചെയ്തു. ഭാഗ്യവാനാ. അല്ലിയോ ചേച്ചി? ചേച്ചി കാണാൻ പോന്നില്ലിയോ?"

സൗദാമിനി നിശ്ചലമായി വഴിയിൽ നിന്നു. അവളുടെ മുമ്പിൽ മഞ്ഞനിറമുള്ള ഒരു മാവില പറന്നുവീണു. ചെറിയ കാറ്റിൽ കരിയിലകളുടെ മുകളിൽ മാവില വീണ്ടും ഇളകി വീണു. ഇനിയും ഗോപാലൻനായ

രുടെ ശല്യമുണ്ടാവില്ല. ഈ ഭൂമിക്ക് താഴെ തന്നെ സ്നേഹിച്ച ഏക വ്യക്തിയായിരുന്നു അയാൾ. സൗദാമിനിയുടെ ഹൃദയം ഗോപാലൻനായർക്കു വേണ്ടി ആദ്യമായി തുരുതുരെ സ്പന്ദിച്ചു. അവളുടെ ഉള്ളിലേക്ക് കൂടുതൽ വായു കയറിയിറങ്ങി. കവലയിലെ ഒറ്റമുറിക്കടയിലായിരുന്നു അയാളുടെ താമസം. ഒരിക്കൽ മഴ ചാറിയപ്പോൾ ഗോപാലൻനായരുടെ കടയുടെ തിണ്ണയിൽ കയറി നിന്നത് അവൾ ഓർത്തു. കൈയിൽ കുടയില്ലായിരുന്നു. കടയുടെ എതിർവശത്തെ പള്ളിയുടെ മുൻപിൽ മെഴുകുതിരികൾ കത്തി നില്ക്കുന്നത് കണ്ടു. നമ്പരിട്ട നിരപ്പലകകളിൽ രണ്ടെണ്ണം ഭിത്തിയിൽ ചാരിവച്ചിരിക്കുന്നതും അവൾ കണ്ടു. വിടവിനിടയിലൂടെ അവൾ അകത്തേക്ക് നോക്കി. കുറെ പഴം തുണികൾ നിരത്തിയ കട്ടിലിൽ ഒരാൾ ഉറങ്ങുന്നത് നോക്കി അവൾ നിന്നു. അത് ഗോപാലൻനായരാണെന്ന് ഊഹിക്കാനേ കഴിഞ്ഞുള്ളൂ. മുഖം വെളിച്ചക്കുറവു മൂലം വ്യക്തമായിരുന്നില്ല. മുഖം കണ്ടാലല്ലേ ആളിനെ തിരിച്ചറിയാൻ കഴിയൂ. തറയിൽ കരിയിലകൾ നിറഞ്ഞു കിടന്നു. മുറിയിൽനിന്നും മൂത്രത്തിന്റെ ഗന്ധം പുറത്തേക്കു വന്നു. മദ്യക്കുപ്പികൾ മുറിയുടെ മൂലയിൽ കൂട്ടിയിട്ടിരിക്കുന്നു. ഒരു മണ്ണെണ്ണ വിളക്ക് കട്ടിലിനു സമീപം ചരിഞ്ഞു കിടക്കുന്നുണ്ട്. മണ്ണെണ്ണ തറയിൽ തൂവിക്കിടപ്പുണ്ട്. ബീഡിക്കുറ്റികൾ കരിയിലയ്ക്കുള്ളിൽ കയറി ഉറക്കം നടിച്ചുകിടന്നു. തീപ്പെട്ടിക്കൂടുകൾ ചതഞ്ഞ് കിടക്കുന്നു. തുണിക്കസേരയിൽ കുറെ ഇംഗ്ലീഷ് പുസ്തകങ്ങൾ കണ്ടു. സൗദാമിനി പെട്ടെന്നു തല പിൻവലിച്ച് മഴയിലിറങ്ങി നടന്നു. നടക്കുമ്പോൾ മനുഷ്യജീവിതത്തിന്റെ അർത്ഥമില്ലായ്മയെക്കുറിച്ച് അവൾ അത്ഭുതപ്പെട്ടു. ജീവിതത്തിന് ഒരർത്ഥവുമില്ലെന്നും വീണ്ടും വീണ്ടും അവൾ ആശങ്കപ്പെട്ടു.

സൗദാമിനി കവലയിലെ കടത്തിണ്ണയിലെത്തിയപ്പോൾ റോഡിലും തിണ്ണയിലുമായി കുറെ ആളുകൾ ചിതറിനിന്ന് സംസാരിക്കുന്നത് കണ്ടു. കരയാതിരിക്കാൻ അവൾ കഴിവതും ശ്രമിച്ചു. കടയ്ക്കുള്ളിൽനിന്നും മരണത്തിന്റെ ഗന്ധം പുറത്തേക്കു വന്നു. ഗോപാലൻനായരെ അവസാനമായി ഒന്ന് കാണണമെന്ന് അവൾക്കു തോന്നി. മുറിക്കുള്ളിൽ ഇരുട്ടായിരുന്നു. സൗദാമിനി നിരപ്പലകകൾ ഒന്നു രണ്ടെണ്ണം മാറ്റിയപ്പോൾ വെളിച്ചം പുറത്തുനിന്നും കടയ്ക്കുള്ളിൽ ചാടിക്കയറി. ഗോപാലൻനായർ കട്ടിലിൽ ത്തന്നെ കിടക്കുകയാണ്. തറയിൽ ഇറക്കിക്കിടത്താൻപോലും ആരും ശ്രദ്ധിച്ചില്ല. ഗോപാലൻനായർക്കുവേണ്ടി കരയാൻ ആരും ഇല്ലായിരുന്നു. കരയോഗത്തിലെ അംഗമല്ലാത്തതുകൊണ്ടാവാം കരയോഗക്കാരും എത്തിയിട്ടില്ല. അനാഥശവത്തിനുവേണ്ടി സമയം കളയാൻ ആരും ഇഷ്ടപ്പെടുന്നില്ല. അയാളുടെ ചേതനയറ്റ ശരീരം സൗദാമിനി അടുത്തു കണ്ടു. മരണം ഏല്പിച്ച ആഘാതങ്ങളൊന്നും അയാളുടെ മുഖത്ത് കണ്ടില്ല. സുഖമായി ഉറങ്ങുകയാണെന്ന് അവൾക്കു തോന്നി. മരണം എല്ലാം മറന്നുള്ള ഉറക്കമാണ്. മനസ്സ് മറന്നുള്ള ഉറക്കമാണ്. ഒരിക്കലും ഉണരാത്ത ഉറക്കമാണ്. മരിച്ചു കഴിഞ്ഞാൽ പിന്നെ സ്നേഹബന്ധങ്ങൾ ഇല്ലാതാ

വും. ജീവിച്ചിരിക്കുന്നവർക്ക് തന്നോടു സ്നേഹമുണ്ടോ എന്നൊന്നും മരിച്ച ആൾക്ക് അറിയേണ്ട കാര്യമില്ല. സൗദാമിനിയെ നോക്കി ഗോപാലൻനായർ പുഞ്ചിരിച്ചു. സൗദാമിനിയുടെ ഉള്ളിൽ അയാൾ ഒരു വിളക്ക് വച്ചതായി അവൾ മനസ്സിലാക്കി. കരച്ചിലടക്കാനായി മാറുമറച്ചിരുന്ന ചുട്ടിക്കരയൻ തോർത്തെടുത്ത് അവൾ വായിൽ തിരുകി. അയാളുടെ മുഖത്ത് പറന്നുപറ്റിയ ഈച്ചകളെ അവൾ ആട്ടിയോടിച്ചു. ശവംതീനി ഉറുമ്പുകളെ അവൾ അയാളുടെ ശരീരത്തിൽ നിന്നും തൂത്തുമാറ്റി. തുറന്നിരുന്ന കണ്ണുകൾ തിരുമ്മിയടച്ചു. അവളുടെ ഉള്ളിൽനിന്നും ഒരു തേങ്ങൽ പുറത്തുവന്നു. മദ്യപിച്ച് വന്ന് മുറ്റത്തെ മുരിങ്ങച്ചുവട്ടിൽ മൂത്രമൊഴിക്കാൻ ഇനിയും ആരുമില്ലല്ലോ എന്ന് സൗദാമിനി വേദനിച്ചു. ഗോപാലൻനായർക്ക് തന്നോട് എന്തുമാത്രം സ്നേഹമായിരുന്നെന്ന് അവൾ വ്യാകുലപ്പെട്ടു. അധികനേരം ഗോപാലൻനായരുടെ സമീപം നില്ക്കാൻ അവൾക്കായില്ല. പുഞ്ചിരിക്കുന്ന മുഖത്തേക്ക് ഒന്നുകൂടി നോക്കിയിട്ട് അവൾ തിണ്ണയിലിറങ്ങി. കടത്തിണ്ണയിലെ ഒഴിഞ്ഞ കോണിൽ, സിമന്റ് അടർന്ന ഭിത്തിയിൽ ചാരി അവൾ നിന്നു. മരിച്ചു കഴിഞ്ഞപ്പോൾ ഗോപാലൻനായരോട് അവൾക്ക് സ്നേഹം തോന്നി. റോഡിൽനിന്നും ആരോ തിണ്ണയിൽക്കയറി അവളെ പുച്ഛത്തോടെ നോക്കി. ഇന്നും ഒരു മഴക്കോള് കാണുന്നുണ്ട്. അവൾ ആകാശത്തേക്ക് നോക്കി സ്വയം പറഞ്ഞു.

ഒരു പൊലീസുകാരനും പഞ്ചായത്ത് മെമ്പറും ധൃതിയിൽ നടന്നുവന്നു. മരിച്ച ഗോപാലൻനായർക്ക് ബന്ധുക്കളാരെങ്കിലുമുണ്ടോ എന്ന് പൊലീസുകാരൻ വിളിച്ചു ചോദിച്ചു. സൗദാമിനി പാരവശ്യത്തോടെ പൊലീസുകാരനെ നോക്കി.

"അനാഥ ശവമായതുകൊണ്ട് ഗോപാലൻനായരെ മെഡിക്കൽ കോളേജിനു കൊടുക്കുകയാണ്."

പൊലീസുകാരൻ പറഞ്ഞു.

"അനാഥ ശവമാണെന്നും ആരും അവകാശവാദം ഉന്നയിച്ചിട്ടില്ലെന്നും ഒരു ഒപ്പിട്ടു തരണം."

പൊലീസുകാരൻ മെമ്പറോട് പറഞ്ഞു.

മെമ്പർ എല്ലാവരോടുമായി ചില ചെറിയ സത്യങ്ങൾ വെളിപ്പെടുത്തി.

"പ്രിയപ്പെട്ടവരേ, ഗോപാലൻനായർ സാർ എന്നെന്നേക്കുമായി വിട്ടുപിരിഞ്ഞിരിക്കുന്നു. അദ്ദേഹം നല്ല ഒരു അദ്ധ്യാപകനായിരുന്നു. ഇംഗ്ലീഷ് സാഹിത്യത്തിൽ ഇത്ര പാണ്ഡിത്യമുള്ള ഒരാൾ നമ്മുടെ നാട്ടിൽ വേറെയില്ല. അദ്ദേഹം അവിവാഹിതനാണ്. ചെറുപ്പത്തിൽ ഒരു പെൺകുട്ടിയെ വിവാഹം കഴിക്കാൻ ആഗ്രഹിച്ചു. നടന്നില്ല. അവർ മറ്റൊരാളുടെ ഭാര്യയായി."

ഒരല്പനേരം നിർത്തിയിട്ട് അയാൾ സൗദാമിനിയെ നോക്കി.

"അനാഥ ശവമായതുകൊണ്ട് അദ്ദേഹത്തെ മെഡിക്കൽ കോളേജിന് നല്കുകയാണ്. ആരും ഇല്ലാത്തവരെയാണല്ലോ അനാഥൻ എന്ന് പറയുന്നത്. ഒരാളുടെ ഒപ്പുകൂടി വേണം."

സൗദാമിനി പൊലീസുകാരന്റെ സമീപം ചെന്നു.

"ഗോപാലൻനായരുടെ ആരാ?"

"ആരുമല്ല."

"ബന്ധുവാണോ?"

"അല്ല."

"ഗോപാലൻ നായരുമായിട്ട് എന്തെങ്കിലും ബന്ധമുണ്ടോ?"

"ഉണ്ട്, സ്നേഹബന്ധം."

"ഏ, മെമ്പറേ സ്നേഹബന്ധമെന്ന് പറയുന്നത് രക്തബന്ധമല്ലല്ലോ."

"അല്ല."

"ശവം അനാഥമാണ്. ആരും അവകാശികളില്ലെന്ന് ഒരു ഒപ്പിട്ടു തരാമോ?"

പൊലീസുകാരൻ സൗദാമിനിയോട് ചോദിച്ചു.

സൗദാമിനി മറുപടിയൊന്നും പറയാതെ റോഡിലിറങ്ങി ധൃതിയിൽ നടന്നു. ഗോപാലൻനായരോടു ഞാൻ അനീതി കാണിച്ചു. അവൾ പിറുപിറുത്തു. കവലയിലെ കുരിശുപള്ളിയുടെ മുമ്പിൽ അവൾ നിന്നു. മെഴുകുതിരി കത്തിത്തീർന്ന കറുത്തപാടുകൾ കുരിശിന്റെ ചുവട്ടിൽ മായാതെ കിടന്നു.

പതിനാറ്

കൈയിലൊരു ചൂലുമായി പാറുവമ്മ അതിരാവിലെ ക്ഷേത്രമുറ്റത്തെത്തി. നിർമ്മാല്യദർശനം കഴിഞ്ഞ് ആളുകൾ പുറത്തിറങ്ങുന്ന സമയമായിരുന്നു അത്. പാറുവമ്മയെ പുതിയ വേഷത്തിൽ കണ്ടപ്പോൾ ദേവസ്വം മാനേജർ അന്തംവിട്ടു നോക്കി. കട്ടിയുള്ള ജപ്പാൻ തുണികൊണ്ട് നിർമ്മിച്ച ഒരു റവുക്ക അവർ ധരിച്ചിരുന്നു. തോളിൽ ഒരു ചുട്ടിക്കരയൻ തോർത്ത് വളച്ചിട്ടിട്ടുണ്ട്. റവുക്ക ഒരല്പം ചെറുതായിപ്പോയോ എന്ന് ആളുകൾ സംശയിച്ചാൽ കുറ്റം പറയാൻ കഴിയില്ല. തയ്യൽക്കാരന്റെ കുഴപ്പമായിരുന്നില്ല അത്. തുണി എടുത്തത് കുറഞ്ഞുപോയി എന്നതാണ് സത്യം. അടുത്ത പ്രാവശ്യം റവുക്ക തയ്പിക്കുമ്പോൾ പോരായ്മ പരിഹരിക്കാമെന്ന് പാറുവമ്മ സമാധാനിച്ചു. ഇന്നു മുതൽ പാറുവമ്മ ക്ഷേത്രത്തിലെ തൂപ്പുകാരിയാണ്. വർഷംതോറും ആയിരക്കണക്കിനാളുകൾ ദർശനം നടത്തുന്ന പ്രശസ്തമായ ക്ഷേത്രമാണ്. അവിടെ ഒരു തൂപ്പുകാരിയാവുന്നതുപോലും മഹാഭാഗ്യമായി കരുതേണ്ടതാണ്. ചിന്തിക്കുംതോറും പാറുവമ്മയുടെ അന്തഃരംഗം അഭിമാനപൂരിതമായി.

പാറുവമ്മ കുളിക്കാതെയാണ് ക്ഷേത്രത്തിലെത്തിയത്. ആദ്യദിവസമല്ലേ, കുളിച്ചിട്ട് പോകരുതോയെന്ന് ഭാരതി ചോദിച്ചെങ്കിലും ചോദ്യം കേൾക്കാത്ത മട്ടിൽ ക്ഷേത്രത്തിലേക്ക് പോകുകയാണുണ്ടായത്. ക്ഷേത്രത്തിനുള്ളിൽ പ്രവേശിക്കേണ്ട കാര്യമൊന്നും ഇല്ലാത്തതുകൊണ്ട് കുളി ഒഴിവാക്കിയതാണ്. വരുന്ന വഴിയിൽ അമ്പലക്കുളത്തിലിറങ്ങി കാലും

മുഖവും കഴുകി. ശരീരത്തിൽ ഒരല്പം ജലം കുടഞ്ഞ് ശുദ്ധിവരുത്തി. ദിവസവും കുളിക്കുന്ന കാര്യത്തെക്കുറിച്ച് പാറുവമ്മയ്ക്ക് ഓർക്കാനേ കഴിയുന്നില്ല. നേരത്തെ രണ്ടാഴ്ച കൂടുമ്പോഴാണ് അവർ കുളിച്ചിരുന്നത്. ഇനിയും ഒരാഴ്ചയിൽ ഒരു പ്രാവശ്യമെങ്കിലും കുളിക്കാമെന്ന് പറഞ്ഞ് നിലവിലുള്ള നിയമം അവർ ഭേദഗതിചെയ്തു. നിയമം ഭേദഗതി ചെയ്യാനും ഇല്ലാതാക്കാനുമുള്ള അവകാശം പാറുവമ്മയ്ക്കാണ്. അതിൽ മറ്റാരെങ്കിലും കൈകടത്താനോ ഉപദേശിക്കാനോ തുനിയുന്നത് അവർക്കിഷ്ടമല്ല. അമ്പലക്കുളത്തിലെ വെള്ളത്തിന് എപ്പോഴും തണുപ്പാണ്. വെള്ളം ചൂടാക്കി കൊടുത്താൽ ദിവസവും കുളിക്കുന്ന കാര്യം പരിഗണിക്കാമെന്ന് പാറുവമ്മ ഒരു നിർദ്ദേശം വച്ചെങ്കിലും അത് അസാദ്ധ്യമായിരിക്കുമെന്ന് ഭാരതിക്ക് ഉറപ്പുണ്ട്. റവുക്ക വലിച്ചു കയറ്റിയിടാൻ പാറുവമ്മ വിഷമിക്കുന്നതു കണ്ടപ്പോൾ ഭാരതി അവരെ സഹായിച്ചു. രണ്ടുപേരും ഏറെനേരം പണിപ്പെട്ടാണ് റവുക്ക ശരീരത്തെ പൊതിയാൻ സമ്മതിച്ചത്. ഇനിയും പാറുവമ്മ എങ്ങനെയാണ് നേരേ ചൊവ്വേ ശ്വാസം വിടുന്നതെന്ന് ചോദിച്ച് ഭാരതി കളിയാക്കിയപ്പോൾ അവർ ചിരിക്കുക മാത്രം ചെയ്തു. അങ്ങനെ പാറുവമ്മ തന്റെ പുതിയ ജോലി തുടങ്ങി.

വൃശ്ചികം ഒന്നാം തീയതി ക്ഷേത്രത്തിൽ ചിറപ്പ് ഉത്സവം തുടങ്ങും. ചിറപ്പിനോടനുബന്ധിച്ച് കളമെഴുതിപ്പാട്ടുണ്ട്. ഓരോരുത്തരുടെ വകയായിട്ടാണ് ഓരോ ദിവസത്തേയും ചിറപ്പ്. ചെലവുകളൊക്കെ വഴിപാടുകാർ തന്നെ വഹിക്കും. വർഷങ്ങളായി ചിറപ്പ് നടത്താൻ തയ്യാറായി ധാരാളം ആളുകൾ ഏഴംകുളത്തുണ്ട്. പണ്ടുമുതലേ ഓരോ ദിവസവും ഓരോരുത്തർക്കായി നീക്കിവച്ചിരിക്കുകയാണ്. പഴയകാലത്ത് മിക്കവരും പട്ടിണിയായിരുന്നത് കാരണം ചിറപ്പ് നടത്താനുള്ള സാമ്പത്തിക ശേഷി പലർക്കും അന്ന് ഇല്ലായിരുന്നു.

ദേവിയുടെ പലഭാവങ്ങളിലുള്ള കളം എഴുതുന്നത് കുന്നംകുളത്തുകാരൻ ഭാസ്കരൻ നമ്പീശനാണ്. നേരത്തേ കളമെഴുതിയിരുന്ന കുഞ്ഞൻപണിക്കർ മരിച്ചതിനു ശേഷമാണ് നമ്പീശൻ ചുമതലയേറ്റത്. നമ്പീശൻ എന്താണ് പാടുന്നതെന്ന് കേൾവിക്കാർക്ക് മനസ്സിലാവില്ല. പക്ഷേ, കുഞ്ഞൻപണിക്കർ അങ്ങനെയായിരുന്നില്ല. പാട്ടിനിടയിൽ 'വായ്ക്കുരവ' എന്ന വാക്കുവരുമ്പോൾ ഒരല്പം നിർത്തിയിട്ട് ചുറ്റും നില്ക്കുന്ന സ്ത്രീകളെ അയാൾ അർത്ഥഗർഭമായി ഒരു നിമിഷം നോക്കും. കുരവയിടാൻ വേണ്ടിയാണ് അയാൾ നോക്കുന്നതെന്നു മനസ്സിലാക്കി സ്ത്രീകൾ കൂട്ടത്തോടെ കുരവയിടും. കർപ്പൂരം എരിയുന്ന മണം ചുറ്റിലും വ്യാപിക്കും. അത്തരം പൊടിക്കൈകളൊന്നും നമ്പീശനില്ല. മയിലാഞ്ചി ഇല ചൂടാക്കി പൊടിച്ച് പച്ചനിറവും അരിപൊടിച്ച് വെള്ളയും മഞ്ഞൾ പൊടിച്ച് മഞ്ഞനിറവും ഉമികരിച്ച് കറുപ്പും നിറങ്ങൾ ഉണ്ടാക്കും. കളത്തിന്റെ നെഞ്ചുഭാഗത്തെ വക്ഷോജങ്ങളിൽ ഒന്ന് നെല്ലും മറ്റേത് ഉണക്കലരിയുമായിരിക്കും. ഒരിക്കൽ ഉപയോഗിച്ച നെല്ലും അരിയും പിന്നീട് ഉപയോഗിക്കാൻ പാടില്ല എന്നാണ് നിയമം. പൂജയ്ക്കായി തിരുമേനി വരുന്നതോടെ സ്ത്രീകൾ നിർത്താതെ കുരവയിടും. തേങ്ങയു

ടച്ച് അതിൽ എണ്ണയിൽ മുക്കിയ തിരികത്തിച്ച് ഉഴിഞ്ഞു കഴിഞ്ഞാൽ 'കളം തൊഴുതോണേ'യെന്ന് നമ്പീശൻ ഉറക്കെ വിളിച്ചു പറയും. മുറ്റത്തും കല്ലുവളയത്തിനുള്ളിലും നില്ക്കുന്നവർ കളം തൊഴാൻ ഓടിയെത്തും. കളത്തിനു ചുറ്റും കർപ്പൂരം കത്തിച്ചിരിക്കും. മുകളിൽ അലങ്കരിച്ച കമുകിൻ പൂക്കുലയെടുത്ത് നമ്പീശൻ കളം മായ്ക്കുന്നതോടെ കളമെഴുത്തിന്റെ ചടങ്ങ് അവസാനിക്കും. വീക്ക് ചെണ്ടയും തിമിലയും നിശ്ശബ്ദമാകും. വാഴയിലയിൽ എല്ലാവർക്കും കളഭപ്പൊടി വിതരണം ചെയ്തിട്ടു നമ്പീശൻ ഊട്ടുപുരയിലെ മുറിയിലേക്ക് പോകും. കളഭപ്പൊടി നെറ്റിയിൽ പൂശി ആൾക്കാർ വീട്ടിലേക്ക് മടങ്ങും. അങ്ങനെ ഒരു ദിവസത്തെ ചിറപ്പ് മഹോത്സവം സമാപിക്കും.

ഗുരുതിദിവസം ഭദ്രകാളി ദാരികനെ കൊല്ലുന്ന കളമാണ് വരയ്ക്കുന്നത്. ഗുരുതി ദിവസത്തെ കളം സ്ത്രീകൾ കാണാൻ പാടില്ല എന്നാണ് പറയുന്നത്. ചഞ്ചലമായ മനസ്സുള്ളവരാണല്ലോ സ്ത്രീകൾ. കളംകണ്ട് ഭയന്നാൽ കുളിരും പനിയും വരുമെന്നാണ് വിശ്വാസം. രാത്രിയിൽ ഉറക്കത്തിൽ പിച്ചുംപേയും പറയും. ഗുരുതി ദിവസം സ്ത്രീകൾ നാലമ്പലത്തിൽ കയറാറില്ല. കല്ലുവളയവും ഞാവൽമരത്തറയും ആൽത്തറയും യക്ഷിയമ്പലത്തിന്റെ കൽക്കെട്ടുകളും യക്ഷിത്തറയും ചിറപ്പിന്റെ ബാക്കിപത്രമായ വിളക്കെണ്ണയുടെ നനവും അതിന്റെ അഴുക്കും അടുത്ത മഴയെ ധ്യാനിച്ച് കഴിയും.

സാമ്പ്രാണിത്തിരി കത്തിച്ച വാഴപ്പിണ്ടിയും കർപ്പൂരം കത്തിക്കാനുപയോഗിച്ച വാഴപ്പോളയും വാരിക്കൂട്ടുന്നതോടെ പാറുവമ്മയുടെ പ്രഭാതത്തിലെ ജോലി തുടങ്ങുന്നു. ശ്രീകോവിലിൽനിന്നും തലേന്ന് ഉപയോഗിച്ച പൂവും പൂമാലയും നിർമ്മാല്യ സമയത്ത് മേൽശാന്തി പുറത്തേക്കു വാരിയിടുമ്പോൾ കഴകം അതെല്ലാം ക്ഷേത്രമുറ്റത്ത് വയ്ക്കാറുണ്ട്. വാടാത്ത പൂക്കൾ തെരഞ്ഞെടുത്ത് സ്ത്രീകൾ തലയിൽ ചൂടും. അഴിച്ചിട്ട മുടിയുമായി സ്ത്രീകൾ നാലമ്പലത്തിനുള്ളിൽ കയറാൻ പാടില്ല എന്നൊരു ബോർഡ് ക്ഷേത്രത്തിനു മുന്നിലുണ്ടെങ്കിലും അതൊന്നും ആരും ശ്രദ്ധിക്കാറില്ല. കുളി കഴിഞ്ഞാലുടൻ മുടികെട്ടി വയ്ക്കാൻ പാടില്ല എന്ന് സ്ത്രീകൾ പറയും. ഏത് വസ്തുവും യഥാസ്ഥാനത്തിരിക്കുന്നതാണ് ഭംഗി. മുടി കൊഴിഞ്ഞു വീണാൽ അഭംഗിയാണ്. പാറുവമ്മയ്ക്ക് മുടി ഇല്ല എന്നുതന്നെ പറയാം. കുംഭമാസത്തെ വയൽപോലെയാണ് അവരുടെ തല. അതുകൊണ്ട് ക്ഷേത്രത്തിനുള്ളിൽ കയറാൻ തലമുടി അവർക്കൊരു തലവേദനയല്ല.

യക്ഷിയമ്പലത്തിനു മുന്നിൽ ഗുരുതിക്കു വേണ്ടി പന്തലിടുന്ന ജോലി രാജപ്പനാണ് ചെയ്യുന്നത്. പന്തൽ വിതാനിക്കാനും ആലിലയും കുരുത്തോലയും കെട്ടിത്തൂക്കാനും കരക്കാർ സഹായിക്കാറുണ്ട്. കമ്മിറ്റിക്കാർ എല്ലാം പരിശോധിക്കും. കുമ്പളങ്ങയും ഗുരുതിക്കളത്തിൽ വയ്ക്കാനുള്ള തെങ്ങിൻപൂക്കുലയും കൊണ്ടുവന്നിട്ടുണ്ട്. കുലച്ച വാഴയും ചൂരലും എത്തിയിട്ടില്ല. എന്തോ ആവശ്യമുണ്ടെന്നും പറഞ്ഞ് രാജപ്പൻ പുറത്തേക്ക് പോയി. രാജപ്പൻ തിരിച്ചുവരാൻ താമസിക്കുംതോറും ദേവസ്വം

മാനേജരുടെ നെഞ്ചിൽ തീയാളി. ഗുരുതിയുടെ മൊത്തത്തിലുള്ള ഉത്തരവാദിത്വം ദേവസ്വം മാനേജർക്കാണ്. കൊടുമണ്ണുള്ള കോടിയാട്ട് കാവിൽ ചൂരലുണ്ട്. ചൂരൽ വെട്ടി ഏതാണ്ട് നാലുമൈലോളം നടന്നുവരണം. കാവിനുള്ളിൽ എവിടെയാണ് ചുരലുള്ളതെന്ന് രാജപ്പന് മാത്രമേ അറിയൂ. സന്ധ്യയോടെ ഗോവിന്ദക്കുറുപ്പ് എത്തുമ്പോൾ എല്ലാം ശരിയായിരിക്കണം. അല്ലെങ്കിൽ ഉടലിൽ തല കാണില്ല. ദേവസ്വം മാനേജർ പാറുവമ്മയെ വിളിച്ചു.

“നിങ്ങക്ക് രണ്ടുമൂട് ചൂരലും ഒരു കൊലച്ച വാഴയും കൊണ്ടരാമോ? രാജപ്പനെ കാണുന്നില്ല. സന്ധ്യക്ക് മുമ്പേ എല്ലാം റെഡിയായില്ലെങ്കിൽ പ്രസിഡന്റ് എന്നെ കൊല്ലും.” പാറുവമ്മ എന്ത് പറയാനാണ്? ദേവസ്വം മാനേജരുടെ വെപ്രാളം അവർക്ക് മനസ്സിലാവും. പക്ഷേ, കൊടുമണ്ണുള്ള കാവിൽനിന്നും ചൂരൽ വെട്ടിവരാൻ പാറുവമ്മയ്ക്കാവുമോ?

“കുഞ്ഞേ, കൊടുമണ്ണു പോവാനൊന്നും എനിക്ക് പറ്റത്തില്ല. വേണേൽ കൊലച്ച വാഴ ഒരെണ്ണം എവിടുന്നെങ്കിലും സംഘടിപ്പിക്കാം. ഗുരുതിയുടെ കാര്യമല്ലേ? ഞാനിവിടുത്തെ തൂപ്പുകാരിയാ. അതൊന്നും എന്റെ ജോലിയല്ലെങ്കിലും ചെറുപ്പമാരുന്നേൽ ഒക്കെ ചെയ്യാമായിരുന്നു.”

ദേവസ്വം മാനേജർ മറുത്തൊന്നും പറഞ്ഞില്ല. പാറുവമ്മയോടു ആജ്ഞാപിക്കാനുള്ള അധികാരമൊന്നും അയാൾക്കില്ല. തൊട്ടടുത്തുള്ള തെക്കേമഠത്തിലെ കാവിൽ ചൂരലില്ല. ചൂരലിനും ഇലയും മുള്ളുമില്ലെങ്കിൽ മേൽശാന്തി ചൂടാവും. പന്തലിനു മുകളിൽ തൂക്കാനുള്ള ആലിലയും മാവിലയും കുരുത്തോലയും പാറുവമ്മ സംഘടിപ്പിച്ചു. ഓഫീസിന്റെ കതക് പൂട്ടി ദേവസ്വം മാനേജർ പുറത്തേക്കുപോയി.

ഏറ്റവും കൂടുതൽ കരിയില കിടക്കുന്നത് കാവിനു സമീപത്തെ റോഡിലാണ്. വെട്ടം വീഴുന്നതിനു മുമ്പേ കരിയില തൂത്തുവാരാൻ പാറുവമ്മയ്ക്ക് സമയം കിട്ടിയില്ല. കാവിന് സമീപമുള്ള വഴിയിൽക്കൂടിയാണ് കൂടുതലാളുകളും ക്ഷേത്രത്തിലെത്തുന്നത്. വൃത്തികേടായി കിടക്കുന്ന വഴിയെക്കുറിച്ച് കമ്മിറ്റിയംഗങ്ങളാരെങ്കിലും പരാതി പറഞ്ഞാൽ അതിനും പാറുവമ്മ പഴി കേൾക്കേണ്ടിവരും. പാറുവമ്മ വല്ലവുമെടുത്ത് കാവിനു സമീപത്തേക്കു പോയി. തെങ്ങോല മെടഞ്ഞുണ്ടാക്കിയ വല്ലത്തിൽ എത്ര കരിയില വേണമെങ്കിലും നിറയ്ക്കാം. കരിയില വല്ലത്തിൽ നിറച്ച് പാറുവമ്മ പടിഞ്ഞാറോട്ടു നടന്നുപോകുന്നതു കണ്ടപ്പോൾ ആളുകൾ ചിരിച്ചു. പാറുവമ്മയുടെ തല വല്ലത്തിനുള്ളിൽ പുതഞ്ഞുപോയതുകൊണ്ട് കണ്ണുകൾ അതിനുള്ളിലായി. പൊട്ടക്കണ്ണിയെപ്പോലെയാണ് പാറുവമ്മ നടന്നത്.

ദീപാരാധന കഴിഞ്ഞപ്പോൾ വാഴക്കാലാ അറുകൊലയ്ക്കും വേണാട് അറുകൊലയ്ക്കുമുള്ള പൂജകൾക്കായി വീട്ടുകാരെത്തി. പൂജയ്ക്കാവശ്യമായ കരിക്കും തെരളിയും ഉണ്ണിയപ്പവും മലരും മറ്റും ക്ഷേത്രത്തിൽ നിന്നാണ് നല്കുന്നത്. വർഷങ്ങളായി നിലനിന്നുപോരുന്ന ഒരു കീഴ്‌വഴക്കമായിരുന്നു അത്. വൈകിട്ടത്തെ നിവേദ്യം കഴിഞ്ഞാൽ അറുകൊലയ്ക്കുള്ള പൂജകൾ നടക്കണം. വീട്ടുകാർ പൂജാസാമഗ്രികൾ ആവ

ശ്യപ്പെട്ടു. യക്ഷിയമ്പലത്തിലെ ഗുരുതി കഴിഞ്ഞു മാത്രമേ അറുകൊലയുടെ പൂജ നടത്താവൂ എന്ന് തന്ത്രി ആവശ്യപ്പെട്ടതായി മേൽശാന്തി അറിയിച്ചു. വാഴക്കാലാ കുടുംബത്തിലെ കാരണവർ അസ്തപ്രജ്ഞനായി നിന്നുപോയി. കീഴ്‌വഴക്കം അങ്ങനെയല്ല. തന്ത്രിപറഞ്ഞാലും കീഴ്‌വഴക്കം തെറ്റിക്കാൻ പാടില്ല. വർഷങ്ങളായി അറുകൊലയുടെ പൂജകഴിഞ്ഞാണ് ഗുരുതി. അത് മാറ്റാൻ സമ്മതിക്കില്ല. അതിന് ആർക്കും അധികാരമില്ല. പണ്ട് എങ്ങനെയാണോ നടന്നത് അതുപോലെ ഇനിയും നടക്കണം. കാരണവരുടെ ശരീരം വികാരംകൊണ്ട് വിറച്ചു. ഊന്നുവടി താഴെവീണു.

"പണ്ട് അങ്ങനെ പലതും നടന്നിട്ടുണ്ട്. പ്രശ്നവശാൽ കണ്ടതാണ്. അതുകൊണ്ട് ഗുരുതി കഴിഞ്ഞു മതി എല്ലാം."

ഒരു ഭരണസമിതിയംഗം പറഞ്ഞു.

"അതു ഞാൻ സമ്മതിക്കത്തില്ല." കാരണവർ ഉറക്കെപ്പറഞ്ഞു.

"ഗുരുതിക്കളത്തിൽ മരിച്ചു വീണാലും ഞാൻ സമ്മതിക്കത്തില്ല. എന്റെ മരണമാണ് അമ്മ ആഗ്രഹിക്കുന്നതെങ്കിൽ അത് നടക്കട്ടെ."

കാരണവരെ തടയാൻ ആർക്കും കഴിഞ്ഞില്ല.

അയാൾ ഗുരുതിക്കളത്തിൽ കമിഴ്ന്നു വീണു.

മഞ്ഞൾപ്പൊടിയും സിന്ദൂരവും പുറത്തേക്ക് പറന്നു.

കാരണവർ മഞ്ഞനിറമായി.

തെങ്ങിൻ പൂക്കുലയുടെ അല്ലികൾ അടർന്നു. കലക്കി വച്ചിരുന്ന നിണത്തിന്റെ ഉരുളി കമഴ്ന്നു. ദേവസ്വം പ്രസിഡന്റും കമ്മിറ്റിയംഗങ്ങളും മാറിനിന്ന് വിഷയം ചർച്ച ചെയ്തു.

അന്നേരമാണ് പാറുവമ്മ രംഗത്തെത്തിയത്. ഗുരുതിയായതുകൊണ്ട് സ്ത്രീകളാരും ക്ഷേത്രത്തിലില്ല. പാറുവമ്മ ക്ഷേത്രജീവനക്കാരിയാണ്. പ്രായമായ സ്ത്രീയാണ്. ഉറപ്പുള്ള മനസ്സിന്റെ ഉടമയാണ്. അശുദ്ധിയില്ല. ക്ഷേത്രകാര്യങ്ങളെക്കുറിച്ച് അറിവുണ്ട്. സത്യമെന്നും ശരിയെന്നും തോന്നുന്നത് വിളിച്ചു പറയാനുള്ള ധൈര്യമുണ്ട്.

"കുഞ്ഞുങ്ങളേ" പാറുവമ്മ എല്ലാരോടുമായി പറഞ്ഞു. "പണ്ടുമുതലേ, അതായത് എന്റെ ചെറുപ്പകാലം മുതലേ, അറുകൊലയുടെ പൂജ കഴിഞ്ഞാണ് ഗുരുതി നടത്തുന്നത്. ചിറപ്പിന്റെ അവസാനത്തെ സംഗതിയാണ് ഗുരുതി. പിന്നീട് ഒരു ചടങ്ങും പാടില്ല. അതാണ് നിയമം. അതുകൊണ്ട് അറുകൊലയുടെ പൂജ ആദ്യം നടക്കട്ടെ. എന്നിട്ടാവാം ഗുരുതി."

പാറുവമ്മ വളരെ ആയാസപ്പെട്ട് കാരണവരെ എഴുന്നേല്പിച്ചിരുത്തി. അയാളുടെ മുഖം മഞ്ഞൾപ്പൊടിയിൽ മൂടിയിരുന്നു.

"പാറുവമ്മ ഇങ്ങോട്ടു വന്നേ." പ്രസിഡന്റ് ഗോവിന്ദക്കുറുപ്പ് വിളിച്ചു.

"തള്ളേ, നിങ്ങളാരാ ഇവിടെ അഭിപ്രായം പറയാൻ. നിങ്ങൾ ഇവിടുത്തെ തൂപ്പുകാരി. അഭിപ്രായം പറയാൻ നിങ്ങൾക്ക് ആരാണ് അധികാരം തന്നത്. അമ്പലക്കാര്യം തീരുമാനിക്കാൻ ഞങ്ങളുണ്ട്. തന്ത്രിയുണ്ട്. തൂപ്പുകാരി അവരടെ ജോലി ചെയ്താൽ മതി."

"കുഞ്ഞേ" പാറുവമ്മ വിഷമത്തോടെ പറഞ്ഞു. "ഞാൻ തൂപ്പുകാ

രിയാ. സമ്മതിച്ചു. പട്ടിണിയായയോണ്ടാ ഞാനീ പണിക്കുവന്നെ. ഞാനും ഈ കരയിലെ ഒരംഗമാ. എനിക്കും കാര്യങ്ങൾ പറയാൻ അവകാശമുണ്ട്. എന്റെ നാവ് ആരുടെ മുമ്പിലും പണയം വച്ചിട്ടില്ല. പക്ഷേ, ശരിയായ കാര്യങ്ങൾ പറയാതിരിക്കുന്നത് തെറ്റാണെന്ന് തോന്നിയതുകൊണ്ടാണ് ഞാൻ ഇടപെട്ടത്. അല്ലാതെ ആരെയും ധിക്കരിച്ചതല്ല. അങ്ങനെ തോന്നുന്നെങ്കിൽ ക്ഷമിക്കണം. ആണ്ടൂർവിളയിൽ സുകുമാരനെ നിങ്ങൾ കേട്ടിട്ടുണ്ടാവില്ല. അതെന്റെ പർത്താവാ. ഞങ്ങൾ നല്ല കുടുംബക്കാരാരുന്നു. പട്ടിണിയായപ്പോൾ തൂപ്പുകാരിയായതാ. എന്റെ പർത്താവും പടയത്ത് കൊച്ചുകുറുപ്പും കൊല്ലന്റെ വടക്കേൽ ശങ്കുപ്പിള്ളയും താന്നിക്കൽ നാണുപിള്ളയും ഒരു കെട്ടു കുതിരയെ തോളിൽ കേറ്റി എഴുന്നള്ളിക്കുമായിരുന്നു. അത്ര ശരീരബലമാരുന്നു അവർക്ക്. സുകുമാരൻ എന്നെ കളഞ്ഞേച്ചുപോയി. ജോലിയില്ലെങ്കിൽ പട്ടിണി കെടന്നു മരിക്കുമാരിക്കും. എന്നാലും എന്റെ അഭിപ്രായം ആരോടും തുറന്നുപറയും."

"എങ്കിൽ നാളെ മുതൽ നിങ്ങൾ ഇവിടെ തൂക്കാൻ വരണ്ട."

"ഇല്ല, വരുന്നില്ല."

കല്ലുവളയത്തിൽ താഴെ, കടലാസിൽ പൊതിഞ്ഞു വച്ചിരുന്ന ചൂലും തുണിയും ഞെട്ടലോടെയാണെങ്കിലും കൈയിലെടുത്ത് ഗുരുതി തീരുന്നതുവരെ പാറുവമ്മ അമ്പലമുറ്റത്ത് നിന്നു. ആദ്യം ഗുരുതിയാണ് നടന്നത്. ഗുരുതി തുടങ്ങുമ്പോഴുള്ള മേളത്തിന് 'വെക്കംവാ' എന്ന ഒരർത്ഥം തോന്നും. അന്നേരം ചെറുക്കരോട്ടെ വടക്കേ ഇടവഴിയിൽക്കൂടി ചങ്ങല കിലുങ്ങുന്ന ശബ്ദം ക്ഷേത്രത്തിലേക്കു നീങ്ങുന്നതായി തോന്നും. ഭൂതഗണങ്ങളുടെ കാലിലെ ചങ്ങലയുടെ ശബ്ദമാണ് അതെന്നു ആളുകൾ വിശ്വസിക്കുന്നു. ഗുരുതി കഴിയുമ്പോൾ 'വെക്കംപോ വെക്കംപോ' എന്ന രീതിയിലുള്ള കൊട്ടാണ്. ഗുരുതിയിൽ പങ്കെടുത്ത് ആഹ്ലാദചിത്തരായി ഭൂതഗണങ്ങൾ തിരിച്ചുപോകും. അപ്പോഴും ചങ്ങലക്കിലുക്കം കേൾക്കാം. ഭൂതഗണങ്ങൾ എവിടെനിന്നു വരുന്നു, എങ്ങോട്ടു പോകുന്നു, എവിടെയാണവരെ ബന്ധിച്ചിരിക്കുന്നത് എന്നൊന്നും പാറുവമ്മയ്ക്കറിയില്ല. ഗുരുതിദിവസം ആരാണവരെ മോചിപ്പിക്കുന്നത്? അതും അറിയില്ല. ഭൂതഗണങ്ങൾ നാട്ടിലിറങ്ങിയാൽ നാശമായിരിക്കും ഫലമെന്ന് മനസ്സിലാക്കി ദേവിതന്നെ അവരെ എവിടെയോ ബന്ധിച്ചതാണെന്ന് പാറുവമ്മ ഊഹിച്ചു. ഭൂതങ്ങളുടെ യാത്രാവേളയിൽ സ്ത്രീകളെ കണ്ടാൽ ചോര ഊറ്റിക്കുടിക്കും. കൃഷ്ണസദനത്തിൽ താമരാക്ഷിയും കൊറ്റമ്പള്ളി ശങ്കരിയമ്മയും മരിച്ചത് ഭൂതഗണങ്ങളുടെ മുമ്പിൽച്ചെന്ന് ചാടിയതുകൊണ്ടാണെന്ന് പാറുവമ്മ കേട്ടിട്ടുണ്ട്.

ഗുരുതി തീരുന്നതുവരെ പാറുവമ്മ അമ്പലമുറ്റത്തുണ്ടായിരുന്നു. അറുകൊലയുടെ പൂജ പിന്നീടാണ് നടന്നത്. വാഴക്കാലാ അറുകൊലയുടെ കഥ പാറുവമ്മയോട് പറഞ്ഞത് അവരുടെ അച്ഛനായിരുന്നു. കായംകുളം രാജാവിന്റെ ആശ്രിതനായ അറുകാലിക്കൽ തമ്പുരാൻ ഒരിക്കൽ കുളിക്കാനായി കുളത്തിലിറങ്ങി. തന്റെ കൈവശമുണ്ടായിരുന്ന വാളും വസ്ത്രവും കുളക്കരയിൽ വച്ചിട്ടാണ് തമ്പുരാൻ കുളത്തിലിറങ്ങിയത്.

ഒരു കൊട്ടാരം ജീവനക്കാരൻ വാളിന്റെ മിനുമിനുപ്പും ഭംഗിയും കണ്ട് അത് കൈയിലെടുത്ത് പരിശോധിക്കാൻ തുടങ്ങി. തമ്പുരാൻ കാണാതെ വളരെ രഹസ്യമായിട്ടാണ് വാളെടുത്ത് നോക്കിയത്. തമ്പുരാനെ വധിക്കാനാണ് വാളെടുത്തതെന്ന് രാജാവിന്റെ പടയാളിക്കു തോന്നി. തമ്പുരാൻ കുളത്തിൽനിന്നും കയറുന്നതു കണ്ടപ്പോൾ ജീവനക്കാരൻ ഓടി മറഞ്ഞു. തമ്പുരാൻ ക്രുദ്ധനായി. ജീവനക്കാരന്റെ തലകൊയ്യാൻ തമ്പുരാൻ ഉത്തരവിട്ടു. അയാളെ അന്നുതന്നെ വധിക്കുകയും ചെയ്തു. കൊട്ടാരം ജീവനക്കാരന്റെ വീട്ടുപേര് വാഴക്കാലാ എന്നായതുകൊണ്ട് വാഴക്കാലാ അറുകൊല എന്നറിയപ്പെട്ടു. നാട്ടിലുടനീളം അറുകൊല അലഞ്ഞുനടന്നു. ഒറ്റിക്കൊടുത്ത പടയാളിയുടെ കുടുംബത്തിൽ അകാലമരണങ്ങളുണ്ടായി. അറുകൊല പലരെയും വധിച്ചു. ശല്യം സഹിക്കാതെയായപ്പോൾ നാട്ടുകാർ തമ്പുരാനോടു വിവരം പറഞ്ഞു. തമ്പുരാൻ ഏഴംകുളത്തമ്മയെ ശരണം പ്രാപിച്ചു. ശല്യം ഒഴിവാക്കാൻ വാഴക്കാലാ അറുകൊലയെ സ്ഥിരമായി ക്ഷേത്രമുറ്റത്തിരുത്താൻ അമ്മ അനുവദിച്ചു. അറുകൊല ഏഴംകുളത്തമ്മയുടെ തിരുമുറ്റത്ത് ഇപ്പോൾ ആരെയും ഉപദ്രവിക്കാതെ കഴിഞ്ഞുകൂടുന്നു. വർഷത്തിലൊരിക്കൽ ഗുരുതി ദിവസം വാഴക്കാല അറുകൊലയ്ക്കും വേണാട്ടു അറുകൊലയ്ക്കും അതതു വീട്ടുകാർ പൂജയും നിവേദ്യവും സമർപ്പിക്കുന്നു.

രാത്രി പതിനൊന്നു മണിയോടെ പൂജകളും ഗുരുതിയും കഴിഞ്ഞ് പാറുവമ്മ വീട്ടിലേക്ക് നടന്നു. ഒരു ഭൂതവും തന്നെ ഒരു കുന്തവും ചെയ്യില്ല എന്ന ഉറച്ച വിശ്വാസം പാറുവമ്മയ്ക്കുണ്ടായിരുന്നു. ചൂട്ടിക്കരയൻ തോർത്ത് തോളിലൂടെ വളച്ചിട്ട് നടക്കുമ്പോൾ താന്നിവിളയിൽ രാജപ്പന്റെ കച്ചിത്തുറു കത്തിയെരിയുന്നതും ആളുകൾ ഓടിക്കൂടുന്നതും കണ്ടു. ഗുരുതി കഴിഞ്ഞ് ഭൂതഗണങ്ങൾ തിരിച്ചുപോകുമ്പോൾ ഏതെങ്കിലും വീടിനോ തുറുവിനോ തീ പിടിക്കുന്നത് എല്ലാ വർഷവും സംഭവിക്കാറുണ്ട്. തുറു എരിഞ്ഞു തീരുന്നതുവരെ പാറുവമ്മ ഇടവഴിയിൽനിന്നു. അഗ്നി ആകാശത്തേക്ക് പൊങ്ങി സാവധാനം താഴ്ന്നുവന്നു. ഏതോ വലിയ തീറ്റയാണെന്നു സംശയിച്ച് മഴപ്പാറ്റകൾ അഗ്നിയിൽ വീണ് മരിച്ചു. തൂപ്പുകാരിയാവാൻ വേണ്ടി തയ്പിച്ച റവുക്ക പാറുവമ്മ ഊരി കൈതക്കാട്ടിലേക്ക് എറിഞ്ഞു. തോർത്തുമുണ്ട് നെഞ്ചിൽ വളച്ചിട്ടപ്പോൾ അവർക്ക് ആശ്വാസം തോന്നി.

പതിനേഴ്

ക്ഷേത്രത്തിൽ ജോലി കിട്ടിയപ്പോൾ പട്ടിണിയെ ഒരു പരിധിവരെ നിയന്ത്രിക്കാൻ കഴിയുമെന്ന് പാറുവമ്മ കണക്കുകൂട്ടി. പക്ഷേ, അതൊരു കുമിളയായിരുന്നു. ഭരണ സമിതിക്കും പ്രസിഡന്റിനും എതിരെ പരസ്യമായി ഒന്നും പറയാൻ പാടില്ലായിരുന്നു. ഒരു തൂപ്പുകാരിക്ക് ക്ഷേത്രകാര്യങ്ങളിൽ ഒരഭിപ്രായവും പറയേണ്ട കാര്യമില്ലായിരുന്നു. പക്ഷേ, സത്യം പറയാതിരിക്കുന്നതെങ്ങനെ? എല്ലാവർക്കും ഇഷ്ടപ്പെടുന്ന രീതിയിൽ

സംസാരിക്കാനുള്ള ഔചിത്യം ഇല്ലാതെപോയതിൽ അവർ സ്വയം ശപിച്ചു. രാത്രിയിൽ അവർക്ക് ഉറങ്ങാൻ കഴിഞ്ഞില്ല. തന്റെ കുഴിക്കട്ടിലിൽ കിടന്ന് ഓരോന്ന് ചിന്തിച്ചുകൊണ്ട് പാറുവമ്മ സമയം തള്ളിനീക്കി. ജീവിതം എത്ര സങ്കീർണ്ണമാണ്! എത്രയെത്ര സങ്കടങ്ങളാണ് ഒരാളുടെ ചെറുപ്പം മുതൽ മരണംവരെ അഭിമുഖീകരിക്കേണ്ടത്. ഒന്നിനു പിറകെ ഒന്നായി വരുന്ന വേദനകളെ സൂക്ഷിച്ചു വയ്ക്കാൻ മനസ്സിന് അലമാരയുണ്ടോ? ഹൃദയത്തിന് ഇത്രയൊക്കെ വിഷമങ്ങളെ താങ്ങാൻ കഴിയുമോ? ആളുകൾ ഹൃദയംതകർന്ന് മരിക്കുന്നത് ഇത്തരം ചിന്തകളെ വഹിക്കാൻ കഴിയാത്തതുകൊണ്ടാണോ? ജോലി നഷ്ടപ്പെട്ടപ്പോൾ ഭാരതിയുടെ കല്യാണമെന്ന സ്വപ്നവും തകർന്നതായി പാറുവമ്മയ്ക്ക് തോന്നി. സാവധാനം അവർ ഒരു ചെറിയ മയക്കത്തിലേക്ക് വഴുതിവീണു.

പാറുവമ്മയുടെ മുറിയിലെ പത്തായത്തിന്റെ മുകളിലാണ് ഭാരതി ഉറങ്ങുന്നത്. പായ് കണ്ടാൽമതി അവൾ ഉറങ്ങാൻ തുടങ്ങും. ഉറങ്ങാൻ കഴിയുന്നത് ഒരനുഗ്രഹമാണെന്ന് പാറുവമ്മയ്ക്ക് തോന്നി. ഉറക്കത്തിൽ താഴെ വീഴാതിരിക്കാൻ ഒരു തലയിണ പത്തായത്തിന്റെ ഒരു വശത്ത് വച്ചിട്ടുണ്ട്. മറുവശം ഭിത്തിയായതുകൊണ്ട് അപകടമില്ല. ഒരിക്കൽ ഭാരതി പത്തായത്തിനു മുകളിൽനിന്നും ഉറക്കത്തിൽ താഴെവീണു. ഉറങ്ങാതെ കിടന്ന പാറുവമ്മ ഭാരതി താഴെവീഴുന്ന ശബ്ദം കേട്ടു. പുഴുങ്ങിയ നെല്ല് ഉണങ്ങാൻ വേണ്ടി തറയിൽ വിരിച്ചിട്ടതിനു മുകളിലാണ് അവൾ വീണത്. കൈമുട്ടിൽ ഒരല്പം ചോര പൊടിഞ്ഞതല്ലാതെ മറ്റൊന്നും സംഭവിച്ചില്ല. മണ്ണെണ്ണ വിളക്ക് കത്തിച്ച് അവളെ എഴുന്നേല്പിച്ചു. കൈമുട്ടിലെ ചോര പാവാടയിൽ തുടച്ച് അവൾ പത്തായത്തിന് മുകളിൽ കയറി ഉറക്കത്തെ സേവിക്കാൻ തുടങ്ങി. മാസമുറ വരുമ്പോൾ മൂന്നുദിവസത്തേക്ക് പാറുവമ്മ അവളെ അകറ്റി നിർത്തും. അടുക്കളയിലേക്ക് അവൾക്ക് സ്ഥലം മാറ്റംകിട്ടും. അടുക്കളയുടെ വടക്ക് വശത്ത് അരകല്ലിടാൻവേണ്ടി ഒരു ചെറിയ തിണ്ണയുണ്ട്. അതിന്റെ അരികിലാണ് ഭാരതി പകൽ സമയങ്ങളിൽ ഇരിക്കാറ്. പാറുവമ്മ എന്തെങ്കിലും അരയ്ക്കാനായി വരുമ്പോൾ അവൾ എഴുന്നേറ്റ് നില്ക്കും. കല്ല് കഴുകുമ്പോഴുള്ള വെള്ളം ദേഹത്ത് തെറിക്കാതിരിക്കാനാണ് അവൾ എഴുന്നേല്ക്കുന്നത്.

ആ സമയങ്ങളിൽ ഭാരതിക്ക് ആഹാരം കഴിക്കാൻ പ്രത്യേകം പാത്രങ്ങളുണ്ട്. ഒരു ഇരുമ്പ് പിഞ്ഞാണവും ഒരു ലോട്ടയും. ആഹാരത്തിനു ശേഷം പാത്രങ്ങൾ രണ്ടും കഴുകി കമിഴ്ത്തിവയ്ക്കും. അഞ്ചുദിവസത്തേക്ക് കിണറ്റിൽനിന്നും വെള്ളം കോരാൻ വിലക്കുണ്ട്. കിണറ് അശുദ്ധമാവും. ഓരോ ദിവസവും രാവിലെ അടുക്കള ചാണക വെള്ളം തളിച്ച് ശുദ്ധമാക്കും. ക്ഷേത്രത്തിൽ പോയിത്തുടങ്ങിയതിനുശേഷം പാറുവമ്മയുടെ രീതികൾ കൂടുതൽ കർശനമായി. ഭാരതി അടുത്തുകൂടി പോവുമ്പോൾ തുണിയുടെ തുമ്പെങ്ങാനും പാറുവമ്മയുടെ തുണിയിലോ ശരീരത്തിലോ തൊടാൻ പാടില്ല. ചില രാത്രിയിൽ അരയിലെ ചരടിൽ കുരുക്കിയിട്ട പത്തായത്തിന്റെ താക്കോൽ ഊരിയെടുത്ത് പാറുവമ്മ ഭാരതിയോടു പറയും.

"ഭാരതീ, നീ ഒന്നുമാറിയേ, എനിക്കീ പത്തായമൊന്നു തുറന്നു നോക്കണം. ഏതോ കള്ളന്മാർ വന്നതായി സ്വപ്നം കണ്ടു. എല്ലാം ഒണ്ടോന്ന് നോക്കണം."

"ഞാനതിന്റെ പൊറത്തു കെടക്കുവല്ലിയോ മുത്തശ്ശീ. പിന്നെങ്ങനാ കള്ളന്മാർ വന്ന് എന്തെങ്കിലും എടുക്കുന്നെ. നേരം വെളുത്തിട്ട് നോക്കിയാൽ പോരേ. എന്തിനാ എന്റെ ഒറക്കം കളയുന്നെ."

"പോരാ, എനിക്കിപ്പോത്തന്നെ നോക്കണം. നീ തിണ്ണേലോട്ടൊന്നിറങ്ങി നില്ക്ക്."

പത്തായത്തിൽ എന്താണെന്ന് ഭാരതി അറിയാതിരിക്കാനാണ് പാറുവമ്മ അവളെ പുറത്താക്കിയത്. അവൾ കതകിന്റെ ഇടയിൽക്കൂടി ശ്രദ്ധിച്ചു. ആനച്ചെവിയുടെ വലിപ്പമുള്ള നൂറിന്റെ നാലുനോട്ടുകളും കുറെ ചില്ലറയും മണ്ണെണ്ണ വിളക്കിന്റെ വെളിച്ചത്തിൽ അവൾ കണ്ടു. ഒന്നും നഷ്ടപ്പെട്ടിട്ടില്ല. പാറുവമ്മയുടെ മുഖം വികസിക്കുന്നതും അവൾ കണ്ടു. മനസ്സമാധാനത്തോടെ പാറുവമ്മ അവളെ മുറിയിൽ കയറ്റി.

"നീ വാ കെടന്നോ."

"എല്ലാം ഒണ്ടോ മുത്തശ്ശീ."

"ഒണ്ട്."

ഭാരതി പത്തായത്തിന്റെ മുകളിൽ കയറുമ്പോൾ പാറുവമ്മ തന്റെ കുഴിക്കട്ടിലിൽ പതിയേ ഇറങ്ങും. ഇത്തരം സംഭവം ആഴ്ചയിലൊരിക്കൽ ആവർത്തിക്കുന്നതുകൊണ്ട് ഭാരതിക്ക് പുതുമ തോന്നാറില്ല.

ഗുരുതിക്കുപോയ പാറുവമ്മ തിരിച്ചു വരുന്നതിന് ഒരു മണിക്കൂർ മുമ്പാണ് ഭാരതിയുടെ തുടയുടെ തുമ്പിൽ ചുവന്ന നനവ് അനുഭവപ്പെട്ടത്. നെല്ലുകുത്ത് മില്ലിലെ അള്ളറിന്റെ വശത്തുകൂടി നെൽമണികൾ താഴേക്ക് പൊഴിഞ്ഞു വീഴുന്നതുപോലെ കുന്നിക്കുരു കഷണങ്ങൾ ഒന്നിന് പിറകേ ഒന്നായി തെറിച്ചു വന്നു. നാശം, എന്ന് സ്വയം പറഞ്ഞുകൊണ്ട് കഴുകി ഉണക്കിവച്ചിരിക്കുന്ന തുണിക്കഷണവുമായി വീടിനു പിന്നിലെ മറപ്പുരയിലേക്ക് അവൾ പോയി. കാലം നോക്കാതെ ചെയ്യുന്ന മഴപോലെയാണ് ഇതും. എന്തുചെയ്യാം? ഭാരതിക്ക് വല്ലാതെ ദേഷ്യം വന്നു. പാറുവമ്മ ക്ഷേത്രത്തിൽനിന്നും വരുമ്പോൾ തിണ്ണയിലെ മുളത്തൂണിൽ ചാരി അവൾ നില്ക്കുകയായിരുന്നു. കുളിക്കാതെ അടുക്കളയിലോ പത്തായത്തിന്റെ മുകളിലോ കയറാൻ പാടില്ല. ക്ഷേത്രത്തിൽ നടന്ന കാര്യങ്ങൾ അത്താഴം വിളമ്പുമ്പോൾ പറയാമെന്ന് പാറുവമ്മ വിചാരിച്ചു. വിളമ്പാൻ കാര്യമായി ഒന്നും ഉണ്ടായിരുന്നില്ല. അഞ്ചാറ് വറ്റ് കലത്തിനടിയിലുണ്ട്. ഓമയ്ക്കാ തോരൻ ഒരല്പമുണ്ട്. തക്കാളി മുറിച്ചിട്ട കറി ഒരു ഗ്ലാസുണ്ട്. ശിവൻകുട്ടി ഇതേവരെ വന്നിട്ടില്ല. കലത്തിലെ ചോറ് ഭാരതിക്ക് കൊടുക്കാമെന്ന് പാറുവമ്മ ചിന്തിക്കുമ്പോഴാണ് താൻ വെളിക്കായ കാര്യം ഭാരതി പറയുന്നത്.

"അതു ശരി." പാറുവമ്മ പറഞ്ഞു. "നീ അപ്പോൾ അടുക്കളയിൽ കെടന്നോ. ഇച്ചിരി ചോറിരിപ്പുള്ളത് നിന്റെ പിഞ്ഞാണത്തിൽ ഇട്ടേക്കാം.

പാത്രം കഴുകാനുള്ള വെള്ളം തിണ്ണയിൽ വച്ചേക്കാം. നീ പത്തായത്തി നടുത്തെങ്ങും വരരുത്. സ്വർണ്ണോം പണോം മഹാലക്ഷ്മിയാ. എനിക്കിനി അമ്പലത്തിപ്പോവണ്ട. അവരെന്നെ ജോലീന്ന് പിരിച്ചുവിട്ടു."

"മുത്തശ്ശി അവരോടെന്തെങ്കിലും മുഖം കറുപ്പിച്ച് പറഞ്ഞോ?"

"അതൊന്നുമില്ല. ഗുരുതി സമയത്ത് ഞാനൊരു സത്യം പറഞ്ഞു. സത്യം ആർക്കും ഇഷ്ടമല്ലല്ലോ. ഞാന് അഭിപ്രായം പറയാനേ പാടില്ലാ രുന്നു. എന്റെ അഹമ്മതി. അല്ലാതെന്തു പറയാനാ."

"വേറെ ആരെയെങ്കിലും ജോലിക്ക് എടുത്തോ?"

"അതൊന്നുമറിഞ്ഞുകൂടാ. ചെറുക്കനെന്ത്യേ?"

"അവൻ നാളെ മുതൽ മൈക്കാട് പണിക്ക് പോവ്വാന്നു പറയുന്ന കേട്ടു. അതിന്റെ കാര്യത്തിനെന്തോ അന്വേഷിക്കാൻ പോയതാ."

"അവന് മൈക്കാടു പണിയൊക്കെ ചെയ്യാനാവുമോ?"

"അമരവിളയിലെ ദിവാകരപ്പണിക്കർ കെട്ടിടം പണിയുന്നു. വണ്ടി വീട്ടിലോട്ടു ചെല്ലാത്തോണ്ട് വെട്ടു കല്ലും മറ്റ് സാധനങ്ങളും റോഡിലാ എറക്കുന്നേന്ന് കേട്ടു. അത് ചുമ്മി മോളിലെത്തിക്കണം. ചെലവ് കഴിഞ്ഞ് ഒരു രൂപാ കൂലികിട്ടുമെന്നാ അവൻ പറഞ്ഞത്."

"അത് കൊറവല്ലേ?"

"കൊറവൊന്നുമല്ല. മേശിരിക്ക് രണ്ടേകാൽ രൂപയല്ലേ കൂലി. അപ്പഴോ?"

"എന്നാലും അവൻ കൊച്ചല്ലേ? അവനെ പഠിക്കാനും വിട്ടില്ല."

പാറുവമ്മ കരയാൻ തുടങ്ങിയപ്പോൾ ചുണ്ട് വിറച്ചു. പൊടുന്നനെ മുകളിൽനിന്നും ഒറ്റപ്പല്ല് താഴോട്ടിറങ്ങി ചുണ്ടിനെ അടുക്കിപ്പിടിച്ചു. പാറു വമ്മ കരയാതെ കരഞ്ഞു.

"മുത്തശ്ശിക്ക് അത്താഴം വേണോ?"

"വേണ്ട അമ്പലത്തീന്ന് രണ്ട് തെരളിയും ഒരു ഉണ്ണിയപ്പവും തിന്നു. കുരുതിയുടെ പങ്കാരുന്നു."

പാറുവമ്മ മുറിയിൽ കയറി തന്റെ കുഴിക്കട്ടിലിൽ താഴ്ന്നു. ഭാരതി ഏറെനേരം ശിവൻകുട്ടിയെ കാത്ത് തിണ്ണയിലിരുന്നിട്ട് അടുക്കളയിൽ കയറി കതകടച്ചു.

ഏകദേശം ഒരു മണിക്കൂർ കഴിഞ്ഞ് ശിവൻകുട്ടി വീട്ടിലെത്തി. ശിവൻകുട്ടി വന്നകാര്യം ആരും അറിഞ്ഞില്ല. ചാണകം മെഴുകിയ തറ യിൽ തഴപ്പായ് വിരിച്ച് അവൻ കിടന്നു. രാമക്കുറുപ്പിന്റെ കട്ടിൽ വെറുതെ കിടക്കുകയാണ്. അതിൽ കിടന്നാൽ അച്ഛൻ ഓർമ്മയിലെത്തും. കയ റിൽ തൂങ്ങിനില്ക്കുന്ന അച്ഛന്റെ മുഖം അവന്റെ മനസ്സിൽ തെളിയും. രാമക്കുറുപ്പിന്റെ വേർപാട് ഇപ്പോഴാണ് അവന് ശരിക്കും മനസ്സിലാകു ന്നത്. കുറുപ്പ് ജീവിച്ചിരിക്കുമ്പോൾ മരണമുണ്ടാക്കുന്ന വിടവ് ഇത്ര ഭീക രമായിരിക്കുമെന്ന് ശിവൻകുട്ടി ഓർത്തില്ല. ഭാരതിയുടെ വിവാഹം എത്രയും പെട്ടെന്നു നടത്താൻ വേണ്ടിയാണ് അവൻ ജോലിക്കു പോകാൻ തീരുമാനിച്ചത്. അതിനുവേണ്ട കാശ് ഉണ്ടാക്കണം. ശിവൻകുട്ടി

കണ്ണടച്ച് ഉറക്കത്തെ ക്ഷണിച്ചു. വെള്ളരിവള്ളികൾ പടർന്നതുപോലെ മുറ്റത്ത് നിലാവിന്റെ മാലകൾ വീണു. ഓലത്തട്ടിയുടെ വിടവിലൂടെ ഇളം കാറ്റ് ശിവൻകുട്ടിയുടെ ശരീരത്തിൽ ചന്ദനം തേച്ചു.

മുറ്റത്ത് എന്തോ അനക്കം കേട്ടപ്പോൾ തലചെരിച്ച് അവൻ പുറത്തേക്ക് നോക്കി. ആരോ വിളിച്ചുണർത്തിയതുപോലെ അവൻ എഴുന്നേറ്റിരുന്നു. നിലാവിൽ ആരോ നില്ക്കുന്നുണ്ട്. എന്തായാലും കള്ളനല്ല. കള്ളന്മാർ നിശ്ചലമായി നില്ക്കാറില്ല. ആഗതൻ തിണ്ണയിലേക്ക് നോക്കുന്നതായി ശിവൻകുട്ടിക്ക് തോന്നി. നിലാവെളിച്ചത്തിൽ അത് സോമനാണോ എന്ന് അവൻ സംശയിച്ചു. ആഗതന്റെ കൈയിൽ ഒരു പൊതിക്കെട്ടും കണ്ടു. ശിവൻകുട്ടി മുറ്റത്തിറങ്ങി.

"ആരാ?"

"ഞാനാ സോമൻ. നീ ബഹളം വയ്ക്കാതെ. ശബ്ദം കേട്ടാൽ പാറുവമ്മ ഒണരും. നീ പതുക്കെ സംസാരിക്ക്."

"എന്താ ഈ രാത്രീല്."

"ഒരു കാര്യമുണ്ട്."

ശബ്ദം വളരെ താഴ്ത്തിയാണ് സോമൻ സംസാരിച്ചത്.

"എന്താ, എന്തുണ്ടായി?"

"ഒന്നുമില്ല."

സോമൻ തന്റെ കൈയിലിരുന്ന പൊതി ശിവൻകുട്ടിക്ക് നേരേ നീട്ടി.

"എന്തായിത്?"

"കൊറെ സൊർണ്ണം. സുധർമ്മേടെ കല്യാണത്തിന് അച്ഛൻ വാങ്ങിയതാ. അമ്പതുപവൻ കാണും. ആരും അറിയാതെ ഞാനതങ്ങു മോഷ്ടിച്ചു. നിനക്ക് തരാനാ. നീ ഇത് വിറ്റ് കോളേജിൽ ചേര്. മാർക്കൊണ്ടായോണ്ട് ഇനീം ചെന്നാലും മതി. ബാക്കികൊണ്ട് ഭാരതീടെ കല്യാണോം നടത്താം."

ശിവൻകുട്ടിക്ക് ഒന്നും പറയാൻ തോന്നിയില്ല. അവന്റെ മനസ്സും ശരീരവും വല്ലാതെ പുകഞ്ഞു. അവന് ആദ്യമായി സോമനോട് വെറുപ്പും വിദ്വേഷവും തോന്നി.

"നീ എന്തോന്നാ പറയുന്നെ സോമാ. സുധർമ്മേടെ കല്യാണം പിന്നെങ്ങനെ നടക്കും?"

"അതൊക്കെ നടക്കും. ഇനീം എത്ര പവൻ വേണമെങ്കിലും വാങ്ങാൻ അച്ഛന്റെ കൈയിൽ കാശുണ്ട്. മരുമോൻ പണക്കാരനായതുകൊണ്ട് അച്ഛനീ കല്യാണം നടത്തും."

"അതു വേണ്ടാ സോമാ. നീ ചെയ്തത് ശരിയായില്ല. ഞാൻ കോളേജിൽ ചേരുന്നില്ല. ഈ സൊർണ്ണംകൊണ്ട് ഭാരതിച്ചേച്ചിയുടെ കല്യാണോം നടത്തണ്ട. നീ ഇതു വീട്ടിക്കൊണ്ടുപോയി തിരിച്ചുവയ്ക്ക്. സുധർമ്മേടെ വിവാഹം ഭംഗിയായി നടക്കട്ടെ. പെങ്ങടെ വിവാഹത്തിന് വാങ്ങിയ സൊർണ്ണം ആങ്ങള മോഷ്ടിച്ചു എന്ന് പറയുന്നത് ഒരു ദുരന്തമാ. അതു വേണ്ട, സോമാ, വേണ്ടാ."

"എടാ ശിവാ, നിന്നെ എങ്ങനെ സഹായിക്കണമെന്ന് ഏറെ നാളായി ഞാൻ ചിന്തിക്കുവാരുന്നു. അവസാനം എന്റെ ബുദ്ധീൽ തോന്നി യതാ ഇത്. നീ കോളേജിൽ ചേരുന്നില്ലെങ്കിൽ വേണ്ട. ഇത് വിറ്റ് ഭാര തീടെ കല്യാണം നടത്ത്. ഭംഗിയായി നടത്ത്."

"വേണ്ട, എനിക്കു വേണ്ട. എന്നെ നിന്റെ അച്ഛൻ പൊലീസിൽ പിടി പ്പിക്കും. പൊലീസുകാരെന്നെ അടിക്കും. അതൊന്നും എനിക്ക് താങ്ങാൻപറ്റത്തില്ല. മുത്തശ്ശിയും ചേച്ചിയും സഹിക്കത്തില്ല. നിനക്കറി യാമല്ലോ. അവരുടെ ഏക ആശ്രയമാണ് ഞാൻ."

"നിനക്ക് വേണ്ടെങ്കിൽ വേണ്ട. ഇനീം ഞാൻ വീട്ടിലേക്കില്ല. എങ്ങോ ട്ടെങ്കിലും പോവ്വാ. എങ്ങോട്ടാണെന്ന് തീരുമാനിച്ചിട്ടില്ല. എവിടെയെങ്കിലും. ശകാരിക്കാനും അടിക്കാനും മാത്രം ഒരച്ഛനെ എനിക്കുവേണ്ട. സ്നേഹി ക്കാനറിയാത്ത ഒരമ്മയേയും എനിക്കുവേണ്ട. പണമുണ്ടെങ്കിലും ഞങ്ങടെ വീടൊരു നരകമാ. കൊട്ടാരം ചിന്തയാൽ ജാഗരം കൊള്ളുന്നു, കൊച്ചുകുടിൽക്കത്രേ നിദ്രാസുഖം എന്ന് ഏതോ കവി പാടിയിട്ടു ണ്ടല്ലോ."

"എടാ, അടിക്കാനായിട്ടെങ്കിലും നിനക്ക് ഒരു അച്ഛനുണ്ടല്ലോ. എനി ക്കോ. ഒന്നടിച്ചാലും വേണ്ടില്ല ഒരച്ഛനില്ലാത്ത അവസ്ഥ എനിക്കറിയാം."

"എന്റെ അമ്മ ചിരിച്ചു കണ്ടിട്ടില്ല. പെങ്ങളും. എനിക്കവിടെ ഇനീം ജീവിക്കാൻ പറ്റത്തില്ല."

"അച്ഛനും അമ്മയുമില്ലാത്ത ദുഃഖം നിനക്കറിയില്ല."

"അമ്മയും അച്ഛനും ഉള്ള ദുഃഖമാ എന്റേത്. പക്ഷേ, അനിവാര്യമാ യത് സംഭവിച്ചേ തീരൂ. അമ്മയ്ക്ക് സ്നേഹം കാണും. പക്ഷേ, പുറത്ത് കാണിക്കാറില്ല. അനുഭവിക്കാൻ പറ്റാത്ത സ്നേഹത്തിന് കണ്ണീരിന്റെ നിറമാണ്. എനിക്ക് എന്നോടാണ് സഹതാപം. എനിക്ക് എന്നോടു വെറു പ്പാണ്. ഇനിയും നിന്നെ കാണാൻ കഴിയുമെന്ന് ഞാൻ വിചാരിക്കുന്നില്ല. പക്ഷേ, നീ എന്നും എന്റെ നല്ല സുഹൃത്താണ്. യാത്രയ്ക്കിടയിൽ വണ്ടി യിൽനിന്നും വേസ്റ്റ് എറിയുന്നതുപോലെ ഈ സ്വർണ്ണം വല്ല പുഴയിലും ഞാൻ വലിച്ചെറിയും. നിനക്ക് വേണ്ടങ്കിൽ മാത്രം. ചെയ്യുന്നത് ശരിയോ തെറ്റോ എന്നൊന്നും എനിക്കറിഞ്ഞുകൂടാ. എന്റെ അച്ഛന് തെറ്റു ചെയ്യാ മെങ്കിൽ എനിക്കും ചെയ്യാം തെറ്റ്. ഓരോ തെറ്റിനും ഒരു ശരിയുണ്ടെന്നാ എന്റെ വിശ്വാസം. സുധർമ്മേടെ വിവാഹത്തിന് നീ പോകണം. ഞാൻ സ്ഥലത്തുണ്ടാവില്ല. ഒരു ആങ്ങളയുടെ സ്ഥാനത്തുനിന്ന് വേണ്ടതെല്ലാം ചെയ്യണം. ഞാൻ പോവ്വാ. തിരിച്ചുവന്നാൽ വീണ്ടും കാണാം."

"നീ എങ്ങും പോവണ്ട."

"അത് പറ്റില്ല ശിവാ, എനിക്ക് പോയേ പറ്റൂ. എവിടേക്കാണെന്ന് ഇപ്പോൾ പറയാൻ കഴിയില്ല. ഞാൻ പറഞ്ഞതൊക്കെ നീ മറക്കണം. നീ പഠിക്കണം. വലിയ ആളാകണം. എന്റെ അറിവില്ലായ്മ കൊണ്ടാണ് ഞാനിതൊക്കെ കാണിക്കുന്നത്. നിന്റെ സന്തോഷമാ എനിക്ക് ഇപ്പോൾ എല്ലാറ്റിനേക്കാളും വലുതായിട്ട് തോന്നുന്നത്. ജീവൻ ഉടലിൽനിന്ന്

വേർപെടുന്നതിനുമുമ്പ് ഞാൻ നിന്നെ എന്നെങ്കിലും കാണാൻ വരും. നിനക്കീ സൊർണ്ണം വേണ്ടല്ലോ."

"വേണ്ട."

ഒന്നു തിരിഞ്ഞു നോക്കിയിട്ട് സോമൻ സാവധാനം ഇടവഴിയിലിറങ്ങി. നിലാവ് കാഞ്ഞിരമരത്തിൽ തട്ടി മറഞ്ഞു. ഇലകളിൽ ഈർപ്പം നിറഞ്ഞു. ശിവൻകുട്ടിയുടെ കണ്ണുകൾ നനഞ്ഞു. ശിവൻകുട്ടി ഒന്നും കാണുന്നുണ്ടായിരുന്നില്ല. സോമൻ പറഞ്ഞതൊന്നും അവൻ കേട്ടില്ല. അവന്റെ ഇരുചെവികളും അടഞ്ഞുപോയിരുന്നു. വിങ്ങുന്ന തലയ്ക്കുള്ളിൽ വേദന കെട്ടഴിഞ്ഞു വീണു. കണ്ണടച്ച് ഏറെനേരം അവൻ മുറ്റത്തുനിന്നു. ശിവൻകുട്ടിയെ ആശ്വസിപ്പിക്കാനെന്നവണ്ണം ഒരു ചെറിയ കാറ്റ് കടന്നുപോയി. അമ്പത് പവന്റെ കഥ അവൻ നെഞ്ചിൽ ചേർത്തുപിടിച്ച് വീണ്ടും വീണ്ടും വേദനിച്ചു.

പതിനെട്ട്

പകൽച്ചൂടിന്റെ കരുത്ത് കൂടി വരികയായിരുന്നു.

റബ്ബർ മരത്തണലിൽ, കരിയിലയുടെ മുകളിൽ വീണ വെളിച്ചം കണ്ണാടിക്കഷണങ്ങൾപോലെ പ്രകാശിച്ചു. വെയിൽ കാര്യമായി വീഴാത്ത ഒഴിഞ്ഞ സ്ഥലത്ത് ജോലിക്കാർ വിശ്രമിക്കുന്നു. ഉച്ചയ്ക്ക് ചോറും മാങ്ങാക്കറിയും ചക്കക്കുരു തോരനും കഴിച്ചതിന്റെ ക്ഷീണംതീർക്കുകയായിരുന്നു അവർ. ചക്ക പുഴുങ്ങിയതും കിട്ടി ഒരു തവി. ഒരല്പം ദൂരെമാറി വെട്ടുകല്ല് ചെത്തുന്ന മേശിരിയും വിശ്രമത്തിലാണ്.

അമരവിളയിൽ ദിവാകരപ്പണിക്കർ പുതിയ വീടു പണിയുന്നത് റോഡിൽനിന്നും നൂറുമീറ്റർ ഉയരത്തിലാണ്. അയാളുടെ ഭാര്യയുടെ അനിയത്തി ശ്രീമതിക്കുവേണ്ടിയാണ് വീട് പണിയുന്നത്. റോഡരികിൽ ആയിരത്തോളം വെട്ടുകല്ലുകൾ ഇറക്കിയിട്ടുണ്ട്. കല്ലുകൾ കൈവണ്ടിയിലാണ് കൊണ്ടുവന്നത്. കൈവണ്ടി വലിച്ചത് ശ്രീധരനാണ്. അയാൾ കാളയുടെ ജോലിയാണ് ചെയ്തതെങ്കിലും കഴുത്തിൽ മണികളില്ലായിരുന്നു. ശ്രീധരനെ വേണമെങ്കിൽ മണികിലുക്കാത്ത കാള എന്നും വിളിക്കാം. ഓരോ കല്ലും മുകളിലെത്തിക്കേണ്ട ജോലിയാണ് ശിവൻകുട്ടിക്ക്. വാഴക്കച്ചി കൊണ്ട് ചുമ്മാട് കെട്ടി തലയിലുറപ്പിച്ചാണ് ശിവൻകുട്ടി കല്ല് തലയിൽ കയറ്റുന്നത്. കുമ്മായം കൂട്ടുന്ന ബാബുവാണ് ചുമ്മാടിന്റെ കാര്യം പറഞ്ഞത്. മൈക്കാടു പണിയിൽ ബാബുവിന് വർഷങ്ങളുടെ പരിചയമുണ്ട്. കുട്ടിത്തം മാറാത്ത, മീശകുരുക്കാത്ത ശിവൻകുട്ടി ബാബുവിനെ ഗുരുവായി സ്വീകരിച്ചു. രണ്ടാം ക്ലാസിൽ തോറ്റപ്പോൾ പഠിത്തം നിർത്തിയതാണ് ബാബു. ഓരോ കല്ലും കൈകൊണ്ട് ഉയർത്തുമ്പോൾ ശിവൻകുട്ടിയുടെ എല്ലിൻകൂട് വില്ലുപോലെ വളയും. മൈക്കാടുപണി ഇത്ര ആയാസമുള്ളതാണെന്ന് അവൻ അറിഞ്ഞിരുന്നില്ല. എത്ര കഷ്ടപ്പെട്ട ജോലി ചെയ്യാനും ശിവൻകുട്ടി ഇപ്പോൾ തയ്യാറാണ്. ജോലിയിൽനിന്നും ഒരു

വരുമാനം കിട്ടും. അതുകൊണ്ട് ഭാരതിച്ചേച്ചിയുടെ വിവാഹം നടത്താൻ കഴിയും. അതുമാത്രമാണ് ശിവൻകുട്ടിയുടെ ഇപ്പോഴത്തെ ആഗ്രഹം. ഉച്ചയ്ക്ക് ചോറു കഴിച്ചെങ്കിലും ശിവൻകുട്ടിയുടെ വിശപ്പ് അടങ്ങിയിരുന്നില്ല. കുറെ നാളുകളായി ശിവൻകുട്ടിയുടെ വയറ് നിറയാറില്ലായിരുന്നു. സുധർമ്മയുടെ നിശ്ചയദിവസം വയറ് നിറച്ച് ചോറുണ്ടു. അന്ന് സോമനും ശിവൻകുട്ടിയും തൊട്ടടുത്തിരുന്നാണ് സദ്യ ഉണ്ടത്.

"എടാ, ചരുവിലെ സുശീലാ ഇച്ചിരി മൂപ്പാ, അല്ലിയോടാ. ഈ പെണ്ണുങ്ങടെ മനസ്സ് ദൈവം ഉണ്ടാക്കിയത് കല്ലുകൊണ്ടാണോ?"

ശിവൻകുട്ടി സാമ്പാറൊഴിച്ച ചോറ് ഉരുട്ടി വായിലിടുമ്പോഴാണ് സോമൻ സുശീലയെക്കുറിച്ച് സംസാരിച്ചത്. അതുകൊണ്ട് അവന് മറുപടി പറയാൻ കഴിഞ്ഞില്ല. ഇനിയും സുധർമ്മയുടെ വിവാഹമുണ്ട്. തീയതി തീരുമാനിച്ചിട്ടില്ല. സോമൻ വിവാഹത്തിന് വരുമെന്ന് തോന്നുന്നില്ല. താനായിരിക്കും സുധർമ്മയുടെ ആങ്ങള. ഉപ്പോളം വരുമോ ഉപ്പിലിട്ടത്. സുധർമ്മയേയും അച്ഛനേയും നേരിൽ കാണാൻ വിഷമമുണ്ട്. എന്നാലും വിവാഹത്തിന് പോകാതിരിക്കാൻ കഴിയില്ലല്ലോ. സോമൻ സ്നേഹമുള്ളവനായിരുന്നു. അവൻ പറഞ്ഞാൽ പോകാതിരിക്കാൻ കഴിയുമോ? സുധർമ്മയുടെ മുമ്പിൽ തന്റെ ശിരസ്സ് സ്വയം കുനിഞ്ഞു പോകുമോ. അവൻ സ്വയം ചോദിച്ചു.

മേശിരിയും മറ്റ് ജോലിക്കാരും വിശ്രമം കഴിഞ്ഞ് എഴുന്നേറ്റപ്പോൾ ശിവൻകുട്ടി ചുമ്മാട് തലയിൽ വെച്ച് താഴോട്ടിറങ്ങി. ചുമ്മാടിന്റെ വശങ്ങളിലെ വള്ളി താടിക്കടിയിൽ പിടിച്ചിട്ടു. എത്ര കഷ്ടപ്പാടാണെങ്കിലും ദിവസവും ഒരു രൂപ കൂലി കിട്ടുന്നത് നിസ്സാരകാര്യമല്ല. വഴിയിൽ മരക്കാലുകൾ ഇല്ലാത്തതിനാൽ വെയിലിന്റെ ചൂട് കഠിനമായിരുന്നു. കല്ല് തലയിലേറ്റി മുകളിലേക്കു കയറിയപ്പോൾ വെട്ടുകല്ലിന്റെ ചുവന്നപൊടി അവന്റെ ശരീരത്തിൽ തുരുതുരെ പതിച്ചു. അവന്റെ ശരീരം ചുവന്നു. അങ്ങനെ ശിവൻകുട്ടി ഒരു ചുവപ്പ് മനുഷ്യനായി. അവൻ ഒരു കമ്യൂണിസ്റ്റായി. കോളേജിൽ ചേർന്നിരുന്നെങ്കിൽ അവൻ ഇങ്ങനെ കമ്യൂണിസ്റ്റുകാരനാവുമായിരുന്നില്ല.

കല്ലുയർത്തി തലയിൽ വയ്ക്കുമ്പോഴും കയറ്റം കയറുമ്പോഴും ശിവൻകുട്ടിയുടെ മനസ്സ് നിറയെ സോമനായിരുന്നു. ഈയിടെയാണ് സോമനിൽ കാതലായ മാറ്റം ശിവൻകുട്ടി ശ്രദ്ധിച്ചത്. കോളേജിലാണെങ്കിലും ചെറിയ തെറ്റിനുപോലും കരുണാകരൻപിള്ള അവനെ ശിക്ഷിക്കുമായിരുന്നു. സോമൻ സ്കൂളിൽ പഠിക്കുമ്പോൾ ഏതോ ചെറിയ കുസൃതി കാണിച്ചതിന് നഗ്നനായി തൂണിൽ കെട്ടിയിട്ട് നീറിന്റെ കൂടു പൊട്ടിച്ച് അവന്റെ ശരീരത്തിൽ കൊണ്ടിട്ടു, അയാൾ. സോമന്റെ കൈകൾ പിറകിൽ ബന്ധിച്ചിരുന്നതുകൊണ്ട് ഉറുമ്പുകൾ ശരീരം കടിച്ചുപറിച്ചപ്പോൾ ഒന്നു തൂത്ത് കളയാൻപോലും നിവൃത്തിയില്ലാതെ അവൻ ഉറക്കെ കരഞ്ഞു. അച്ഛൻ ശിക്ഷിക്കുമ്പോൾ അമ്മ മുറിയ്ക്കുള്ളിലിരുന്നു കരയുന്നതല്ലാതെ പുറത്തേക്ക് വരാറില്ല. വീടിന്റെ വാരിയിലെ ചൂരൽ ശരീ

രത്തിൽ വീഴുമ്പോഴും ആരും ആശ്വസിപ്പിക്കാനായി എത്താറില്ല. മിക്ക ദിവസങ്ങളിലും കരുണാകരൻപിള്ള അറിയാതെ അവൻ മാറ്റിനിക്ക് പോകുമായിരുന്നു. പറക്കോട്ടെ തീയേറ്ററിലേക്ക് ഒന്നര നാഴികയോളം ദൂരമുണ്ട്. സോമനെ കടയിലിരുത്തിയാണ് സോമന്റെ അച്ഛൻ ഉണ്ണാൻ പോവുന്നത്. അച്ഛൻ ഉണ്ടിട്ടു തിരിച്ചു വരുമ്പോൾ അവൻ തീയേറ്ററിലേക്കോടും. ഒരു റീൽ മാത്രം കണ്ടിട്ട് വീട്ടിലേക്ക് പ്രാണൻകളഞ്ഞ് തിരിച്ചോടും. ആർക്കും സംശയം തോന്നാറില്ല. ഒരു ദിവസം ഒരു റീൽ എന്ന രീതിയിൽ മൂന്നാലു ദിവസംകൊണ്ട് സിനിമ മുഴുവനായി കാണും. ഒരു ദിവസം കടയിൽനിന്നും നേരേ തീയേറ്ററിലേക്ക് ഓടിയത് അച്ഛന്റെ ചെവിയിലെത്തി. സോമനെ വീടിന്റെ തൂണിൽ കെട്ടിയിട്ട് അടിച്ചു. വസ്ത്രങ്ങളെല്ലാം ശരീരത്തിൽനിന്ന് നീക്കംചെയ്തതുകൊണ്ട് അടിയുടെ പാടുകൾ മഴവില്ലുകളായി അവന്റെ വെളുത്ത ശരീരത്തിൽ തെളിഞ്ഞുനിന്നു. കുളിക്കാൻനേരം അവന് അസഹ്യമായ നീറ്റലുണ്ടായി. പിറ്റേന്ന് അടിയുടെ പാടുകൾ അവൻ ശിവൻകുട്ടിയെ കാണിച്ചു. അച്ഛനോടുള്ള വൈരാഗ്യമാണ് അവനെ തെറ്റിലേക്ക് നയിച്ചത്. വീട്ടിൽനിന്നും ആഹാരമല്ലാതെ മറ്റൊന്നും കിട്ടുന്നില്ല എന്നും പറഞ്ഞ് സോമൻ വിങ്ങലടക്കിയത് ശിവൻകുട്ടി ഓർത്തു.

അമരവിളയിൽ ദിവാകരപ്പണിക്കർക്ക് രണ്ട് ഭാര്യമാരുണ്ട്. മാടപ്പറമ്പിൽ സുമതിയമ്മയെ അയാൾ ഔദ്യോഗികമായി വിവാഹം കഴിച്ചു. സുമതിയമ്മ കറുത്തതാണ്. ഉയരം തീരെ കുറവ്. പല്ലുകൾ ഉന്തിയതാണ്. കാണാൻ ചേലില്ലാത്ത മുഖവും ശരീരവും. മാടപ്പറമ്പിൽ കുടുംബം അന്ന് വളരെ പ്രശസ്തം. സുമതിയമ്മയുടെ അച്ഛൻ മുൻ എം എൽ എയും നാട്ടുപ്രമാണിയുമായിരുന്നു. പണിക്കരുടെ അച്ഛന്റെ നിർബ്ബന്ധത്തിന് വഴങ്ങിയാണ് പണിക്കർ വിവാഹത്തിന് സമ്മതിച്ചത്. സുമതിയുടെ അനിയത്തി ശ്രീമതി അന്ന് ഒൻപതാം ക്ലാസിൽ പഠിക്കുകയാണ്. ശ്രീമതി അതീവ സുന്ദരിയായിരുന്നു. വെളുത്ത നിറവും നീണ്ടമൂക്കും. പനങ്കുല പോലെ മുടിയും ചിരിക്കുമ്പോൾ തെളിയുന്ന നുണക്കുഴിയും. ആരു കണ്ടാലും കൊതിക്കുന്ന രൂപം. പണിക്കർ എല്ലാ കാര്യങ്ങളിലും സമർത്ഥനായിരുന്നു. ചേട്ടത്തിയെ കെട്ടിയിട്ട് അനിയത്തിയെ വരുതിയിലാക്കാമെന്ന് അയാൾ തീരുമാനിച്ചു. ശ്രീമതി അവസാനം പണിക്കരുടെ വലയിൽ വീണു. സുമതി എതിർത്തെങ്കിലും വിലപ്പോയില്ല.

"നിന്നെ കെട്ടിയത് നിന്നെ ഓർത്തല്ല. നിന്റെ അനിയത്തിയെ ഓർത്താ. ഈ കച്ചവടം മുതലാവണോങ്കി നിന്റെ അനിയത്തിയെ എനിക്ക് കിട്ടിയേതീരൂ. ഞങ്ങൾ ഇപ്പോത്തന്നെ ഭാര്യാ ഭർത്താക്കന്മാരാ. നീ ഒടക്കുണ്ടാക്കാൻ ശ്രമിച്ചാൽ നഷ്ടം നിനക്കായിരിക്കും. നീ എന്റെകൂടെ താമസിക്കും. ശ്രീമതി നിന്റെ കുടുംബത്തിലും. ഞാൻ അങ്ങോട്ടു പോയാൽ മതിയല്ലോ."

സുമതിക്ക് രണ്ടു പെൺമക്കളാണ്. അവരെ കല്യാണം കഴിച്ചയക്കാനും പണിക്കരുടെ സഹായം വേണ്ടിവരും. അതുകൊണ്ട് സുമതി

എല്ലാം സഹിച്ചു. മാടപ്പറമ്പിൽ ശ്രീമതിയുടെ ആങ്ങള ശങ്കരപ്പിള്ളയോടൊപ്പമാണ് അവർ താമസിക്കുന്നത്. സുമതി അമരവിളയിൽ ദിവാകരപ്പണിക്കരുടെ വീട്ടിലും. ശ്രീമതിയുടെ എല്ലാ കാര്യങ്ങളും നോക്കുന്നത് ശങ്കരപ്പിള്ളയാണ്. ചെലവിന് കൊടുക്കുന്നതും അയാൾതന്നെ.

സുമതിയമ്മ അനിയത്തിയെ കാണാറില്ല. കണ്ടാൽ മുഖം കൊടുക്കാറുമില്ല. ഒരു ദിവസം സ്കൂളിന്റെ തെക്കേ ഇടവഴിയിൽ വച്ച് അവർ പരസ്പരം ചീത്തവിളിക്കുകയും ആക്രമിക്കുകയും ചെയ്തു. ശ്രീമതിയുടെ അടിയേറ്റ് സുമതി താഴെവീണു. ഇഞ്ചമുള്ള് തറച്ച് സുമതിയുടെ മുഖം മുറിഞ്ഞു. ക്ഷേത്രത്തിലെ എഴുന്നള്ളത്തിന് ചമയവിളക്കെടുക്കാൻ ചെല്ലുമ്പോൾ പരസ്പരം കാണുമെങ്കിലും ഉള്ളിൽ പക നിറച്ച് അവർ രണ്ടു വഴിക്കായി പിരിയും. സുമതിയമ്മ അടുക്കളയിൽത്തന്നെ കഴിച്ചുകൂട്ടി. പണിക്കർക്കുവേണ്ട കാര്യങ്ങൾ ഭർത്താവെന്ന നിലയിൽ അവർ ചെയ്തുകൊടുക്കാറുണ്ട്. സുമതി കിടക്കുന്ന കട്ടിലിന്റെ ഒരുഭാഗം എന്നും ഒഴിഞ്ഞുകിടന്നു.

രാത്രി ഒൻപതു മണി കഴിയുമ്പോൾ ഇടവഴിയിൽ ഒരു മൂളിപ്പാട്ടു കേൾക്കാം. ശ്രീമതി കേൾക്കാനാണ് പാട്ട്. മൂളിപ്പാട്ടു ഭജനപ്പാട്ടായി പിന്നീട് പരിണമിക്കും. താൻ മാടപ്പറമ്പിലേക്ക് വരുന്നുണ്ട് എന്നറിയിക്കാനാണ് പണിക്കർ പാടുന്നത്. ശങ്കരപ്പിള്ളയ്ക്ക് നേരത്തെ അത്താഴം വിളമ്പിക്കൊടുത്ത് ശ്രീമതി പണിയൊതുക്കി പണിക്കർക്ക് കയറിവരാൻ വേണ്ടി അടുക്കളയുടെ കിഴക്കോട്ടുള്ള വാതിൽ തുറന്നുവയ്ക്കും. ആങ്ങള ശങ്കരപ്പിള്ള കിടക്കുന്നത് തിണ്ണയിലാണ്. ശങ്കരപ്പിള്ളയുടെ മുന്നിലൂടെ ശ്രീമതിയുടെ സമീപത്തേക്ക് പോകാൻ പണിക്കർക്ക് ചമ്മലാണ്. അതുകൊണ്ടാണ് അടുക്കളയിലൂടെ അകത്തു കയറുന്നത്. പണിക്കർ വന്നു കയറുന്നതും അടുക്കളയുടെ വാതിൽ അടയുന്നതും ശങ്കരപ്പിള്ള അറിയാറുണ്ട്. അപ്പോൾ അയാൾ രാമായണം ഉറക്കെ വായിക്കും. ശ്രീമതിയുടെ അടക്കിപ്പിടിച്ചുള്ള ചിരിയും പണിക്കർ ബീഡികത്തിക്കുന്ന മണവും അയാൾ തിണ്ണയിൽ കിടന്നു തിരിച്ചറിയും. വരുമ്പോൾ പണിക്കർ സുഖിയനോ പരിപ്പുവടയോ ശ്രീമതിക്കു നല്കും. ശ്രീമതി പണിക്കർക്ക് രതിസുഖം പകരം നല്കും. അര മണിക്കൂർ കഴിയുമ്പോൾ മൊന്തയിൽ വെള്ളവുമായി പണിക്കർ അടുക്കളയുടെ കതക് തുറന്ന് പുറത്തിറങ്ങുന്നതും അകത്തേക്ക് തിരികെ കയറുന്നതും ശങ്കരപ്പിള്ള അറിയാറുണ്ട്. ആരും ആർക്കുവേണ്ടിയും ജീവിക്കാൻ പാടില്ല എന്ന്, പൊടിഞ്ഞുണങ്ങിയ മേച്ചിലോലകൾക്കിടയിലൂടെ കടന്നുവരുന്ന നിലാവ് നോക്കി ശങ്കരപ്പിള്ള പിറുപിറുക്കും.

ശ്രീമതിക്കുവേണ്ടിയാണ് പണിക്കർ വീടുപണിയുന്നത്. ഓടു മേഞ്ഞ ഒരു പുര വേണമെന്ന് ശ്രീമതി പലനാളുകളായി പണിക്കരോട് പറയുന്നു. കൈയിൽ പൈസയില്ലാ തങ്കം, ഒരല്പം കൂടി കാത്തിരുന്നേ പറ്റൂ എന്ന് പണിക്കർ ശ്രീമതിയെ ആശ്വസിപ്പിച്ചു. ആയിടെ പണിക്കർക്ക് രണ്ടായിരം രൂപാ ലോട്ടറിയടിച്ചു. ആയിരം രൂപാകൊണ്ട് ശ്രീമതിക്ക് ഒരു വീട്

പണിഞ്ഞുനല്കാൻ പണിക്കർ തീരുമാനിച്ചു. ബാക്കിയുള്ള ആയിരം രൂപായ്ക്ക് പുട്ടടിക്കാനും പ്ലാനിട്ടു. ജങ്ഷനിലെ സദാനന്ദന്റെ കടയിൽ സ്ഥിരം പുട്ടാണ്. പുട്ടിന് അരി ഇടിക്കുന്നത് സദാനന്ദന്റെ ഭാര്യ സരസമ്മയാണ്. ഇത്ര മൃദുലമായ പുട്ട് എങ്ങനെയാണ് ഉണ്ടാക്കുന്നതെന്ന് പലരും സദാനന്ദനോട് ചോദിക്കുമ്പോൾ അതെന്റെ ഭാര്യയുടെ കൈപ്പുണ്യമാണെന്ന് അയാൾ തട്ടിവിടും. സരസമ്മയുടെ പുട്ട് എത്ര കഴിച്ചാലും കൊതി തീരില്ല. പണിക്കർ ആ കടയിലെ സ്ഥിരം സന്ദർശകനാണ്. പുട്ടും പയറും പപ്പടവും പഞ്ചസാരയും കൂട്ടി കഴിക്കുമ്പോൾ സ്വർഗ്ഗം സദാനന്ദന്റെ കടയിൽ വരുമെന്ന് ആളുകൾ രസത്തിന് പറയാറുണ്ട്.

ജനിച്ചു വളർന്ന വീട് പൊളിച്ചുകളയുന്നതിൽ ശങ്കരപ്പിള്ളയ്ക്ക് എതിർപ്പുണ്ടായിരുന്നു. ഓലയായാലും വേണ്ടില്ല, അവിടെ കിടന്ന് മരിക്കണമെന്നായിരുന്നു ശങ്കരപ്പിള്ളയുടെ ആഗ്രഹം. പക്ഷേ, ശ്രീമതി വഴങ്ങിയില്ല. ചാണകം മെഴുകിയ തറയും ഓലകൊണ്ടുള്ള മേൽക്കൂരയും മടുത്തതായി അവർ മറുപടി പറഞ്ഞു. ഓലകൾക്കിടയിലൂടെ നമ്പൂതിരിയട്ടകൾ താഴേക്ക് വീഴാറുണ്ട്. ജീവനുള്ള ഒരു അട്ട പയറ് തോരന്റെ പാത്രത്തിനുള്ളിൽ ജീവനോടെ കിടക്കുന്നത് അവൾ കണ്ടിരുന്നു. ജോലിക്കാർക്ക് കൂലികൊടുക്കാനായി എന്നും വൈകിട്ട് പണിക്കർ മാടപ്പറമ്പിൽ ചെല്ലാറുണ്ട്. അത്താഴപൂജ നേരത്തെ കഴിഞ്ഞിട്ട് അയാൾ അമരവിളയിലേക്ക് പോകും.

വിശ്രമത്തിനുശേഷം വെട്ടുകല്ലെടുക്കാനായി ശിവൻകുട്ടി താഴോട്ടിറങ്ങി. റോഡിൽ ഒരു പൊലീസ് ജീപ്പ് വന്നു നില്ക്കുന്നതും രണ്ടു പൊലീസുകാർ ജീപ്പിൽനിന്നും ഇറങ്ങുന്നതും ശിവൻകുട്ടി കണ്ടു. ജോലിക്കാരൊക്കെ ജോലിനിർത്തി റോഡിലേക്കു നോക്കി. എന്തോ അത്യാപത്ത് വന്നതുപോലെ എല്ലാവരും റോഡിലേക്കു കുതിച്ചു. പോസ്റ്റുമാനും പൊലീസുകാരനും എല്ലായ്പ്പോഴും ദുഃഖമുള്ള വാർത്തകളാണ് കൊണ്ടുവരുന്നത്. പോസ്റ്റുമാൻ മരണവും പൊലീസുകാരൻ മോഷണവുമായാണ് വരുന്നത്.

"ആരാ ശിവൻകുട്ടി."

"ഞാനാ."

ശിവൻകുട്ടി തലയ്ക്കുമുകളിൽനിന്നും ചുമ്മാട് എടുത്തുമാറ്റി.

"നീ സ്റ്റേഷനിലോട്ടൊന്നു വരണം."

"എന്താ സാർ കാര്യം?"

"അതൊക്കെ അവിടെ വന്നിട്ടു പറയാം."

"ഞാനിവിടെ ജോലി ചെയ്തോണ്ടിരിക്കാ."

"ഇന്നിനീം ജോലി വേണ്ട. അത്യാവശ്യമായി വന്നോളൂ. യേമാന് എന്തോ ചോദിക്കാനുണ്ട്."

ശരീരത്തിൽ തങ്ങിനിന്ന ചെങ്കല്പൊടി തട്ടിക്കളഞ്ഞ് അവൻ ജീപ്പിൽ കയറി. വിവരമെന്താണെന്ന് അറിയാൻ ജോലിക്കാർ ശിവൻകുട്ടിയുടെ അടുത്തുചെന്നപ്പോൾ ജീപ്പ് പൊടിപറത്തിപ്പാഞ്ഞുപോയി.

ശിവൻകുട്ടി എല്ലാവരേയും നോക്കി പുഞ്ചിരിച്ചെങ്കിലും അവർക്കാർക്കും ചിരിക്കാൻ കഴിഞ്ഞില്ല. പൊലീസ് കൊണ്ടുപോയാൽ അതേ രീതിയിൽ തിരിച്ചുകിട്ടുമെന്ന് വിശ്വസിക്കാൻ അവർക്ക് കഴിഞ്ഞില്ല. പാവത്തിനെ ഉപദ്രവിക്കുമോ എന്ന് അവർ പരസ്പരം നോക്കി പറഞ്ഞു.

സ്റ്റേഷന്റെ പരിസരത്ത് ധാരാളം ആളുകൾ കൂടിനില്ക്കുന്നുണ്ട്. തലശ്ശേരി പുല്പള്ളി പൊലീസ് സ്റ്റേഷൻ ആക്രമണത്തെക്കുറിച്ചാണ് അവരൊക്കെ സംസാരിക്കുന്നത്. കുഞ്ഞികൃഷ്ണൻനായരെ കൊന്നത് കഷ്ടമായിപ്പോയതായി ചിലർ പറയുന്നതുകേട്ടു. എന്തിനാണയാളെ കൊന്നതെന്ന് ശിവൻകുട്ടിക്ക് അറിയില്ല. എന്ത് ആദർശത്തിന്റെ പേരിലായാലും കൊലപാതകം ഒന്നിനും ഒരു പരിഹാരമല്ല എന്നാണ് ശിവൻകുട്ടി ചിന്തിച്ചത്. എല്ലാവരുടേയും മുഖത്ത് ജിജ്ഞാസയോ പരിഭ്രമമോ നിഴലിച്ചിട്ടുണ്ട്. പൊലീസുകാർ ശിവൻകുട്ടിയെ എസ് ഐയുടെ മുറിയിലേക്കു കൊണ്ടുപോയി. എസ് ഐ ഒരു ചെറുപ്പക്കാരനായിരുന്നു. നല്ല നീളമുണ്ടെങ്കിലും ശരീരം മെലിഞ്ഞതാണ്.

"നീയാണോ ശിവൻകുട്ടി."

"അതെ."

"കരുണാകരൻപിള്ളയുടെ വീട്ടീന്ന് മോഷ്ടിച്ച സൊർണ്ണം എവിടാ വച്ചിരിക്കുന്നത്. സത്യം പറഞ്ഞാൽ നിന്നെ ഒന്നും ചെയ്യില്ല. കള്ളം പറഞ്ഞാൽ കഴ്‌വർട മോനെ നിന്റെ ഓരോ എല്ലും ഊരി നായ്ക്കൾക്കു കൊടുക്കും. പൊലീസ് നായ്ക്കൾക്ക് മനുഷ്യന്റെ എല്ല് അത്രയ്ക്കിഷ്ടമാ."

"ഇല്ല സാർ, ഞാനെടുത്തിട്ടില്ല."

"നീ എടുത്തെന്നാണല്ലോ നിന്റെ കൂട്ടുകാരൻ സോമൻ പറഞ്ഞത്."

"സോമൻ സ്ഥലത്തില്ല."

"സോമൻ ഇപ്പോൾ എവിടെയുണ്ട്?"

"അറിയില്ല."

"നീ സോമനെ അവസാനമായി കണ്ടത് എപ്പോഴാണ്?"

"രണ്ടു ദെവസം മുമ്പ്."

"അപ്പോൾ എന്തായിരുന്നു സമയം?"

"രാത്രി പന്ത്രണ്ടു മണിയായിക്കാണും."

"എന്തിനാ അവൻ നിന്നെ അന്വേഷിച്ചുവന്നത്?"

"അവന്റെ കൈയിൽ ഒരു പൊതിയുണ്ടായിരുന്നു. അത് സുധർമ്മേടെ കല്യാണത്തിന് സോമന്റെ അച്ഛൻ വാങ്ങിയ സൊർണ്ണമായിരുന്നു. അതെനിക്കു തരാമെന്ന് പറഞ്ഞു."

"എന്തിനാ നിനക്കു തരാമെന്ന് പറഞ്ഞത്?"

"സ്വർണ്ണം വിറ്റ് കോളേജിൽ ചേരാൻ പറഞ്ഞു. എനിക്ക് പത്താം ക്ലാസിൽ ഫസ്റ്റ് ക്ലാസുണ്ടായിരുന്നു. കാശില്ലാത്തോണ്ടു കോളേജിൽ ചേരാൻ കഴിഞ്ഞില്ല. അതോണ്ടാ."

"അത് നീ എവിടാ ഒളിപ്പിച്ചു വച്ചിരിക്കുന്നത്?"

"ഇല്ല സാർ ഞാനത് വാങ്ങിയില്ല. പെങ്ങടെ വിവാഹത്തിനു വാങ്ങിയ സ്വർണ്ണം എനിക്ക് വേണ്ടാന്നു പറഞ്ഞു."

"അവനിപ്പം എവിടെയുണ്ടെന്ന് അറിയാമോ?"

"ഇല്ല, സ്വർണ്ണം ഏതെങ്കിലും കായലിലോ നദിയിലോ എറിഞ്ഞു കളയുമെന്നും ഇനിയും നാട്ടിലേക്ക് തിരിച്ചുവരില്ല എന്നും അവൻ പറഞ്ഞു. എങ്ങോട്ടാണ് പോകുന്നതന്ന് അവൻ പറഞ്ഞില്ല."

"ഇപ്പറഞ്ഞതൊക്കെ സത്യമാണോ?"

"അതേ സാർ."

"എന്തായാലും നീ ഇന്ന് അകത്ത് കെടക്ക്. ബാക്കിക്കാര്യം പിന്നീട് തീരുമാനിക്കാം."

ശിവൻകുട്ടിയെ സ്റ്റേഷനോടു ചേർന്ന മുറിയിൽ കയറ്റി വാതിലടച്ചു. ഭിത്തിയോടു ചേർന്ന് തലകുമ്പിട്ട് അവൻ ഇരുന്നു. തറയിൽ അഴുക്കും പൊടിയും ചെറിയ കല്ലുകളും നിറഞ്ഞിരുന്നു. കാലിൽ എന്തോ ഇഴഞ്ഞു കയറിയതുപോലെ തോന്നിയപ്പോൾ അവൻ കാല് കുടഞ്ഞു. അതൊരു പഴുതാരയായിരുന്നു. പഴുതാര ധൃതിയിൽ ഭിത്തിയുടെ വിടവിൽ മറഞ്ഞു. മണ്ണുപുരണ്ട അവന്റെ ശരീരം വിയർപ്പിൽ കുതിർന്നു. മുറിയുടെ മൂലയിൽ മറ്റൊരാൾ ഇരിക്കുന്നതു കണ്ടു. അയാളുടെ മണം മൂക്കിലടിച്ചപ്പോൾ ശിവൻകുട്ടിക്ക് ഛർദ്ദിക്കണമെന്ന് തോന്നി.

പത്തൊൻപത്

പാറുവമ്മ വൈകിട്ട് വീട്ടിൽ തിരിച്ചെത്തിയത് വട്ടി നിറയെ പൊലിയുമായിട്ടാണ്. വട്ടി തലയിൽ വച്ച് തുള്ളിത്തുള്ളിയുള്ള പാറുവമ്മയുടെ വരവ് കണ്ടാൽ ആരും ചിരിച്ചുപോകും. മുഖത്ത് എന്തെന്നില്ലാത്ത സന്തോഷം കളിയാടുന്നുണ്ട്. തൂപ്പുകാരിയുടെ ജോലി നഷ്ടപ്പെട്ട കാര്യം അവർ മറന്നതുപോലെ തോന്നി. വെറുതെ ഓരോന്നു ചിന്തിച്ച് മനസ്സ് പുണ്ണാക്കാൻ അവർ ഇഷ്ടപ്പെട്ടില്ല. ഓരോന്ന് ചിന്തിച്ചിരുന്നാൽ അതിനു മാത്രമേ നേരം കാണൂ. ദിവസവും രണ്ടുമൂന്ന് വയറ് കഴിയേണ്ടതാണ്. ശിവൻകുട്ടി മൈക്കാട് പണിക്ക് പോയിട്ടുണ്ട് എന്നുള്ളത് സത്യമാണ്. പക്ഷേ, അതുകൊണ്ട് എല്ലാം തികഞ്ഞുവെന്ന് വിശ്വസിക്കാൻ പാറുവമ്മ കൂട്ടാക്കിയില്ല. ഒറ്റപ്പല്ല് മാത്രമുള്ള മുകളിലത്തെ മോണകാട്ടി അവർ ചിരിക്കുന്നുണ്ട്. ഊർന്നുപോയ രണ്ടാംമുണ്ട് സ്ഥാനം തെറ്റിക്കിടപ്പാണ്. കറുത്ത ദേഹത്ത് വിയർപ്പ് മണികൾ പൊടിഞ്ഞിട്ടുണ്ട്. വെളുപ്പിനേ ജോലിക്കെന്നും പറഞ്ഞ് അമ്പലത്തിൽ പോകുന്ന പതിവ് നിന്നപ്പോൾ പാറുവമ്മയ്ക്ക് അസ്വസ്ഥതയുണ്ടായി. ക്ഷേത്രത്തിന് പടിഞ്ഞാറ് വിളഞ്ഞ് പാകമായ നെൽവയലുകളെ വെറുതെ ഒന്നു കാണാനും കണ്ടത്തിന്റെ കരയിൽ ഒരല്പനേരം ഇരിക്കാനുമായിട്ടാണ് അവർ അതിരാവിലെ വീട്ടിൽ നിന്നും ഇറങ്ങിയത്. തൊഴുത്തിൽനിന്നും അഴിച്ചുവിട്ട പശു നേരേ കണ്ടത്തിൽപോയി നില്ക്കുന്നതുപോലെ പാറുവമ്മ നെൽക്കതി

രുകൾ കണ്ടപ്പോൾ നിന്നു. വരമ്പിലേക്ക് വളഞ്ഞുകിടക്കുന്ന കതിരുകളെ അവർ കണ്ടത്തിലേക്ക് തന്നെ മടക്കിവച്ചു. കിളികൾ കൂട്ടത്തോടെ വന്ന് കണ്ടത്തിലിറങ്ങിയപ്പോൾ പാറുവമ്മ ഉറക്കെ ശബ്ദമുണ്ടാക്കി അവയെ അകറ്റി. മഞ്ഞുപെയ്യുന്ന മകരമാസത്തെ തണുപ്പിൽ പണ്ട് കൊയ്യാനിറങ്ങിയത് പാറുവമ്മ ഓർത്തു. കണ്ടത്തിന്റെ കരയിൽ ഏകയായിരുന്ന് വെറ്റിലയിൽ ചുണ്ണാമ്പുതേച്ച് വായ്ക്കുള്ളിൽ തിരുകി. വെറ്റിലനീര് കലർന്ന ചുവന്നവെള്ളം പൂക്കുറ്റിപോലെ പുറത്തേക്ക് തുപ്പി.

പണ്ടൊക്കെ കൊയ്യാൻ പോകുമ്പോൾ അനിയത്തി പങ്കിയമ്മയും പാറുവമ്മയോടൊപ്പമുണ്ടാവും. പങ്കിയമ്മ അടുത്തു വരുമ്പോൾ കുട്ടിക്കൂറാ പൗഡറിന്റെ മണം പരന്നിരുന്നു. ചെറുപ്പം മുതലേ പങ്കിയമ്മ റവുക്ക ധരിച്ചിരുന്നു. പാറുവമ്മയെക്കാൾ വെളുത്തതായിരുന്നു പങ്കിയമ്മ. അന്ന് കറ്റ ചുമക്കാൻ രാമക്കുറുപ്പ് കൂടെയുണ്ടായിരുന്നു. രാമക്കുറുപ്പിന്റെ മരണശേഷം പാറുവമ്മ ഇതേവരെ കണ്ടത്തിലിറങ്ങിയിട്ടില്ല. നാറാണത്തെ പത്തുപറ കണ്ടത്തിൽ ഇന്ന് കൊയ്ത്തുണ്ടെന്ന് ആരോ പറഞ്ഞ് പാറുവമ്മ അറിഞ്ഞതാണ്. രാവിലെ ഇറങ്ങുമ്പോൾ അരിവാൾ വെറുതെ കൈയിൽ കരുതിയതാണ്. പുറത്തെ ചൂടുകുരു പൊട്ടിക്കാൻ അരിവാളിന്റെ ചുണ്ട് നല്ലതാണ്. കരണ്ടുകമ്പിയിൽ ഒരേ രേഖയിൽ നിരത്തിരിക്കുന്ന കിളികൾപോലെ, കൊയ്ത്തുകാരികളുടെ തലകൾ വരമ്പിൽ അപ്പോഴേക്കും പ്രത്യക്ഷപ്പെട്ടു കഴിഞ്ഞിരുന്നു. പാറുവമ്മയും ഒരു കിളിയായി അവരോടൊത്തുകൂടി. അവരെല്ലാം ഇറങ്ങിയപ്പോൾ പാറുവമ്മയും മുണ്ടിന്റെ കോന്തല ഉയർത്തിക്കുത്തി കണ്ടത്തിലിറങ്ങി. പതിനഞ്ച് കറ്റകൾ കൊയ്ത് വരമ്പിൽ വച്ചു. കതിർ മാത്രം ഊരിയെടുത്ത് പതക്കറ്റയും കെട്ടി. കാലിലെ ചെളി കണ്ടത്തിലെ വെള്ളത്തിൽ കഴുകി. വലിയ വരമ്പിലെ തെങ്ങിൻ ചുവട്ടിൽ ചാരിയിരുന്ന് ഉറങ്ങുന്ന രാജനെ വിളിച്ചുണർത്തി. കച്ചിയും കറ്റയും തലയിലേറ്റി അവൻ നാറാണത്തെ കളീത്രയിൽ കൊണ്ടിട്ടു. നാറാണത്തുകാർക്ക് നൂറുപറയോളം മണൽക്കണ്ടമുണ്ട്. മൂന്ന് ജോഡിക്കാളകളും കുറെ പശുക്കളും സ്ഥിരമായി കുറെ ജോലിക്കാരും ഉണ്ട്. വലിയ നാല് കച്ചിത്തുറു തൊഴുത്തിന്റെ കിഴക്കുഭാഗത്ത് കാണാം. കൃഷിക്കാര്യങ്ങൾ നോക്കി നടത്തുന്നത് പരമുനായരാണ്. ചുവന്ന കല്ലിന്റെ കമ്മൽ അയാളുടെ മുഖത്ത് പ്രകാശിക്കുന്നുണ്ട്. പരമുനായരും പാറുവമ്മയും സമപ്രായക്കാരാണ്. പാറുവമ്മ സ്കൂളിൽ പോയിട്ടില്ല. പരമുനായർ മൂന്നിൽ പഠിത്തം നിർത്തി. അക്ഷരം പഠിക്കാൻ ആശാന്റെ പള്ളിക്കൂടത്തിൽ പോയത് രണ്ടുപേരും ഒരുമിച്ചാണ്. ഓലയിൽ അക്ഷരങ്ങൾ കരിയിടുന്നതും ഒന്നിച്ച്. അതുകൊണ്ട് പാറുവമ്മയുടെ പതക്കറ്റയിൽനിന്നും ഒന്നും എടുക്കാതെ പരമുനായർ കെട്ടിവച്ച പതക്കറ്റ മുഴുവനായി നല്കി. കറ്റ മെതിച്ചതും കുടഞ്ഞ് വൈക്കോൽ മാറ്റിയതും രാജനായിരുന്നു. രാജന് കുഞ്ഞിരാമന്റെ കടയിൽനിന്നും കൂലിയായി രണ്ടുദോശ വാങ്ങിക്കൊടുത്തു. രണ്ടു ദോശയ്ക്ക് പത്തു പൈസയായിരുന്നു വില. തട്ടി തിണ്ണയിൽ വച്ചിട്ടു പാറുവമ്മ ഭാരതിയെ വിളിച്ചു.

“എടീ, ഭാരതിയേ നീ എന്തോടുക്കുവാ, ഇങ്ങോട്ടു വാ. ഞാനിന്ന് ഒരു കൊയ്ത്തിനു പോയി. പതിനഞ്ചിടങ്ങഴി പൊലികിട്ടി. നീ ഇതൊന്ന് പാറ്റിക്കൊഴിക്ക്. മങ്ക് കളഞ്ഞ് പുഴുങ്ങാൻ നോക്ക്. പച്ച നെല്ലായോണ്ട് ഒറ്റപ്പുഴുക്കൻ മതി. നാളെ ഒണങ്ങിക്കിട്ടിയാൽ ഒരാഴ്ച നല്ല കഞ്ഞി വെള്ളം കുടിക്കാം.”

പാറുവമ്മ ഇത്രയൊക്കെ പറഞ്ഞിട്ടും ഭാരതി വന്നില്ല.

ഭാരതി എവിടെപ്പോയി?

പത്തായത്തിന് മുകളിൽനിന്നും ഒരു കരച്ചിൽ കേട്ടു

പാറുവമ്മ മുറിയ്ക്കുള്ളിൽ കയറി. ഭാരതി കരയുകയായിരുന്നു. എന്തുപറ്റി പെണ്ണിന് എന്ന് ചിന്തിച്ചുകൊണ്ട് പാറുവമ്മ പത്തായത്തിനു സമീപം ചെന്നു.

“മുത്തശ്ശി എവിടെപ്പോയി കെടക്വാരുന്നു?” ഭാരതി കരഞ്ഞുകൊണ്ട് ചോദിച്ചു. “അന്വേഷിക്കാനിനി ഒരു സ്ഥലമില്ല. ഒന്നു പറഞ്ഞിട്ടു പോയാ ലെന്താ കൊഴപ്പം. ഇവിടെ എന്തെങ്കിലും നടന്നാൽ ആരും അറിയാനില്ല.”

“അതിനിപ്പോ എന്തുണ്ടായി?”

“ശിവൻകുട്ടിയെ പൊലീസ് പിടിച്ചോണ്ടുപോയി.”

“എന്തോയിനാ?”

“ഞാനെങ്ങനെ അറിയും. പണിസ്ഥലത്തൂന്നാ കൊണ്ടുപോയത്. ഒന്നന്വേഷിക്കാൻ അവനാരുമില്ല. അവൻ അനാഥനാണല്ലോ.”

ഭാരതി കരഞ്ഞുകൊണ്ടു പറഞ്ഞു.

“ആരാ നിന്നോടു പറഞ്ഞെ?”

“ബേബീന്നും പറഞ്ഞ ഒരാൾ. ശിവൻകുട്ടീടെ പണിസ്ഥലത്ത് കുമ്മായം കൂട്ടുന്ന ആളാ.”

“കരഞ്ഞോണ്ടിരിക്കാതെ നിനക്കൊന്നുപോയി അന്വേഷിക്കാൻ മേലാരുന്നോ?”

“എന്നിട്ടു വേണം എന്നേം പിടിച്ച് ലോക്കപ്പിലിടാൻ.”

“ആങ്ങളേം പെങ്ങളും ഒന്നിച്ചു കിടക്കണം. അല്ലാതെന്തുവാ.”

“ഇപ്പഴാന്നോ രസം പറയുന്നെ. അന്നേരം മുതൽ ഞാൻ മുത്തശ്ശിയെ അന്വേഷിക്കുവാ. എവിടെയെങ്കിലും പോവുമ്പം ഒന്ന് പറഞ്ഞേച്ചു പോയാ ലെന്താ കൊഴപ്പം?”

“എങ്ങോട്ടും പോവാൻവേണ്ടി എറങ്ങിയതല്ല. വെറുതെ അമ്പല ത്തിച്ചെന്നപ്പം കണ്ടം കൊയ്യുന്നതു കണ്ടു. ഞാനും എറങ്ങി. അത്രേ യൊള്ളൂ.”

“കഥ പറഞ്ഞോണ്ടിരിക്കാതെ ആരോടെങ്കിലും പറഞ്ഞ് ചെറുക്കനെ എറക്കാൻ നോക്ക്. എനിക്ക് സഹിക്കാൻ കഴിയുന്നില്ല. പാവം ചെക്കൻ.”

“എടീ ഭാരതീ.” പാറുവമ്മ സൗമ്യമായി പറഞ്ഞു. “ഇങ്ങനെയുള്ള കാര്യങ്ങൾക്കൊന്നും ഞാൻ പോവാറില്ലെന്ന് നിനക്കറിഞ്ഞുകൂടേ? രാമനെ സൗദാമിനിയുടെ വീട്ടിൽ കെട്ടിയിട്ടപ്പം എറക്കിക്കൊണ്ടു വരാൻ ഞാൻ പോയോ? ഇല്ലല്ലോ! എനിക്കാരെടേം കാല് പിടിക്കാൻ വയ്യ.

അതിന് ഞാൻ പോവത്തോംമില്ല. ശിവൻകുട്ടി തെറ്റു ചെയ്തെങ്കിൽ ശിക്ഷ കിട്ടണം. തെറ്റ് ചെയ്തിട്ടില്ലെങ്കിൽ പൊലീസുകാർക്ക് അവനെ വിട്ടേപറ്റൂ. മകനും ചെറുമകനും എനിക്ക് ഒരുപോലാ, എന്നാലും അവ നെന്തു ചെയ്തൂന്നാ അവര് പറയുന്നെ?"

"സുധർമ്മേടെ വിവാഹത്തിന് വാങ്ങിയ അമ്പതു പവൻ സൊർണ്ണം അവൻ മോഷ്ടിച്ചെന്നാ അവര് പറയുന്നത്."

"ഓഹോ."

പാറുവമ്മ വെറ്റിലയിൽ ചുണ്ണാമ്പ് തേച്ച് ചുരുട്ടി വായിലേക്കിട്ടു. അവ ശേഷിക്കുന്ന മുൻവശത്തെ പല്ല് താഴെ ചിറിയുടെ മുകളിൽക്കൂടി ഇറങ്ങി താഴോട്ടു വന്ന് ചിറിയെ അടക്കിനിർത്തിയപ്പോൾ പാറുവമ്മയ്ക്ക് കര യാൻ കഴിഞ്ഞില്ല. ശിവൻകുട്ടി സ്വർണ്ണം മോഷ്ടിക്കാൻ ഒരു വഴിയുമില്ല. അത്തരത്തിലുള്ള ഒരു സ്വഭാവം അച്ഛനെപ്പോലെ അവനുമില്ല എന്നാണ് പാറുവമ്മയുടെ വിശ്വാസം. ഉപ്പ് തിന്നുന്നവർ ആരായാലും വെള്ളം കുടിച്ചേ മതിയാവൂ എന്ന് പാറുവമ്മ വിശ്വസിക്കുന്നു. പിറ്റേന്ന് അതിരാ വിലെ ശിവൻകുട്ടി പൊലീസ് സ്റ്റേഷനിൽനിന്നും പുറത്തിറങ്ങി. അവൻ കുറ്റക്കാരനല്ലെന്ന് പൊലീസുകാർക്ക് മനസ്സിലായി.

ശിവൻകുട്ടി വീട്ടിലെത്തിയപ്പോൾ അവന്റെ മുഖം വാടിയിരുന്നു. കഴിഞ്ഞ രാത്രിയിൽ അവന് ഉറങ്ങാൻ കഴിഞ്ഞിരുന്നില്ല. പുഴുവും പാറ്റയും പാറുകാലിയും, പറന്നിറങ്ങിയ കൊതുകുകളും അവന്റെ ഉറക്കം ഇല്ലാതാക്കി. കുറേനേരം ഭിത്തിയിൽ ചാരിയിരുന്നു. ഒരല്പനേരം കിടന്ന് അവൻ നേരം വെളുപ്പിച്ചു. തിണ്ണയിൽ മുളംതൂണിൽ ചാരി പാറുവമ്മ വെറ്റിലപ്പാത്രത്തിലെ ഉണങ്ങിയ വെറ്റില കണ്ട് വിഷമിച്ചു. മുറുക്കണ മെങ്കിൽ വെറ്റില വേണം. ചുണ്ണാമ്പും തീർന്നു. ശിവൻകുട്ടിയെ കണ്ട പ്പോൾ പാറുവമ്മയുടെ കണ്ണിൽ ജലം ഉരുണ്ടുകൂടി. ഒന്നും പുറത്തുകാ ണാതിരിക്കാൻ അവർ പ്രത്യേകം ശ്രദ്ധിച്ചു. മരണക്കിണറിൽനിന്നും അപ കടം പറ്റാതെ പുറത്തുവന്ന അഭ്യാസിയെപ്പോലെ ശിവൻകുട്ടി പാറുവ മ്മയെ നോക്കി ചിരിച്ചു. ശിവൻകുട്ടി തിരിച്ചുവന്ന വാർത്തയറിഞ്ഞ് മര ണവീട്ടിലേക്കെന്നപോലെ അയൽപക്കക്കാർ ദുഃഖം പുറത്തുകാണിച്ചു കൊണ്ട് എത്തിത്തുടങ്ങി. പക്ഷേ, ചിരിക്കുന്ന പാറുവമ്മയെ കണ്ടപ്പോൾ അവർ നിരാശപ്പെട്ടു. വീട്ടുകാരോടൊത്ത് കരയാനുള്ള അസുലഭനിമിഷം അവർക്ക് നഷ്ടമായി. വാർത്തയറിഞ്ഞപ്പോൾ ചെയ്തുകൊണ്ടിരുന്ന ജോലി പൂർത്തിയാക്കാതെ വന്നവരുടെ കാലിൽ ചെളിപറ്റിയിരുന്നു. പാറു വമ്മയ്ക്കോ ശിവൻകുട്ടിക്കോ ദുഃഖമൊന്നുമില്ലെന്ന് മനസ്സിലാക്കിയ അവർ സ്വന്തം വീട്ടിലേക്ക് നിരാശയോടെ മടങ്ങി.

"എന്താടാ, ജയിലിലെ ഗോതമ്പുണ്ട നല്ലതാരുന്നോ?"

"ഇപ്പോ ഗോതമ്പുണ്ടയൊന്നും ഇല്ല മുത്തശ്ശീ." ശിവൻകുട്ടി പറഞ്ഞു "ഊണാ, അതും സൊയമ്പൻ ഊണ്."

"കള്ളം പറയാതെ."

"സത്യം."

"അതൊക്കെപ്പോട്ട്. സുധർമ്മേടെ സൊർണ്ണം ആരാ അടിച്ചുമാറ്റിയത്?"

"സോമനാ, അവൻ സൊർണ്ണവുമായി മിനിഞ്ഞാന്ന് രാത്രീല് എന്റടുത്തുവന്നു."

"എന്തോയിനാ?"

"വിവാഹത്തിനു വാങ്ങിയ സ്വർണ്ണമാ. അമ്പതു പവനുണ്ടായിരുന്നു. അത് വിറ്റ് ഞാൻ കോളേജിൽ ചേരണമെന്നും ബാക്കി ഭാരതിച്ചേച്ചിയുടെ കല്യാണത്തിന് ചെലവാക്കിക്കൊള്ളാനും പറഞ്ഞു. വേണ്ടാ എന്നു പറഞ്ഞപ്പോൾ സ്വർണ്ണവുമായി തിരിച്ചുപോയി. എങ്ങോട്ടാ പോകുന്നേന്നൊന്നും പറഞ്ഞില്ല."

"അവൻ സ്നേഹമൊള്ളോനാ." പൊയിലക്കഷണം വായിലേക്കു തിരുകി പാറുവമ്മ പറഞ്ഞു. "പക്ഷേ, അവന്റെ തന്തയൊണ്ടല്ലോ, അവൻ അങ്ങനെയല്ല. പരനാറിയാ. അറത്ത കൈയ്ക്ക് ഉപ്പ് തേക്കാത്തോനാ അവൻ. മോനേക്കൊണ്ട് ദൈവം ചെയ്യിച്ചതാ ഇതൊക്കെ."

ഓലച്ചെറ്റ പൊക്കി വായിലെ ചുവന്ന കൊഴുത്ത ദ്രാവകം പാറുവമ്മ പുറത്തേക്ക് തുപ്പി. ദ്രവിച്ചുതുടങ്ങിയ ഓല ചെറ്റയിൽ തുപ്പൽ ചുവന്ന ചിത്രങ്ങൾ വരച്ചു. ഭാരതിയുടെ കരച്ചിൽ അപ്പോഴും തോർന്നിരുന്നില്ല. പൊലീസ് ശിവൻകുട്ടിയെ ശാരീരികമായി ഉപദ്രവിച്ചോ എന്നായിരുന്നു അവളുടെ പേടി. ശിവൻകുട്ടിയെ കണ്ടപ്പോൾ വെയിലിൽ പെയ്യുന്ന വെളുത്ത മഴപോലെ അവൾ ചിരിക്കാൻ ശ്രമിച്ചു. എന്നിട്ട് നീണ്ട ഒരു നിലവിളി പുറത്തേക്ക് വിട്ടു. പാറുവമ്മ ഒന്നും മിണ്ടാതെ വായ് ആട്ടിക്കൊണ്ടിരുന്നു. ശിവൻകുട്ടി ഭാരതിയുടെ സമീപം ചെന്ന് അവളെ ആശ്വസിപ്പിച്ചു.

"ഞാനിങ്ങ് തിരിച്ചു വന്നല്ലോ. ഇനീം എന്തിനാ കരയുന്നെ?"

"നിന്നെ പൊലീസുകാര് വല്ലതും ചെയ്തോ?"

"ഒന്നും ചെയ്തില്ല. കുറേ ചോദ്യങ്ങൾ ചോദിച്ചു. ഞാനുത്തരം പറഞ്ഞു. പറഞ്ഞതൊക്കെ സത്യമാണെന്ന് അവർക്ക് തോന്നിക്കാണും. സന്ധ്യയായോണ്ടാ ഇന്നലെ എറക്കി വിടാഞ്ഞത്. അല്ലാതെ എനിക്കൊന്നും പറ്റിയില്ല."

ശിവൻകുട്ടി ഭാരതിയെ സ്നേഹത്തോടെ നോക്കി. തനിക്കു വേണ്ടി കരയാൻ, തന്റെ ജീവിതത്തെക്കുറിച്ച് വ്യാകുലപ്പെടാൻ ഒരു പെങ്ങളുണ്ടല്ലോ എന്നൊരു ചിന്ത അവനെ സന്തോഷിപ്പിച്ചു. ഭാരതിയെ തന്റെ അരികിലേക്ക് പിടിച്ചടുപ്പിച്ചുകൊണ്ട് അവൻ അവളുടെ ശിരസ്സിൽ തലോടി. പാറുവമ്മ ആ രംഗം കണ്ട് കണ്ണുകൾ തുടച്ചു. എന്താണ് പറയേണ്ടതെന്നറിയാതെ പാറുവമ്മ നിശ്ശബ്ദയായി. പാറുവമ്മ കൊണ്ടുവന്ന പൊലി പാറ്റിക്കൊഴിച്ചെടുക്കാനായി ഭാരതി മുറവുമായി മുറ്റത്തിറങ്ങി. അവളുടെ കണ്ണീർ അപ്പോഴും തോർന്നിരുന്നില്ല. മുറത്തിൽനിന്നും മങ്ക് പറന്ന് തറയിൽവീണു. ഇന്നുതന്നെ നെല്ല് പുഴുങ്ങിയാൽ നാളെ കുത്താം. നാളെ വൈകിട്ട് കഞ്ഞിവയ്ക്കാമെന്നും അവൾ കണക്കാക്കി. അന്തരീ

ക്ഷത്തിന് അയവ് വരുത്താൻവേണ്ടി ശിവൻകുട്ടി ഭാരതിയുടെ സമീപം ചെന്നിരുന്നു.

"ചേച്ചീ" ശിവൻകുട്ടി വിളിച്ചു. അവൾ മുറത്തിന്റെ ചലനം നിർത്തി.

"പൊലീസ് സ്റ്റേഷനിൽ ഒരു റേഡിയോ ഉണ്ടായിരുന്നു. നമ്മുടെ കവി ശങ്കരക്കുറുപ്പ് ജ്ഞാനപീഠം അവാർഡ് വാങ്ങിയകാര്യം റേഡിയോയിൽക്കൂടി പറഞ്ഞതു കേട്ടപ്പം പൊലീസ്കാർക്ക് എന്തൊരു സന്തോഷമാരുന്നോ? കാക്കിക്കുള്ളിലും നല്ല മനസ്സുകളുണ്ട്." ഭാരതിയുടെ മുഖം വികസിച്ചു.

അവൾ ശങ്കരക്കുറുപ്പിന്റെ ഒരു ആരാധികയായിരുന്നു.

അവൾ പുഞ്ചിരിച്ചു.

"അപ്പോൾ സുകുമാർ അഴീക്കോട് ചമ്മിക്കാണും."

സുകുമാർ അഴീക്കോട് എന്തിനാണ് ചമ്മുന്നതെന്ന് ശിവൻകുട്ടിക്ക് മനസ്സിലായില്ല. ഭാരതിച്ചേച്ചി ധാരാളം പുസ്തകങ്ങൾ വായിക്കുന്നുണ്ട്. വായനശാലയിൽ അംഗത്വമെടുത്തതായി ഭാരതി ശിവൻകുട്ടിയോട് നേരത്തേ പറഞ്ഞിരുന്നു. വായനശാലയ്ക്ക് ഒരു മണമുണ്ട്. ഒരിക്കൽ ഭാരതി പറഞ്ഞു. അവിടെ നിലനില്ക്കുന്ന നിശ്ശബ്ദതയും മാറാലയുടെ മിനുപ്പും അക്ഷരങ്ങളുടെ അശാന്തിയും നെടുവീർപ്പും ഭാരതിക്ക് ഒഴിവാക്കാൻ പറ്റാത്തതായി. ഭാരതി ഇപ്പോൾ ദിവസവും വായനശാലയിലെ പുതിയ പുസ്തകങ്ങളിൽ ഒരു പുഴുവിനെപ്പോലെ പറ്റിപ്പിടിച്ചിരിക്കാൻ തുടങ്ങിയിരിക്കുന്നു. രാത്രിയെ പകലാക്കി അവൾ വായനയിൽ മുഴുകി.

ഇരുപത്

മാടപ്പറമ്പിൽ ശങ്കരപ്പിള്ളയും മരിച്ചുപോയ രാമക്കുറുപ്പും അയൽക്കാരും സുഹൃത്തുക്കളുമായിരുന്നു. പാറുവമ്മ രാമക്കുറുപ്പിനെ പ്രസവിച്ച് പതിനെട്ടുദിവസം കഴിഞ്ഞാണ് കൊച്ചുനാണി ശങ്കരപ്പിള്ളയെ ഉദരത്തിൽനിന്നും തള്ളി പുറത്തുവിട്ടത്. കൊച്ചുനാണി വല്ലാതെ മെലിഞ്ഞ സ്ത്രീയായിരുന്നു. കാലുകൾ കൊക്കിന്റേതുപോലെ മെലിഞ്ഞതും കണ്ണുകൾ കുഴിയിലുമായിരുന്നു. പക്ഷേ, പാറുവമ്മയേക്കാൾ അവർ സുന്ദരിയായിരുന്നു. കൊച്ചുനാണിയുടെ മുലകൾ തീരെ ചെറുതായിരുന്നതുകൊണ്ട് ശങ്കരപ്പിള്ളയ്ക്ക് കുടിക്കാൻ പാലില്ലായിരുന്നു. അങ്ങനെ ഒന്ന് തന്റെ ശരീരത്തിലുണ്ടോ എന്നുപോലും അവർ സംശയിച്ചിരുന്നു. കൊച്ചുനാണിയെ കെട്ടിയ നാറാപിള്ള ആദ്യരാത്രിയിൽ എവിടെയൊക്കെയോ തപ്പിയിട്ടും അങ്ങനെ ഒരു സാധനം അയാളുടെ കൈവിരലിൽ തടഞ്ഞില്ല. ചില സ്ത്രീകൾക്ക് അങ്ങനെയായിരിക്കാമെന്ന് അയാൾ വിശ്വസിച്ചു. പ്രസവിച്ചു കഴിയുമ്പോൾ കുഞ്ഞിന് പാല് കുടിക്കാൻ അതെവിടെയെങ്കിലും മുളയ്ക്കുമെന്ന് നാറാപിള്ള സമാധാനിച്ചു. അക്കാര്യത്തെക്കുറിച്ച് അയാൾ കൊച്ചുനാണിയോടു ഒന്നും സംസാരിച്ചില്ല. വിവാഹത്തിനുമുമ്പ് പെണ്ണിനു എന്തെങ്കിലും പോരായ്മയുണ്ടോ എന്ന് ബന്ധുക്കൾ

ചോദിച്ചപ്പോൾ ഒന്നുമില്ലാ എന്നാണ് കൊച്ചുനാണിയുടെ അച്ഛൻ പറഞ്ഞത്. അദ്ദേഹം പറഞ്ഞത് അവിശ്വസിക്കേണ്ട കാര്യമൊന്നുമില്ലെന്ന് അന്ന് നാറാപിള്ള വിചാരിച്ചു.

അതേസമയം പാറുവമ്മയുടെ പാൽക്കുപ്പികൾക്ക് അസാധാരണ വലിപ്പമുണ്ടായിരുന്നു. അതിൽ നിറയെ പാലായിരുന്നു. രാമക്കുറുപ്പ് വയറ് നിറയെ കുടിച്ചുകഴിഞ്ഞാലും പിന്നെയും പാല് അവശേഷിച്ചു. കൊച്ചുനാണി ശങ്കരപ്പിള്ളയെ പാറുവമ്മയുടെ വീട്ടിൽ കൊണ്ടുവന്നു. പാറുവമ്മയുടെ ഒരു മുല രാമക്കുറുപ്പും മറ്റേത് ശങ്കരപ്പിള്ളയും കുടിച്ചു. എന്നിട്ടും പാറുവമ്മയുടെ മുലകളിൽ പാലൂറി വന്നത് പിഴിഞ്ഞു കളയാൻ വയറ്റാട്ടി നിർദ്ദേശിച്ചു. അല്ലെങ്കിൽ കല്ലിപ്പും നീരും വരുമെന്ന് പാറുവമ്മയെ ഉപദേശിച്ചു.

“എടീ പാറൂ, നീ പുള്ളാരേ സൂക്ഷിച്ചോണേ.” ഒരു ദിവസം കൊച്ചുനാണി പാറുവമ്മയോടു പറഞ്ഞു. “പാലു കൊടുക്കുമ്പോൾ ഒരു ശ്രദ്ധയൊക്കെ വേണം. അല്ലേൽ പുള്ളാര് ശ്വാസംമുട്ടി ചത്തുപോവും. പിള്ളാരും മൂക്കിക്കൂടാ ശ്വസിക്കുന്നതെന്ന് നിനക്കോർമ്മ വേണം.”

“അതിനും ഒരു പാക്യം വേണം.” പാറുവമ്മ തിരിച്ചടിച്ചു. “നിന്റെ കെട്ടിയോൻ ഒരു മണുങ്ങൂസാ. അതോണ്ടല്ലിയോ അതുങ്ങള് അന്ത്യശ്വാസം വലിച്ചെ. അതും ഇത്ര ചെറുപ്പത്തിൽ. അതുങ്ങള് എവിടാന്ന് അയാൾക്ക് പിടികിട്ടീട്ടുണ്ടോടീ....”

“പോ ചേച്ചീ, അഹങ്കാരം പറയാതെ. ചേച്ചീടെ ചെക്കൻ കുടിച്ചിട്ടു ബാക്കിയൊണ്ടേ മതി എന്റെ ചെക്കന്.”

“നീ എന്താ വിജാരിച്ചെ?” പാറുവമ്മ ചിരിച്ചു. “എത്ര പുള്ളാര് കുടിച്ചാലും പിന്നേം കാണും എന്റെ മൊലേല് പാല്. അതാ അതിന്റെ കൊണം.”

ശങ്കരപ്പിള്ളയും രാമക്കുറുപ്പും ഒരേ തൂവൽ പക്ഷികളായിരുന്നു. രണ്ടുപേരും കറുത്തനിറക്കാരായിരുന്നു. കൊച്ചുനാണി വെളുത്തതായിരുന്നെങ്കിലും നാറാപിള്ള കറുത്തനിറക്കാരനായിരുന്നു. അയാളുടെ ശരീരത്തിൽ തൊട്ടാൽ കൺമഷി വേറെ അന്വേഷിക്കേണ്ട കാര്യമില്ലെന്ന് ഒരിക്കൽ കൊച്ചുനാണി അയാളോടു നേരിട്ടുപറഞ്ഞു. കറുപ്പിന്റെ അഴക് വെളുപ്പിനില്ലെന്നു അയാൾ കൊച്ചുനാണിയോട് തുറന്നടിച്ചു. രാമക്കുറുപ്പിനും ശങ്കരപ്പിള്ളയ്ക്കും ഉയരം ഏതാണ്ട് ഒരുപോലെയായിരുന്നു. അഞ്ചരയടി. രണ്ടുപേരും അച്ഛന്മാരെ നേരിൽ കണ്ട ഓർമ്മയില്ല. രാമക്കുറുപ്പിന്റെ അച്ഛൻ ആണ്ടൂർവിളയിൽ സുകുമാരൻ എവിടെപ്പോയിയെന്ന് പാറുവമ്മയ്ക്ക് പോലും അറിയില്ല. ഒരു കാറ്റുപോലെ വന്ന് കാറ്റുപോലെ തിരിച്ചുപോയി എന്നാണ് പാറുവമ്മ പറയാറ്. പാറുവമ്മയുടെ അച്ഛന്റെ കാപ്പിക്കടയിൽ വിറകുകീറാൻ വന്നതാണ് അയാൾ. ഇടയ്ക്ക് അച്ഛൻ ആവശ്യപ്പെട്ടതനുസരിച്ച് ഒരു മുണ്ടുവാങ്ങി പാറുവമ്മയ്ക്ക് കൊടുത്തു. രാമക്കുറുപ്പിനെ പ്രസവിച്ചുകഴിഞ്ഞ് കുറേനാൾ കൂടി അയാൾ പാറുവമ്മയോടൊത്ത് കഴിഞ്ഞു. പിന്നീടു കണ്ടിട്ടില്ല. അയാളുടെ മുഖംപോലും ഇപ്പോൾ പാറുവമ്മയ്ക്ക് ഓർമ്മയില്ല. പാറുവമ്മ വാട്ടിയ കപ്പ കുട്ടയി

ലിട്ടു തലയിൽ വച്ച്, ഉണക്കാനായി സ്കൂൾ മുറ്റത്തേക്കു നടക്കുമ്പോഴായിരുന്നു പ്രസവവേദന തുടങ്ങിയത്. കപ്പ കട്ടിത്തറയിൽ നിരത്തി തിരിച്ചുവന്ന്, കുട്ട തിണ്ണയിൽ വച്ച് അവർ പുരയ്ക്കുള്ളിൽ കയറി. അഞ്ചു മിനിറ്റിനുള്ളിൽ പ്രസവിച്ചു എന്നാണ് ആളുകൾ പറയുന്നത്.

ശങ്കരപ്പിള്ളയ്ക്ക് രണ്ടു വയസ്സായപ്പോൾ കോയമ്പത്തൂരിലെ ഏതോ തുണിമില്ലിൽ ജോലിക്കെന്നും പറഞ്ഞുപോയ നാറാണപിള്ള പിന്നെ തിരിച്ചെത്തിയില്ല. പോകുമ്പോൾ ശങ്കരപ്പിള്ളയുടെ ചേച്ചി സുമതിക്ക് അഞ്ചു വയസ്സായിരുന്നു പ്രായം. അനിയത്തി ശ്രീമതി കൊച്ചുനാണിയുടെ വയറ്റിലും. മദിരാശിയിലെ പൂനമല്ലി റോഡിൽ ഒരു മുറുക്കാൻ കടയുമായി നാറാപിള്ളയെ കണ്ടതായി ശ്രീധരൻ പറഞ്ഞു. ശ്രീധരൻ ഗിണ്ടിയിൽ ഏതോ കമ്പനിയിൽ ജോലിക്കാരനാണ്. അത്രമാത്രമാണ് നാറാപിള്ളയെക്കുറിച്ച് കൊച്ചുനാണിക്കുണ്ടായിരുന്ന അറിവ്. ഇപ്പോൾ കൊച്ചുനാണിയില്ല. നാറാപിള്ള മരിച്ചുകാണും. കൊച്ചുനാണിയുടെ മരണം പെട്ടെന്നായിരുന്നു. കൊച്ചുനാണിയുടെ മരണത്തിനു മുമ്പുതന്നെ സുമതിയെ ദിവാകരപ്പണിക്കർ വിവാഹം കഴിച്ചു. അനിയത്തി ശ്രീമതിയെ ബലാൽക്കാരമായി സ്വന്തമാക്കി. അനിയത്തിക്കുവേണ്ടി ശങ്കരപ്പിള്ള വിവാഹം കഴിക്കാതെ അവർക്ക് ചെലവിനു കൊടുത്ത് ജീവിക്കുന്നു.

രാമക്കുറുപ്പ് ഇരുപത്തി രണ്ടാംവയസ്സിൽ വിവാഹിതനായി. ഇളയ പെങ്ങളായ ശ്രീമതിക്ക് ചെലിനു കൊടുക്കാനും കൂട്ടിനുമായി ശങ്കരപ്പിള്ള വിവാഹം വേണ്ടെന്നുവച്ചു. ശങ്കരപ്പിള്ളയും സുമതിയും ശ്രീമതിയും ജനിച്ചത് മാടപ്പറമ്പിലെ ഓലപ്പുരയിലായിരുന്നു. നിരയും പുരയുമുള്ള വീട് പ്രൗഢിയുള്ളതായിരുന്നു. മൂന്നുപേരുടെയും പൊക്കിൾക്കൊടി കുഴിച്ചിട്ടത് വീടിന്റെ തെക്കുഭാഗത്തുള്ള പ്ലാവിൻ ചുവട്ടിലായിരുന്നു. താൻ ജനിച്ചു വളർന്ന വീടിനോടു ശങ്കരപിള്ളയ്ക്ക് നിർവ്വചിക്കാൻ കഴിയാത്ത ഒരു ആത്മബന്ധമുണ്ടായിരുന്നു. ആ വീടാണിപ്പോൾ ശ്രീമതിയുടെ നിർബ്ബന്ധം മൂലം പണിക്കർ പൊളിച്ചു പണിയുന്നത്. വീടുപൊളിച്ച് പുതിയ വീട് വെക്കുന്നതിനോടു ശങ്കരപ്പിള്ളയ്ക്ക് താല്പര്യമില്ല. നല്ല തടിക്കോളുള്ള പുരയാണ്. കഴുക്കോൽ നല്ല കനത്തിലാണ്. വീടിനുള്ളിൽ വെളിച്ചമില്ല എന്നത് സത്യമാണ്. എങ്കിലും ഉള്ളിൽ എപ്പോഴും തണുപ്പാണ്. സുമതി പാവമായിരുന്നു. അവൾക്ക് സൗന്ദര്യമില്ല. ശ്രീമതി അങ്ങനെയല്ല. അവൾ കൗശലക്കാരിയാണ്. അതുകൊണ്ടാണല്ലോ ചേട്ടത്തിയുടെ ഭർത്താവിനെ വശീകരിച്ചെടുത്തത്. വിവാഹംപോലും വേണ്ട എന്നു തീരുമാനിച്ചു. തന്നെ തള്ളിപ്പറയാൻ അവൾക്ക് ഒരു മടിയുമില്ല. വീതം വച്ചപ്പോൾ ശങ്കരപ്പിള്ളയ്ക്ക് കിട്ടിയ പത്തുസെന്റ് ഒരിക്കൽ അവൾ ആവശ്യപ്പെട്ടതാണ്. പെങ്ങളോടുള്ള സ്നേഹം മൂലം ശങ്കരപ്പിള്ള കൊടുക്കാൻ തയ്യാറായി. എങ്കിലും കടയിലുള്ള ആരോ ഇടപെട്ട് പിൻതിരിപ്പിച്ചു. ശങ്കരപ്പിള്ള വിവാഹം കഴിക്കാതിരിക്കാൻ അവൾ രഹസ്യമായി കരുക്കൾ നീക്കിയിരുന്നു. വീടു നില്ക്കുന്നത് ശ്രീമതിയുടെ സ്ഥലത്താണ്. കൊച്ചുനാണി പ്രത്യേക താല്പര്യമെടുത്താണ് വീട് ശ്രീമതിക്ക് പ്രമാണം ചെയ്തു കൊടുത്തത്. പുര പുതുക്കിപ്പണിതാൽ അവളുടെ

ഔദാര്യത്തിലാണ് ശങ്കരപ്പിള്ള ജീവിക്കുന്നതെന്ന് ശ്രീമതി അവകാശപ്പെടും. വൈകിയ വേളയിലെങ്കിലും ഒരു വിവാഹം കഴിക്കാമെന്നു വിചാരിച്ചാലും പെണ്ണിനെ ശ്രീമതിയുടെ വീട്ടിൽ കൊണ്ടുവരേണ്ടിവരും. അതിലും ഭേദം സ്വന്തം സ്ഥലത്ത് ഒറ്റമുറിയുള്ള ഓലപ്പുരയുണ്ടാക്കാമെന്ന് ശങ്കരപ്പിള്ള ചിന്തിച്ചു. ശങ്കരപ്പിള്ളയ്ക്ക് സങ്കടം തോന്നിയപ്പോൾ അയാൾ ശ്രീമതിയോടു പറഞ്ഞു.

"പെര പൊളിച്ചാൽ, ശ്രീമതി രാത്രീൽ നീ ഇവിടെ തനിച്ചാവും. പണിക്കർ എന്നും കുന്നും ഇവിടെ വരാൻ പോകുന്നില്ല. എനിക്കാണേൽ ഈ ഓലപ്പൊരേലല്ലാതെ എവിടെ കെടന്നാലും ഒറക്കം വരത്തില്ല. ചാണകത്തിന്റെ മണോം ഓലേടെ മണോമില്ലാതെ എനിക്ക് ജീവിതമില്ല. അതോണ്ട് പുര പുതുക്കാൻവേണ്ടി പൊളിച്ചാൽ ഏതെങ്കിലും കടത്തിണ്ണേലോട്ട് ഞാൻ മാറും."

"അപ്പോ എനിക്കാരാ ചെലവിനു തരുന്നെ?"

"എന്നും കുന്നും ഞാനെങ്ങനാ ചെലവിനു തരുന്നെ. ആരോഗ്യം തീരുമ്പോൾ ചുമടെടുപ്പ് നിക്കും. അല്ലെങ്കിൽത്തന്നെ എല്ലാടത്തും പർത്താക്കന്മാരാ ഭാര്യമാർക്ക് ചെലവിനു കൊടുക്കുന്നത്. ഇത്രേം നാള് തന്നില്ലിയോ?"

"അതിന് എനിക്ക് പർത്താവുണ്ടോ?"

"പണിക്കരാരാ നിന്റെ ഭർത്താവല്ലിയോ?"

"എന്നെ അയാള് കല്യാണം കഴിച്ചിട്ടില്ലല്ലോ. അക്കാര്യം കൊച്ചാട്ടനും അറിയത്തില്ലിയോ? ഞങ്ങടെ ബന്ധത്തിന് കൊച്ചാട്ടന്റെ മൗനാനുവാദവും ഉണ്ടായിരുന്നല്ലോ."

"അല്ലേലും നീ അങ്ങനേ പറയൂ. എല്ലാം എന്റെ കൊഴപ്പംകൊണ്ടാ. അല്ലിയോടീ. സുമതീടെ ഭർത്താവിനെ വിളിച്ച് അടുക്കളേൽ കയറ്റിയതും എന്റെ കൊഴപ്പംകൊണ്ടാ. അല്ലിയോടീ. എന്റെ ജീവിതം നീയാ തൊലച്ചത്."

"ഇപ്പോ കുറ്റം എന്റെ തലേലായി."

ശ്രീമതി കരയാൻ തുടങ്ങി.

ശങ്കരപ്പിള്ള പിന്നീട് ഒന്നും പറഞ്ഞില്ല.

വീടു പൊളിച്ച ദിവസം ശങ്കരപ്പിള്ള താൻ ജനിച്ച് വളർന്ന വീട്ടിൽ നിന്നും പുറത്തിറങ്ങി. അയാൾക്ക് സ്വന്തമായി ഒന്നും ഇല്ലായിരുന്നു. രണ്ടുമുണ്ടും ഒരു ഉടുപ്പും കൈലിയും പൊതിഞ്ഞ് കക്ഷത്തിലിടുക്കി അയാൾ ജങ്ഷനിലെ മുരുകന്റെ കടയുടെ തിണ്ണയിൽ ചേക്കേറി. അവിടെ അയാൾ ഒരു ചുമടെടുപ്പുകാരനായിരുന്നു.

"പോയെങ്കിൽ പോട്ടെടീ, നിനക്ക് ഞാനില്ലിയോ."

വിവരം അറിഞ്ഞപ്പോൾ പണിക്കർ പറഞ്ഞു. "വീട് വച്ചുകഴിഞ്ഞ് ബാക്കിയൊള്ളതും നിനക്കാ."

"എന്നാലും ഇത്രേം നാളും എന്റെ കൊച്ചാട്ടനാ എനിക്ക് ചെലവിനു തന്നത്. കല്യാണം പോലും കഴിക്കാതെ. അതൊക്കെ എങ്ങനാ മറക്കുന്നെ?"

"നീ മറക്കണ്ടാ. എല്ലാം ആലോചിച്ചോണ്ടിരുന്നോ. നീ നിന്റെ പാടു നോക്ക്. അയാള് ഇന്നല്ലെങ്കിൽ നാളെ തിരിച്ചുവരും. കടത്തിണ്ണേൽ കെട ന്നാൽ ആരാ സമയാസമയത്തിനു വല്ലതും കൊടുക്കുന്നേ?"

"കൊച്ചാട്ടൻ ഒരു കല്ല്യാണം കഴിച്ചാലോ?"

"അതിനാരാ അയാൾക്കു പെണ്ണിനെ കൊടുക്കുന്നത്. വയസ്സാ യില്ല്യോ?"

ശങ്കരപ്പിള്ള പോയതിൽ ശ്രീമതിക്ക് വിഷമമുണ്ടായിരുന്നു. കൃത്യ മായി കിട്ടിക്കൊണ്ടിരുന്ന സഹായങ്ങൾ പൊടുന്നനെ നിന്നുപോയാൽ ജീവിതത്തിന്റെ സുരക്ഷിതത്വം നഷ്ടപ്പെടുമെന്ന് അവൾ കണക്കാക്കി. നീ ഒരിക്കലും ഒരു തൊട്ടാവാടിയാകരുതെന്ന് പോകാൻ നേരം പണി ക്കർ പറഞ്ഞു.

ശങ്കരപ്പിള്ള ജോലി ചെയ്യുന്ന പലചരക്കു കടയുടെ മുതലാളി മുത്തു രാമനാണ്. അയാൾ മുപ്പതുവർഷം മുമ്പ് തമിഴ്നാട്ടിൽനിന്നും ഏഴംകു ളത്ത് വന്നതാണ്. പലചരക്ക് കട തുടങ്ങിയിട്ട് പതിനഞ്ചു വർഷമായി. നേരത്തേ പറക്കോട്ടുള്ള പി ജി രാമകൃഷ്ണയുടെ കടയിൽ ജോലിക്കാ രനായിരുന്നു. കടയിൽനിന്ന് കാര്യങ്ങളൊക്കെ മനസ്സിലാക്കി സ്വന്തമായി കച്ചവടം തുടങ്ങി. ഇപ്പോൾ ഏഴംകുളത്തെ ഏറ്റവും വലിയ കച്ചവടക്കാ രനായി അയാൾ. ക്ഷേത്രത്തിലെ ഏതു കാര്യത്തിനും അയാൾ സഹാ യിക്കും. നവരാത്രി ഉത്സവത്തിന് ഒരു ദിവസത്തെ സദ്യ മുത്തുരാമന്റേ താണ്. അന്ന് ഉച്ചയ്ക്ക് കടപൂട്ടി ക്ഷേത്രത്തിലെത്തും. അയാൾ മലയാ ളിയായ ചിന്നമ്മയെ വിവാഹം കഴിച്ചു. ചിന്നമ്മയാണ് അയാളുടെ ഐശ്വ ര്യമെന്ന് നാട്ടുകാർ പറയുന്നു.

ഒരു ദിവസം മുത്തുരാമൻ ശങ്കരപ്പിള്ളയോടു ചോദിച്ചു.

"പിള്ളാച്ചന് ഇപ്പോ എത്ര വയസ്സായി?"

"അതെന്താ മോലാളി അങ്ങനെ ചോദിച്ചത്?"

"കാര്യമുണ്ടെന്നു വച്ചോ. എത്ര വയസ്സായി?"

"നാല്പത്തിയാറ്."

"എന്നും ഇങ്ങനെ കടത്തിണ്ണേ കെടന്നാ മതിയോ? ഇനീം സമയ മുണ്ടെന്നാ എനിക്കു തോന്നുന്നത്."

"എന്തോയിനാ?"

"കല്യാണം കഴിക്കാൻ."

"അതിന് ഈ വയസ്സാംകാലത്ത് എനിക്കാരാ പെണ്ണ് തരാൻ?"

"എന്റെ മനസ്സി തോന്നുന്നത് ഞാനങ്ങു ചോദിക്കുവാ, ആ കണ്ടത്തി താമസിക്കുന്ന സൗദാമിനിയെ പിള്ളാച്ചന് അറിയാമോ?"

"അറിയാം."

"അവരിപ്പോ തനിച്ചാ. ഭർത്താവ് മരിച്ചു. രണ്ടാൺമക്കളുണ്ട്. അവ രാരും അമ്മേ കാണാൻ വരാറില്ല. തഴഞ്ഞ മട്ടാ. തന്റെ കൂട്ടുകാരൻ രാമ ക്കുറുപ്പിനെ അവൾ മോഹിച്ചെങ്കിലും അയാൾപോയി. തനിക്കുവേണ്ടി ഒന്നു ശ്രമിച്ചു നോക്കിയാലോ?"

"അവരടെ സൊഭാവം മോശമാന്നാ ആളുകൾ പറയുന്നെ."

"എന്തുമോശം." മുത്തുരാമൻ തുടർന്നു. "ഭർത്താവ് മരിച്ച് തനിച്ച് താമസിക്കുന്ന സ്ത്രീയെക്കുറിച്ച് ആളുകൾ അതുമിതും പറയും. അതൊന്നും കാര്യമാക്കണ്ടാ. അതിലൊന്നും ഒരു സത്യോം കാണത്തില്ല. ഞാനൊരാളെ വിട്ട് അവരോട് ചോദിക്കാം. സൗദാമിനി 'യെസ്' പറഞ്ഞാൽ പിള്ളാച്ചൻ പിന്മാററരുത്."

"അവര് സമ്മതിക്കുകയാണെങ്കി എനിക്ക് അഭിപ്രായവ്യത്യാസമില്ല."

"സൗദാമിനിക്കാണേൽ ചെറിയൊരു വീടും ഒരല്പം സ്ഥലവുമുണ്ട്. അതോണ്ട് അവിടെ കഴിയാം. തലചായ്ക്കാനൊരിടം കിട്ടുന്നത് നല്ല കാര്യമല്ലേ? കടത്തിണ്ണേൽ കിടക്കുകയും വേണ്ട."

"അതു ശരിയാ."

ശങ്കരപ്പിള്ള തലയാട്ടി. നിരത്തിലൂടെ ഒരു കാളവണ്ടി കടന്നുപോയി. കടയിൽ ചരക്ക് കൊണ്ടുവരുന്നത് കാളവണ്ടിയിലാണ്. ഒരു ദിവസം അരിച്ചാക്ക് പുറത്തിട്ട് കടയ്ക്കുള്ളിലേക്ക് കടക്കുമ്പോഴാണ് ശങ്കരപ്പിള്ള ആദ്യമായി സൗദാമിനിയെ കണ്ടത്. സൗദാമിനിയുടെ ഭർത്താവ് മരിച്ചിട്ട് അധികനാൾ കഴിഞ്ഞിരുന്നില്ല. നെറ്റിയിലെ വലിയപൊട്ട് പെട്ടെന്ന് ശ്രദ്ധിച്ചു. ഭർത്താവ് മരിച്ച സ്ത്രീ പൊട്ടുതൊട്ടുകൊണ്ട് നടക്കാമോ എന്നാണ് ആദ്യം ചിന്തിച്ചത്. പൊട്ടുതൊട്ടാൽ എന്താണ് കുഴപ്പം? വൃത്തിയായി നടക്കുന്നത് എങ്ങനെ തെറ്റാണെന്ന് പറയാൻ കഴിയും? പണ്ട് സ്ത്രീകൾ ഭർത്താവിന്റെ ചിതയിൽ ചാടി മരിക്കുമായിരുന്നു. അങ്ങനെ ചെയ്യാൻ സമൂഹം അവരെ നിർബ്ബന്ധിക്കുന്നതാണ്. ഒരു സ്ത്രീ എങ്ങനെ ജീവിക്കണം, എങ്ങനെ നടക്കണം എന്നൊക്കെ തീരുമാനിക്കുന്നത് നമ്മുടെ സമൂഹമാണ്. സമൂഹത്തെ ധിക്കരിച്ചാൽ അവർ ദുർന്നടത്തക്കാരിയാവും. അല്ലെങ്കിൽ അഹങ്കാരി. ചാക്ക് കടയ്ക്കുള്ളിലിട്ടു തിരിച്ചുവരുമ്പോൾ സൗദാമിനി ചിരിച്ചു. ആ ചിരിയുടെ സൗന്ദര്യവും വശ്യതയും എത്ര സുഖകരമായിരുന്നെന്ന് ശങ്കരപ്പിള്ളയ്ക്ക് തോന്നി. നിലാവിന്റെ തരികൾ വീണ ഭൂമിയെപ്പോലെ സൗദാമിനി പ്രകാശിക്കുന്നതായി ശങ്കരപ്പിള്ള വിചാരിച്ചു. രണ്ടണയ്ക്ക് മുളക് വാങ്ങിയപ്പോൾ മുതലാളി കൈ നിറയെ മല്ലിയും രണ്ടു കഷണം മഞ്ഞളും നാലഞ്ച് ചുവന്നുള്ളിയും വെറുതെ കൊടുക്കുന്നതു കണ്ടു. സൗദാമിനിയുടെ മുഖത്ത് ഭംഗിയുള്ള ഒരു വെട്ടം ജ്വലിക്കുന്നത് അന്ന് ശങ്കരപ്പിള്ള കണ്ടു. ചുറ്റുമൊന്ന് കണ്ണോടിച്ച് സൗദാമിനിയെ രഹസ്യമായി നോക്കി ഹൃദയം പൊള്ളിച്ചു, അയാൾ.

ഇരുപത്തി ഒന്ന്

പ്രതീക്ഷിക്കാതെ പെയ്ത മഴയായിരുന്നു അത്. മഴയുടെ ലക്ഷണമൊന്നും ആകാശത്തിൽ കണ്ടില്ല. സൂര്യപ്രകാശത്തിനിടയിൽ എത്തിയ മഴയ്ക്ക് വെളുത്ത നിറമായിരുന്നു. മഴയേറ്റ് കുതിർന്ന കടലാസുപോലെ ആകാശം ചുരുണ്ടു. മഴയും വെയിലും ഒന്നിച്ചു വന്നാൽ അത് വേടന്റെ പെണ്ണ് കെട്ടായിരിക്കുമെന്ന് സൗദാമിനി കേട്ടിട്ടുണ്ട്. മക

രമാസത്തിലെ പ്രഭാതം മഞ്ഞുപുതച്ച് നില്ക്കുന്നതുപോലെ മഴ ഭൂമിയിൽ വെളുത്ത പുകനിറച്ചു. മുറ്റത്തെ അയയിൽ ഉണങ്ങാനിട്ട തുണികൾ തിണ്ണയിലേക്ക് വലിച്ചെറിഞ്ഞ്, മഴ ആസ്വദിക്കാൻ വേണ്ടി സൗദാമിനി തിണ്ണയിലെ കുരണ്ടിയിൽ പുറത്തേക്കു നോക്കിയിരുന്നു. മഴ കാണുന്നത് അവൾക്ക് സുഖവും സാന്ത്വനവും നല്കുന്നു. പ്രത്യേകിച്ച് വെളുത്ത മഴ. ആകാശം മൂടിക്കെട്ടി ആരവത്തോടെ വരുന്ന കറുത്ത മഴയും അവൾക്കിഷ്ടമായിരുന്നു. മഴ തകർത്തപ്പോൾ വെളുപ്പ് മാറി ആകാശം കറുപ്പിലേക്ക് ചേക്കേറി. മഴ വന്നപ്പോൾ തോട്ടിൽ തുണി കഴുകിക്കൊണ്ടിരുന്ന സ്ത്രീകൾ വീട്ടിലേക്കു പോകാൻ തുടങ്ങി. ചന്തയിലേക്ക് പോകുന്നവർ മഴ നനയാതിരിക്കാൻ തണൽതേടി വേഗത്തിൽ നടന്നു. ചെറിയ കാറ്റിൽ മുരിങ്ങയിലകൾ തളർന്ന് താഴെവീണു. ഇത്തരം മഴകൾ അപൂർവ്വമാണെന്ന് സൗദാമിനി ചിന്തിച്ചു.

കറന്റ് കമ്പിയുടെ അടിയിലൂടെ വെള്ളത്തുള്ളികൾ വേഗത്തിൽ നീങ്ങുന്നതു കണ്ടു. ഒരല്പദൂരം സഞ്ചരിച്ചിട്ട് വെള്ളത്തുള്ളികൾ ഞെട്ടറ്റു വീഴുന്ന കാഴ്ച അവൾ കൗതുകപൂർവ്വം നോക്കിയിരുന്നു. ഓരോ മഴത്തുള്ളിയും സഞ്ചരിക്കുന്ന ദൂരം ഒന്നായിരുന്നു. യാത്രയിലുടനീളം വെള്ളത്തുള്ളികൾ സന്തോഷത്തിലായിരുന്നു. അവർ പരസ്പരം സംസാരിക്കുന്നതിനിടയിലാണ് ഒരു തുള്ളി തീരെ പ്രതീക്ഷിക്കാതെ കമ്പിയിൽ നിന്നും താഴെ വീഴുന്നത് കണ്ടത്. മറ്റേ വെള്ളത്തുള്ളി പരിഭ്രമിച്ച് യാത്ര മതിയാക്കാമെന്ന് വിചാരിച്ചെങ്കിലും അതിന് യാത്ര ചെയ്യാതിരിക്കാൻ കഴിഞ്ഞില്ല. അതും പൊടുന്നനെ താഴെവീണു. മനുഷ്യ ജീവിതവും കറണ്ട് കമ്പിയിലെ വെള്ളത്തുള്ളികളുടെ യാത്രയും ഒന്നാണെന്ന് സൗദാമിനിക്കു തോന്നി. ഒരല്പനേരം സഞ്ചരിച്ച് രണ്ട് വെള്ളത്തുള്ളികളും താഴെ വീണ് ഇല്ലാതായി. ഇതുതന്നെയല്ലേ ജീവിതവും!

ഇടയ്ക്ക് സൂര്യൻ കണ്ണുതുറന്ന് കണ്ടത്തിലേക്കു നോക്കി. കിഴക്ക് തെങ്ങോലകൾക്കിടയിലൂടെ മഴ മാഞ്ഞുകൊണ്ടിരുന്നു. വാഴയിലകൾ തലയാട്ടി മഴയ്ക്ക് യാത്രാമംഗളങ്ങൾ നേർന്നു. അവൾ വീണ്ടും തുണികൾ അയയിൽ വിരിച്ചു. ചാണകം മെഴുകിയ തിണ്ണയിലിരുന്ന്, മുറം മടിയിൽ വെച്ച് അവൾ ചക്കക്കുരു പൊളിക്കാൻ തുടങ്ങി. ഉച്ചയ്ക്ക് ചക്കക്കുരു അസ്ത്രവും കഞ്ഞിയുമാണ്. പുളിക്ക് പകരം മാങ്ങയിട്ട് വയ്ക്കുന്ന അസ്ത്രത്തിന്റെ രുചി ഒന്ന് വേറെതന്നെ. ചക്കക്കുരുവിന്റെ രുചിയെക്കുറിച്ച് ആർക്കും മതിപ്പില്ല. പ്ലാവ് അവർണ്ണനോ അതോ സവർണ്ണനോ? പാകമാകാത്ത കശുവണ്ടിപ്പരിപ്പ് മെഴുക്കുപുരട്ടുന്നതിനേക്കാൾ രുചിയാണ് ചക്കക്കുരു മെഴുക്കുപുരട്ടി. ചക്ക പഴുത്ത് പ്ലാവിൻ ചുവട്ടിൽ വീണാലും ആരും തിരിഞ്ഞുനോക്കുന്നില്ല. ചക്ക അത്രയ്ക്ക് മോശമാണോ? അവൾ സ്വയം ചോദിച്ചു. നല്ലതൊന്നും ആർക്കും വേണ്ട!

ഒറ്റയ്ക്കിരിക്കുമ്പോൾ സൗദാമിനിയുടെ ചിന്ത മുഴുവൻ ഗോപാലൻനായരെക്കുറിച്ചാണ്. മരിച്ചു കഴിയുമ്പോഴാണ് ഒരാളുടെ മഹത്ത്വം ആളുകൾ മനസ്സിലാക്കുന്നത്. ജീവിച്ചിരിക്കുമ്പോൾ പുറംകാലുകൊണ്ട്

തട്ടിക്കളയുന്നു. അയാളോടൊത്തുള്ള ജീവിതം മനസ്സിന്റെ കടലാസിൽ അവൾ വെറുതെ വരച്ചുനോക്കി. എട്ടാം ക്ലാസിൽ പഠിക്കുമ്പോഴാണ് അവൾ ആദ്യമായി അയാളെ കണ്ടത്. ഉച്ചയ്ക്ക് പുറത്തുപോയി തിരിച്ചു വരുമ്പോൾ, തന്റെ പുസ്തകത്തിൽനിന്നും പേര് കണ്ടുപിടിക്കാൻ തിരക്കിട്ടു പേജുകൾ മറിക്കുന്നതു കണ്ടു. അവളെ കണ്ടപ്പോൾ, മുൻവരിയിലെ പല്ലടർന്ന വിടവ് കാണിച്ച് അയാൾ ചിരിച്ചത് സൗദാമിനി ഇപ്പോഴും മറന്നിട്ടില്ല. രണ്ടായി കെട്ടിയിട്ട മുടിത്തുമ്പിൽ അയാൾ സൂക്ഷിച്ചുനോക്കി. മറുപടിയായി അയാളെ രോഷത്തോടെ സൗദാമിനി നോക്കി. വളരെ തിടുക്കത്തിൽ അയാൾ സ്വന്തം ക്ലാസിലേക്ക് കയറിപ്പോയി. ഗോപാലൻനായർ അന്ന് പത്തിലായിരുന്നു. പരീക്ഷ കഴിഞ്ഞ് സ്കൂളിനു മുന്നിലെ ചാമ്പമരത്തിന്റെ ചുവട്ടിൽവച്ച് തന്നെ ഇഷ്ടപ്പെടുന്നതായി പറഞ്ഞിട്ടു വേഗം നടന്നു മറഞ്ഞതും അവൾക്ക് മറക്കാൻ കഴിഞ്ഞില്ല. സൗദാമിനിക്ക് ശ്വാസം മുട്ടുന്നതുപോലെ അന്ന് തോന്നി. തന്നെ ഒരു ആൺകുട്ടി സ്നേഹിക്കുന്നതായി പറഞ്ഞ ആ ദിവസം അവൾക്ക് വിമ്മിട്ടമുണ്ടായി. പക്ഷേ, ലോറിയിൽ തടികയറ്റുന്ന ചെല്ലയ്യനെ അവസാനം അവൾക്ക് വിവാഹം കഴിക്കേണ്ടതായി വന്നു. തലയിൽ തടി വീണ് ചെല്ലയ്യ മരിച്ചപ്പോഴും അവൾക്ക് ഗോപാലൻനായരെ വെറുപ്പായിരുന്നു. ഗോപാലൻനായരുടെ വഴിയിൽ ഇരുട്ടുള്ളതായി അവൾക്ക് തോന്നി. ഇതുവരെ ആരൊക്കെയോ തന്റെ പിറകിലുണ്ടെന്നുള്ള ഒരാശ്വാസം സൗദാമിനിക്കുണ്ടായിരുന്നു. ഇപ്പോൾ താനൊരു അനാഥയാണെന്ന് അവൾക്ക് തോന്നി. ഗോപാലൻ ചുറ്റുവട്ടത്തുണ്ടെന്നുള്ള അറിവ് അവൾക്കൊരു ആശ്വാസമായിരുന്നു. അയാളുടെ ശബ്ദവും ആടിയാടിയുള്ള വരവും ഇല്ലാതായപ്പോൾ അവൾ സങ്കടപ്പെട്ടു. അവളുടെ ചങ്കിൽ ഒരു കരച്ചിൽ വന്നു മുട്ടിപ്പിടഞ്ഞു.

ഉറങ്ങാൻ കിടക്കുമ്പോൾ എന്തെങ്കിലും ശബ്ദം കേട്ടാൽ, അത് ഗോപാലൻനായരാണോ എന്ന് ഇപ്പോഴും അവൾ സംശയിക്കുന്നു. വാടകമുറിയിലെ കട്ടിലിൽ അയാൾ മനസ്സ് മറന്ന് ഉറങ്ങുകയായിരുന്നെന്ന് വിശ്വസിക്കാൻ കഴിയുന്നില്ല. ഓടിക്കിതച്ചുവന്ന് പെട്ടെന്ന് പിൻവാങ്ങിയ വെളുത്ത മഴപോലെ ഗോപാലൻനായർ അവളിൽ പെയ്തുകൊണ്ടിരിക്കുന്നു.

ദൂരെ വലിയ വരമ്പിലൂടെ ആരോ നടന്നുവരുന്നതു കണ്ടപ്പോൾ അവൾ തിണ്ണയിൽ എഴുന്നേറ്റു. തോടിന്റെ കരയിൽനിന്ന ഒരാളോട് അയാൾ എന്തോ ചോദിക്കുന്നതു കണ്ടു. അയാളെ എവിടെയോ കണ്ടിട്ടുള്ളതുപോലെ സൗദാമിനിക്ക് തോന്നി. തോട്ടിൽ വസ്ത്രമലക്കുന്നവർ എഴുന്നേറ്റുനിന്ന് അയാളെ നോക്കി. ആരെങ്കിലും സൗദാമിനിയുടെ വീട്ടിലേക്ക് പോകുന്നതു കണ്ടാൽ അവർക്കൊക്കെ അസൂയയാണ്. ചിലർ തോട്ടിനുള്ളിൽനിന്നും പുറത്തുവന്നു. അവരുടെ കാലിലെ നനവിൽ മണ്ണ് പുരണ്ടിരുന്നു. എന്താണ് വിശേഷമെന്ന് ചിലപ്പോൾ അന്വേഷിക്കും. അപരിചിതരാണെങ്കിൽ ചോദ്യത്തിന്റെ എണ്ണം കൂടും. അപരിചിതൻ സൗദാ

മിനിയുടെ വീട് ലക്ഷ്യമാക്കിയാണ് നടക്കുന്നത്. അയാൾ മുരിങ്ങമരത്തിന്റെ ചുവട്ടിലെ തണലിൽനിന്നു.

“സൗദാമിനിയുടെ വീടല്ലേ?”

“അതെ.” സൗദാമിനി തിണ്ണയിലേക്ക് വന്നു.

“ഞാൻ മുത്തുരാമൻ മൊതലാളീടെ കടേന്ന് വരുവാ. അവിടുത്തെ ജോലിക്കാരനാ. പേര് ശിവാനന്ദൻ.”

“എന്താ വിശേഷം?” തിണ്ണയുടെ മൂലയിൽനിന്നും കുരണ്ടി നീക്കി മുൻപോട്ടിട്ട് സൗദാമിനി ചോദിച്ചു.

“കുരണ്ടിയിലിരിക്കാം. ഇവിടെ കസേരയൊന്നുമില്ല. അല്ലെങ്കിൽ തടുക്കുണ്ട്.”

ശിവാനന്ദന്റെ കൈയിലെ എഴുന്നു നില്ക്കുന്ന ഞരമ്പുകൾ ശ്രദ്ധിച്ചു സൗദാമിനി.

“ഒന്നും വേണ്ട, ഞാനിവിടെ തറേലിരുന്നോളാം.”

എങ്ങനെ തുടങ്ങണം, എന്തു പറയണം എന്നൊക്കെ ചിന്തിച്ച് ശിവാനന്ദൻ വിവശനായി. അയാളുടെ മുഖം ചുവന്നു. കുറേ നേരത്തേക്ക് അയാൾ മൗനം ദീക്ഷിച്ചു. ശിവാനന്ദൻ എന്താണ് പറയാൻ പോകുന്നതെന്ന ആകാംക്ഷയിൽ സൗദാമിനിയും മുഖത്തെ ഭാവം ഗൗരവത്തിലാക്കി. അഗാധമായ ആവേശം ശിവാനന്ദന്റെ മുഖത്ത് പ്രകടമായത് സൗദാമിനി ശ്രദ്ധിച്ചു. തന്റെ വരവിന്റെ ഉദ്ദേശ്യം വാക്കുകളിലൂടെ വെളിപ്പെടുത്താൻ കഴിയാതെ അയാൾ വിഷമിച്ചു. സൗദാമിനി ശിവാനന്ദന്റെ മുഖത്തേക്ക് തന്നെ നോക്കി നില്ക്കുകയാണ്. ഒറ്റ വാക്കിൽ പറഞ്ഞു തീർക്കാൻ കഴിയാത്ത ദൗത്യമാണ് തന്റേതെന്ന് ശിവാനന്ദനറിയാം.

“ഞങ്ങടെ കടേൽ ചുമടെടുക്കുന്ന ഒരു ശങ്കരപ്പിള്ളയെ സൗദാമിനിക്ക് അറിയാമോ?”

വാക്കുകളിൽ നനവുള്ളതുപോലെ ശിവാനന്ദൻ പറഞ്ഞു.

“കടേൽവച്ച് പലപ്പോഴും കണ്ടിട്ടുണ്ട്.”

“അയാൾ ഇതേവരെ വിവാഹം കഴിച്ചിട്ടില്ല.”

അത് തന്റെ കുറ്റം കൊണ്ടാണോയെന്ന് തിരിച്ചു ചോദിക്കണമെന്ന് സൗദാമിനിക്ക് തോന്നിയെങ്കിലും അവൾ മൗനം ദീക്ഷിച്ചു. കുറെ നേരത്തേക്ക് രണ്ടുപേരും ഒന്നും മിണ്ടിയില്ല. സമയം ഒരു പാമ്പിനെപ്പോലെ ഇഴഞ്ഞുനീങ്ങി.

“അയാൾ ഒരു വിവാഹം കഴിക്കാൻ ആഗ്രഹിക്കുന്നു.”

വിവാഹം കഴിക്കുന്നതിന് തന്റെ തടസ്സം വല്ലതുമുണ്ടോയെന്നുള്ള ഒരു ചിന്ത സൗദാമിനിയുടെ മനസ്സിലുദിച്ചു. അതിനും സൗദാമിനി പ്രതികരിച്ചില്ല.

“അത് സൗദാമിനിയായാൽ കൊള്ളാമെന്ന് ഒരഭിപ്രായം ഞങ്ങൾക്കുണ്ട്.”

“ഞങ്ങളെന്നു വച്ചാൽ ആരാ?”

“എനിക്കും മൊതലാളിക്കും പിന്നെ ശങ്കരപ്പിള്ളയ്ക്കും. അയാൾക്ക്

നാല്പത്തിയാറ് വയസ്സുണ്ട്. ചരുവിൽ ശ്രീമതിയുടെ സഹോദരനാ. ഇപ്പോൾ കടത്തിണ്ണേലാ കെടപ്പ്, ഹോട്ടലീന്നാ ആഹാരം. ഇപ്പോ ഞങ്ങടെ ബുദ്ധീ തോന്നീതാ ഈ ആശയം. മോലാളി പറഞ്ഞിട്ടാ ഞാൻ വന്നത്."

"ശങ്കരപ്പിള്ള പെങ്ങടെ കൂടല്ലാരുന്നോ താമസം?"

"ആരുന്നു."

"പെങ്ങൾ എറക്കിവിട്ടതാണോ?"

"അല്ല, എറങ്ങിപ്പോന്നതാ."

"അതെന്താ കാര്യം."

"അവടെ പുതിയ വീടു പണിയുവാ. ഇനീം അവിടെ കഴിയാൻ ശങ്കരപ്പിള്ളയ്ക്ക് ഇഷ്ടമല്ല. ഇത്രേം നാളും പെങ്ങൾക്ക് ചെലവിനു കൊടുത്തു. ഇനീം ഭാര്യക്ക് ചെലവിനു കൊടുക്കാനാ അയാടെ ആഗ്രഹം. എന്താ കൊഴപ്പമുണ്ടോ?"

"ഒണ്ട്, കൊഴപ്പമുണ്ട്."

സൗദാമിനി വികൃതമായി ചിരിച്ചു. ശിവാനന്ദൻ മുരിങ്ങമരത്തിൽ മെലിഞ്ഞുതൂങ്ങിക്കിടക്കുന്ന മുരിങ്ങക്കായിലേക്ക് നോക്കി. അയാൾക്ക് സൗദാമിനിയുടെ മുഖത്തേക്ക് നോക്കാൻ ശക്തിയില്ലായിരുന്നു. അയാളുടെ മുഖത്ത് മുരിങ്ങപ്പൂ വിരിഞ്ഞുനില്ക്കുന്നതുപോലെ സൗദാമിനിക്കു തോന്നി.

"രാമക്കുറുപ്പിന്റെ അടുത്ത കൂട്ടുകാരനാ ശങ്കരപ്പിള്ള. രണ്ടുപേരും പാറുവമ്മേടെ മൊല കുടിച്ചാ വളർന്നത്. അതോണ്ട് സൗദാമിനി സമ്മതിക്കുമെന്നും മോലാളി പറഞ്ഞു."

"ഇഷ്ടവും ഇഷ്ടക്കേടുമല്ല പ്രശ്നം."

"ഞാൻ മോലാളിയോടു എന്തു പറയണം."

"സീതേടെ സ്വയംവരത്തിന് ലക്ഷ്മണനെ പറഞ്ഞു വിടുകയല്ലല്ലോ ശ്രീരാമൻ ചെയ്തത്. അദ്ദേഹം നേരിട്ടു പോകുകയാണുണ്ടായത്. ശങ്കരപ്പിള്ളയോടു നേരിട്ടു വരാൻപറ. അപ്പോൾ എന്റെ തീരുമാനം പറയാം."

"മോലാളിയെ ധിക്കരിക്കുന്നത്."

"ധിക്കരിക്കാനും മാത്രം ഞാനൊന്നും പറഞ്ഞില്ലല്ലോ."

സൗദാമിനി ചിരിച്ചപ്പോൾ ശിവാനന്ദനും ചിരിക്കാതിരിക്കാൻ കഴിഞ്ഞില്ല. മനസ്സില്ലാമനസ്സോടെയാണ് അയാൾ റോഡിലിറങ്ങിയത്. കനാൽ പാലത്തിൽ ആളുകൾ കൂടിനില്ക്കുന്നുണ്ട്. ഇളം മഞ്ഞനിറമുള്ള ഒരു മുരിങ്ങപ്പൂ തലയിൽ കുരുങ്ങിക്കിടന്നത് അയാൾ കൈയിലെടുത്ത് ഓമനിച്ചു.

കടയിലെത്തി മുരുകൻ മുതലാളിയോടു വിവരങ്ങളൊക്കെ പറഞ്ഞു. സൗദാമിനി തന്റേടിയാണെന്ന് മുതലാളിക്കറിയാം. സ്വകാര്യമായ സംഭാഷണങ്ങളിൽനിന്ന് മുരുകൻ അക്കാര്യം മനസ്സിലാക്കിയിട്ടുണ്ട്. സ്ത്രീകളെ ആകർഷിക്കാനുള്ള ആകാരസൗഷ്ഠവമൊന്നും ശങ്കരപ്പിള്ളയ്ക്കില്ലെന്ന് മുരുകൻ മുതലാളി അനുമാനിച്ചു. തനിച്ച് താമസിക്കുന്ന ഒരു

സ്ത്രീക്ക് മിണ്ടാനും പറയാനും ഒരാളെ കിട്ടുന്നത് ചെറിയ കാര്യമാണോ? അസുന്ദരനും ആരോരും ഇല്ലാത്തവനുമായ ശങ്കരപ്പിള്ളയെ ഇഷ്ടപ്പെടാനുള്ള ഒരു കാരണവും കാണുന്നില്ലെങ്കിലും മുരുകൻ നിരാശനായില്ല. സൗദാമിനിയെ നേരിട്ടുകണ്ട് കാര്യങ്ങൾ തുറന്നുപറയാൻ മുരുകൻ ശങ്കരപ്പിള്ളയോട് ആവശ്യപ്പെട്ടു.

ഇത്രയുംകാലം താൻ ചുമടെടുത്ത് ഉണ്ടാക്കിയതെല്ലാം പെങ്ങൾക്കുവേണ്ടി, അവളുടെ സുഖത്തിനുവേണ്ടി, എരിച്ചു കളഞ്ഞതിൽ ശങ്കരപ്പിള്ളയ്ക്ക് വിഷമംതോന്നി. തനിക്ക് കുടുംബപരമായി കിട്ടിയ പത്ത് സെന്റ് സ്ഥലത്ത് ഒരു കുടിൽ കെട്ടി, ഒരു പെൺകുട്ടിയെ കെട്ടി സുഖമായി ജീവിക്കേണ്ടതിനു പകരം സഹോദരിക്കുവേണ്ടി ജീവിതം കത്തിച്ചു കളഞ്ഞതിൽ അയാൾക്ക് അഗാധമായ ദുഃഖം തോന്നി. സ്വന്തം സുഖം നഷ്ടപ്പെടുത്തി ആരും ആർക്കുവേണ്ടിയും ജീവിക്കാൻ പാടില്ല എന്നൊരു സത്യം വളരെ വൈകിയാണ് ശങ്കരപ്പിള്ള മനസ്സിലാക്കിയത്. സ്വയംവരത്തിന് രാജാവ് നേരിട്ടാണ് ചെല്ലേണ്ടതെന്ന് സൗദാമിനി സൂചിപ്പിച്ചതു പറഞ്ഞപ്പോൾ ശങ്കരപ്പിള്ള ഉറക്കെ ചിരിച്ചിട്ട്, അപ്പോൾ ഞാനൊരു രാജാവാണോ എന്ന് ശിവാനന്ദനോടു ചോദിച്ചു. സൗദാമിനി പറഞ്ഞത് തെറ്റാണെന്ന് വ്യാഖ്യാനിക്കേണ്ട കാര്യമില്ല. ഒന്ന് ശ്രമിച്ചുനോക്കാമെന്നു തന്നെയാണ് ശങ്കരപ്പിള്ള ശിവാനന്ദനോടു പറഞ്ഞത്.

“പോയാൽ ഒരു വാക്ക്, കിട്ടിയാൽ ഒരു സ്വർഗ്ഗം.”

“അപ്പോ സൗദാമിനി ഒരു സ്വർഗ്ഗമാണോ?” ശിവാനന്ദൻ ചോദിച്ചു.

“അവൾ ഭൂമിയിലെ ഒരു സ്വർഗ്ഗമാണ്.”

“നേരിട്ടു ചെല്ലുമ്പോൾ അവൾ ശങ്കരപ്പിള്ളയെ ആട്ടിപ്പുറത്താക്കിയാലോ?”

“അന്നേരം കാണാം.”

കടയടച്ച് ശിവാനന്ദൻ പോയപ്പോൾ ശങ്കരപ്പിള്ളയ്ക്ക് എന്തോ വിഷമം തോന്നി. സൗദാമിനി സമ്മതിച്ചാലും ഇല്ലെങ്കിലും മനസ്സ് വേദനിക്കാതിരിക്കാനുള്ള മുൻകരുതലെടുക്കാൻ അയാൾ അയാളുടെ മനസ്സിനോട് പറഞ്ഞു. ഇനിയും തികച്ചും ഒറ്റപ്പെട്ട ഒരു ജീവിതം നയിക്കാനാവില്ല എന്ന് അയാളുടെ മനസ്സ് അയാളോടു മറുപടിയും പറഞ്ഞു. ജീവിതം ഒന്നേയുള്ളൂ. അതിനിയും കളഞ്ഞുകുളിക്കാൻ പാടില്ല.

ഇരുപത്തി രണ്ട്

ക്ഷേത്രത്തിന്റെ തെക്ക് പടിഞ്ഞാറേ മൂലയിലാണ് അമ്പലക്കുളം. കുളത്തിനോട് ചേർന്ന് പഴക്കമുള്ള ഊട്ടുപുര. കുളത്തിലെ കല്പടവുകളിലും കുളക്കരയിലും ആലിൻചുവട്ടിലും ആളുകൾ കൂട്ടംകൂടി നില്ക്കുന്നുണ്ട്. അന്ന് ദീപാവലിയായിരുന്നു. വിശേഷാൽ ദിവസങ്ങളിൽ ആൾക്കാർ ക്ഷേത്രത്തിൽ ഒത്തുകൂടാറുണ്ടെങ്കിലും ദീപാവലി ദിവസം അതിരാവിലെ കുളക്കരയിൽ ശരീരമാകെ എണ്ണ തേച്ച് കുളിക്കാനായി

എത്തുന്നവരുടെ തിരക്കാണ്. അമ്പലക്കുളം രണ്ടായി വിഭജിച്ചിരിക്കുന്നു. ആനക്കല്ലിന്റെ വലതുഭാഗം സ്ത്രീകൾക്കും ഇടതുഭാഗം പുരുഷന്മാർക്കുമാണ്. കുളത്തിനെ രണ്ടായി ഭാഗിക്കുന്നത് ആനക്കല്ലാണ്. രാത്രിയിൽ കുളിക്കാനെത്തുന്ന പുരുഷന്മാർക്കായി ആനക്കല്ലിന്റെ ഇടതുഭാഗത്ത് ഒരു കൽവിളക്കുണ്ട്. കത്തിയെരിഞ്ഞ തിരിയുടെ ചാരം കൽവിളക്കിൽ കാണാം. മുണ്ടഴിച്ച് മുലയ്ക്ക് മുകളിൽ കെട്ടി സ്ത്രീകൾ കുളത്തിൽ ചാടി നീന്തുന്നുണ്ട്. നീന്തുമ്പോൾ വെള്ളത്തിനു മുകളിൽ പൊന്തിക്കിടക്കാനാണ് അവരുടെ ഉടുമുണ്ടിന് താല്പര്യം. നീന്തുന്നവരുടെ രഹസ്യഭാഗങ്ങളിൽ മുട്ടിയുരുമ്മി പരൽമീനുകൾ പാഞ്ഞു നടന്നു. ചില പുരുഷന്മാർ കുളക്കടവിലിരുന്ന് പല്ല് തേക്കുന്നുണ്ട്. മാവിലച്ചാറ് അവർ കുളക്കരയിലെ പുല്ലിനു മുകളിൽ തുപ്പി. മറ്റു ചിലർ തുണി കഴുകി കരയിൽ ഉണങ്ങാനിട്ടിരിക്കുന്നു. പല നിറത്തിലും തരത്തിലും വീതിയിലുമുള്ള കോണകം കുളക്കരയിൽ ഉണങ്ങാൻ വിരിച്ചിട്ടുണ്ട്. ഒരു ചെറിയ കാറ്റ് കോണകങ്ങളെ പൊക്കിയെടുത്ത് മറ്റൊരു സ്ഥലത്ത് കൊണ്ടിട്ട് ആൽമരക്കൊമ്പിൽ വിശ്രമിച്ചു. കൗമാരക്കാരായ ആൺകുട്ടികൾ വിവസ്ത്രരായി ആനക്കല്ലിൽക്കൂടി ചാടി സ്ത്രീകളുടെ ഉടുമുണ്ടിനടിയിൽ പൊന്തി. അവർ വായിൽ വെള്ളം നിറച്ച് പൂക്കുറ്റിപോലെ പുറത്തേക്ക് തുപ്പി. കുളക്കരയിലെ ആലിൻചുവട്ടിലിരുന്ന് രഹസ്യമായി ചിലർ ബീഡി വലിക്കുന്നുണ്ട്. ബീഡിയുടെ മണം ഏറ്റപ്പോൾ സ്ത്രീകൾ മൂക്കുപൊത്തി ആലിൻ ചുവട്ടിലേക്കു നോക്കി. കുളിക്കടവ് ഒഴിയാനായി മറ്റ് ചിലർ കാത്തിരുന്നു. കുളത്തിന്റെ ഒരു ഭാഗം പായൽമൂടി കിടക്കുന്നതുകൊണ്ട് പുരുഷന്മാർക്ക് കുളിക്കാൻ സ്ഥലം കുറവാണ്. കുളത്തിൽ വീണ ആലിലകൾ ഫോസിലുകളായി ചെളിയോടൊപ്പം പുണർന്നു കിടന്നു. കുളത്തിന്റെ കരയിലൂടെ 'ഉണ്ട' കളിച്ചോടുന്ന കുട്ടികളുടെ പുഞ്ഞാണി തുടകളിൽ തട്ടി തട്ടി ക്ഷീണിച്ചു. കുളക്കരയിൽ പൂത്തു നിറയുന്ന കാശിത്തെറ്റിപ്പൂവിൽ ചിത്രശലഭങ്ങൾ പറ്റിയപ്പോൾ ചിലത് ഞെട്ടടർന്ന് താഴെവീണു. ക്ഷേത്രത്തിൽനിന്നും ഗണപതി ഹോമത്തിനുള്ള തേങ്ങാ കരിയുന്ന മണം അമ്പലപ്പറമ്പിലും കുളക്കരയിലും അലഞ്ഞുനടന്നു.

ഏഴംകുളം ഗ്രാമത്തിൽ ദീപാവലി ദിവസം വെളുപ്പിനേ ദോശ ചുടുന്ന മണം നിറയും. അന്ന് ദോശ കഴിക്കണമെന്നാണ് അലിഖിത നിയമം. പണക്കാരന്റേയും പാവപ്പെട്ടവന്റേയും വീട്ടിൽ ദോശയുണ്ടാവും. ശിവൻകുട്ടിയുടെ വീട്ടിൽ ഒരു വർഷം രണ്ടുപ്രാവശ്യം മാത്രമാണ് ദോശ ചുടുന്നത്. ദീപാവലിക്കും വിഷുവിനും. ദോശയ്ക്കുള്ള ഉഴുന്ന് രാമക്കുറുപ്പ് കൃഷിചെയ്തിരുന്നു. ശിവൻകുട്ടിയുടെ വീട്ടിൽ ഇപ്രാവശ്യം ദോശയില്ല. രാമക്കുറുപ്പ് ഇല്ലാത്തതുകൊണ്ട് ഉഴുന്ന് കൃഷി ചെയ്തില്ല. അതുകൊണ്ട് ശിവൻകുട്ടി ദോശ തിന്നാതെ വീട്ടിലിരുന്നു. രാവിലെ എന്തെങ്കിലും കഴിക്കാൻ കിട്ടുമോ എന്നുപോലും അവന് ഉറപ്പില്ലായിരുന്നു.

ശങ്കരപ്പിള്ളയും ശിവാനന്ദനും അതിരാവിലെ കുളിച്ച്, ക്ഷേത്രത്തിൽ തൊഴുത്, നെറ്റിയിലും നെഞ്ചിലും ചന്ദനക്കുറി വരച്ച് ഞാവൽമരച്ചുവട്ടി

ലിരിക്കാൻ തുടങ്ങിയിട്ട് ഏറെ നേരമായി. വിഷുവായതുകൊണ്ട് കുഞ്ഞിരാമൻ ചേട്ടന്റെ കാപ്പിക്കടയിലെ ദോശയൊക്കെ നേരത്തെ വിറ്റുതീർന്നു. ശങ്കരപ്പിള്ളയും ശിവാനന്ദനും കടയിൽ ചെന്നെങ്കിലും കഴിക്കാൻ ഒന്നും കിട്ടിയില്ല. രണ്ടുപേർക്കും ഓരോ ചായ കിട്ടി. ശങ്കരപ്പിള്ളയുടെ കാതിലെ ചുവന്ന കല്ലിന്റെ കമ്മലിന് തിളക്കം കൂടിയിട്ടുണ്ട്. കാതിൽനിന്നും കമ്മൽ വേർപെടുത്തി സോപ്പിട്ടു കഴുകിയത് ഇന്നലെയാണ്. കമ്മലിന് തെളിച്ചം കൂടിയപ്പോൾ ശങ്കരപ്പിള്ളയുടെ മുഖവും തെളിഞ്ഞു. ദീപാവലിയായതുകൊണ്ട് സൗദാമിനി ക്ഷേത്രത്തിലേക്ക് വരാൻ സാദ്ധ്യതയുണ്ടെന്ന് ശിവാനന്ദൻ പറഞ്ഞു. ക്ഷേത്രത്തിലേക്ക് വരുമ്പോൾ സൗദാമിനിയെ ഭംഗിയായി ഒന്നു കാണാമല്ലോ എന്നായിരുന്നു അവരുടെ ചിന്ത. നേരത്തെ കണ്ടിട്ടുണ്ടെങ്കിലും അത്തരത്തിൽ അവരെ ശങ്കരപ്പിള്ള ശ്രദ്ധിച്ചിട്ടില്ലായിരുന്നു. സൗദാമിനിയെക്കുറിച്ചുള്ള വിവരങ്ങൾ ശങ്കരപ്പിള്ളയ്ക്ക് കിട്ടിയത് രാമക്കുറുപ്പിൽ നിന്നാണ്. രണ്ടാമതൊരു വിവാഹത്തിന് രാമക്കുറുപ്പിന് താല്പര്യമില്ലായിരുന്നു. ഉള്ളിന്റെ ഉള്ളിൽ രാമക്കുറുപ്പിന് സൗദാമിനിയെ ഇഷ്ടമായിരുന്നു. ഒരു ദിവസം രാമക്കുറുപ്പ് ശങ്കരപ്പിള്ളയോടു അക്കാര്യം പറയുകയും ചെയ്തു.

"എനിക്ക് സൗദാമിനിയെ ഇഷ്ടമാ. കാണാനും സംസാരിക്കാനും സ്നേഹിക്കാനും. കല്യാണം കഴിക്കാനല്ല. വിവാഹം കഴിക്കാതെ കൂടെ കഴിയാനും താല്പര്യമാ. രണ്ടു പുള്ളാരുണ്ടായോണ്ട് അവരെ വളർത്തേണ്ട ചുമതല എനിക്കാ. രണ്ടാമതൊരു വിവാഹം കഴിച്ചാൽ അവരുടെ ഭാവി അവതാളത്തിലാവും. ഞാനൊന്നു മൂളിയാൽ മതി അവൾ എന്റെകൂടെ വരും. അത്രയ്ക്ക് ഇഷ്ടമാ അവൾക്കെന്നെ."

ശങ്കരപ്പിള്ള അന്നൊന്നും സൗദാമിനിയെക്കുറിച്ച് ചിന്തിച്ചില്ല. സൗദാമിനിയുമായി ബന്ധപ്പെട്ട് ഉള്ളിലെ ചൂട് ഇപ്പോഴാണ് കത്താൻ തുടങ്ങിയത്. തന്റെ ഓർമ്മയിലുള്ള മുഖങ്ങളിൽ സൗദാമിനിയാണു ഒന്നാം സ്ഥാനത്ത്. രണ്ട് ചെറുപ്പക്കാരുടെ അമ്മയാണെന്ന് കണ്ടാൽ തോന്നുകയില്ല. ശരീരത്തിന്റെ നിറവും അഴകും മോഹിപ്പിക്കും. ശങ്കരപ്പിള്ളയുടെ നെറ്റിയിലെ ചന്ദനക്കുറി അയാളറിയാതെ വിയർപ്പിൽ അലിയാൻ തുടങ്ങി.

ശങ്കരപ്പിള്ള ഷർട്ടിടാറില്ല. കടയിൽ ചുമടെടുക്കുന്ന ആൾക്ക് ഷർട്ടിന്റെ ആവശ്യമില്ല. ഭാരം പുറത്തേറ്റിക്കഴിയുമ്പോൾ ശങ്കരപ്പിള്ള കുനിയും. വെറുതെ നടക്കുമ്പോഴും അയാൾ കുനിഞ്ഞാണ് നീങ്ങുന്നത്. ശങ്കരപ്പിള്ളയുടെ നട്ടെല്ല് ഭാരം താങ്ങി വളഞ്ഞു. നായുടെ വാലുപോലെ ശങ്കരപ്പിള്ളയുടെ കൂനും നിവരാൻ പോകുന്നില്ല. സൗദാമിനിയുടെ അടുത്തേക്ക് ഷർട്ടിടാതെ പോകുന്നത് നാണക്കേടാണെന്ന് ശിവാനന്ദൻ പറഞ്ഞെങ്കിലും തുണിയെടുത്ത് ഒരു പുതിയ കുപ്പായം തയ്പിക്കാൻ അയാൾ ശ്രമിച്ചില്ല. ഷർട്ടിടാത്ത തന്നെ ഇഷ്ടപ്പെടുന്നെങ്കിൽ മാത്രം വിവാഹം ആലോചിച്ചാൽ മതിയെന്ന് ശങ്കരപ്പിള്ള ഉറപ്പിച്ചുപറഞ്ഞു. ഇപ്പോൾ അയാൾ കൈയുള്ള ഒരു ബനിയനാണ് ധരിച്ചിരിക്കുന്നത്.

ചുവന്ന കരയുള്ള ഒരു തോർത്തും അയാൾ തോളിലിട്ടിട്ടുണ്ട്. മാടപ്പറമ്പിൽനിന്നും ഇറങ്ങുമ്പോൾ അയാളുടെ കൈയിൽ ആകെയുണ്ടായിരുന്നത് കീറിയ മെത്തപ്പായും കൈലിയും ജപ്പാൻമുണ്ടും ഒരു ബനിയനും മാത്രമായിരുന്നു. ശങ്കരപ്പിള്ള കിടന്നകട്ടിലും തടിയിൽ നിർമ്മിച്ച ഉരലും പത്തായവും അയാൾ വാങ്ങിയതാണെങ്കിലും അതൊക്കെ പെങ്ങൾ എടുത്തോട്ടെ എന്നയാൾ തീരുമാനിച്ചു. കാര്യങ്ങൾ ആഗ്രഹിക്കുന്നതുപോലെ നടന്നാൽ അടുത്ത കുംഭഭരണി ഉത്സവത്തിന് ഒരു ഷർട്ട് വാങ്ങാമെന്ന് അയാൾ ഉറപ്പിച്ചു.

സൗദാമിനിയെ കാത്തിരുന്ന് രണ്ടുപേരുടേയും കണ്ണുകഴച്ചു. അമ്പലക്കുളത്തിൽനിന്നും അവസാനത്തെ ആളും കുളികഴിഞ്ഞ് പോയിരിക്കുന്നു. മുരുകൻ മുതലാളിയുടെ വേരുകൾ തമിഴ്നാട്ടിലായതുകൊണ്ട് ദീപാവലി ദിവസം കടതുറക്കാറില്ല. അതുകൊണ്ട് ശങ്കരപ്പിള്ളയ്ക്കും ശിവാനന്ദനും അവധിയാണ്. ടൺ കണക്കിന് പടക്കമാണ് രാത്രിയിൽ മുതലാളി പൊട്ടിച്ചു തീർക്കുന്നത്. ഉറക്കമിളച്ച്, കൂലിക്കാരെ വിളിച്ചാണ് പടക്കം കത്തിക്കുന്നത്. ഏറിയാൽ അരമണിക്കൂറിനുള്ളിൽ അമ്പലം അടയ്ക്കും. സൗദാമിനി ഇനി വരില്ല. സൗദാമിനിയുടെ വീട്ടിലേക്ക് പോയാലോ എന്നു ശിവാനന്ദൻ ചോദിച്ചു.

"അതു തന്നെയാ ഞാനും ആലോചിക്കുന്നെ. ദീവാളിയായിട്ടു ഇന്ന് ഒന്നും ഇതേവരെ കഴിച്ചില്ല. അതാ കഷ്ടം. നമുക്ക് പുറത്തെങ്ങാനും പോയി വല്ലതും കഴിച്ചിട്ടു പോയാ പോരേ?"

"സൗദാമിനിയുടെ വീട്ടി എന്തെങ്കിലും കാണും. വല്ല കൊഴക്കട്ടയോ മറ്റോ. അതൊണ്ടെങ്കിൽ അവള് തരാതിരിക്കത്തില്ല. പുത്തൻ ചെക്കന്റെ ഒരു വിശപ്പ് നോക്കണേ. ഇപ്പോ എവിടുന്നു വന്നു ഈ വെശപ്പ്. പെണ്ണുങ്ങടെ മൊകത്ത് നോക്കാത്ത ഒരു മനുഷ്യനാരുന്നു. ഇപ്പോഴെല്ലാം മാറിയല്ലോ. സൗദാമിനിക്കെന്താ കൊമ്പുണ്ടോ?"

"കൊമ്പില്ലേലും മറ്റ് പലതുമുണ്ട്."

ശങ്കരപ്പിള്ള ചിരിച്ചു. ശിവാനന്ദന് ചിരിക്കാൻ തോന്നിയില്ല. എന്തിന് ചിരിക്കണം?

"നിങ്ങളെല്ലാവരും കൂടി വെറുതെ നടന്ന് എന്നെ മോഹിപ്പിച്ചു. ഞാനിപ്പോ സൗദാമിനിയുടെ ചതുരംഗപ്പലകേലെ ഒരു കരുവാ. നീക്കം ശരിയായാൽ കളി ജയിക്കും."

ശിവാനന്ദൻ തലയുയർത്തി കനാലിന്റെ കരയിലേക്ക് നോക്കി. സൗദാമിനിയുടെ നിഴലെങ്ങാനും അവിടെ അനങ്ങുന്നുണ്ടോ? അവളുടെ മുറ്റത്തെ മുരിങ്ങമരം കാണാൻ കഴിയുന്നുണ്ടോ? അവൾ ക്ഷേത്രത്തിലേക്ക് വരുന്നുണ്ടോ? സൗദാമിനിയുടെ ഉടലിന്റെ മിനുമിനുപ്പ് ശിവാനന്ദന്റെ മനസ്സിൽ പൊന്തിവന്നു. ശങ്കരപ്പിള്ള ഭാഗ്യവാനാണ്. സൗദാമിനി സമ്മതം മൂളിയാൽ ശങ്കരപ്പിള്ള രക്ഷപ്പെട്ടു. കുറേ നേരത്തേക്ക് ശിവാനന്ദനും ശങ്കരപ്പിള്ളയും മിണ്ടിയില്ല. അവർ രണ്ടുപേരും അവരുടെ ലോകത്ത് മനസ്സുകൊണ്ട് മേഞ്ഞുനടന്നു. ശങ്കരപ്പിള്ളയുടെ മുഖത്ത് പലവിധ ഭാവങ്ങൾ തെളിയുന്നത് ശിവാനന്ദൻ ശ്രദ്ധിച്ചു.

"എന്നാ, അങ്ങോട്ടു പോവാം."

ശങ്കരപ്പിള്ളയും ശിവാനന്ദനും എഴുന്നേറ്റു.

വയലിൽ വെളിച്ചവും നിഴലും പുണർന്നു കിടന്നു.

വിശപ്പുകൊണ്ട് ശങ്കരപ്പിള്ളയുടെ കുടൽ കരിഞ്ഞമണം പുറത്തു വന്നു. ദീപാവലിയായിട്ടും വയറിന്റെ ഗതികേടിനെക്കുറിച്ച് ശിവാനന്ദൻ വ്യസനിച്ചു. സമയത്തിന് വല്ലതും കഴിച്ചില്ലെങ്കിൽ ശങ്കരപ്പിള്ളയുടെ ശരീരം തളരും. തല കറങ്ങുന്നതുപോലെ തോന്നും. അതുകൊണ്ട് എന്തെങ്കിലും അത്യാവശ്യമായി കഴിക്കണമെന്ന് അയാൾ തീർച്ചപ്പെടുത്തി. രണ്ടുപേരും സൗദാമിനിയുടെ മുരിങ്ങച്ചുവട്ടിലെത്തി. പുറത്തെങ്ങും ആരെയും കണ്ടില്ല. അടുക്കളയിലേക്കുള്ള വാതിൽ തുറന്നു കിടപ്പുണ്ട്. അടുക്കളയിൽനിന്നും നേരിയ തോതിൽ പുക ഉയരുന്നത് കാണാം. സൗദാമിനി അടുക്കളയിലുണ്ടാവുമെന്ന് അവർ ഊഹിച്ചു. ഇവിടാരുമില്ലേയെന്ന് ശിവാനന്ദൻ വിളിച്ചു ചോദിച്ചു. തലയിൽ പറന്നുപറ്റിയ ചാരം ഇടതുകൈകൊണ്ട് തുടച്ചുകളഞ്ഞ് വലത്തേ കൈയിൽ തവിയുമായി സൗദാമിനി പുറത്തുവന്നു. കൈലിത്തുമ്പുയർത്തി അവൾ മുഖം തുടച്ചു. കൈലിത്തുമ്പിലെ കരി മുഖത്ത് പുരണ്ടു. കൈലിത്തുമ്പ് അവൾ ഉയർത്തി കുത്തിയിരുന്നതു കാരണം റോസ് നിറത്തിലുള്ള പാവാടയുടെ പകുതിഭാഗം പുറത്തുകണ്ടു. കർട്ടൻ വീണതുപോലെ പെട്ടെന്ന് കൈലിത്തുമ്പ് താഴേക്ക് വീണ് പാവാടയുടെ റോസ് നിറം മറച്ചു.

"ഇരിക്കാൻ ഇവിടെ കസേരയൊന്നുമില്ല." സൗദാമിനി പറഞ്ഞു.

"ഒരാക്ക് കൊരണ്ടിയിലിരിക്കാം. മറ്റേ ആൾക്ക് തടുക്കിട്ട് തരാം."

"അതൊക്കെ മതി."

രണ്ടുപേരും തിണ്ണയിൽ കയറി. തിണ്ണയുടെ അരികിൽ കരിന്തിരിയെരിഞ്ഞ ഒരു നിലവിളക്കു കണ്ടു. പുക ഉയർന്നപ്പോൾ സൗദാമിനി അടുക്കളയിലേക്ക് കയറി തീ ഊതിക്കത്തിച്ചു. കരിമെഴുകിയ ഭിത്തിയിൽ ശ്രീകൃഷ്ണന്റെ ഒരു കലണ്ടർ തൂക്കിയിരുന്നു. തിണ്ണമറച്ച് തെക്ക് ഭാഗത്ത് ഒരു മരത്തട്ടിയുണ്ടായിരുന്നു. തട്ടിയുടെ വിടവിൽക്കൂടി ഒരു ചെമ്പരത്തിപ്പൂവ് തിണ്ണയിലേക്ക് തലനീട്ടി. മുറ്റത്തെ മുരിങ്ങച്ചുവട്ടിൽ എവിടെ നിന്നോ ഒരു കൊക്ക് പറന്നുവന്നു. നീണ്ടകാലുകളിൽ നടന്നു. കരിമെഴുകിയ തിണ്ണയിൽ ചാണകപ്പൊറ്റ അടർന്നുപോയ പാടുകൾ കണ്ടു.

"ഞാനിച്ചിരി കൊഴക്കട്ട പുഴുങ്ങുവാരുന്നു. ഇന്ന് ദോശചുട്ടില്ല. ഉഴുന്നില്ലാരുന്നു." സൗദാമിനി പറഞ്ഞു. "തവിയുടെ കണ കൊഴക്കട്ടേടെ വെള്ളത്തിലിട്ട് കറക്കുമ്പഴാ നിങ്ങളു വന്നെ. മുടിയൊണ്ടേൽ കണേൽ ചുറ്റും."

"ഇതാ ശങ്കരപ്പിള്ള, അറിയാമല്ലോ?"

"അതൊക്കെ അറിയാം. ഞാനിവിടുത്തുകാരിയല്ലിയോ? കുറുപ്പ് ചേട്ടന്റെ അയൽക്കാരനാ. പാറുവമ്മേടെ പാല് കുടിച്ചാ ജീവൻ വച്ചേന്നും കേട്ടിട്ടുണ്ട്."

"സ്വയംവരത്തിന് രാജാവു തന്നെ നേരിട്ടുവന്നു" ശിവാനന്ദൻ ചിരിച്ചു. "രാജാവ് അമൃതേത്ത് കഴിച്ചില്ല ഇതേവരെ. ഞങ്ങൾക്ക് ഓരോ കൊഴക്കട്ട കിട്ട്യാ നന്നായിരുന്നു."

"അതിനെന്താ തരാമല്ലോ." സൗദാമിനി പറഞ്ഞു. "വെള്ളം ഊറ്റീട്ടു തരാം."

ശങ്കരപ്പിള്ളയും ശിവാനന്ദനും പരസ്പരം ഒരു പുഞ്ചിരി കൈമാറി. അധികം വൈകാതെ ഈരണ്ട് കൊഴക്കട്ടയുമായി സൗദാമിനി വന്നു.

"നാലെണ്ണമേ ഒണ്ടാരുന്നൊള്ളൂ. ഞാൻ കൊഴക്കട്ടേടെ വെള്ളം കുടിച്ചോളാം. അതിനാ രുചി."

"ഓ, അതുവേണ്ട." ശിവാനന്ദൻ പറഞ്ഞു. "ഞങ്ങൾക്ക് ഓരോന്നു മതി."

"അതു സാരമില്ല."

സൗദാമിനി വാതിലിൽ മറഞ്ഞുനിന്ന് സംതൃപ്തിയോടെ രണ്ടുപേരും കൊഴക്കട്ട തിന്നുന്നത് കണ്ട് കോരിത്തരിച്ചു. വളരെ നാളുകളായി ആർക്കെങ്കിലും എന്തെങ്കിലും കൊടുത്തിട്ട്. കൊഴക്കട്ട പൊട്ടിച്ചിട്ടപ്പോൾ അതിനുള്ളിൽ തേങ്ങയും ശർക്കരയും കണ്ട് ശങ്കരപ്പിള്ള സന്തോഷിച്ചു. മധുരം ഉള്ളിലൊളിപ്പിച്ച ഒരു കുഴക്കട്ടയാണ് സൗദാമിനിയെന്ന് അയാൾക്ക് തോന്നി.

"സൗദാമിനി എന്താ ഒന്നും പറയാത്തെ."

ശിവാനന്ദൻ അവളുടെ മുഖത്തേക്ക് നോക്കി ചോദിച്ചു.

"കടത്തിണ്ണേൽ കഴിയുന്ന ഒരാളെ എന്റെ വീട്ടിൽ കെടത്താൻ എനിക്ക് ഒരു മടിയുമില്ല. എനിക്കൊരു കൂട്ടാവുമല്ലോ. എനിക്ക് മിണ്ടാനും പറയാനും ഒരു കൂട്ടു കിട്ടുന്നത് നല്ലതല്ലേ? പക്ഷേങ്കില് വിവാഹം, താലികെട്ട്, ഭാര്യാഭർത്താവ് അങ്ങനെയുള്ള കാര്യങ്ങളിൽ എനിക്ക് ഒരു താല്പര്യവുമില്ല. എപ്പോ വേണമെങ്കിലും ഇവിടെ കയറി വരാം. ഒള്ളത് കഴിക്കാം. എന്നുവച്ചാൽ ആഹാരം കിട്ടുമെന്ന് അർത്ഥം. താലികെട്ടിയാലേ ഭാര്യാഭർത്താക്കന്മാരാവൂ എന്നൊന്നും ഞാനിപ്പോൾ വിശ്വസിക്കുന്നില്ല. അതില്ലാതെതന്നെ സ്നേഹിക്കാനും ജീവിക്കാനും പറ്റും. മറ്റുള്ളവർ എന്നെക്കുറിച്ച് എന്തുപറയും എന്നുള്ളത് എനിക്കൊരു പ്രശ്നമല്ല. അതുപോലെ ശങ്കരപ്പിള്ളയെക്കുറിച്ച് ആളുകൾ അപവാദം പറയും. എന്തും നേരിടാനുള്ള ആത്മധൈര്യം വേണം. ശങ്കരപ്പിള്ളയുടെ ഭാഗത്തുനിന്നും എനിക്ക് ഇഷ്ടമില്ലാത്ത സംഭവങ്ങളുണ്ടായാൽ അപ്പോൾ തന്നെ ഇവിടെനിന്നും ഇറക്കിവിടും. അക്കാര്യത്തിൽ മാറ്റമില്ല. ഇതൊക്കെ നേരിട്ടു പറയാനാണ് ശങ്കരപ്പിള്ളതന്നെ വരണമെന്ന് ഞാൻ വാശിപിടിച്ചത്. ശാരീരികമായി ബന്ധപ്പെട്ടെന്ന് വിചാരിച്ച് ആരും ഭാര്യാഭർത്താക്കരാവുന്നില്ല. മനസ്സുകൊണ്ട് അടുപ്പം തോന്നിയാൽ അവർ സത്യത്തിൽ ഭാര്യാഭർത്താക്കന്മാരാണ്. എന്റെ ശരീരംകണ്ട് കൊതിതോന്നി വരുന്നവരെ എനിക്ക് പുച്ഛമാണ്. ഇനിയും ഒരു പുരുഷന്റെ മാലിന്യം ഏറ്റുവാങ്ങാൻ എനിക്കു വയ്യ. ഇഷ്ടമുള്ളതും ഇഷ്ടമില്ലാത്തതുമായ കാര്യങ്ങൾ ജീവിതത്തിൽ

സ്വീകരിക്കേണ്ടതായി വരും. കാലക്രമത്തിൽ ഇഷ്ടമില്ലാത്തത് ഇഷ്ട മായിമാറാം. പണ്ട് ചെറുപ്പത്തിൽ എനിക്ക് സുന്ദരമായ സ്വപ്നങ്ങളുണ്ടാ യിരുന്നു. ഇപ്പോൾ സ്വപ്നവുമില്ല; അതിന് സൗന്ദര്യവുമില്ല. എന്നെ ഒരു കൂട്ട് എന്ന രീതിയിൽ കണക്കാക്കി ജീവിക്കാമെങ്കിൽ ശങ്കരപ്പിള്ളയ്ക്ക് ഇവിടെ കഴിയാം. മനസ്സിൽ മറ്റൊരു ചിന്തയും വളരാൻ അനുവദിക്ക രുത്."

ഒന്നും മിണ്ടാതെ ശങ്കരപ്പിള്ള ശിവാനന്ദനെ തലയുയർത്തി നോക്കി. സൗദാമിനി പറഞ്ഞ കാര്യങ്ങളൊക്കെ ശ്രദ്ധിച്ചെങ്കിലും ഒന്നും ശങ്കരപ്പി ള്ളയ്ക്ക് പിടികിട്ടിയില്ല. സൗദാമിനി എന്തിനാണ് ഇങ്ങനെ മനസ്സിലാ കാത്ത വ്യവസ്ഥകൾ വയ്ക്കുന്നതെന്ന് അയാൾക്ക് മനസ്സിലായില്ല. സൗദാമിനി പറഞ്ഞകാര്യങ്ങൾ തനിക്ക് സമ്മതമാണെന്ന് പറയാൻ തോന്നിയെങ്കിലും മുരുകൻ മുതലാളിയുമായി ആലോചിച്ചിട്ട് ഉത്തരം പറയുന്നതാണ് ഉചിതമെന്ന് ശങ്കരപ്പിള്ള ഉറപ്പിച്ചു. ശിവാനന്ദൻ വീർപ്പ്മുട്ടി എല്ലാം കേട്ടെങ്കിലും ഒന്നും പറയാൻ കഴിയാതെ അയാൾ തിണ്ണയിൽ നിന്നും എഴുന്നേറ്റു. സൗദാമിനി രണ്ടുപേരേയും മാറിമാറി നോക്കി. ഉചി തമായ ഒരു മറുപടി അറിയിക്കാമെന്ന് പറഞ്ഞ് ശങ്കരപ്പിള്ളയും ശിവാന ന്ദനും വയലിലിറങ്ങി വലിയ വരമ്പിലൂടെ നടന്നു.

ഇരുപത്തി മൂന്ന്

മദ്യം ആരോഗ്യത്തിന് ഹാനികരം എന്നു പറയുന്നതുപോലെ അക്ഷരം മനസ്സിന്റെ ആരോഗ്യത്തിന് ഹാനികരമാണോയെന്ന് ചിന്തി ക്കാൻ പ്രേരിപ്പിക്കുന്ന രീതിയിലായിരുന്നു ഭാരതിയുടെ നിലപാടുകൾ. ബോറടി ഒഴിവാക്കാൻ വേണ്ടിയാണ് ശിവൻകുട്ടി അവളെ വായനയി ലേക്ക് തിരിച്ചുവിട്ടത്. ചക്കിന് വച്ചത് കൊക്കിനു കൊണ്ടു എന്നു പറയു ന്നതുപോലെയായി കാര്യങ്ങൾ. *ജനയുഗം* വാരിക കൃത്യമായി കിട്ടിയി ല്ലെങ്കിൽ അവൾക്ക് ശ്വാസം മുട്ടുകയും ശരീരം വിയർക്കാൻ തുടങ്ങു കയും ചെയ്യും. മദ്യപന് മദ്യം കിട്ടാത്ത അവസ്ഥയിലുണ്ടാവുന്ന വേവ ലാതിപോലെ ഭാരതിക്കും അത്തരം അവസ്ഥകൾ അനുഭവപ്പെടാൻ തുടങ്ങി. ക്ഷേത്രത്തിലേക്ക് തിരിയുന്ന കവലയിലെ തുണിക്കട, വാരിക വരുന്ന ദിവസം തുറന്നില്ലെങ്കിൽ ഭാരതി ആരോടെന്നില്ലാതെ ദേഷ്യം കാണിക്കാൻ തുടങ്ങി. കടത്തിണ്ണയിൽ കാത്തിരുന്നു മുഷിയുമ്പോൾ അവൾ വേഗത്തിൽ നടന്ന് ഏതെങ്കിലും പുസ്തകമെടുത്ത് വഴിയിലൂടെ വായിച്ചുകൊണ്ട് നടക്കും. വായിച്ചില്ലെങ്കിൽ ജീവിക്കാൻ പറ്റാത്ത അവ സ്ഥയിലെത്തി അവൾ. ആഹാരം കിട്ടിയില്ലെങ്കിൽ അത് ശരീരത്തിന്റെ പ്രശ്നമാണ്. അത് സഹിക്കാൻ അവൾ തയ്യാറാണ്. വായിക്കുന്നത് മന സ്സിന്റെ ആവശ്യമാണ്. അക്ഷരങ്ങൾ അടർത്തിയെടുത്ത് തിന്നാൻ അവൾ കൊതിച്ചു. അക്ഷരങ്ങളുടെ മുകളിൽ കിടന്ന് ഉറങ്ങാൻ അവൾ ആഗ്രഹിച്ചു. അക്ഷരങ്ങളിൽ അടയിരിക്കാൻ ഒരു തള്ളക്കോഴിയെപ്പോലെ

അവൾ കൊതിച്ചു. റോഡിലൂടെ നടക്കുമ്പോൾ കീറിയ പേപ്പർ എവിടെ കണ്ടാലും കുനിഞ്ഞെടുത്ത് അതിലെന്താണ് എഴുതിയിരിക്കുന്നതെന്ന് വായിച്ച് മനസ്സിലാക്കും. ആദ്യമൊക്കെ തയ്യൽക്കാരൻ ചെല്ലപ്പന്റെ കൈയിൽനിന്നും വാരിക വാങ്ങി ഭാരതിക്ക് നല്കിയത് ശിവൻകുട്ടിയായിരുന്നു. വാരിക കണ്ടാൽ എന്തെങ്കിലും ജോലി ചെയ്യുമ്പോൾ അത് ഇട്ടെറിഞ്ഞ് വാരികയിലെ *വിലയ്ക്കു വാങ്ങാം* വായിച്ചതിനുശേഷം മാത്രമേ മറ്റു ജോലികൾ ശ്രദ്ധിക്കുമായിരുന്നുള്ളൂ. ശിവൻകുട്ടിയെ കോളേജിൽ ചേർക്കാത്തതിനെക്കുറിച്ച് അവൾ ഇപ്പോൾ ഒന്നും പറയാറില്ല. ഉറക്കത്തിൽ ദീപാങ്കുരനേയും ലക്ഷ്മിയേടത്തിയേയും അവൾ സ്വപ്നം കണ്ടു. അവൾ സംസാരിക്കുന്നത് കേട്ടപ്പോൾ പാറുവമ്മ ഉണർന്ന് ശ്രദ്ധിച്ചെങ്കിലും ഒന്നും വ്യക്തമായിരുന്നില്ല. പകൽ സമയങ്ങളിൽ അവൾ വായനശാലയിലായിരിക്കും. അവളുടെ സ്വഭാവത്തെക്കുറിച്ച് ആരെങ്കിലും എന്തെങ്കിലും പറഞ്ഞാൽ അവൾ കയർക്കാൻ തുടങ്ങി. വായന തുടങ്ങിയതിനുശേഷം എല്ലാ കാര്യങ്ങളിലും ഒരുതരം നിസ്സംഗത അവളെ പൊതിഞ്ഞു. ഒരു ദിവസം വാരിക വാങ്ങാൻ അവൾ കടയിലെത്തി. തയ്യൽക്കാരൻ വന്നിട്ടില്ല. തയ്യൽമെഷീൻ കടയ്ക്കുള്ളിലെ കുടുസ്സ് മുറിയിൽനിന്നും പുറത്തിറക്കിയിട്ടില്ല. തയ്യൽക്കാരന്റെ കത്രിക നുറുക്കിയിട്ട പുള്ളിത്തുണികൾ തുണ്ടുകളായി തറയിൽ നിരന്നു കിടന്നു. ചതുരാകൃതിയിലുള്ള ഒന്നു രണ്ടു തുണിക്കഷണം അവൾ കൈയിലെടുത്തു. തയ്യൽമെഷീന്റെ വലത്തേ ഡ്രോയിൽ വാരിക മടക്കി വച്ചിരിക്കുന്നത് അവൾ കണ്ടു.

"ചെല്ലപ്പൻ എപ്പഴാ വരുന്നേന്ന് ആരു കണ്ടു." മുതലാളി അവളെ നോക്കിപ്പറഞ്ഞു. "നിന്നുനിന്ന് നിന്റെ കാല് കഴയ്ക്കും കൊച്ചേ. നീ പോയിട്ടു പിന്നെവാ. ഉച്ചയാവുമ്പം ചെല്ലപ്പൻ വരും. ആരു ചോദിച്ചാലും കൊടുക്കരുതെന്നാ ചെല്ലപ്പൻ പറഞ്ഞിരിക്കുന്നത്. അതോണ്ട് തരാൻപറ്റത്തില്ല."

"വാരിക കിട്ടാതെ പോവുന്ന പ്രശ്നമില്ല." ഭാരതി ശാഠ്യത്തോടെയാണ് പറഞ്ഞത്.

"തയ്യൽക്കാരൻ സ്ഥലത്തില്ലാത്തോണ്ട് ഇവിടിരുന്ന് വായിച്ചിട്ട് തിര്യെ തരാമോ."

ഭാരതി തലകുലുക്കി. ഒന്നുരണ്ട് മുടിയിഴകൾ അവളുടെ മുഖത്തേക്ക് ചാഞ്ഞുവീണു. വളരെ നാളുകളായി ആഹാരം കിട്ടാത്ത കുട്ടിയേപ്പോലെ അവൾ വാരിക ചികഞ്ഞ് അക്ഷരങ്ങൾ വാരിവാരി ഭുജിച്ചു.

വിവാഹം കഴിക്കാത്ത, പ്രായമായ പെണ്ണാണ് ഭാരതി. കടത്തിണ്ണയിലിരുന്ന് വായിക്കുന്നതു കണ്ടാൽ ആളുകൾ അതുമിതും പറയും. അക്കാര്യങ്ങളൊന്നും അവൾ ചിന്തിച്ചതേയില്ല. പരദൂഷണം പറയാൻ ആളുകൾക്ക് എന്തെങ്കിലും കാരണം വേണോ? അന്ന് വെള്ളിയാഴ്ചയായതുകൊണ്ട് ധാരാളം ആളുകൾ ക്ഷേത്രത്തിലേക്ക് പോകുന്നുണ്ടായിരുന്നു. ഭൂരിഭാഗവും സ്ത്രീകളായിരുന്നു. അവർക്കാണല്ലോ ഈശ്വരവിശ്വാസം

കൂടുതൽ. ജീവിതത്തിന്റെ കയ്പുനീർ കുടിക്കേണ്ടത് അവരാണല്ലോ. തിണ്ണയിലിരിക്കുന്ന ഭാരതിയെ അവർ ശ്രദ്ധിക്കുന്നുണ്ട്. ആണ്ടൂർവിളയിൽ രാമക്കുറുപ്പിന്റെ മോളല്ലേ അതെന്ന് സ്ത്രീകൾ പരസ്പരം ചോദിക്കുന്നതുകേട്ടു. ഭാരതി തലയുയർത്തി നോക്കി. പാചകത്തിനു പോവുന്ന പൂവേലി പൊന്നമ്മയായിരുന്നു അത്. അക്ഷരമറിയാത്ത പൊന്നമ്മയ്ക്ക് വായനയുടെ സുഖമെന്താണെന്ന് അറിയാൻ വഴിയില്ല. പൂവേലി പൊന്നമ്മയുടെ മാറിടം ദിനംകഴിയുംതോറും വളരുന്നതായി ഭാരതിക്കു തോന്നി. ഓരോ ദിവസവും ഓരോ രൂപത്തിലാണ് അവളുടെ മാറിടം പ്രത്യക്ഷപ്പെടുന്നത്. അടിയുടുപ്പിന്റെ വ്യത്യാസമായിരിക്കാം അതെന്ന് ഭാരതി കണക്കുകൂട്ടി.

ഭാരതി കഥക്കുള്ളിൽ കണ്ണുകൾ തിരുകി വീണ്ടും കഥാപാത്രങ്ങളുടെ കൂടെ നടന്നു. ദീപാങ്കുരനോടും സതിയോടും മൂകമായി സംസാരിച്ചു. മെറ്റലിടാത്ത റോഡിൽക്കൂടി കാളവണ്ടി കടന്നുപോകുന്ന ശബ്ദം ഭാരതിയുടെ ഏകാഗ്രതയെ ശല്യപ്പെടുത്തി. എങ്കിലും ഇടയ്ക്ക് പുഞ്ചിരിക്കുകയും കഥാപാത്രങ്ങളോട് സംസാരിക്കുകയും ചെയ്തു. ഇടയ്ക്ക് അവളുടെ ചിരി ഉച്ചത്തിലായി. മുതലാളി തിണ്ണയിലിറങ്ങി അവളെ ശ്രദ്ധിച്ചു. ചില എഴുത്തുകാരുടെ കൃതികളിലെ കഥാപാത്രങ്ങൾ എഴുത്തുകാരേക്കാൾ പ്രശസ്തരാണ്. പളനിയും പരീക്കുട്ടിയും കറുത്തമ്മയും ചെമ്പൻ കുഞ്ഞും ചക്കി മരക്കാത്തിയും എത്രയോ പ്രശസ്തരായ കഥാപാത്രങ്ങൾ! സാറാമ്മയും കേശവൻ നായരും നമ്മുടെയിടെയിൽ ഇപ്പോഴും ജീവിക്കുന്ന കഥാപാത്രങ്ങളാണ്. അതുപോലെതന്നെയാണ് *വിലയ്ക്കുവാങ്ങാമി*ലെ ദീപാങ്കുരനും സതിയും ലക്ഷ്മിയേടത്തിയും കിരണനും. വായനകഴിഞ്ഞ് വാരിക തിരികെ നല്കി വീട്ടിലേക്കു നടക്കുമ്പോൾ സതി അവളോട് എന്തൊക്കെയോ സംശയങ്ങൾ ചോദിച്ചു. അവൾ എല്ലാറ്റിനും മറുപടിയും നല്കി.

വൈകിട്ടു മൈക്കാടു പണികഴിഞ്ഞ് വീട്ടിലെത്തിയ ശിവൻകുട്ടി തിണ്ണയിലിരുന്ന് ഏതോ പുസ്തകം വായിക്കുന്ന ഭാരതിയെ കണ്ടപ്പോൾ ദേഷ്യം അടക്കാൻ കഴിഞ്ഞില്ല.

"എന്തോന്നാ എപ്പോഴും ഒരു പുസ്തകവായന. ഇതൊന്നും അത്ര ശരിയായ കാര്യമല്ല. ചേച്ചി തുണിക്കടയുടെ തിണ്ണയിലിരുന്ന് വാരിക വായിക്കുന്ന കാര്യം ഒരാൾ എന്നോടു പറഞ്ഞു."

"എന്താ, വാരിക വായിക്കുന്നത് അത്ര വലിയ പാപമാണോ?"

"എന്നല്ല, ചേച്ചി കല്യാണം കഴിയാത്ത ഒരു പെണ്ണാ. കടേടെ തിണ്ണേലിരുന്ന് വായിക്കുന്നത് തെറ്റാണെന്നേ ഞാൻ പറഞ്ഞൊള്ളൂ."

"ശരി, ശരി, ഇനീം ഞാൻ കടത്തിണ്ണേലിരുന്നു വായിക്കത്തില്ല. ഇവിടിരുന്നു വായിച്ചോളാം. അപ്പോ കൊഴപ്പമില്ലല്ലോ."

"കൊഴപ്പമൊണ്ട്, ഇപ്പോ ഭാരതിച്ചേച്ചിയുടെ പുസ്തക വായന ഇച്ചിരി കൂടുതലാ. വീട്ടിലെ ഒരു കാര്യവും ഇപ്പോൾ ശ്രദ്ധിക്കുന്നില്ല."

"ശ്രദ്ധിക്കുന്നില്ലെന്ന് ആരു പറഞ്ഞു. അതൊക്കെ നിന്റെ തോന്നലാ."

"ഞാൻ തന്നെയാ ഇതിനൊക്കെ കാരണം. ചേച്ചീടെ ബോറടി കണ്ടപ്പോൾ സമയം പോട്ടെന്നു വിചാരിച്ച് വായിക്കാൻ തന്നു. ഇപ്പോൾ വായനമാത്രം. ആടിനെ പ്ലാവില കാണിക്കാൻ പാടില്ലാരുന്നു."

"എന്തിനാ പ്ലാവില കാണിച്ചത്. എടാ ശിവൻകുട്ടി, എന്തു ചെയ്താലും ആത്മാർത്ഥത വേണം. വായനയുടെ കാര്യവും മറിച്ചല്ല."

"ചേച്ചി ഗ്രന്ഥശാലേൽ പോയി അംഗത്വമെടുത്തോ?"

"ങാ, എടുത്തു."

"ആരോടു ചോദിച്ചു?"

"ആരോടെങ്കിലും ചോദിക്കേണ്ട കാര്യമുണ്ടെന്ന് തോന്നിയില്ല. അതോണ്ടാ."

"വായനശാലേലെ രാജേന്ദ്രനുമായി ചേച്ചിക്ക് എന്താ ബന്ധം?"

"ഒരു പുസ്തകസ്നേഹിയോടു തോന്നുന്ന ബന്ധം."

"അക്കാര്യവും ആളുകൾ പറയുന്നുണ്ട്."

"പറയട്ടെ, ആളുകൾ എന്തും പറയട്ടെ. അതെന്നെ ബാധിക്കുന്ന കാര്യമല്ല."

ശിവൻകുട്ടി പിന്നീടൊന്നും പറഞ്ഞില്ല. ഭാരതി കൂടുതലെന്തെങ്കിലും പറയുന്നതിനു മുമ്പ് അവൻ കുളിക്കാനായി കിണറ്റുകരയിലേക്ക് നടന്നു. പിറകിൽനിന്നും ഭാരതി എന്തൊക്കെയോ പിറുപിറുക്കുന്നത് അവൻ കേട്ടു. ഒന്നും വ്യക്തമായില്ല. പാറുവമ്മ പഴയ കട്ടിലിന്റെ കുഴിയിൽക്കിടന്ന് രണ്ടു പേരുടേയും സംഭാഷണം കേൾക്കുന്നുണ്ടായിരുന്നു. നിയന്ത്രണം വിട്ട തോണിപോലെയാണ് ഭാരതിയുടെ യാത്രയെന്ന് പാറുവമ്മയ്ക്ക് തോന്നി. അവർക്ക് സങ്കടം തോന്നിയതുകൊണ്ട് മുറുക്കാൻ പാത്രം പത്തായത്തിനു മുകളിൽനിന്നും തപ്പിയെടുത്ത് വെറ്റിലയിൽ ചുണ്ണാമ്പു തേച്ച് വായിലേക്കിട്ടു. ജന്നൽ തുറന്ന് പുറത്തേക്ക് നീട്ടിത്തുപ്പി. കട്ടിലിന്റെ കുഴിയിൽനിന്നും തുണികൾ വാരിയെടുത്ത് വീണ്ടും കുഴി നികത്തി പാറുവമ്മ നടുനിവർത്തി. ഇനിയും അധികം താമസിയാതെ എനിക്ക് മരിക്കണമെന്ന് പാറുവമ്മ സ്വയം പറഞ്ഞു. ദുഃഖങ്ങളിൽനിന്നും രക്ഷപ്പെടാൻ അതുമാത്രമേ പോംവഴിയുള്ളൂ. പുറത്തെ വായുവിന് മരണത്തിന്റെ മണമുള്ളതുപോലെ പാറുവമ്മയ്ക്ക് തോന്നി. ചുമരിൽ അപ്പോൾ ചിലന്തികൾ വല നെയ്യുന്നുണ്ടായിരുന്നു. ആഗ്രഹിച്ചതുപോലെ ഭാരതിയുടെ വിവാഹം നടത്താൻ കഴിയുമെന്ന് പാറുവമ്മ വിചാരിക്കുന്നില്ല. ഭാരതിക്ക് വായിക്കാനായി പുസ്തകം വാങ്ങാനുള്ള കാശ് പുതുതായി കണ്ടെത്തണം. ഭാരതിക്കൊരു പുള്ളിപ്പാവാട മാത്രമാണുള്ളത്. അവൾക്കൊരു സാരി വാങ്ങിക്കൊടുത്ത് അത് ഉടുത്തുകാണാൻ ആഗ്രഹം തോന്നിയെങ്കിലും പാറുവമ്മയ്ക്ക് അതൊന്നും അനുഭവിക്കാനുള്ള ഭാഗ്യമില്ലെന്ന് അവർ സ്വയം പറഞ്ഞു.

കിണറ്റിലിറക്കിയ പാളയിൽ വെള്ളം കയറാൻ കൂട്ടാക്കാത്തതുകൊണ്ട് പാള ശിവൻകുട്ടി മുകളിലേക്ക് വലിച്ച് അമ്പലക്കുളത്തിലേക്ക് പോകാൻ തയ്യാറായി. വയലാറിന്റെ *അയിഷ* ഭാരതിച്ചേച്ചിയുടെ കൈയി

ലിരിക്കുന്നത് അവൻ കണ്ടു. എത്രയും പെട്ടെന്ന് ഭാരതിച്ചേച്ചിയെ വിവാഹം കഴിച്ചയച്ചില്ലെങ്കിൽ അവൾ വഴിതെറ്റിപ്പോകുമെന്ന് ശിവൻകുട്ടി ചിന്തിച്ചു. അതിനുവേണ്ട കാര്യങ്ങൾ എത്രയും പെട്ടെന്ന് കണ്ടെത്തണ മെന്ന് അവൻ ഉറപ്പിച്ചു. ശിവൻകുട്ടി രാവിലെ മൈക്കാടു പണിക്കു പോകു ന്നതുകൊണ്ട് അടുക്കളയിൽ ഇപ്പോൾ തീ കത്തിക്കാറില്ല. തിണ്ണയിലെ മുളത്തൂണിൽ ചാരിയിരുന്ന് ഭാരതി പുസ്തകം വായിക്കുമ്പോൾ പാറു വമ്മ പുറത്തിറങ്ങും. ഭാരതിയുടെ പ്രധാന ആഹാരം പുസ്തകമാണ്. വിശന്നു വലയുമ്പോൾ മാത്രം അവൾ അടുക്കളയിൽ കയറും.

രാവിലെ പാറുവമ്മ പുറത്തേക്കുപോകുമ്പോൾ എങ്ങോട്ടാണ് പോകു ന്നതെന്ന് ഭാരതി ചോദിക്കാറില്ല. ചോദിച്ചാൽ എങ്ങോട്ടെങ്കിലും എന്നേ അവർക്ക് പറയാൻ കഴിയൂ. ചിലപ്പോൾ ഏതെങ്കിലും പരിചയമുള്ള വീട്ടി ലെത്തി മുറ്റം വൃത്തിയാക്കുകയോ പാത്രം കഴുകുകയോ ചെയ്യും. അപ്പോൾ അവിടെനിന്നും കിട്ടുന്ന ആഹാരം കഴിക്കും. ആഹാരം കഴി ക്കാൻവേണ്ടി മാത്രമാണ് മനുഷ്യൻ ജീവിക്കുന്നതെന്ന് പാറുവമ്മയ്ക്ക റിയാം. വയറ് നിറഞ്ഞാൽ എല്ലാമായി എന്നാണ് അവരുടെ ഇപ്പോഴത്തെ ചിന്ത. പണ്ടൊക്കെ എന്തെങ്കിലും കിട്ടിയാൽ ശിവൻകുട്ടിക്കും ഭാരതിക്കും കൊടുത്തതിനു ശേഷമേ അവർ കഴിക്കുമായിരുന്നുള്ളൂ. അന്ന് അവർ കൊച്ചുകുട്ടികളായിരുന്നു. ഇന്നവർ വളർന്നു കഴിഞ്ഞിരിക്കുന്നു. സ്വന്തം കാലിൽ നില്ക്കാനുള്ള തന്റേടമായി. പാറുവമ്മ ചെറുപ്പത്തിൽ ജോലി ചെയ്തിരുന്ന കാവാടിയിലെ പാപ്പാ സ്വാമിയുടെ വീട്ടിൽനിന്നും കിട്ടിയ പലഹാരം അവർ ആർക്കും നല്കാതെ കഴിച്ചു. സ്വന്തം വിശപ്പാണ് മറ്റു ള്ളവരുടെ വിശപ്പിനേക്കാൾ പ്രധാനപ്പെട്ടത്. ശങ്കരപ്പിള്ള സ്വന്തം പെങ്ങൾക്കുവേണ്ടി ജീവിച്ചത് മണ്ടത്തരമാണെന്ന് പാറുവമ്മയ്ക്ക് ഇപ്പോൾ തോന്നുന്നു. ശിവൻകുട്ടിയും ഭാരതിയും നല്ല നിലയിലെത്തി ക്കഴിഞ്ഞാൽ മനഃസമാധാനത്തോടെ മരിക്കാമെന്ന് അവർ കണക്കുകൂട്ടി. പക്ഷേ, ആഗ്രഹിക്കുന്നതെല്ലാം നടക്കുമോ? ശിവൻകുട്ടിയെ കോളേജിൽ ചേർക്കാതിരുന്നതിന്റെ ഉത്തരവാദിത്വം തനിക്കാണെന്ന് പലരും പറയുന്നു. അതിനേക്കാൾ പ്രധാനമല്ലേ ഭാരതിയുടെ വിവാഹം? അവളെ ഇനിയും വീട്ടിൽ നിർത്തുന്നത് ആത്മഹത്യാപരമായിരിക്കും. അവളെക്കുറിച്ച് ആളു കൾ പറയുന്ന അപവാദം വന്ന് തറയ്ക്കുന്നത് തന്റെ നെഞ്ചിലാണെന്ന് പാറുവമ്മയ്ക്കറിയാം. ചിന്ത മൂത്തപ്പോൾ പാറുവമ്മ വീണ്ടും വെറ്റില മുറുക്കി. വെറ്റിലച്ചാറ് വായിൽ നിറഞ്ഞപ്പോൾ അവർ ദേഷ്യത്തോടെ പുറത്തേക്ക് തുപ്പി.

ചില ദിവസങ്ങളിൽ ശിവൻകുട്ടി ജോലിസ്ഥലത്തുനിന്നും നേരേ വീട്ടിലേക്ക് വരാറില്ല. ജോലിക്കു പോയതിനു ശേഷം അവന്റെ മുഖം കറുക്കുകയും ശരീരം ക്ഷീണിക്കുകയും ചെയ്തു. താമസിച്ചതെന്താ ണെന്ന് പാറുവമ്മ ചോദിച്ചാൽ അമ്പലത്തിലായിരുന്നു എന്നുമാത്രം മറു പടി. എട്ടുമണിയാവുമ്പോൾ അമ്പലം അടയ്ക്കും. രാമക്കുറുപ്പിനെ പ്പോലെ പത്തുമണിയാവാതെ ശിവൻകുട്ടി വീട്ടിലെത്താറില്ല. പാറുവമ്മ

യുടെ മനസ്സിൽ ശിവൻകുട്ടി ഇപ്പോഴും കുഞ്ഞാണ്. കമുകിൻപാളയിൽ കിടത്തി ശിവൻകുട്ടിയെ കുളിപ്പിച്ചത് ഇന്നലെയാണെന്നേ തോന്നൂ. ശിവൻകുട്ടിയെ പ്രസവിച്ചു കഴിഞ്ഞാണ് ചെല്ലമ്മ രോഗിയായത്.

സന്ധ്യയാവുന്നു. തിണ്ണയും മുറ്റവും തൂത്ത് വൃത്തിയാക്കീട്ടു വേണം വിളക്ക് കൊളുത്താൻ. ഒരു ഈർക്കിൽ ചൂലുണ്ടാക്കുവാൻ ഇതേവരെ സമയം കിട്ടിയില്ല. കുറ്റിച്ചൂലുകൊണ്ട് കുനിഞ്ഞുനിന്ന് തൂക്കാൻ ഇപ്പോൾ പാറുവമ്മയുടെ ആരോഗ്യം അനുവദിക്കുന്നില്ല. നിലവിളക്ക് കഴുകിയെടുക്കണം. ഭാരതി ഇക്കാര്യത്തിലൊന്നും ഇപ്പോൾ ശ്രദ്ധിക്കാറില്ല. അവൾ അടുക്കളയുടെ വടക്കു വശത്തെ തിട്ടയിലിരുന്ന് പുസ്തകം വായിക്കുന്നു.

"ഭാരതീ, സന്ധ്യയാവുന്നത് നീ കാണുന്നില്ലേ? വെളക്ക് കൊളുത്തണ്ടായോ?"

"വേണ്ട."

"അതെന്താ?"

"വെളിക്കാ."

"നീ കഴിഞ്ഞാഴ്ചയല്ലിയോ വെളിക്കായത്. ഒരാഴ്ച കഴിഞ്ഞപ്പം വീണ്ടും, എന്താ എന്നെ കളിയാക്കുവാന്നോ?"

"അല്ല മുത്തശ്ശീ, സത്യമാ."

ഭാരതി ശരീരം ഇളക്കി ചിരിച്ചു. പാറുവമ്മ നിലവിളക്കുമായി കിണറ്റിൻ കരയിലേക്ക് നടന്നു. കിണറിന്റെ മുകളിൽ മുന്നണിക്കാട് നിറഞ്ഞു കിടക്കുന്നു. കിണറിന്റെ മൺതിട്ട മഴകൊണ്ടുപോയി. കിണർ ഇപ്പോൾ തറനിരപ്പിലാണ്. പെയ്ത്ത് വെള്ളം കിണറ്റിലേക്ക് മറിയുന്നുണ്ട്. വിളയാത്ത തെങ്ങിൻ തടിയിലാണ് കപ്പി ഉറപ്പിച്ചിരിക്കുന്നത്. തടിക്കുള്ളിൽ മണ്ണാണ്. തെങ്ങ് എപ്പോൾ വേണമെങ്കിലും ഒടിഞ്ഞ് കിണറ്റിൽ വീഴാം. പാറുവമ്മ പാള കിണറ്റിലിട്ടു. കയർ അയച്ചു. പാളയിൽ വെള്ളം കയറാൻ മടിച്ചു. പാറുവമ്മ പാള മുകളിലേക്ക് വലിച്ചു. പാളയുടെ കാത് കെട്ടിയ വഴുക മാത്രം മുകളിലേക്ക് വന്നത് കണ്ടു ഭാരതി ചിരിച്ചു.

"ഇന്നിനീം വെളക്ക് കഴുകണ്ട."

"നിന്നോടു ചോദിച്ചോ?"

"നല്ല ശുദ്ധമായ വെള്ളം വേണേൽ കെണറ്റിലിറങ്ങണം."

പാറുവമ്മ മറുപടി പറയാതെ തോർത്തെടുത്ത് വിളക്ക് തുടച്ചു. തോർത്ത് കറുത്തു. വിളക്ക് കൊളുത്തി കഴിഞ്ഞപ്പോൾ പാറുവമ്മ നാമം ചൊല്ലാൻ തുടങ്ങി. പതിവുപോലെ അക്ഷരമില്ലാത്ത എന്തൊക്കെയോ ശബ്ദങ്ങൾ പുറത്തേക്ക് വന്നു. ഇടയ്ക്ക് ഭാരതിയെന്നും ശിവൻകുട്ടിയെന്നും പറഞ്ഞു. ഒരുപക്ഷേ, ദൈവത്തിന് പാറുവമ്മയുടെ നാമം ചൊല്ലലായിരിക്കും കൂടുതൽ ഇഷ്ടമെന്ന് ഭാരതി വിചാരിച്ചു. നിലവിളക്കിൽ നിറയെ എണ്ണയുണ്ടായിരുന്നതുകൊണ്ട് ദീപം കരിന്തിരിയെരിഞ്ഞില്ല. പാറുവമ്മയുടെ പറമ്പിൽ ഒരു അമ്പഴമുണ്ടായിരുന്നു. അതിന്റെ കായ് പുഴുങ്ങിയാണ് പാറുവമ്മ വിളക്കെണ്ണ ഉണ്ടാക്കിയത്. കാശ് കൊടുത്തു വാങ്ങാത്ത വെളക്കെണ്ണയായതുകൊണ്ടാണ് പാറുവമ്മ നിലവിളക്കിൽ

നിറയെ എണ്ണയൊഴിച്ചത്. ശിവൻകുട്ടിയേയും പ്രതീക്ഷിച്ച് നിലവിളക്കിന്റെ ദുർബ്ബലമായ വെട്ടത്തിൽ പാറുവമ്മ മുളന്തൂണിൽ ചാരി വടക്കോട്ടു നോക്കിയിരുന്നു. ശിവൻകുട്ടി എന്താണിത്ര താമസിക്കുന്നത്?

ഇരുപത്തി നാല്

മുരുകൻ മുതലാളിയുടെ ചലചരക്ക് കടയിൽ അന്നൊരു ഉത്സവത്തിന്റെ പ്രതീതിയായിരുന്നു. മുതലാളിയും കടയിലെ മറ്റ് ജീവനക്കാരും സന്തോഷംകൊണ്ട് പൊട്ടിത്തെറിക്കാൻ പോകുന്നതുപോലെ അവരുടെ മുഖത്ത് അമിട്ടുകൾ കത്തി. അവരുടെ കാലുകൾക്ക് വേഗതകൂടി. അവരെല്ലാവരും ശങ്കരപ്പിള്ളയെ ഒരു അത്ഭുതവസ്തുവിനെപ്പോലെ നോക്കി. സന്ധ്യയോടെ ശങ്കരപ്പിള്ള സൗദാമിനിയുടെ വീട്ടിലേക്ക് പോകും. ദുഷ്യന്തന്റെ കൊട്ടാരത്തിലേക്ക് യാത്രയാവുന്ന ശകുന്തളയുടെ തോഴിമാരെപ്പോലെ അവരൊക്കെ കടയ്ക്കുള്ളിൽ ധൃതിയിൽ നടന്നു. കട നേരത്തെ അടയ്ക്കാനുള്ള തീരുമാനം മുതലാളി രാവിലെ പ്രഖ്യാപിച്ചു. കാണാൻ കൊള്ളാവുന്ന ഒരു പെണ്ണിനോടൊത്ത് ജീവിക്കാനുള്ള ശങ്കരപ്പിള്ളയുടെ ആഗ്രഹം സഫലമാവുകയാണ്. ഭർത്താവായിട്ടാണോ അതോ ഒരു സഹോദരനായിട്ടാണോ സൗദാമിനിയോടൊത്ത് ജീവിക്കേണ്ടതെന്നു മാത്രം ആർക്കും ഒരു രൂപവുമില്ല. ശങ്കരപ്പിള്ളയ്ക്കും ആശങ്കകളുണ്ടായിരുന്നു. സൗദാമിനിയുടെ വീടിന്റെ തിണ്ണയിലാണോ അതോ അടുക്കളയിലാണോ രാത്രിയിൽ കഴിച്ചു കൂട്ടേണ്ടതെന്ന് ശങ്കരപ്പിള്ളയ്ക്ക് അറിയില്ലായിരുന്നു. എന്തായാലും ഇത്തരത്തിൽ ഒരു തീരുമാനമുണ്ടായത് മുരുകൻ മുതലാളിയെ ഏറെ സന്തോഷിപ്പിച്ചു. ശങ്കരപ്പിള്ളയ്ക്ക് നാല്പത്തിയാറ് വയസ്സ് കഴിഞ്ഞിരിക്കുന്നു. ഇനിയെങ്കിലും അയാൾക്കൊരു ജീവിതം കിട്ടുമല്ലോ എന്നാണ് എല്ലാവരും ആശ്വസിച്ചത്. ശങ്കരപ്പിള്ളയുടെ കൂടെ ശിവാനന്ദൻകൂടി പോകണമെന്ന് മുരുകൻ മുതലാളി പറഞ്ഞു. സൗദാമിനിയുടെ വീട്ടിൽ കുടിയിരുത്തിയിട്ടു വേഗം തിരിച്ചു പോകാനും അയാൾ ശിവാനന്ദനോടു പറഞ്ഞു. സൗദാമിനിയുടെ തീരുമാനങ്ങൾ അവ്യക്തമാണ്. കാലം കഴിയുമ്പോൾ എല്ലാം കലങ്ങിത്തെളിയുമെന്ന് ആശിക്കാമെന്നും മുതലാളി കൂട്ടിച്ചേർത്തു.

ശങ്കരപ്പിള്ള ജങ്ഷനിലെ കുളത്തിലിറങ്ങി കുളിച്ചു. കുളത്തിൽ താമരപ്പൂക്കൾ വിരിഞ്ഞു നിന്നിരുന്നു. തന്റെ മനസ്സിലും താമരപ്പൂക്കൾ വിരിഞ്ഞതായി അയാൾക്ക് തോന്നി. ലൈഫ് ബോയ്സോപ്പ് തേച്ച് കുളിച്ച് കരയിൽ കയറിയപ്പോൾ ശങ്കരപ്പിള്ളയുടെ ശരീരം കൂടുതൽ പ്രകാശിച്ചു. തലയിലെ മുടിച്ചുവട്ടിലെ അഴുക്ക് ഇളകിപ്പോയപ്പോൾ അയാളുടെ തലയ്ക്ക് ഭാരം കുറഞ്ഞു. പുതിയ കൈയുള്ളബനിയനും വെളുത്ത മുണ്ടും ധരിച്ചു. ഒരു ചുട്ടിക്കരയൻ തോർത്ത് തോളിൽ വളച്ചിട്ടു. പുറത്തുകൂടിപ്പോയ കാറ്റിന് സുഗന്ധമുള്ളതായി അയാൾക്കു തോന്നി. വയസ്സ് നാല്പത്തിയാറായെങ്കിലും പ്രായം താഴോട്ടിറങ്ങി വന്ന് ഇരുപത്തിയാ

റിൽ നിലയുറപ്പിച്ചു. നടക്കുമ്പോൾ കാലുകൾ മണ്ണിലുറയ്ക്കുന്നില്ല എന്ന് ശങ്കരപ്പിള്ളയ്ക്ക് തോന്നി. തന്റെ ശരീരത്തിന്റെ കൂന് മാറ്റിയെടുക്കാനുള്ള വിദ്യയൊന്നും അയാൾക്ക് അറിയില്ലായിരുന്നു.

പലചരക്ക് കടയിലെ സിമന്റ് തിണ്ണയിൽനിന്നും സൗദാമിനിയുടെ വീട്ടിലെ കരിമെഴുകിയ തിണ്ണയിലേക്കുള്ള പറിച്ചുനടീൽ അയാളെ വീർപ്പുമുട്ടിച്ചു. കടത്തിണ്ണയിലെ ജീവിതത്തിന് സ്വാതന്ത്ര്യമുണ്ടായിരുന്നു. കടത്തിണ്ണയിലിരുന്നാൽ റോഡിൽക്കൂടി പോകുന്നവരെ കാണാമായിരുന്നു. പരിചയക്കാരോടു സംസാരിക്കാമായിരുന്നു. ചുറ്റും പ്രകാശമുണ്ടായിരുന്നു. ഉപ്പു പെട്ടിയുടെ മറവിലാണ് രാത്രിയിൽ അയാൾ ഉറങ്ങാൻ കിടന്നത്. ഉപ്പു പരലിന്റെ നനവ് പെട്ടിയുടെ പുറത്തും എത്തിയിരുന്നു. ശബ്ദങ്ങളില്ലാത്ത ഒരു ലോകത്തേക്കാണ് താൻ പോകുന്നതെന്ന് ശങ്കരപ്പിള്ളയ്ക്ക് തോന്നി. കടത്തിണ്ണയിൽ കിടന്നാൽ കാളവണ്ടിയുടെ ശബ്ദം കേൾക്കാമായിരുന്നു. സെക്കന്റ് ഷോ കഴിഞ്ഞു പോകുന്നവരുടെ കൈയിലെ ചൂട്ടിന്റെ മിന്നായമുണ്ടായിരുന്നു.

ശിവാനന്ദൻ മുന്നിലും ശങ്കരപ്പിള്ള പിന്നിലുമായി സൗദാമിനിയുടെ വീട്ടിലേക്ക് യാത്രതിരിച്ചു. കടയിലെ മറ്റംഗങ്ങളും മുതലാളിയും അവർക്ക് യാത്രാമംഗളങ്ങൾ നേർന്നു. ശങ്കരപ്പിള്ള ചിരിച്ചതല്ലാതെ എന്തെങ്കിലും സംസാരിക്കാൻ അയാൾക്ക് കഴിയുമായിരുന്നില്ല. വാക്കുകൾ തൊണ്ടയിൽ കുരുങ്ങിക്കിടന്നു.

ശങ്കരപ്പിള്ളയെ സ്വീകരിക്കാൻ സൗദാമിനി തിണ്ണയിലെ മാറാലകൾ അടിച്ചുനീക്കി. ചാണകം അടർന്നു മാറിയ തറയിലെ വിടവുകളിൽ ചാണകം വീണ്ടും തേച്ചുപിടിപ്പിച്ചു. കുമ്മായം അടർന്ന ഭിത്തിയിൽക്കൂടി നടന്നു നീങ്ങിയ ഉറുമ്പിൻ കൂട്ടങ്ങളെ ചൂലെടുത്ത് അടിച്ചകറ്റി. ഉറുമ്പുകളൊക്കെ കറുത്ത നിറക്കാരും നിരുപദ്രവികളുമായിരുന്നു. ചില ഉറുമ്പുകൾ വെളുത്ത മുട്ടകൾ കടിച്ചുപിടിച്ചിട്ടുണ്ടായിരുന്നു. തടിത്തട്ടിയുടെ ചുവട്ടിൽ ശങ്കരപ്പിള്ളയ്ക്ക് ഉറങ്ങാനുള്ള സ്ഥലത്തുനിന്നും ഒഴിഞ്ഞ ടിന്നുകളും കുപ്പികളും പെറുക്കി മുരിങ്ങച്ചുവട്ടിൽ കൊണ്ടിട്ടു. ഇരുട്ടു വീണു കഴിഞ്ഞാൽ മദ്യപന്മാർ സൗദാമിനിയുടെ വീടിനു മുന്നിൽനിന്ന് മുണ്ടു പൊക്കി മൂത്രമൊഴിക്കും. മൂത്രമൊഴിക്കുമ്പോൾ അസഹ്യമായി തെറിവാക്കുകൾ പ്രയോഗിക്കും. സൗദാമിനി പുറത്തിറങ്ങുമ്പോൾ മുണ്ടു പൊക്കി രഹസ്യഭാഗങ്ങൾ അവളെ കാണിക്കും. പൊടുന്നനെ അവൾ അടുക്കളയിൽ കയറി കതകടയ്ക്കും. ശങ്കരപ്പിള്ള തിണ്ണയിലുണ്ടെങ്കിൽ ഇത്തരം അതിക്രമങ്ങൾ ഒരു പരിധിവരെ നിയന്ത്രിക്കാൻ കഴിയുമെന്ന് സൗദാമിനി ആശ്വസിച്ചു.

ശങ്കരപ്പിള്ളയ്ക്ക് എന്തൊക്കെയോ മോഹങ്ങൾ മനസ്സിൽ മുളച്ചുവന്നെങ്കിലും അതൊക്കെ ഇലവിരിയുന്നതിനു മുമ്പേ അയാൾ നുള്ളിക്കളഞ്ഞു. ഒരു കാര്യത്തിലും ആക്രാന്തം കാണിക്കാൻ പാടില്ല എന്ന് അയാൾ തീരുമാനിച്ചിരുന്നു. പയ്യെ തിന്നാൽ പനയും തിന്നാമെന്നാണല്ലോ പ്രമാണം. പശുവിന് കൊടുക്കുന്ന കാടി വെള്ളത്തിൽ ഒരല്പം

ഉപ്പിട്ട് ഇളക്കുമ്പോൾ പശു കൂടുതൽ താല്പര്യത്തോടെ വെള്ളം കുടിക്കുന്നത് ശങ്കരപ്പിള്ളയുടെ അനുഭവമാണ്. ഉപ്പ് സ്നേഹമാണ്. സൗദാമിനിക്ക് സ്നേഹം നല്കാൻ അയാൾ തീരുമാനിച്ചു. അന്നേരം അവൾ തന്നെ തിരിച്ച് സ്നേഹിക്കാൻ തുടങ്ങും. ഒരിക്കൽ, ശങ്കരപ്പിള്ളയുടെ ചെറുപ്പത്തിൽ, അയാൾക്ക് ഒരു പരാജയം സംഭവിച്ചു. ചൂടുവെള്ളത്തിൽ ശങ്കരപ്പിള്ള എന്ന പൂച്ച വീണു. ഇപ്പോൾ പച്ചവെള്ളം കാണുമ്പോഴും അയാൾ പേടിക്കുന്നു. മുതിർന്നു കഴിഞ്ഞിട്ടും ആ പേടി അയാളെ വേട്ടയാടുന്നു.

അന്ന് ശങ്കരപ്പിള്ളയ്ക്ക് ഇരുപത്തിരണ്ട് വയസ്സായിരുന്നു. മുത്തുരാമൻ മുതലാളിയുടെ കടയിൽ ചുമട്ടുകാരനായി കയറിയിട്ട് അധികം നാളുകളായിരുന്നില്ല. അന്ന് വീട്ടിൽ അമ്മ കൊച്ചുനാണി കൂട്ടിനുണ്ടായിരുന്നു. ശ്രീമതി പത്തിൽ തോറ്റുനില്ക്കുന്ന സമയം. പറക്കോട്ടു എസ് ആർ കെ തിയേറ്ററിൽ സെക്കന്റ് ഷോയ്ക്ക് പോകുന്നത് അന്ന് ഒരു വിനോദമായിരുന്നു. ചങ്ങമ്പുഴയുടെ *രമണൻ* കാണാൻ കൂട്ടുകാരൻ ജനാർദ്ദനനുമായി തീയേറ്ററിൽ പോയി. സിനിമ കഴിഞ്ഞ് പുറത്തിറങ്ങുമ്പോൾ ജനാർദ്ദനൻ ശങ്കരപ്പിള്ളയോടു പറഞ്ഞു.

“ഇന്നിനീം നമുക്കു വീട്ടിപോവണ്ട. ഇണ്ടിളയപ്പൻ അമ്പലത്തി മധുര സോമസുന്ദരത്തിന്റെ കച്ചേരിയൊണ്ട്. അതിനു പോയെന്ന് വീട്ടി പറഞ്ഞാമതി. തെക്കേ മഠത്തിൽ ഒരു ഒഴിഞ്ഞ വീടുള്ളത് നിനക്കറിയാമല്ലോ. പണ്ട് നമ്മൾ തലപ്പന്തു കളിക്കാൻ പോയപ്പം അവിടെ കേറി വിശ്രമിച്ചിട്ടുണ്ട്. അന്ന് നമ്മൾ ചക്കപ്പഴം തിന്നത് ഓർമ്മയുണ്ടോ?”

“ഒണ്ട്, നെരേം പെരേം മൊള്ള വീട്.”

“അതെ. അതുതന്നെ. അവിടെ ഞാൻ ഒരു സാധനം കൊണ്ടു വച്ചിട്ടൊണ്ട്. അത് നമുക്ക് കഴിക്കാം. രാത്രി അവിടെ കെടന്നൊറങ്ങാം. നേരം വെളുത്തു പോയാമതി. അല്ലെങ്കിൽ കച്ചേരി കഴിഞ്ഞ് കഥകളിയൊണ്ട് അതു കാണാം. നീ എന്തു പറയുന്നു.”

“ഞാൻ റെഡി.”

വാറ്റു ചാരായമായിരിക്കും കൊണ്ടുവച്ചിരിക്കുന്നതെന്ന് ശങ്കരപ്പിള്ള ഊഹിച്ചു. വാറ്റ് ചാരായത്തിന്റെ രുചി ഇതേവരെ ശങ്കരപ്പിള്ള അറിഞ്ഞിട്ടില്ല. വല്ലപ്പോഴും ഒരല്പം ചാരായം അകത്തുചെന്നാൽ ശരീരത്തിന്റെ വേദന മാറും. ചുമടെടുക്കുന്നവർക്ക് അതൊക്കെ ആവശ്യമാണ്. പെട്ടെന്ന് ഉറങ്ങാനുള്ള മരുന്നാണ് മദ്യമെന്ന് പലരും ശങ്കരപ്പിള്ളയോടു പറഞ്ഞിട്ടുണ്ട്. ആഴമുള്ള ഇരുട്ടിലൂടെ രണ്ടുപേരും നടന്നു. ഒരു പഴയ വീടായിരുന്നു അത്. വീടിനു ഉയരമുണ്ടായിരുന്നില്ല. പൂമുഖത്ത് ഒരു പത്തായമുണ്ടായിരുന്നു. തിണ്ണയോടു ചേർന്നുള്ള മുറിയുടെ കതക് ആരോ മോഷ്ടിച്ചതുകൊണ്ട് ഉള്ളിൽ കയറാൻ വിഷമമില്ല. തിണ്ണയുടെ മൂന്നു വശവും തുറന്നു കിടക്കുകയാണ്. നാട്ടുവെളിച്ചം തിണ്ണയിൽ ഭസ്മം വിതറിയതുപോലെ കിടപ്പുണ്ട്. ജനാർദ്ദനൻ മുറ്റത്തുനിന്നു. പൂമുഖത്തേക്ക് കയറാൻ ശങ്കരപ്പിള്ളയോടു അയാൾ ആവശ്യപ്പെട്ടു.

"നീ എന്താ വരുന്നില്ലേ?"

"ഞാൻ പിന്നീടു വരാം. നീ ആദ്യം കഴി. രണ്ടുപേർക്കുംകൂടി ഒന്നിച്ചു കഴിക്കാൻ പറ്റത്തില്ല."

"അതെന്താ?"

"അങ്ങനാ."

പെട്ടെന്ന് ഒരു തീപ്പെട്ടിക്കൊള്ളി വായുവിൽ കത്തി. പൂമുഖത്തെ പത്തായത്തിനു മുകളിൽ ഒരു സ്ത്രീയിരിക്കുന്നത് ശങ്കരപ്പിള്ള കണ്ടു. ശങ്കരപ്പിള്ള ഭയന്നു മുറ്റത്തേക്കു ചാടിയിറങ്ങാൻ തുടങ്ങുമ്പോൾ ജനാർദ്ദനൻ പറഞ്ഞു.

"നിനക്കെന്താ ഇത്ര പേടി. അതൊരു പെണ്ണാ. നിനക്കുവേണ്ടി വിളിച്ചതാ. നീ കഴി. ബാക്കി വല്ലതുമുണ്ടെങ്കിൽ ഞാൻ കഴിച്ചോളാം. ഇല്ലേലും കൊഴപ്പമില്ല."

ശങ്കരപ്പിള്ള വിയർത്തു.

വീണ്ടും ഒരു തീപ്പെട്ടിക്കൊള്ളി കത്തി.

"എന്താ പേടിച്ചു നില്ക്കുന്നെ. വാ, ഞാൻ നിന്നെ തിന്നത്തോം ഒന്നുമില്ല. വാ, അടുത്തേക്കുവാ." അവൾ പത്തായത്തിൽനിന്നും ഇറങ്ങി ശങ്കരപ്പിള്ളയുടെ കൈയിൽ പിടിച്ചു.

"ഞാൻ ജനാർദ്ദനനുവേണ്ടി വന്നതാ. ഒരാളുകൂടി കാണുമെന്ന് പറഞ്ഞപ്പം ഇത്രേം പേടിച്ചുതൂറിയാന്ന് ഞാൻ വിചാരിച്ചില്ല. കൂടുതല് പൈസ തരാമെന്ന് പറഞ്ഞപ്പം ഞാൻ സമ്മതിച്ചതാ. എന്താ നിനക്കെന്നെ വേണ്ടായോ?"

അവളുടെ കാതിലെ വരവ് കമ്മൽ തിളങ്ങി

വാടിയ ജമന്തിപ്പൂക്കളുടെ മണം പരന്നു.

"ഇങ്ങോട്ടടുത്തിരി നിന്റെ കാര്യം കഴിഞ്ഞിട്ടു വേണം ജനാർദ്ദനന് കൊടുക്കാൻ."

അവളുടെ വായ്ക്ക് അഴുകിയ വാഴയിലയുടെ ഗന്ധമുണ്ടായിരുന്നു.

അവൾ ശങ്കരപ്പിള്ളയുടെ തല വലിച്ചടുപ്പിച്ച് അവളുടെ നെഞ്ചോടു ചേർത്തു. എന്നിട്ടു ശങ്കരപ്പിള്ളയുടെ ശരീരം വലിച്ചുപൊക്കി പത്തായത്തിനു മുകളിൽ വച്ചു. അവൾ സിംഹത്തെപ്പോലെ മുരണ്ടു കൊണ്ടിരുന്നു.

"എന്നാ തൊടങ്ങ്."

അവൾ ആജ്ഞാസ്വരത്തിൽ പറഞ്ഞു.

അവളുടെ മുഖം അവ്യക്തമായിരുന്നു. അവളുടെ ശരീരം ഒരു ഊട്ടുപുരയാണെങ്കിൽ അവളുടെ വായ് അഴുകിയ ഇലകൾ ഇടുന്ന ഒരു കുഴിയായിരുന്നു. ശങ്കരപ്പിള്ളയ്ക്ക് മനംപുരട്ടലുണ്ടായി. ശങ്കരപ്പിള്ള തന്റെ മുഖം കാൽമുട്ടുകൾക്കിടയിൽ ഒളിപ്പിച്ചു. അട വച്ചിട്ട് വിരിയാത്ത കോഴിമുട്ട പൊട്ടിച്ചാലുള്ള ഗന്ധമാണ് അവളുടെ ശരീരത്തിനെന്ന് ശങ്കരപ്പിള്ളയ്ക്ക് തോന്നി. കടൽത്തിരകൾ വന്ന് ശങ്കരപ്പിള്ളയെ കോരിക്കൊണ്ടുപോയെങ്കിലും അയാൾ ചലനമറ്റ് കിടന്നു. അവളുടെ നെഞ്ചിലെ കാറ്റ്

നഷ്ടപ്പെട്ട ബലൂണുകൾ അയാളുടെ മുഖത്ത് ഉരസി. ശങ്കരപ്പിള്ളയുടെ അരയിൽനിന്നും വസ്ത്രങ്ങൾ പറന്ന് മുറ്റത്തുവീണു. പഠിച്ചപണി പതിനെട്ടും പയറ്റിയിട്ടും ശങ്കരപ്പിള്ളയെ ഉണർത്താൻ അവൾക്കായില്ല. അയാളുടെ തലയ്ക്കുള്ളിൽ മരോട്ടിക്കായ് പമ്പരങ്ങൾ നിർത്താതെ കറങ്ങി. അയാൾ ഉയർന്നുപൊങ്ങിയ തിരയിൽ ചാഞ്ചാടി. ചന്തയിൽ സാധനങ്ങളുമായി പോയ കാളകൾ വണ്ടിവലിക്കാൻ വിസമ്മതിച്ച് റോഡിൽ തളർന്നുവീണു. കാളവണ്ടിക്കാരൻ കാളയുടെ വാല് വളച്ചൊടിക്കുന്നു. മൂക്കിൽ മുളകുപൊടി വിതറി കാളകളെ എഴുന്നേല്പിക്കാൻ ശ്രമിക്കുന്നു. കാളയുടെ ചന്തിക്ക് ചാട്ടവാർ സീൽക്കാരത്തോടെ വീഴുന്നു. കാളയുടെ ശരീരം ഒന്നിനോടും പ്രതികരിക്കാതെ റോഡിൽത്തന്നെ കിടന്നപ്പോൾ കാളവണ്ടിക്കാരൻ കാളയെ നുകത്തിൽനിന്നും അഴിച്ചുമാറ്റി.

"എന്തോന്നു മനുഷ്യനാപ്പാ ഇയാള്." അവൾ അലറി. "എനിക്ക് വേറെ ആണുങ്ങളെ കിട്ടും. അവർക്ക് കൊടുത്തിട്ടു കൂലിവാങ്ങാനും ഒരു രസമൊണ്ട്. നീ പുരുഷനാണോടാ കൊരങ്ങേ? ഒന്നിനും കൊള്ളാത്ത തെണ്ടി. ഇവനെയാണോ ജനാർദ്ദനന് കിട്ടിയത്. ജനാർദ്ദനാ." അവൾ ഉറക്കെ വിളിച്ചു. ജനാർദ്ദനൻ വാഴത്തോട്ടത്തിൽനിന്നും പുറത്തുവന്നു.

"ഈ ശവത്തിനെ എവിടുന്നു കിട്ടിയെടാ നിനക്ക്?"

"എന്തുപറ്റി?"

"ഇവനൊരാണല്ല. നീ വേണേൽവാ. എനിക്ക് പോണം."

അന്നത്തെ ഭയം ഇപ്പോഴും ശങ്കരപ്പിള്ളയുടെ ഉള്ളിൽനിന്നും പോയിട്ടില്ല. താനൊരു ആണല്ലേ എന്നൊരു സംശയം അയാളുടെ ഉള്ളിൽ കെട്ടഴിയാതെ കിടന്നു. വിവാഹം വേണ്ട എന്നു തീരുമാനിക്കാനുള്ള ഒരു കാരണം ഈ അനുഭവമായിരുന്നു. സ്ത്രീകളുടെ മുന്നിൽ പരാജയപ്പെടുന്നത് ഒരു പുരുഷനെ സംബന്ധിച്ച് ആത്മഹത്യാപരമാണ്. മനസ്സ് മൂകമായാൽ എന്ത് ചെയ്യാൻ കഴിയും? എല്ലാ പ്രവൃത്തികളും നിയന്ത്രിക്കുന്നത് മനസ്സാണ്. മുഷിഞ്ഞ മനസ്സും തളർന്ന ശരീരവുമായി അന്ന് ആ സ്ത്രീയുടെ മുന്നിൽനിന്നും പോന്നതിനു ശേഷം ഇതേവരെ മറ്റൊരു പരീക്ഷണത്തിന് അയാൾ മുതിർന്നില്ല. വികാരവും ഒരു വിശപ്പാണ്. വിശപ്പില്ലാതെ എങ്ങനെയാണ് ആഹാരം കഴിക്കുക? എങ്ങനെയാണ് ഒരു പെണ്ണിനെ കാമിക്കുക? സ്നേഹം തോന്നാന്നിടത്ത് കാമം ഉണ്ടാവില്ലല്ലോ.

കടയിൽനിന്നും പോരുമ്പോൾ സൗദാമിനിക്ക് കൊടുക്കാനായി രണ്ടു കേക്ക് വാങ്ങി അയാൾ കൈയിൽ സൂക്ഷിച്ചിരുന്നു. കേക്ക് വാങ്ങുമ്പോൾ ശിവാനന്ദൻ ചിരിച്ചു. ശങ്കരപ്പിള്ളയുടെ മനസ്സിലിരുപ്പ് ഏറക്കുറെ ഊഹിക്കുവാൻ ശിവാനന്ദന് കഴിഞ്ഞു.

"ശങ്കരപ്പിള്ള എത്ര കേക്ക് വാങ്ങിക്കൊടുത്താലും സൗദാമിനിയെ തൊടണമെങ്കിൽ ഭഗീരഥപ്രയത്നം തന്നെ വേണം."

ഉത്തരമായി ശങ്കരപ്പിള്ള കുലുങ്ങിച്ചിരിച്ചു. ചിരിച്ചപ്പോൾ കാതിലെ കടുക്കൻ തിളങ്ങി. റോഡരുകിൽ വില്ക്കാൻ വച്ചിരുന്ന നാട്ടുമാങ്ങയുടെ ഒരു കുലയും വാങ്ങി കൈയിൽ കരുതി. ആദ്യരാത്രിയിൽ വധുവിനെ ഭർത്താവിന്റെ മുറിയിൽ കയറ്റിവിടുന്നതുപോലെ ശങ്കരപ്പിള്ളയെ സൗദാമിനിയുടെ മുറ്റത്ത് കയറ്റി വിട്ടിട്ട് ശിവാനന്ദൻ പറഞ്ഞു.

"എന്നാ ഞാൻ പോട്ടെ."

"നീ കൂടെവാ. കൊറെ കഴിഞ്ഞിട്ടു പോവാം."

"അതു വേണ്ട. ഞാനെന്തിനാ സ്വർഗ്ഗത്തിലെ കട്ടുറുമ്പാവുന്നെ."

"സ്വർഗ്ഗമാണോ, നരകമാണോന്നു ഇപ്പോ പറയാൻ കഴിയില്ല."

ആകാശത്ത് മേഘങ്ങൾക്ക് മറഞ്ഞുനിന്ന ചന്ദ്രൻ നീലം മുക്കിയ ഉണങ്ങിയ മുണ്ടുകൾ ഓരോന്നായി അടുക്കിവയ്ക്കുന്നതു കണ്ടു. ശബ്ദം കേട്ട് സൗദാമിനി അടുക്കളയിൽനിന്നും മണ്ണെണ്ണവിളക്കുമായി പുറത്തിറങ്ങി.

"വരൂ, ഇരിക്കൂ."

ശങ്കരപ്പിള്ള തിണ്ണയിൽ കയറി

"ശങ്കരപ്പിള്ള വല്ലതും കഴിച്ചോ?"

"തട്ടുകടേന്ന് മൂന്നു ദോശ കഴിച്ചു."

"അരിയും സാധനങ്ങളും വാങ്ങിത്തന്നാൽ അത്താഴം വച്ചുതരാം."

"സൗദാമിനിക്ക് ബുദ്ധിമുട്ടാവില്ലേ?"

"ആരെയെങ്കിലും ബുദ്ധിമുട്ടിക്കാതെ ജീവിക്കാൻ പറ്റുമോ?"

പുതിയ മെത്തപ്പായും പഞ്ഞികൊണ്ടുണ്ടാക്കിയ നീളമുള്ള തലയിണയും സൗദാമിനി തിണ്ണയിൽ വച്ചു. ഒരേ സമയം രണ്ടു തലകൾ ഒന്നിച്ചു വയ്ക്കാനുള്ള നീളം തലയണയ്ക്കുണ്ടായിരുന്നു. ഭാവിയിൽ രണ്ടു തലകൾ അടുത്തടുത്ത്... ശങ്കരപ്പിള്ള സൗദാമിനിയുടെ മുഖത്തേക്ക് നോക്കി. മണ്ണെണ്ണ വിളക്കിന്റെ ദുർബ്ബലമായ വെളിച്ചത്തിലും സൗദാമിനിയുടെ ശരീരം ജ്വലിച്ചു.

"ഒരു മണ്ണെണ്ണ വിളക്കും തീപ്പെട്ടിയും വേണം. രാത്രീല് വല്ല ഇഴജന്തുക്കളും വന്നാൽ...."

മുട്ടവിളക്ക് സൗദാമിനി ശങ്കരപ്പിള്ളയ്ക്ക് നല്കി.

"ശങ്കരപ്പിള്ള ബീഡി വലിക്കുമോ?"

"ഇല്ല."

"അതെന്താ വലിക്കാത്തേ?"

"ശീലമില്ല."

"മദ്യപിക്കുമോ?"

"ഇല്ല."

"അതെന്താ മദ്യപിക്കാത്തെ?"

"ശീലമില്ല."

"പറയത്തക്ക എന്തെങ്കിലും ശീലമുണ്ടോ?"

ശങ്കരപ്പിള്ള സൗദാമിനിയെ സൂക്ഷിച്ചുനോക്കി ചിരിച്ചു. അയാൾ

ഇരുന്ന ഇരുപ്പിൽ വിയർത്തു. സൗദാമിനിയുടെ തിണ്ണ ഒരു കോടതി മുറിയാണെന്നും സൗദാമിനി ഒരു വക്കീലാണെന്നും അയാൾക്ക് തോന്നി.

"വെളക്ക് കത്തിച്ചുവച്ചിട്ട് ഒറങ്ങരുത്. വല്ല എലിയോ മറ്റോ ചാടിയാൽ വിളക്ക് മറിഞ്ഞ് മണ്ണെണ്ണയ്ക്ക് തീ പിടിക്കും."

സൗദാമിനി അടുക്കളയിൽ കയറി കതകടച്ചു. ശങ്കരപ്പിള്ള തനിച്ചായി. അയാൾ ഏറെനേരം തിണ്ണയിൽ കാത്തിരുന്നു. സൗദാമിനി അടുക്കളയിൽനിന്നും ഇറങ്ങിവന്നു തന്നെ കൂട്ടിക്കൊണ്ടു പോകുമെന്ന് അയാൾ വിചാരിച്ചു. എത്രയോ നേരം കഴിഞ്ഞിട്ടും സൗദാമിനി അടുക്കളയുടെ കതക് തുറന്നില്ല. അയാൾ മണ്ണെണ്ണവിളക്ക് ഊതിക്കെടുത്തി. മുറ്റത്ത് കാത്തുനിന്ന ഇരുട്ട് തിണ്ണയിൽ ഓടിക്കയറി. ഇതേവരെ പെങ്ങൾക്ക് ഒരു കാവൽ നായായി സ്വന്തം വീട്ടിലെ തിണ്ണയിൽ കിടന്നു. ഇപ്പോൾ മറ്റൊരു സ്ത്രീക്ക് കാവല്ക്കാരനായി അവളുടെ തിണ്ണയിൽ. രണ്ടും തമ്മിലെന്താണ് വ്യത്യാസമെന്ന് ശങ്കരപ്പിള്ള സ്വയം ചോദിച്ചു. പുതിയ മെത്തപ്പായിൽ പുതിയ സ്ഥലത്ത് കിടന്നപ്പോൾ അയാൾക്ക് ഉറക്കം വന്നില്ല. കണ്ണുകൾ ഇറുക്കി അടച്ചെങ്കിലും ഉറക്കം വിട്ടുനിന്നു. ബനിയനുള്ളിലൂടെ വിയർപ്പ് ഒരു ചാലായി ഒഴുകി. പുതിയ പായും പുതിയ തലയണയുമാണ് തന്നെ ഉറക്കത്തിൽനിന്നും അകറ്റുന്നതെന്ന് അയാൾക്ക് തോന്നി. പഴയ പായും അഴുക്കു നിറഞ്ഞ തലയണയുമായിരുന്നെങ്കിൽ ഉറങ്ങാൻ കഴിഞ്ഞേനെയെന്ന് അയാൾ വിശ്വസിച്ചു. അതു രണ്ടും കടയുടെ തിണ്ണയിലെ ഉപ്പുപെട്ടിയുടെ സമീപം ചുരുട്ടി വച്ചിട്ടുണ്ട്. ശങ്കരപ്പിള്ള അടുക്കളയുടെ കതകിൽ മുട്ടി. സൗദാമിനി കതക് തുറന്നു.

"എന്താ, എന്തുപറ്റി?"

"എനിക്കുറങ്ങാൻ കഴിയുന്നില്ല."

"മനസ്സിൽ ഒരു മോഹവും വച്ചു പുലർത്തണ്ടാ. അതൊന്നും എന്റടുത്ത് ചെലവാകത്തില്ല. ഉറക്കം വരുന്നില്ലേൽ വരുന്നടത്ത് പോയി കെടന്നോ. എനിക്കു വിരോധമില്ല. ഞാനായിട്ടു ശങ്കരപ്പിള്ളയെ ഇവിടുന്ന് എറക്കി വിടത്തില്ല. സ്വയം പോയാൽ എനിക്ക് വിഷമോം ഇല്ല. കിട്ടിയ കൂട്ടു നഷ്ടപ്പെട്ടു എന്ന് ഞാൻ കരുതും. അത്രമാത്രം."

അടുക്കളയുടെ വാതിലടഞ്ഞു.

ശങ്കരപ്പിള്ള കടത്തിണ്ണയിലേക്കു പോകാൻ തയ്യാറായി. ഭൂമിക്ക് മുകളിലെ വലിയ ചെടികൾക്കൊപ്പം പുൽക്കൊടിക്കും ജീവിക്കാനുള്ള അവകാശമുണ്ടെന്ന് അയാൾ ഉരുവിട്ടുകൊണ്ടിരുന്നു. ആദിമമായ എന്തോ ഒന്ന് ഈ ഭൂമിയിൽ തിരയുന്നതുപോലെ ശങ്കരപ്പിള്ളയുടെ ജീവിതം സൗദാമിനിയുടെ വഴിയിലൂടെ ഒഴുകാൻ തുടങ്ങി. ഒരിലയെപ്പോലും തൊടാതെ കാറ്റിന് ജീവിക്കാൻ കഴിയുമോ? അയാൾ കടത്തിണ്ണയിൽ ചുരുട്ടി വച്ചിരുന്ന പഴയ പായും തലയണയുമെടുത്ത് സൗദാമിനിയുടെ തിണ്ണയിൽ വീണ്ടും വന്നുകിടന്നു. ശങ്കരപ്പിള്ള സുഖമായുറങ്ങി.

ഇരുപത്തി അഞ്ച്

ഞായറാഴ്ചകളിൽ വായനശാലയ്ക്ക് അവധിയാണ്. ബാക്കിയുള്ള ദിവസങ്ങളിൽ കൃത്യം പത്തുമണിക്ക് കൈയിലൊരു പുസ്തകവുമായി ഭാരതി വായനശാലയിലേക്ക് പോകും. നടക്കുമ്പോൾ റോഡിന്റെ വശങ്ങളിലേക്കു അവൾ നോക്കാറില്ല. റോഡിലൂടെ ആരെങ്കിലും വന്നാൽ അവൾ ശ്രദ്ധിക്കാറില്ല. ആളുകളുടെ ആവശ്യമില്ലാത്ത ചോദ്യങ്ങളെ അവൾ ഭയപ്പെടുന്നു. തന്റെ വ്യക്തിപരമായ കാര്യങ്ങളിൽ ആരും ഇടപെടുന്നത് അവൾക്കിഷ്ടമല്ല. അതുകൊണ്ട് അവൾ കുനിഞ്ഞാണ് നടക്കുന്നത്. ആരെങ്കിലും എന്തെങ്കിലും ചോദിച്ചാൽ ഒറ്റ വാക്കിൽ ഉത്തരം പറയും. പുസ്തകം വായിക്കുന്നത് ഒരു തെറ്റായ കാര്യമാണെന്നാണ് ആളുകളുടെ വിചാരം. അത്ര പാപമാണോ പുസ്തകം വായിക്കുന്നത്. അക്ഷരം ജീവനുള്ള ആളുകളെപ്പോലെയാണ് അവളോടു സംവദിക്കുന്നത്. അക്ഷരങ്ങളും വാക്കുകളും അവളോടു ചോദ്യങ്ങൾ ചോദിക്കാറുണ്ട്. അക്ഷരങ്ങൾക്കും വ്യസനങ്ങളുണ്ട്. മനുഷ്യരെപ്പോലെ അവർക്കും സങ്കടങ്ങളും സന്തോഷങ്ങളുമുണ്ട്. അക്ഷരങ്ങൾ ജീവിതത്തിലെ പ്രശ്നങ്ങൾക്ക് പലപ്പോഴും പരിഹാരങ്ങൾ നിർദ്ദേശിക്കാറുണ്ട്. അക്ഷരങ്ങൾക്ക് ജീവിതത്തിന്റെ ഗതിതന്നെ തിരിച്ചുവിടാനുള്ള കരുത്തുണ്ടെന്ന് അവൾ വിശ്വസിക്കുന്നു. മനസ്സ് വിപത്തിൽ ചാടുമ്പോൾ അക്ഷരങ്ങൾ തനിക്ക് ഒരു കൈത്താങ്ങാണെന്ന് അവൾ കരുതുന്നു.

ഒരു ദിവസം ഭാരതി വായനശാലയിലേക്ക് പോകുമ്പോൾ പൂവേലി പൊന്നമ്മ മുരുപ്പേൽ ശാന്തയോടു പറഞ്ഞു.

"ആണ്ടൂർ വെളയിൽ ഭാരതീടെ തലേൽ കല്യാണം കഴിക്കാത്തോണ്ട് വെള്ളം കേറീന്നാ തോന്നുന്നത്. അവടെ പോക്കു കണ്ടില്ലിയോ? ഇങ്ങനേം ഒണ്ടോ പെൺകുട്ടികള്. എന്തുമാത്രം പുസ്തകമാ അവള് ദിവസോം വായിച്ചു തീർക്കുന്നത്. അവൾക്കിപ്പോൾ ഒരു വട്ടിന്റെ ലക്ഷണമുണ്ട്. അല്ലിയോടീ ശാന്തേ."

"അതു തന്നെയാ ചേച്ചി ഞാനും ചിന്തിക്കുന്നത്. ഈ പെണ്ണിനെ എത്രയും പെട്ടെന്ന് കെട്ടിച്ചയച്ചില്ലെങ്കിൽ സംഗതി കുഴപ്പമാകുമെന്നാ തോന്നുന്നത്. അച്ഛനും അമ്മേം ഒണ്ടാരുന്നെങ്കിൽ ഇങ്ങനെ അഴിച്ചുവിടത്തില്ലാരുന്നു. വായനശാലേലെ രാജേന്ദ്രനുമായി അടുപ്പമാണെന്നാ ആളുകൾ പറയുന്നത്."

"ഞാനും കേട്ടു. ശിവൻകുട്ടിയോടു ഒന്നു സൂചിപ്പിച്ചാലെന്താ?"

"അത് നല്ല കാര്യമാ."

പൂവേലി പൊന്നമ്മയും ശാന്തയും ഊട്ടുപുരയിലേക്ക് നടന്നു. നാളെ ഒരു കല്യാണമുണ്ട്. അഞ്ഞൂറുപേരുടെ സദ്യയാണ്.

ഭാരതി വഴിതെറ്റിയാണോ ഇപ്പോൾ സഞ്ചരിക്കുന്നതെന്ന് ശിവൻകുട്ടിക്കും തോന്നാതിരുന്നില്ല. ഭാരതിയുടെ വായനയോടുള്ള ആർത്തി ഒരു ദുശ്ശീലമാണെന്നേ പറയാൻ കഴിയൂ. പുകവലിയും മദ്യപാനവും ഒരു

രസത്തിനു വേണ്ടിയാണ് ആളുകൾ തുടങ്ങിവയ്ക്കുന്നത്. കാലക്രമേണ അതൊരു സ്വഭാവവും ഒഴിവാക്കാൻ പറ്റാത്ത സംഭവവുമായി തീരുന്നു. കഴുകന്റെ കുഞ്ഞായാലും കുളക്കോഴിയുടെ കൂട്ടിൽ വളർന്നാൽ കുളക്കോഴിയുടെ സ്വഭാവം കാണിക്കുമെന്നുള്ളത് ഒരു സത്യമാണ്. അതുപോലെയാണ് ചീത്ത സ്വഭാവവും. ഭാരതിച്ചേച്ചിയുടെ വിവാഹം എത്രയും പെട്ടെന്ന് നടത്തണമെന്ന് ശിവൻകുട്ടി ആഗ്രഹിച്ചു. പത്തുപവൻ സ്വർണ്ണമെങ്കിലും കുറഞ്ഞത് വാങ്ങണം. അഞ്ച് പവനുള്ള കാശ് പത്തായത്തിലുണ്ടാവും. അഞ്ചുപവനുള്ള കാശ് വീണ്ടും ഉണ്ടാക്കണം.

ഭാരതി വായനശാലയിൽ അംഗത്വമെടുത്തത് ശിവൻകുട്ടി ഈയിടെയാണ് അറിഞ്ഞത്. വിവേകാനന്ദന്റെ എല്ലാ പുസ്തകങ്ങളും വായിച്ചു തീർത്തതായി ചേച്ചി പറയുന്നതു കേട്ടു. വീട്ടിലെ ഒരു കാര്യത്തിലും ചേച്ചി ശ്രദ്ധിക്കുന്നില്ല. വായിക്കാൻ കഴിയുന്നില്ലെങ്കിൽ ജീവിതത്തിന് ഒരർത്ഥവുമില്ലെന്ന് അവൾ കൂടെക്കൂടെ പറയാറുണ്ട്. രാവിലെ പുസ്തകവുമായി പുറത്തിറങ്ങിയാൽ വിശക്കുമ്പോഴാണ് തിരിച്ചെത്തുക. എവിടെയായിരുന്നു ഇത്രയും സമയം എന്നു ചോദിച്ചാൽ അക്കാര്യം നിങ്ങൾക്കറിയേണ്ട കാര്യമില്ലെന്നായിരിക്കും മറുപടി. പാറുവമ്മ വല്ലതും പാകപ്പെടുത്തി കൊടുത്താൽ കഴിക്കും. അല്ലെങ്കിൽ പട്ടിണി കിടക്കും. ഭാരതിക്ക് ഒന്നും അറിയേണ്ട കാര്യമില്ല. കാണുന്നതിനും അറിയുന്നതിനും അപ്പുറമുള്ള എന്തോ ഒന്ന് തിരയുകയാണ് അവളുടെ ജോലി. അത് വായനയിലൂടെയാണ് അവൾക്ക് കിട്ടുന്നത്. എല്ലാക്കാര്യത്തിലും ഭാരതിക്ക് അവളുടേതായ ന്യായങ്ങളുണ്ട്. ഒരു പെൺകുട്ടി പിഴച്ചുപോയതായി ഒരാൾ പറഞ്ഞാൽ മറ്റുള്ളവർ അതേറ്റു പറയും. അത് കാര്യമാക്കേണ്ടതില്ല എന്നാണ് അവളുടെ അഭിപ്രായം. പുസ്തകം വായിക്കുന്നത് തെറ്റാണെന്ന് പറയാൻ കഴിയില്ലെങ്കിലും ഒരു ദിവസം ശിവൻകുട്ടി ശാസനയുടെ രൂപത്തിൽ പറഞ്ഞു.

“ചേച്ചി ഇത്തരത്തിൽ പുസ്തകം വായിക്കരുത്. എല്ലാറ്റിനും ഒരു നിയന്ത്രണം ഉണ്ടായേ തീരു. ഒഴിവുകിട്ടുന്ന സമയത്ത് മാത്രം വായിച്ചാൽ മതി. അതും ഒഴിവാക്കാൻ വയ്യെങ്കിൽ മാത്രം.”

“പഥസാം നിചയം വാർന്നൊഴിഞ്ഞളവ്/ സേതുബന്ധനോദ്യോഗമെന്തെടോ.”

ഭാരതി പറഞ്ഞ പദ്യത്തിന്റെ അർത്ഥം ശിവൻകുട്ടിക്ക് മനസ്സിലായില്ല.

“ചേച്ചി, ചേച്ചി പറഞ്ഞതിന്റെ അർത്ഥം തീരെ മനസ്സിലായില്ല.”

“അതെങ്ങനാ, നിനക്ക് വിവരമില്ലല്ലോ. വെള്ളമെല്ലാം ഒഴുകിപ്പോയതിനുശേഷം അണകെട്ടുന്നതെന്തിനാന്നാ ഞാൻ ചോദിച്ചത്. ഉണ്ണായി വാര്യരുടെ *നളചരിത*ത്തിലെ പദ്യമാ ഇത്.”

“ചേച്ചി ഇതൊക്കെ വായിച്ചോ?”

“പിന്നില്ലാതെ. എല്ലാം വായിച്ചു. സ്വാമിരാമതീർത്ഥന്റെ മുഴുവൻ കൃതികളും വായിച്ചു. എന്തൊരാശയം. എന്തൊരു സുഖം. ഇനീം എനിക്ക്

ഉടലോടെ സ്വർഗ്ഗത്തിൽ പോണം. നീ വരുന്നേൽ നിന്നേം കൊണ്ടു പോകാം.”

തുടർന്ന് എന്തെങ്കിലും പറയണമെന്നോ ഉപദേശിക്കണമെന്നോ ശിവൻകുട്ടിക്കു തോന്നിയില്ല. അദൃശ്യമായ ഏതോ കരങ്ങൾ ഭാരതിച്ചേച്ചിയെ എവിടെയോ കൊണ്ടുപോയിരിക്കുന്നതായി ശിവൻകുട്ടിക്കു തോന്നി. ഏതോ ചുഴിയിൽ അവൾ വീണുകിടക്കയാണ്. നിയന്ത്രണത്തിന്റെ നൂലുകളെല്ലാം പൊട്ടിപ്പോയിരിക്കുന്നു. എന്തൊക്കെയോ ഉൽക്കണ്ഠകൾ അവളെ വലയം ചെയ്തിരിക്കുന്നു. ഇപ്പോൾ ഭാരതിച്ചേച്ചിക്ക് ആരോടും സ്നേഹമില്ല. തന്നെ കോളേജിൽ ചേർക്കുന്നതിനെക്കുറിച്ച് ഒന്നും മിണ്ടുന്നില്ല. പഴയ ഭാരതിച്ചേച്ചിയെ തിരിച്ചു കിട്ടുമോ എന്ന് അവൻ സംശയിക്കുന്നു. നിരന്തരം പുസ്തകം വായിക്കുന്നത് അപകടമാണെന്ന് ശിവൻകുട്ടിക്ക് ഇപ്പോഴാണ് മനസ്സിലാവുന്നത്. ഭാരതിച്ചേച്ചിയെ പെണ്ണ് കാണാനായി ഒരു ചെറുക്കൻ നാളെ വരുന്ന കാര്യം എങ്ങനെയാണ് അവളുടെ മുൻപിൽ അവതരിപ്പിക്കുന്നതെന്ന് ആലോചിച്ച് ശിവൻകുട്ടിയുടെ മനസ്സിന് തീപിടിച്ചു. എന്തായാലും പാറുവമ്മയെക്കൊണ്ട് പറയിക്കാമെന്ന് അവൻ തീരുമാനിച്ചു. ജീവിതം മടുത്തതുപോലെ പാറുവമ്മ നിശ്ശബ്ദയായിരുന്നു. അവരുടെ ചുണ്ടുകൾ വിറയ്ക്കുന്നത് കരച്ചിലിന്റെ തുടക്കമാണ്. പക്ഷേ, പല്ല് കരച്ചിൽ ഒഴിവാക്കി. വെറ്റില മുറുക്കിയാൽ എല്ലാം ശാന്തമാവുമെന്ന് ശിവൻകുട്ടിക്കറിയാം. അവൻ വെറ്റിലപ്പാത്രം മുത്തശ്ശിയുടെ മുൻപിൽവച്ചു. പാറുവമ്മ പലപ്രാവശ്യം വെറ്റിലയിൽ ചുണ്ണാമ്പ് തേച്ച് വായിലിട്ടു. പുകയില ഇല്ലായിരുന്നു. നാളെ ചെറുക്കൻ വരുന്ന വിവരം ഭാരതിച്ചേച്ചിയോടു പറയാൻ പാറുവമ്മയെ ചുമതലപ്പെടുത്തി.

ഉച്ചയ്ക്ക് ചീനിയും ചേമ്പും ചേനയും കൂട്ടി പുഴുങ്ങി. കഞ്ഞിവയ്ക്കാൻ അരിയില്ലായിരുന്നു. പത്തായത്തിൽ കുറെ നെല്ലുണ്ട്. അത് മഴക്കാലത്ത് ഉപയോഗിക്കാൻ വേണ്ടി പാറുവമ്മ കരുതിവച്ചിരിക്കുകയാണ്. അല്ലെങ്കിൽ ഭാരതിയുടെ വിവാഹത്തിന് ഉപയോഗിക്കാം. നൂല് പൊട്ടിയ പട്ടംപോലെയാണ് അവളുടെ പോക്ക്. പല സന്ദർഭങ്ങളിലും കല്യാണക്കാര്യത്തെക്കുറിച്ച് പാറുവമ്മ ഭാരതിയോട് പറഞ്ഞിട്ടുണ്ട്. അപ്പോഴെല്ലാം അവൾ ശക്തിയായി എതിർത്തിട്ടുണ്ട്. അവൾക്ക് വിവാഹം വേണ്ടെങ്കിൽ ശിവൻകുട്ടിയെ കോളേജിൽ വിടാമായിരുന്നു എന്ന് പാറുവമ്മ ഇപ്പോൾ ചിന്തിക്കുന്നു. ഒന്നും ആഗ്രഹിക്കുന്നതുപോലെ നടക്കാറില്ല എന്നത് ഒരു സത്യമാണ്.

സന്ധ്യമയങ്ങി വരുന്നു. കിളികൾ കൂട്ടിലേക്കുള്ള യാത്രയിൽ കൂട്ടമായി പറക്കുന്നുണ്ട്. സന്ധ്യക്ക് നിലവിളക്ക് കൊളുത്തുന്നത് ഇപ്പോൾ പൂർണ്ണമായും പാറുവമ്മയുടെ ചുമലിലാണ്. ഭാരതി ഏതോ പുസ്തകത്തിൽ തല പൂഴ്ത്തിയിരിക്കുന്നു. ജീവിത സമസ്യകളെ നിർദ്ധാരണം ചെയ്യുകയായിരുന്നു അവൾ. കഴുകിയ വിളക്കുമായി പാറുവമ്മ തിരിച്ചു വന്നപ്പോൾ ഭാരതി പുസ്തകം മടക്കി മുറ്റത്തിറങ്ങി നിന്നു.

"എന്താ നീ സന്ധ്യയായിട്ടും കുളിക്കാത്തെ?"

"കുളിക്കാൻ പോവ്വാ."

"നാളെ നിന്നെ കാണാൻ ഒരു ചെറുക്കൻ വരുന്നുണ്ട്. രാവിലെ റെഡിയായിക്കോണം."

''എന്നോടിതുവരെ ആരും ഇക്കാര്യം പറഞ്ഞില്ലല്ലോ."

"എന്നാ ഇപ്പോ പറയുന്നു. എന്താപോരേ?"

"എനിക്കിപ്പം കല്യാണം വേണ്ട."

"പിന്നെപ്പോഴാ വേണ്ടേ?"

"ഒരിക്കലും."

"എന്താ നീ സന്ന്യസിക്കാൻ പോവാണോ?"

"സന്ന്യാസത്തെക്കുറിച്ച് മുത്തശ്ശിക്കെന്തറിയാം."

"എനിക്കൊന്നുമറിയില്ലേ, എന്റെ തമ്പുരാനേ."

"അതിന് മാനസികമായും ശാരീരികമായും ചില തയ്യാറെടുപ്പുകൾ വേണം."

"അതൊക്കെ പിന്നെ പറയാം. ചെറുക്കനെ കോളേജിൽ പോലും വിടാതെ പത്തായത്തിലെ കാശ് നിന്റെ കല്യാണത്തിനു വേണ്ടി മാറ്റി വച്ചേക്കുവാ. തറുതല പറഞ്ഞാൽ..."

''ചെറുക്കനെ കോളേജിൽ വിടാഞ്ഞതെന്താ? എന്റെ കൊഴപ്പ മാണോ? എല്ലാം മുത്തശ്ശിയുടെ കൊഴപ്പമാ."

"ആയിരിക്കാം. അതൊക്കെ പോട്ടെ. നാളെ ചെറുക്കൻ വരുമ്പം നീ ഊശിയാക്കി വിടരുത്. നാണക്കേടാ."

"നാണക്കേട് ആർക്കാ?"

"എനിക്കല്ലാതെ ഇവിടെ ആർക്കാ നാണക്കേട്."

ഭാരതിയും പാറുവമ്മയും ഉയർന്ന ശബ്ദത്തിലാണ് സംസാരിച്ചത്. ഇടവഴിയിൽക്കൂടി പോയവർ എന്തോ വഴക്കാണെന്ന് തെറ്റിദ്ധരിച്ച് വഴി യിൽ തന്നെ നിന്നു. സംഭാഷണം നിന്നപ്പോൾ അവരൊക്കെ നടന്നു മറഞ്ഞു. ജീവിതം തർക്കിച്ചും കലഹിച്ചും തീർക്കാനുള്ളതാണോ എന്ന് പാറുവമ്മ സ്വയം ചോദിച്ചു. നീണ്ട ജീവിതത്തിനിടയിൽ ഇത്ര വലിയ പ്രതിസന്ധി പാറുവമ്മ അഭിമുഖീകരിച്ചിട്ടില്ല. വാക്കുകൾകൊണ്ടുള്ള മുറിവ് യഥാർത്ഥ മുറിവിനേക്കാൾ എത്രയോ ആഴമുള്ളതാണ്. വിളക്കു കൊളുത്തി, ഒരു നുള്ളു ഭസ്മമെടുത്ത് നെറ്റിയിൽ വരച്ച്, വിളക്കിന് മുന്നി ലിരുന്ന് ആർക്കും മനസ്സിലാവാത്ത ഭാഷയിൽ നാമം ചൊല്ലിയപ്പോൾ പാറുവമ്മ കരയുകയായിരുന്നു. അപ്പോൾ ദൈവത്തിന്റെ മനസ്സ് അലി ഞ്ഞതുപോലെ ഒരു ചെറിയ മഴ ചാറി. നാമം ചൊല്ലൽ പകുതിവഴിക്ക് വച്ച് മുറിച്ച് പാറുവമ്മ ധൃതിയിൽ മുറിക്കുള്ളിൽ കയറി തന്റെ കുഴിക്കട്ടി ലിൽ അമർന്നു. കരയുന്ന ശബ്ദം പുറത്തു കേൾക്കാതിരിക്കാൻ അവർ വായ്പൊത്തിപ്പിടിച്ചു. കറുത്ത തലയിണ വീണ്ടും കുതിർന്നു.

ചെറുക്കൻ കാണാൻ വരുന്നതിനെക്കുറിച്ച് ശിവൻകുട്ടിയും അവളെ ഓർമ്മിപ്പിച്ചു. കൂടിക്കാഴ്ച എങ്ങനെയായിത്തീരുമെന്ന് അവൻ സംശ

യിച്ചു. ഇക്കാര്യം ഭാരതിച്ചേച്ചിയോടു പറഞ്ഞ് നേരത്തെ അനുവാദം വാങ്ങേണ്ടതായിരുന്നെന്ന് അവനു തോന്നി. ചെറുക്കൻ പറക്കോട്ടു ചന്തയിൽ സോഡ ഫാക്ടറി നടത്തുകയാണ്. രണ്ട് സൈക്കിൾ വാടകയ്ക്ക് കൊടുക്കാനുണ്ട്. സാമ്പത്തികമായി അത്ര ബുദ്ധിമുട്ടില്ല. ഒരിക്കൽ പറക്കോട്ടു ചന്തയിൽ പോയപ്പോൾ സോഡ ഉണ്ടാക്കുന്നത് ശിവൻകുട്ടി കണ്ടതാണ്. കുപ്പിയുടെ ഇടുങ്ങിയ കഴുത്തിൻമുകളിൽ നീലനിറമുള്ള വട്ടു ഉറച്ചിരിക്കുന്നത് എങ്ങനെയാണെന്ന് ശിവൻകുട്ടിക്ക് ഇപ്പോഴും അറിയില്ല.

ഒന്നും സംഭവിക്കാത്ത മട്ടിൽ ഭാരതി പാതിരാത്രിവരെ പുസ്തകം വായിച്ചു. പഠിച്ചുകൊണ്ടിരുന്ന കാലത്ത് മണ്ണെണ്ണ തീരുമെന്നും പറഞ്ഞ് വഴക്കുണ്ടാക്കിയ പാറുവമ്മ ഇപ്പോൾ അക്കാര്യത്തെക്കുറിച്ച് ഒന്നും മിണ്ടാറില്ല. നാളെ തന്നെ കാണാൻ വരുന്ന ചെറുക്കനെക്കുറിച്ചോ അയാളുടെ ജോലിയെക്കുറിച്ചോ രൂപത്തേക്കുറിച്ചോ ഒന്നും അവൾ ആലോചിച്ചില്ല. വായന കഴിഞ്ഞ് അവൾ പത്തായത്തിനു മുകളിൽ കയറി കണ്ണുകളടച്ചു. കറുത്ത നിറമുള്ള കുറേ ഉറുമ്പുകൾ മൺഭിത്തിയിൽക്കൂടി മുകളിലേക്ക് കയറിപ്പോകുന്നത് അവൾ ശ്രദ്ധിച്ചു.

ഇരുപത്തി ആറ്

ഇന്ന് മകരമാസം ഇരുപത്തിരണ്ട്.

നാളെയാണ് മകരഭരണി. കൃത്യം ഒരു മാസം കഴിയുമ്പോൾ കുംഭഭരണി. കുംഭഭരണിക്കു മുമ്പ് വളരെയധികം ജോലികൾ ചെയ്തു തീർക്കാനുണ്ട്. ഉത്സവത്തിനു മുമ്പേ പുരമേയണം. ഏഴംകുളത്തെ മിക്ക വീടുകളും ഓലമേഞ്ഞതാണ്. ഒന്നോ രണ്ടോ നാലുകെട്ടുകളും രണ്ട് ഓടിട്ട വീടുകളും കഴിഞ്ഞാൽ മറ്റെല്ലാം ഓലപ്പുരകളാണ്. തെങ്ങുവിളയിൽ സുകുമാരപിള്ളയുടെ വീടാണ് അതിൽ ഏറ്റവും വലുത്. നിരയും പുരയുമുള്ള വീടാണ് അത്. പൂമുഖത്തെ തൂണും തറയും തേക്ക് തടിയിൽ തീർത്തതാണ്. എങ്കിലും ഓല മേഞ്ഞതാണ്. രണ്ടുദിവസം വേണം പുരമേഞ്ഞുതീരാൻ. വീടിന് രണ്ട് വലിയ എടുപ്പുകളുണ്ട്. പ്രകൃതിയോട് ഇത്രമാത്രം ചേർന്നുനില്ക്കുന്ന മറ്റൊരു വീടും ഏഴംകുളത്തില്ല. ഒരിലയെ തൊടാതെ ആർക്കും വീട്ടിലേക്ക് കയറാൻ കഴിയില്ല. പുല്ലിനോടൊപ്പം പൂമ്പാറ്റയും അവിടെ കഴിഞ്ഞുകൂടുന്നു. വീട്ടിലേക്കുള്ള വഴി നിറയെ ഈറ്റക്കാടും പാലയും ഇലഞ്ഞിയും പൊതിഞ്ഞു നില്ക്കുന്നു. ഏതെങ്കിലും ഒരു മരത്തിന്റെ വിത്ത് മണ്ണിൽ വീണ് മുളപൊട്ടിയാൽ ആരും അതിനെ നശിപ്പിക്കാറില്ല. വീട്ടുമുറ്റത്തെ വെയിലിൽ ഓണത്തുമ്പികൾ പറക്കുന്നത് കാണാം. അവിടത്തെ തൊഴുത്തിൽ ധാരാളം പശുക്കളും മുറ്റത്ത് പൈക്കിടാങ്ങളേയും കാണാം. തെങ്ങുവിളയിലെ വീടു ഓലമേയാൻ ആളുകൾക്ക് താല്പര്യമാണ്. പണ്ട് പുരമേയാൻ പോകുമ്പോൾ രാമക്കുറുപ്പ് ശിവൻകുട്ടിയേയും കൂടെ കൊണ്ടുപോയി. പൊളിച്ചിട്ട ഓല അടുക്കാനും കെട്ടുനാര് മേച്ചിൽക്കാർക്ക് എത്തിച്ചു കൊടു

ക്കുകയുമായിരുന്നു ശിവൻകുട്ടിയുടെ ജോലി. ഉച്ചയ്ക്ക് കഞ്ഞിയും അസ്ത്രവും വൈകിട്ട് പുഴുക്കും കടുംകാപ്പിയും കിട്ടുമായിരുന്നു.

താന്നിക്കൽ കുളത്തിലാണ് എല്ലാവരും ഓല കുതിർക്കുന്നത്. ഏഴം കുളത്തെ ഏറ്റവും ചെറിയ കുളമാണ് താന്നിക്കൽകുളം. ഏഴംകുളത്ത് ഏഴ് കുളങ്ങളുണ്ട്. അതുകൊണ്ടാണ് ആ സ്ഥലം ഏഴംകുളം എന്നറിയപ്പെടുന്നത്. ഓല കുതിർക്കാൻ മാത്രമാണ് താന്നിക്കൽകുളം ഉപയോഗിക്കുന്നത്. ചിലപ്പോൾ പശുവിനേയും കാളയേയും കുളിപ്പിക്കാറുണ്ട്. ഉണങ്ങിയ ഓലക്കെട്ടു വെള്ളത്തിലിട്ടാൽ പൊന്തിക്കിടക്കും. ഓലക്കെട്ടിൽ പിടിച്ച് കിടന്നാണ് ശിവൻകുട്ടി നീന്തൽ പഠിച്ചത്. ഓലക്കെട്ടിനെ ഉന്തിത്തള്ളി തെക്കോട്ടും വടക്കോട്ടും ഒരല്പനേരം നീന്തിക്കളിക്കുമ്പോൾ ശിവൻകുട്ടി പെട്ടെന്ന് ക്ഷീണിക്കും. അപ്പോൾ അവൻ ഓലക്കെട്ടിനു മുകളിൽ കയറിക്കിടന്ന് ക്ഷീണമകറ്റും. രാമക്കുറുപ്പ് അടുത്ത കെട്ടുമായി വരുമ്പോൾ അവൻ ആകാശം നോക്കിക്കിടക്കും. നീലനിറമുള്ള, പായലും പഞ്ഞിയും നിറഞ്ഞ ഒരു വലിയ കുളമായി ആകാശം അവന്റെ മുന്നിൽ നിവർന്നുകിടന്നു. പല വീട്ടുകാരുടേയും ഓലക്കെട്ടുകൾ കുളത്തിലുണ്ടാവും. തിരിച്ചറിയാനായി ഓലക്കെട്ടുകൾക്ക് മുകളിൽ അടയാളങ്ങൾ വയ്ക്കും. കഴിഞ്ഞവർഷം പുരമേയാനുള്ള കാര്യങ്ങൾ ചെയ്തത് രാമക്കുറുപ്പായിരുന്നു. തെങ്ങിൻ ചുവട്ടിൽനിന്നും ഓലകീറി, തുഞ്ചം മുറിച്ച്, മടലിൽനിന്നും വഴുക എടുത്ത് ഓല കെട്ടുകളാക്കിയതും രാമക്കുറുപ്പായിരുന്നു. ഇത്തരം ജോലികൾ ചെയ്യാൻ ശിവൻകുട്ടിക്ക് പരിചയക്കുറവുണ്ട്. പാറുവമ്മയ്ക്ക് അറിയാമെങ്കിലും ആരോഗ്യം അനുവദിക്കുന്നില്ല. ഓലമടൽ കീറി കെട്ടുകളാക്കുന്നത് ആയാസമുള്ള ജോലിയാണ്. കുറുപ്പിന്റെ ഓലക്കെട്ടുകൾക്ക് മുറുക്കവും ഭംഗിയുമുണ്ടായിരുന്നു. പറക്കോട്ടു ചന്തയിൽ മെടഞ്ഞ തെങ്ങോല വാങ്ങാൻ കിട്ടും. പക്ഷേ, വില കൂടുതൽ നല്കണം. എന്തായാലും പുര മേഞ്ഞേപറ്റൂ. എല്ലാവരും കുംഭഭരണിക്കു മുമ്പേ പുരമേയാറുണ്ട്. കുംഭത്തിലെ വേനൽമഴയ്ക്ക് ശക്തി കൂടുതലാണ്. വെള്ളം ഒലിച്ചിറങ്ങിയാൽ മൺഭിത്തി ഇടിഞ്ഞുവീഴാനും സാദ്ധ്യതയുണ്ട്. പാറുവമ്മ പുറത്തേക്ക് എവിടെയും പോകാതെ വീട് പുതിയ ഓലകെട്ടി ഭംഗിയാക്കുന്നതിനെക്കുറിച്ച് ആലോചിച്ച് തിണ്ണയിലിരുന്നു.

“എടാ ശിവൻകുട്ടീ, ഭരണിക്ക് മുമ്പേ പൊര മേയണ്ടായോ? നാല്കെട്ട് ഓല പുറത്തൂന്നു വാങ്ങണം. മെടഞ്ഞ ഓല വാങ്ങിയാമതി. എല്ലാംകൂടി എട്ട്കെട്ട് ഓലവേണം. അല്ലെങ്കിൽ ഒന്നിടവിട്ട് പഴയോല കെട്ടാം. ആരാ ഓല കുതുക്കുന്നതും മെടയുന്നതും? തറേലിരുന്നാൽ എനിക്കു നടുവേദനയാ. ഭാരതിക്കാണേ വീട്ടുകാര്യമൊന്നും അറിയണ്ടാല്ലോ. ഇവിടിരിക്കുന്ന നാല്കെട്ട് ഓല കൊളത്തി കൊണ്ടിട്ടു കുതിർത്തു കൊണ്ടു വന്നാ എങ്ങനെയെങ്കിലും ഞാൻ മെടയാം. എന്താ നിനക്കൊക്കുമോ?”

ശിവൻകുട്ടി തിണ്ണയിലെ ബഞ്ചിൽ വെറുതെ ഇരിക്കുകയായിരുന്നു.

ദിവാകരപ്പണിക്കരുടെ കെട്ടിടംപണി തല്ക്കാലം നിർത്തിവച്ചിരിക്കുകയാണ്. കിണറ്റിലെ വെള്ളം വറ്റി. ഉയരമുള്ള സ്ഥലമായതുകൊണ്ട് കിണറിന് നാല്പത് അടിയോളം താഴ്ചയുണ്ട്. വെള്ളം പെട്ടെന്ന് തീർന്നു. നിത്യകർമ്മങ്ങൾക്കുപോലും വെള്ളം കിട്ടുന്നില്ല. വെള്ളം പൈസ കൊടുത്തു വാങ്ങി കെട്ടിടം പണിയേണ്ട കാര്യമില്ല എന്നാണ് പണിക്കരുടെ അഭിപ്രായം. ഇരുപത്തിനാലു ദിവസം ശിവൻകുട്ടി മൈക്കാടു പണി ചെയ്തു. ഇരുപതു രൂപ അവന്റെ കൈയിലുണ്ട്. കൈയ് ഒടിഞ്ഞപ്പോൾ, എത്രയും പെട്ടെന്ന് ശരിയായാൽ ഏഴംകുളത്തമ്മയ്ക്ക് ആൾപ്പിണ്ടി എടുപ്പിച്ചേക്കാമെന്ന് അമ്മ ചെല്ലമ്മ വഴിപാടു പറഞ്ഞിട്ടുണ്ടായിരുന്നു. ഇതേവരെ ആൾപ്പിണ്ടി എടുക്കാൻ കഴിഞ്ഞില്ല. ഒരുപക്ഷേ, വഴിപാട് നടത്താൻ താമസിക്കുന്നതാണോ തന്റെ വീട്ടിലെ ദുരന്തങ്ങൾക്ക് കാരണമെന്ന് ശിവൻകുട്ടി സംശയിച്ചു.

കഴിഞ്ഞവർഷം അച്ഛന് വഴിപാട് തൂക്കം നടത്താൻ കഴിഞ്ഞില്ല. ഒരിക്കലും തിരിച്ചുവരാത്ത ഏതോ ദിക്കിലേക്ക് അച്ഛൻ യാത്രപോയി. രണ്ടുവഴിപാടുകളും ഇപ്രാവശ്യം നടത്തണമെന്ന് ശിവൻകുട്ടി തീരുമാനിച്ചു. കുറെ കമുകിന്റെ കീറും കുരുത്തോലയും തെങ്ങിൻപൂക്കുലയും പന്തവും വാഴയുടെ മാണവുമുണ്ടെങ്കിൽ ആൾപ്പിണ്ടി ഉണ്ടാക്കാം. അപ്പൂപ്പൻ നാരായണൻനായർ ആൾപ്പിണ്ടി ഉണ്ടാക്കിത്തരാമെന്ന് പറഞ്ഞിട്ടുണ്ട്. തൂക്കം നടത്താൻ ചെലവുണ്ട്. ക്ഷേത്രത്തിൽ നാല്പത് രൂപ കെട്ടിവയ്ക്കണം. ആശാനും ചൂണ്ടകുത്തുന്നവർക്കും ദക്ഷിണ വേറെ കരുതണം.

"മുത്തശ്ശീ എനിക്ക് ഇപ്രാവശ്യം മകരഭരണിക്ക് ആൾപ്പിണ്ടി എടുക്കണം. എന്റെ കൈയ് ഒടിഞ്ഞപ്പം അമ്മ വഴിപാടു പറഞ്ഞതാ. അതുപോലെ കഴിഞ്ഞവർഷം വ്രതമെടുത്ത അച്ഛന് തൂങ്ങാൻ കഴിഞ്ഞില്ല. ഏഴംകുളത്തമ്മയുടെ മുമ്പിൽ ഇപ്രാവശ്യം വഴിപാടു തൂക്കം നടത്താൻ പോവ്വാ. അതിനും വ്രതം വേണം. മൈക്കാടു ചെയ്തുകിട്ടിയ ഇരുപതു രൂപ എന്റെ കൈയിലുണ്ട്. പോരാത്തത് മുത്തശ്ശി തരണം."

"അതിന് എന്റെ കൈയിൽ എവിടുന്നാ രൂപാ. പൊരമേയുന്നത് എങ്ങനാന്ന് വിഷമിച്ചിരിക്കുവാ ഞാന്."

"പത്തായത്തിലില്ലേ?"

"ഒണ്ട്, അത് ഭാരതീടെ കല്യാണത്തിനു വച്ചേക്കുവാ. അതെങ്ങനാ നിനക്ക് തരുന്നെ?"

"ഇനീം ഞാൻ മൈക്കാടിനു പോവുമ്പം കാശുകിട്ടത്തില്ലിയോ. അന്നേരം തിരിച്ചു തരാം."

"തിരിച്ചു തരുന്നേന്റെയല്ല. എനിക്ക് നീയും അവളും ഒരുപോലെയാ. പക്ഷേങ്കില് അവടെ കല്യാണം...."

പാറുവമ്മയുടെ ചിറി വിറയ്ക്കാൻ തുടങ്ങി.

അവർ വെറ്റിലപ്പാത്രമെടുത്ത് വെറ്റിലയിൽ ചുണ്ണാമ്പ് തേച്ചു.

അതോടെ കോളുകൊണ്ട കരച്ചിൽ പെയ്യാതെ പിൻവാങ്ങി.

നാലാങ്കൽ കൃഷ്ണപിള്ളയുടെ *മഹാക്ഷേത്രങ്ങൾക്ക് മുൻപിൽ* എന്ന വലിയ പുസ്തകം വായിക്കുകയായിരുന്നു ഭാരതി. പാറുവമ്മയും ശിവൻകുട്ടിയും സംസാരിക്കുന്നത് കേട്ട് അവൾ വായനനിർത്തി. ഭാരതി ഇപ്പോൾ ആത്മീയകാര്യങ്ങൾ പ്രതിപാദിക്കുന്ന പുസ്തകങ്ങളാണ് വായിക്കുന്നത്. ഭാരതിയെ പെണ്ണുകാണാൻ വന്ന ചെറുക്കൻ മറുപടി ഒന്നും പറയാതെ തിരിച്ചുപോയി. ഉറങ്ങാൻ കിടന്ന വേഷത്തിലാണ് അവൾ ചെറുക്കന് മുന്നിൽ എത്തിയത്. തലമുടി വാരി പുട്ടുകുറ്റിപോലെ തലയ്ക്കുമുകളിൽ കെട്ടിവച്ചു. പാറുവമ്മ നിർബ്ബന്ധിച്ചെങ്കിലും അവൾ കുളിച്ചില്ല. അവളുടെ കണ്ണുകളിൽ ഉറക്കം തളംകെട്ടിക്കിടന്നു. ചെറുക്കന്റെ മുഖത്ത് നോക്കി അവൾ വികൃതമായി ചിരിച്ചു. ശിവൻകുട്ടി കാലുപിടിച്ച് പറഞ്ഞിട്ടും അവൾ അനുസരിച്ചില്ല. പാറുവമ്മയുടെ വീടിന് ഒരു പുതുമയുമില്ലെന്ന് ചെറുക്കൻ പറഞ്ഞതായി ബ്രോക്കർ പിന്നീട് അറിയിച്ചു. ഭാരതിയെ ഇഷ്ടപ്പെട്ടെങ്കിലും അവളുടെ രീതികളോടു പൊരുത്തപ്പെടാൻ കഴിഞ്ഞില്ലെന്നും ബ്രോക്കർ പറഞ്ഞു. നല്ല നിലയിൽ കഴിയുന്ന ബന്ധുക്കളെ എങ്ങനെയാണ് ഈ വീട്ടിലേക്ക് കൊണ്ടുവരുന്നതെന്നും ചോദിച്ചു.

“വേണ്ട, വരണ്ട.” ഭാരതി പറഞ്ഞു. “എന്റെ വീടും ഞാനും മോശമാ സമ്മതിച്ചു. അല്ലെങ്കിൽത്തന്നെ ആർക്കു വേണം അയാളെ. ആർക്കു വേണം കല്യാണം. പുരുഷന്റെ അടിമയായി ജീവിക്കാൻ എന്നെ കിട്ടത്തില്ല. അയാളുടെ മക്കളെ പെറ്റ് ജീവിതം തുലയ്ക്കാനും എനിക്കു വയ്യ. അതോണ്ട് എന്റെ വിവാഹത്തെക്കുറിച്ച് മുത്തശ്ശിയോ ശിവൻകുട്ടിയോ മേലിൽ ചിന്തിക്കേണ്ട.”

പാറുവമ്മ പാരവശ്യത്തോടെ ശിവൻകുട്ടിയുടെ മുഖത്തേക്ക് നോക്കി. അവരുടെ മുഖത്ത് നിരാശ നിഴലിച്ചു. ആഗ്രഹിക്കുന്നതുപോലെ കാര്യങ്ങൾ നടക്കാത്തതെന്തെന്ന് അവർ വിലപിച്ചു. രാമക്കുറുപ്പിന്റെ അസ്ഥിത്തുണ്ടുകളുള്ള മൺകലം ഇപ്പോഴും മുറ്റത്തെ മാവിൻചോട്ടിൽ കുഴിച്ചിട്ടിരിക്കുകയാണ്. അതേതെങ്കിലും പുണ്യതീർത്ഥത്തിൽ നിമജ്ജനം ചെയ്തില്ലെങ്കിൽ കൊടുംപാപമാണ്. ഉത്സവത്തിനു മുമ്പേ അക്കാര്യം ചെയ്യണം. അല്ലെങ്കിൽ പരേതരുടെ പാപംകൂടി ജീവിച്ചിരിക്കുന്നവർ വഹിക്കേണ്ടതായി വരും. പാറുവമ്മയുടെ ഭാണ്ഡക്കെട്ടിന്റെ ഭാരം ഏറി വരികയാണ്. ശിവൻകുട്ടിയെ കോളേജിൽ ചേർക്കാൻ പറ്റാത്ത ദുരന്തത്തിന്റെ ഭാരം, ഭാരതിയെ വിവാഹം കഴിച്ചയക്കാൻ കഴിയാത്ത ദുരന്തത്തിന്റെ ഭാരം. അനുഭവങ്ങളുടെ ഭാണ്ഡക്കെട്ടിന് ഇത്രമാത്രം ഭാരമുണ്ടെന്ന് പാറുവമ്മ ചിന്തിച്ചില്ല. ദൈവത്തെ നേരിട്ടു കണ്ടിരുന്നെങ്കിൽ തന്നെ ഇത്രയധികം വേദനിപ്പിക്കുന്നതെന്തിനാണെന്ന് ചോദിക്കാമായിരുന്നു. വീണ്ടും പാറുവമ്മയുടെ ചിറി വിറയ്ക്കാൻ തുടങ്ങി. പാറുവമ്മ പാക്കിൻകഷണങ്ങൾ വായിലേക്കെറിഞ്ഞ് കരച്ചിലടക്കി.

ഏതാണ്ട് പതിനൊന്ന് മാസത്തെ ഇടവേളയ്ക്ക് ശേഷമാണ് ഏഴംകുളത്തമ്മ ക്ഷേത്രകോവിലിൽനിന്നും മകരഭരണി ദിവസം പുറത്തിറ

ങ്ങുന്നത്. നാലമ്പലത്തിൽ കളമെഴുതിപ്പാട്ടുണ്ട്. പറയെടുപ്പിന്റെ തുടക്കം കുറിക്കുന്നത് അന്നാണ്. ക്ഷേത്രത്തിന്റെ പടിഞ്ഞാറേ നടയിൽനിന്നും ഊരാഴ്മയുടെ പറ സ്വീകരിച്ച് ഏഴംകുളം തെക്കേമുറിയിൽ കൊട്ടും കുരവയും തീവെട്ടിയും താലപ്പൊലിയും ചമയവിളക്കുമായി പോയി കൈനീട്ടപ്പറ സ്വീകരിച്ച് ക്ഷേത്രകോവിലിൽ തിരിച്ചു കയറും. രാത്രി പതിനൊന്നു മണിയോടെ എഴുന്നള്ളത്തിനായി ദേവി വീണ്ടും പുറത്തിറങ്ങും. ജീവിതയ്ക്കു ചുറ്റും പുതിയ മുത്തുക്കുടകൾ അലക്കുകൾ കുലുക്കി അകമ്പടി സേവിക്കും. ഏഴ് പ്രാവശ്യം ക്ഷേത്രത്തിന് വലംവച്ച് ദേവി ശ്രീകോവിലിലേക്ക് മടങ്ങും. ആൾപ്പിണ്ടികൾ ഉറഞ്ഞുതുള്ളി തറയിൽ വീഴും. ബോധം മറഞ്ഞവരെ കുളക്കരയിൽ കിടത്തി ശുശ്രൂഷിക്കും. സ്ത്രീകൾ താലപ്പൊലിയിലെ പൂവും ഉണക്കലരിയും പൂക്കുലയും കല്ലുവളയത്തിനു മുകളിൽ കുടഞ്ഞിട്ട് വീട്ടിലേക്ക് മടങ്ങും. തീവെട്ടിയിലെ ദീപം കെടുത്തി കല്ലുവളയത്തിൽ ചാരിവയ്ക്കും. തീവെട്ടിയിൽനിന്നും തിരി കരിഞ്ഞ മണം കാറ്റിൽ കലരും.

ക്ഷേത്രത്തിനു മുന്നിലെ ഞാവൽമരത്തിൽ പഴങ്ങൾ പാകമാകാൻ തുടങ്ങി. ഉത്സവത്തിനു മുന്നേ വീടുകളിൽ മറ്റൊരുത്സവം തുടങ്ങുകയായി. കണ്ടംകൊയ്ത് കറ്റകൾ കളീത്രയിൽ എത്താൻ തുടങ്ങി. തുറു ഇടാൻവേണ്ടി വൈക്കോൽ ഉണക്കാൻ ശ്രദ്ധിക്കുന്നു ചിലർ. തോളിൽ ഏണിയുമായി തണ്ടാന്മാർ തെങ്ങിൻ മണ്ടനോക്കി നാടുനീളെ അലഞ്ഞു. പറക്കോട്ടു ചന്തയിലെ ആലിൻചുവട്ടിൽ കെട്ടുകോണകവുമായി പണ്ടാരങ്ങൾ നിരക്കാൻ തുടങ്ങി. ക്ഷേത്രമുറ്റത്ത് കച്ചവടം നടത്താനുള്ള അവകാശം ലേലം ചെയ്തുകൊടുത്തു. മുറുക്കാൻ കടയിൽ ചെറിയ ചാരായക്കുപ്പികൾ നിരന്നു. കുതിരയെ കെട്ടാൻ കഴിവുള്ളവരെത്തേടി കരക്കാർ നാലുപാടും പാഞ്ഞു. ആലുവിളക്കിന്റെ തടികൾ ക്ഷേത്രത്തിനുള്ളിൽനിന്നും അമ്പലക്കുളത്തിലെത്തിച്ചു. കരനാഥന്മാരുടെ വീട്ടിൽനിന്നും കുതിരയുടെ ഭാഗങ്ങൾ ക്ഷേത്രമുറ്റത്തെത്തിച്ചു. പഴയ കതിരുകാലും കുറ്റിക്കാലും മാറ്റി പുതുതായി പണിയാൻ ആശാരിയെ ഏർപ്പെടുത്തി. തൂക്കവില്ലിന്റെ സാധനങ്ങൾ പുറത്തെടുത്ത് പരിശോധിച്ചു. തേഞ്ഞുതീർന്ന തടിച്ചാട് പുതുതായി പണിയാൻ ഏർപ്പാടുണ്ടാക്കി. അച്ഛൻ രാമക്കുറുപ്പിനെപ്പോലെ മകൻ ശിവൻകുട്ടിയും ക്ഷേത്രകാര്യങ്ങളിൽ സജീവമായി പങ്കെടുത്തു.

“രാമക്കുറുപ്പിനെപ്പോലെയാ അയാടെ മോനും.”

ഭരണസമിതിയംഗമായ മുണ്ടയ്ക്കൽ ചെല്ലപ്പൻപിള്ള പറഞ്ഞപ്പോൾ അഭിമാനവും സന്തോഷവുംകൊണ്ട് ശിവൻകുട്ടിയുടെ ശിരസ്സ് ഉയർന്നു.

കന്നിത്തൂക്കക്കാർ മകരഭരണി ദിവസം മുതലാണ് വ്രതം നോക്കേണ്ടത്. പാറുവമ്മയുടേയും ഭാരതിയുടേയും അനുവാദം വാങ്ങി അവൻ ക്ഷേത്രത്തിലെത്തി. കുളത്തിലിറങ്ങി കുളിച്ചു. മകരമാസമായതുകൊണ്ട് കുളത്തിലെ ജലനിരപ്പ് താഴ്ന്നിരുന്നു. വെള്ളത്തിന് കറുത്തനിറമായിരുന്നു. ചെറിയ കാറ്റേറ്റപ്പോൾ ശിവൻകുട്ടിക്ക് തണുത്തു. തൂക്കക്കാര

നായതിന്റെ മുദ്രയായ വാളമ്പും വില്ലും ആശാനിൽനിന്നും വാങ്ങാനാണ് ശിവൻകുട്ടി ക്ഷേത്രത്തിലെത്തിയത്. കന്നിത്തൂക്കക്കാരായി പതിനൊന്നുപേർ ഉണ്ടായിരുന്നു. എല്ലാവരും ഞാവൽച്ചുവട്ടിൽ ആശാനെ കാത്തുനിന്നു. എല്ലാവരും ചെറുപ്പക്കാരായിരുന്നു. ഞാവൽ മരച്ചില്ലയിൽ ഒരു ചെറിയ കാറ്റ് കടന്നുചെന്ന് ചില്ലകളെ കുലുക്കി. പിങ്ക് നിറമുള്ള പഴങ്ങൾ ക്ഷേത്രമുറ്റത്തെ മണ്ണിൽ വീണ് പതുങ്ങിക്കിടന്നു. ഒരു ഞാവല്പഴമെടുത്ത്, മണൽത്തരി തട്ടിക്കുടഞ്ഞ് ശിവൻകുട്ടി വായിലേക്കിട്ടു. വാളമ്പും വില്ലും കൈയിൽ കിട്ടുന്ന അതേ നേരത്ത് തന്നെ വ്രതവും തുടങ്ങും. കുതിരക്കെട്ടു തുടങ്ങിയാൽ ദിവസവും കഞ്ഞിയും മുതിരപ്പുഴുക്കുമുണ്ടാവും. കണ്ടത്തിലെ ചെറിയ കുഴികളിൽ വാഴയില വച്ചാണ് കഞ്ഞി വിളമ്പുന്നത്. പലപ്പോഴും ഇലപൊട്ടി കഞ്ഞിവെള്ളം മണ്ണിൽ ഊർന്നിറങ്ങും. മുതിരപുഴുങ്ങിയത് ശിവൻകുട്ടിക്ക് ഇഷ്ടമാണ്. തേങ്ങാതിരുമ്മിയിട്ടാൽ രുചികൂടും. ഭാരതിച്ചേച്ചിയുടെ വിവാഹത്തലേന്ന് പാചകക്കാർക്ക് കഞ്ഞിയും മുതിരപുഴുങ്ങിയതും കൊടുത്താലോ എന്ന് ശിവൻകുട്ടി വെറുതെ ചിന്തിച്ചു. തൂക്കക്കാർക്ക് ഊട്ടുപുരയിൽ ശിവരാത്രി മുതൽ വഴിപാട് സദ്യയുണ്ടാവും. വാളമ്പും വില്ലും വാങ്ങുമ്പോൾ ആശാൻ ശിവൻകുട്ടിയോടു ചോദിച്ചു.

"തൂക്കക്കാരൻ രാമക്കുറുപ്പിന്റെ മോനാണോ?"

"അതെ."

"അച്ഛൻ ലക്ഷണമൊത്ത തൂക്കക്കാരനായിരുന്നു. അദ്ദേഹത്തിന്റെ തൂക്കപ്പയറ്റിന് ഒരു ശാലീനതയുണ്ടായിരുന്നു. കൈകാലുകളുടെ ചലനം അനുപമം. മോനും അച്ഛനേപ്പോലെ വലിയ തൂക്കക്കാരനാകണം."

"ശ്രമിക്കാം."

ആശാന്റെ കാലിൽ തൊട്ടു വന്ദിച്ചുകൊണ്ട് ശിവൻകുട്ടി പറഞ്ഞു. എത്ര ശ്രമിച്ചാലും അച്ഛനെപ്പോലെയാവാൻ കഴിയുമെന്ന് തോന്നുന്നില്ല. എല്ലാം അമ്മയുടെ മുമ്പിൽ സമർപ്പിക്കുകയാണ്.

ശിവൻകുട്ടിയുടെ വിനയവും സംഭാഷണത്തിലെ വിവേകവും ആശാന് ഇഷ്ടപ്പെട്ടു. ആശാന് ദക്ഷിണ നല്കി വാളമ്പും വില്ലും അവൻ കണ്ണുകളിൽ ചേർത്തുവച്ചു. അവന്റെ മനസ്സിൽക്കൂടി അച്ഛൻ രാമക്കുറുപ്പിന്റെ മുഖം കടന്നുപോയി. തൂക്കം തീരുന്നതുവരെ മനസ്സ് ഏകാഗ്രമാക്കാൻ അവൻ തീരുമാനിച്ചു.

പഴുത്ത ഞാവല്പഴങ്ങൾ മണ്ണിൽ വീണുകൊണ്ടിരുന്നു. ഞാവൽ മരത്തിനു ചുറ്റും കെട്ടിയ കരിങ്കല്ലിൽ വീണ പഴങ്ങൾ അവൻ വീണ്ടും വായിലിട്ടു നുണഞ്ഞു. ശിവൻകുട്ടിയുടെ വായ് പിങ്ക് നിറമുള്ള മഷിക്കുപ്പിപോലെ തോന്നിച്ചു. പഴക്കം ചെന്ന കല്ലുകളിൽ വീണ്ടും വീണ്ടും പഴങ്ങൾ വീണുകൊണ്ടിരുന്നു.

ഇരുപത്തി ഏഴ്

ശങ്കരപ്പിള്ള ശുദ്ധഗതിക്കാരനും നല്ലവനുമാണ്. സൗദാമിനി വളഞ്ഞ വഴിക്കാരിയും ചീത്തയുമാണ്. സജാതീയ ധ്രുവങ്ങൾ വികർഷിക്കുകയും വിജാതീയ ധ്രുവങ്ങൾ ആകർഷിക്കുകയും ചെയ്യുമെന്നുള്ളത് ഒരു തത്ത്വമാണ്. അതുകൊണ്ട് രണ്ടുപേരും ഇതിനോടകം ആകർഷിച്ചു കാണുമെന്ന വിശ്വാസത്തിലായിരുന്നു ശിവാനന്ദൻ. ഓരോ ദിവസവും ശങ്കരപ്പിള്ള കടയിലെത്തുമ്പോൾ അർത്ഥംവച്ചുള്ള ഒരു ചിരിയോടെയാണ് ശിവാനന്ദൻ അയാളെ എതിരേറ്റത്. ശുദ്ധഗതിക്കാർക്ക് ജീവിക്കാൻ പറ്റിയ ഒരു സ്ഥലമല്ല ഈ ഭൂമിയെന്ന് ശിവാനന്ദൻ കൂടെക്കൂടെ പറയാറുണ്ട്. നേരേവാ നേരേപോ എന്ന ചിന്താഗതിയും കൊണ്ടിരുന്നാൽ ദുഃഖത്തിന്റെ നടുക്കടലിലായിരിക്കും ചെന്നു വീഴുക. പറയുന്നതൊക്കെ ശരിയാണെന്ന് ശങ്കരപ്പിള്ള ചിരിച്ചുകൊണ്ട് സമ്മതിക്കും.

ശങ്കരപ്പിള്ളയുടെ അമ്മ കൊച്ചുനാണിക്ക് പെൺമക്കളോടായിരുന്നു സ്നേഹവും താല്പര്യവും. സുമതിയെ വിവാഹം കഴിച്ചയക്കാനുള്ള ചെലവ് മുഴുവൻ വഹിച്ചത് ശങ്കരപ്പിള്ളയായിരുന്നു. പൈസ തികയാതെ വന്നപ്പോൾ മുരുകൻ മുതലാളിയോട് ആയിരം രൂപ ശങ്കരപ്പിള്ള കടമായി വാങ്ങി. ആറുമാസക്കാലം ജോലിചെയ്തു കടം വീട്ടുകയും ചെയ്തു. ദിവാകരപ്പണിക്കർ ബലാൽക്കാരമായി ശ്രീമതിയെ തന്റെ ഇംഗിതത്തിനുവേണ്ടി ഉപയോഗിച്ചു. പക്ഷേ, അവൾക്ക് പൗഡർ വാങ്ങാനും അണിഞ്ഞൊരുങ്ങാനുള്ള ചെലവും ആഹാരത്തിനു വേണ്ട കാര്യങ്ങളും ശങ്കരപ്പിള്ളയുടെ കീശയിലെ കാശാണ് ഉപയോഗപ്പെടുത്തിയത്. ശങ്കരപ്പിള്ളയ്ക്ക് ഒരു കുടുംബം വേണ്ടേ എന്ന് അയാളോട് ആരും ചോദിച്ചില്ല. ശ്രീമതി എന്ന ചക്കിനു ചുറ്റും കറങ്ങാനായിരുന്നു അയാളുടെ വിധി. ഒന്ന് രണ്ട് ആലോചനകൾ വന്നെങ്കിലും അതെല്ലാം ശ്രീമതി തട്ടിത്തെറിപ്പിക്കുകയാണുണ്ടായത്. അക്കാര്യത്തിൽ പണിക്കരുടെ സഹായം അവൾക്കുണ്ടായിരുന്നു. സുമതി മുൻകൈയെടുത്ത് ശങ്കരപ്പിള്ളയ്ക്ക് വേണ്ടി ഒരാലോചന കൊണ്ടുവന്നെങ്കിലും നനഞ്ഞ പടക്കം പോലെ കത്തിയില്ല. നാല്പത്തിയാറ് വയസ്സുവരെ പെങ്ങൾക്ക് ചെലവിനു കൊടുത്തു. ഇനിയും മറ്റേതെങ്കിലും സ്ത്രീയെ സഹായിക്കാമെന്ന് ചിന്തിച്ചാണ് അയാൾ സൗദാമിനിയെന്ന സിംഹത്തിന്റെ കൂട്ടിൽ തലയിട്ടത്.

ശങ്കരപ്പിള്ള സൗദാമിനിയുടെ തിണ്ണയിൽ കിടക്കാൻ തുടങ്ങിയിട്ട് ഒരാഴ്ച കഴിഞ്ഞു. ദിവസവും വൈകുന്നേരം കടയടയ്ക്കുമ്പോൾ സൗദാമിനിക്കുവേണ്ടി എന്തെങ്കിലും എണ്ണപ്പലഹാരം അയാൾ കൈയിൽ കരുതും. പലഹാരം വാങ്ങുന്നതു കാണുമ്പോൾ ഇതിനോടകം എന്തെങ്കിലും സംഭവിച്ചുകാണുമെന്ന് ശിവാനന്ദൻ വിചാരിക്കും. കടയിൽ തിരക്കു കുറഞ്ഞ സമയം നോക്കി ശിവാനന്ദൻ ശങ്കരപ്പിള്ളയുടെ സമീപമെത്തി ചോദിച്ചു.

“വല്ലോം ശരിയായോ ശങ്കരപ്പിള്ളേ? സൗദാമിനിയുടെ ഹൃദയം നിനക്കുവേണ്ടി തുടിക്കാൻ തുടങ്ങിയോ? അതോ അവൾ കാല് നാലും പറിച്ച് എറിഞ്ഞോ?”

ശങ്കരപ്പിള്ള ഉത്തരമൊന്നും പറഞ്ഞില്ല. അയാൾ ചിരിക്കുകമാത്രം ചെയ്തു. അയാളുടെ മുഖത്ത് കറുത്തപാടുകൾ കൂടുതൽ വീണിരിക്കുന്നതായി ശിവാനന്ദന് തോന്നി. സൗദാമിനിക്ക് എന്തെങ്കിലും മാറ്റമുണ്ടോ, അവളുടെ ചിന്തകൾ മാറിവന്നോ എന്നൊക്കെയറിയാൻ ശിവാനന്ദനു താല്പര്യം തോന്നിയെങ്കിലും ശങ്കരപ്പിള്ള സൗദാമിനിയെക്കുറിച്ച് സംസാരിക്കാൻ ഇഷ്ടപ്പെട്ടില്ല. സൗദാമിനിയുടെ പല അഭിപ്രായങ്ങളോടും ഒത്തുപോവാൻ കഴിയുമെന്ന് അയാൾ കരുതുന്നില്ല. എങ്കിലും പയ്യെ തിന്നാൽ പനയേം തിന്നാം എന്നൊരു പഴഞ്ചൊല്ലുണ്ടല്ലോ. ആ പഴഞ്ചൊല്ലിൽ കടിച്ചു തൂങ്ങിക്കിടക്കാമെന്ന് അയാൾ തീരുമാനിച്ചു. ശിവാനന്ദൻ ശരീരം കുലുക്കിച്ചിരിച്ചപ്പോൾ ശങ്കരപ്പിള്ള റോഡിലൂടെ നടന്നുപോയ ഒരു പെൺപട്ടിയെ ശ്രദ്ധിച്ചു. അതിന്റെ വീർത്തുമുറ്റിയ മുലകളിൽ പാൽനിറഞ്ഞിരിക്കുന്നതായി അയാൾ കണ്ടു. വേഗത്തിൽ നടന്നപ്പോൾ മുലകൾ വയറിന്റെ വശങ്ങളിലേക്ക് ചലിച്ചുകൊണ്ടിരുന്നു.

സൗദാമിനിയുടെ വീട്ടിൽ അന്തിയുറങ്ങുന്നതുകൊണ്ട് അവളെ വരുതിയിലാക്കാനുള്ള ജാലവിദ്യയൊന്നും ശങ്കരപ്പിള്ളയ്ക്ക് വശമില്ല. സൗദാമിനി അയാൾക്ക് അത്താഴം കൊടുക്കുന്നുണ്ട്. സ്നേഹത്തോടെ സംസാരിക്കുന്നുണ്ട്. അയാൾ കിടക്കുന്ന സ്ഥലം ദിവസവും തൂത്ത് വൃത്തിയാക്കുന്നുണ്ട്. കതക് അടയ്ക്കുന്നതിനു മുമ്പ് ഒരു മൊന്ത ചൂടുവെള്ളം അയാൾക്ക് നല്കുന്നുണ്ട്. ശങ്കരപ്പിള്ള വാങ്ങിക്കൊണ്ടു വരുന്ന പലചരക്ക് സാധനങ്ങൾ വാങ്ങി പകരം രുചികരമായ ഭക്ഷണമുണ്ടാക്കി നല്കുന്നുണ്ട്. സൗദാമിനി ശങ്കരപ്പിള്ളയോടൊത്താണ് അത്താഴം കഴിക്കുന്നത്. ഒരു പരിഭവവും പറയാതെ അവൾ നല്കുന്നതെല്ലാം അയാൾ സന്തോഷത്തോടെ കഴിക്കുന്നുണ്ട്. അതുമാത്രം മതിയോ? അതുമാത്രം മതിയോ? അയാൾ സ്വയം ചോദിക്കുന്നു.

രണ്ട് ദിവസം മുമ്പ് അയാൾ കടയിൽനിന്നും ഒരു സുഖിയനും ഒരു വെട്ടുകേക്കും വാങ്ങി കടലാസിൽ പൊതിഞ്ഞ് സൗദാമിനിക്ക് നല്കി.

“വെട്ടുകേക്കിൽ മൊട്ട ചേർത്തതാരിക്കും. എനിക്ക് തിങ്കളാഴ്ചവ്രതമാ. അതോണ്ട് മൊട്ട ചേർത്ത പലഹാരമൊന്നും വേണ്ട.”

അവൾ വെട്ടുകേക്ക് ശങ്കരപ്പിള്ളയ്ക്ക് തിരികെ നല്കി.

അയാൾ കേക്ക് രണ്ടായി മുറിച്ചു. ഒരു കഷണം വായിലിട്ടു ചവച്ചു.

മുട്ടചേർത്ത കേക്ക് കഴിച്ചാൽ വ്രതം മുടങ്ങുമോ എന്ന് ചോദിക്കാൻ തുനിഞ്ഞെങ്കിലും അയാൾ ഒന്നും പറഞ്ഞില്ല. അതൊക്കെ ഓരോരുത്തരുടെ വിശ്വാസമാണ്. ആരും ആരുടേയും വിശ്വാസത്തെ മുറിവേല്പിക്കാൻ പാടില്ല. ഇതൊന്നും അത്ര ഗൗരവത്തോടെ കാണേണ്ടകാര്യവുമില്ല. പക്ഷേ, എന്നെങ്കിലും ഒരിക്കൽ സൗദാമിനി തനിക്കുവേണ്ടി അടുക്കളയുടെ വാതിൽ തുറന്നിടുമെന്ന് അയാൾ ആശിച്ചു. അതിനുവേണ്ടിയുള്ള കാത്തിരിപ്പ് തുടരാൻ തന്നെ അയാൾ തീരുമാനിച്ചു. സ്വന്തം വീട്ടി

ലേക്ക് ഒരു തിരിച്ചുപോക്കില്ല. ഇനിയും ശ്രീമതിയുടെ ഭാരം താങ്ങാൻ തന്റെ ശരീരത്തിനാവില്ല. സൗദാമിനിക്കുവേണ്ടി ജീവിക്കുന്നതിൽ നഷ്ട ബോധം തോന്നുന്നതുമില്ല. രാത്രിയിൽ അയാൾ സ്വന്തം പുല്പായയിൽ ഒരു രോഗിയെപ്പോലെ എഴുന്നേറ്റിരുന്ന് നിലാവ് നിറഞ്ഞുകിടന്ന വയലി ലേക്ക് നോക്കി. ശ്വാസഗതിക്കനുസരിച്ച് അയാളുടെ നെഞ്ച് ഉയരുകയും താഴുകയും ചെയ്തു. കൈകൾ രണ്ടും പിറകിൽ കുത്തി, വെളിച്ചത്തിന്റെ പൊട്ടുകളിലേക്ക് കണ്ണുകൾ പായിച്ചു. എവിടെനിന്നോ ഒന്നുരണ്ട് കൊതു കുകൾ അയാളുടെ ചുറ്റും പറന്നു. ഇടതു കൈയുയർത്തി അയാൾ കൊതുകുകളെ അടിച്ചകറ്റി. അന്തരീക്ഷത്തിന് തണുപ്പുണ്ടായിരുന്നു. നിലാവ് കണ്ടത്തിലെ തെങ്ങോലകളിൽക്കൂടി താഴേക്കു ഊർന്നു വീണുകൊണ്ടിരുന്നു.

"സൗദാമിനി, സൗദാമിനീ."

അയാൾ പതിയെ വിളിച്ചു.

പലതരം ഉത്ക്കണ്ഠകൾ മൂലം ശബ്ദം പുറത്തുവന്നില്ല.

"സൗദാമിനി, സൗദാമിനീ."

ശങ്കരപ്പിള്ള വീണ്ടും ഉറക്കെ വിളിച്ചു.

അയാളുടെ ശബ്ദം ഉഷ്ണഭൂമിയിലെ പൊടിക്കാറ്റുപോലെ അടു ക്കളയുടെ കതകിന്റെ വിടവിൽക്കൂടി സൗദാമിനിയുടെ സമീപം വീണു. അയാളുടെ ശബ്ദത്തിന് കരച്ചിലിന്റെ രുചിയുണ്ടായിരുന്നു. മുഴക്കമു ണ്ടായിരുന്നു. ഏറെ നാളായി അയാൾ കൊതിച്ചിരുന്ന നിമിഷത്തിന്റെ നിർവൃതി അയാളുടെ വിളിക്കുണ്ടായിരുന്നു. അടങ്ങാത്ത വേദനയുടെ നീറ്റലും അതിലുണ്ടായിരുന്നു.

ദൂരെ ആരോ കരയുന്നതുപോലെയാണ് സൗദാമിനിക്ക് തോന്നിയത്. താഴ്ത്തിവച്ചിരുന്ന ചിമ്മിനിയുടെ ദീപം ഉയർത്തി അവൾ ചുറ്റിലും നോക്കി. അടുക്കളയുടെ വാതിൽ തുറന്നു. കൈകൾകൊണ്ട് ശരീരം താങ്ങിയിരിക്കുന്ന ശങ്കരപ്പിള്ളയെ അവൾ കണ്ടു. അയാളുടെ മുഖം വിയർപ്പിൽ നനഞ്ഞ് വിവശമായിരുന്നു. തന്റെ കൈപിടിച്ച് അവൾ അടു ക്കളയിൽ കയറുമെന്ന് ശങ്കരപ്പിള്ള ധരിച്ചു. തന്റെ ശരീരത്തിലെ വിയർപ്പ് മാറ് മറച്ചിരുന്ന ചുട്ടിക്കരയൻ തോർത്തെടുത്ത് സൗദാമിനി ഒപ്പിയെടു ക്കുമെന്ന് അയാൾ ആശിച്ചു.

"ആരാ കരഞ്ഞെ?"

"ഞാനാ."

ശങ്കരപ്പിള്ള എഴുന്നേറ്റു. കാറ്റത്ത് വളഞ്ഞ മരംപോലെ അയാൾ കുനിഞ്ഞുനിന്നു. റാന്തൽ വിളക്കിന്റെ വെളിച്ചത്തിൽ അയാളുടെ കണ്ണു കൾ സൗദാമിനിയുടെ ശരീരത്തിൽക്കൂടി സഞ്ചരിച്ചു. മാറുമറച്ചിരുന്ന തോർത്തെടുത്ത് മുറ്റത്തെറിയാൻ അയാൾ ആഗ്രഹിച്ചു. പക്ഷേ, അതി നുള്ള തന്റേടം ശങ്കരപ്പിള്ളയ്ക്കില്ലായിരുന്നു. ഇടയ്ക്ക് ചന്ദ്രൻ മേഘ ങ്ങൾക്കുള്ളിൽ മറഞ്ഞു. വല്ലാത്തൊരു ധൃതിയും കിതപ്പും ശങ്കരപ്പിള്ള യ്ക്കുണ്ടായി. സർവ്വശക്തിയും സംഭരിച്ച് അയാൾ ചോദിച്ചു.

"ഞാൻകൂടി അടുക്കളേലോട്ടു വരട്ടെ."

"എന്തോയിനാ?"

"വെറുതെ."

"വെറുതെ എന്തിനാ വരുന്നേ? ഞാൻ നേരത്തെ പറഞ്ഞില്ലാരുന്നോ. നമ്മൾ വിവാഹം കഴിക്കുന്നില്ല. ഇപ്പോൾ ശാരീരികമായ ഒരു ബന്ധത്തിനും ഞാൻ തയ്യാറല്ല. കാലം കഴിയുമ്പോൾ അങ്ങനെ ഒരു ചിന്ത വന്നുകൂടായ്കയില്ല. പക്ഷേ, ഇപ്പോൾ അങ്ങനെ ഒരാഗ്രഹമില്ല. എനിക്ക് ഒരാളെ കൂട്ടിനു വേണമായിരുന്നു. കയറിക്കിടക്കാൻ സ്ഥലമില്ലാത്തോണ്ട് ഇവിടെ കെടന്നോളാൻ പറഞ്ഞു. ഭർത്താവായിട്ടല്ല. ഭാര്യയുടെ റോളിൽ ഒരു പെണ്ണിന് ഒരു പ്രാവശ്യം മാത്രമേ അഭിനയിക്കാൻ കഴിയൂ. ഭർത്താവ് മരിച്ചു കഴിഞ്ഞാൽ ബാക്കിയൊക്കെ വെറും കാട്ടിക്കൂട്ടലാ. ശങ്കരപ്പിള്ളയ്ക്ക് ഇഷ്ടമുണ്ടെങ്കിൽ മാത്രം ഇവിടെ കെടന്നാമതി. അതൊക്കെ ശങ്കരപ്പിള്ളയാ തീരുമാനിക്കേണ്ടത്."

സൗദാമിനി വാതിലിന്റെ മറവിൽ മറഞ്ഞു.

കതക് അവൾ തുറന്നിട്ടിരുന്നു

വേണമെങ്കിൽ ഇപ്പോൾ അകത്തു കയറാം. സൗദാമിനിയെ കടന്നുപിടിക്കാം. അതിനും വേണം തന്റേടം. ശങ്കരപ്പിള്ള ഒരു തീരുമാനമെടുക്കാൻ കഴിയാതെ പുല്പായിൽ ഇരുന്നു.

സ്ത്രീശരീരത്തിന്റെ സ്വാദ് എന്താണെന്നറിയാനുള്ള തന്റെ ആകാംക്ഷ തെറ്റാണോ എന്ന് ശങ്കരപ്പിള്ള തന്നോടുതന്നെ ചോദിച്ചു. തന്റെ ആവശ്യം നിരാകരിച്ച സൗദാമിനിയോട് ബലാൽക്കാരത്തിന് തുനിഞ്ഞാൽ ഒരു സിംഹത്തേപ്പോലെ തന്നെ കടിച്ചുകീറുമെന്ന് ശങ്കരപ്പിള്ളയ്ക്കറിയാം. പഴയ അനുഭവം മനസ്സിലുള്ളതുകൊണ്ട് ഇനിയും ഒരു പരീക്ഷണത്തിന് തുനിഞ്ഞ് പരാജയപ്പെട്ടാൽ പിന്നെ ജീവിച്ചിരുന്നിട്ടു കാര്യമില്ല. അവളുടെ ഉള്ളിലെന്താണെന്ന് തിരിച്ചറിഞ്ഞ് സാവധാനം ഉണർത്തിയെടുക്കുന്നതിനു പകരം പെട്ടെന്നുള്ള എടുത്തുചാട്ടം പരാജയപ്പെട്ടതിൽ ശങ്കരപ്പിള്ളയ്ക്ക് ദുഃഖമുണ്ടായിരുന്നു. മനസ്സിന്റെ വഴികൾ ഏതാണെന്ന് തിരിച്ചറിയണമായിരുന്നു. അതിനനുസരിച്ച് കരുക്കൾ നീക്കണമായിരുന്നു. സ്നേഹമായാലും യുദ്ധമായാലും വഴികൾ ശ്രദ്ധിച്ച് തെരഞ്ഞെടുക്കണം. പാറക്കെട്ടിൽ തല തല്ലിയ തിരമാലകൾ പോലെ ആഗ്രഹങ്ങളെല്ലാം ചിതറിത്തെറിച്ചു. കവർന്നെടുക്കുന്ന എല്ലാം പടികളിളകിയ ഗോവണിപോലെയാണ്. മുന്നോട്ടുള്ള യാത്ര സുഖകരമാവില്ല. തന്റെ ആവശ്യം നിരാകരിക്കാനുള്ള സ്വാതന്ത്ര്യം സൗദാമിനിക്കുണ്ട്. അവളോടു അനുവാദം ചോദിച്ചതാണ് തെറ്റ്. ഇന്നത്തെ സംഭവത്തോടെ സൗദാമിനിക്ക് തന്നോട് ഇഷ്ടക്കുറവുണ്ടാകുമെന്ന് ശങ്കരപ്പിള്ള ശങ്കിച്ചു.

"സൗദാമിനി." ശങ്കരപ്പിള്ള വിളിച്ചു. "നിന്നെ വിഷമിപ്പിക്കാനല്ല ഞാൻ ചോദിച്ചത്. പെട്ടെന്ന് ഞാനറിയാതെ എന്റെ ഉള്ളിലെ ചിന്തകൾ അങ്ങനെ ഒരു പ്രതികരണത്തിന് മുതിർന്നതാണ്. തെറ്റ് എന്റേതുതന്നെ. എനിക്ക് നാല്പത്തിയാറ് വയസ്സായി. ഇനീം ഏറിയാൽ അരനാഴിക നേരം

മാത്രം. ഇത്രയുംനാൾ പെങ്ങൾക്കുവേണ്ടി ജീവിച്ചു. ഇനിയും എനിക്ക് സ്വന്തമായി ജീവിക്കണമെന്ന് തോന്നി. ഇനിയും ഒരു സഹോദരന്റെ റോളിൽ എനിക്കഭിനയിക്കാൻ വയ്യ. എന്നിലെ സഹോദരൻ എന്നേ മരിച്ചുകഴിഞ്ഞു. ഒരിക്കൽ സൗദാമിനി എന്നെ വിളിക്കുമെന്ന് ഞാൻ പ്രതീക്ഷിച്ചു. കുട്ടിക്കൂറാ പൗഡറും വിയർപ്പും കൂടിക്കലർന്ന നിന്റെ മണം എന്നെ തളർത്തുന്നു."

ശങ്കരപ്പിള്ളയുടെ മുഖത്ത് പലവിധ ഭാവങ്ങൾ തെളിയുന്നത് സൗദാമിനി ശ്രദ്ധിച്ചു. തള്ളാനും കൊള്ളാനും പറ്റാത്ത ഒരവസ്ഥ അവൾക്കുണ്ടായി. അവളുടെ തീരുമാനം എന്താണെന്നറിയാൻ ശങ്കരപ്പിള്ള അവളുടെ മുഖത്തേക്ക് നോക്കി. ഒരർത്ഥത്തിൽ താൻ ചെയ്യുന്നത് പാപമല്ലേയെന്ന് സൗദാമിനി ചിന്തിച്ചു. ഒരാൾ പ്രതീക്ഷിക്കുന്ന ആനന്ദം താൻ തല്ലിക്കെടുത്തുകയല്ലേ എന്നവൾ സംശയിച്ചു. ഒരു സഹോദരൻ എന്നതിൽ കവിഞ്ഞ് ഒരു ബന്ധം ആരുമായും താൻ ആഗ്രഹിക്കുന്നില്ല. അക്കാര്യം തുടക്കത്തിൽ തന്നെ പറഞ്ഞതാണല്ലോ! ചില നൂലുകളാൽ നിയന്ത്രിക്കുന്ന പാവകളാണ് എല്ലാവരും. പുരുഷന്മാരെ അറിഞ്ഞുകൊണ്ട് വേദനിപ്പിക്കുന്ന സ്ത്രീകളുടെ കൂട്ടത്തിൽ തന്റെ പേരും ഉൾപ്പെടുത്തേണ്ടതാണ്. ആദ്യം ഗോപാലൻനായരെ, പിന്നെ രാമക്കുറുപ്പിനെ, ഇപ്പോൾ ശങ്കരപ്പിള്ളയെ. സൗദാമിനിക്ക് ശങ്കരപ്പിള്ളയോട് ഉള്ളിൽ മതിപ്പുണ്ട്. പക്ഷേ, ഇതൊക്കെ എങ്ങനെയോ സംഭവിച്ചുപോകുന്നതാണ്.

ശങ്കരപ്പിള്ള കീറിയ പുല്പായയും തലയിണയും ചുരുട്ടി കൈയിലെടുത്തു. യാത്ര തുടങ്ങിയ സ്ഥലത്തുതന്നെ യാത്ര അവസാനിപ്പിക്കണം. അത് പ്രകൃതിനിയമമാണ്. മണ്ണിൽനിന്നും വന്നത് മണ്ണിലേക്ക് മടങ്ങണം. ചൂടേറ്റ് കടലിൽനിന്നും പൊന്തുന്ന നീരാവി മഴയായിത്തന്നെ കടലിൽ തിരിച്ചെത്തുന്നു. ഇതൊക്കെ സത്യമാണ്. ശങ്കരപ്പിള്ള മുരിങ്ങച്ചുവട്ടിൽ ഇറങ്ങി നിന്നപ്പോൾ സൗദാമിനി തന്നെ തിരിച്ചുവിളിക്കുമെന്ന് അയാൾ വിശ്വസിച്ചു. സൗദാമിനി അടുക്കളയിൽ കയറി. ദൂരെ ക്ഷേത്രഭിത്തിയിലെ വിളക്കുകളൊക്കെ കെട്ടുകഴിഞ്ഞു. കരിന്തിരി എരിഞ്ഞമണം വയലിൽ അലഞ്ഞു തിരിഞ്ഞു. ഒരല്പനേരം സൗദാമിനിയുടെ പുരയുടെ ഭിത്തിയിൽ ചാരിനിന്ന് അയാൾ ശ്വാസം ഉള്ളിലേക്കെടുത്തു. എന്നിട്ട്, വയലിലിറങ്ങി നടന്നു.

പിറ്റേന്ന് കടത്തിണ്ണയിൽ തിരിച്ചുവന്ന ശങ്കരപ്പിള്ളയെ കണ്ടപ്പോൾ ശിവാനന്ദന് അടക്കാൻ കഴിയാത്ത വേദന തോന്നി.

"എന്തുപറ്റി, ശങ്കരപ്പിള്ളേ നിനക്ക്. നിന്നെ സൗദാമിനി പുറത്താക്കിയോ? നീ വല്ല ആക്രാന്തവും കാണിച്ചോ?"

"അതൊക്കെ പോട്ടെ, നിന്റെ കൈയിൽ ബീഡിയൊണ്ടോ?"

''എന്തോയിനാ?"

"വലിക്കാൻ."

"അതിന് ശങ്കരപ്പിള്ള ഇതേവരെ ബീഡി വലിച്ചിട്ടില്ലല്ലോ."

"ഇല്ല. എനിക്കിനി എല്ലാം തുടങ്ങണം."

ശിവാനന്ദൻ ഒരു ബീഡി ശങ്കരപ്പിള്ളയുടെ ചുണ്ടിൽ തിരുകി. ശങ്കരപ്പിള്ളയുടെ ചുണ്ടുകൾ വിറച്ചു. കൈകൾ വിറച്ചു. അയാൾ തീപ്പെട്ടിയുരയ്ക്കാൻ ശ്രമിച്ചെങ്കിലും നടന്നില്ല. ശിവാനന്ദൻ ബീഡിയുടെ തുമ്പിൽ തീ കത്തിച്ചു. ശങ്കരപ്പിള്ള ബീഡിപ്പുക ഉള്ളിലേക്ക് വലിച്ചു കയറ്റിയപ്പോൾ ചുമയ്ക്കാൻ തുടങ്ങി. ശങ്കരപ്പിള്ളയ്ക്ക് ശ്വാസം മുട്ടുന്നതുപോലെ തോന്നി. അയാൾ തിണ്ണയിൽ തളർന്നുവീണു. ഒരു ഇരയെക്കിട്ടിയതുപോലെ ചോണനുറുമ്പുകൾ ശങ്കരപ്പിള്ളയുടെ ശരീരത്തിലൂടെ ഇഴഞ്ഞുകയറി വേഗത്തിൽ നടന്നു.

ഇരുപത്തി എട്ട്

"എടീ, ശാന്തേ, എനിക്കൊരു സംശയം. ഒരാൾ ഒരുപാട് പുസ്തകങ്ങൾ വായിച്ചാൽ അയാൾക്ക് വട്ടുവരുമോ?"

കുതിരമൂട്ടിൽ അസ്ത്രത്തിന് കഷണങ്ങൾ നുറുക്കിക്കൊണ്ടിരുന്ന പൂവേലി പൊന്നമ്മ മുരുപ്പേൽ ശാന്തയോട് ചോദിച്ചു. കഞ്ഞി ചെമ്പിൽ തിളച്ചുകൊണ്ടിരുന്നു. തിളയ്ക്കുന്ന കഞ്ഞിക്ക് ലഹരി പിടിപ്പിക്കുന്ന മണമുണ്ടായിരുന്നു. രണ്ടുപറ അരിയുടെ കഞ്ഞിയാണ് ചെമ്പിൽ തിളയ്ക്കുന്നത്. ചെമ്പിന്റെ കീഴിൽ വിറക് വയ്ക്കുകയായിരുന്നു ശാന്ത. അസ്ത്രത്തിന്റെ കഷണങ്ങൾ ചേനയും കാച്ചിലും ചേമ്പുമാണ്. രണ്ടിടങ്ങഴി വൻപയർ പുഴുങ്ങി ചേർക്കുമ്പോൾ അസ്ത്രത്തിന് രുചി വർദ്ധിക്കും. പൊന്നമ്മയുടെ ചോദ്യത്തിന്റെ പൊരുൾ മനസ്സിലാവാതെ ശാന്ത പൊന്നമ്മയെ നോക്കി.

"അതെന്താ ചേച്ചി അങ്ങനെ പറഞ്ഞെ?"

"അപ്പോ നീയിതൊന്നും അറിഞ്ഞില്ലിയോ?"

"ഇല്ലാ, എന്തുവാ ചേച്ചി?"

"എന്റടീ, ഞാൻ കുതിരമൂട്ടിലോട്ടു വരുമ്പം പതിയാന്റെ തോട്ടിന്റെ കരേല് ഒരാൾക്കൂട്ടം. ഞാൻ വിജാരിച്ചു ചക്കനാട്ടെ ആനെ കുളിപ്പിക്കുവാന്ന്. ആനെ കുളിപ്പിക്കുമ്പം കൊറെ പേര് കരേ കാണുമല്ലോ. പുള്ളാരും മറ്റും. ചെന്നു തോട്ടിലോട്ടു നോക്കിയപ്പം ഞാനങ്ങ് അന്തംവിട്ടുപോയി. തോടിന്റെ കരയില് മുഴുവൻ വൃദ്ധന്മാരും മദ്ധ്യവയസ്കരുമാ. എന്തവാ സംഭവമെന്ന് വെച്ചാല്, നമ്മുടെ രാമക്കുറുപ്പില്യോ, മരിച്ചുപോയ തൂക്കക്കാരൻ രാമക്കുറുപ്പ്, അയാടെ മോള് നൂൽവസ്ത്രമില്ലാതെ തോട്ടിലെ വെള്ളത്തിലിരിക്കുന്നു. പാവാടേം ബ്ലൗസും തോടിന്റെ കരേലെ കൈതക്കാട്ടിൽ കെടപ്പുണ്ട്. ഞാനൊന്നേ നോക്കിയൊള്ളൂ. ആരെങ്കിലും ചെയ്യുന്ന കാര്യമാണോ? തലേം മൊലേം വന്ന പെണ്ണല്ലിയോ? ആ കൊച്ചിന് വട്ടാണെന്നാ തോന്നുന്നത്. അവക്കെപ്പോഴും പുസ്തകം വായനയല്ലിയോ? വായിച്ച് വായിച്ച് വട്ടു പിടിച്ചതാ. വിവേകാനന്ദന്റെ പുസ്തകം വായിച്ചാ ആർക്കാ വട്ടുവരാത്തെ. അല്ലെങ്കിൽ തോട്ടിലിങ്ങനെ മുണ്ടും തുണീമില്ലാതെ ഇരിക്കുമോ. അങ്ങനാണെങ്കി തോണ്ടലിലെ പുരുഷോ

ത്തമൻ സാറിന് എന്നേ വട്ടുവരണം. എന്തുമാത്രം പുസ്തകമാ അങ്ങേര് വായിക്കുന്നത്. തോട്ടില് ഭാരതീടെ കുളികാണാൻ ഭയങ്കര തെള്ളാ. ഷീലേടേം ജയഭാരതീടേം കുളികാണണണോങ്കി ടിക്കറ്റെടുക്കണം. ഇത് ഓസിന് കാണാമല്ലോ. അതുമല്ല, സിനിമേലെ കുളി കളിപ്പീരല്ല്യോ. ഇത അങ്ങനെയാണോ. എല്ലാം സുഗമായിട്ടു കാണാം."

"കഷ്ടമായിപ്പോയി." ശാന്ത വിഷമത്തോടെ പറഞ്ഞു. "ആ ശിവൻ കുട്ടീടെ കാര്യമോർക്കുമ്പഴാ വിഷമം. അവനെ ആരും കോളേജിൽ ചേർത്തില്ല. നല്ല മാർക്കല്ലാരുന്നോ! ഇപ്പോൾ മൈക്കാടു പണിക്കു പോവ്വാ. എല്ലാം പാറുവമ്മേടെ കൊഴപ്പമാ. ഭാരതിയെ കെട്ടിച്ചുവിട്ടോ? അതുമില്ല. രാമക്കുറുപ്പിന് തൂക്കം നടത്താൻ പറ്റാത്തോണ്ട് ഏഴംകുളത്തമ്മയ്ക്ക് കോപം വന്നുകാണും. അതിന്റെ ദോഷമാ ഇതൊക്കെ. നമ്മളും പെണ്ണുങ്ങളല്ലിയോ? ഭാരതീടെ കാര്യം പാറുവമ്മയോട് പറയണ്ടായോ?"

"അങ്ങോട്ടു ചെന്നാ മതി." പൊന്നമ്മ ചൊടിച്ചു. "അവരടെ വായിലിരിക്കുന്നതുംകൂടി കിട്ടും. എന്തിനാ നമ്മളായിട്ടു തൊന്തരവിനൊക്കെ പോന്നെ. നമുക്ക് നമ്മുടെ കാര്യം നോക്കിയാൽ പോരെ?"

"അതു ശരിയാ. മനസ്സിന് ഇരുത്തം വന്നോര് പുസ്തകം വായിച്ചാൽ കൊഴപ്പമില്ല. ഭാരതീടെ ഇളം മനസ്സല്ലിയോ? താങ്ങാൻ പറ്റിക്കാണത്തില്ല."

പൊന്നമ്മയും ശാന്തയും സംസാരിക്കുന്നതിനിടയിൽ തോടിന്റെ കരയിലേക്ക് പുരുഷന്മാരുടെ ഒരു പ്രവാഹം തന്നെയുണ്ടായി. ഏറെയും പ്രായമുള്ളവരായിരുന്നു. കുതിരയുടെ തൊപ്പിക്കൂടാരത്തിൽ സ്വർണ്ണം പൂശിയ കുമിളകൾ തുന്നിച്ചേർക്കുന്ന അനന്തകൃഷ്ണൻ ജോലി നിർത്തി തോടിന്റെ കരയിലേക്ക് നടന്നു. ഞാവൽമരത്തിന്റെ തണലിൽ, പൂപ്പന്തൽ നിർമ്മിച്ചുകൊണ്ടിരുന്ന വിക്രമനും കൂട്ടുകാരനും പണി തല്ക്കാലം നിർത്തി തോട്ടിൻകരയിലേക്ക് വച്ചുപിടിച്ചു. ഞാവൽമരത്തിന്റെ ചുവട്ടിൽ, മയക്കത്തിലേക്ക് വീണ ബലൂൺ കച്ചവടക്കാരൻ, ഉണർന്ന് തോട്ടിൻകര ലക്ഷ്യമാക്കി നടന്നു. ചെമ്പടുപ്പിന് കീഴിലെ കത്തുന്ന വിറക് പുറകോട്ട് മാറ്റി വെള്ളം തളിച്ച് കെടുത്തി കഞ്ഞിവയ്ക്കുന്നവർ ധൃതിയിൽ തോട്ടിൻകരയിലെത്തി. തിളച്ചുകൊണ്ടിരുന്ന കഞ്ഞിയുടെ തിള അടങ്ങി. ദേവസ്വം മാനേജർ വഴിപാട് രസീത് എഴുതുന്നത് തല്ക്കാലം നിർത്തി വച്ചു. പാചകക്കാരൻ വെറ്റിക്കോണത്ത് ശിവരാമപിള്ള കുതിരച്ചുവട്ടിൽ പോകുന്നതിനു പകരം തോട്ടിൻകരയിലേക്ക് നടക്കുന്നത് കണ്ട്, കുറുക്കന്റെ കണ്ണ് എപ്പോഴും കോഴിക്കൂട്ടിലാണെന്നും പറഞ്ഞ് പൊന്നമ്മയും ശാന്തയും രഹസ്യമായി ചിരിച്ചു. മന്തുകാലൻ മനോഹരൻ തന്റെ വീർത്ത കാൽ സാവധാനം ഉയർത്തി ഒച്ചിഴയുന്നതുപോലെ നീങ്ങി. ചട്ടുകാലൻ പീതാംബരൻ ശരീരം വളച്ച് സഞ്ചരിച്ചു. എല്ലാ കണ്ണുകളും തോട്ടിൻകര ലക്ഷ്യമാക്കി. എല്ലാവർക്കും ഒരേയൊരു ആഗ്രഹം മാത്രം. ടിക്കറ്റ് എടുക്കാതെ കുളിസീൻ ആസ്വദിക്കുക. ജാതിയോ വർഗ്ഗമോ ഒന്നും തടസ്സമായില്ല. ആ ദിവ്യദർശനം ആസ്വദിച്ച് തോടിന്റെ കരയിൽ നില്ക്കുക

യാണ് ഓരോരുത്തരുടെയും ഉന്നം. ക്ഷേത്രത്തിലെ ജോലികളൊക്കെ നിശ്ചലമായി. ഇലകൾ അനങ്ങുകയോ കാറ്റ് വീശുകയോ വണ്ടുകൾ മുരളുകയോ ചെയ്തില്ല. പുല്ലു തിന്നുകൊണ്ടുനിന്ന പശുക്കൾ തീറ്റ നിർത്തി തോട്ടിൻകരയിലേക്കു നോക്കി.

"തോട്ടിലൊരു കുഴിയൊണ്ടല്ലോ. ചെറിയ ഒരു കുഴി. ഇപ്പോ പെണ്ണ് ആ കുഴീലിരിക്കാന്നാ ആളുകൾ പറയുന്ന കേട്ടെ." പൊന്നമ്മ അസ്ത്രത്തിനുള്ള കഷണം നുറുക്കുന്നതിനിടയിൽ പറഞ്ഞു.

"കുഴി ചെറുതല്ലേ. അപ്പോ എല്ലാം കാണാമാരിക്കും."

"വെള്ളം കണ്ണാടിപോലിരിക്കല്ലിയോ. എല്ലാം കാണാം."

"അതൊക്കെ മതി. പണ്ട് പറക്കോട് എസ് ആർ കെ യിൽ ഉച്ചപ്പടം ഒണ്ടാരുന്നു. അതു കാണാൻ വരുന്നതു മുഴുവൻ തലനരച്ചോരാ. മരിക്കുന്നേന് മുമ്പ് ഒന്നുകൂടി എല്ലാം കാണാനുള്ള ആർത്തി. അല്ലാതെന്തുവാ."

രാവിലെ വീട്ടിൽനിന്നും ഇറങ്ങുമ്പോൾ ഭാരതിയുടെ കൈയിൽ ചെറുശ്ശേരിയുടെ *കൃഷ്ണഗാഥ*യുണ്ടായിരുന്നു. ഗോപസ്ത്രീകൾ കുളിക്കുമ്പോൾ ശ്രീകൃഷ്ണൻ ഗോപികമാരുടെ വസ്ത്രം അപഹരിച്ച കഥയ്ക്ക് ധാരാളം വ്യാഖ്യാനങ്ങളുണ്ടെങ്കിലും ഗോപികമാർ നഗ്നരായി വെള്ളത്തിൽനിന്ന് കൃഷ്ണനോട് ചേല ചോദിക്കുന്ന രംഗം ഭാരതിയുടെ മനസ്സിലുണ്ടായിരുന്നു. വായനശാലയിലേക്കെന്നു പറഞ്ഞാണ് അവൾ വീട്ടിൽ നിന്നുമിറങ്ങിയത്. പാറുവമ്മ അപ്പോൾ മുറ്റത്തിരുന്ന് ചൂലുണ്ടാക്കാൻ ഈർക്കിൽ ചീകുകയായിരുന്നു. പതിയാന്റെ തോടു കണ്ടപ്പോൾ പണ്ട് അമ്മ ചെല്ലമ്മയോടൊത്ത് ചെറുപ്പത്തിൽ കുളിച്ച കാര്യം ഭാരതിയുടെ ഓർമ്മയിൽ വന്നു. മണലിലും കല്ലിലും തട്ടി വെളുത്ത വെള്ളം ഒഴുകുന്നതു കണ്ടപ്പോൾ അവൾക്ക് തോട്ടിലിറങ്ങി കുളിക്കണമെന്ന് തോന്നി. കെട്ടിക്കിടക്കുന്ന അമ്പലക്കുളത്തിലെ വെള്ളത്തിന് പച്ചയോ കറുപ്പോ നിറമാണ്. കരയിലെ ആൽമരത്തിൽനിന്നും ഇലകൾ കുളത്തിൽ വീഴാറുണ്ട്. തന്മൂലം വെള്ളത്തിന് ദുർഗ്ഗന്ധവുമുണ്ട്. എണ്ണയും സോപ്പും കലർന്നതുകൊണ്ട് കുളിക്കുമ്പോൾ ശരീരം ചൊറിയും. ഒഴുകുന്ന വെള്ളത്തിൽ കുളിക്കുന്നതാണ് സുഖം. അമ്മ മരിക്കുന്നതിനുമുമ്പ് പലപ്രാവശ്യം അവൾ പതിയാന്റെ തോട്ടിൽ കുളിച്ചിട്ടുണ്ട്. അന്നവൾ രണ്ടിലോ മൂന്നിലോ പഠിക്കുകയായിരുന്നു. പെറ്റിക്കോട്ട് ഊരി തോടിന്റെ കരയിൽ വച്ചിട്ടാണ് അന്ന് അവൾ തോട്ടിലിറങ്ങിയത്. അമ്മ തുണികൾ അലക്കുന്ന തിരക്കിലായിരുന്നു. സോപ്പ് വയറിൽമാത്രം തേച്ചു പിടിപ്പിച്ചപ്പോൾ കൈയും കാലും മുഖവുമൊക്കെ നിന്റെ ശരീരത്തിലെ അവയവങ്ങളല്ലേ എന്ന് ചോദിച്ചുകൊണ്ട് അമ്മ അവളെ ശരീരമാസകലം സോപ്പ് തേച്ച് കുളിപ്പിച്ചെടുത്തു. അന്നേരം അവൾക്ക് നല്ല നിറംകിട്ടി. അന്നത്തെ ഓർമ്മയിലാണ് അവൾ തോട്ടിലിറങ്ങിയതും നഗ്നയായി നിന്നതും. ആളുകൾ തോടിന്റെ കരയിൽ നിറഞ്ഞുനില്ക്കുന്നതു കണ്ടപ്പോഴാണ് എന്തോ പന്തികേടുള്ളതായി അവൾക്ക് തോന്നിയത്. തോടിന്റെ മദ്ധ്യഭാഗത്ത് ഒരു

കുഴിയുണ്ടായിരുന്നു. അതിൽ അവൾ ഇറങ്ങിയിരുന്നു. മുകളിൽനിന്നും ധൃതിയിൽ ഒഴുകിവന്ന വെള്ളം അവളുടെ ശരീരത്തിൽ തട്ടി രോമാഞ്ചപ്പെട്ടു. താനെന്താ ആനയാണോ കുളിക്കുന്നതു കാണാനെന്ന് അവൾ കരയിൽ നില്ക്കുന്നവരോട് ചോദിച്ചു. അവരൊക്കെ ചിരിച്ചുകൊണ്ട് അവളെ ആസ്വദിച്ചു.

സൗദാമിനി തിണ്ണയിൽ വന്നിരുന്നപ്പോഴാണ് തോട്ടിൻകരയിലെ ആൾക്കൂട്ടം ശ്രദ്ധിച്ചത്. ആദ്യമൊക്കെ ആനയെ കുളിപ്പിക്കുകയാണെന്നാണ് അവൾ വിചാരിച്ചത്. പക്ഷേ, ഇത്രയധികം ആൾക്കാരെ അവൾ ആദ്യമായി കാണുകയായിരുന്നു. തോട്ടിൽ ആനയായിരിക്കില്ല എന്നവൾ ഉറപ്പിച്ചു. മറ്റെന്തോ ആണ്. സൗദാമിനി തോർത്തെടുത്ത് തോളിലിട്ടു. കൈലി ഒരല്പം കയറ്റി ഉടുത്തു. പാവാടത്തുമ്പ് പുറത്തേക്ക് എത്തിനോക്കി. അവൾ വേഗത്തിൽ തോട്ടിൻകരയിലേക്ക് നടന്നു. ആളുകളുടെ ആരവം കേട്ടു. വെള്ളത്തിലിറങ്ങിയിരിക്കുന്ന നഗ്നയായ ഭാരതിയെ കണ്ട് അവൾ അത്ഭുതപ്പെട്ടു. അവളുടെ മാറിടം വെള്ളത്തിനു മുകളിലായിരുന്നു. അവൾ പണിപ്പെട്ടു തോട്ടിലിറങ്ങി തന്റെ തോർത്തുകൊണ്ട് ഭാരതിയുടെ നഗ്നത ഭാഗികമായി മറച്ചു. എന്നിട്ടു ഭാരതിയെ കരയിലെത്തിച്ചു. തന്റെ കൈലിയഴിച്ച് അവൾ ഭാരതിയെ ധരിപ്പിച്ചു. തല തോർത്തിക്കൊടുത്തു. നനഞ്ഞമുടി തോർത്തിൽ പൊതിഞ്ഞുകെട്ടി. പാവാടമാത്രമുള്ള സൗദാമിനിയെ കണ്ടപ്പോൾ കരയിൽ നിന്നവരുടെ കണ്ണുകൾ ഭാരതിയിൽനിന്ന് സൗദാമിനിയിലേക്ക് തിരിഞ്ഞു. പാവാടയുടെ വിടവ് ഇല്ലാതാക്കാൻ അവൾ പാവാട ഉയർത്തിക്കുത്തി. ദൂരെ നിന്നപലരും പിൻവാങ്ങാൻ തുടങ്ങി. ഭാരതിയുടെ കണ്ണുകളിലെ പേടി മാറി. അവൾ സൗദാമിനിയോടു ചേർന്നു നടന്നു. സൗദാമിനി മകളേപ്പോലെ ഭാരതിയെ ചേർത്തു നിർത്തി.

"നിനക്ക് എന്തുപറ്റി മോളേ." അവൾ ചോദിച്ചു. "നീ പ്രായമായ പെണ്ണല്ലിയോ. ഇങ്ങനെ ഒന്നും ഉടുക്കാതെ."

"പണ്ട് അമ്മേടെ കൂടെ കുളിക്കാൻ വന്നകാര്യം ഓർത്തുപോയി. അന്ന് ഞാൻ മുഴുവനെ നിന്നാ കുളിച്ചത്. അതുപോലെ ഇപ്പഴും കുളിക്കണമെന്നു തോന്നി."

കീഴാറ്റൂർ രാധാകൃഷ്ണൻ പാറുവമ്മയോട് വിവരം പറയാൻവേണ്ടി വീട്ടിലേക്ക് ഓടി. രാധാകൃഷ്ണൻ തിരിച്ചുവരുന്നതുവരെ സൗദാമിനിയും ഭാരതിയും തോട്ടിൻകരയിൽനിന്നു. ആർത്തിയോടെ വന്ന ആളുകളൊക്കെ സാവധാനം തിരിച്ചുപോയി. അമ്പലമുറ്റം വീണ്ടും ഉണർന്നു. മേൽശാന്തി ശ്രീകോവിൽ പൂട്ടി പുറത്തിറങ്ങിയപ്പോൾ ആളുകൾ തിരിച്ചുവന്നുകൊണ്ടിരുന്നു. അവിവാഹിതനായ ദേവസ്വം മാനേജർ മാത്രം തോട്ടിൻകരയിലേക്കു പോയില്ല. സ്ത്രീകളുടെ ശരീരം എത്രയോ വൃത്തികെട്ടതാണെന്ന് അയാൾക്ക് അറിയാമായിരുന്നു. 'മൂത്രം മലവും ചലവുമതിന്നൊരു/പാത്രം പരമിഹ സുന്ദരിമാരുടെ/ഗാത്രം ശിവശിവ ചിന്തിച്ചാലതു മാത്ര, മെനിക്കൊരു കൗതുകമില്ല' എന്ന ചിന്താഗതിക്കാരനാ

യിരുന്നു അയാൾ. കൗതുകം മൂലം ചെറിയ കുട്ടികൾ ഭാരതിയുടെ സമീപത്തുനിന്നും പോകാൻ മടിച്ചു. സോപ്പിന്റെ വാസന അവളുടെ ശരീരത്തിൽനിന്നും വിട്ടുപോയിരുന്നില്ല. പാറുവമ്മ വരാത്തതുകൊണ്ട് ഭാരതിയേയും കൊണ്ട് സൗദാമിനി ആണ്ടൂർവിളയിലേക്ക് നടന്നു.

പുള്ളിപ്പാവാടയും ബ്ലൗസും കക്ഷത്തിലിടുക്കി തോർത്ത് പുതച്ചാണ് ഭാരതി വീട്ടിലേക്ക് നടന്നത്. മറ്റൊരു തോർത്ത് അവൾ ഉടുത്തിരുന്നു. രണ്ടും ഭാരതി കൊടുത്തതായിരുന്നു. പ്രായമായ ഒരു പെണ്ണ് സുബോധത്തോടെ ഇത്തരം കാര്യങ്ങൾ ചെയ്യുമെന്ന് വിശ്വസിക്കാൻ സൗദാമിനിക്കായില്ല. സൗദാമിനി ആദ്യമായി രാമക്കുറുപ്പിന്റെ വീട്ടിലേക്ക് പോവുകയാണ്. രാമക്കുറുപ്പിന്റെ വീട്ടിൽ താമസിക്കുന്ന കാര്യം അവൾ പണ്ട് സ്വപ്നം കണ്ടിരുന്നു. ശിവൻകുട്ടിയും ഭാരതിയും തന്റെ മക്കൾ തന്നെയാണെന്ന് അവൾ വിചാരിച്ചിരുന്നു. ഇടവഴിയിൽനിന്നും ഒരല്പം താഴോട്ടിറങ്ങിവേണം പാറുവമ്മയുടെ വീട്ടിലെത്താൻ. വഴിയിലെ പറങ്കിമാവിൻ ചുവട്ടിൽ കൂനനുറുമ്പുകൾ കൂടുണ്ടാക്കുന്നതു കണ്ടു. രാത്രിയെന്നോ പകലെന്നോ നോക്കാതെ മണ്ണിന്റെ ചെറിയ അടരുകൾ അടർത്തി ഉറുമ്പുകൾ പുറത്തുകൊണ്ടിടുന്നു. അവർക്ക് ആരോടും പരിഭവമോ പരാതിയോ ഇല്ല. നൂറു കണക്കിന് ഉറുമ്പുകളാണ് ഒരേസമയം ജോലിചെയ്യുന്നത്. മനുഷ്യർ മണ്ണ് വെട്ടിക്കൂട്ടി കൂട് നശിപ്പിച്ചാൽ വീണ്ടും അവർ അതേ സ്ഥാനത്ത് പണിയെടുക്കും. അവരുടെ സാമൂഹ്യജീവിതം മനുഷ്യർ മനസ്സിലാക്കേണ്ടതാണെന്ന് സൗദാമിനി ചിന്തിച്ചു.

ഭാരതിയേയും ചേർത്തു പിടിച്ചുവരുന്ന സൗദാമിനിയെ കണ്ടപ്പോൾ പാറുവമ്മയുടെ മനസ്സ് തരളിതമായി. പഴയ കഥകളൊക്കെ ഒരു ചലച്ചിത്രത്തിലെന്നപോലെ അവരുടെ ഉള്ളിൽ തെളിഞ്ഞു. സ്വന്തം മകൻ നഷ്ടപ്പെടാനുള്ള കാരണം സൗദാമിനിയാണെന്ന് പാറുവമ്മ ഇപ്പോഴും വിശ്വസിക്കുന്നുണ്ടെങ്കിലും അവളോടു ദേഷ്യം തോന്നിയില്ല. ഭാരതി സൗദാമിനിയോടൊത്ത് വരുന്നതു കണ്ടപ്പോൾ പാറുവമ്മയുടെ ചുണ്ടുകൾ വിറയ്ക്കാൻ തുടങ്ങി. പാറുവമ്മ ഒന്ന് കരഞ്ഞോട്ടെന്ന് കരുതി മുകളിലെ പല്ല് താഴേക്കിറങ്ങിവന്നില്ല. പാറുവമ്മ കരയാൻ തുടങ്ങി. കണ്ണിൽ വെള്ളം വന്ന് നിറഞ്ഞതുകൊണ്ട് അവർക്ക് ഒന്നും കാണാൻ കഴിഞ്ഞില്ല. ശബ്ദം പുറത്തേക്ക് വരാതിരിക്കാനായി അവർ വായ് പൊത്തിപ്പിടിച്ചു. ഭാരതിയെ തിണ്ണയിലേക്ക് കയറ്റി വിട്ടിട്ട് സൗദാമിനി ഒന്നും മിണ്ടാതെ ഊടുവഴിയിലൂടെ മുകളിലേക്ക് കയറി ഇടവഴിയിൽ മറഞ്ഞു. ഭാരതിയുടെ മുഖത്ത് വ്യസനത്തിന്റെ നിഴൽ പരന്നു.

ഭാരതി മുറിക്കുള്ളിൽ കയറി പത്തായത്തിനു മുകളിൽ കിടന്നു. അവൾ ചെയ്തത് എന്താണെന്ന് അവൾക്കുതന്നെ നിശ്ചയമില്ലായിരുന്നു. ഇത്രയും കാലം വായിച്ചതും മനസ്സിലാക്കിയതും ഇതിനുവേണ്ടിയായിരുന്നോ? താൻ ഒറ്റയ്ക്കല്ല എന്നൊരു തോന്നൽ അവൾക്കുണ്ടായി. ഇപ്പോൾ തനിക്കൊരു കൂട്ടുള്ളതായി അവൾക്കു തോന്നി.

ഭാരതിയെ എങ്ങനെ ഈ വിഷമസന്ധിയിൽനിന്നും കരകയറ്റാമെന്ന്

പാറുവമ്മ ആലോചിച്ചു. വിവാഹം പരിഹാരങ്ങളിൽ പ്രധാനപ്പെട്ടതാണ്. പക്ഷേ, വിവാഹം കഴിഞ്ഞാൽ സംഗതികൾ കൂടുതൽ വഷളായാലോ? ശിവൻകുട്ടിക്ക് വഴിപാടു തൂക്കത്തിനുള്ള വ്രതമുള്ളതുകൊണ്ട് തല്ക്കാലം ഭാരതിയെ ആശുപത്രിയിൽ കൊണ്ടുപോകാൻ നിവൃത്തിയില്ല. ഇനിയും ഭാരതിയെ സ്വതന്ത്രമായി പുറത്തുവിടാൻ പാടില്ല. വായനശാലയിലേക്കുള്ള യാത്രയാണ് അവളെ വഴിതെറ്റിച്ചത്. പുസ്തകവായന നിർബ്ബന്ധമായും ഒഴിവാക്കാൻ പറയണം. ആദ്യം രോഗം മാറ്റാനുള്ള ചികിത്സയാണ് ആവശ്യം. രോഗം മാറിയാലുടൻ വിവാഹം നടത്തണം. കിടപ്പാടം വിറ്റായാലും നടത്തണം. പാറുവമ്മ അഗാധമായ ചിന്തയിൽ വീണപ്പോൾ മുകളിലെ പല്ല് താഴെ വന്ന് ചിറിയെ നിയന്ത്രിക്കാൻ തയ്യാറായി നിന്നു.

ക്ഷേത്രത്തിൽ ദീപാരാധന കഴിഞ്ഞു. കർപ്പൂരം തൊഴുത് ക്ഷേത്രമുറ്റത്ത് നില്ക്കുമ്പോഴാണ് രമണൻ ശിവൻകുട്ടിയോടു കാര്യങ്ങളൊക്കെ പറഞ്ഞത്. ദിവാകരപ്പണിക്കരുടെ വീട് പണിക്കിടയിൽ പരിചയപ്പെട്ടതാണ് രമണനെ. രമണന്റെ വീടു തോടിനു സമീപമാണ്. ശിവൻകുട്ടി വീട്ടിലെത്തിയപ്പോൾ പാറുവമ്മ പറഞ്ഞു.

"ശിവൻകുട്ടീ, ഭാരതീടെ മനസ്സ് ഇപ്പോൾ അവടെ നിയന്ത്രണത്തിലല്ല. അതോണ്ട് അവളെ ഏതെങ്കിലും ആശുപത്രീക്കൊണ്ടുപോയി കാണിക്കണം. ഊളമ്പാറയാ നല്ലത്."

"അതിപ്പൊ തിരുവനന്തപുരത്ത് പോകണ്ടേ?"

"അതു വേണം."

"ഉത്സവം കഴിയട്ടെ മുത്തശ്ശീ. എന്നിട്ട് ആലോചിക്കാം. ഏഴംകുളം മുക്കിന് ഒരു പരമുവൈദ്യരുണ്ടല്ലോ. അയാക്ക് വിഷചികിത്സയാണെങ്കിലും ഇതിനും എന്തെങ്കിലും മരുന്ന് കാണാതിരിക്കുമോ?"

"നോക്കാം."

പത്തായത്തിനു മുകളിൽ കിടന്നു ഭാരതി എല്ലാം കേൾക്കുന്നുണ്ടായിരുന്നു. ഭാരതിയുടെ മുഖത്തേക്കു നോക്കാൻ ശിവൻകുട്ടിക്ക് മടി തോന്നി. തൂക്കക്കാരൻ രാമക്കുറുപ്പിന്റെ മകൾ പിഴച്ചുപോയതായി ആളുകൾ പറയുന്നുണ്ട്. ദൈവം ചിലർക്കുമാത്രം ദുഃഖങ്ങൾ തരുന്നു. ദുഃഖങ്ങളില്ലെങ്കിൽ ആളുകൾ ദൈവത്തെ ഓർക്കാൻ മടിക്കും. ഏതോ വലിയ ആപത്ത് വരാൻ പോകുന്നതുപോലെ ശിവൻകുട്ടിക്കു തോന്നി. മുറ്റത്തെ മാവിൽനിന്നും ഒരു വവ്വാൽ ചിറകടിച്ചു പറന്നകന്ന ശബ്ദം അവൻ കേട്ടു.

ഇരുപത്തി ഒൻപത്

കുംഭമാസത്തിലും മീനത്തിലും സാധാരണ മഴ പെയ്യാറില്ല. മഴമേഘങ്ങൾ ആകാശത്ത് വന്നാൽ അദൃശ്യരായ ആരോ വന്ന് മേഘങ്ങളെ തല്ലിയോടിക്കും. കൊയ്ത്ത് കഴിഞ്ഞ സമയമായതുകൊണ്ട് പൊലിയും വൈക്കോലും ഉണക്കാനും തുറു ഇടാനും കളീത്ര അടിക്കാനും മഴ ഒരു

ശല്യമാവാറുണ്ട്. അപൂർവ്വമായി വലിയ മഴ പെയ്ത ചരിത്രവുമുണ്ട്. വെയിൽവീണ് മണ്ണിന്റെ നനവ് ഇല്ലാതാവും. മിക്ക ക്ഷേത്രങ്ങളിലേയും ഉത്സവവും കുംഭംമീനം മാസങ്ങളിലാണ്. ഉത്സവം അടുക്കുന്തോറും ഏഴം കുളത്തുകാർക്ക് തിരക്ക് കൂടും. ഓല കുതിർക്കുക, മെടയുക, മേയുക, പൊലിപാറ്റി പത്തായത്തിലിടുക, മങ്ക് ശിവരാത്രിദിവസം ഭസ്മം ചുടാൻവേണ്ടി മാറ്റിവയ്ക്കുക, ചേനയും കാച്ചിലും കിളച്ച് മണ്ണ് കളഞ്ഞ് പുരയ്ക്കുള്ളിൽ സൂക്ഷിച്ചുവയ്ക്കുക, ഉത്സവത്തിനെത്തുന്ന ബന്ധുക്കളേയും മറ്റ് വിരുന്നുകാരേയും സ്വീകരിക്കാൻ വീടും പരിസരവും വൃത്തിയാക്കുക തുടങ്ങിയ കാര്യങ്ങളിൽ വീട്ടുകാർ വ്യാപൃതരാവും.

പക്ഷേ, ഇപ്രാവശ്യം പാറുവമ്മയ്ക്ക് കുംഭഭരണി ആഘോഷങ്ങളൊന്നുമില്ല. ഭാരതിയുടെ രീതികൾ അവരുടെ നെഞ്ചിൽ തീയ് കോരി നിറച്ചിരിക്കുന്നു. പുരമേഞ്ഞില്ല. ഓലവാങ്ങിയില്ല. മഴ പെയ്താൽ വീടാകെ നനയും. മൺഭിത്തി ഇടിഞ്ഞുവീഴും. വീഴുന്നെങ്കിൽ വീഴട്ടെയെന്ന് പാറുവമ്മ വിചാരിച്ചു. ഭാരതിയുടെ രോഗം അവർക്ക് സഹിക്കാൻ കഴിയുന്നതിനും അപ്പുറത്തായിരുന്നു. രാത്രിയിൽ പാറുവമ്മയ്ക്ക് ഉറങ്ങാൻ കഴിഞ്ഞില്ല. ഉടുതുണിയില്ലാതെ പതിയാന്റെ തോട്ടിലെ വെള്ളത്തിലിരുന്ന ഭാരതിയെ ഓർത്ത് അവർ വേദനിച്ചു.

ആൾപ്പിണ്ടി ഉണ്ടാക്കാൻ ശിവൻകുട്ടി ആരേയും സമീപിച്ചില്ല. ആൾപ്പിണ്ടി നേർച്ച അടുത്ത വർഷത്തേക്ക് മാറ്റിവയ്ക്കാൻ അവൻ തീരുമാനിച്ചു. അതിരാവിലെ എഴുന്നേറ്റ് അമ്പലക്കുളത്തിൽ കുളിച്ച്, ദേവിയെ തൊഴുത് ആശാന്റെ വീട്ടിൽ തൂക്കപയറ്റ് പഠിക്കാനായി ശിവൻപോകും. കന്നിത്തൂക്കക്കാർ എല്ലാവരും അവിടെയുണ്ടാവും. അവരെല്ലാം ചെറുപ്പക്കാരായിരുന്നു. പത്താം ക്ലാസ് ജയിച്ചത് ശിവൻകുട്ടി മാത്രമാണ്. പ്രൈമറി ക്ലാസിൽ പഠിത്തം നിർത്തിയവരാണ് മറ്റെല്ലാരും. ആശാന്റെ വീട്ടിൽ നിന്നുമിറങ്ങി, കുതിരമൂട്ടിലെത്തി കഞ്ഞികുടിച്ച്, ഞാവൽ മരത്തണലിൽ വിശ്രമിച്ച്, ഞാവൽ പഴങ്ങൾ വായിലിട്ടുനുണഞ്ഞ്, വൈകിട്ടത്തെ ദീപാരാധനയും തൊഴുതിട്ടു മാത്രമേ ശിവൻകുട്ടി വീട്ടിലെത്താറുള്ളൂ.

ഭാരതിയെ പാറുവമ്മ സ്വന്തം മുറിയിൽ പൂട്ടിയിട്ടിരിക്കുകയാണ്. വായിക്കാൻ പുസ്തകം വേണമെന്ന് അവൾ പറയാറുണ്ടെങ്കിലും പാറുവമ്മ അതൊന്നും ശ്രദ്ധിക്കാറില്ല. പുസ്തക വായനയാണ് എല്ലാ ദുരന്തങ്ങൾക്കും കാരണമെന്ന് പാറുവമ്മ വിശ്വസിക്കുന്നു. അവർ മണ്ണെണ്ണ വാങ്ങാനായി കടയിലേക്ക് പോയി. വീടിന്റെ തെക്കുഭാഗത്ത് കട്ടുറുമ്പുകൾ കൂട് കെട്ടിയിട്ടുണ്ട്. മഴമാറി നില്ക്കുന്ന സമയങ്ങളിലാണ് ഉറുമ്പുകൾ കൂട് കെട്ടുന്നത്. ഉറുമ്പുകളുടെ നീണ്ട നിരയിൽ പാറുവമ്മ അറിയാതെ കാലുവച്ചപ്പോൾ അവ ഒത്തുകൂടി പാറുവമ്മയെ കടിച്ചു. കുറേ നേരത്തേക്ക് വേദനകൊണ്ട് കാല് അനക്കാൻ കഴിഞ്ഞില്ല. കൂടിനുള്ളിൽ ഒരല്പം മണ്ണെണ്ണ ഒഴിച്ച് തീ കത്തിക്കണം. കട്ടുറുമ്പുകളെ മുറ്റത്തുനിന്നും തുരത്താനുള്ള ഏക വഴിയാണ് അത്. കടയിൽ ചെന്നപ്പോൾ കടക്കാരൻ കോരുത് ചോദിച്ചു.

“ഭാരതിക്കൊച്ചിന് എന്തുപറ്റി പാറുവമ്മേ? പുസ്തകം വായിച്ച് വായിച്ച് വട്ടു കേറിയെന്നാ ആളുകൾ പറയുന്നെ. ഇനിയും വച്ചോണ്ടിരിക്കുന്നത് ശരിയല്ല. എത്രയും പെട്ടെന്ന് ഒരാളെ കണ്ടുപിടിച്ച് കെട്ടിച്ചയക്കണം.”

പാറുവമ്മ മറുപടിയൊന്നും പറഞ്ഞില്ല. വട്ടാണെന്നോ അല്ലെന്നോ പറഞ്ഞില്ല. വായനമൂലമാണ് അസുഖം വന്നതെന്നോ അല്ലെന്നോ പറഞ്ഞില്ല. ആരുടെ മുമ്പിലും തോറ്റുകൊടുക്കാൻ മനസ്സില്ലാത്തതുകൊണ്ട് പാറുവമ്മ മൗനം ദീക്ഷിച്ചു. കുറെ ദിവസമായി അവർ സ്വന്തം മനസ്സിനുവേണ്ടി ശക്തി സംഭരിക്കുകയായിരുന്നു. മനസ്സമാധാനത്തോടെ ജീവിക്കാൻ ശ്രമിക്കുകയായിരുന്നു. ഇനിയുമിനിയും ഓരോന്ന് ചിന്തിച്ചാൽ താൻ തളർന്ന് വീഴുമെന്ന് പാറുവമ്മ ഭയന്നു. ശാന്തമായ, തിരകളില്ലാത്ത കടൽപോലെ അവർ മനസ്സിനെ പാകപ്പെടുത്തിയെടുക്കുകയായിരുന്നു.

പാറുവമ്മയുടെ മുറിയിലെ ചെറിയ ജന്നലിൽക്കൂടി നോക്കിയാൽ വീടിനു പിറകിലെ പുളിമരം കാണാം. പുളിമരത്തിൽ കാക്ക കൂടുണ്ടാക്കുന്നത് പത്തായത്തിന്റെ മുകളിൽക്കിടന്ന് ഭാരതി കണ്ടു. ചെറിയ ചുള്ളിക്കമ്പുകൾ കൊണ്ടുവരുന്നതും മരക്കൊമ്പുകൾ രണ്ടായി പിരിയുന്ന സ്ഥലത്ത് കമ്പുകൾ വച്ചിട്ട് പറന്നുപോകുന്നതും വീണ്ടും കമ്പുകളുമായി പറന്നുവരുന്നതും അവൾ കണ്ടു. അതൊരു പെൺകാക്കയായിരിക്കാമെന്ന് അവൾ ഊഹിച്ചു. മുട്ടയിടാറാവുമ്പോഴാണ് കാക്കകൾ സാധാരണ കൂടുണ്ടാക്കുന്നത്. ഇത്തരത്തിലൊരു കൂട് തനിക്കും വേണ്ടിവരുമെന്ന് അവൾ കണക്കുകൂട്ടി. തള്ളക്കാക്ക കുഞ്ഞിന്റെ ചുവന്ന ചുണ്ടുകൾക്കുള്ളിൽ തീറ്റ വച്ചുകൊടുക്കുന്നത് കാണാൻ അവൾ കൊതിച്ചു. അമ്മയാകാനുള്ള തയ്യാറെടുപ്പാണ് ജീവിതത്തിലെ ഏറ്റവും മനോഹരമായ അവസ്ഥയെന്ന് അവൾക്കറിയാം. ആരുടേയും സഹായമില്ലാതെ തനിക്കും സ്വന്തമായി കൂടുണ്ടാക്കണമെന്നും അതിൽ മുട്ടയിട്ട്, അടയിരുന്ന്, കുഞ്ഞിനെ വിരിയിക്കണമെന്നും അവൾ തീരുമാനിച്ചു. ചുള്ളിക്കമ്പുകൾ പെറുക്കിവരാൻ കൊക്കും ചിറകുമില്ലല്ലോ എന്നവൾ പരിതപിച്ചു.

അവിചാരിതമായി കുംഭഭരണി ദിവസം ക്ഷേത്രപരിസരത്തും ചുറ്റുമുള്ള പ്രദേശങ്ങളിലും ഇടിവെട്ടി കനത്ത മഴ പെയ്തു. കുംഭത്തിലെ മഴ ആരും പ്രതീക്ഷിച്ചില്ല. അസാധാരണമായി ഇത്ര കനത്ത മഴ പെയ്യുമെന്ന് ആരും കരുതിയില്ല. അമ്പലപ്പറമ്പിൽനിന്നും വെള്ളം ഒഴുകി കണ്ടത്തിലിറങ്ങി. കെട്ടുകുതിരയെ ഒരുക്കുന്ന ആൾക്കാർ അമ്പരന്നു. ചെളിക്കണ്ടമായതുകൊണ്ട് മണ്ണ് കുതിർന്ന് കുതിരക്കാലുകൾ മണ്ണിൽ താഴ്ന്നു. സമുദ്രത്തിലെ തിരമാലകൾപോലെ കാറ്റ് കരയിൽ വീശിയടിച്ചു. ക്ഷേത്രമുറ്റത്തെ തെങ്ങിൻ തലപ്പുകൾ കെട്ടുകുതിരയുടെ തൊപ്പിക്കൂടാരത്തിൽ പല പ്രാവശ്യം ചുംബിക്കാനാഞ്ഞു. പലപ്പോഴും മരങ്ങൾ മുടിയഴിച്ച് ഉറഞ്ഞുതുള്ളി. ഏതു വലിയ കാറ്റിലും കുതിരകൾ നിശ്ചലം നില്ക്കേണ്ടവരാണ്. അവർക്ക് ചരിയാനോ വളയാനോ കഴിയില്ല. അവർ മനുഷ്യനിർമ്മിതമാണ്. ഉള്ളിൽ തെങ്ങും കമുകിൻ കീറുകളുമാണ്. കയ

റുകൊണ്ട് എല്ലാം ബന്ധിച്ചിരിക്കുന്നു. പ്രകൃതിയിലെ മരങ്ങൾക്കു മാത്രമേ കാറ്റിന്റെ ഗതിക്കനുസരിച്ച് ശരീരം വളയ്ക്കാൻ കഴിയൂ. മൊട്ടുസൂചിയുമായുള്ള ബന്ധം തകർത്ത്, കെട്ടുകുതിരയിൽനിന്നും വെള്ളത്തുണികൾ അടർത്തി, കാറ്റ് അമ്പലപ്പറമ്പിലെ മഴവെള്ളത്തിൽ കൊണ്ടിട്ടു. കാറ്റിന്റെ ശക്തി കണ്ടിട്ട് കുതിരയെ അണിയിച്ചൊരുക്കുന്നവർ ധൃതിയിൽ താഴെയിറങ്ങി. കുറ്റിയറയ്ക്കു കീഴിൽ മഴനനയാതെ നിന്നു. തൊപ്പിക്കൂടാരത്തിലെ സ്വർണ്ണം പൂശിയ കുമിളകളിൽ ചിലതിനെ കൊത്തിയെടുത്ത് കാറ്റ് പടിഞ്ഞാറോട്ടു പറന്നു. കമുകിൻ തലപ്പുകൾ നടുവളച്ച് നമസ്കാരം പറഞ്ഞു. ശക്തമായ മഴയിൽ കുതിരയ്ക്ക് ചുറ്റും വെള്ളം പൊങ്ങി. വയലിൽനിന്നും തോട്ടിലേക്കുള്ള വിടവുകളിൽക്കൂടി മഴവെള്ളം ഒഴുകിപ്പോകാൻ ആയാസപ്പെട്ടു. കുറേ നാളായി വെള്ളം ഒഴുകാതിരുന്നതുകാരണം ചാലുകളൊക്കെ കരിയില കയറി അടഞ്ഞിരുന്നു. ഏതാണ്ട് രണ്ടുമണിക്കൂറോളം മഴ തകർത്തു. കച്ചവടക്കാർ വെപ്രാളപ്പെട്ടു. ചൂട് അടങ്ങിയതുമൂലം വെള്ളം വില്പന കുറയുമെന്ന് അവർ ആശങ്കപ്പെട്ടു. ചാക്കു കണക്കിന് ചെറുനാരങ്ങയാണ് അവർ വാങ്ങിയിരിക്കുന്നത്. ചേറ്റുകണ്ടത്തിൽനിന്നും കുതിരയെ ഉയർത്താൻ കഴിയാതെ കരക്കാർ വിഷമിച്ചു. കെട്ടിക്കിടക്കുന്ന കലക്കവെള്ളത്തിൽ ഉണങ്ങിയ കമ്പുകളും ഊട്ടുപുരയിലെ മാലിന്യങ്ങളും പൊന്തിക്കിടന്നു. ചെളിയിൽ പുതഞ്ഞ കുതിരയുടെ ചട്ടത്തിൽ കുറ്റിക്കാൽ കയറ്റാൻ കഴിയാത്തതുകൊണ്ട് ജോലിക്കാർ പിന്തിരിഞ്ഞു. കുതിരയെടുപ്പ് നടക്കില്ല എന്നവർ പിറുപിറുത്തു. ദേവി ജീവിതത്തിൽ എഴുന്നള്ളി ഓരോ കെട്ടുരുപ്പടിയുടേയും സമീപത്തുചെന്ന് അനുഗ്രഹിക്കുന്ന പതിവ് ഇപ്രാവശ്യം ഉപേക്ഷിക്കേണ്ടി വരുമെന്ന് ദേവസ്വം ഭാരവാഹികൾ സൂചിപ്പിച്ചു. ക്ഷേത്രമുറ്റത്തെ മണ്ഡപത്തിലേക്കുള്ള ദേവിയുടെ യാത്രയും ഉപേക്ഷിക്കും. ദേവി കല്ലുവളയത്തിലിരുന്നു കെട്ടുകാഴ്ച കാണും. കുതിരകൾ ചലിക്കാനോ കളിക്കാനോ കഴിയാതെ കണ്ടത്തിൽ നിശ്ചലമായിനിന്നു. സമയം തെറ്റിവന്ന മഴയെ ആളുകൾ ശപിച്ചു.

രാത്രിയിൽ ഗുരു ഗോപിനാഥിന്റെ 'സമ്പൂർണ്ണ രാമായണം' കാണാൻ ആളുകൾ കുറവായിരുന്നു. നനഞ്ഞു കുതിർന്ന മണ്ണിലിരിക്കാൻ ആളുകൾ വിമുഖതകാണിച്ചു. സീതയെ അന്വേഷിച്ചിറങ്ങിയ കുരങ്ങന്മാരുടെ വികൃതികൾ കണ്ട് ആലിൻചുവട്ടിലും ഞാവൽച്ചുവട്ടിലുമിരുന്ന് ആളുകൾ പൊട്ടിച്ചിരിച്ചു. ഹനുമാന്റെ വാല് പാട്ടുകാരുടെ മുഖത്ത് പലപ്രാവശ്യം മുട്ടിയതുകണ്ട് ആളുകൾ തലയറഞ്ഞ് ചിരിച്ചു. വാലിൽ തീ കൊളുത്തി, ലങ്കാദഹനത്തിനുവേണ്ടി ഹനുമാൻ ചാടിയപ്പോൾ കാലുതെന്നി തറയിൽ വീണതുകൊണ്ട് ആളുകൾ ബഹളംവച്ചു. ബാലെ പകുതിയായപ്പോൾ ക്ഷേത്രത്തിൽനിന്നും ചെണ്ടമേളം കേട്ടു. സ്റ്റേജിലെ പരിപാടികൾ തീർന്നാലും ഇല്ലെങ്കിലും കൃത്യം നാലുമണിക്ക് തന്നെ ദേവി എഴുന്നള്ളത്തിനായി പുറത്തിറങ്ങും. അപ്പോഴേക്കും ആലുവിളക്കിലെ ദീപങ്ങളെല്ലാം കത്തിച്ചിരിക്കും. ആലുവിളക്കിലെ ഗരുഡന്മാർ

രണ്ടും പറക്കാൻ തയ്യാറായി നില്ക്കുന്നു. ദേവി പുറത്തിറങ്ങിയപ്പോൾ സ്റ്റേജിൽ രാമരാവണയുദ്ധം നടക്കുകയായിരുന്നു. മൃതസഞ്ജീവനി അന്വേഷിച്ച് ഹനുമാൻ പറക്കാൻ തയ്യാറെടുക്കുന്നു. ആലുവിളക്ക് തോളിലേറ്റാൻ ഭക്തജനങ്ങൾ സഹകരിക്കണമെന്ന് മൈക്കിലൂടെ അറിയിപ്പ് വന്നപ്പോൾ ഉറങ്ങിക്കിടന്നവർ ചാടി എഴുന്നേറ്റ് ഓടിവന്നു. ആലുവിളക്ക് തോളിലേറ്റി ദേവിക്കു മുന്നിൽ നടന്നു. ഗരുഡന്മാർ പറക്കാൻ തുടങ്ങി. ദേവി പടിഞ്ഞാറേ നടയിലെത്തുമ്പോൾ കമ്പത്തിന് തീ കൊളുത്തേണ്ടതാണെന്ന് കമ്പക്കാരായ പറക്കോട്ടു കുമാരനോടും മാലൂർകുമാരനോടും അറിയിപ്പുണ്ടായി. അപ്പോഴേക്കും ബാലെ തീർത്തു കർട്ടൻ വീണു. മത്സരക്കമ്പമാണ്. ഇരുനൂറുരൂപാ വീതമുള്ള രണ്ട് കമ്പം. ഏറ്റുമുട്ടുന്ന പറക്കോടു കുമാരനും മാലൂർ കുമാരനും ചില്ലറക്കാരല്ല. വെള്ളംമൂലം കമ്പം കണ്ടത്തിൽ നടത്താൻ നിവൃത്തിയില്ലെന്ന് അവർ കമ്മിറ്റിയെ അറിയിച്ചു. കരിമരുന്ന് അമ്പലമുറ്റത്ത് നടത്താൻ കമ്മിറ്റി അനുവാദം നല്കി. ക്ഷേത്രമുറ്റം ചെറുതാണ്. മത്സരക്കമ്പം നടത്താനുള്ള സൗകര്യമില്ല. പക്ഷേ, കമ്പം നടത്തിയേ പറ്റൂ.

"കമ്പക്കാരായ പറക്കോട്ടു കുമാരന്റെയും മാലൂർ കുമാരന്റെയും ശ്രദ്ധയ്ക്ക്, കമ്പക്കെട്ടിന് തീ കൊളുത്താൻ സമയമായി. കണ്ടത്തിൽ വെള്ളം കെട്ടിക്കിടക്കുന്നതുകൊണ്ട് ഇപ്രാവശ്യം വെടിക്കെട്ട് ക്ഷേത്രമുറ്റത്ത് വച്ചാണ് നടത്തുന്നത്. അപകടം ഒഴിവാക്കാൻ ഭക്തജനങ്ങൾ വളരെ ദൂരെമാറി നിന്ന് വെടിക്കെട്ടു കാണേണ്ടതാണ്. വാളന്റിയേഴ്സ് ഇക്കാര്യം പ്രത്യേകം ശ്രദ്ധിക്കണം. ആദ്യം മാലൂർ കുമാരന്റെ പടക്കക്കോട്ടയ്ക്ക് തീ കൊളുത്തുക. തുടർന്ന് പറക്കോട് കുമാരൻ പടക്കം കത്തിക്കും."

പറക്കോട് കുമാരനും മാലൂർ കുമാരനും ദേവിയുടെ മുന്നിലെത്തി നിലവിളക്കിൽനിന്നും പൂത്തിരികത്തിച്ച് കമ്പസ്ഥലത്തേക്ക് പോയി. പടക്കം കത്തിത്തുടങ്ങിയപ്പോൾ ആളുകൾ പിറകോട്ട് മാറി. മാലൂർ കുമാരന്റെ ഒരു അമിട്ട് ആകാശത്തിൽ പൊട്ടിച്ചിതറി. തുടർന്ന് പറക്കോടു കുമാരന്റെ അതേ രീതിയിലുള്ള അമിട്ടു പൊട്ടി. വർണ്ണക്കുടകൾ വിരിഞ്ഞു. ബാലിയും സുഗ്രീവനും തമ്മിലുള്ള യുദ്ധംപോലെ കുമാരന്മാർ ഏറ്റുമുട്ടി. മാലൂർകുമാരൻ തൊടുത്തുവിട്ട ഒരു ഗുണ്ട് ആകാശത്തിൽ ഭീകരമായ ശബ്ദത്തോടെ പൊട്ടിത്തെറിച്ചു. പറക്കോട്ടു കുമാരനും അതേ നാണയത്തിൽ തിരിച്ചടിക്കാൻ ഒരു വലിയ മിന്നൽ ഗുണ്ട് കുറ്റിയിലിട്ടു തീകൊളുത്തി. കുറ്റി ചരിഞ്ഞുപോയതു കാരണം ഗുണ്ട് യക്ഷിയമ്പലത്തിന് തെക്കുഭാഗത്ത് കൂട്ടംകൂടി നിന്ന ആളുകളുടെ ഇടയിൽവീണ് ഭയങ്കര ശബ്ദത്തോടെ പൊട്ടി. ആളുകൾ നിലവിളിച്ചുകൊണ്ട് നാല്പാടും ചിതറിയോടി. യക്ഷിയമ്പലത്തിനു തെക്കുഭാഗത്ത് ഒരു വലിയ കുഴി രൂപംകൊണ്ടു. സ്ഫോടനത്തിൽ മൂന്നു പേർക്ക് കാര്യമായി പരിക്കേറ്റു. കമ്പം നിർത്തിവച്ചു. പരിക്കുപറ്റിയവരേയും കൊണ്ട് വണ്ടികൾ ആശുപത്രിയിലേക്ക് പാഞ്ഞു. തീവെട്ടികൾ കെടുത്തി, കുടകൾ

താഴ്ത്തി, മേളം നിർത്തി, ഏഴംകുളത്തമ്മ വ്യസനത്തോടെ ക്ഷേത്രത്തിനുള്ളിലേക്ക് മടങ്ങി. യക്ഷിപ്പനയുടെ ചുവട്ടിൽനിന്നും അറ്റുപോയ ഒരു കാലുമായി മറ്റൊരു വണ്ടി ആശുപത്രിയിലേക്ക് കുതിച്ചു.

ശിവൻകുട്ടി അമ്പലക്കുളത്തിന്റെ കരയിൽ ഇരിക്കുമ്പോഴായിരുന്നു സംഭവം നടന്നത്. അവൻ യക്ഷിയമ്പലത്തിന് സമീപത്തേക്ക് ഓടിച്ചെന്നു. ആരെയോ വണ്ടിയിൽ കയറ്റുന്നതും അവരുടെ നിലവിളികളും ശിവൻകുട്ടി കേട്ടു.

“ആരുടെ കാലാ അറ്റുപോയത്?”

ശിവൻകുട്ടി അടുത്തുനിന്നവരോടു ചോദിച്ചു. അവരൊക്കെ കൈമലർത്തി. അവരുടെ മുഖത്ത് ചോരമയമില്ലായിരുന്നു. മത്സരക്കമ്പം അമ്പലമുറ്റത്ത് നടത്തിയതിനെക്കുറിച്ച് ആളുകൾ വിമർശിച്ചു. മഴ പെയ്തെങ്കിൽ കമ്പം ഉപേക്ഷിക്കാമായിരുന്നു.

“ആരുടെ കാലാ മുറിഞ്ഞുപോയത്?”

ശിവൻകുട്ടി വീണ്ടും പരിഭ്രമത്തോടെ ചുറ്റിലും നിന്നവരോടു ചോദിച്ചു.

“അതൊന്നുമറിയില്ല. കാല് പോയ ആൾക്ക് ഒരു നാല്പത്തിയഞ്ച് വയസ്സ് തോന്നിക്കും. ചെറിയ കൂനുണ്ട്. കറുത്ത നിറമാണ്.”

ദൈവമേ അത് ശങ്കരപ്പിള്ള ചേട്ടനാണോ?

ശിവൻകുട്ടി സംശയിച്ചു.

ശങ്കരപ്പിള്ള ചേട്ടനും കൂനുണ്ടല്ലോ!

ശിവൻകുട്ടി ചലനമറ്റ് അമ്പലപ്പറമ്പിൽ നിന്നു. ഊട്ടുപുരയുടെ തിണ്ണയിൽ പ്രഭാതവും കാത്തു അവനിരുന്നു. വെടിമരുന്നിന്റെ ഗന്ധം അവിടമാകെ നിറഞ്ഞു. നാളെ പ്രഭാതത്തിൽ വഴിപാടു തൂക്കം തുടങ്ങും. അതിനു മുമ്പേ ഒന്നു മയങ്ങണം. അല്ലെങ്കിൽ ക്ഷീണം തോന്നും. അവൻ കണ്ണുകളടച്ചു. അവന്റെ മനക്കണ്ണിൽ ഒറ്റക്കാലിൽ നില്ക്കുന്ന ശങ്കരപ്പിള്ളയുടെ ചിത്രം തെളിഞ്ഞു. പഞ്ചസാര ചാക്ക് പുറത്തിട്ടു ഒറ്റക്കാലിൽ ഓടിയോടി നടക്കുന്ന ശങ്കരപ്പിള്ളയെ അവൻ സ്വപ്നത്തിൽ കണ്ടു.

മുപ്പത്

പുലരുന്നതിനു മുമ്പേ ഉണരാൻ വേണ്ടിയാണ് ശിവൻകുട്ടി ഊട്ടുപുരയുടെ തിണ്ണയിലിരുന്ന് ചെറിയ മയക്കത്തിലേക്ക് വീണത്. തൂക്കം കഴിയുന്നതുവരെ ആഹാരം കഴിക്കാൻ പാടില്ല എന്നാണ് നിയമം. ഉറങ്ങാതിരുന്നാൽ അതിന്റെ ഭാരംകൂടി ശരീരം താങ്ങേണ്ടതായിവരും. പൊരിവെയിലിലാണ് തൂക്കം നടക്കുന്നത്. തൂക്കത്തിനിടയിൽ തല കറങ്ങിയാൽ വെടിയേറ്റ പക്ഷിയെപ്പോലെ തൂക്കവില്ലിൽ ഞാന്ന് കിടക്കേണ്ടതായി വരുമെന്ന് ശിവൻകുട്ടി ഭയന്നു. വെടിക്കെട്ട് അപകടം നടന്നിട്ട് മൂന്നുമണിക്കൂർ കഴിഞ്ഞിരിക്കുന്നു. അപകടത്തെക്കുറിച്ച് പാറുവമ്മ അറിഞ്ഞിട്ടുണ്ടെങ്കിൽ ശിവൻകുട്ടി അതിലെങ്ങാനും പെട്ടിട്ടുണ്ടോ എന്ന്

ഓർത്ത് അവർ ഭയപ്പെടും. തനിക്ക് ഒന്നും സംഭവിച്ചിട്ടില്ല എന്നകാര്യം പാറുവമ്മയെ ബോദ്ധ്യപ്പെടുത്തേണ്ടതായിരുന്നു. പനയുടെ ചുവട്ടിൽ നിന്നും കണ്ടെടുത്ത കാല് ശങ്കരപ്പിള്ളച്ചേട്ടന്റേതാണോ എന്ന് ഉറപ്പിക്കാൻ കഴിയുന്നില്ല. 'സമ്പൂർണ്ണ രാമായണ'ത്തിന്റെ വണ്ടി സ്റ്റേജിന് സമീപ ത്തെങ്ങും കണ്ടില്ല. ആലുവിളക്കിലെ ദീപങ്ങളെല്ലാം കെട്ടുകഴിഞ്ഞു. തീവെട്ടിയിൽനിന്നും എണ്ണ കരിഞ്ഞ മണം ഇപ്പോഴും പുറത്തേക്കു നീങ്ങുന്നുണ്ട്. നിറയെ എണ്ണയുള്ളതുകൊണ്ട് നേരം വെളുത്തിട്ടും ക്ഷേത്രഭിത്തിയിലെ കൽവിളക്കുകൾ വിറച്ചുവിറച്ചു കത്തുന്നുണ്ട്. മുറിഞ്ഞ പനയോലയും കീറിയ കടലാസുകളും ക്ഷേത്രമുറ്റത്ത് ചിത റിക്കിടക്കുന്നു. എന്തൊക്കെ സംഭവിച്ചാലും വഴിപാടുതൂക്കങ്ങൾ മുട ങ്ങാതെ നടത്തണം. അതാണ് നിയമം. അല്ലെങ്കിൽ ദേവി കോപിക്കും. ദേവികോപിച്ചാൽ നാടുമുടിയും. ഒരിക്കൽ തൂക്കച്ചാട് കയറി ഒരാൾ മരി ച്ചിട്ടും തൂക്കം മുടക്കംകൂടാതെ നടന്നു. തൂക്കവില്ല് ക്ഷേത്രത്തിന് ചുറ്റും വലിച്ചുകൊണ്ടു പോകുമ്പോഴും പയറ്റു മുറകൾ നടക്കുമ്പോഴും കര ക്കാർ അതീവ വിനയത്തോടും ഭക്തിയോടും കൂടിയാണ് പെരുമാറുന്ന ത്. ഉറക്കെ സംസാരിക്കാൻപോലും മടികാണിക്കുന്നു. മദ്യപിച്ചിട്ട് ആരും തൂക്കവില്ലിന് സമീപം വരാറില്ല. തടിയിൽ പണിതെടുത്ത തൂക്കച്ചാട് ഏതു വഴിക്കും തിരിയാം. വടം പിടിക്കുന്നവരുടെ നിയന്ത്രണത്തിലല്ല ചാടിന്റെ പോക്ക്. നിയമങ്ങളെല്ലാം കരക്കാർ വള്ളിപുള്ളി വിടാതെ അനു സരിക്കുന്നു.

തപ്പിന്റെയും മദ്ദളത്തിന്റെയും ശബ്ദം കേട്ടപ്പോൾ ശിവൻകുട്ടി എഴു ന്നേറ്റു. ഊരാഴ്മ തൂക്കം തുടങ്ങിക്കഴിഞ്ഞു. തൂക്കവില്ല് അമ്പലക്കാവിന് സമീപമെത്തിക്കഴിഞ്ഞു. തൂക്കച്ചാട് ഉരുളുമ്പോഴുള്ള കനത്തശബ്ദം അന്തരീക്ഷത്തെ പ്രകമ്പനം കൊള്ളിച്ചു. മൂന്ന് തൂക്കക്കാരാണ് ഒരേസ മയം തൂക്കവില്ലേറുന്നത്. ക്ഷേത്രത്തിന് ചുറ്റും തൂക്കവില്ല് ഒരു പ്രാവശ്യം കറങ്ങിവരുമ്പോൾ ഒരു 'വളയം' പൂർത്തിയാവുന്നു. മൂന്നാമത്തെ വളയ ത്തിലാണ് ശിവൻകുട്ടിക്ക് തൂങ്ങേണ്ടത്. നറുക്കെടുപ്പിലൂടെയാണ് അക്കാര്യം തീരുമാനിക്കുന്നത്.

ശിവൻകുട്ടി ക്ഷേത്രക്കുളത്തിലിറങ്ങി ഒന്ന് മുങ്ങി നിവർന്നിട്ട് വേഗ ത്തിൽ വീട്ടിലേക്കു നടന്നു. പാറുവമ്മ ശിവൻകുട്ടിയെ കാത്ത് തിണ്ണയി ലുണ്ടായിരുന്നു. വെടിക്കെട്ടപകടത്തെക്കുറിച്ച് അവർ അറിഞ്ഞിരുന്നു. ആൾക്കൂട്ടത്തിൽ ഇറങ്ങാനുള്ള മടികാരണമാണ് അവർ ശിവൻകുട്ടിയെ അന്വേഷിച്ച് അമ്പലത്തിൽ പോകാതിരുന്നത്. ദൂരെനിന്നും ശിവൻകുട്ടി വരുന്നതു കണ്ടപ്പോൾ പാറുവമ്മയുടെ കണ്ണുകൾ നിറഞ്ഞെങ്കിലും അവർ കണ്ണീരടക്കി ചിരിക്കാൻ ശ്രമിച്ചു. ചെറുമകൻ ആദ്യമായി ദേവി യുടെ തിരുമുമ്പിൽ വഴിപാടു തൂക്കം നടത്താൻ പോകുകയാണ്. കന്നി ത്തൂക്കമാണ് അവന്റേത്. തൂക്കം കാണണമെന്ന് ആഗ്രഹമുണ്ടെങ്കിലും ഭാരതിയെ വീട്ടിൽ തനിച്ചാക്കിയിട്ടു പോകാൻ തോന്നിയില്ല. പാറുവമ്മ ശിവൻകുട്ടിയുടെ മുഖത്തേക്ക് നോക്കി. കുളത്തിൽ മുങ്ങിക്കുളിച്ചെത്തിയ

അവന്റെ മുഖത്ത് വൃത്തിയും വെടിപ്പുമുണ്ട്. അവന്റെ ശരീരം പ്രകാശിക്കുന്നതുപോലെ പാറുവമ്മയ്ക്ക് തോന്നി. അവൻ തൂങ്ങിയിറങ്ങുമ്പോൾ വീട്ടിലെ ദുഃഖങ്ങൾക്ക് അറുതിവരുമെന്ന് പാറുവമ്മ വിശ്വസിച്ചു.

"പാറുവമ്മേ" ശിവൻകുട്ടി പതിയെ വിളിച്ചു "എനിക്കൊരു തെറ്റു പറ്റി. കമ്പം നടക്കുമ്പം ഞാൻ കൊളത്തിന്റെ കരേല് ഇരിക്കാരുന്നു. രാവിലെ തൂങ്ങേണ്ടതുകൊണ്ട് ദൂരെമാറി നിന്നതാണ്. ഒറക്കം വന്നോണ്ട് ഊട്ടുപൊരേടെ തിണ്ണേലിരുന്ന് ഞാനൊന്നു മയങ്ങിപ്പോയി. അതോണ്ടാ വരാൻ താമസിച്ചേ. മുത്തശ്ശി ക്ഷമിക്കണം."

"സാരമില്ല, മോൻപോയി തൂങ്ങീട്ട് വാ. അച്ഛനെപ്പോലെ പേരുകേട്ട തൂക്കക്കാരനാവണം നീ."

"മുത്തശ്ശി എന്റെ തൂക്കം കാണാൻ വരുന്നില്ലേ?"

"ആഗ്രഹമുണ്ട്. ഭാരതിക്ക് സുഖം ഇല്ലാത്തോണ്ട് അവളെ തനിച്ചാക്കീട്ടു വരാൻ പറ്റോ? വരുന്നോന്ന് അവളോടു ചോദിച്ചപ്പം അവക്ക് ആരേം കാണാൻ ഇഷ്ടമില്ലെന്നാ പറഞ്ഞേ. മോൻ പോയിട്ടു വാ. എല്ലാം ഞാനിവിടിരുന്ന് കണ്ടോളാം."

ശിവൻകുട്ടി പാറുവമ്മയുടെ കാല് തൊട്ടുവന്ദിച്ചു. പത്തായത്തിന് സമീപം ചെന്ന് ഭാരതിയുടെ അനുവാദം വാങ്ങി. അവളൊന്നും മിണ്ടാതെ പത്തായത്തിനു മുകളിൽ എഴുന്നേറ്റിരുന്നു. ഇരുട്ടായതുകൊണ്ട് ഭാരതിയുടെ മുഖം കാണാൻ കഴിഞ്ഞില്ല. അവൾ പത്തായത്തിന് മുകളിൽ നിന്നും പുറത്തിറങ്ങിയില്ല.

തൂക്കത്തിനു വേണ്ട നേര്യതും തോർത്തും പച്ചയും മറ്റു സാമഗ്രികളുമായി ശിവൻകുട്ടി വേഗത്തിൽ നടന്നു. ക്ഷേത്രത്തിലേക്ക് തനിയെ നടക്കുമ്പോൾ ശിവൻകുട്ടി വല്ലാതെ വേദനിച്ചു.

എല്ലാ തൂക്കക്കാരുടേയും കൂടെ സുഹൃത്തുക്കളും ബന്ധുക്കളുമായി ധാരാളം ആളുകളുണ്ടാവും. തന്നെ സഹായിക്കാൻ ആരുമില്ലല്ലോ എന്നോർത്ത് അവന്റെ ഹൃദയം ഉച്ചത്തിൽ ഇടിക്കാൻ തുടങ്ങി. ശരീരം കിലുകിലെ വിറയ്ക്കുന്നുണ്ടായിരുന്നു. എല്ലാവരും എപ്പോഴും തനിച്ചാണെന്നുള്ള സത്യം അവന് ഇപ്പോഴാണ് മനസ്സിലായത്. അമ്പലത്തിൽ ധാരാളം ആളുകളുണ്ടെങ്കിലും അവരാരും തന്റെ ആരുമല്ല. ജനനത്തിലും മരണത്തിലും ജീവിതത്തിലും മനുഷ്യൻ തനിച്ചാണ്. ഇടയ്ക്ക് ചിലരെ സ്നേഹിക്കുന്നു. മറ്റ് ചിലരെ വെറുക്കുന്നു. അടുത്തുനിന്ന തൂക്കക്കാരുടെ സമീപം ഭാര്യയോ മക്കളോ അല്ലെങ്കിൽ മറ്റാരൊക്കെയോ നില്ക്കുന്നുണ്ടായിരുന്നു. തനിക്കു മാത്രം ആരുമില്ല. വീട്ടിൽ പോയതിൽ എന്തെങ്കിലും അശുദ്ധി സംഭവിച്ചിട്ടുണ്ടെങ്കിൽ പരിഹാരമായി അമ്പലക്കുളത്തിലിറങ്ങി ഒരല്പം വെള്ളം ശിരസ്സിലും ശരീരത്തിലും കുടഞ്ഞു. കുളക്കരയിലെ ചായക്കടയിൽ ചായ നീട്ടി ഒഴിക്കുന്നതു കണ്ടെങ്കിലും അവൻ ചമയമുറിയിലേക്കു പോയി.

കൃത്യസമയത്ത് ചമയമുറിയിലെത്തിയില്ലെങ്കിൽ തൂക്കക്കാരെ ഒരുക്കുന്ന കളീക്കൽ ശങ്കരനാരായണനൻ ചൂടാവും. ഏതു കാര്യത്തിനും

കൃത്യനിഷ്ഠയുണ്ടാവണമെന്ന് പാറുവമ്മ അവനെ ഉപദേശിച്ചിട്ടുണ്ട്. ആരുടെ മുമ്പിലും കാരണമില്ലാതെ തല കുനിക്കാൻ പാടില്ല. അവൻ വാതിലിൽക്കൂടി ചമയമുറിയിലേക്കു നോക്കി. രണ്ടാം വളയത്തിൽ തൂങ്ങാനുള്ള മൂന്നുപേർ മേക്കപ്പ് പൂർത്തിയാക്കി ബഞ്ചിലിരിക്കുന്നു. മുഖത്ത് അരിമാവ് കൊണ്ട് ചുട്ടികുത്താനുള്ള ജോലി മാത്രം ബാക്കിയുണ്ട്. ക്ഷേത്രത്തിൽ ഒരു കച്ചപ്പുറം മാത്രമാണുള്ളത്. തൂക്കം കഴിഞ്ഞ് വരുന്നവർ അരയിൽനിന്നും കച്ചപ്പുറം അഴിച്ചു കൊടുത്താൽ മാത്രമേ പിന്നീടുള്ള മൂന്നുപേർക്ക് തൂക്കച്ചാടിന് സമീപമെത്താൻ കഴിയൂ. അതിനുവേണ്ടിയാണ് മേക്കപ്പ് ചെയ്തവരുടെ കാത്തിരുപ്പ്. ശിവൻകുട്ടി ചമയമുറിയിൽ കയറി.

"എത്രാമത്തെ വളയമാ?"

"മൂന്നാമത്തെ."

"രാവിലെ വല്ലതും കഴിച്ചോ?"

"ഇല്ല."

"എങ്കി വേഗം പോയി ഒരു ചായ കുടിച്ചിട്ടു വാ. മറ്റൊന്നും കഴിക്കണ്ടാ. താങ്ങുമുണ്ട് മുറുകുമ്പോൾ പ്രയാസമാ. കന്നിത്തൂക്കമാണോ?"

"അതെ."

"മരിച്ചുപോയ രാമക്കുറുപ്പിന്റെ മോനാണോ?"

"അതെ."

"കുറുപ്പിന്റെ അതേ ഛായ. കണ്ടപ്പം തോന്നി."

ശങ്കരനാരായണൻ സ്നേഹത്തോടെ ശിവൻകുട്ടിയെ നോക്കി. അയാളുടെ കാതിൽ ചുവന്ന ഒറ്റക്കമ്മൽ തിളങ്ങി. രാമക്കുറുപ്പ് ശങ്കരനാരായണന്റെ സുഹൃത്തായിരുന്നു. ഒരുങ്ങിക്കഴിയുമ്പോൾ രാമക്കുറുപ്പിന്റെ ശരീരത്തിന് ഒരു പ്രത്യേക തിളക്കമാണ്. മേക്കപ്പ് മറ്റാരെയെങ്കിലും ഏല്പിച്ചിട്ട് രാമക്കുറുപ്പിന്റെ തൂക്കം കാണാൻ ശങ്കരനാരായണൻ തൂക്കവില്ലിനു സമീപം നിന്നിട്ടുണ്ട്.

"രാമക്കുറുപ്പിന്റെ തൂക്കം കാണാൻ നല്ല രസമായിരുന്നു. അതുപോലെ മോനും നല്ല തൂക്കക്കാരനാകണം."

"ശ്രമിക്കാം."

"കൂടെ ആരുമില്ലേ?"

"ഇല്ല."

"ആശുപത്രീ പോവുമ്പഴും തൂക്കത്തിനു പോവുമ്പഴും കൂടെ ആരുമില്ലെങ്കിൽ അത് കഷ്ടംതന്നെയാ. ആരുമില്ലാത്തോർക്ക് ഏഴംകുളത്തമ്മയുണ്ടാവും കൂട്ടിന്."

അമ്മ മരിച്ചപ്പോഴും അച്ഛൻ ആത്മഹത്യ ചെയ്തപ്പോഴും എല്ലാറ്റിനും മുത്തശ്ശിയുണ്ടല്ലോ എന്ന ആശ്വാസമായിരുന്നു ശിവൻകുട്ടിക്ക്. ആഴത്തിൽ ചിന്തിക്കാനുള്ള കഴിവൊന്നും അന്ന് അവനില്ലായിരുന്നു. അമ്മ മരിച്ചു കിടക്കുമ്പോൾ കശുമാവിന്റെ ചില്ലയിൽനിന്നും കശുവണ്ടി ശേഖരിച്ച് നിക്കറിന്റെ പോക്കറ്റിലിടുന്ന തിരക്കിലായിരുന്നു അവൻ. അച്ഛന്റെ

മരണവും അവനെ തളർത്തിയില്ല. പക്ഷേ, മരിക്കുന്നതിനു മുമ്പ് ഭാരതി ചേച്ചിയുടെ കല്ല്യാണം നടന്നുകാണാൻ അച്ഛൻ ആഗ്രഹിച്ചിരുന്നു. ഇപ്പോൾ സംഭവിച്ചതൊക്കെ തീരാനഷ്ടമാണെന്ന് അവൻ മനസ്സിലാക്കുന്നു. കുളക്കരയിലെ ചായക്കടയിൽനിന്നും ഒരു ചായ വാങ്ങി കുടിച്ചിട്ട് അവൻ ധൃതിയിൽ ചമയമുറിയിൽ കയറി.

ചമയങ്ങളൊക്കെ കഴിഞ്ഞ് മേൽശാന്തിക്കും ആശാനും ദക്ഷിണ കൊടുത്തു തൂക്കവില്ലിന് സമീപം ശിവൻകുട്ടി നിന്നു. ശിവൻകുട്ടി തന്നെയാണ് വഴിപാടുകാരനും തൂക്കക്കാരനും. ആരും അവന് സമീപം വന്നില്ല. ആൾക്കൂട്ടത്തിൽ അവൻ തനിച്ചാണ്.

ചൂണ്ടകുത്തുന്നത് പടയത്ത് കൊച്ചുകുഞ്ഞ് കുറുപ്പാണ്. പുറത്തെ മാംസത്തിലാണ് ചൂണ്ട കൊരുക്കുന്നത്. കന്നിത്തൂക്കക്കാരനായതുകൊണ്ടും തീരെ ചെറുപ്പമായതുകൊണ്ടും രാമക്കുറുപ്പിന്റെ മകനായതുകൊണ്ടും ചൂണ്ട മയത്തിലേ കുത്താവൂ എന്ന് കൂടിനിന്നവരിൽ ആരോ കൊച്ചുകുഞ്ഞുകുറുപ്പിനോട് പറയുന്നതു കേട്ടു. ആരോടും പ്രത്യേകിച്ച് മമതയൊന്നുമില്ലെന്ന് കുറുപ്പ് മറുപടിയും പറഞ്ഞു. ഏത് വേദനയും സഹിക്കാൻ അവൻ തയ്യാറായിനിന്നു. അവൻ കണ്ണുകളടച്ച് ദേവിയെ ധ്യാനിച്ചു. ചൂണ്ട മുതുകിലെ തൊലിക്കുള്ളിൽ കയറിയത് അവനറിഞ്ഞില്ല. മനസ്സും ശരീരവും മരവിച്ചിരുന്നു. ചെറുപ്പത്തിൽ തൂക്കം കളിച്ചപ്പോൾ സുരേന്ദ്രൻ മാഷിന്റെ മകൾ ശ്രീദേവി ഈർക്കിൽകൊണ്ട് പുറത്തു കുത്തിയപ്പോൾ തോന്നിയ വേദന ഇതിനേക്കാൾ വലുതായിരുന്നു. ശിവൻകുട്ടി ഇപ്പോൾ മറ്റേതോ ലോകത്താണ്. കഞ്ഞിമുക്കി ബലപ്പെടുത്തിയ ജപ്പാൻമുണ്ട് നെഞ്ചും വയറും പൊതിഞ്ഞ് തൂക്കവില്ലിൽ ചണക്കയർകൊണ്ട് ബന്ധിപ്പിച്ചു. കൈകാലുകൾ യഥേഷ്ടം ചലിപ്പിക്കാവുന്ന രീതിയിലാണ് താങ്ങുമുണ്ട് കെട്ടുന്നത്. മൂന്നു തൂക്കക്കാരേയും വില്ലിൽ ബന്ധിപ്പിച്ചു കഴിഞ്ഞപ്പോൾ ആശാൻ ദക്ഷിണ വാങ്ങി. തൂക്കവില്ല് സാവധാനം മുകളിലേക്കുയർന്നു. വായ്ക്കുരവ മുഴങ്ങി. തപ്പും മദ്dളവും ശബ്ദിച്ചു. വായ്ത്താരി മുഴങ്ങി. സ്വപ്നത്തിൽനിന്നും ഉണർന്നതുപോലെ കൈകാലുകൾ ചലിപ്പിച്ച് ശിവൻകുട്ടി പയറ്റുമുറകൾ കാണിക്കാൻ തുടങ്ങി.

തായ് തായ് തായ് തായ്
തായ് തായ് തായ് തായ്
തിത്തിതായ് തായ് തായ്
തിത്തൈ തെയ് തെയ് തായ്
തെയ് തിത്തെ തെയ് തിത്തെ തെയ്
തിത്തക തിത്തക തെയ് താം
തക്കൃതി തക്കൃതി തിത്തക താം
തിക്കൃതി തിക്കൃതി തിത്തക താം
ഏത്തത്താ തെയ് തെയ് തോം തോം
തെയ് തത്താ തെയ് തെയ് താ

തിത്തതാ തിത്തെയ് തെയ് തോം
തിത്തക തിത്തക തെയ് തോം

വായ്ത്താരി ശ്രദ്ധിച്ച് ഒരു പക്ഷിയെപ്പോലെ ശിവൻകുട്ടി ആകാശത്ത് വട്ടത്തിൽ പറന്നു. ആർപ്പുവിളികളും കുരവയും താഴെ ആനന്ദനൃത്തവും അകമ്പടി സേവിച്ചു. അമ്പലക്കാവിന് സമീപം തൂക്കവില്ല് ഒരല്പനേരം നിന്നു. കല്ലുവളയത്തിന്റെ മൂലയിൽ തൂക്കച്ചാട് തട്ടുമോ എന്നൊരു സംശയം. അഞ്ചാറുപേർ ഓടിവന്ന് ചാട് കുത്തിയകറ്റി. തൂക്കക്കാർ ആകാശത്ത് തുണിത്തൊട്ടിയിലെ കുട്ടികളെപ്പോലെ ആടിക്കളിച്ചു. യക്ഷിയമ്പലം പിന്നിട്ട് വില്ല് ക്ഷേത്രത്തിനു മുന്നിലെത്തി. വില്ല് താഴ്ത്തി കുട്ടികളെ നല്കി. തൂക്കക്കാർ കുഞ്ഞുങ്ങളെ നെഞ്ചോടു ചേർത്ത് വീണ്ടും ആകാശത്തേക്കുയർന്നു. ശിവൻകുട്ടിയുടെ കൈയിൽ വാളമ്പും വില്ലും മാത്രം. വഴിപാടുകാരും ബന്ധുക്കളും മുകളിലേക്ക് വെറ്റില എറിഞ്ഞു. പുതിയ മുണ്ടും വസ്ത്രങ്ങളും തൂക്കക്കാർക്ക് എത്തിപ്പിടിക്കാൻ പാകത്തിൽ ഇട്ടുകൊടുത്തു. വെറ്റില എറിയാനോ മുണ്ട് നല്കാനോ ശിവൻകുട്ടിക്ക് ആരുമുണ്ടായിരുന്നില്ല. കാരണം ശിവൻകുട്ടി തന്നെയാണ് വഴിപാടുകാരനും തൂക്കക്കാരനും. തൂങ്ങിയിറങ്ങിയ തൂക്കക്കാർക്ക് കുടിക്കാൻ പാല്പാത്രവുമായി ആളുകൾ പിറകേ നടന്നു. ശിവൻകുട്ടിയുടെ സമീപം ആരും വന്നില്ല. താങ്ങുമുണ്ട് കക്ഷത്തിൽ തിരുകി, കച്ചപ്പുറം തിരികെ നല്കാൻ ചമയമുറിയിലേക്ക് നടക്കുമ്പോൾ ആരോ അവനെ പേരെടുത്തു വിളിച്ചു. അതൊരു സ്ത്രീയുടെ ശബ്ദമായിരുന്നു. അവൻ തിരിഞ്ഞുനിന്നു. അത് സൗദാമിനിയായിരുന്നു. അവരുടെ കൈയിൽ ഒരു തൂക്കുപാത്രമുണ്ടായിരുന്നു. അതിൽ ചൂടു പാലുണ്ടായിരുന്നു. സൗദാമിനി തൂക്കുപാത്രം ശിവൻകുട്ടിയുടെ കൈയിൽ കൊടുത്തു.

"എന്നാലും ശിവൻകുട്ടീ, നീ തൂങ്ങുന്ന കാര്യം എന്നോടുപോലും പറഞ്ഞില്ലല്ലോ. തൂങ്ങിയിറങ്ങിയ നിനക്ക് പാല് തരാൻ ആരുമുണ്ടാവില്ലെന്ന് എനിക്കറിയാമായിരുന്നു. നല്ല പശുവിൻ പാലാ. രാധേടെ വീട്ടീന്ന് മേടിച്ചതാ. കുടിച്ചിട്ടു പാത്രം താ."

ശിവൻകുട്ടിക്ക് നല്ല ദാഹമുണ്ടായിരുന്നു. അവൻ പാല് മുഴുവൻ കുടിച്ചിട്ട് ചിറി തുടച്ചു. താങ്ങുമുണ്ട് സാധാരണ അടുത്ത ബന്ധുക്കൾക്കാണ് കൊടുക്കാറ്. അവൻ സന്തോഷത്തോടെ താങ്ങുമുണ്ട് സൗദാമിനിക്കു നേരേ നീട്ടി. അവൾ വാങ്ങി.

"നിന്റെ തൂക്കം കാണാൻ വന്നതാ. നീ തൂക്കവില്ലിൽ കിടന്ന് പയറ്റുന്നതു കണ്ടപ്പോൾ നീ എനിക്ക് ശിവൻകുട്ടിയല്ലാരുന്നു. രാമക്കുറുപ്പായിരുന്നു. അച്ഛനെപ്പോലെ തൂക്കവില്ലിന് നാലുഭാഗത്തും കറങ്ങിത്തിരിഞ്ഞ് പയറ്റുന്നതു കണ്ടപ്പോൾ എന്റെ കണ്ണുകൾ നിറഞ്ഞു."

എന്തു പറയണമെന്നറിയാതെ ശിവൻകുട്ടി വ്യസനിച്ചു. തന്റെ അമ്മയാണ് തന്റെ സമീപം പാല്പാത്രവുമായി നില്ക്കുന്നതെന്ന് അവന് തോന്നി. ഉള്ളിൽനിന്നും വാക്കുകളൊന്നും പുറത്തുവരാത്തതുകൊണ്ട്

അവൻ പുഞ്ചിരിക്കുകമാത്രം ചെയ്തു. എന്നിട്ട് ക്ഷേത്രക്കുളത്തിലേക്ക് നടന്നു. ശിവൻകുട്ടി നടന്നുമറയുന്നതുവരെ സൗദാമിനി ക്ഷേത്രമുറ്റത്തു നിന്നു. കുളത്തിൽ മുങ്ങിനിവർന്ന് കരയിൽ കയറിയപ്പോഴും സൗദാമിനി ആൾക്കൂട്ടത്തിനിടയിൽ തന്നെനോക്കി നില്ക്കുന്നത് ശിവൻകുട്ടി കണ്ടു.

മുപ്പത്തി ഒന്ന്

വഴിപാടു തൂക്കം കഴിഞ്ഞ് വീട്ടിലേക്ക് മടങ്ങുമ്പോൾ തുണിക്കടയുടെ മുന്നിലെ തിണ്ണയിൽ പോസ്റ്റ്മാൻ ജോണി തന്റെ സഞ്ചിയിലെന്തോ തിരയുന്നത് ശിവൻകുട്ടി കണ്ടു. അയാൾ കത്തുകൾ ഓരോന്നായി എടുത്ത് പുറത്ത് വയ്ക്കുകയായിരുന്നു. തൂക്കം പ്രമാണിച്ച് തുണിക്കട അടച്ചിട്ടിരിക്കുകയാണ്. തയ്യൽക്കാരൻ സുഗുണൻ തയ്യൽ തീർത്ത് വീട്ടിലേക്ക് പോകാനുള്ള ധൃതിയിലായിരുന്നു. അയാളുടെ കണ്ണുകളിൽ ഉറക്കം തളംകെട്ടിക്കിടന്നു. തൊട്ടടുത്ത മുറുക്കാൻ കടയിലെ പഴക്കുലകൾക്ക് വാട്ടം തട്ടിയിട്ടുണ്ട്. ഉത്സവക്കച്ചവടത്തിന് പഴക്കുലകൾ നിർബ്ബന്ധമാണ്. തൊണ്ടയിൽ വട്ടുകളുറച്ച സോഡാക്കുപ്പികൾ കടയിൽ നിരന്നിരുന്നു. ബീഡിക്കുറ്റികൾ മുറുക്കാൻ കടയുടെ മുന്നിൽ നിറഞ്ഞുകിടന്നു.

ശിവൻകുട്ടിക്ക് ജീവിതത്തിൽ ആരും ഇതേവരെ ഒരു കത്തയച്ചിട്ടില്ല. ഒരു കത്ത് കിട്ടാൻ അവൻ അതിയായി കൊതിച്ചിട്ടുണ്ട്. ഒരു ഇൻലാന്റ് വാങ്ങി അതിൽ തന്റെ അഡ്രസ്സ് എഴുതി പെട്ടിയിലിട്ടാലോ എന്നുവരെ അവൻ വിചാരിച്ചിട്ടുണ്ട്. തയ്യൽക്കാരൻ ശിവൻകുട്ടിയെ കണ്ടപ്പോൾ ചിരിക്കാൻ ശ്രമിച്ചു. ഇപ്പോൾ *ജനയുഗം* വാരികയ്ക്കുവേണ്ടി അവൻ തയ്യൽക്കാരന്റെ സമീപം പോകാറില്ല. *ജനയുഗം* വായിക്കാൻ ഭാരതിയും താല്പര്യം കാണിക്കുന്നില്ല. തയ്യൽക്കാരനിലൂടെയാണ് ഭാരതി വായന തുടങ്ങിയത്. പിന്നീട് കിട്ടുന്നതെന്തും വായിക്കാൻ തുടങ്ങി. സ്വാമി രാമതീർത്ഥനേയും സ്വാമി വിവേകാനന്ദനേയും വായിക്കാൻ തുടങ്ങിയപ്പോഴാണ് അവളുടെ മനസ്സ് ഇളകിയത്. ശിവൻകുട്ടി സ്വയം കുറ്റപ്പെടുത്തിക്കൊണ്ട് വെറുതെ പോസ്റ്റുമാന് സമീപം ചെന്നു.

"എന്താ പേര്?"

"ശിവൻകുട്ടി."

"വീട്ടുപേര്?"

"ആണ്ടൂർ വിളയിൽ."

"എങ്കി തനിക്കൊരു കത്തുണ്ട്."

"കത്തോ! എനിക്കോ?"

ശിവൻകുട്ടിക്ക് സന്തോഷം അടക്കാൻ കഴിഞ്ഞില്ല.

"സാധാരണ കത്തല്ല, രജിസ്റ്റേഡാ."

"രജിസ്റ്റേഡോ?" ശിവൻകുട്ടിയുടെ മുഖം മങ്ങി. അവന്റെ ഹൃദയമിടിപ്പിന്റെ ശബ്ദം പോസ്റ്റുമാൻ കേട്ടതുപോലെ. അയാൾ കത്തുകളുടെ ഇടയിൽനിന്നും ധൃതിയിൽ ഒരു വലിയ കവർ വലിച്ചൂരിയെടുത്തു. മുള്ളു

കളിൽ കുരുങ്ങിയ വസ്ത്രം കാറ്റേറ്റ് ഇളകുന്നതുപോലെ ശിവൻകുട്ടിയുടെ മനസ്സ് പിടയ്ക്കാൻ തുടങ്ങി. സുധർമ്മയുടെ ആഭരണം നഷ്ടപ്പെട്ട സംഭവത്തിൽ ശിവൻകുട്ടിക്കെതിരെ ഒരു പരാതി നിലവിലുണ്ട്. പൊലീസ് സ്റ്റേഷനിലേക്കോ കോടതിയിലേക്കോ ചെല്ലാനുള്ള സമൻസ് ആയിരിക്കും അതെന്ന് അവൻ ഊഹിച്ചു. അവന്റെ ചിന്തകൾ തന്റെ സുഹൃത്തായ സോമനിലേക്ക് നീണ്ടു. സ്വർണ്ണം അവൻ എന്തുചെയ്തു എന്ന് അറിയാൻ കഴിഞ്ഞിട്ടില്ല. സോമൻ എവിടെയാണെന്ന് ഒരു രൂപവുമില്ല. കുറ്റം ചെയ്യാത്ത താൻ ശിക്ഷയനുഭവിക്കുന്നത് കഴിഞ്ഞ ജന്മത്ത് ചെയ്ത ഏതോ പാപം മൂലമാണെന്ന് അവൻ ഉറപ്പിച്ചു. അകാരണമായി മനസ്സിനെ മഥിക്കുന്നതുകൊണ്ട് ഒരു പ്രയോജനവുമില്ലെന്ന് അവന് തോന്നി. കത്ത് കൈപ്പറ്റിയില്ലെങ്കിൽ പൊലീസുകാർ നേരിട്ടുവന്ന് തന്നെ തൂക്കിയെടുത്ത് കൊണ്ടുപോകും. അവർ ഇടിച്ച് നടുവൊടിക്കും. വിറയ്ക്കുന്ന ശരീരവുമായി അവൻ പോസ്റ്റുമാനെ തറപ്പിച്ചു നോക്കി.

"ആരെടെ കത്താന്ന് നോക്കിയാൽ അറിയാമല്ലോ."

"തിരുവനന്തപുരത്തുനിന്നാ."

"കവറേല് സീലൊന്നും ഇല്ലിയോ?"

"അതൊക്കെ ഒണ്ട്. ഒരു ഒപ്പിട്ടു തന്നിട്ട് വിശദമായി നോക്കിക്കോ."

ഒപ്പിടുമ്പോൾ ശിവൻകുട്ടിയുടെ കൈകൾ വിറച്ചു. ജ്വരം ബാധിച്ചതുപോലെ അവന്റെ ശരീരം തുള്ളി. കവറിന്റെ പുറത്തെ സീലൊന്നും വെപ്രാളത്തിനിടയിൽ അവൻ ശ്രദ്ധിച്ചില്ല, തലച്ചോറിൽ അമ്പതു പവനും സോമനുമാണ് കറങ്ങിക്കൊണ്ടിരുന്നത്. കവർ പൊട്ടിക്കുമ്പോൾ വിരലുകളുടെ നിയന്ത്രണം അവന് നഷ്ടപ്പെട്ടു. ഇരുട്ട് പടർന്ന കണ്ണിൽ വെളിച്ചം കയറിയതുപോലെ അവൻ പെട്ടെന്ന് സന്തോഷിച്ചു. പ്രതീക്ഷിച്ചതുപോലെ കത്ത് പൊലീസ് സ്റ്റേഷനിൽ നിന്നായിരുന്നില്ല. എവിടെ നിന്നാണെന്ന് മനസ്സിലാക്കാനുള്ള മനഃസാന്നിദ്ധ്യം നഷ്ടപ്പെട്ടതുകൊണ്ട് കത്ത് പോസ്റ്റുമാന്റെ കൈയിൽ തിരികെ കൊടുത്തു.

"എവിടുന്നാന്ന് ഒന്നു നോക്കിയേ. എന്താ വിശേഷമെന്നു വായിച്ചേ."

"തിരുവനന്തപുരത്ത് അക്കൗണ്ടന്റ് ജനറൽ ആഫീസീന്നാ. തന്നെ ഇന്റർവ്യൂവിന് ക്ഷണിച്ചേക്കുവാ."

"എന്നെയോ?" ശിവൻകുട്ടിക്ക് അത്ഭുതം അടക്കാൻ കഴിഞ്ഞില്ല.

"അതിന് ഞാൻ ജോലിക്കൊന്നും ഇതേവരെ അപേക്ഷിച്ചിട്ടില്ലല്ലോ."

"വേണ്ട, അപേക്ഷിക്കണ്ടാ. അവിടെയാണ് ഏഴംകുളത്തമ്മേടെ കളി. അപേക്ഷിക്കാതെയും ജോലി കിട്ടാം. തലേലെഴുത്തുണ്ടെങ്കിൽ ജോലിക്ക് അപേക്ഷിക്കണ്ടാ. എന്നാലും ഇതിലെന്തോ കള്ളക്കളിയുണ്ട്."

"തന്റെ അഡ്രസ്സ് അവർക്ക് എങ്ങനെ കിട്ടി."

"അതാ ഞാനും ആലോചിക്കുന്നെ."

ക്ഷേത്രത്തിൽ തൂക്കപയറ്റ് ഇപ്പോഴും നടക്കുന്നുണ്ട്. അവൻ കത്തുമായി ക്ഷേത്രത്തിലേക്കോടി. എതിരെ വരുന്ന ആളുകളെ തട്ടിമാറ്റി അവൻ ക്ഷേത്രത്തിനു മുന്നിലെത്തി ഒരു നിമിഷം പ്രാർത്ഥിച്ചു. തുടർന്ന് വീട്ടി

ലേക്കോടി. തൂക്കം കണ്ടവരും തൂക്കം കാണാൻ പോകുന്നവരും ഉറുമ്പുകളെപ്പോലെ പരസ്പരം മിണ്ടിയും മുട്ടിയും ധൃതിയിൽ നടന്നു. ശിവൻകുട്ടി കത്തുമായി ഓടുമ്പോൾ ആരൊക്കെയോ എന്തൊക്കെയോ ചോദിക്കുന്നുണ്ടായിരുന്നു. അവനൊന്നും കേട്ടില്ല. അവന്റെ കാതുകൾ അടഞ്ഞുപോയിരുന്നു. അവനാരേം കാണുന്നുണ്ടായിരുന്നില്ല. വയൽമുറിച്ച്, തോടുതാണ്ടി അവൻ സർവ്വശക്തിയും സംഭരിച്ച് ഓടിക്കൊണ്ടിരുന്നു. ഓട്ടത്തിനിടയിൽ കാലിൽ പറ്റിയ ചാണകം കുടഞ്ഞുകളഞ്ഞു. ഉരുളൻ കല്ലുകൾ നിറഞ്ഞ ഇടവഴിയൂടെ ഓടുമ്പോൾ മുരുപ്പേൽ ശാന്ത ചോദിച്ചു.

"എന്തുപറ്റിയെടാ നിനക്ക്?"

"എനിക്ക് ജോലി കിട്ടാൻ പോകുന്നു."

ഓടിക്കൊണ്ടാണ് ശിവൻകുട്ടി മറുപടി പറഞ്ഞത്. മുരുപ്പേൽ ശാന്ത പരിചയക്കാരോടൊക്കെ വിവരം പറഞ്ഞു. രാമക്കുറുപ്പിന്റെ മോന് ജോലി കിട്ടാൻ പോകുന്നു. ചിലർ വിവരം അറിയാൻ പാറുവമ്മയുടെ വീട്ടിലേക്ക് വേഗത്തിൽ നടന്നു. പാറുവമ്മ നിയന്ത്രണമില്ലാതെ കരയുന്നതാണ് കണ്ടത്. വഹിക്കാൻ കഴിയാത്ത സന്തോഷം തോന്നുമ്പോൾ ആരായാലും കരയും. ഭാരതി പത്തായത്തിന് മുകളിൽ നിന്നുമിറങ്ങി പാറുവമ്മയുടെ സമീപം നിന്നു. ശിവൻകുട്ടി മുറ്റത്തുതന്നെ നില്ക്കുകയാണ്. പാറുവമ്മ ശിവൻകുട്ടിയുടെ കൈയിൽനിന്നും കടലാസ് വാങ്ങി വെറുതെ തിരിച്ചും മറിച്ചും നോക്കി. അവർക്ക് വായിക്കാനറിയില്ലല്ലോ. കടലാസിൽ പാറുവമ്മയുടെ കണ്ണീര് വീണ് നനഞ്ഞു.

"എവിടെയാ ജോലി കിട്ടാൻ പോണത്?"

നെല്ലിവിളയിൽ അംബുജാക്ഷി ശിവൻകുട്ടിയോടു ചോദിച്ചു.

"തിരുവന്തോരത്ത്."

"തിരുവന്തോരത്ത് എന്തു ജോലിയാ?"

"കേന്ദ്ര ഗവ. ജോലിയാ."

"ശിവൻകുട്ടി ജോലിക്ക് അപേക്ഷിച്ചാരുന്നോ?"

"ഇല്ല."

"പിന്നെങ്ങനാ ജോലികിട്ടിയേ?"

"അറിയത്തില്ല."

ഏഴംകുളത്തമ്മേടെ ഒരു കളിയേ. തൂങ്ങി എറങ്ങിയപ്പോ തന്നെ ജോലി. അതും അപേക്ഷിക്കാതെ.

പാറുവമ്മ കരയുന്നതല്ലാതെ ആരോടും ഒന്നും മിണ്ടിയില്ല. പാറുവമ്മയുടെ ഹൃദയം സന്തോഷംകൊണ്ട് നിറഞ്ഞു. വീട്ടിലെ പ്രശ്നങ്ങൾക്ക് അറുതി വരാൻ പോകുന്നതായി അവർ വിശ്വസിച്ചു. പൂവേലി പൊന്നമ്മയും മുരുപ്പേൽ ശാന്തയും മുറ്റത്ത് നില്ക്കുന്നുണ്ട്. ജോലിക്ക് അപേക്ഷിക്കാതെ എങ്ങനെയാണ് ജോലി കിട്ടിയതെന്നുള്ള ന്യായമായ സംശയം അവരുടെ മുഖത്ത് കാണാം.

"സത്യമാണോ ശിവൻകുട്ടീ, നീ ജോലിക്ക് അപേക്ഷിച്ചിരുന്നില്ലേ?"

"ഇല്ല."

ശിവൻകുട്ടിക്ക് കള്ളം പറയേണ്ട കാര്യമില്ലല്ലോ. ജോലിക്കാര്യത്തെക്കുറിച്ച് കള്ളം പറഞ്ഞിട്ടു എന്തു നേടാനാണ്? പൂവേലി പൊന്നമ്മയും മുരുപ്പേൽ ശാന്തയും മൂന്നാം ക്ലാസ് തോറ്റവരാണ്. അവർക്ക് ഇംഗ്ലീഷ് വായിക്കാനറിയില്ല. അല്ലെങ്കിൽ കത്തിലെന്താണ് എഴുതിയിരിക്കുന്നതെന്ന് വായിച്ച് മനസ്സിലാക്കാമായിരുന്നു.

"ജോലിക്ക് എന്നാ കയറേണ്ടത്?"

"ജോലിക്കല്ല. കൂടിക്കാഴ്ചയ്ക്കാ."

"അപ്പോ, ജോലി കിട്ടിയില്ല."

"കൂടിക്കാഴ്ച കഴിഞ്ഞാൽ കിട്ടുമെന്നാ പോസ്റ്റുമാൻ പറഞ്ഞത്."

"എന്നാ പോവണ്ടേ?"

''രണ്ടീസം കഴിഞ്ഞ്."

"നീയാ സുരേന്ദ്രൻ മാഷിന്റെ വീട്ടിച്ചെന്നു കാര്യം പറ. അപ്പോ അദ്ദേഹം വിവരങ്ങളൊക്കെ വിശദമായി പറയും."

"അതു ശരിയാ." മുരുപ്പേൽ ശാന്ത പൊന്നമ്മ പറഞ്ഞത് ശരിയാണെന്ന് സമ്മതിച്ചു. ഇത്ര പെട്ടെന്ന് പോകേണ്ടി വരുമെന്ന് പാറുവമ്മപോലും ചിന്തിച്ചില്ല. ഭാരതി ശിവൻകുട്ടിയുടെ സമീപം ചെന്ന് അവന്റെ തോളിൽ കൈവച്ചു.

"എടാ, നീ കൂടിക്കാഴ്ചയ്ക്ക് പോവുമ്പം എനിക്കൊരു സഹായം ചെയ്യണം."

"അതെന്തുവാ?"

"ഏജീസ് ഓഫീസിൽ അതായത് നീ ഇന്റർവ്യൂവിനു പോകുന്ന ഓഫീസിൽ ഒരു വലിയ എഴുത്തുകാരനുണ്ട്. അവിടെ ജോലിയാ. എം സുകുമാരനെന്നാ അദ്ദേഹത്തിന്റെ പേര്. *മരിച്ചിട്ടില്ലാത്തവരുടെ സ്മാരകങ്ങൾ* എന്ന കൃതിക്ക് കേരള സാഹിത്യ അക്കാദമി അവാർഡും *ചുവന്ന ചിഹ്നങ്ങൾക്ക്* കേന്ദ്ര സാഹിത്യ അവാർഡും കിട്ടിയ ആളാ. ഞാനിതൊക്കെ വായിച്ചതാ. അദ്ദേഹത്തെ കണ്ട് എന്റെ അന്വേഷണം അറിയിക്കണം. ഞാൻ അദ്ദേഹത്തിന്റെ ഒരു ആരാധികയാണെന്നു പറയണം."

"ഈ ഞാൻ ആരാന്നാ അദ്ദേഹത്തോടു പറയേണ്ടേ?"

"നിന്റെ പെങ്ങൾ. അതായത് ആണ്ടൂർ വിളയിൽ ഭാരതി."

"പറയാം. ആണ്ടൂർവിളയിൽ ഭാരതി അത്ര വലിയ ആളാണോ?"

"ഒരിക്കൽ ഞാനും ഏതെങ്കിലും രീതിയിൽ വലിയ ആളാവും. വളരെ നാളുകൾക്കു ശേഷം." ഭാരതി ചിരിച്ചു. ആ ചിരിക്ക് എന്തോ ഭംഗിയുള്ളതായി ശിവൻകുട്ടിക്ക് തോന്നി.

ശിവൻകുട്ടി തിരുവനന്തപുരത്തു പോയിട്ടില്ല. കേരളത്തിന്റെ തലസ്ഥാനമാണെന്നറിയാം. പത്മനാഭസ്വാമി ക്ഷേത്രം അവിടെയാണെന്ന് അറിയാം. നിയമസഭാ മന്ദിരമുണ്ട്. വലിയ പഴയ കെട്ടിടങ്ങളുണ്ട്. മൃഗശാലയുണ്ട്. മേത്തൻ മണിയെക്കുറിച്ച് കേട്ടിട്ടുണ്ട്. അവൻ ആദ്യമായി കണ്ട വലിയ പട്ടണം അടൂരാണ്. അടൂർപോലെ ഇത്ര വലിയ പട്ടണം

ഭൂമിയിലെങ്ങും ഉണ്ടാവില്ലാ എന്നാണ് ചെറുപ്പത്തിൽ അവൻ ധരിച്ചത്. ഒരിക്കൽ അമ്മയോടൊത്ത് തിരുവാഭരണം തൊഴാൻ പന്തളത്തുപോയി. മന്നത്തിനെ കാണാൻ ചങ്ങനാശ്ശേരിയിൽ പോയതുകൊണ്ട് ചെങ്ങന്നൂരും തിരുവല്ലയും കണ്ടു. സ്കൂളിൽനിന്നും കുട്ടികൾ ഒരിക്കൽ കാഴ്ചബംഗ്ലാവ് കാണാൻ പോയിരുന്നു. അന്ന് ശിവൻകുട്ടിക്ക് പോകാൻ കഴിഞ്ഞില്ല. കൈയിൽ കാശില്ലായിരുന്നു. പാറുവമ്മയോട് ചോദിച്ചെങ്കിലും കിട്ടിയില്ല. കൂട്ടുകാർ സിംഹവും കരടിയും മാനും മയിലും കണ്ടകാര്യം പറഞ്ഞപ്പോൾ അവരോടു അസൂയ തോന്നി. അവരൊക്കെ കോവളവും കന്യാകുമാരിയും കണ്ടിട്ടാണ് മടങ്ങിയത്.

"നിനക്കറിയാമോടാ ഏജീസ് ഓഫീസ് എവിടെയാണെന്ന്?"

ഭാരതി ചോദിച്ചു.

"അറിയത്തില്ല. ചേച്ചിക്ക് അറിയാമോ?"

"സെക്രട്ടറിയേറ്റിന് തൊട്ടടുത്താ."

"ചേച്ചി തിരുവന്തോരത്തു പോയിട്ടുണ്ടോ?"

"എന്തിനാ പോണേ? എല്ലാം വായിച്ചറിഞ്ഞതാ. ടെൻസിങ്ങും ഹില്ലാരിയും ചന്ദ്രനിൽ പോയകാര്യം നമ്മളെങ്ങനാ അറിഞ്ഞെ? വായിച്ചിട്ട്. അതുപോലാ എല്ലാം. വായിച്ചാൽ വളരും."

"വായിച്ചാൽ വട്ടും വരും."

ഭാരതി വീണ്ടും ചിരിച്ചു. ചിരി പല നിലകളായി നിലയമിട്ടുപോലെ പൊട്ടിച്ചിതറി. ചിരിയുടെ ശബ്ദം ചുറ്റിലും മുഴങ്ങി. കിണറിനു സമീപം നാട്ടിയിരുന്ന, മരക്കുറ്റിയിലിരുന്ന കാക്ക അതേറ്റുപിടിച്ചു. പാറുവമ്മ ഭാരതിയെ പത്തായത്തിന് മുകളിൽ കയറ്റിയിരുത്തി.

"ജീവിതം ഒരു മഹാപ്രവാഹമാണ്." ഭാരതി ഉറക്കെ പറഞ്ഞു. "അത് അനുകൂലമോ പ്രതികൂലമോ ആവാം. അതിനെക്കുറിച്ചാരും വേവലാതിപ്പെടരുത്. വേനൽമഴ ഏറ്റ മണ്ണിന് ഈർപ്പമുണ്ടാവും. ചോണനുറുമ്പുകൾ വീടിനുള്ളിലാണ് കൂടുകെട്ടുന്നത്. പായുടെ അടിയിലോ പനമ്പിന്റെ അടിയിലോ. അതിനെ നിങ്ങളാരും ഉപദ്രവിക്കരുത്. അവിടെ വെളുത്ത ഉറുമ്പിൻ മുട്ടകളുണ്ടാവും. അത് പൊട്ടിക്കരുത്. വീട്ടിൽ ഐശ്വര്യവും കൊണ്ടു വരുന്നവരാ ഈ കറുത്ത ഉറുമ്പുകൾ."

"എനിക്കൊന്നും മനസ്സിലാവുന്നില്ലല്ലോ ദൈവമേ." പാറുവമ്മ തലയിൽ കൈവച്ചു.

"ആർക്കും ഒന്നും മനസ്സിലാവാതിരിക്കുന്നതാണ് നല്ലത്. മനസ്സിലാവുംതോറും കാര്യങ്ങൾ കൈകളിൽനിന്ന് പിടിവിട്ടുപോകും. കൈകളിൽ നിന്നും താഴെ വീണ വിത്തുകൾ മുളയ്ക്കാതെ തരമില്ലല്ലോ."

"അവളെന്തെക്കെയോ പിരാന്ത് പറയുകയാ."

"ഞാൻ പറയുന്നത് ഭ്രാന്താണെന്ന് നിങ്ങൾക്കു തോന്നും. പക്ഷേ, അതൊക്കെ സത്യമാണ്."

പാറുവമ്മ വെപ്രാളത്തോടെ ശിവൻകുട്ടിയുടെ സമീപം ചെന്നു

"നീയാ സുരേന്ദ്രൻ സാറിനോട് നിനക്കുവന്ന കത്ത് കാണിച്ച് വിവരം

പറ. അദ്ദേഹം എല്ലാം പറഞ്ഞുതരും."

ഏതു കാര്യത്തെക്കുറിച്ചും അസാമാന്യ അറിവുള്ള ആളാണ് സുരേന്ദ്രൻ സാറ്. വ്യക്തമായ അഭിപ്രായവും കാഴ്ചപ്പാടും ഉള്ളയാളാണ്. കൂടുതൽ അറിവുണ്ടായിട്ടായിരിക്കും ഭാര്യയുമായി പിണങ്ങിക്കഴിയുന്നത്.

സുരേന്ദ്രൻ സാറിന്റെ വീട്ടിലെത്തിയപ്പോൾ അദ്ദേഹം കുളിക്കുകയാണ്. ഉത്സവം പ്രമാണിച്ച് ശ്രീദേവി വീട്ടിലുണ്ട്. ശിവൻകുട്ടിയെ കണ്ടപ്പോൾ അവൾ തിടുക്കത്തിൽ അടുക്കളയിൽനിന്നും പുറത്തുവന്നു.

"എനിക്കൊരു ജോലി കിട്ടാൻ പോകുന്നു."

"എവിടെ?"

"തിരുവനന്തപുരത്ത്. അതിനെക്കുറിച്ച് സാറിനോടു ചോദിക്കാൻ വന്നതാ."

"അച്ഛനിപ്പോ കുളിച്ചിട്ടു വരും. അതിനുമുമ്പ് നീ അടുക്കളേലോട്ടു വരുന്നോ?"

"എന്തോയിനാ?"

"പാല്പായസം തരാം."

"ഇരിപ്പൊണ്ടോ?"

"ഇല്ല. ഒണ്ടാക്കിത്തരാം. ജോലിയൊക്കെ കിട്ടിയതല്ലേ? ഞാൻ നിനക്ക് എന്തുംതരും. ഇനീം ഇതുപോലെ കാണാൻ പറ്റത്തില്ലല്ലോ."

"പാലൊണ്ടോ?"

"ഒണ്ട്. ഇഷ്ടംപോലെ. പക്ഷേ, നീ കിടാവിനെ വിട്ടാൽ ഒടൻ ചുരത്തും."

രണ്ടുപേരും ഒന്നിച്ച് ചിരിച്ചു.

ശ്രീദേവിയുടെ ശരീരം കൊഴുത്തിട്ടുണ്ട്. മുഖം കൂടുതൽ തുടുത്തിട്ടുണ്ട്. അവളെ കാണുമ്പോൾ നിലാവിന്റെ തണുപ്പ് അനുഭവപ്പെടുന്നതായി ശിവൻകുട്ടിക്ക് തോന്നി. ശ്രീദേവി കഴുത്തിൽ ഒരു കറുത്ത ചരട് കെട്ടിയിട്ടുണ്ട്. അതിന്റെ തുമ്പിൽ ഒരു ചുട്ടിയുണ്ട്. മാറിടം പണ്ടത്തേക്കാൾ വികസിച്ചതുപോലെ അവന് തോന്നി. ശ്രീദേവി പൊടുന്നനെ അവന്റെ കൈയിൽ കയറിപ്പിടിച്ചു. സുരേന്ദ്രൻ സാർ കുളികഴിഞ്ഞ് എത്തിയിട്ടില്ല. നീട്ടി വളർത്തിയ നഖമുള്ള അവളുടെ വിരലുകൾ അവന്റെ ശരീരത്തിൽക്കൂടി ചലിച്ചു. ശിവൻകുട്ടി ഇക്കിളിപ്പെട്ടു. ഒരു ചെറിയ കാറ്റ് അവന്റെ ശരീരത്തെ സ്പർശിച്ച് കടന്നുപോയി. മുറ്റത്തെ മാവിന്റെ ചില്ലകൾക്കിടയിലൂടെ സൂര്യൻ ആയാസപ്പെട്ട് അവരെ അസൂയയോടെ നോക്കി. ഐസ്കട്ട അലിഞ്ഞ് വെള്ളമാവുന്നതുപോലെ അലിഞ്ഞലിഞ്ഞ് അവനൊരു അരുവിയാകുമോ എന്ന് തോന്നിയപ്പോൾ ശിവൻകുട്ടി തിണ്ണയിലെ ബെഞ്ചിൽ പോയിരുന്നു.

"ഉത്സവമായോണ്ട് കോളേജീന്നു പോന്നതാ. തൂക്കം കഴിഞ്ഞാൽ ഒരു ദിവസംകൂടി കാണും. നീ എന്നാ പോന്നെ. പോന്നേനു മുമ്പ് നീ ഇങ്ങോട്ടു വരത്തില്ലിയോ? അച്ഛൻ നാളെ രാവിലെ കണ്ടത്തിപ്പോവും. നടീലൊണ്ട്. ഉച്ച കഴിഞ്ഞേ തിരിച്ചുവരൂ."

ശിവൻകുട്ടി ചിരിക്കുകമാത്രം ചെയ്തു.

സുരേന്ദ്രൻ സാറെത്തിയപ്പോൾ അവൻ ബഞ്ചിൽനിന്നും എഴുന്നേറ്റു. ശ്രീദേവി വാതിലിനു മറഞ്ഞുനിന്നു. അവൻ കത്ത് സുരേന്ദ്രൻ സാറിന്റെ കൈയിൽ കൊടുത്തു.

"സർ, എനിക്ക് തിരുവന്തോരത്തുനിന്നും ഒരു കത്ത് വന്നിട്ടുണ്ട്. ഒരു ഇന്റർവ്യൂവിന്. ഏജീസ് ഓഫീസീന്നാ. പക്ഷേ, ഞാൻ അപേക്ഷയയച്ചിട്ടില്ല."

"നീ എംപ്ലോയ്മെന്റ് എക്സ്ചേഞ്ചിൽ പേര് രജിസ്റ്റർ ചെയ്തിട്ടുണ്ടോ?"

ശിവൻകുട്ടി പെട്ടെന്ന് അക്കാര്യം ഓർത്തു. സോമന്റെ നിർബ്ബന്ധപ്രകാരമാണ് കൊല്ലത്തുപോയി പേര് രജിസ്റ്റർ ചെയ്തത്. അത്തരം ഒരു ഓഫീസിനെക്കുറിച്ച് ശിവൻകുട്ടിക്കറിയില്ലായിരുന്നു. അവൻ സോമനെ ഓർത്തു. വണ്ടിക്കൂലി തന്നു, തന്റെകൂടെ സോമനും വന്നിരുന്നു.

"കൊല്ലത്ത് രജിസ്റ്റർ ചെയ്തിരുന്നു."

"അതു പറ." സുരേന്ദ്രൻ സാറ് കൂടുതൽ സന്തോഷവാനായി.

"പത്തിൽ ഫസ്റ്റ് ക്ലാസ് കിട്ടിയ കുട്ടികളുടെ ലിസ്റ്റ് ഏജീസ് ഓഫീസുകാര് എംപ്ലോയ്മെന്റ് ഓഫീസീന്ന് ആവശ്യപ്പെടും. അവര് ശിവൻകുട്ടിയുടെ പേരും അഡ്രസ്സും കൊടുത്തുകാണും. അതാ അവര് കൂടിക്കാഴ്ചയ്ക്ക് വിളിച്ചത്. അവർക്ക് ആളിനെ ഒന്ന് കാണണം. അത്രമാത്രം. ജോലി കിട്ടിയെന്നുതന്നെ ഉറപ്പിക്കാം. ഇത്ര ചെറുപ്രായത്തിൽ കേന്ദ്രഗവ. ഉദ്യോഗം കിട്ടുകാന്നു പറഞ്ഞാൽ ചെറിയ കാര്യമാണോ? സ്കെയിൽ നൂറ്റിപ്പത്ത് - നൂറ്റി എൺപതാ. തുടക്കത്തിൽ നൂറ്റി എഴുപത്തിയഞ്ച് രൂപാ കിട്ടും. ഇവിടെ സംസ്ഥാന സർവ്വീസിൽ ഒരു അദ്ധ്യാപകന് ആദ്യം കിട്ടുന്നത് നാല്പതുരൂപയാ. ക്ലാർക്കിനു മുപ്പത്തിയഞ്ചും. അപ്പോ ഈ ജോലിയുടെ വലിപ്പം മനസ്സിലായല്ലോ."

"ശിവൻകുട്ടി തിരുവനന്തപുരത്ത് പോയിട്ടുണ്ടോ?"

"ഇല്ല."

"നമ്മടെ നാട്ടീന്ന് ഒരാള് തിരുവനന്തപുരത്ത് ഏജീസ് ഓഫീസിൽ ജോലി ചെയ്യുന്നുണ്ട്. പാലമുക്ക് പള്ളിയില്ലേ? അതിന്റെ തൊട്ടു വടക്കേതാ വീട്. ചന്ദ്രചൂഡൻ എന്നാണ് പേര്. അയാളെ കണ്ടാൽ മതി. ഉത്സവമായോണ്ട് അയാൾ വീട്ടിക്കാണും. ഇന്നുതന്നെ പോയി കാണ്. അയാടെകൂടെ പൊക്കോ. താമസസൗകര്യമൊക്കെ അയാൾ കണ്ടുപിടിച്ചുതരും."

ശിവൻകുട്ടിയുടെ നെഞ്ചിലെ അസ്വസ്ഥതയുടെ തീയണഞ്ഞു. സുരേന്ദ്രൻ സാറിനോട് യാത്രപറഞ്ഞ് പോകുമ്പോൾ അടുക്കളയുടെ വാതിലിൽ നില്ക്കുന്ന ശ്രീദേവിയെ ഒന്നുകൂടി നോക്കി. അവളുടെ നെഞ്ചിൽനിന്നും വസ്ത്രങ്ങൾ മാറിക്കിടക്കുന്നത് കണ്ടു. കാച്ചിയ എണ്ണയുടെ ഗന്ധം അവിടമാകെ നിറഞ്ഞുനിന്നു. അത് ശ്രീദേവിയുടെ മുടിയിൽ നിന്നാണെന്ന് അവൻ തിരിച്ചറിഞ്ഞു. അവൾ രഹസ്യമായി അവനെ

കൈയാട്ടി വിളിച്ചു. അവളുടെ മുഖത്ത് വല്ലാത്ത പരവേശം നിറഞ്ഞതായി ശിവൻകുട്ടിക്കു തോന്നി. ശിവൻകുട്ടി നടന്നുമറയുമ്പോൾ എന്തൊക്കെയോ ചിന്തിച്ചുകൊണ്ട് ശ്രീദേവി അടുക്കള വാതിലിൽ അവനെ നോക്കിനിന്നു.

മുപ്പത്തി രണ്ട്

സുരേന്ദ്രൻ സാറിന്റെ വീട്ടിൽനിന്നും പാലമുക്കിലേക്ക് ഏതാണ്ട് രണ്ട് മൈലോളം ദൂരമുണ്ട്. നാലും കൂടിയ കവലയാണ്. വഴിയരുകിലെല്ലാം ഓല മേഞ്ഞ വീടുകളായിരുന്നു. വീതി കുറഞ്ഞ ഇടവഴിക്കരികിൽ കാശിത്തെറ്റിപ്പൂക്കൾ വിരിഞ്ഞു നിന്നിരുന്നു. അരയിൽ ഒറ്റത്തോർത്തുടുത്ത് ഒരാൾ അവനെ തുറിച്ചുനോക്കി. വഴി തെറ്റിപ്പോകാതിരിക്കാൻ പാലമുക്കിലേക്കുള്ള വഴിയാണോയെന്നു അയാളോടു ചോദിച്ചു. അയാൾ തലകുലുക്കി നടന്നുപോയി. വെയിലിന് കാഠിന്യം ഏറിവന്നു. ശിവൻകുട്ടിക്ക് ഷർട്ടില്ലായിരുന്നു. കൈയുള്ള ഒരു ബനിയനാണ് അവൻ ധരിച്ചിരിക്കുന്നത്. ബനിയനിൽ വിയർപ്പ് പടർന്നിട്ടുണ്ട്. തൂങ്ങിയിറങ്ങിയതിന്റെ ക്ഷീണം മുഖത്ത് കാണാമെങ്കിലും അവൻ ഉന്മേഷവാനായിരുന്നു. നല്ല ഒരു ജോലി കിട്ടാൻ പോകുന്നതിന്റെ സന്തോഷം ഉള്ളിൽ തിളച്ചുമറിഞ്ഞു. ഇടത്തോട്ടുള്ള വെട്ടുറോഡ് വയലിലിറങ്ങി കണ്ടത്തിന്റെ അരികിലൂടെ പടിഞ്ഞാറോട്ട് പോകുന്നു. വലത്തോട്ട് കുത്തനെയുള്ള ഇറക്കമാണ്. കാലിൽ ബ്രേക്കിടാതെ നടന്നാൽ തലകുത്തി കുഴിയിൽ വീഴാം. തൂങ്ങിയിറങ്ങിയതിനുശേഷം സൗദാമിനിച്ചേച്ചി കൊടുത്ത പാലായിരുന്നു അവന്റെ ശക്തിസ്രോതസ്സ്. പാലമുക്കിൽ ഒരു ചായക്കടയും ടാർപായ്കെട്ടിയ ഒരു മുറുക്കാൻ കടയുമുണ്ടായിരുന്നു. ചായക്കടയിലെ കണ്ണാടിയലമാരയ്ക്കുള്ളിൽ പുട്ട് ഇരിക്കുന്നതു കണ്ടപ്പോൾ ഒരു കഷണം കഴിച്ചാലോ എന്ന് ചിന്തിച്ചു. പണ്ട് ക്ഷേത്രത്തിലെ പറയെടുപ്പിന് പാലമുക്കിലൂടെ കടന്നുപോയിട്ടുണ്ട്. നാലഞ്ച് വർഷമായിക്കാണും. ഇപ്പോഴും കവലയ്ക്ക് മാറ്റമൊന്നുമില്ല. ഒന്നു രണ്ട് ഓടിട്ട കെട്ടിടങ്ങൾ പുതുതായി വന്നിട്ടുണ്ട്. സൈക്കിളിൽ സാധനങ്ങൾ വീടുകളിൽ എത്തിച്ചു കൊടുക്കുന്ന ജോമോന്റെ വീടാണ് അതിലൊന്ന്. ആളുകളുടെ വേഷത്തിലും പെരുമാറ്റത്തിലും കാര്യമായ മാറ്റമൊന്നും കണ്ടില്ല. റോഡരുകിൽ ഒരു വലിയ നാട്ടുമാവ് നില്ക്കുന്നുണ്ട്. അതിന്റെ തണലിലാണ് മുറുക്കാൻ കട. മുണ്ടിന്റെ കോന്തലയിൽ കെട്ടിയിട്ടിരുന്ന എട്ടണത്തുട്ട് തൽസ്ഥാനത്തുണ്ടോ എന്ന് ഉറപ്പുവരുത്തി അവൻ കടയിൽ കയറി. അരിപ്പുട്ട് തിന്ന കാലം മറന്നു. ഉണങ്ങിയ മരച്ചീനി ഉരലിലിട്ട് ഇടിച്ച് പൊടിയാക്കി പണ്ട് പാറുവമ്മ ചീനിപ്പുട്ട് പുഴുങ്ങി തന്നിട്ടുണ്ട്. മൺകലത്തിന്റെ വായിൽ തുണികെട്ടിയാണ് ചീനിപ്പുട്ട് ഉണ്ടാക്കുന്നത്. ഒരല്പം തേങ്ങാ ചീകിയതും പഞ്ചസാരയുമിട്ട പുട്ടിന് എന്തൊരു രുചിയായിരുന്നു. ഒരല്പസമയം കഴിയുമ്പോൾ ശരീരം തളരും. വെള്ളം കുടിച്ച് മടുക്കും. എന്നാലും പണ്ടു കഴിച്ച മരച്ചീനിപ്പുട്ടിന്റെ രുചി നാവിൽനിന്നും പോയിട്ടില്ല.

ചായക്കടയിൽനിന്നും പുറത്തിറങ്ങിയപ്പോൾ തലയിൽ തൊപ്പിപ്പാള വച്ച കറുത്ത് കുറുകിയ ഒരാൾ ശിവൻകുട്ടിയുടെ സമീപം ചെന്നു. അയാളുടെ കാതിൽ ചുവന്ന കല്ലിന്റെ വളച്ചുകെട്ടിയ രണ്ടു കമ്മലുണ്ടായിരുന്നു.

"എവിടെപ്പോവ്വാ?"

"ഇവിടെ എവിടെയാ പള്ളി?"

"ഇവിടെ രണ്ടുമൂന്നു പള്ളികളുണ്ട്."

"പള്ളീടെ അടുത്തു താമസിക്കുന്ന ചന്ദ്രചൂഡൻ സാറിനെ കാണണം."

"അത് മാർത്തോമ്മാ പള്ളീടെ അടുത്താ. ഒരല്പം താഴോട്ടിറങ്ങി വലത്തോട്ടു തിരിഞ്ഞാൽ ചന്ദ്രചൂഡൻ സാറിന്റെ വീടായി. അദ്ദേഹത്തിന് തിരുവന്തോരത്തെവിടെയോ ആണ് ജോലി. ഉത്സവംപ്രമാണിച്ച് സ്ഥലത്തുണ്ട്. ഇപ്പോ വീട്ടിലൊണ്ടോന്നു അറിയത്തില്ല. എവിടുന്നാ?"

"ഇവിടെ അടുത്തൂന്നാ."

ചന്ദ്രചൂഡൻ സാറിന്റെ വീട് ഓടിട്ടതും വൃത്തിയുള്ളതുമായിരുന്നു. വീടിന്റെ കിഴക്കുഭാഗത്ത് നീളത്തിൽ വലിയ ഒരു തൊഴുത്തുണ്ടായിരുന്നു. വീടിന്റെ മുൻവശത്ത് കാട്ടുകല്ല് കെട്ടിയ ഒരു തുളസിത്തറ കണ്ടു. പറമ്പിൽ കാപ്പിച്ചെടികൾ പൂത്തുനില്ക്കുന്നുണ്ട്. പറങ്കിമാവുകൾ മണ്ണിലേക്ക് കുനിഞ്ഞു നില്ക്കുന്നുണ്ട്. മുറ്റത്തോ തിണ്ണയിലോ ആരെയും കണ്ടില്ല. ശിവൻകുട്ടി മുറ്റത്തുനിന്ന് 'ഇവിടാരുമില്ലേ' എന്ന് വിളിച്ചു ചോദിച്ചു. തീരെ മെലിഞ്ഞ് വെളുത്ത ഒരാൾ വീടിനുള്ളിൽനിന്നും പുറത്തുവന്നു. അയാൾക്ക് നാല്പതിനോടടുത്ത് പ്രായം തോന്നിക്കും. ഇരുനിറമാണ്. കഷണ്ടി തലയിൽ ആക്രമിക്കുന്നുണ്ട്. ക്ലീൻ ഷേവാണ്. പണ്ടൊരിക്കൽ പേപ്പറിൽ കണ്ട കനുസന്യാലിന്റെ രൂപവും ഭാവവും അയാൾക്കുണ്ടെന്ന് ശിവൻകുട്ടിക്ക് തോന്നി. കാപ്പിപ്പൂ ഗന്ധവും കശുവണ്ടിയുടെ മണവും കലർന്ന് ഒരു പ്രത്യേക തരം സുഗന്ധം അവിടെ തങ്ങിനില്ക്കുന്നുണ്ടായിരുന്നു.

"ആരാണെന്നു മനസ്സിലായില്ല."

അയാൾ തിണ്ണയിലേക്ക് വന്നു. അയാളുടെ മുഖത്ത് ആകാംക്ഷയോ മറ്റേതെങ്കിലും വികാരമോ ഉണ്ടായിരുന്നില്ല.

"എന്റെ പേര് ശിവൻകുട്ടി. ഏഴംകുളത്ത് അമ്പലത്തിനടുത്ത് ആണ്ടൂർവിളയിൽ രാമക്കുറുപ്പിന്റെ മോനാ. എനിക്ക് ഏജീസ് ഓഫീസിൽനിന്നും ഒരു കൂടിക്കാഴ്ചയ്ക്ക് കാർഡ് വന്നിട്ടുണ്ട്. അതിനെക്കുറിച്ചറിയാൻ വന്നതാ."

"വരൂ, ഇരിക്കൂ"

ശിവൻകുട്ടി തിണ്ണയിലെ പ്ലാസ്റ്റിക്ക് കസേരയിൽ ഇരുന്നു.

"കടലാസ് കാണട്ടെ."

ഇന്റർവ്യൂവിനുള്ള കാർഡ് ചന്ദ്രചൂഡന് നേരെ നീട്ടി. കത്തുവായിച്ച് അയാൾ ചിരിച്ചു.

''തനിക്ക് ജോലി കിട്ടാൻ പോകുന്നു. തിരുവനന്തപുരത്തു പോകാൻ എനിക്കൊരു കൂട്ടായി."

ചന്ദ്രചൂഡൻ വീണ്ടും ചിരിച്ചു. വല്ലപ്പോഴും പൂക്കുന്ന കുറിഞ്ഞിപ്പൂക്കളുടെ ഭംഗിയുണ്ടായിരുന്നു അയാളുടെ ചിരിക്ക്.

"അച്ഛനെ തൂക്കസമയത്തും കുതിരേ കെട്ടുമ്പോഴും കണ്ടിട്ടുണ്ട്. നല്ല തൂക്കക്കാരനും നല്ല മനുഷ്യനുമായിരുന്നു. തൂക്കത്തിന് വ്രതം തെറ്റിച്ചെന്നൊക്കെ ആളുകൾ അന്ന് പറയുന്നതു കേട്ടു. ആത്മഹത്യയായിരുന്നു അല്ലേ?"

"അതെ."

"മറ്റന്നാളിലാ ഞാൻ പോകുന്നെ. നമുക്കൊരുമിച്ചു പോകാം. മറ്റന്നാൾ രാവിലെ 10 മണിയാവുമ്പം ഇങ്ങുപോര്. നേരത്തേപോയി പ്രധാന സ്ഥലങ്ങളൊക്കെ ഒന്നു കാണാം. പിന്നെ, പഴവങ്ങാടി ഗണപതിക്ക് ഒരു തേങ്ങാ ഉടയ്ക്കണം. വീട്ടിലാരൊക്കെയുണ്ട്?"

"അച്ഛൻ മരിക്കുന്നേനു മുമ്പേ അമ്മ മരിച്ചു."

"അപ്പോ, എന്റെകൂട്ടാ. എന്റെ അമ്മ മരിച്ചിട്ടു ഏതാണ്ട് ഒരു വർഷത്തോളമാകുന്നു. സെയിൽസ് ടാക്സ് കമ്മീഷണറായിരുന്നു."

"പിന്നെ, ആരൊണ്ട് വീട്ടിൽ?"

"ചേച്ചിയും മുത്തശ്ശിയും."

"ചേച്ചിയുടെ കല്യാണം കഴിഞ്ഞോ?"

"ഇല്ല."

"അപ്പോ, ശിവൻകുട്ടീടെ ചേച്ചിയും ഞാനും ഒരുപോലാ. ഞാനും കല്യാണം കഴിച്ചിട്ടില്ല."

"സാറിന്റെ താമസസ്ഥലത്ത് എനിക്കുകൂടി ഒരു മുറി കിട്ടുമോ?"

"ഞാനിപ്പോൾ താമസിക്കുന്നത് ആയുർവ്വേദ കോളേജിന് എതിർവശത്തുള്ള ധർമ്മാലയം റോഡിലെ ഒരു ലോഡ്ജിലാ. സിംഗിൾ റൂമിന് മാസം പത്തുരൂപാ വാടക. ഒരു മുറി ഒഴിഞ്ഞു കിടപ്പുണ്ട്. മറ്റു മുറിയേക്കാൾ ലേശം വാടക കൂടുതലാ. മാസം പന്ത്രണ്ടു രൂപാ. എന്റെ മുറിയേക്കാൾ വെളിച്ചമുണ്ട്. അതോണ്ടാ. അത് റെഡിയാക്കിത്തരാം."

വീടിനുള്ളിൽ ജന്നലിന് സമീപമിരുന്ന് ഏതോ പുസ്തകം വായിക്കുന്ന ഒരു വൃദ്ധന് സമീപം ചന്ദ്രചൂഡൻ നിന്നു. അയാളുടെ തല നരച്ചിരുന്നു. വെളുത്തനിറം. നല്ല നീളം. ചെറുപ്പത്തിൽ വൃദ്ധൻ സുന്ദരനായിരുന്നെന്ന് ശിവൻകുട്ടി ഊഹിച്ചു.

"അച്ഛാ, ഇത് ശിവൻകുട്ടി. ഞങ്ങടെ ഓഫീസി പുതുതായി ജോലി കിട്ടിയ ആളാണ്. അമ്പലത്തിനടുത്താ വീട്. അച്ഛൻ കേട്ടുകാണും തൂക്കക്കാരൻ രാമക്കുറുപ്പിനെ. അദ്ദേഹത്തിന്റെ മോനാ. പത്തിൽ ഫസ്റ്റ് ക്ലാസ് കിട്ടിയതുകൊണ്ട് ജോലി ശരിയായി."

വൃദ്ധൻ ശിവൻകുട്ടിയെ തലയുയർത്തി നോക്കി. വീണ്ടും പുസ്തകത്തിലേക്കുതന്നെ കണ്ണുകൾ താഴ്ത്തി.

ശിവൻകുട്ടിക്ക് നീലനിറമുള്ള ഒരു ഷർട്ട് മാത്രമാണ് ഉണ്ടായിരു

ന്നത്. ചെരുപ്പില്ല, വാച്ചില്ല. മറ്റ് ചെറുപ്പക്കാർക്ക് ഉള്ളതൊന്നും അവനില്ല. വയറ് നിറയെ കഴിക്കാനൊന്നും കിട്ടുന്നില്ല. വല്ലപ്പോഴും വീണുകിട്ടുന്ന കല്യാണമോ പുലകുളി അടിയന്തിരമോ മാത്രമാണ് വിശപ്പ് പൂർണ്ണമായും ഇല്ലാതാക്കുന്നത്. സ്കൂളിൽ പഠിക്കുന്ന കാലത്ത് എല്ലാ പുസ്തകങ്ങളും വാങ്ങാറില്ല. വാങ്ങുന്നതുതന്നെ മറ്റാരെങ്കിലും പഠിച്ചതായിരിക്കും. അതിനു വിലക്കുറവുണ്ട്. ചന്ദ്രചൂഡന്റെ വീട്ടിൽനിന്നും തിരിച്ചു പോരുമ്പോൾ തിരുവനന്തപുരം യാത്രയെക്കുറിച്ചായിരുന്നു അവന്റെ ചിന്തമുഴുവൻ. നീല ഷർട്ടിന്റെ കക്ഷം കീറിയതാണ്. അതൊന്ന് തയ്പ്പിക്കണം. ഒരു ഷർട്ട് കൂടി വാങ്ങണം. വൃത്തിയുള്ള മുണ്ടൊന്നുമില്ല. രാമക്കുറുപ്പിന്റെ പഴയ ഒരു മുണ്ട് പെട്ടിയിലുണ്ട്. കഴുകിയെടുത്താൽ അത് ഉപയോഗിക്കാം.

ശിവൻകുട്ടി പാറുവമ്മയോട് അമ്പതുരൂപാ ചോദിച്ചു. പാറുവമ്മ പത്തായത്തിൽനിന്നും തന്റെ പണപ്പെട്ടി ശിവൻകുട്ടിയുടെ മുന്നിൽവച്ചു.

"എല്ലാം നീയെടുത്തോ. എനിക്കിനി ഒന്നും വേണ്ട. നിനക്ക് ചെരിപ്പില്ല, മുണ്ടില്ല, ഉടുപ്പില്ല ഒന്നുമില്ല. എല്ലാം വാങ്ങിച്ചോ. ഇനീം എനിക്കെന്തിനാ പൈസ. ഭാരതീടെ കല്യാണത്തിനുവേണ്ടി വച്ചിരുന്നതാ. അതിനി നടത്താൻ കഴിയുമെന്ന് തോന്നുന്നില്ല. നീയെങ്കിലും രക്ഷപ്പെട്ടല്ലോ അതു മതി."

ജീവിതത്തിൽ എന്തു സംഭവിച്ചാലും നേരിടാനുള്ള കരുത്തുണ്ടായിരുന്ന പാറുവമ്മ ഭാരതിയെ ഓർത്ത് തളരുന്നു. അവരുടെ ശബ്ദം ഒരു നിലവിളിപോലെ ശിവൻകുട്ടിക്ക് തോന്നി. പാറുവമ്മയുടെ കൈയിലെ നീല ഞരമ്പുകൾ പേരാലിന്റെ വേരുപോലെ മുഴച്ചു നില്ക്കുന്നതു ശിവൻകുട്ടി ശ്രദ്ധിച്ചു. എന്തൊക്കെയോ വീണ്ടും പറയാൻ തുടങ്ങിയെങ്കിലും പാറുവമ്മ പെട്ടെന്ന് നിശ്ശബ്ദയായി.

"അത്രയൊന്നും വേണ്ട മുത്തശ്ശി. അമ്പതുരൂപാ മതി. ബാക്കി ആ പെട്ടീലിരിക്കട്ടെ."

"വേണ്ട, വേണ്ട. ഇത്രയും നിന്റെ കൈയിലിരിക്കട്ടെ. അവിടെ ചെന്നാലും ചെലവുകാണും."

പാറുവമ്മയുടെ കറുത്ത മുഖത്ത് നേരിയ ചുവപ്പ് പ്രത്യക്ഷപ്പെട്ടു. അവർ മുഖമുയർത്തി ശിവൻകുട്ടിയെ അഭിമാനത്തോടെ നോക്കി. പൊടുന്നനെ അവരുടെ മുഖത്ത് സങ്കടം നിറഞ്ഞു. ഭാരതിയെക്കുറിച്ച് ഓർത്തപ്പോൾ അവർക്കുവേണ്ടി മാത്രമാണ് താനിപ്പോൾ ജീവിക്കുന്നതെന്ന് അവർ പറയാതെ പറഞ്ഞു.

"നിന്നെ കോളേജിൽ വിടാത്ത മഹാപാപിയാണ് ഞാൻ."

മുറുക്കാൻ ചെല്ലമെടുത്ത് വെറ്റില മുറുക്കിയതുകൊണ്ട് പുറത്തുവന്ന കരച്ചിൽ തന്ത്രപൂർവ്വം ഒഴിവാക്കി പാറുവമ്മ. അവർ മുളന്തൂണിൽ ചാരിയിരുന്നു. ജീവിതത്തിൽ അവർക്ക് സന്തോഷം തോന്നിയത് ചെറുപ്പത്തിലായിരുന്നു. കൊയ്യാൻപോയതും കറ്റമെതിച്ചതും കച്ചികെട്ടിയതും നാടുനീളെ മഴയത്തും വെയിലത്തും അലഞ്ഞതുമൊക്കെ അവരുടെ

ചെറുപ്പത്തിലായിരുന്നു. അന്ന് ശരീരത്തിന് ശക്തിയുണ്ടായിരുന്നു. പ്രായമായപ്പോൾ മനസ്സും ശരീരവും ദുർബ്ബലമായി. ശിവൻകുട്ടിയുടേയും ഭാരതിയുടേയും മുൻപിൽ താനൊരു അപരിചിതയായി മാറുന്നോ എന്ന് അവർ സംശയിച്ചു. തിരുവനന്തപുരത്ത് പോകാനുള്ള ശിവൻകുട്ടിയുടെ ഒരുക്കം കണ്ട് പാറുവമ്മ വേവലാതിയോടെ ചോദിച്ചു.

"ഇവിടുന്ന് എത്ര ദൂരമുണ്ട് തിരുവന്തോരത്തിന്?"

"ഏതാണ്ട് എഴുപത് മൈൽ."

"പോയിട്ട് എന്ന് തിരിച്ചുവരും?"

"അടുത്ത മാസം. ശമ്പളം കിട്ടീട്ട്."

"ചെന്നിട്ട് ഒടൻ ഒരു കത്തിടണം."

"എഴുതാം."

ശിവൻകുട്ടി പാറുവമ്മയെ സമാധാനിപ്പിച്ചു. ഭാരതി പത്തായത്തിന്റെ മുകളിൽനിന്നും ശിവൻകുട്ടിയുടെ സമീപമെത്തി.

"നീ പോവ്വാ അല്ലിയോ?"

"അതെ."

"എന്നാ?"

"നാളെ."

"പോവുന്നേനു മുമ്പ് എനിക്ക് നിന്നോട് ഒരപേക്ഷയുണ്ട്. ഒന്നുകിൽ നീ എന്നെ ആമത്തിലിടണം. ഈ തിണ്ണയിൽ. അപ്പോഴെനിക്ക് മഴയും വെയിലും കാണാം. കാറ്റിന്റെ ചിറകടിയൊച്ച കേൾക്കാം. കുയിലിന്റെ പാട്ടും കൂമന്റെ മൂളലും കേൾക്കാം. നല്ല വായു ശ്വസിക്കാം. മുത്തശ്ശിയുടെ മുറി എനിക്കൊരു തടവറയാ. നാലുവശത്തും ഭിത്തി. മുറിക്കുള്ളിൽ ഇരുട്ടുമാത്രം. അല്ലെങ്കിൽ എന്നെ പുറത്തുപോവാൻ അനുവദിക്കണം. മുത്തശ്ശി പുറത്തുപോകുമ്പോൾ മുറി പൂട്ടീട്ടാ പോവുന്നെ. ഞാനിനി പതിയാന്റെ തോട്ടിൽ പോവില്ല. അന്ന് ഒരബദ്ധം പറ്റീതാ. ചെറുപ്പകാലം ഓർമ്മയിൽ വന്നു. അന്ന് അമ്മയോടൊത്ത് തോട്ടിൽ കുളിച്ച കാര്യം ഓർമ്മ വന്നു. ആരോടെങ്കിലും എന്തെങ്കിലും സംസാരിച്ചില്ലെങ്കിൽ എന്റെ ചിന്ത മറിഞ്ഞുപോകുന്നു. മതിലില്ലാത്ത ഒരു ലോകമാണ് എന്റെ സ്വപ്നം. എനിക്ക് ഭ്രാന്താണെന്ന് നീ ഇതേവരെ അറിഞ്ഞില്ലെ?"

"ഇല്ല, ചേച്ചിക്ക് ഭ്രാന്തൊന്നുമില്ല. മനസ്സിന് ഒരു ഇളക്കം അത്ര മാത്രം. ഞാൻ തിരിച്ചുവന്നിട്ടു ചേച്ചിയെ ആശുപത്രീൽ കൊണ്ടുപോകാം. എല്ലാം മാറും. നമ്മുടെ പ്രയാസങ്ങളൊക്കെ തീരാൻ പോവ്വാ. ചേച്ചി എന്നെ അനുഗ്രഹിക്കണം."

"നിന്നെ ഏഴംകുളത്തമ്മ അനുഗ്രഹിച്ചു കഴിഞ്ഞു. അതിനേക്കാൾ വലിയ ഒരനുഗ്രഹം വേറെ വേണ്ട."

പിറ്റേന്ന് പെട്ടിയുമായി ശിവൻകുട്ടി പുറത്തിറങ്ങി. കണ്ണിൽ പടർന്ന നനവ് ആരും കാണാതെ അവൻ തുടച്ചു. മുളന്തൂണിൽ ചാരിയിരുന്ന പാറുവമ്മ കരച്ചിലൊതുക്കി ചിരിച്ചു. ഭാരതി നിർവ്വികാരയായി നിന്നു. വെയിൽ തട്ടാതെ തണലിലൂടെ ശിവൻകുട്ടി ചന്ദ്രചൂഡന്റെ വീട് ലക്ഷ്യ

മാക്കി നടന്നു. വേഗത്തിൽ നടന്നാൽ വെയിൽ മൂക്കുന്നതിനുമുമ്പ് ചന്ദ്രചൂഡന്റെ വീട്ടിലെത്താം. ക്ഷേത്രത്തിന്റെ മുന്നിലെത്തി പത്തുപൈസ നാണയം വഞ്ചിയിലിട്ടപ്പോൾ അവന്റെ കൈകൾ വിയർത്തിരുന്നു. അവനപ്പോൾ നടക്കുകയല്ലായിരുന്നു. മേഘങ്ങൾക്കിടയിലൂടെ ഒരു സ്വപ്നത്തിലെന്നപോലെ നീന്തുകയായിരുന്നു.

മുപ്പത്തി മൂന്ന്

തിരുവനന്തപുരം ഫാസ്റ്റ് പാസഞ്ചറിൽ ഇടതുവശത്ത് അരികുസീറ്റിൽ പുറത്തെ കാഴ്ചകൾ കണ്ടുകൊണ്ട് ശിവൻകുട്ടി ഇരുന്നു. തൊട്ടടുത്ത സീറ്റിൽ ചന്ദ്രചൂഡനുമുണ്ടായിരുന്നു. അടൂരിൽനിന്നും തിരുവനന്തപുരത്തേക്ക് രണ്ടുരൂപാ തൊണ്ണൂറ് പൈസയായിരുന്നു ടിക്കറ്റ് ചാർജ്ജ്. ബസിൽ കാര്യമായ തിരക്കൊന്നുമുണ്ടായിരുന്നില്ല. പാറുവമ്മയോടും ഭാരതിയോടും അനുവാദം വാങ്ങിയതല്ലാതെ മറ്റാരോടും തന്റെ തിരുവനന്തപുരം യാത്രയെക്കുറിച്ച് ശിവൻകുട്ടി സൂചിപ്പിച്ചില്ല. സോമൻ സ്ഥലത്തില്ലാത്തതുകൊണ്ട് അവനോട് പറയാൻ കഴിഞ്ഞില്ല. സോമനെക്കുറിച്ചോർത്തപ്പോൾ ശിവൻകുട്ടിയുടെ മുഖത്ത് മ്ലാനത പരന്നു. അവന്റെ നിർദ്ദേശമില്ലായിരുന്നെങ്കിൽ തന്റെ പേര് എംപ്ലോയ്മെന്റ് എക്സ്ചേഞ്ചിൽനിന്നും തിരുവനന്തപുരത്ത് എത്തില്ലായിരുന്നു. സോമനോട് ശിവൻകുട്ടിക്ക് തീർത്താൽ തീരാത്ത കടപ്പാടുണ്ട്. അമ്പതുപവന്റെ സ്വർണ്ണം അവൻ പറഞ്ഞതുപോലെ ആറ്റിൽ എറിഞ്ഞുകാണുമോ? ബാഗ് വാങ്ങാൻ ചെന്നപ്പോൾ സുരേന്ദ്രൻ സാറിനോട് മാത്രം യാത്രയുടെ കാര്യം പറഞ്ഞു. ഭാരതിയുടെ അവസ്ഥ ഓർത്തപ്പോൾ ഉള്ളിൽ ആഘോഷങ്ങളൊന്നും തോന്നിയില്ല. സൗദാമിനിച്ചേച്ചിയോട് വിവരം പറഞ്ഞ് അനുവാദം വാങ്ങാതിരുന്നത് അക്ഷന്തവ്യമായ തെറ്റാണെന്ന് ശിവൻകുട്ടിക്ക് ഇപ്പോൾ തോന്നുന്നു. തൂങ്ങിയിറങ്ങിയപ്പോൾ കാച്ചിയ പാലുമായി എത്തിയ സൗദാമിനിച്ചേച്ചിയെ വേണ്ടവിധത്തിൽ പരിഗണിക്കാൻ കഴിഞ്ഞില്ല. അച്ഛൻ രാമക്കുറുപ്പ് അവരെ വേദനിപ്പിച്ചു. ഇപ്പോൾ മകനും. ബസ് ഏനാത്ത് പാലത്തിന്റെ തുടക്കത്തിൽ നിർത്തിയപ്പോഴാണ് ശിവൻകുട്ടി ചിന്തയിൽനിന്നും ഉണർന്നത്. കുട്ടിക്കാലത്ത് കനത്തമഴയെത്തുടർന്ന് വെള്ളം ഏനാത്തുപാലം കവിഞ്ഞൊഴുകിയതു കാണാൻ സ്കൂളിൽനിന്നും കൂട്ടുകാരോടൊത്ത് വന്ന കാര്യം ഓർത്തു. അന്ന് റോഡിലൂടെയാണ് വെള്ളം ഒഴുകിയത്. ഇപ്പോൾ എത്ര മഴ പെയ്താലും ആറ്റിലെ ജലനിരപ്പ് ഉയരാറില്ല. നദികളൊക്കെ മരിച്ചുകൊണ്ടിരിക്കുന്നു. മണൽ വാരുന്നതു മൂലമാണ് നദി മരണത്തിലേക്ക് വീഴുന്നത്. അന്ന് പാലത്തിന്റെ തെക്കേക്കരയിൽ ഒരു സോഡാ ഫാക്ടറിയുണ്ടായിരുന്നു. അന്നാണ് ആദ്യമായി സോഡ ഉണ്ടാക്കുന്നത് കണ്ടത്. കുപ്പിയിൽ വെള്ളം നിറച്ച് ഏതോ മെഷീനിൽ വച്ച് കറക്കുമ്പോൾ കുപ്പിയുടെ ഇടുങ്ങിയ ഭാഗത്ത് മുകളിൽ വട്ട് ഉറച്ചിരിക്കുന്നത് കണ്ട് അതിശയിച്ചു. മഴ കഴിഞ്ഞതുകൊണ്ടും വേനൽ വരാൻ പോകുന്നതുകൊണ്ടും തെങ്ങിന്റെ തടം വെട്ടി നിരത്തുന്ന ജോലിക്കാരെ കലയപുരത്ത് കണ്ടു. തെങ്ങിൻതട

ത്തിൽ, കെട്ടിക്കിടന്ന വെള്ളത്തിൽ കടലാസ് തോണിയിറക്കി കളിച്ചതും ശിവൻകുട്ടി ഓർത്തു.

ശിവൻകുട്ടിയുടെ സമീപം ചന്ദ്രചൂഡൻ എന്തോ ചിന്തിച്ചുകൊണ്ട് ഒന്നും മിണ്ടാതെ ഇരുന്നു. തനിച്ചിരിക്കുമ്പോൾ ഓരോരുത്തരും അവരുടെ ലോകത്തിലൂടെയാണ് സഞ്ചരിക്കുന്നത്. ശിവൻകുട്ടി അവന്റെ ചിന്തകളെ അവന്റെ ലോകത്തും ചന്ദ്രചൂഡൻ അയാളുടെ ചിന്തകളെ അയാളുടെ ലോകത്തും മേയാൻവിട്ടു.

ഓർക്കാനും ചിന്തിക്കാനും ചന്ദ്രചൂഡന് ഒരുപാട് കാര്യങ്ങളുണ്ട്. കൊയ്ത്തു കഴിഞ്ഞപാടത്ത് വെളുത്ത കൊക്കുകൾ ഈർപ്പമുള്ള മണ്ണിലൂടെ പാദങ്ങൾ സാവധാനം പെറുക്കിവച്ചു നടക്കുന്നത് ചന്ദ്രചൂഡൻ ശ്രദ്ധിച്ചു. കണ്ടത്തിന്റെ വരമ്പിലൂടെ കഴുത്തിൽ കയറുമായി പുല്ല് കടിച്ചു നീങ്ങുന്ന പശുവിനെ കണ്ടു. അതിന്റെ മുലകൾ തീരെ ശുഷ്കമായിരുന്നു. പശുവിന്റെ ചന്തിഭാഗത്ത് ചാണകം പറ്റിയിരുപ്പുണ്ടായിരുന്നു. ചന്ദ്രചൂഡന്റെ നോട്ടം ഇപ്പോഴും വയലിലേക്കാണ്. ഒരിക്കൽ തന്റെ വീട്ടിലെ കൊമ്പിപ്പശു വയലിൽ നില്ക്കുമ്പോൾ പടയത്ത് കൊച്ചുകുഞ്ഞുക്കുറുപ്പ് ആ വഴി വന്നു. പശു കുറുപ്പിനെ കുത്താനായി ആഞ്ഞടുത്തു. കുറുപ്പ് പശുവിന്റെ രണ്ടുകൊമ്പുകളും ശക്തിയായി പിടിച്ചു പുറകോട്ടു തള്ളി. കുറുപ്പ് കുനിഞ്ഞ് തന്റെ തല പശുവിന്റെ നെറ്റിയിൽ ചേർത്ത് പശുവിന്റെ ഏതോ മർമ്മത്ത് ശക്തിയോടെ ഇടിച്ചു. പശു കരഞ്ഞുകൊണ്ട് പിൻതിരിഞ്ഞോടി. രണ്ടാഴ്ച കഴിഞ്ഞപ്പോൾ പശു മരിച്ചു. അത്ര ശക്തിയുള്ളവനായിരുന്നു പടയത്ത് കൊച്ചുകുഞ്ഞുകുറുപ്പ്.

"ചന്ദ്രചൂഡനെന്താ ഒന്നും മിണ്ടാത്തെ?"

ശിവൻകുട്ടി ഒന്നും മിണ്ടിയില്ല." കൊല്ലത്തെ എംപ്ലോയിമെന്റ് എക്സ്ചേഞ്ചിൽ പേര് രജിസ്റ്റർ ചെയ്യാൻ ആരാ പറഞ്ഞെ?"

"എനിക്ക് ഒരു കൂട്ടുകാരനുണ്ടാരുന്നു. സോമനെന്നാ പേര്. സി കെ സോമൻ. അവനിപ്പം എവിടെയാണെന്ന് അറിഞ്ഞുകൂടാ. പെങ്ങടെ വിവാഹത്തലേന്ന് അമ്പതുപവൻ സ്വർണ്ണം മോഷ്ടിച്ചോണ്ടാ പോയത്. രാത്രിയിൽ എല്ലാരും ഉറങ്ങിക്കഴിഞ്ഞ് വീട്ടിൽ വന്ന് സ്വർണ്ണം എനിക്കുതന്നു."

"അതെന്താ?"

"എനിക്ക് പത്തിൽ ക്ലാസുണ്ടായിരുന്നല്ലോ. കോളേജിൽ ചേരാത്തതുകൊണ്ട് സ്വർണ്ണം വിറ്റ് കോളേജിൽ ചേരാൻ പറഞ്ഞു. ബാക്കിത്തുക പെങ്ങടെ കല്യാണത്തിനും ഉപയോഗിക്കാൻ പറഞ്ഞു. സ്വർണ്ണം ഞാൻ വാങ്ങിയില്ല. അവന്റെ അച്ഛൻ എന്നെ പ്രതിയാക്കി ഒരു കേസ് കൊടുത്തു. ഞാൻ നിരപരാധിയാണെന്ന് കണ്ട് എന്നെ വിട്ടയച്ചു. പക്ഷേ, എപ്പോ വിളിച്ചാലും ചെല്ലണമെന്ന് പൊലീസുകാര് പറഞ്ഞു."

ശിവന്റെ കഥകൾ കേട്ട് ചന്ദ്രചൂഡൻ വീണ്ടും ചിന്തയിലാണ്ടു. സോമൻ തന്നെ കാണാൻ വരാറുള്ള കാര്യം ശിവൻകുട്ടിയോട് തല്ക്കാലം വെളിപ്പെടുത്തേണ്ടന്ന് ചന്ദ്രചൂഡൻ തീരുമാനിച്ചു.

ബസ് ചടയമംഗലത്ത് എത്തി. നേരിയ മയക്കത്തിലേക്ക് വീണ

ശിവൻകുട്ടിയെ ചന്ദ്രചൂഡൻ തട്ടിയുണർത്തി. തലേന്ന് രാത്രിയിൽ ശിവൻ കുട്ടിക്ക് ഉറങ്ങാൻ കഴിഞ്ഞിരുന്നില്ല. അയാളുടെ ചിന്ത മുഴുവൻ ഭാരതി ച്ചേച്ചിയെക്കുറിച്ചായിരുന്നു.

"ദേ, അങ്ങോട്ടു നോക്കിയേ." ചന്ദ്രചൂഡൻ ദൂരേക്ക് വിരൽ ചൂണ്ടി.

"അതാണ് ജടായുപ്പാറ. രാവണൻ സീതയെ അപഹരിച്ചുകൊണ്ട് പോകുമ്പോൾ പക്ഷിശ്രേഷ്ഠനായ ജടായു രാവണനെ ആക്രമിച്ചു. രാവ ണൻ തന്റെ വാളെടുത്ത് ജടായുവിന്റെ ചിറകരിഞ്ഞു. ജടായു വീണ സ്ഥലമാണ് ആ കാണുന്ന ജടായുപ്പാറ. ശിവൻകുട്ടി കാണുന്നുണ്ടോ?"

"ഉണ്ട്."

കറുത്തനിറത്തിൽ പാറ ആകാശം മുട്ടിനില്ക്കുന്നത് കണ്ടു. പാറ യുടെ മുകളിൽ ചെറിയ ഓലമേഞ്ഞ ഒരു കുടിൽ നില്ക്കുന്നതുപോലെ ശിവൻകുട്ടിക്ക് തോന്നി. പാറയുടെ വിടവുകളിൽ ചെറിയ ചെടികൾ വളർന്നു നില്ക്കുന്നുണ്ട്. ആകാശത്തിനു കീഴെ ആനക്കൂട്ടങ്ങൾ വിശ്ര മിക്കുന്നതുപോലെ ശിവൻകുട്ടിക്കു തോന്നി. പാറ മറയുന്നതുവരെ അവൻ മുകളിലേക്ക് നോക്കിയിരുന്നു. ഏതെങ്കിലും ഒഴിവുദിവസം പാറപ്പുറത്ത് കയറി ചുറ്റിലുമുള്ള കാഴ്ചകൾ കാണണമെന്ന് അവൻ ആഗ്രഹിച്ചു. മേഘങ്ങൾക്കു കീഴെ കാക്കകൾ കൂട്ടത്തോടെ പറന്നുപോയി.

"ചന്ദ്രചൂഡൻ സാറെന്താ വിവാഹം കഴിക്കാത്തെ?"

പാലമുക്കിലെ വീട്ടിൽ ചെന്നപ്പോൾ, ചന്ദ്രചൂഡന്റെ വീട്ടിൽ സ്ത്രീക ളാരും ഇല്ലായിരുന്നു. അന്നേരം മുതൽ ഈ ചോദ്യം ശിവൻകുട്ടിയുടെ മനസ്സിൽ കയറിക്കൂടിയതാണ്. ചന്ദ്രചൂഡൻ പുറത്തേക്കു നോക്കി ക്കൊണ്ടു പറഞ്ഞു.

"വിവാഹം കഴിക്കാൻ തല്ക്കാലം ഉദ്ദേശിക്കുന്നില്ല. അമ്മ മരിക്കു ന്നതുവരെ വിവാഹമേ വേണ്ട എന്ന ഒരു തീരുമാനമായിരുന്നു. അച്ഛൻ ഇപ്പോൾ തനിച്ചാണ്. ഒരു വിവാഹം കഴിച്ച് പെണ്ണിനെ വീട്ടിൽ നിർത്തി യാൽ അച്ഛനൊരു കൂട്ടാവുമല്ലോയെന്ന് പലരും പറയാറുണ്ട്. ചോദ്യ ത്തിൽ പിശകൊന്നുമില്ല. പക്ഷേ, കല്യാണം കഴിക്കുന്ന പെണ്ണിനെ അച്ഛനെ ശുശ്രൂഷിക്കാൻ നിർത്തുന്നത് അനീതിയാണ്. വിവാഹം കഴി ക്കുന്ന പെണ്ണ് എന്റെ കൂടെയാണ് കഴിയേണ്ടത്. അച്ഛനുള്ളപ്പോൾ എന്റെ കൂടെ നില്ക്കാൻ പറയുന്നതും അനീതിയാണ്. അതുകൊണ്ട് വിവാഹം വേണ്ട എന്നു തീരുമാനിച്ചു. ഒരുപക്ഷേ, അച്ഛന്റെ മരണശേഷം അങ്ങനെ ഒരു കാര്യത്തെക്കുറിച്ച് ചിന്തിച്ചുകൂടായ്കയില്ല. ഇന്നത്തെ വിചാരം അന്നത്തെ ചിന്താഗതിയെ സ്വാധീനിക്കുമെന്ന് പറയാൻ കഴിയില്ല. ചെറു പ്പത്തിൽ അതായത് പത്തുപതിനഞ്ച് വർഷം മുമ്പ് അമ്മ എന്നെ വിവാ ഹത്തിന് നിർബ്ബന്ധിച്ചതാണ്. പക്ഷേ, ഞാൻ വഴങ്ങിയില്ല. ആഹാരം കഴിക്കാൻ ഹോട്ടലുണ്ട്. ഉറങ്ങാൻ മുറിയുണ്ട്. സംസാരിക്കാനും വഴക്കി ടാനും കൂട്ടുകാരുണ്ട്. ആരുമില്ലാത്ത എത്രയോ പേർ ഈ ലോകത്ത് തനിയേ ജീവിക്കുന്നു. വിവാഹം ഒരു അത്യാവശ്യക്കാര്യമാണെന്ന് ഞാൻ കരുതുന്നില്ല. മരിക്കുന്നതുവരെ അമ്മയ്ക്ക് എന്നെ ഓർത്ത് ദുഃഖമുണ്ടാ

യിരുന്നു. എന്റെ തീരുമാനം ശരിയോ തെറ്റോ എന്ന് എനിക്കറിഞ്ഞുകൂടാ."

"അച്ഛൻ നിർബ്ബന്ധിക്കാറില്ലേ?"

"ഉണ്ട്. നിർബ്ബന്ധിച്ചിട്ടുണ്ട്. അമ്മ ജീവിച്ചിരിക്കുമ്പോൾ. ഇപ്പോൾ അക്കാര്യത്തെക്കുറിച്ച് അദ്ദേഹം ഒന്നും പറയാറില്ല."

"അച്ഛൻ ആഹാരം കഴിക്കുന്നതൊക്കെ..."

"അതിന് ഒരു സ്ത്രീയെ ഏർപ്പാടാക്കിയിട്ടുണ്ട്. അവർ രാവിലെ വന്ന് ചോറും കറീം വച്ചിട്ട് പോകും. എടുത്തു കഴിക്കേണ്ട ജോലി അച്ഛനാണ്."

"അച്ഛനെന്തായിരുന്നു ജോലി?"

"വലിയ വലിയ ക്ഷേത്രങ്ങളിൽ ശാന്തിക്കാരനായിരുന്നു. ഒരു പ്രാവശ്യം ശബരിമലക്ഷേത്രത്തിൽ പുറപ്പെടാ ശാന്തിയായി കഴിഞ്ഞിട്ടുണ്ട്. അന്ന് അമ്മയുണ്ടായിരുന്നു. അച്ഛനെ കാണാൻ എല്ലാ വർഷവും ഞാൻ ശബരിമലയ്ക്ക് പോകുമായിരുന്നു."

"നിങ്ങൾ നമ്പൂതിരിമാരാണോ?"

"അതെ."

"എന്നിട്ടു ചന്ദ്രചൂഡൻ സാറിന് പൂണൂൽ ഇല്ലല്ലോ."

"പൂണൂൽ ഉള്ളതുകൊണ്ട് ഒരാളെ ബ്രാഹ്മണൻ എന്ന് പറയാൻ കഴിയില്ല. ഞാൻ ഇറച്ചിയും മീനും മദ്യവും കഴിച്ചിട്ടുണ്ട്. അതിനൊക്കെ മുമ്പേ ഞാൻ പൂണുൽ പൊട്ടിച്ചുകളഞ്ഞു. ഓരോ മതചിഹ്നത്തിനും അതിന്റേതായ വിലയുണ്ട്. മതചിഹ്നമണിഞ്ഞാൽ അതിനനുസരിച്ച് ജീവിക്കണം."

ചന്ദ്രചൂഡന്റെ കണ്ണുകൾ പുറംകാഴ്ചകളിലേക്ക് പറന്നിറങ്ങി. കനത്ത പുരികത്തിന്റെ താഴെയുള്ള കണ്ണുകൾക്ക് അസാമാന്യശക്തിയുള്ളതായി ശിവൻകുട്ടിക്കു തോന്നി. റോഡിൽക്കൂടി കടകട ശബ്ദത്തോടെ ഒരു കാളവണ്ടി കടന്നുപോയി. കാളയുടെ വാരിയെല്ലുകൾ തൊലിയുടെ പുറത്തുകൂടി തെളിഞ്ഞു കാണാമായിരുന്നു. കാളകൾ രണ്ടും മെലിഞ്ഞതാണ്. കാളവണ്ടിക്കാരൻ നേരിയ മയക്കത്തിലാണ്. അയാളുടെ കണ്ണുകൾ തുറന്നാണെങ്കിലും ശരീരം ഉറങ്ങുകയായിരുന്നു. വണ്ടി വലിക്കുന്നുണ്ടെങ്കിലും കാളകളും ഏതോ അഗാധ ചിന്തയിലാണെന്നു തോന്നി.

ചന്ദ്രചൂഡൻ തലയിലെ വിയർപ്പ് കൈലേസെടുത്ത് തുടച്ച് വീണ്ടും ചിന്തയുടെ ലോകത്ത് നീന്തി.

ജനറൽ പോസ്റ്റോഫീസിനു സമീപമുള്ള ബസ് സ്റ്റോപ്പിൽ രണ്ടു പേരും ഇറങ്ങി. പോസ്റ്റോഫീസിനു എതിർവശത്തുള്ള എസ് ആർ വി റെസ്റ്റോറന്റിൽനിന്നും ചായ കുടിച്ചു. മാനേജരുടെ സീറ്റിലിരുന്ന ആൾക്ക് കറുത്ത നിറമായിരുന്നു. തോളിൽ ഒരു തോർത്ത് വളച്ചിട്ടിരുന്നു. അയാൾക്ക് ഒരു കാലിന് സ്വാധീനമില്ലായിരുന്നു. ഷർട്ടില്ലാത്ത ശരീരത്തിൽ രോമങ്ങളില്ലായിരുന്നു.

"കൂടെയുള്ളത് പുതിയ ആളാണോ?"

ചന്ദ്രചൂഡനോട് മാനേജർ ചോദിച്ചു.

"എന്റെ ഓഫീസിൽ പുതുതായി ജോലി കിട്ടിയയാളാ. പേര് ശിവൻ കുട്ടി. ഒരു അക്കൗണ്ട് വേണം."

"അതിനെന്താ."

അയാൾ നീളത്തിലുള്ള ബുക്കിലെ ഒരു പേജിൽ ശിവൻകുട്ടി ഏജീസ് ഓഫീസ് എന്നെഴുതി.

"ഇനീം ഇവിടുന്ന് എന്തു വേണമെങ്കിലും കഴിക്കാം. ഒന്നാം തീയതി ശമ്പളം കിട്ടുമ്പം കൊടുത്താ മതി. ഇപ്പോഴത്തെ ചായയുടെ വിലയായ പത്തു പൈസ ശിവൻകുട്ടിയുടെ പേജിൽ എഴുതിക്കോ."

ശിവൻകുട്ടിക്ക് സന്തോഷമായി. ഇനിയും വയറ് നിറയെ വല്ലതും കഴിക്കാം. മനുഷ്യൻ ജീവിക്കുന്നതുതന്നെ ആഹാരം കഴിക്കാനല്ലാതെ മറ്റെന്തിനാണ്. മനുഷ്യൻ മാത്രമല്ല ഈ ഭൂമിയിലെ എല്ലാ ജീവജാല ങ്ങൾക്കും മരിക്കുന്നതുവരെ ആഹാരം വേണം. ചന്ദ്രചൂഡന്റെ പിറകേ ശിവൻകുട്ടി നടന്നു. എസ് ആർ വി റെസ്റ്റോറന്റിനോട് ചേർന്ന് ഒരു ബുക്ക് സ്റ്റാൾ കണ്ടു.

"അത് ഭാസ്കരൻനായരുടെ പുസ്തകക്കടയാ." ചന്ദ്രചൂഡൻ പറ ഞ്ഞു. "വാരികയോ ആഴ്ചപ്പതിപ്പോ എന്തു വേണമെങ്കിലും കിട്ടും."

ആയുർവ്വേദ കോളേജിനു മുന്നിലെത്തിയപ്പോൾ എതിർവശത്തുള്ള റോഡ് ചൂണ്ടിക്കാട്ടി ചന്ദ്രചൂഡൻ പറഞ്ഞു.

"താഴോട്ടു കിടക്കുന്നതാണ് ധർമ്മാലയം റോഡ്. ഇവിടെയാണ് നമ്മുടെ ലോഡ്ജ്. ലോഡ്ജിൽ പോകുന്നതിനു മുമ്പ് നമുക്ക് മറ്റൊരു പരിപാടിയുണ്ട്."

അവർ തെക്കോട്ടു നടന്നു. ഓവർബ്രിഡ്ജിനു സമീപം ഒരു തീയേറ്റർ കണ്ടു. ശക്തി തീയേറ്റർ എന്നായിരുന്നു പേര്. അവിടെ *ലൗ ഇൻ ടോക്കിയോ* എന്ന ഹിന്ദി സിനിമയാണ് ഓടുന്നത്. ശിവൻകുട്ടി ഹിന്ദി സിനിമ ഇതേവരെ കണ്ടിട്ടില്ല. അതുവരെ ഉള്ളിലുണ്ടായിരുന്ന വേദനക ളൊക്കെ മറന്ന് ശിവൻകുട്ടി സന്തോഷവാനായി. റോഡിലൂടെ ഉറുമ്പിൻ കൂട്ടങ്ങളെപ്പോലെ ആളുകൾ നിരന്തരം നടന്നുകൊണ്ടിരുന്നു. ചില രൊക്കെ എതിരെവന്നവരോടു ചിരിക്കുകയും സംസാരിക്കുകയും ചെയ്തു. മനുഷ്യർ ഉറുമ്പുകളാണെന്ന് ശിവൻകുട്ടിക്ക് തോന്നി. അവർ ചിലപ്പോൾ കടിക്കും. ചില നേരങ്ങളിൽ സ്നേഹിക്കും.

"നമ്മളിപ്പം എവിടെ പോവ്വാ?"

"പഴവങ്ങാടീല്. അവിടെയാ ഗണപതിക്ഷേത്രം. തിരുവനന്തപുരത്ത് വന്നാൽ ആദ്യം ചെയ്യേണ്ടത് ഗണപതിക്ക് ഒരു തേങ്ങ അടിക്കുക എന്ന താണ്. ശിവൻകുട്ടി അത് ചെയ്യണം."

ശിവൻകുട്ടിയുടെ മനസ്സിൽ അച്ഛനോടൊപ്പം ശബരിമലയിൽ പോയ ചിത്രം തെളിഞ്ഞു. നെയ്ത്തേങ്ങാ പതിനെട്ടാം പടിയിൽ അടിക്കാൻ പാടില്ല എന്നാണ് നിയമം. ശിവൻകുട്ടി കൈയിലെ നെയ്ത്തേങ്ങാ അറി

യാതെ പടിയിൽ അടിച്ചുപൊട്ടിച്ചു. പൊലീസുകാരന്റെ കാലിൽ ചിരട്ട യുടെ ചീളുകൾ കൊണ്ടു. പൊലീസുകാരൻ ശിവൻകുട്ടിയെ ശകാരിച്ചു.

ഗണപതിക്ഷേത്രം പ്രതീക്ഷിച്ചതിനേക്കാൾ ചെറുതായിരുന്നു. ക്ഷേത്രത്തിന്റെ മുന്നിൽ തേങ്ങായുമായി സ്ത്രീകൾ ഇരിക്കുന്നതു കണ്ടു. ഇരുപത് പൈസയ്ക്ക് ഒരു തേങ്ങാ വാങ്ങി.

''എറിയുമ്പോൾ ക്ഷേത്രത്തിനു മുന്നിലെ കല്ലിൽക്കൊണ്ട് പൊട്ടണം.'' ചന്ദ്രചൂഡൻ പറഞ്ഞു.

സീതാ സ്വയംവരത്തിന് അർജ്ജുനൻ കറങ്ങുന്ന കിളിയെ ലക്ഷ്യം വച്ചതുപോലെ ശിവൻകുട്ടി തേങ്ങാ കൈയിലെടുത്ത്, ചരിഞ്ഞ കല്ല് ലക്ഷ്യമാക്കി, സർവ്വശക്തിയും സംഭരിച്ച് ഒറ്റ ഏറ്. തേങ്ങാ കല്ലിൽക്കൊള്ളാതെ കല്ലിനു മുകളിൽക്കൂടി ചീറിപ്പാഞ്ഞ് ശ്രീകോവിലിന്റെ ഭിത്തിയിൽ തട്ടി, പൊട്ടാതെ ശ്രീകോവിലിനുള്ളിൽ വീണു. ഇതാരെടാ എറിഞ്ഞത് എന്ന അർത്ഥത്തിൽ പൂജാരി പുറത്തേക്കു നോക്കി പിറുപിറുത്തു. പൂജാരി രോഷാകുലനായി. ശ്രീകോവിലിനുള്ളിലെ ചൂടു കൊണ്ടോ എന്തോ അയാൾ രണ്ടാം മുണ്ടെടുത്ത് ശരീരം തുടച്ചു. ചന്ദ്രചൂഡൻ മറ്റൊരു തേങ്ങാ വാങ്ങി ശിവൻകുട്ടിയുടെ കൈയിൽ കൊടുത്തു.

"എറിയുന്നേന് ഇത്ര ശക്തിയൊന്നും വേണ്ട, കേട്ടോ. പൊട്ടണം, അത്രേയുള്ളൂ. കല്ലിൽത്തന്നെ കൊള്ളുകയും വേണം."

ആദ്യം എറിഞ്ഞ തേങ്ങാ പൊട്ടാത്തതിലുള്ള അങ്കലാപ്പോടെയാണ് ശിവൻകുട്ടി നിന്നത്. അവന്റെ തലയിൽ പൊട്ടാത്ത തേങ്ങയെക്കുറിച്ചുള്ള ചിന്ത കലശലായി.

"തേങ്ങാ പൊട്ടാത്തതിൽ വല്ല കൊഴപ്പവുമുണ്ടോ?"

"എന്തു കൊഴപ്പം? അതൊക്കെ അന്നേരമേ കളഞ്ഞേക്കണം."

പത്മനാഭസ്വാമി ക്ഷേത്രം ദൂരെനിന്ന് കണ്ടു. എന്നിട്ട് 'ചാല'യിലേക്ക് നടന്നു. തെരുവ് നിറഞ്ഞ് ആളുകൾ നീങ്ങുന്നുണ്ടായിരുന്നു. ചാലയിൽ നിന്നും ഒരു പുല്പായ വാങ്ങി. സന്ധ്യയോടെ അവർ കിഴക്കേക്കോട്ടയിൽ എത്തി. മണ്ണെണ്ണ വിളക്കിന്റെ വെളിച്ചത്തിൽ കച്ചവടക്കാരനിൽ നിന്നും ഒരു ജമുക്കാളം വാങ്ങി. പായിൽ വിരിച്ചു കിടക്കാമെന്ന് ചന്ദ്രചൂഡൻ പറഞ്ഞു. മാഞ്ഞാലിക്കുളം റോഡിലൂടെ അവർ ധർമ്മാലയം റോഡിൽക്കയറി. ശ്രീകുമാർ തീയേറ്ററിനു മുന്നിൽ വലിയ ക്യൂ കണ്ടു. അവിടെ *ചെമ്മീൻ* ഓടുന്നതായി ചന്ദ്രചൂഡൻ പറഞ്ഞു. മാഞ്ഞാലിക്കുളം റോഡിലെ തിരക്കുകണ്ട് ശിവൻകുട്ടി പേടിച്ചു.

"ഇന്ന് ഗാന്ധാരിയമ്മൻ കോവിലിൽ ഉത്സവമാ. അതാ ഇത്രതിരക്ക്. എം എൽ വസന്തകുമാരീടെ കച്ചേരിയൊണ്ട്. അത് കേൾക്കാൻ പോകുന്ന ആൾക്കാരാ. അത്താഴമുണ്ടിട്ട് സമയം കിട്ടുവാണേൽ നമുക്കും പോവാം. അവര് ആരാണെന്നറിയാമോ നമ്മുടെ സിനിമാനടി ശ്രീവിദ്യേടെ അമ്മയാ."

ആൾക്കൂട്ടം കണ്ടപ്പോൾ ശിവൻകുട്ടിക്ക് ആനന്ദം അടക്കാൻ കഴിഞ്ഞില്ല. ഇത്രയധികം ആളുകൾ എവിടെനിന്ന് വരുന്നു? അവൻ എല്ലാം

മറന്നു. ഏഴംകുളം ക്ഷേത്രം മറന്നു. മുളന്തൂണിൽ ചാരിയിരുന്ന് മുറുക്കുന്ന പാറുവമ്മയെ മറന്നു. പത്തായത്തിനു മുകളിലെ ഭാരതിയെ മറന്നു. ഹൈഡ്രജൻ നിറച്ച ബലൂൺപോലെ അവൻ ഉയർന്നുയർന്ന് ആകാശത്തിന്റെ അതിരിലൂടെ സഞ്ചരിച്ചു. ഇതൊരു പുതിയ ലോകമാണെന്ന് ശിവൻകുട്ടി വിചാരിച്ചു.

മുപ്പത്തി നാല്

വെളുപ്പിനേ അഞ്ചുമണിക്ക് ഉണരുന്ന സ്വഭാവമായിരുന്നു ശിവൻകുട്ടിക്ക്. വീട് ക്ഷേത്രത്തിനടുത്തായതുകൊണ്ട് ക്ഷേത്രത്തിലെ റിക്കാർഡ് പാട്ട് കൃത്യസമയത്തു തന്നെ ശിവൻകുട്ടിയുടെ ചെവിയിലെത്തും. മഴയായാലും മഞ്ഞായാലും ദേവസ്വം മാനേജർ കൃത്യമായി ക്ഷേത്രത്തിലെത്തി പാട്ടുവയ്ക്കും. ആകാശത്ത് നക്ഷത്രങ്ങൾ വിരിയുന്നതുപോലെ വീടുകളിൽ മണ്ണെണ്ണ വിളക്കുകൾ തെളിയും. ദൂരെനിന്നു നോക്കിയാൽ വിളക്കുകൾ ചലിക്കുന്ന പൂക്കളായി തോന്നും. നേരം പരാപരാ വെളുക്കുന്നതിനു മുന്നേ പശുവിനെ കറക്കാൻ ശിവൻകുട്ടിയുടെ സഹായം തേടി രാമക്കുറുപ്പെത്തും. കിടാവിനെ പിടിച്ചു കെട്ടുന്നതും അഴിച്ചുവിടുന്നതും ശിവൻകുട്ടിയുടെ ജോലിയാണ്. പശുക്കിടാവിന്റെ പാല്പത നിറഞ്ഞ വായ് കാണുമ്പോൾ തനിക്ക് ഒരു പശുക്കുട്ടിയായി ജനിക്കാൻ കഴിഞ്ഞിരുന്നെങ്കിലെന്ന് ശിവൻകുട്ടിക്ക് തോന്നും. വെളുപ്പിനെ അഞ്ചുമണി കഴിഞ്ഞാൽ വീണ്ടും പായിൽ പറ്റിച്ചേർന്നു കിടക്കാൻ അവന് കഴിയുമായിരുന്നില്ല.

ശിവൻകുട്ടി തിരുവനന്തപുരത്തെ ധർമ്മാലയം റോഡിലെ ലോഡ്ജിലും അഞ്ചുമണിക്ക് തന്നെ ഉണർന്നു. രാത്രിയിൽ അവന് ഉറങ്ങാൻ കഴിഞ്ഞില്ല. സ്ഥലംമാറി കിടന്നത് ഒരു കാരണമാണ്. തൊട്ടടുത്ത മുറിയിൽ ആളുകളൊക്കെയുണ്ടെങ്കിലും തന്റെ സമീപം ആരും ഇല്ലെന്ന തോന്നൽ അവനെ ഉറക്കത്തിൽനിന്നും മാറ്റിനിർത്തി. ഇടനാഴിയിലേക്ക് തുറക്കുന്ന വാതിൽ ചാരുകമാത്രം ചെയ്തു. ചന്ദ്രചൂഡന് എപ്പോൾ വേണമെങ്കിലും തന്റെ മുറിയിൽ കടന്നുവരാമല്ലോ എന്ന് ചിന്തിച്ചാണ് കതകുകൾ തുറന്നിട്ടത്.

ഗാന്ധാരിയമ്മൻ കോവിലിൽനിന്ന് ഉത്സവം കഴിഞ്ഞ് ആളുകൾ തിരിച്ചുപോകുന്ന ശബ്ദം കേട്ടു. ലോഡ്ജിന്റെ പൂമുഖത്തോടു ചേർന്നുള്ള ഒറ്റമുറി ഒരു തയ്യൽക്കടയാണ്. കറുത്ത് നീളമുള്ള ഒരാളാണ് തയ്യൽക്കാരൻ. കടയോടു ചേർന്ന് ഒരു സൈക്കിൾ ഉണ്ടായിരുന്നു. തയ്യലൊക്കെ കഴിഞ്ഞ് രാത്രി എട്ടുമണിയോടെ അയാൾ വീട്ടിലേക്ക് പോകുന്നത് സൈക്കിളിലാണ്. തയ്യൽജോലി ചെയ്യുന്നത് നോക്കിനിന്നെങ്കിലും ഒന്ന് ചിരിച്ചതല്ലാതെ അയാൾ ഒന്നും ചോദിച്ചില്ല. ഒന്നും മിണ്ടാത്തതുകൊണ്ട് ശിവൻകുട്ടിക്ക് അയാളോടു അടുപ്പം തോന്നിയില്ല.

ലോഡ്ജ് ഓടിട്ടതായിരുന്നു. മദ്ധ്യഭാഗത്തുള്ള ഇടനാഴിയിലൂടെയാണ് ഓരോ മുറിയിലും കയറേണ്ടത്. ഇടനാഴിക്ക് ഇരുവശവുമായി എട്ട് മുറി

കൾ. വലതുവശത്തെ മുറികളിലൊന്നിലാണ് ശിവൻകുട്ടി കിടക്കുന്നത്. ഇടതുവശത്തെ ആദ്യത്തെ മുറിയാണ് ചന്ദ്രചൂഡന്റേത്. കൂടിക്കാഴ്ചയ്ക്ക് കാര്യമായ ചോദ്യങ്ങളൊന്നും ഉണ്ടായിരുന്നില്ല. നാടും പേരും ചോദിച്ചു. അത്രമാത്രം. പിറ്റേന്നുതന്നെ നിയമന ഉത്തരവുംകിട്ടി. പ്രോവിഡന്റ് ഫണ്ട് നാല് എന്ന സെക്ഷനിലാണ് പോസ്റ്റ് ചെയ്തത്. ചന്ദ്രചൂഡൻ എസ്റ്റാബ്ലിഷ്മെന്റ് സെക്ഷനിലും. ജോലിക്ക് കയറിയദിവസം എഴുത്തുകാരൻ എം സുകുമാരനെ കാണണമെന്ന് ചന്ദ്രചൂഡനോട് പറഞ്ഞെങ്കിലും അദ്ദേഹം അന്ന് അവധിയിലായിരുന്നു.

വൈകിട്ട് ഓഫീസിൽനിന്നും ചന്ദ്രചൂഡൻ നേരേ യൂണിവേഴ്സിറ്റി കോളേജിലേക്കാണ് പോകുന്നത്. ഈവനിങ് ക്ലാസിൽ പി ജിക്ക് പഠിക്കുകയാണ്. ഇംഗ്ലീഷ് മെയിനെടുത്താണ് പഠിക്കുന്നത്. അഞ്ചര മുതൽ എട്ടര വരെയാണ് ക്ലാസ്. ഒൻപതു മണിയോടെ ചന്ദ്രചൂഡൻ എസ് ആർ വി റെസ്റ്റോറന്റിൽ എത്തും. ശിവൻകുട്ടി ഭാസ്കരബുക് സ്റ്റാളിൽ നിരന്നിരിക്കുന്ന പുസ്തകങ്ങളിലേക്ക് നോക്കി സമയം ചെലവഴിക്കും. രണ്ടുപേരും ഒരുമിച്ചാണ് ആഹാരത്തിന് കയറുന്നത്. ഈയം പൂശിയ ചെമ്പ് ചരുവത്തിൽനിന്നും പിച്ചള കോരിക കൊണ്ടാണ് ചോറ് വിളമ്പുന്നത്. ആദ്യദിവസം തന്റെ ഇലയിൽ വീണ ചോറിന്റെ അളവ് കണ്ട് ശിവൻകുട്ടിക്ക് സങ്കടം തോന്നി. ഇത്രയും ചോറുകൊണ്ട് എങ്ങനെയാണ് വിശപ്പ് അടങ്ങുന്നതെന്ന് അവൻ ആശങ്കപ്പെട്ടു. രണ്ടാം ഗഡുവായി അത്രയും ചോറുകൂടി ഇലയിൽ വീണപ്പോഴാണ് ശിവൻകുട്ടിക്ക് സമാധാനമായത്. ചോറുവിളമ്പുന്നയാൾ 'ചോറ് മതിയോ' എന്ന് ചോദിച്ചുകൊണ്ട് അടുത്തുവന്നപ്പോൾ ശിവൻകുട്ടി തറയിലേക്ക് നോക്കി ആരും കാണാതെ വേദനിച്ചു. തളിരിലയിൽ വയറ് നിറയെ ചോറുണ്ണാൻ കഴിഞ്ഞതിൽ അവൻ നെടുവീർപ്പിട്ടു.

"ചന്ദ്രചൂഡന് ഈശ്വരവിശ്വാസമുണ്ടോ?"

ലോഡ്ജിലേക്ക് നടക്കുമ്പോൾ ശിവൻകുട്ടി ചോദിച്ചു. നിരത്തിൽ എല്ലായിടത്തും ട്യൂബ് ലൈറ്റുകൾ കത്തിനിന്നതുകൊണ്ട് ചന്ദ്രചൂഡന്റെ മുഖം വ്യക്തമായി കാണാൻ കഴിഞ്ഞു. ശിവൻകുട്ടിയുടെ ചോദ്യം ചന്ദ്രചൂഡന്റെ ചിന്തകളിൽ ഇലയനക്കം ഉണ്ടാക്കിയില്ല.

"ഉണ്ട്." ചന്ദ്രചൂഡൻ ഉറപ്പിച്ചു പറഞ്ഞു. "മറ്റുള്ളവർക്ക് എന്തെങ്കിലും നന്മ ചെയ്യുകയോ അവരെ സഹായിക്കുകയോ ആണ് എന്റെ ഈശ്വരവിശ്വാസം. ഭൂമിക്ക് മുകളിലെ ചെറിയ ചെടികളേയും ചെറിയ ജീവികളേയും വരെ സ്നേഹിക്കുക എന്നതാണ് എന്റെ മതം. പ്രകൃതിയോട് എത്രയും ചേർന്നുനില്ക്കാമോ അത്രയും ചേർന്നുനില്ക്കുകയാണ് എന്റെ ജീവിതോദ്ദേശ്യം. മനുഷ്യരോടൊപ്പം പുല്ലിനേയും പൂമ്പാറ്റയേയും പുഴുവിനേയും പരിഗണിക്കുകയാണ് എന്റെ ആഗ്രഹം. കാടുമൂടിയ പ്രദേശം കാണുകയാണ് എന്റെ അഭിലാഷം. കാടിനുള്ളിൽ കഴിയുകയാണ് എന്റെ സ്വപ്നം. ഉള്ളിൽ കാട് വളരാതിരിക്കാൻ പ്രത്യേകം ശ്രദ്ധിക്കും. മനുഷ്യരുടെ നിലവിളി കേൾക്കുമ്പോൾ എന്റെ ശരീരം വേദനകൊണ്ട് വിറയ്ക്കാറുണ്ട്. നിലവിളിക്കാൻ കാരണക്കാരായവരെ

കണ്ടെത്തി നശിപ്പിക്കുകയാണ് എന്റെ കർത്തവ്യം. ഇതൊക്കെയാണ് എന്റെ ഈശ്വര സങ്കല്പം."

ചന്ദ്രചൂഡൻ പറഞ്ഞതൊന്നും ശിവൻകുട്ടിക്ക് കൃത്യമായി മനസ്സിലായില്ല. അതുകൊണ്ട് ചന്ദ്രചൂഡനേയും മനസ്സിലായില്ല. ഓരോ വ്യക്തിയേയും മനസ്സിലാക്കാൻ മറ്റൊരാൾക്ക് കഴിയുമെന്ന് ശിവൻകുട്ടി വിചാരിക്കുന്നില്ല. ഓരോ വ്യക്തിയും ഓരോ വനമാണ്. അതിനുള്ളിൽ പക്ഷികളും മൃഗങ്ങളും മരങ്ങളുമുണ്ട്. അതൊന്നും ആർക്കും വേർതിരിച്ചെടുക്കാൻ കഴിയുകയില്ല. ചന്ദ്രചൂഡൻ എന്ന വ്യക്തിയുടെ സ്വഭാവത്തിന്റെ ഒരു കഷണം മാത്രമാണ് ശിവൻകുട്ടി കണ്ടത്. ദൂരെനിന്ന് കടൽകാണുമ്പോൾ കടലിന് നീലനിറമാണ്. അടുത്തു ചെല്ലുമ്പോഴാണ് കടലിന് നീലനിറമല്ലെന്ന് മനസ്സിലാവുന്നത്. കൈവെള്ളയിൽ കോരിയെടുക്കുന്ന വെള്ളത്തിന് കൈയുടെ നിറമാണ്. ശിവൻകുട്ടി പിന്നീടൊന്നും ചോദിക്കാതെ ട്യൂബ് ലൈറ്റിന്റെ വെളുപ്പിലൂടെ നടന്നു.

ശിവൻകുട്ടിക്ക് തന്റെ മുറിയിൽ തനിയെ ഇരിക്കാൻ ഒട്ടും താല്പര്യം തോന്നിയില്ല. മുറിയിൽ കസേരയോ കട്ടിലോ മേശയോ ഇല്ലാത്തതുകൊണ്ട് തറയിലാണ് ഇരിക്കേണ്ടത്. പഴവങ്ങാടിയിൽനിന്ന് അത്ര വിലയില്ലാത്ത ഒരു കട്ടിൽ വാങ്ങാമെന്ന് ചന്ദ്രചൂഡൻ പറഞ്ഞു. ശമ്പളം കിട്ടിയിട്ടാവാമെന്ന് ശിവൻകുട്ടി മറുപടി നല്കി. ചന്ദ്രചൂഡന്റെ മുറിയിൽ ഒരു കസേരയും മടക്കാവുന്ന ഒരു കട്ടിലുമുണ്ട്. തറയിൽ കിടന്ന് ശീലമുള്ളതുകൊണ്ട് കട്ടിൽ വേണമെന്ന് ശിവൻകുട്ടിക്ക് തോന്നിയില്ല.

ഉറക്കം വരുന്നതുവരെ ലോഡ്ജിന്റെ പൂമുഖത്തെ അരമതിലിൽ വെറുതെ ചാരിയിരിക്കും. ചന്ദ്രചൂഡൻ അപ്പോൾ പുസ്തകങ്ങൾ വായിക്കുന്ന തിരക്കിലും. ഷേക്സ്പിയറിന്റെ മുഴുവൻ കൃതികളും ചന്ദ്രചൂഡന് പഠിക്കാനുണ്ട്. ഇപ്പോൾ *മാക്ബത്താണ്* ക്ലാസിൽ പഠിപ്പിക്കുന്നത്. മനുഷ്യന്റെ കൈയും തലയും കാലുമൊക്കെ വെട്ടി നുറുക്കി കഷണങ്ങളാക്കി ഒരു വലിയ പാത്രത്തിലിട്ടു പാകപ്പെടുത്തിക്കൊണ്ടിരിക്കുന്ന മന്ത്രവാദിനികളുടെ പാട്ടും നൃത്തവുമാണ് നാടകത്തിന്റെ തുടക്കമെന്ന് ചന്ദ്രചൂഡൻ ശിവൻകുട്ടിയോടു പറഞ്ഞു. ചന്ദ്രചൂഡന്റെ കട്ടിലിനു താഴെ തറയിൽ കിടക്കാൻ ശിവൻകുട്ടി ആഗ്രഹിച്ചെങ്കിലും ചന്ദ്രചൂഡനോടു ചോദിക്കാൻ വൈമനസ്യം തോന്നി. രാത്രി പന്ത്രണ്ടുമണി കഴിഞ്ഞേ ഉറങ്ങാറുള്ളൂ ചന്ദ്രചൂഡൻ. ലോഡ്ജിലെത്തിയാൽ വേഷങ്ങളഴിച്ച് ഒരു കൈലി മാത്രം ധരിക്കും. നെഞ്ച് കൂടുകെട്ടിയതാണ്. വാരിയെല്ലുകൾ തെളിഞ്ഞുകാണാം. മുഖം എപ്പോഴും ഗൗരവത്തിലാണെങ്കിലും ചിലപ്പോൾ കൊച്ചുകുട്ടികളെപ്പോലെ നിഷ്കളങ്കമായി ചിരിക്കുന്നതും കാണാം. കുറേനേരം പുസ്തകം വായിച്ചു കഴിഞ്ഞപ്പോൾ ചന്ദ്രചൂഡൻ പറഞ്ഞു.

"ശിവൻകുട്ടീ, ഒരു സിനിമയ്ക്കു പോയാലോ. വല്ലാതെ ബോറടിക്കുന്നു. പത്മനാഭയിൽ ഇന്ന് എം ജി ആറിന്റെ *പറക്കും പാവൈ* റിലീസ് ചെയ്തിട്ടുണ്ട്. ടിക്കറ്റ് കിട്ടുമെന്ന് ഉറപ്പൊന്നുമില്ല. ഒരു സർക്കസ് പടമാ. പോയി നോക്കിയാലോ?"

പറക്കോട്ട് എസ് ആർ കെയിൽ വച്ച് *ലൈലാ മജ്നു* എന്ന പടമാണ് ശിവൻകുട്ടി അവസാനമായി കണ്ടത്. പാറുവമ്മയുടെ അനിയത്തി പങ്കിയമ്മയാണ് ടിക്കറ്റെടുത്തത്. മണ്ണിലിരുന്നാണ് സിനിമ കണ്ടത്. ടിക്കറ്റ് ചാർജ്ജ് ഇരുപതു പൈസ. പങ്കിയമ്മ ഉത്സവത്തിന് വന്നതായിരുന്നു. മണ്ണിലെ ചില മൺകൂനകൾ നിരത്തിയപ്പോൾ മൂത്രത്തിന്റെ ഗന്ധം പുറത്തേക്ക് വന്നു.

"മൺകൂനേൽ തൊടണ്ട." പങ്കിയമ്മ പറഞ്ഞു "അത് മൂത്രമാരിക്കും."

അക്കാര്യം ചന്ദ്രചൂഡനോടു പറഞ്ഞപ്പോൾ അത്തരം അനുഭവങ്ങൾ തനിക്കും ഉണ്ടായതായി ചന്ദ്രചൂഡൻ ചിരിച്ചുകൊണ്ട് പറഞ്ഞു.

"പിന്നെ പ്രധാനപ്പെട്ട ഒരു കാര്യമുണ്ട്. ശിവൻകുട്ടിയെ കാണാൻ ഇന്നൊരു അതിഥിവരും. രാത്രി പന്ത്രണ്ട് മണി കഴിഞ്ഞേവരൂ. ശിവൻകുട്ടിക്കും എനിക്കും അറിയാവുന്ന ആളാ."

"അതാരാ എനിക്ക് പരിചയമുള്ള ആൾ."

"കാണുമ്പോൾ അറിഞ്ഞാമതി. അതുകൊണ്ട് സിനിമയ്ക്കു പോകാം. അതിഥി വരുന്നതുവരെ ഉറങ്ങാതിരിക്കാൻ അതേയുള്ളൂ പോംവഴി."

ചന്ദ്രചൂഡനും ശിവൻകുട്ടിയും പത്മനാഭ തീയേറ്ററിലേക്ക് നടക്കുമ്പോൾ തീയേറ്ററിൽ മുന്നിൽ മണൽക്കാറ്റ് ഉയർന്നതുപോലെ പൊടിപടലങ്ങൾ പടരുന്നതും ആളുകൾ ഓടുന്നതും കണ്ടു. പൊലീസുകാർ ആളുകളെ തല്ലുന്നതും കണ്ടു.

"എന്താ, എന്തുപറ്റി?"

ഓടിക്കിതച്ചു വന്ന ഒരാളോട് ചന്ദ്രചൂഡൻ ചോദിച്ചു.

"ടിക്കറ്റ് കിട്ടാത്തോണ്ട് ആളുകൾ അക്രമാസക്തരായി. അവരെ പൊലീസ് ലാത്തിച്ചാർജ്ജ് ചെയ്തു."

സിനിമ കാണാൻ പറ്റാത്ത നിരാശയിൽ അവർ ശ്രീകണ്ഠേശ്വരം ക്ഷേത്രത്തിൽ ബാലമുരളീകൃഷ്ണയുടെ കച്ചേരിക്ക് പോയി. വളരെ ദൂരെനിന്നുമാത്രമേ ബാലമുരളികൃഷ്ണയെ കാണാൻ കഴിഞ്ഞുള്ളൂ. അദ്ദേഹം 'ബ്രോ ചേവാ' പാടുമ്പോൾ അവർ ലോഡ്ജിലേക്ക് നടന്നു.

ലോഡ്ജിന്റെ മുറ്റത്തെത്തിയപ്പോൾ ലോഡ്ജിന്റെ പൂമുഖത്ത് ആരോ നില്ക്കുന്നതുകണ്ടു.

"ശിവൻകുട്ടി." അയാൾ വിളിച്ചു.

ശിവൻകുട്ടി ഞെട്ടിത്തിരിഞ്ഞു നോക്കി. ശബ്ദം ശിവൻകുട്ടിക്ക് നല്ല പരിചയമുള്ളതുപോലെ തോന്നി. പൂമുഖത്തുനിന്നും അല്പം അകലെയാണ് ലോഡ്ജിന്റെ ഗേറ്റ്. മതിലിനോടു ചേർന്നുനില്ക്കുന്ന മാവിന്റെ നിഴലിൽ ശിവൻകുട്ടി നിന്നു.

"ആരാ മനസ്സിലായില്ല."

"ശബ്ദം കേട്ടിട്ടും മനസ്സിലായില്ലേ?"

"പരിചയമുള്ള ശബ്ദംപോലെ തോന്നുന്നു."

"ഒന്നൂടെ ആലോചിച്ചേ?"

"സോമന്റെ ശബ്ദംപോലെ തോന്നുന്നു."

"എന്നാൽ ഞാൻ സോമനാ."

ശിവൻകുട്ടിയുടെ ശരീരം വിറകൊണ്ടു. ഇവിടെവച്ച് സോമനെ കാണുമെന്ന് അവൻ സ്വപ്നത്തില്പോലും കരുതിയില്ല.

"നിന്നെ കാണാൻ വന്നതാ. നിനക്കിവിടെ ജോലികിട്ടിയ കാര്യം ചന്ദ്രചൂഡൻ പറഞ്ഞിരുന്നു. എത്രനാളായെടാ നിന്നെ കണ്ടിട്ട്." സോമൻ ശിവൻകുട്ടിയെ തന്റെ ശരീരത്തോടു ചേർത്ത് അമർത്തി. കുറേനാൾ മുമ്പുവരെ ഈറ്റപ്പുലിയെപ്പോലെ ഗർജ്ജിച്ചുകൊണ്ട് നടന്ന സോമൻ ഇപ്പോൾ പൂച്ചക്കുട്ടിയെപ്പോലെ തന്നെ ആലിംഗനം ചെയ്തുനില്ക്കു മ്പോൾ ഇത് തോന്നലല്ല സത്യമാണെന്ന് വിശ്വസിക്കാൻ ശിവൻകുട്ടിക്ക് കഴിഞ്ഞില്ല. സുധർമ്മയുടെ വിവാഹത്തിന് വാങ്ങിയ സ്വർണ്ണവുമായി കടന്നുകളഞ്ഞ സോമനെ വീണ്ടും കാണാൻ കഴിഞ്ഞതിൽ ശിവൻകുട്ടി സന്തോഷിച്ചു.

"ഞാൻ കാരണം നിനക്ക് പൊലീസ് സ്റ്റേഷനിൽ പോകേണ്ടി വന്ന തിൽ എനിക്ക് ദുഃഖമുണ്ട്."

"നീ കാരണം എനിക്ക് ഏജീസ് ഓഫീസിൽ ജോലി കിട്ടിയതിൽ എനിക്ക് ആഹ്ലാദമുണ്ട്."

താടിയും മുടിയും വളർത്തിയ സോമനെ ശിവൻകുട്ടിക്ക് തിരിച്ചറി യാൻ കഴിഞ്ഞില്ല. അവന്റെ ശബ്ദമാണ് സോമനെ മനസ്സിലാക്കാൻ സഹായിച്ചത്.

ശിവൻകുട്ടിയുടെ ഹൃദയം തരളിതമായി. സോമൻ എവിടെയാ ണെന്നു ചിന്തിക്കുകയായിരുന്നു ഇത്രനാളും. ആരെ മറന്നാലും എങ്ങ നെയാണ് സോമനെ മറക്കാൻ കഴിയുക? സോമനോടു ഉണ്ടായിരുന്ന അടുപ്പം മറ്റാരോടും തോന്നിയിരുന്നില്ല.

"നീ ആ സ്വർണ്ണം എന്തു ചെയ്തു?"

"ഭാരതപ്പുഴയിലെറിഞ്ഞു."

"നീ ഇതേവരെ എവിടാരുന്നു?"

"പല സ്ഥലത്തും കറങ്ങി. ആദ്യം പോയത് കല്ക്കത്തയിലേക്കാ യിരുന്നു. ചാരുമംജുംദാറെ കാണുകയായിരുന്നു ഉദ്ദേശ്യം. അദ്ദേഹ ത്തിന്റെ വീട്ടിൽ പോയെങ്കിലും അദ്ദേഹം അപ്പോഴേക്കും ഒളിവില്പോയി. പിന്നെ ഡാർജിലിങ് ജില്ലയിലെ നക്സൽബാരി സന്ദർശിച്ചു. വർഗ്ഗശ ത്രുക്കളെ ഉന്മൂലനം ചെയ്യാൻ ചാരുമംജുദാറോ കനുസന്യാലോ പറഞ്ഞി ട്ടില്ല. ചൂഷണം ചെയ്യുന്ന ജന്മിമാർക്കെതിരെ സമരം ചെയ്യാനാണ് അവർ പറഞ്ഞത്. എന്റെ അച്ഛനെപ്പോലെയുള്ളവർ സമൂഹത്തിൽ ഏറി വരു ന്നത് നിയന്ത്രിക്കണം. പോട്ടെ, നീ സുധർമ്മേടെ വിവാഹത്തിന് പോയി രുന്നോ?"

"പോയിരുന്നു."

"അച്ഛനെ കണ്ടോ?"

"നിന്റെ അച്ഛൻ എന്നെ കണ്ടിരുന്നു. ഒന്നും ഉരിയാടിയില്ല."

"സുധർമ്മ...."

"എന്നെ കണ്ടില്ല. ഞാൻ കണ്ടു. വിവാഹത്തിന്റെ തിരക്കിൽ സുധർമ്മയെ കാണാൻ ഞാൻ ശ്രമിച്ചില്ല."

"അമ്മ." സോമന്റെ ശബ്ദം ചിലമ്പി

"നിനക്ക് അമ്മയെ കാണണമെന്ന് തോന്നുന്നില്ലേ?"

"ഉണ്ട്. തീർച്ചയായും ഉണ്ട്. പക്ഷേ, ഇനീം വീട്ടിലേക്കില്ല. നീ നാട്ടിൽ പോവുമ്പോൾ എന്നെ കണ്ടെന്നും ഞാൻ ജീവിച്ചിരിപ്പുണ്ട് എന്നും അമ്മയോടു പറയുക."

"നീ എന്താ പാതിരാത്രിയിൽ ഇവിടെ വന്നത്?"

"പൊലീസ് എനിക്കുവേണ്ടി വല വീശിയേക്കുവാ. രാത്രിയിലാണ് യാത്രമുഴുവൻ."

"നിന്റെ ഈ ജീവിതം നിനക്കിഷ്ടമാണോ?"

"ഓരോരുത്തടെ ഇഷ്ടമനുസരിച്ചല്ലേ ഓരോരുത്തർ ജീവിക്കുന്നത്. വേറിട്ട ചിന്താഗതിയുള്ളവരെ നക്സിലിസം ആകർഷിക്കുന്നുണ്ട്. പരോക്ഷമായി അവരെ ആളുകൾ സഹായിക്കുന്നുണ്ട്. ആരും പീഡിപ്പിക്കപ്പെടാൻ പാടില്ല. അതാണ് ഞങ്ങളുടെ മതം. വിപ്ലവകാരികളെ ഇല്ലാതാക്കാനാണ് നമ്മുടെ സമൂഹം ശ്രമിക്കുന്നത്. അടിച്ചമർത്താൻ ശ്രമിക്കുമ്പോഴാണ് പ്രതിരോധത്തെക്കുറിച്ച് ചിന്തിക്കുന്നത്. അത്തരം പ്രതിരോധത്തിനുവേണ്ടിയാണ് ഞങ്ങൾ നിലകൊള്ളുന്നത്. നിനക്കിതൊന്നും മനസ്സിലാവില്ല. നീ മനസ്സിലാക്കാൻ ശ്രമിക്കയും വേണ്ട. കൂടുതൽ അറിവു നേടുന്നത് അപകടമാണ്. എനിക്ക് പോകാൻ സമയമായി. അധികനേരം ഒരു സ്ഥലത്ത് തങ്ങാൻ പാടില്ല."

"നീ ഇനീം എങ്ങോട്ടാ?"

"ഒന്നും തീരുമാനിച്ചിട്ടില്ല. ആന്ധ്രയിലെ ശ്രീകാകുളം സന്ദർശിക്കണമെന്നുണ്ട്. പൈല വാസുദേവറാവുവിനെ നേരിൽ കണ്ട് സംസാരിക്കണം. ആഗ്രഹമാണ്. നടക്കുമോ എന്ന് അറിഞ്ഞൂടാ. അതിനു മുമ്പേ പൊലീസ് പൊക്കിയാൽ എല്ലാം തീർന്നു."

ചന്ദ്രചൂഡൻ തന്റെ മുറിയിൽനിന്നും പുറത്തുവന്നു.

"ചന്ദ്രചൂഡാ, ഏജീസ് ഓഫീസിൽ എന്തുണ്ട് വിശേഷം. എം സുകുമാരനെ എന്റെ അന്വേഷണം അറിയിക്കണം."

"കഴിഞ്ഞ ദിവസവും ഞങ്ങൾ സംസാരിച്ചു. ഓഫീസ് കാര്യങ്ങളാണെന്നു മാത്രം."

"ത്രിവിക്രമൻ പിള്ളയെ അന്വേഷിച്ചതായി പറയുക. യൂണിയൻ കാര്യങ്ങളൊക്കെ നന്നായി പോകുന്നുണ്ടല്ലോ. പിന്നെ നമ്മുടെ പി ടിയുണ്ടല്ലോ പി ടി തോമസ്. അദ്ദേഹം ഞങ്ങൾക്കൊക്കെ പല രീതിയിൽ സഹായം ചെയ്തിട്ടുണ്ട്. പിന്നെ, ചന്ദ്രചൂഡന്റെ അച്ഛൻ തനിച്ചാണോ?"

"അതെ."

"ഒരു വീട്ടിൽ ആരോടും മിണ്ടാനില്ലാതെ കഴിയുന്നത് വലിയ കഷ്ടമാ. ഔപചാരികമായിട്ടല്ലെങ്കിലും ഒരു സ്ത്രീയെ കൂട്ടിന് നിർത്തിയാൽ അച്ഛന്റെ ഏകാന്തതയ്ക്ക് ഒരു അറുതി വരും. വീട്ടിലെ സ്വത്ത് ഏതെങ്കിലും സ്ത്രീക്ക് എഴുതിക്കൊടുത്താൽ ചെറുപ്പക്കാരികളെ കിട്ടും. അച്ഛനും സന്തോഷമാവും. നിനക്കെന്തിനാ സ്വത്തും പണവും. പി ജി കഴിയുമ്പോൾ ഏജീസ് ഓഫീസ് വിട്ട് ഏതെങ്കിലും കോളേജിൽ ജോലിക്കു കയറാം. പഠിപ്പിക്കുന്നതിന്റെ സുഖം ഒന്ന് വേറെ തന്നെയാ."

ചന്ദ്രചൂഡൻ എന്തൊക്കെയോ ചിന്തിച്ചുകൊണ്ടിരുന്നു.

"ശിവാ, ഞാൻ പോവ്വാ."

"നേരം വെളുത്തിട്ടു പോയാൽ പോരേ? എന്റെ മുറീൽ കിടന്ന് നേരം വെളുക്കുവോളം നമുക്ക് വർത്തമാനം പറയാം."

"ആഗ്രഹമുണ്ട്. പക്ഷേ, അതപകടമാണ്."

"നീ ഇപ്പോത്തന്നെ പോയാൽ എനിക്ക്...."

"അതൊന്നും സാരമില്ല."

"ഇനീം നിന്നെ എന്നാ കാണാൻ കഴിയുക?"

"ഇതുപോലെ എന്നെങ്കിലും. ശമ്പളം വാങ്ങി നിന്റെ ഓലപ്പുര ഓടുപുരയാക്കണം. എന്നിട്ടു ഭാരതിയുടെ വിവാഹം നടത്തണം. പിന്നെ നിന്റെ കല്ല്യാണം. അന്ന് ഞാൻ വരാം. എന്തെങ്കിലും അത്യാവശ്യകാര്യമുണ്ടെങ്കിൽ ചന്ദ്രചൂഡനോടോ ത്രിവിക്രമൻപിള്ളയോടോ പറഞ്ഞാൽ മതി. അവരെന്നെ അറിയിക്കും."

ഇറങ്ങാൻ നേരം സോമൻ ശിവൻകുട്ടിയുടെ കൈപിടിച്ചമർത്തി. ചന്ദ്രചൂഡൻ പൂമുഖത്തു നടന്നു. വിറയാർന്ന കാലുകളോടെ ശിവൻകുട്ടി പൂമുഖത്ത് കയറി. ഇരുട്ടിലൂടെ നടന്നുമറഞ്ഞ സോമനെ നോക്കിയപ്പോൾ ശിവൻകുട്ടിയുടെ കണ്ണുകളിൽ സ്നേഹം നിറഞ്ഞുതുളുമ്പി. അതോ കണ്ണീരോ? സോമന്റെ അസാന്നിദ്ധ്യം ശിവൻകുട്ടിയുടെ മനസ്സിനെ മുള്ളുകൊള്ളുന്നതുപോലെ വേദനിപ്പിച്ചു.

മുപ്പത്തി അഞ്ച്

ശിവൻകുട്ടിക്ക് ആദ്യമായിട്ടാണ് ഒരു കത്ത് കിട്ടുന്നത്. ആദ്യമായി കിട്ടുന്നതെന്തും അത് കത്തായാലും സ്നേഹമായാലും ചുംബനമായാലും എന്നും ഓർക്കും. ഓഫീസിലെ നോട്ടീസ് ബോർഡിൽ കത്ത് കിടക്കുന്ന കാര്യം ചന്ദ്രചൂഡനാണ് ശിവൻകുട്ടിയോട് പറഞ്ഞത്. ജോലി കിട്ടിയ വിവരമറിഞ്ഞ് സൗദാമിനിച്ചേച്ചി എഴുതിയതോ അതോ പ്രേമപ്പൂക്കൾ വാരിനിറച്ച് സുരേന്ദ്രൻ സാറിന്റെ മകൾ ശ്രീദേവി എഴുതിയതോ? ദിവസം മൂന്നു പ്രാവശ്യം അവൻ ജനറൽ പോസ്റ്റാഫീസ് കാണാറുണ്ട്. എസ് ആർ വി റെസ്റ്റോറന്റിന് നേരേ എതിരെയാണ് പോസ്റ്റാഫീസ്. വീട്ടിലേക്ക് ഒരു കത്തയക്കണമെന്ന് കുറേ നാളായി ശിവൻകുട്ടി വിചാരിക്കുന്നു. പാറുവമ്മയുടേയും ഭാരതിയുടേയും വിശേഷങ്ങളൊന്നും അറിയാൻ കഴിയുന്നില്ല. ആദ്യത്തെ ശമ്പളം കിട്ടുമ്പോൾ വീട്ടിലേക്ക് പോകാമെന്ന് അവൻ തീരുമാനിച്ചിരുന്നു. ആദ്യത്തെ ശമ്പളം മൊത്തമായി പാറുവമ്മയ്ക്ക് കൊടുക്കണം. എന്നും ദാരിദ്ര്യത്തോടെ ജീവിച്ച പാറുവമ്മയുടെ കൈയിൽ ആദ്യമായിട്ടായിരിക്കും ഇത്രയും തുക ഒന്നിച്ച് എത്തുക.

ശിവൻകുട്ടി നോട്ടീസ് ബോർഡിൽനിന്നും കത്തെടുത്ത് സൂക്ഷ്മതയോടെ നോക്കി. ഇംഗ്ലീഷിലാണ് അഡ്രസ്സ്. ഏഴംകുളത്ത് ഇംഗ്ലീഷ് എഴുതാൻ അറിയാവുന്നവർ ചുരുക്കമാണ്. ഭാരതിച്ചേച്ചിയുടെ കൈയക്ഷരമല്ല. ചേച്ചിയുടെ കൈയക്ഷരം ഉരുണ്ടതും നിവർന്നതുമാണ്. ആദ്യമായി കിട്ടിയ കത്ത് അവൻ തിരിച്ചും മറിച്ചും നോക്കി. പോസ്റ്റർ സീല്

പറക്കോട്ട് പോസ്റ്റാഫീസിലേതാണ്. പൊടുന്നനെ പൊട്ടിച്ചു വായിച്ചാൽ ആദ്യം കിട്ടിയ കത്തിന്റെ മാധുര്യം നഷ്ടപ്പെടുമെന്ന് തോന്നിയതുകൊണ്ട് നിധികൊണ്ടുപോകുംപോലെ അവൻ കത്തുമായി സ്വന്തം സീറ്റിലേക്ക് നടന്നു. വളരെ സൂക്ഷ്മതയോടെ കത്തു പൊട്ടിച്ചു.

പ്രിയപ്പെട്ട ശിവൻകുട്ടിക്ക്,

ഏഴംകുളത്തുനിന്നും പാറുവമ്മ എഴുതുന്നതെന്തെന്നാൽ നീ പെട്ടെന്ന് ഇവിടെവരെ വരണം. കത്തിലൂടെ എഴുതാൻ കഴിയാത്ത ചില കാര്യങ്ങളാണ്. ഉപേക്ഷ വിചാരിക്കാതെ വരുമെന്ന് പ്രതീക്ഷിക്കുന്നു.

എന്ന്,

സ്വന്തം പാറുവമ്മ

ഒപ്പ്.

കൈയക്ഷരം കണ്ടിട്ട് കത്തെഴുതിയത് ആരാണെന്ന് തിരിച്ചറിയാൻ കഴിഞ്ഞില്ല. വടിവോ ഭംഗിയോ ഇല്ലാത്ത തേമ്പിയ അക്ഷരങ്ങൾ. അത്രയധികം വിദ്യാഭ്യാസമില്ലാത്ത ആരോ എഴുതിയതുപോലെ ശിവൻകുട്ടിക്ക് തോന്നി. കത്തെഴുതിയ ആളല്ല അഡ്രസ് എഴുതിയിരിക്കുന്നത്. കത്തിലൂടെ എഴുതാൻ കഴിയാത്ത കാര്യങ്ങൾ എന്താണെന്നറിയാൻ ശിവൻകുട്ടിക്ക് ആകാംക്ഷതോന്നി. രണ്ടാം ശനിയാഴ്ചയായതുകൊണ്ട് രണ്ടുദിവസത്തെ അവധിയുണ്ട്.

“ശിവൻകുട്ടി വീട്ടിൽ പോകുമ്പോൾ എന്റെ വീട്ടിലും ഒന്നുപോകണം. അച്ഛനെക്കണ്ട് സംസാരിക്കണം. അച്ഛന് എന്തെങ്കിലും പ്രശ്നങ്ങളുണ്ടോ എന്ന് അന്വേഷിക്കണം. ശനിയാഴ്ച ക്ലാസുള്ളതുകൊണ്ട് എനിക്ക് വരാൻ പറ്റില്ല എന്ന് അച്ഛനോട് പറയണം. ഫൈനൽ പരീക്ഷയ്ക്കു അധികം ദിവസങ്ങളില്ല.”

വീട്ടിലേക്ക് പോകാൻ തുടങ്ങുമ്പോൾ ചന്ദ്രചൂഡൻ പറഞ്ഞു. ചിന്തയിൽ ഇടയ്ക്കിടെ ഭാരതിച്ചേച്ചിയുടെ രോഗം പൊന്തിവന്നതുകൊണ്ട് ചന്ദ്രചൂഡൻ പറഞ്ഞത് പൂർണ്ണമായി ശിവൻകുട്ടി കേട്ടില്ല. മനസ്സ് പലപ്പോഴും സ്വന്തം വരുതിയിലല്ല പ്രവർത്തിക്കുന്നതെന്ന് ശിവൻകുട്ടി മനസ്സിലാക്കി. നിശ്ചലമായ ജലാശയത്തിൽ ഒരു കല്ല് വീണ് ചലനമുണ്ടാക്കിയതുപോലെ പാറുവമ്മയുടെ കത്ത് ശിവൻകുട്ടിയിൽ ഓളങ്ങളുണ്ടാക്കി. കൈകാലുകൾ വിറങ്ങലിച്ചതുപോലെ ഏറെനേരം അവൻ നിശ്ചലമായി നിന്നു.

ഏഴംകുളം കവലയിലെത്തിയപ്പോൾ സമയം രാത്രി എട്ടുമണി കഴിഞ്ഞിരുന്നു. ഇരുട്ട് ഈർപ്പം പുതച്ച് പുല്ലിൽ പറ്റിച്ചേർന്നു കിടന്നു. ജങ്ഷനിലെ തുണിക്കടയും പലചരക്ക് കടയും അരിയാട്ട് മില്ലും അടച്ചു കഴിഞ്ഞിരുന്നു. വയലിന്റെ കരയിൽ കക്കാ നീറ്റാനുള്ള പ്രാഥമിക ജോലികൾ നടക്കുന്നുണ്ട്. രാത്രി പത്തുമണിയോടെ കട്ടിപ്പുക ആകാശത്തേക്ക് ഉയരാൻ തുടങ്ങും. പുക ശ്വസിച്ചാൽ ശ്വാസകോശത്തിന് കേട് വരുമെന്ന് ആൾക്കാർക്ക് അറിയാം. കടകളെല്ലാം നേരത്തെ അടയ്ക്കുന്നത് അതുകൊണ്ടാണ്. ആർക്കുവേണ്ടിയും ആരും കാത്തുനില്ക്കാറില്ലല്ലോ. വീട്ടിലേക്കുള്ള വഴിയിലെ കലുങ്കിൽ ആരോ ഇരിക്കുന്നതു കണ്ടു. ശിവൻകുട്ടിയെ കണ്ടപ്പോൾ അയാൾ എഴുന്നേറ്റ് തിരുവനന്തപുരത്തുനിന്നും വരി

കയാണോ എന്ന് ചോദിച്ചു. വെളിച്ചക്കുറവു മൂലം അയാളുടെ മുഖം വ്യക്തമായിരുന്നില്ല. നീട്ടി വളർത്തിയ മുടി കണ്ടപ്പോൾ സുരേഷാണെന്ന് മനസ്സിലായി. ജങ്ഷനിലെ തുണിക്കടയിലെ ജീവനക്കാരനാണ്.

"ഭാരതിക്ക് അസുഖം ഇച്ചിരി കൂടുതലാണ്. ആളുകൾ പറയുന്നതു കേട്ടു. പിന്നെ രണ്ടുമാസം ഗർഭിണിയാണെന്നും. ഏതെങ്കിലും ആശുപത്രീ കൊണ്ടുപോയി ചികിത്സിച്ചില്ലെങ്കിൽ സംഗതി കൊഴപ്പമാ. അതോണ്ട് പറഞ്ഞതാ."

ശിവൻകുട്ടി സുരേഷിനെ സൂക്ഷിച്ചുനോക്കി. കളങ്കമില്ലാത്ത മനസ്സായതുകൊണ്ട് അവൻ എല്ലാം തുറന്നുപറയുന്നു. എന്ത്, എപ്പോൾ, എങ്ങനെ പറയണമെന്ന് അവന് അറിഞ്ഞുകൂടാ. എന്തായാലും ആരിൽ നിന്നോ അറിഞ്ഞ കാര്യമാണ് സുരേഷ് തന്നോടു പറഞ്ഞത്. വാർത്ത ശരിയോ തെറ്റോ ആവാം. ശിവൻകുട്ടി മറുപടിയൊന്നും പറയാതെ നടന്നു. കലുങ്കിനടിയിൽക്കൂടി വെള്ളം ഒഴുകുന്ന ശബ്ദം കേട്ടു. ആകാശം കാറ് മൂടിക്കിടന്നതുകൊണ്ട് നാട്ടുവെളിച്ചം നന്നേ കുറവായിരുന്നു. സുരേഷിന്റെ സംഭാഷണം ഒരു ചുഴലിക്കാറ്റ് പോലെ ശിവൻകുട്ടിയെ വിറപ്പിച്ചു. ഭാരതിച്ചേച്ചിയുടെ ഇപ്പോഴത്തെ അവസ്ഥ ദുഃഖകരമാണ്. ഇപ്പോൾ കേട്ട പുതിയ കഥ സത്യമോ? വിവാഹത്തിന് മുമ്പ് ഒരു പെൺകുട്ടി അമ്മയായാൽ സമൂഹം വെറുതെയിരിക്കുമോ? ശിവൻകുട്ടിയുടെ നിശ്വാസത്തിന് ഭയത്തിന്റെ നനവുണ്ടായിരുന്നു. ഇത്തരത്തിൽ ഒരു ദുര്യോഗം വന്നതിൽ ശിവൻകുട്ടി സങ്കടപ്പെട്ടു. വീടിനു മുന്നിലെ ഇടവഴിയിൽ അവൻ നിന്നു. കാലുകൾക്ക് തളർച്ച അനുഭവപ്പെട്ടു. വീടിനു മുന്നിൽ നില്ക്കുന്ന കാഞ്ഞിരമരത്തിന്റെ വേര് മണ്ണിനു മുകളിൽ തെളിഞ്ഞുകണ്ടു.

"മുത്തശ്ശീ"

മുറ്റത്തെത്തി അവൻ ഉറക്കെ വിളിച്ചു. ശബ്ദം കേട്ടു പാറുവമ്മ മണ്ണെണ്ണ വിളക്കുമായി തിണ്ണയിലിറങ്ങി. അവരുടെ മുഖം വാടിയിരുന്നു. മുഖത്ത് പഴയ ഊർജ്ജമൊന്നുമില്ലായിരുന്നു. ശരീരം ക്ഷീണിച്ചിരുന്നു.

"എന്റെ പൊന്നുമോനെ, അവള് നമ്മളെ ചതിച്ചെടാ." എന്നു പറഞ്ഞ് പാറുവമ്മ ഉറക്കെ കരയാൻ തുടങ്ങി. പാറുവമ്മ കരയുന്നത് കണ്ടപ്പോൾ ശിവൻകുട്ടിയുടെ കണ്ണിലും നീരുറവകൾ പൊടിഞ്ഞു. കണ്ണീരിന്റെ ചെറുമണികളെ കൈവിരലുകൾകൊണ്ട് അവൻ തട്ടിത്തെറിപ്പിച്ചു. ജോലികിട്ടി യാത്രയായപ്പോൾ പാറുവമ്മ കരഞ്ഞത് സന്തോഷം കൊണ്ട്. ഇപ്പോൾ സന്താപംകൊണ്ട്. സന്തോഷം വന്നാലും സന്താപം തോന്നിയാലും ആളുകൾ കരയാറുണ്ട്. ഏറെനേരം ഒന്നും പറയാതെ ശിവൻകുട്ടി പാറുവമ്മയെ നോക്കിനിന്നു. തിണ്ണയിലെ മുളത്തൂണിൽ ചാരിയിരുന്ന് അവർ വെറ്റിലമുറുക്കാൻ തുടങ്ങി.

"മക്കളെ." പാറുവമ്മ വിളിച്ചു. "ഭാരതി ഗർഭിണിയാണെന്നാ അവൾ പറയുന്നത്."

"മുത്തശ്ശിക്കെന്തു തോന്നുന്നു. അതോ ചേച്ചി ഭ്രാന്തു പറയുന്നോ?"

"ലക്ഷണം കണ്ടിട്ടു ശരിയാന്നാ എനിക്കും തോന്നുന്നത്. പക്ഷേ, വിവാഹം കഴിക്കാതെ ഒരു പെണ്ണ് ഗർഭിണിയാവുന്നത് തെറ്റല്ലേ? എനിക്ക്

സഹിക്കാൻ കഴിയുന്നില്ല. നാട്ടുകാരുടെ മൊഹത്ത് ഞാനെങ്ങനെ നോക്കും? നിനക്ക് തലയുയർത്തി നടക്കാൻ പറ്റുമോ?"

"മുത്തശ്ശി വിഷമിക്കാതെ. ഏത് പ്രശ്നത്തിനും പരിഹാരമുണ്ട്."

"ഇല്ല. ഈ പ്രശ്നത്തിന് ഒരു പരിഹാരോമില്ല."

ശിവൻകുട്ടി ഭാരതി കിടക്കുന്ന പത്തായത്തിന് സമീപമെത്തി. അവൾ കണ്ണ് തുറന്നാണ് കിടക്കുന്നത്. അവരുടെ സംഭാഷണമെല്ലാം അവൾ കേട്ടുകഴിഞ്ഞു. അവളുടെ മുഖം പ്രസന്നമായിരുന്നു. അവൾ പത്തായത്തിനു മുകളിൽ എഴുന്നേറ്റിരുന്നു.

"ചേച്ചീ, ഞാൻ കേൾക്കുന്നതൊക്കെ ശരിയാണോ?"

"നീ കേട്ടതെന്താന്നു പറ. എന്നാലല്ലേ എനിക്ക് ശരിയാണോന്ന് പറയാൻ കഴിയൂ."

"ചേച്ചി ഗർഭിണിയാണോ?"

"അതെ."

"ആരാ കുട്ടിയുടെ അച്ഛൻ? വായനശാലേലെ രാജേന്ദ്രനാണോ?"

"ആരാന്നുള്ളത് തീരെ അപ്രസക്തമായ കാര്യമാണ്. ആരോ ആവട്ടെ. കുഞ്ഞിന്റെ അച്ഛനെക്കുറിച്ച് ഞാൻ ചിന്തിക്കുന്നതേയില്ല. ഒരു സ്ത്രീയെന്ന നിലയിൽ എനിക്ക് അമ്മയാവാനുള്ള അവകാശമുണ്ട്. അമ്മയാകണമെങ്കിൽ ഒരു പുരുഷൻ കൂടിയേതീരൂ. ഒരു പുരുഷനെ ഞാൻ ഉപയോഗിച്ചു. അത്രമാത്രം. വിവാഹം കഴിക്കാതെ അമ്മയാവാൻ പാടില്ല എന്ന് സമൂഹം പറയുന്നുണ്ടാവാം. അതവരുടെ സ്വാർത്ഥതയാണ്. കുഞ്ഞിന് അച്ഛൻ വേണമെന്ന് ആരാ പറഞ്ഞത്? മൃഗങ്ങൾക്ക് അച്ഛനുണ്ടോ? മൃഗങ്ങളും മനുഷ്യനും തമ്മിൽ ചെറിയ വ്യത്യാസമേ ഞാൻ കാണുന്നുള്ളൂ. ഞാൻ പ്രസവിക്കും. കുഞ്ഞിനെ വളർത്തും. അച്ഛനില്ലാതെ വളർത്തും. വലുതാക്കും. വളരുമ്പോൾ എന്റെ അച്ഛനാരാണെന്ന് അവൻ ചോദിക്കത്തില്ല. ജാതിയും മതവുമില്ലാതെ കുട്ടികൾ വളരുന്നുണ്ടല്ലോ. അതുപോലെ എന്റെ മകനും അച്ഛനില്ലാതെ വളരും. ഭാവിയിൽ ഞാനോ എന്റെ കുഞ്ഞോ നിനക്ക് ഒരു ബാദ്ധ്യതയാവില്ല എന്ന് ഉറപ്പ് തരുന്നു. വിവാഹം കഴിക്കാതെ അമ്മയാവാനായിരുന്നു എനിക്കിഷ്ടം. ഒരു പുരുഷന് വച്ചുവിളമ്പി, അവന്റെ എല്ലാ കാര്യങ്ങളും നോക്കി, അവന്റെ ശകാരം കേട്ട്, അവനെ സ്നേഹിച്ചും വെറുത്തും കഴിയാൻ എനിക്ക് താല്പര്യമില്ല. ജലം ഒഴുകിപ്പോവുമ്പോൾ വഴിയിൽ കല്ലുകളുണ്ടാവാം. ഒന്നുകിൽ കല്ലിനെ ഒഴിഞ്ഞ് ഒഴുകുക. അല്ലെങ്കിൽ കല്ലുകൾ തകർത്ത് മുന്നേറുക. ജീവിതം ഒരു മഹാപ്രവാഹമാണ്. രണ്ടായാലും ഒഴുകാതിരിക്കാൻ പറ്റില്ല. സന്തോഷം ആസ്വദിക്കാനാണ് എല്ലാവരും ജീവിക്കുന്നത്. എനിക്ക് സന്തോഷം കിട്ടിക്കഴിഞ്ഞു. ആരും അക്കാര്യമോർത്ത് വേവലാതിപ്പെടേണ്ട. എന്റെ ശരീരമാണ് കുഞ്ഞിനെ ഏറ്റുവാങ്ങിയതെങ്കിലും അതിന് കാരണക്കാരൻ എന്റെ മനസ്സാണ്. എന്റെ മനസ്സിൽ ഇപ്പോൾ നല്ല ചിന്തകൾ മാത്രമേയുള്ളൂ. ഫലത്തെക്കുറിച്ച് ചിന്തിക്കാതെ കർമ്മം ചെയ്യാനാണ് *ഭഗവദ്ഗീത*യിലും പറഞ്ഞിരിക്കുന്നത്. എന്നെ ഓർത്ത് ആരും ആശങ്കപ്പെടേണ്ട. നിനക്ക് നാണക്കേടാണെങ്കിൽ ഞാനിവിടെ ഒരു നിമിഷം കഴിയത്തില്ല. കറുത്ത ഉറുമ്പുകൾ സ്വന്തം

മുട്ടകൾ പെറുക്കി പുതിയ താവളത്തിലേക്ക് പായുന്നതുപോലെ ഞാനും പോകും. നീ ഇപ്പോൾ ഒരു കേന്ദ്ര ഗവ: ജോലിക്കാരനാണ്. അതിന്റേതായ ഒരു പദവി നിനക്കിപ്പോഴുണ്ട്. നീ പറഞ്ഞാൽ ഞാൻ പോയേക്കാം. പാറുവമ്മ ഇതിനോടകം പലപ്രാവശ്യം അക്കാര്യം എന്നോട് പറഞ്ഞു കഴിഞ്ഞു. നീ വന്നിട്ട് തീരുമാനിക്കാമെന്ന് ഞാൻ പാറുവമ്മയ്ക്ക് വാക്കു കൊടുത്തിട്ടുണ്ട്. ശാരീരിക ക്ലേശങ്ങളുണ്ട്. പക്ഷേ, മനസ്സിന് ശക്തിയുണ്ട്. അത് എന്റെ വയറ്റിൽക്കിടക്കുന്ന കുഞ്ഞ് തരുന്ന ശക്തിയാണ്. അവനോ അവളോ ആണ് ഇപ്പോൾ എന്നെ നിയന്ത്രിക്കുന്നത്."

ഭാരതി പറഞ്ഞതെല്ലാം ശിവൻകുട്ടി കേട്ടു. അവൻ പത്തായത്തിന് മുകളിൽ കയറി അവളോടൊത്തിരുന്നു. അവൻ അവളുടെ തോളിൽ കൈവച്ച് അവളെ ആശ്വസിപ്പിക്കാൻ ശ്രമിച്ചു. പല ദിവസങ്ങളായി ഭാരതിച്ചേച്ചിയുടെ കണ്ണീർവീണ് പത്തായപ്പലകയിൽ കറുത്ത പൊട്ടുകൾ പ്രത്യക്ഷപ്പെട്ടത് അവൻ ശ്രദ്ധിച്ചു. ഭാരതിച്ചേച്ചിയുടെ ദുർബ്ബലമായ ശബ്ദത്തിന് നിയന്ത്രണങ്ങളുടെ കെട്ടുകൾ പൊട്ടിക്കാൻ ശക്തിയുണ്ടായിരുന്നെങ്കിലും ശിവൻകുട്ടി ശാന്തനായിരുന്നു. ചേച്ചിക്ക് അവരുടേതായ ന്യായങ്ങൾ എല്ലാക്കാര്യത്തിലുമുണ്ട്. പെങ്ങൾ ആങ്ങളയെ സംബന്ധിച്ച് എത്ര പ്രധാനമാണെന്നും അവരുടെ അനുഭവം എത്ര സങ്കീർണ്ണമാണെന്നും അവരെ ആശ്വസിപ്പിക്കുകയാണ് തന്റെ ഇപ്പോഴത്തെ കടമയെന്നും അവൻ വിശ്വസിച്ചു.

"ഭാരതിച്ചേച്ചി എന്റെ പെങ്ങളാണ്. മൂത്തസഹോദരിക്ക് അമ്മയുടെ സ്ഥാനമാണുള്ളത്. അച്ഛനും അമ്മയുമില്ലാത്തതുകൊണ്ട് ചേച്ചിയുടെ എല്ലാ ഉത്തരവാദിത്വങ്ങളും എനിക്കാണ്. പെങ്ങൾക്കുവേണ്ടി ജീവിച്ച എത്രയോ ആങ്ങളമാർ നമ്മുടെ സമൂഹത്തിലുണ്ട്. ചെയ്തതു തെറ്റാണെങ്കിലും അതൊക്കെ പൊറുത്ത് ഞാൻ ചേച്ചിയെ സംരക്ഷിക്കും. അതിന് ആരുടെയും അനുവാദം വേണ്ട. എന്നെ അമ്മാവൻ എന്നു വിളിക്കാൻ ഒരാളുണ്ടാവുമല്ലോ. അത്രയും സന്തോഷം. ഈ ലോകത്ത് എല്ലാവരും ശരികൾ മാത്രം ചെയ്താൽ തെറ്റ് ചെയ്യാനും ആളുകൾ വേണം. സ്വന്തം മനഃസാക്ഷി പറയുന്നതാണ് ഓരോരുത്തരുടെയും ശരികൾ. ചേച്ചി മനസ്സ് വേദനിപ്പിക്കരുത്. ജനിക്കാൻ പോകുന്ന കുഞ്ഞിന് അത് ദോഷകരമായിരിക്കും."

ഭാരതി പത്തായത്തിന് മുകളിൽനിന്നും തിണ്ണയിലെ ബഞ്ചിൽ വന്നിരുന്നു. ഒരറ്റത്ത് ശിവൻകുട്ടിയും.

"ചേച്ചിക്ക് ആശുപത്രീൽ പോണോ?"

"എന്തിന്?"

"മനസ്സിന് എന്തെങ്കിലും തകരാറുണ്ടോന്നു നോക്കാൻ."

"ഇല്ല. എനിക്കിപ്പോൾ ഒരു കുഴപ്പവുമില്ല. ഞാനിപ്പോൾ നോർമ്മലാണ്. അതിനുമുമ്പ് മനസ്സ് മുള്ളുകൊണ്ട് മുറിവേറ്റവളെപ്പോലെയായിരുന്നു. മനസ്സിലെ മാലിന്യമെല്ലാം എന്റെ കുഞ്ഞ് കഴുകിക്കളഞ്ഞു. ഞാനിപ്പോൾ വീണ്ടും പുസ്തകം വായിക്കാൻ തുടങ്ങി. വായനയിലൂടെയാണ്

എന്റെ മനസ്സിന് ശക്തി കിട്ടിയത്. ഭ്രാന്തൊക്കെ ഒഴിഞ്ഞുപോയി."

"ചേച്ചിക്ക് എന്തെങ്കിലും സഹായം വേണോയെന്ന് ചോദിച്ചതാ. തിരുവനന്തപുരത്ത് നല്ല ഒരു ആശുപത്രിയുണ്ട്."

"ശിവൻകുട്ടീ, പാറുവമ്മേടെ കൂട്ട് നീകൂടി എന്നെ കൈവിട്ടിരുന്നെങ്കിൽ ഞാൻ ആകെ തളർന്നുപോയേനേ. ഇപ്പോൾ എനിക്ക് ഇരട്ടി ശക്തി കിട്ടി. എന്റെ എല്ലാ ചിന്തകൾക്കും നീ മരുന്നായി."

പാറുവമ്മ മുളന്തൂണിൽ ചാരിയിരുന്ന് അവരുടെ സംഭാഷണം കേട്ടുകൊണ്ടിരുന്നു. അവർ കാലുകൾ നീട്ടിവച്ചു. വെറ്റ തിന്നാനുള്ള പാത്രം കാലുകൾക്ക് മുകളിൽ വച്ചു. പാത്രത്തിൽ വെറ്റിലയോ പാക്കോ ചുണ്ണാമ്പോ ഒന്നും ഉണ്ടായിരുന്നില്ല. അതുകൊണ്ട് അവർ വെറ്റില മുറുക്കിയില്ല. ചുണ്ടുകൾ വിറയ്ക്കാൻ തുടങ്ങി. അവശേഷിക്കുന്ന ഒറ്റപ്പല്ല് താഴേക്കിറങ്ങി വന്നില്ല. ചുണ്ടുകൾ വിറച്ച് വിറച്ച് പാറുവമ്മ കരച്ചിലിന്റെ വക്കിലെത്തി. ഉള്ളിൽ ഒരു അഗ്നിപർവ്വതം പൊട്ടാൻപാകത്തിൽ നിന്നു. ചൂട് ലാവ പൊട്ടിയൊലിച്ച് എപ്പോൾ വേണമെങ്കിലും പുറത്തുചാടാം. കൊച്ചുമക്കൾ രണ്ടുപേരും തന്നെ ഒറ്റപ്പെടുത്തുന്നതായി പാറുവമ്മയ്ക്ക് തോന്നി. ചെറുപ്പത്തിൽ കണ്ടംകൊയ്യുമ്പോൾ നാട്ടിലെ പല കുറുപ്പന്മാരും പാറുവമ്മയെ മോഹിച്ചിട്ടുണ്ട്. അവരുടെ നോട്ടങ്ങളെ പാറുവമ്മ നിഷ്കരുണം തട്ടിത്തെറിപ്പിച്ചു. പുടവ വാങ്ങിത്തന്ന ആളുമായി മാത്രം ശരീരം പങ്കുവച്ചു. പിന്നീട് ഭർത്താവ് ഉപേക്ഷിച്ചുപോയെങ്കിലും പാറുവമ്മ പതറിയില്ല. അവർ ശരിയായ വഴിയിലൂടെമാത്രം സഞ്ചരിച്ചു. ഇലകൾ തുന്നിചേർത്ത ചുവന്ന ഉറുമ്പിനെപ്പോലെ പാറുവമ്മ ജീവിച്ചു. തന്റെ ചെറുമകൾ വഴിതെറ്റിയിരിക്കുന്നു. ഭാരതിയോടു അകന്ന് പെരുമാറാനാണ് അവർ ആഗ്രഹിക്കുന്നത്. ശിവൻകുട്ടിയും ഭാരതി ചെയ്ത തെറ്റിനെ ന്യായീകരിക്കുന്നു. പാറുവമ്മയും ഭാരതിയും ഇനിയും ഒരേ വീട്ടിൽ താമസിക്കാൻ പാടില്ല. തന്റെ ദുഃഖം ആരും മനസ്സിലാക്കുന്നില്ല എന്ന് പാറുവമ്മയ്ക്ക് തോന്നി. രണ്ടുദിവസമായി അവർ വെള്ളംമാത്രം കുടിച്ചുകൊണ്ടാണ് കഴിയുന്നത്. പത്തായത്തിൽനിന്നും പണപ്പെട്ടിയെടുത്ത് അവർ ഭാരതിക്ക് നല്കി. ഇനിയും അവർക്ക് പണത്തിന്റെ ആവശ്യമില്ല. ചെറുമകളുടെ വിവാഹം ആർഭാടമായി നടത്തേണ്ട കാര്യമില്ല. ശിവൻകുട്ടിയെ കോളേജിൽ ചേർക്കണ്ടാ. അവർ ചുരുണ്ടുകൂടി തന്റെ കുഴിക്കട്ടിലിൽ കിടന്നു. ശരശയ്യയിൽ കിടന്ന ഭീഷ്മരെപ്പോലെ മരണവും കാത്ത്.

"പാറുവമ്മ വല്ലതും കഴിച്ചോ?"

ശിവൻകുട്ടി ചോദിച്ചു.

"ഇല്ല, മക്കളെ, എനിക്ക് വിശപ്പില്ല."

അവരുടെ അരയിലെ ചരടിൽ ഇപ്പോൾ പത്തായത്തിന്റെ താക്കോലില്ല. അത് ഭാരതിയെ ഏല്പിച്ചു. പാറുവമ്മയുടെ ഉള്ളിൽ ഇപ്പോൾ തിളയ്ക്കുന്ന ചിന്തകളില്ല. ഇനിയും ഒന്നിനെക്കുറിച്ചും ആലോചിച്ച് വിഷമിക്കേണ്ട കാര്യമില്ലെന്നും ഒഴുക്കിനൊത്ത് നീന്തിയാൽ മതിയെന്നും പാറുവമ്മ ഉറപ്പിച്ചു.

മുപ്പത്തി ആറ്

പതിവുപോലെ അഞ്ചുമണിക്ക് തന്നെ ശിവൻകുട്ടി എഴുന്നേറ്റു. ക്ഷേത്രത്തിൽ റിക്കാർഡിട്ട് കഴിഞ്ഞാൽ പിന്നീട് ഉറങ്ങാൻ കഴിയാറില്ല. മുറ്റത്തും പറമ്പിലും പുകപോലെ മഞ്ഞ് മൂടിക്കിടക്കുന്നുണ്ട്. അഞ്ചരമണിക്കുള്ള അടൂർ വണ്ടി ലൈറ്റിട്ടു മഞ്ഞിലൂടെ സാവധാനം നീങ്ങി. അഴിച്ചിട്ട മുടിയുമായി സ്ത്രീകൾ നിർമ്മാല്യം തൊഴാനായി ക്ഷേത്രത്തിലേക്ക് ധൃതിയിൽ നടക്കുന്നുണ്ട്. റോഡരുകിലെ പനയുടെ മുടിയിലിരുന്ന് കാക്കകൾ 'കാ കാ' എന്ന് ശബ്ദിച്ചുകൊണ്ടിരുന്നു. ശിവൻകുട്ടി വെറുതെ ക്ഷേത്രത്തിലേക്ക് നടന്നു. ജോലി കിട്ടിയതിനുശേഷം ആദ്യമായി ക്ഷേത്രത്തിലേക്ക് പോവുകയാണ്. തണുത്ത കാറ്റ് അവന്റെ ശരീരത്തിൽ കുളിരുകോരിയിട്ടു.

അമ്പലക്കുളത്തിനു മുകളിൽ മഞ്ഞ് നീരാവിപോലെ നിലകൊണ്ടു. പ്രഭാതത്തിലെ അമ്പലക്കുളം എത്രനേരം നോക്കിനിന്നാലും ശിവൻകുട്ടിക്ക് ബോറടിക്കാറില്ല. കാറ്റടിച്ചപ്പോൾ കുളത്തിൽ ഓളങ്ങളുണ്ടായി. കിണറ്റിലെ വെള്ളത്തിന് തണുപ്പാണെങ്കിലും അമ്പലക്കുളത്തിലെ വെള്ളം എപ്പോഴും ചൂടായി കിടക്കും. ആരാണ് കുളത്തിനടിയിൽ ചൂട്ടു കത്തിച്ചു വെള്ളം ചൂടാക്കുന്നതെന്ന് ശിവൻകുട്ടി സ്വയം ചോദിച്ചു. ശിവൻകുട്ടി കുളത്തിലിറങ്ങി കാലും മുഖവും കഴുകി. ഒരിറ്റുവെള്ളമെടുത്ത് തലയിൽ തളിച്ചു. മേൽശാന്തി ദേവദാസ് തിരുമേനി തന്റെ ശരീരം വെള്ളത്തിനുള്ളിൽനിന്നും പുറത്തെടുത്ത് കുളത്തിന്റെ കരയിലെ കല്ലിൽ കയറിനിന്നു. അയാളുടെ ശരീരത്തുനിന്നും വെള്ളം കല്ലിലേക്ക് ഒഴുകി നിറഞ്ഞു. തോർത്തഴിച്ച് പിഴിഞ്ഞ് ശരീരം തുടച്ചപ്പോൾ അയാളുടെ ചുവന്ന കോണകം നഗ്നത മറച്ചു. അമ്പലക്കാവിനു മുന്നിലെ ചെറിയ കുഴികളിൽ മഴവെള്ളം ഉത്സാഹമില്ലാതെ ആകാശം നോക്കിക്കിടന്നു. ശിവൻകുട്ടിയെ കണ്ടപ്പോൾ ദേവദാസ് തിരുമേനി തിരിഞ്ഞുനിന്നു. തിരുമേനിയുടെ ചുവന്ന കോണകം നനഞ്ഞ തോർത്തിനുള്ളിലൂടെ അവ്യക്തമായി കണ്ടു.

"എങ്ങനെയുണ്ട് ശിവൻകുട്ടി, പുതിയ ജോലിയൊക്കെ. നല്ല ശമ്പളമുണ്ടെന്ന് കേട്ടല്ലോ."

"കൊഴപ്പമില്ല. മാസം നൂറ്റി എഴുപത്തിയഞ്ച് രൂപാ കിട്ടും."

"അതൊരു വല്യ തൊകയാണല്ലോ. ഞങ്ങളെ ശമ്പളം എത്രയാന്ന് അറിയുമോ നിനക്ക്. മാസം മുപ്പതു രൂപാ. നൂറ്റി എഴുപത്തിയഞ്ച് എവിടെ കെടക്കുന്നു, മുപ്പത് എവിടെ കെടക്കുന്നു."

"കിട്ടുന്ന ദക്ഷിണ മാസം എത്ര രൂപാവരും."

"എന്നാലും ശിവൻകുട്ടീടെ അത്രേം വരത്തില്ല."

അന്നേരം ആകാശം വെളുത്തു തുടങ്ങിയിരുന്നു. രാത്രിയിൽ നിലാവ് കണ്ടത്തിൽ വിരിച്ചിട്ട വോയിൽ സാരി എടുക്കാൻ മറന്നുപോയതുകൊണ്ട് പ്രഭാതം സാരി മടക്കി തോളിലിട്ടു. രാത്രിയിൽ ആകാശത്ത് നടന്ന സല്ക്കാരത്തിന്റെ അവശിഷ്ടങ്ങൾ തൂത്ത് മാറ്റി ഉഷസ്സ് ഓടി നടക്കു

ന്നത് കണ്ടു. കനാലിനക്കരെയുള്ള സൗദാമിനിയുടെ വീട്ടിലേക്ക് ശിവൻകുട്ടി നോക്കിയെങ്കിലും മഞ്ഞ് മൂടിക്കിടന്നതു മൂലം ഒന്നും വ്യക്തമായില്ല. കുഞ്ഞിരാമൻ ചേട്ടന്റെ ചായക്കടയിൽ ചമ്മന്തിക്ക് കടുക് വറക്കുന്ന മണം പുറത്തുവന്നു. ക്ഷേത്രഭിത്തിയിലെ കൽവിളക്കിൽനിന്നും എണ്ണതൂവിയ പാട് വീതിയുള്ള വരപോലെ കാണപ്പെട്ടു.

ചിന്തകളിൽ പൊടുന്നനെ സൗദാമിനി കയറിവന്നതുകൊണ്ട് ശിവൻകുട്ടി കനാല്പാലത്തിന് സമീപത്തേക്ക് നടന്നു. ഉത്സവത്തിന് കെട്ടുകുതിര കടന്നുപോയതുമൂലം വലിയ വരമ്പിന്റെ ചില ഭാഗങ്ങൾ അടർന്നുപോയിട്ടുണ്ട്. കനാല്പാലത്തിലെ പലക ഉയർത്തിവച്ചിരുന്നതുകൊണ്ട് തോട്ടിൽ വെള്ളം കുറവായിരുന്നു. കുളികഴിഞ്ഞ ഒരു സ്ത്രീ പതിയാന്റെ തോട്ടിൻകരയിൽ മുടി ചിക്കുന്നതു കണ്ടു. സൗദാമിനിയുടെ മുറ്റത്തുനിന്ന് ഇവിടാരുമില്ലേ എന്ന് ശിവൻകുട്ടി വിളിച്ചു ചോദിച്ചു. സൗദാമിനി കതക് തുറന്ന് പുറത്തുവന്നു.

"നീ എന്നു വന്നു? കേറിവാ. ജോലിയൊക്കെ സുഖമാണോ? എന്നാലും ശിവൻകുട്ടീ, നീ തിരുവനന്തപുരത്ത് പോവുന്നേനു മുമ്പ് എന്നോടൊന്ന് പറഞ്ഞില്ലല്ലോ. ഞാൻ നിന്റെ ആരാ? അല്ലിയോ. പക്ഷേ, എനിക്ക് നീ അങ്ങനെയല്ല. അതുകൊണ്ടാണല്ലോ തൂങ്ങിയെറങ്ങിയപ്പം പാലും കൊണ്ടുവന്നത്."

"അറിഞ്ഞോണ്ട് പറയാതിരുന്നതല്ല. സത്യത്തിൽ ആരോടും പറഞ്ഞില്ല. സൗദാമിനിച്ചേച്ചിയോടു പറയേണ്ടതാരുന്നു. തെറ്റുപറ്റി. ക്ഷമിക്കണം."

"ക്ഷമയൊന്നും വേണ്ട. ഭാരതിക്ക് എങ്ങനെയൊണ്ട്?"

"കൊറവൊണ്ട്. പക്ഷേ, ഒരു മനഃസമാധാനവുമില്ല."

"അവടെ കല്യാണമൊക്കെ നമുക്ക് ഭംഗിയായി നടത്താം."

"അതല്ല."

"പിന്നെ?"

"ഒന്നുമില്ല."

സൗദാമിനി ശിവൻകുട്ടിയെ നോക്കി. ശിവൻകുട്ടി ശ്വാസമടക്കി നിശ്ചലനായി. വീട്ടിലെ എല്ലാ കാര്യങ്ങളും സൗദാമിനിച്ചേച്ചി അറിയേണ്ടതുണ്ടോ എന്നവൻ സംശയിച്ചു. സാവകാശം പറയാമെന്ന് അവൻ വിചാരിച്ചു. പറയാൻ പറ്റാത്ത കാര്യങ്ങളാണല്ലോ ഭാരതിച്ചേച്ചിയെക്കുറിച്ച് പുറത്തുവരുന്നത്. സൗദാമിനി അടുക്കളയിൽ കയറി.

"നിനക്ക് കട്ടൻ വേണോ? ചായയ്ക്ക് പാലില്ല."

"കട്ടൻമതി. അതും അര ഗ്ലാസ്." ഒരു ധ്യാനത്തിലെന്നപോലെ ശിവൻകുട്ടി പറഞ്ഞു.

വയലിലൂടെ പാചകക്കാരൻ വാസുപിള്ള ഓടി വരുന്നതു കണ്ടപ്പോൾ ശിവൻകുട്ടി എഴുന്നേറ്റു.

"എന്താ ചേട്ടാ, എന്തുപറ്റി?"

"ശിവൻകുട്ടി, നീ വീട്ടിലോട്ടു വാ."

"എന്താ വിശേഷം?"

"വീട്ടിൽ ഒരപകടം നടന്നിരിക്കുന്നു."

ഇത്രയും പറഞ്ഞിട്ടു വാസുപിള്ള തിരിഞ്ഞോടി. ശിവൻകുട്ടി അയാളുടെ പിറകേ വച്ചുപിടിച്ചു. സൗദാമിനി കടുംകാപ്പിയുമായി വന്നപ്പോൾ ശിവൻകുട്ടിയെ കണ്ടില്ല. ഒന്നും മനസ്സിലാവാതെ അവൾ വയലിലേക്ക് നോക്കി. രണ്ടുപേർ ഓടുന്നതുമാത്രം കണ്ടു. അതിലൊന്ന് ശിവൻകുട്ടിയാണ്. സൗദാമിനി ഉറക്കെ വിളിച്ചെങ്കിലും ശിവൻകുട്ടി ഓടുകയായിരുന്നു. ശിവൻകുട്ടിയുടെ വീട്ടിൽ എന്താണ് സംഭവിച്ചതെന്ന് അറിയാൻ സൗദാമിനി തോർത്ത് തോളത്തിട്ടു വയലിലിറങ്ങി.

ശിവൻകുട്ടി വീട്ടിലെത്തി. അവൻ തിണ്ണയിൽ കയറിയപ്പോൾ ഭാരതി പത്തായത്തിന് മുകളിലിരുന്നു കരയുന്ന ശബ്ദമാണ് കേട്ടത്. കരച്ചിലിന് ശബ്ദം കുറവായിരുന്നു.

"എന്തുപറ്റി ചേച്ചി?"

"നമ്മുടെ പാറുവമ്മ."

"പാറുവമ്മയ്ക്കെന്തു പറ്റി....?"

"നീയാ കട്ടിലിലോട്ടു നോക്ക്."

പാറുവമ്മയുടെ മുറിയിലെ തെക്കോട്ടുള്ള ചെറിയ ജന്നലിന്റെ ഒറ്റക്കതക് അവൻ തുറന്നിട്ടു. പുറത്ത് കാത്തുനിന്ന വെളിച്ചം തിക്കിത്തിരക്കി മുറിക്കുള്ളിൽ കയറി. പാറുവമ്മ ക്ഷേത്രോത്സവം കാണുന്ന ജന്നലായിരുന്നു അത്. അത് തുറന്നിട്ടാൽ അമ്പലത്തിൽ നടക്കുന്നതെന്താണെന്ന് ശബ്ദംകൊണ്ട് തിരിച്ചറിയാൻ കഴിയും. ഒരു കൊച്ചുകുട്ടി തുണിത്തൊട്ടിലിൽ ഉറങ്ങുന്നതുപോലെ തന്റെ കുഴിക്കട്ടിലിൽ പാറുവമ്മ ഒരിക്കലും ഉണരാത്ത ഉറക്കത്തിലേക്ക് വീണു കിടക്കുന്നത് ശിവൻകുട്ടി കണ്ടു. പാറുവമ്മയുടെ കണ്ണുകൾ തുറന്നിരുന്നു. വായ് അടഞ്ഞിരുന്നില്ല. ജന്നലിന്നപ്പുറം ഒരു ഗൗളി ചിലയ്ക്കുന്നത് കേട്ടു. ഉണങ്ങിയ ചാണകത്തിന്റെ ഗന്ധവും മരണത്തിന്റെ മണവും കൂടിക്കലർന്ന് മുറിയാകെ ഓടിനടന്നു. പാറുവമ്മയുടെ ശരീരം തണുത്തിരുന്നു. ഉറക്കത്തിലായിരിക്കാം അവർ നീണ്ടയാത്ര തുടങ്ങിയതെന്ന് ശിവൻകുട്ടി അനുമാനിച്ചു. ഒരിക്കൽപോലും ശബ്ദിക്കാൻ അനുവദിക്കാതെ പാറുവമ്മയുടെ ജീവൻ ആരോ കൊത്തിക്കൊണ്ട് പോയിരിക്കുന്നു. പാറുവമ്മ എന്ന പൂവിനെ ദൈവം ആരുമറിയാതെ അടർത്തിക്കൊണ്ടു പോയിരിക്കുന്നു. പാറുവമ്മയുടെ ശരീരത്തിലൂടെ ശവംതീനി ഉറുമ്പുകൾ വേഗത്തിൽ നടന്നു നീങ്ങുന്നതു കണ്ടു. ശരീരം മരിച്ചതായാലും ജീവിച്ചിരിക്കുന്നതായാലും അവർക്ക് ആഹാരമായി എന്തെങ്കിലും കിട്ടണം. ഇരുട്ടായാലും വെളിച്ചമായാലും അന്വേഷണമാണ് ഉറുമ്പിന്റെ ജീവിതോദ്ദേശ്യം. ശിവൻകുട്ടി ഉറുമ്പിൻകൂട്ടങ്ങളെ തട്ടിത്തെറിപ്പിച്ചെങ്കിലും അവർ വീണ്ടും കൂട്ടമായി വന്ന് പാറുവമ്മയുടെ ശരീരം പൊതിയാൻ തുടങ്ങി. നിശ്ചലമായ എന്തിലും ഉറുമ്പ് കൂടുണ്ടാക്കും. ഉറുമ്പുകൾക്കറിയില്ലല്ലോ അത് ശിവൻകുട്ടിയുടെ പ്രിയപ്പെട്ട പാറുവമ്മയാണെന്ന്. തൊട്ടിലിൽ ഉറങ്ങുന്ന കൊച്ചുകുട്ടിയെ അമ്മ സ്നേഹപൂർവ്വം പുറത്തെടുക്കുന്നതുപോലെ, ശിവൻകുട്ടി പാറുവമ്മയുടെ എല്ലിൻകൂടത്തെ കുഴിക്കട്ടിലിൽനിന്നും പൊക്കിയെടുത്ത്

താഴെക്കിടത്തി. പാറുവമ്മയുടെ ചന്തിയിൽ പറ്റിച്ചേർന്നിരുന്ന തുണിക്കഷണത്തിലെ നനവിലും ഉറുമ്പുകൾ ഉണ്ടായിരുന്നു. പാറുവമ്മയുടെ കണ്ണുകളിലും ശവം തീനികൾ പൊതിഞ്ഞിരുന്നു. ശിവൻകുട്ടി ഉറുമ്പുകളെ തൂത്തുമാറ്റി. പാറുവമ്മയുടെ കണ്ണിലെ കൃഷ്ണമണികൾ ഉറുമ്പുകൾ തിന്നുതീർത്തിരുന്നു. അവിടെ രണ്ടു ചെറിയ കുഴികൾ മാത്രം കണ്ടു. പാറുവമ്മയ്ക്ക് കരയാനും കാഴ്ച കാണാനും ഇനിയും കണ്ണുകളുടെ ആവശ്യമില്ലെന്ന് മനസ്സിലാക്കിയ ഉറുമ്പുകൾ മനുഷ്യശരീരത്തിലെ ഏറ്റവും മൃദുലമായ ഭാഗം ആഹാരമാക്കിയതിൽ എന്താണ് തെറ്റെന്ന് സ്വയം ചോദിച്ചിട്ടു ശിവൻകുട്ടി തന്റെ കണ്ണിലെ ജലം തുടച്ചുനീക്കി. പാറുവമ്മയുടെ അവശേഷിക്കുന്ന കണ്ണുകൾ ശിവൻകുട്ടി തിരുമ്മിയടച്ചു. അവരുടെ വായുടെ മുകളിലെ ഒറ്റപ്പല്ല് ഇനിയും ഒരിക്കലും വിറയ്ക്കാത്ത ചുണ്ടിലേക്ക് നോക്കി നെടുവീർപ്പിട്ടു. വർഷങ്ങളായി വെറ്റിലയും പാക്കും ചവച്ച വായ് തുണികൊണ്ട് അവൻ കെട്ടിയടച്ചു. അവർ നിരന്തരം സംസാരിച്ച നാവും ഏകനായ പല്ലും വാതിലില്ലാത്ത മുറിയ്ക്കുള്ളിലെ ഇരുട്ടിൽ വിതുമ്പി. ഇനിയും വെറ്റില ചവയ്ക്കാൻ പാറുവമ്മയ്ക്ക് വായില്ല. ശകാരത്തിന്റെ വാളോങ്ങി ഭയപ്പെടുത്താൻ പാറുവമ്മയ്ക്ക് നാവില്ല. ജീവിതവൃക്ഷത്തിലെ ഒരിലകൂടി കൊഴിഞ്ഞിരിക്കുന്നു.

രാമക്കുറുപ്പ് സ്ഥിരമായി ഇരിക്കാറുള്ള ബഞ്ചിന്റെ അറ്റത്ത് ശിവൻകുട്ടി മുളന്തൂണിലേക്ക് നോക്കിയിരുന്നു. പാറുവമ്മയെ ഇനിയും മടക്കി വിളിക്കാൻ കഴിയില്ല. അവർ ആകാശത്തിനപ്പുറത്തേക്ക് പോയി. ശിവൻകുട്ടിയുടെ ഉള്ളിൽനിന്നും ഒരു തേങ്ങൽ പൊട്ടിയടർന്ന് പുറത്തേക്ക് ഒരു കരച്ചിലായി രൂപാന്തരപ്പെടുന്നതിനു മുമ്പ് അവൻ അടക്കി. ഭാരതിച്ചേച്ചിയെ സമാധാനിപ്പിക്കേണ്ടത് താനാണെന്നുള്ള ചിന്ത അവനെ നിയന്ത്രിച്ചു. ശിവൻകുട്ടി കരയോഗക്കാരെ കാത്ത് ഒന്നും മിണ്ടാതെ ഇരുന്നു. മുറ്റത്തെ മാവിലിരുന്ന് കാക്കകൾ കരഞ്ഞു. പത്തായത്തിന്റെ മുകളിലിരുന്ന് ഭാരതിയും കാക്കളോടൊത്ത് കരഞ്ഞു.

"ഞാൻ മരിക്കുമ്പോൾ മുറ്റത്തെ കിളിച്ചുണ്ടൻ മാവ് മുറിക്കരുത്. മാങ്ങാ പിടിക്കുന്ന മാവാണത്. മാവിന്റെ ചില്ലയിൽ അണ്ണാനും ചെറിയ പക്ഷികളും പിന്നെ ഉറുമ്പുകളും കാണും. മാവ് മുറിച്ചാൽ എല്ലാവരും വഴിയാധാരമാവും. എനിക്ക് ചാണകപ്പൊറ്റമതി. നീറി നീറി ശരീരം സാവധാനം ഇല്ലാതാവും. എന്റെ ജീവിതംപോലെ." പാറുവമ്മ ഒരിക്കൽ പറഞ്ഞു.

പാറുവമ്മ മുറ്റത്തെ മാവിനെപ്പോലെയായിരുന്നു. ആ മാവിന്റെ തണലിലാണ് ശിവൻകുട്ടിയും ഭാരതിയും ജീവിച്ചത്. ഇലകളുടെ തണുപ്പിലൂടെ ഇളംകാറ്റ് ഇറങ്ങിവന്ന് അവരെ ആശ്വസിപ്പിച്ചു. പാറുവമ്മയില്ലാത്ത വീടിനെക്കുറിച്ച് ചിന്തിക്കാൻ ശിവൻകുട്ടിക്കാവില്ല. സ്വന്തം മകൻ നഷ്ടപ്പെട്ടപ്പോൾ മനസ്സാന്നിദ്ധ്യം നഷ്ടപ്പെടാതെ തന്റേടത്തോടെ ജീവിച്ച പാറുവമ്മയ്ക്ക് പകരംവയ്ക്കാൻ മറ്റൊരാളില്ല എന്ന സത്യം ശിവൻകുട്ടി മനസ്സിലാക്കുന്നു. കരയോഗം ഭാരവാഹികളെ പ്രതീക്ഷിച്ച് ശിവൻകുട്ടി കാത്തിരുന്നു. മരണവിവരമറിഞ്ഞ് അയൽപക്കത്തുനിന്നും ആളുകൾ

മുറ്റത്ത് വന്നു നില്ക്കുന്നത് ശിവൻകുട്ടി കണ്ടു. ആദ്യം കണ്ണില്പെട്ടത് സൗദാമിനിച്ചേച്ചിയാണ്.

കരയോഗം സെക്രട്ടറി പടി കയറി വരുന്നത് കണ്ടപ്പോൾ ശിവൻകുട്ടി ബഞ്ചിൽനിന്നും എഴുന്നേറ്റു. സെക്രട്ടറിയുടെ കണ്ണടയ്ക്കുള്ളിലെ കണ്ണുകൾക്ക് തിളക്കം കുറവായിരുന്നു. പതിവുപോലുള്ള പുഞ്ചിരി അയാളുടെ മുഖത്തില്ലായിരുന്നു.

"ശിവൻകുട്ടിയോട് ഒരു പ്രധാനകാര്യം പറയാനുണ്ടാരുന്നു."

ശിവൻകുട്ടി മുറ്റത്തിറങ്ങി സെക്രട്ടറിയുടെ സമീപം ചെന്നു.

"പാറുവമ്മ ഇപ്പോൾ കരയോഗത്തിലെ ഒരു സജീവാംഗമല്ല. ആറു മാസത്തെ കുടിശ്ശിക വരുത്തിയതുകൊണ്ട് കരയോഗത്തിൽനിന്നും സ്വമേധയാ പുറത്തായി. പന്ത്രണ്ടു രൂപാ അറുപത് പൈസാ മാസവരിയായും വാർഷികവരിയായും ജന്മനക്ഷത്ര പിരിവായും കരയോഗത്തിനു കിട്ടാനുണ്ട്. അതടച്ചാൽ മാത്രമേ മരണാനന്തര ചടങ്ങുകൾക്ക് കരയോഗക്കാർ പങ്കെടുക്കൂ. കമ്മിറ്റിയുടെ തീരുമാനമാണ്. വിവാഹത്തിനും മരണത്തിനും ഈ നിയമം ബാധകമാക്കിയിട്ടുണ്ട്. കുടിശ്ശിക തീർത്താൽ എല്ലാ കാര്യങ്ങളിലും ഞങ്ങൾ സഹകരിക്കും. ശിവൻകുട്ടി തെറ്റിദ്ധരിക്കരുത്. ഞാൻ മാത്രം വിചാരിച്ചാൽ ഒന്നും നടക്കത്തില്ല."

പത്തായത്തിന് പുറത്തിരുന്ന പാറുവമ്മയുടെ പണപ്പെട്ടി അവൻ സെക്രട്ടറിക്കു നല്കി.

"ഇതിൽ പത്തഞ്ഞൂറ് രൂപയൊണ്ട്. പെങ്ങടെ കല്യാണത്തിനുവേണ്ടി രണ്ടുമൂന്നു വർഷംകൊണ്ട് പാറുവമ്മ ഒണ്ടാക്കിയതാ. ഇത് മുഴുവൻ കരയോഗത്തിനു തന്നേക്കാം. ചേച്ചീടെ വിവാഹം നടക്കുമെന്ന് തോന്നുന്നില്ല. ഈ പണം എനിക്കും വേണ്ട."

പാറുവമ്മയുടെ ചെറിയപെട്ടി ശിവൻകുട്ടിയുടെ കൈകളിലിരുന്ന് വിറച്ചു. സ്വന്തം ശ്വാസം നിലച്ചെങ്കിലും പാറുവമ്മയുടെ പണപ്പെട്ടിക്ക് ഇപ്പോഴും ജീവനുള്ളതായി ശിവൻകുട്ടിക്ക് തോന്നി. പെട്ടി ശിവൻകുട്ടിയുടെ കൈകളിലിരുന്ന് പൊള്ളി.

പെട്ടിയിൽനിന്നും സെക്രട്ടറി ആവശ്യപ്പെട്ട രൂപാ ശിവൻകുട്ടി എണ്ണിയെടുത്ത് അയാൾക്ക് നല്കി. പകരം അത്രയും രൂപയ്ക്കുള്ള രസീത് സെക്രട്ടറി കൈമാറി. മുറ്റത്ത് പന്തലിട്ടു ആർഭാടമായി ഭാരതിച്ചേച്ചിയുടെ വിവാഹം നടത്താൻ പാറുവമ്മ ആഗ്രഹിച്ചതാണ്. പകരം പാറുവമ്മയ്ക്കു വേണ്ടി ഒരു പച്ചോലപ്പന്തൽ കരക്കാർ മുറ്റത്ത് പണിയാൻ തുടങ്ങി. പാറുവമ്മയുടെ രണ്ടാം വിവാഹത്തിന്റെ കർമ്മങ്ങൾ ആ പന്തലിൽ വച്ചാണ് നടത്തേണ്ടത്.

"ബന്ധുക്കളായി ആരെങ്കിലുമുണ്ടോ മരണവിവരം അറിയിക്കാൻ?"

കരയോഗം സെക്രട്ടറി ഉത്സുകനായി.

"മുത്തശ്ശിയുടെ ഒരനിയത്തി കലഞ്ഞൂരുണ്ട്. അവരോടൊന്നു പറഞ്ഞാൽ കൊള്ളാം. കഴിഞ്ഞ വർഷവും അവർ ഉത്സവത്തിനു വന്നതാ."

"അതിന് ആളിനെ വിടാം. കുറഞ്ഞത് സഞ്ചയനം വരെയെങ്കിലും കർമ്മം ചെയ്യണം. അതിന് ശിവൻകുട്ടിക്ക് അവധി കിട്ടുമോ?"

"എന്തായാലും ഈ ആഴ്ച അവധിയെടുക്കാം. ലീവില്ലാത്തോണ്ട് ശമ്പളമില്ലാത്ത അവധി."

മൺകുടം പിന്നിലേക്കെറിഞ്ഞ് കഴിഞ്ഞപ്പോൾ ഇനിയും പോയി കുളിച്ചോളാൻ കർമ്മം ചെയ്യിക്കുന്ന ആൾ പറഞ്ഞു. പാറുവമ്മയുടെ ശരീരം ഉരുകി വെള്ളമായി വിറകുകൊള്ളിക്കിടയിലൂടെ താഴേക്ക് വീഴുന്നത് കണ്ടുനില്ക്കാൻ കഴിയാതെ ശിവൻകുട്ടി കിണറ്റുകരയിലേക്ക് നടന്നു. കുളിച്ചപ്പോൾ ശിവൻകുട്ടിക്ക് ഒരല്പം ഉന്മേഷം തോന്നി.

"ഞാൻ ചോറുകൊണ്ടു വച്ചിട്ടുണ്ട്" സൗദാമിനി പറഞ്ഞു. "ഭാരതി കുളിച്ചിട്ട് കഴിച്ചോളാമെന്ന് പറഞ്ഞു."

ശിവൻകുട്ടിക്ക് വിശപ്പ് തോന്നിയില്ല.

അമ്മ മരിച്ചപ്പോൾ ശിവൻകുട്ടി വിശന്നുകരഞ്ഞു.

പാറുവമ്മ മരിച്ചപ്പോൾ അവന് വിശപ്പ് തോന്നിയില്ല.

സൗദാമിനിയുടെ സന്തോഷത്തിനു വേണ്ടി ഒരിറ്റ് വറ്റ് വാരി വായിലിട്ടു വെള്ളമൊഴിച്ച് ഇറക്കി. മെടയാൻവേണ്ടി മുറ്റത്തു കൊണ്ടിട്ട പച്ച തെങ്ങോലയിൽ മലർന്നുകിടന്ന് അവൻ ആകാശത്തേക്ക് നോക്കി. സൂര്യന്റെ ചിതയിലെ ചൂട് ആരോ വാരി ഭൂമിയിലേക്കെറിഞ്ഞുകൊണ്ടിരുന്നു.

മുപ്പത്തി ഏഴ്

ശിവൻകുട്ടി അടൂരെത്തി ഫോണിലൂടെ പാറുവമ്മ മരിച്ച വിവരം ചന്ദ്രചൂഡനോട് പറഞ്ഞു. സഞ്ചയനം വരെയെങ്കിലും കർമ്മങ്ങൾ ചെയ്യേണ്ടതുണ്ടെന്ന് പറഞ്ഞപ്പോൾ ചന്ദ്രചൂഡൻ ചിരിച്ചു.

"മരിച്ചുകഴിഞ്ഞാൽ എല്ലാം തീർന്നില്ലേ ശിവൻകുട്ടീ. ആത്മാവ് എന്ന് പറയുന്ന സാധനം ഉണ്ടെന്ന് നീ വിശ്വസിക്കുന്നുണ്ടോ? ഇല്ല എന്നാണ് എന്റെ ഉറച്ച വിശ്വാസം. അതുകൊണ്ട് മരണശേഷം മൃതശരീരത്തോട് കാണിക്കുന്ന കോപ്രായങ്ങൾ വെറും അന്ധവിശ്വാസമാ. ഈ ബലിയിടീൽ എന്നൊക്കെ പറയുന്നത് തികച്ചും അസംബന്ധമാ. വായിൽ ഉണക്കലരിയും പൂവും തിരുകി വയ്ക്കുന്നതിനോട് എനിക്ക് യോജിക്കാൻ കഴിയുന്നില്ല. ശ്വാസം നിന്നാൽ പിന്നെ ശരീരം ഒരു വേസ്റ്റാ. അത് കത്തിച്ചു കളഞ്ഞേക്കണം. എന്റെ അഭിപ്രായം തുറന്നുപറഞ്ഞു എന്നേയുള്ളൂ. അതും ശിവൻകുട്ടിയായതുകൊണ്ട് മാത്രം. ശിവൻകുട്ടിയുടെ വിശ്വാസം അനുസരിച്ച് ചെയ്യാം."

"ഇവിടെ സ്വന്തം വിശ്വാസമല്ല പ്രധാനം" ശിവൻകുട്ടി മറുപടിയായി ചന്ദ്രചൂഡനോട് പറഞ്ഞു. "നാട്ടുകാരേം വീട്ടുകാരേം ബോദ്ധ്യപ്പെടുത്താൻ നമുക്ക് ഇഷ്ടമില്ലാത്ത കാര്യങ്ങൾ ചെയ്തേപറ്റൂ. മനഃസാക്ഷി മാത്രം മാനദണ്ഡമാക്കിയാൽ സമൂഹത്തിൽ ജീവിക്കാൻ കഴിയാതെ വരും. മുത്തശ്ശിയുടെ പേരിൽ കാക്കകൾക്ക് തിന്നാൽ ചോറുരുള എള്ളും പൂവും ചന്ദനവും കലർത്തി കൊടുത്തില്ലെങ്കിൽ നാട്ടുകാർ അലമ്പുണ്ടാക്കാം. തെറി വിളിക്കാനും മതി. ഇഷ്ടമില്ലാത്ത പലകാര്യങ്ങളും സമൂ

ഹത്തിന്റെ താല്പര്യത്തിനുവേണ്ടി ചെയ്യേണ്ടതായി വരും. അക്കാര്യത്തിൽ ചന്ദ്രചൂഡനും സ്വയം ഒഴിവാകാൻ പറ്റുമെന്ന് തോന്നുന്നില്ല. അല്ലെങ്കിൽ സമൂഹം നമ്മെ വേട്ടയാടും."

ചന്ദ്രചൂഡൻ പിന്നീടൊന്നും പറഞ്ഞില്ല. അവധിക്കുള്ള അപേക്ഷയോടൊപ്പം ഒരു മെഡിക്കൽ സർട്ടിഫിക്കറ്റുകൂടി വയ്ക്കണമെന്ന് ചന്ദ്രശേഖരൻ ഓർമ്മിപ്പിച്ചു. മുത്തശ്ശി മരിച്ചതുകൊണ്ടാണ് ലീവെടുത്തതെന്നു പറഞ്ഞാലും ചിലപ്പോൾ ഡൈസ്നോൺ കിട്ടാം. സർവ്വീസ് ബ്രേക്കായതായി സർവ്വീസ് ബുക്കിൽ 'കൊറി' വരും. പ്രമോഷൻവരെ തടയാൻ അത് കാരണമാവും. മെഡിക്കൽ സർട്ടിഫിക്കറ്റുണ്ടെങ്കിൽ അപേക്ഷയിൽ ഏതു തീയതി വച്ചാലും കുഴപ്പമില്ല. അല്ലെങ്കിൽ അവധിക്ക് മുമ്പുള്ള ഒരു ഡേറ്റ് അപേക്ഷയിൽ കാണിക്കണം. സൂപ്രണ്ടിനോട് പറഞ്ഞ് അവധി അനുവദിച്ചു കിട്ടാനുള്ള കാര്യങ്ങൾ ചെയ്യാം. പക്ഷേ, എല്ലാം നിയമവിധേയമായിരിക്കണം. ഏഴംകുളത്തുനിന്നും തിരിക്കുന്നതിനു മുമ്പേ അച്ഛനെ കാണണമെന്ന് ചന്ദ്രചൂഡൻ പറഞ്ഞു. അച്ഛൻ വീട്ടിൽ തനിച്ചാണ്. ആരും തുണയില്ലാത്തവർക്ക് ഈശ്വരൻ തുണയാവുമെന്ന് അച്ഛൻ കൂടെക്കൂടെ ഓർമ്മിക്കാറുണ്ടെന്ന് ചന്ദ്രചൂഡൻ പറഞ്ഞു. ഇപ്പോൾ തന്റെ ദൈവം ചന്ദ്രചൂഡനാണെന്ന് ശിവൻകുട്ടി മനസ്സിലാക്കി. നേരത്തെ അത് സോമനായിരുന്നു. അവിചാരിതമായിട്ടാണ് ചന്ദ്രചൂഡനെ പരിചയപ്പെട്ടതെങ്കിലും ഇപ്പോൾ അയാൾ തനിക്കൊരു ആശ്വാസമാണ്. തിരുവനന്തപുരത്തേക്ക് തിരിച്ചുപോകുന്നതിന് മുമ്പ് ചന്ദ്രചൂഡന്റെ അച്ഛനെ കാണണമെന്നും ശിവൻകുട്ടി തീരുമാനിച്ചു. ഒരുപാടു പ്രശ്നങ്ങൾ ശിവൻകുട്ടിയുടെ മുന്നിലുണ്ട്. അതൊക്കെ എങ്ങനെ പരിഹരിക്കാൻ കഴിയുമെന്നറിയാതെ ശിവൻകുട്ടി വിഷമിച്ചു. ഭാരതിയെ എങ്ങോട്ടെങ്കിലും കൊണ്ടുപോകാൻ കഴിയുമെന്ന് അവൻ വിശ്വസിക്കുന്നില്ല. വീട്ടിൽ തനിച്ചാക്കിയിട്ട് പോകുന്നതെങ്ങനെ?

മുറ്റത്ത് ഓലമേഞ്ഞ ബലിപ്പുരയുണ്ടാക്കിയതും സഞ്ചയനത്തിനു വേണ്ട ഒരുക്കങ്ങൾ നടത്തിയതും കരയോഗക്കാരായിരുന്നു. പാറുവമ്മയുടെ പണപ്പെട്ടിയിൽ പണമുണ്ടായിരുന്നതുകൊണ്ട് സാമ്പത്തിക ബുദ്ധിമുട്ട് തോന്നിയില്ല. അപമാനഭാരംകൊണ്ട് അവൻ പകൽ സമയങ്ങളിൽ വീടിന് പുറത്തിറങ്ങിയില്ല. 'പുല' മൂലം ക്ഷേത്രത്തിൽ പോകാനും നിവൃത്തിയില്ല. ആരോടെങ്കിലും ഹൃദയം തുറന്ന് ഒന്നു സംസാരിച്ചാൽ ഉള്ളിലെ വിങ്ങൽ കുറയുമായിരുന്നു എന്ന് ശിവൻകുട്ടിക്ക് തോന്നി.

സൗദാമിനി രാത്രിയിൽ ശിവൻകുട്ടിയുടെ വീട്ടിൽ തങ്ങി. പത്തായത്തിന് താഴെ തഴപ്പായ് വിരിച്ച് ഭാരതിക്ക് സമീപം കിടന്നു. ഉറങ്ങാൻ കഴിയാതിരുന്ന ഭാരതിക്ക് സൗദാമിനി ഒരാശ്വാസമായിരുന്നു. ശരീരത്തിന്റെ മദ്ധ്യഭാഗത്ത് വെളുത്ത ബട്ടണുമായി ഒരു ഗർഭിണിച്ചിലന്തി ഭിത്തിയിൽക്കൂടി നടന്നു കയറിപ്പോകുന്നത് ഭാരതി കണ്ടു. ഇരുട്ടിൽ വാവലുകൾ ചിറകടിച്ചുയർന്നുപോകുന്ന ശബ്ദം കേട്ടു. തെങ്ങോലകൾക്കിടയിലൂടെ നക്ഷത്രങ്ങൾ പൊഴിഞ്ഞുവീഴുന്നത് തുറന്നുകിടന്ന ജന്നലിലൂടെ

ഭാരതി കണ്ടു. അതിരാവിലെ ഉണർന്ന് ചായ തിളപ്പിക്കുകയും പ്രഭാത ഭക്ഷണത്തിനുവേണ്ട കാര്യങ്ങൾ ഒരുക്കുകയും ചെയ്തുകൊണ്ട്, സ്വന്തം വീട്ടിലെന്നപോലെ സൗദാമിനി പെരുമാറി. പലപ്രാവശ്യം നിർബ്ബന്ധിച്ച് ഭാരതിയെ ആഹാരം കഴിപ്പിച്ചു. സ്വന്തം ഉദരത്തിൽ ഒരു കുഞ്ഞുണ്ടെന്ന ചിന്തയിൽ വിശപ്പില്ലെങ്കിലും അവൾ ആഹാരം കഴിച്ചു. പാറുവമ്മയുടെ മരണശേഷം അത്യാവശ്യകാര്യങ്ങൾക്കൊഴിച്ച് ഭാരതി പത്തായത്തിന്റെ മുകളിൽനിന്നും ഇറങ്ങിയില്ല. സഞ്ചയന ദിവസം കുഴിമൂടിയപ്പോഴും അവൾ പത്തായത്തിന്റെ മുകളിൽത്തന്നെ ഇരുന്നു.

ആരും ആവശ്യപ്പെടാതെയാണ് സൗദാമിനി സഞ്ചയനദിവസംവരെ ആണ്ടൂർവിളയിൽ തങ്ങിയത്. രാമക്കുറുപ്പിനോടൊത്ത് ആണ്ടൂർവിളയിൽ താമസിക്കാൻ അവൾ ആഗ്രഹിച്ചിരുന്നു. അഞ്ചുദിവസമെങ്കിലും അവിടെ താമസിക്കാൻ കഴിഞ്ഞതിൽ അവൾ സന്തോഷിച്ചു. രാമക്കുറുപ്പിന്റെ വീട്ടിൽ അന്തിയുറങ്ങുന്നത് ഇത്ര രുചിയുള്ള കാര്യമാണെന്ന് അവൾ വിചാരിച്ചില്ല. രാമക്കുറുപ്പ് തനിക്കൊരു ജീവിതം തരുമെന്ന് അവൾ പ്രതീക്ഷിച്ചിരുന്നു. മരിച്ചുപോയ സ്വന്തം ഭർത്താവിനേക്കാളും അവൾ രാമക്കുറുപ്പിനെ സ്നേഹിച്ചു. മരണശേഷം ഗോപാലൻനായരോടും സ്നേഹവും അനുകമ്പയും തോന്നിയെങ്കിലും മരിക്കുന്നതിനുമുമ്പ് അയാളോടു വെറുപ്പായിരുന്നു. ഓരോരുത്തരും അവളുടെയുള്ളിൽ പ്രവേശിച്ചത് ഓരോ വാതിലൂടെയായിരുന്നു. മനസ്സിൽ മുൻവശത്തെ വാതിലിലൂടെ വന്നത് രാമക്കുറുപ്പ് മാത്രം. രാമക്കുറുപ്പിന്റെ വീട്ടിൽ താമസിക്കുന്നതിനെക്കുറിച്ച് ആളുകൾ പരിഹസിക്കുന്നത് പലപ്രാവശ്യം അവൾ കേട്ടിരിക്കുന്നു. സഞ്ചയനം കഴിഞ്ഞ് സ്വന്തം വീട്ടിലേക്ക് പോകാമെന്ന് അവൾ കണക്കുകൂട്ടി.

"എന്നാ, ഞാനിനി വീട്ടിപോട്ടെ. സഞ്ചയനം കഴിഞ്ഞല്ലോ."

ശിവൻകുട്ടി ആദരവോടെ സൗദാമിനിയെ നോക്കി. ഭാരതിച്ചേച്ചിക്ക് ഒരു കൂട്ട് അത്യാവശ്യമാണ്. ഒരമ്മയുടെ സ്ഥാനത്തുനിന്ന് സൗദാമിനിച്ചേച്ചി കാര്യങ്ങളൊക്കെ വിദഗ്ദ്ധമായി കൈകാര്യം ചെയ്യും. ഭാരതിയുടെ വിശേഷങ്ങൾ സൗദാമിനിച്ചേച്ചിയോട് പറഞ്ഞ് ഒരു തീരുമാനമെടുക്കണം.

"സൗദാമിനിച്ചേച്ചിയോട് പ്രധാനപ്പെട്ട കാര്യം പറയാനുണ്ടാരുന്നു."

"എന്തുകാര്യം?"

"കുറെ നാൾകൂടി ചേച്ചി ഇവിടെ താമസിക്കണം. എനിക്ക് സമാധാനത്തോടെ തിരുവന്തോരത്ത് ജോലിക്ക് പോകാമല്ലോ."

"അതിന്, ഞാനെന്തിനാ ഇവിടെ താമസിക്കുന്നത്?"

"ഭാരതിച്ചേച്ചി...."

"അവളെന്തു പറഞ്ഞു?"

"ഒന്നും പറഞ്ഞില്ല. ഭാരതിച്ചേച്ചി ഗർഭിണിയാണ്."

"എന്നാരു പറഞ്ഞു?"

"ചേച്ചി തന്നെ പറഞ്ഞു."

"നീയെന്തൊക്കെയാ ശിവൻകുട്ടീ ഈ പറയുന്നത്. പട്ടടേലെ തീയ്

ഇതേവരെ അണഞ്ഞിട്ടില്ല. അതിനുമുമ്പേ മറ്റൊരു തീ കത്തിക്കാൻ ശ്രമിക്കല്ലേ കുഞ്ഞേ. എനിക്കിതൊന്നും കേൾക്കാനുള്ള ത്രാണിയില്ല."

"സത്യം അംഗീകരിച്ചേ പറ്റൂ. എനിക്ക് ജോലിക്ക് പോണം. നാളെ ഞാൻ തിരുവനന്തപുരത്ത് പോകും. ഭാരതിച്ചേച്ചി തനിച്ചാവും. പൊരേലൊരു പെണ്ണില്ലാതെ ഞാനെങ്ങനെ പോകും. ഞങ്ങടെ ഏക ആശ്രയം സൗദാമിനിച്ചേച്ചിയാ. ഞങ്ങളെ ചേച്ചി കൈവെടിയരുത്."

സൗദാമിനി അത്ഭുതത്തോടെ ശിവൻകുട്ടിയെ നോക്കി. ശിവൻകുട്ടി പറയുന്നതെല്ലാം വിശ്വസിക്കാൻ സൗദാമിനി കൂട്ടാക്കിയില്ല. ആണ്ടൂർവിളയിൽ താമസിക്കുക എന്നത് എത്രനാൾ മനസ്സിൽ കൊണ്ടുനടന്ന കിനാവാണെങ്കിലും അവിഹിതമായി ഗർഭം ധരിച്ച പെൺകുട്ടിയുടെ കൂടെ കഴിയുന്നതറിഞ്ഞാൽ ആളുകൾ തന്നെ പഴിക്കും.

"എങ്കി ഭാരതി എന്റെ വീട്ടിൽ വന്നു താമസിച്ചോട്ടെ. എല്ലാ കാര്യങ്ങളും വേണ്ടപോലെ ഞാൻ ചെയ്തോളാം."

"ഇവിടന്ന് എങ്ങോട്ടും പോകുന്നില്ല എന്നാ ഭാരതിച്ചേച്ചി പറയുന്നത്."

"ഞാനിവിടെ താമസിക്കുന്നതിൽ അവക്ക് ഇഷ്ടക്കേടൊന്നുമില്ലല്ലോ?"

"അക്കാര്യം ഞാൻ സംസാരിച്ചു. അനാഥരായ രണ്ടു സ്ത്രീകൾ ഒരുമിച്ചു താമസിക്കുമ്പോൾ സമാധാനം കിട്ടുമെന്നാ ഭാരതിച്ചേച്ചിയുടെ അഭിപ്രായം."

"ശരി, സമ്മതിച്ചിരിക്കുന്നു." സൗദാമിനി പറഞ്ഞു. "പക്ഷേ, ഗർഭത്തിന് കാരണക്കാരനായ ആളെ കണ്ടുപിടിച്ച് ഭാരതിയുടെ കഴുത്തിൽ ഒരു താലി കെട്ടിച്ചാൽ പ്രശ്നങ്ങളെല്ലാം തീരത്തില്ലേ? അതിന് ശ്രമിച്ചാലോ?"

"അതത്ര പ്രാധാന്യമുള്ള കാര്യമല്ലെന്നാ ചേച്ചി പറയുന്നത്. കുറേ പുസ്തകങ്ങൾ വായിച്ചപ്പം ചേച്ചിക്ക് തന്റേടംകൂടി. താലികെട്ടും വിവാഹവുമൊന്നും ചേച്ചി ഇഷ്ടപ്പെടുന്നില്ല. മക്കളെ വളർത്താൻ അച്ഛൻ വേണ്ടന്നാ ചേച്ചിയുടെ വാദം. മറ്റ് ജീവജാലങ്ങൾക്കൊന്നും അച്ഛനില്ലല്ലോ എന്നാ ചേച്ചിയുടെ ചോദ്യം."

"എങ്കീ ഞാൻ വീട്ടിപ്പോയി എന്റെ കുറേ തുണിയും മറ്റും എടുത്തോണ്ടു വരാം. എന്റെ പൊരേല് ചില സാധനങ്ങളൊക്കെ ചിതല് കേറാതെ ഒതുക്കിവയ്ക്കണം."

സൗദാമിനി പോയപ്പോൾ ശിവൻകുട്ടി തിണ്ണയിലെ ബഞ്ചിന്റെ അറ്റത്ത് പോയിരുന്നു. ഇന്നുതന്നെ ചന്ദ്രചൂഡന്റെ അച്ഛനെ കാണണം. ചന്ദ്രചൂഡന്റെ അച്ഛന് പുതുതായി എന്തെങ്കിലും വിശേഷമുണ്ടാവാൻ സാദ്ധ്യതയില്ല. പാറുവമ്മ തിണ്ണയിലെ മുളന്തൂണിൽ ചാരിയിരുന്ന് വെറ്റില മുറുക്കുന്നതുപോലെ ശിവൻകുട്ടിക്ക് തോന്നി. ഓലത്തട്ടി പൊക്കി വായിലെ മുറുക്കാൻ വെള്ളം പുറത്തേക്ക് പായിച്ചു. തട്ടിയുടെ അടിഭാഗം

മുറുക്കാൻ തുപ്പൽ വീണ് അഴുകിയതായും ശിവൻകുട്ടി കണ്ടു. പാറുവമ്മ മരിച്ചെന്ന യാഥാർത്ഥ്യവുമായി പൊരുത്തപ്പെടാൻ ശിവൻകുട്ടിയുടെ മനസ്സ് മടിച്ചു.

സൗദാമിനി തിരിച്ചെത്തിയപ്പോൾ ചന്ദ്രചൂഡന്റെ അച്ഛനെ കാണാൻ വേണ്ടി ശിവൻകുട്ടി പുറത്തിറങ്ങി. കുളികഴിഞ്ഞ്, തെളിഞ്ഞ മുഖവുമായി പൂമുഖത്ത് ധ്യാനത്തിലെന്നപോലെ ഇരിക്കുകയായിരുന്നു അദ്ദേഹം. കാപ്പിപ്പൂക്കളുടെ നിറമുള്ള ശരീരത്തിൽ പൂണുനൂൽ അയഞ്ഞുകിടക്കുന്നു. എല്ലുകൾ തെളിഞ്ഞിരുന്നു. പണ്ട് അദ്ദേഹം സുന്ദരനായിരുന്നതായി ശിവൻകുട്ടിക്ക് തോന്നി. പ്രായമേറുമ്പോൾ സുന്ദരന്മാർ അസുന്ദരന്മാരാവും. ചന്ദ്രചൂഡന്റെ അച്ഛന്റെ നെഞ്ചിലെ രോമങ്ങൾ അപ്പൂപ്പൻതാടിപോലെ വെളുത്തിരുന്നു. ശിവൻകുട്ടി മുറ്റത്ത് ഏറെനേരം നിന്നെങ്കിലും അദ്ദേഹം കണ്ണുകൾ തുറന്നില്ല. ഏറെനേരം കാത്തുനില്ക്കാനുള്ള ക്ഷമയില്ലാത്തതുകൊണ്ട് ശിവൻകുട്ടി ചെറുതായി മുരടനക്കി.

"ആരാ?"

"ഞാനാ ശിവൻകുട്ടി. ചന്ദ്രചൂഡന്റെ കൂട്ടുകാരനാ. ആണ്ടൂർവിളയിലെ പാറുവമ്മയുടെ കൊച്ചുമോൻ."

"പാറുവമ്മ മരിച്ചുപോയി. അല്ലിയോ?"

"അതെ."

"നല്ല പ്രായമുണ്ടാരുന്നു അവർക്ക്. എന്നേക്കാൾ മൂത്തതാ. ഞാൻ ഏഴംകുളം സ്കൂളിൽ പഠിക്കുമ്പം അവര് കൊയ്യാൻ പോവുന്നത് കണ്ടിട്ടുണ്ട്. തന്റേടമുള്ള സ്ത്രീയായിരുന്നു. ഇപ്പോ വീട്ടിലാരൊണ്ട്?"

"പെങ്ങളുണ്ട്."

"നീ പോയാൽ ആ കൊച്ച് തനിച്ചാവുമല്ലോ."

"അതെ."

"പെങ്ങടെ കല്യാണം കഴിഞ്ഞോ?"

"ഇല്ല."

"അപ്പോളെങ്ങനാ. അവള് തനിച്ച് കഴിഞ്ഞോളുമോ?"

"ഒരു സ്ത്രീ വീട്ടി വന്ന് നില്ക്കാമെന്ന് പറഞ്ഞിട്ടുണ്ട്."

"ഇപ്പോ അങ്ങനെ ആരെയെങ്കിലും കിട്ടുമോ?"

"പണ്ടു മുതലേ പരിചയമുള്ള സ്ത്രീ. അവർക്കും ആരുമില്ല. കനാലിന്റെ കരേ താമസിക്കുന്നതാ. സൗദാമിനീന്നാ പേര്."

"ഓഹോ, എനിക്കറിയാം. നിങ്ങടെ അച്ഛൻ വ്രതമുള്ളപ്പം അവരടെ വീട്ടിലല്ലിയോ രാത്രീ പോയതും തൂങ്ങാൻ കഴിയാതെ വന്നതും."

"അതെ."

ചന്ദ്രചൂഡന്റെ അച്ഛന് എല്ലാ കാര്യങ്ങളും അറിയാം.

"ശിവൻകുട്ടി എനിക്കൊരു സഹായം ചെയ്യുമോ?"

ശിവൻകുട്ടി ആകാംക്ഷയോടെ ചന്ദ്രചൂഡന്റെ അച്ഛനെ നോക്കി.

"രാവിലെ ഒന്നും കഴിച്ചില്ല. ചോറുവയ്ക്കുന്ന സ്ത്രീ ഇന്ന് വന്നില്ല.

അവർക്കെന്തോ അത്യാവശ്യം. അലമാരിയിൽ രൂപാ ഇരിപ്പൊണ്ട്. ഇഷ്ടം പോലെ. അതിൽനിന്നും രൂപായെടുത്ത് അഞ്ചാറ് ദോശ വാങ്ങിക്കൊണ്ടു വരാമോ? കടേലെങ്ങും പോകാനെനിക്കു വയ്യ. അങ്ങനെ ശീലോമില്ല. ഭാര്യ മരിച്ചാൽ ഭർത്താവിന്റെ ജീവിതം പോക്കാ. എത്ര പണമുണ്ടെങ്കി ലെന്താ? സമയത്തിന് ആഹാരം കിട്ടിയില്ലെങ്കിൽ പിന്നെന്ത് ഭാഗ്യം."

ചന്ദ്രചൂഡന്റെ അച്ഛൻ പിറകോട്ടു സഞ്ചരിക്കുന്നതുപോലെ കണ്ണട ച്ചിരുന്നു. ശിവൻകുട്ടി പാലമുക്കിലെ കടയിൽനിന്നും ദോശ വാങ്ങി തിരി ച്ചുവന്നു.

"നീ കഴിച്ചോ?"

"ഇല്ല."

"എന്നാ നീ അലമാരീന്ന് ഇഷ്ടമുള്ളതുപോലെ രൂപാ എടുത്തോ."

"വേണ്ട. ഞാൻ കഴിച്ചോളാം. നാളേം ചോറു വയ്ക്കുന്ന സ്ത്രീ വന്നില്ലെങ്കിലെന്തു ചെയ്യും?"

"അതൊരു പ്രശ്നം തന്നെയാ. പ്രശ്നങ്ങളില്ലെങ്കിൽ ജീവിതത്തിന് ഒരു സുഖവുമില്ല ശിവൻകുട്ടീ. ദുഃഖങ്ങളില്ലാത്ത അവസ്ഥയിലാണ് എനിക്ക് യഥാർത്ഥ ദുഃഖം തോന്നുന്നത്. മിണ്ടാനും പറയാനും ആരു മില്ല എന്നതാണ് എന്റെ ഏറ്റവും വലിയ വിഷമം. പിന്നെ, ശിവൻകുട്ടി യോടു ഒരു പ്രധാനപ്പെട്ട കാര്യം പറയാനുണ്ട്. ഞാൻ പറഞ്ഞതായി ചന്ദ്രചൂഡനോടു പറയണ്ട. നിന്റെ അഭിപ്രായമായി പറഞ്ഞാൽ മതി. ഒരു വിവാഹം കഴിക്കാൻ നീ അവനോടു ആവശ്യപ്പെടണം. വയസ്സാൻ കാലത്ത് അവന് ഒരല്പം വെള്ളം കൊടുക്കാൻ വീട്ടിലൊരു പെണ്ണ് വേണം. എന്റെ അവസ്ഥ നീ കണ്ടല്ലോ. കൈയിൽ കാശുണ്ടായിട്ടു കാര്യ മില്ല. എന്റെ ഏകാന്തത എനിക്കൊരു പ്രശ്നമല്ല. ഏറിയാൽ അരനാ ഴിക നേരം മാത്രം. അതുപോലാണോ അവൻ. ചെറുപ്പമല്ലേ? പി ജിക്ക് പഠിക്കുന്നതൊക്കെ നല്ലതാ. ജീവിതമില്ലെങ്കിൽ വലിയ പഠിത്തംകൊണ്ട് ഒരു കാര്യോമില്ല. ജീവിക്കാനുള്ളതൊക്കെ ഇപ്പോൾ കിട്ടുന്നുണ്ടല്ലോ. അല്ലേ? നീ അവനെ നിർബ്ബന്ധിക്കണം. എന്നെക്കുറിച്ച് അവൻ ചിന്തി ക്കണ്ട. അതിന്റെ കാര്യവുമില്ല. അവനെക്കുറിച്ച് അവനാണ് ചിന്തിക്കേ ണ്ടത്. തീർച്ചയായും ചിന്തിക്കണം. അവനൊരു പെണ്ണിനെ കണ്ടുപിടിച്ച് കൊടുക്കാനുള്ള ഉത്തരവാദിത്വം ഞാൻ ശിവൻകുട്ടിയെ ഏല്പിക്കുന്നു. ദിവസം കഴിയുന്തോറും എന്റെയും ചന്ദ്രചൂഡന്റെയും ഇടയിൽ ദൂരം വലുതായിവരുന്നു. ഒരുപക്ഷേ, എന്റെ തോന്നലാവാം."

ചന്ദ്രചൂഡന്റെ അച്ഛന്റെ സ്വരം താഴ്ന്നുവന്ന് ഇല്ലാതായി. ശിവൻകുട്ടി എന്തുപറയാനാണ്. കാറ്റടിച്ചപ്പോൾ മുറ്റത്തെ കാപ്പിച്ചെടികൾ തലകു ലുക്കി. പറഞ്ഞുനോക്കാം എന്നുമാത്രം പറഞ്ഞിട്ടു ശിവൻകുട്ടി മുറ്റത്ത് വളർന്നുനില്ക്കുന്ന പുല്ലുകൾക്കിടയിലൂടെ നടന്ന് റോഡിലെത്തി. അവന്റെ തലയിൽ ആലോചനകൾ കിടന്ന് കറങ്ങി. പകൽ വെളിച്ചം വെളുത്ത ഒരു പൂച്ചക്കുഞ്ഞിനെപ്പോലെ റോഡിലെ കപ്പമാവിന്റെ ചുവ ട്ടിൽ പതുങ്ങിക്കിടന്നു.

മുപ്പത്തി എട്ട്

ചൂമച്ചും തുമ്മിയും ചീറ്റിയും നീങ്ങുന്ന വണ്ടിയിലിരുന്ന് ശിവൻകുട്ടി പുറത്തേക്ക് നോക്കി. അവന്റെ മനസ്സ് ചിന്തകൾ മൂലം മുഷിഞ്ഞിരുന്നു. കറുത്തിരുണ്ട ആകാശം വണ്ടിയുടെ വേഗതയ്ക്കനുസരിച്ച് പിറകോട്ടു ഓടിക്കൊണ്ടിരുന്നു. വയലിൽ ചില ഇടങ്ങളിൽ വെള്ളപ്പൂക്കൾ വിരിഞ്ഞു നിന്നത് ശിവൻകുട്ടി ശ്രദ്ധിച്ചു. തീരെ പ്രതീക്ഷിക്കാത്ത കാര്യങ്ങളാണ് ജീവിതത്തിൽ സംഭവിക്കുന്നത്. ജോലി കിട്ടിയത് വിശ്വസിക്കാനേ കഴിയുന്നില്ല. ഭാരതിച്ചേച്ചിയുടെ ഇപ്പോഴത്തെ അവസ്ഥയെക്കുറിച്ച് സ്വപ്നത്തില്പോലും ചിന്തിച്ചില്ല. പാറുവമ്മ ഇത്രപെട്ടെന്ന് മരിക്കുമെന്ന് ഒരിക്കലും കരുതിയില്ല. മുത്തശ്ശിയുടെ മരണമെന്ന യാഥാർത്ഥ്യവുമായി പൊരുത്തപ്പെടാൻ ഇനിയും കഴിഞ്ഞിട്ടില്ല. സംഭവിക്കേണ്ടതൊക്കെ സംഭവിച്ചല്ലേ പറ്റൂ. അത് പ്രകൃതിനിയമമാണ്. സുഖംമാത്രം പ്രതീക്ഷിച്ച് ഒരാൾക്ക് ജീവിക്കാൻ കഴിയുമോ? മഴക്കാലം കഴിഞ്ഞാൽ വേനൽക്കാലം വരുന്നതുപോലെ സുഖവും ദുഃഖവും മാറിമാറിവരും. ഭാരതിച്ചേച്ചി അധികം വൈകാതെ പ്രസവിക്കും. ശങ്കരപ്പിള്ളച്ചേട്ടനെപ്പോലെ തനിക്കും പെങ്ങൾക്കുവേണ്ടി ജീവിക്കേണ്ടതായി വരും. കുഞ്ഞിനെ വളർത്തി വലുതാക്കേണ്ട ഉത്തരവാദിത്വത്തിൽനിന്നും ഒഴിഞ്ഞുമാറാൻ കഴിയില്ലല്ലോ. മറ്റൊരാളുടെ ജീവിതസുഖത്തിനുവേണ്ടി സ്വന്തം ജീവിതം നശിപ്പിക്കുന്നത് ശരിയാണോയെന്ന് ശിവൻകുട്ടി സ്വയം ചോദിച്ചു. തെറ്റായാലും ശരിയായാലും ഭാരതിച്ചേച്ചിയുടെ വയറ്റിൽ വളരുന്ന കുഞ്ഞിനെ അനാഥമാക്കാൻ ശിവൻകുട്ടി തയ്യാറായില്ല. അക്കാര്യമോർത്തപ്പോൾ ശിവൻകുട്ടിക്ക് പരിഭ്രമം തോന്നി. എങ്കിലും എല്ലാ കാര്യങ്ങളും നേരത്തേ തീരുമാനിക്കപ്പെട്ടതാണെന്ന് അവൻ ആശ്വസിച്ചു.

ബസ് വളരെ പതുക്കെയാണ് പൊയ്ക്കൊണ്ടിരിക്കുന്നത്. അടൂരിൽ നിന്നും തിരിക്കുമ്പോൾ ബസ് നേരേയുള്ള റോഡിൽക്കൂടിയാണ് സഞ്ചരിച്ചത്. കൊട്ടാരക്കരയിലും ചടയമംഗലത്തും കിളിമാനൂരിലും റോഡ് ഏതാണ്ട് നേരേകിടന്നു. തിരുവനന്തപുരം അടുക്കാറായപ്പോൾ റോഡിൽ വളവും തിരിവും പ്രത്യക്ഷപ്പെടാൻ തുടങ്ങി. യാത്രയുടെ അവസാനമാണ് മറവും തിരിവും വളവും കൂടുതൽ കണ്ടത്. ജീവിതവും തിരുവനന്തപുരത്തേക്കുള്ള റോഡ് പോലെയാണ്. ജീവിതയാത്രയുടെ അവസാനം വളവും തിരിവും കൂടുന്നു. ചന്ദ്രചൂഡന്റെ അച്ഛന് മിണ്ടിപ്പറയാൻ ആളില്ലാതായത് വാർദ്ധക്യത്തിലാണ്. സൗദാമിനിക്ക് തനിച്ചു താമസിക്കുന്നതിലെ വേവലാതി ജീവിതത്തിന്റെ രണ്ടാം ഘട്ടത്തിലാണ് ഉണ്ടായത്. സമൂഹത്തിലെ അനീതിയെക്കുറിച്ചുള്ള ഉൽക്കണ്ഠ സോമന് തോന്നിയതും യാത്രയുടെ അന്ത്യഘട്ടത്തിലെ ചിന്തകളാണ്. എല്ലാവർക്കും അവരവരുടേതായ പ്രശ്നങ്ങളുണ്ട്. അതിന് തിരിവും മറവും ഉണ്ടാകുക സ്വാഭാവികം. സന്തോഷം മാത്രമുള്ള ആരെങ്കിലും ഈ ഭൂമിയിലുണ്ടോ? അച്ഛനും അമ്മയും മുത്തശ്ശിയും നഷ്ടപ്പെട്ട തനിക്ക് ഇനിയും എന്നെങ്കിലും ശാശ്വതമായ സന്തോഷം കിട്ടുമോ എന്ന് ശിവൻകുട്ടി സംശയിച്ചു.

തമ്പാനൂരിലെത്തിയപ്പോൾ മഴപൊടിയാൻ തുടങ്ങി. ഒരു കുട വാങ്ങണമെന്ന് വിചാരിച്ചെങ്കിലും ശിവൻകുട്ടി അക്കാര്യം മറന്നു. ഇപ്പോഴത്തെ പ്രധാനപ്രശ്നം കുടയല്ലല്ലോ. ഭാരതിയുടെ കാര്യങ്ങൾ എങ്ങനെ പരിഹരിക്കാൻ കഴിയുമെന്ന് ആലോചിച്ച് അവൻ അസ്വസ്ഥനായി. ലോഡ്ജിന് സമീപമുള്ള ഒരു കടയിൽ ഷർട്ട് ഇസ്തിരിയിടാൻ കൊടുത്തിട്ടുണ്ട്. അത് വാങ്ങണം. ആദ്യമായാണ് ഇസ്തിരിയിട്ട ഷർട്ട് ധരിക്കാൻ പോകുന്നത്. ഒരു ഷർട്ട് തേച്ചു തരുന്നതിന് പതിനെട്ടു പൈസയാണ് കൂലി. ധർമ്മാലയം റോഡിലേക്ക് തിരിയുന്ന വളവിലാണ് കട. ഓഫീസിൽ വൃത്തിയുള്ള വസ്ത്രം ധരിച്ചാണ് പോകേണ്ടതെന്ന് ചന്ദ്രചൂഡനാണ് പറഞ്ഞത്. ചന്ദ്രചൂഡൻ എന്നും വെള്ള വസ്ത്രമാണ് ധരിക്കാറ്. അഴുക്കില്ലെങ്കിലും ഓരോ ദിവസവും അയാൾ വസ്ത്രം മാറും. സ്കൂളിൽ പഠിക്കുന്ന കാലത്ത് ശിവൻകുട്ടിക്ക് നിക്കറും ഉടുപ്പും ഒരു ജോടി മാത്രം. തിങ്കൾ മുതൽ വെള്ളി വരെ അത് തുടർച്ചയായി ഉപയോഗിക്കും. ശനിയാഴ്ച നനച്ച് വെയിലത്തിടും. അവധി ദിവസങ്ങളിൽ തോർത്താണ് ഉടുത്തിരുന്നത്. അതും രാമക്കുറുപ്പിന്റെ തുളകൾ വീണ കറുത്ത തോർത്ത്. മഴ കടുത്തപ്പോൾ ശിവൻകുട്ടി ഒരു കടത്തിണ്ണയിൽ കയറിനിന്നു. ചാഞ്ഞുവീണ മഴ അവന്റെ ശരീരം നനച്ചു. കടയ്ക്കുള്ളിലെ കണ്ണാടിയലമാരയിലും വെള്ളത്തുള്ളികൾ വീണു. അലമാരയ്ക്കുള്ളിൽ ബണ്ണും ബിസ്കറ്റും കണ്ടപ്പോൾ അതൊരു ബേക്കറിയാണെന്ന് അവന് മനസ്സിലായി.

അവധി ദിവസമായതുകൊണ്ട് ലോഡ്ജിൽ അന്തേവാസികൾ കുറവായിരുന്നു. തയ്യൽക്കാരന്റെ മുറി പൂട്ടിയിരിക്കുകയാണ്. അയാൾ നേരത്തേ പോയോ അതോ അവധി ദിവസമായതുകൊണ്ട് കടതുറക്കാതിരുന്നതോ? ചന്ദ്രചൂഡന്റെ മുറിയിൽ മാത്രം വെളിച്ചം കണ്ടു. മറ്റ് മുറികളിലൊന്നും ആളനക്കമുണ്ടായിരുന്നില്ല. ശിവൻകുട്ടിയെ കണ്ടപ്പോൾ വായന നിർത്തി അയാൾ പുറത്തുവന്ന് പുഞ്ചിരിച്ചു. വീട്ടിലെ വിശേഷങ്ങൾ ചോദിച്ചു. എല്ലാം വിശദമായി ശിവൻകുട്ടി ചന്ദ്രചൂഡനെ ധരിപ്പിച്ചു. ഭാരതിയെക്കുറിച്ച് ഒന്നും പറഞ്ഞില്ല. ചെളിപുരണ്ട കാലുകളെക്കുറിച്ച് എന്തിനു പറയണം. ചെളി കഴുകിക്കളയാൻ പറ്റാത്ത അവസ്ഥയിൽ പ്രത്യേകിച്ചും.

“അച്ഛൻ പ്രത്യേകിച്ചെന്തെങ്കിലും പറഞ്ഞോ?”

“ഇല്ല. അങ്ങനെയൊന്നും പറഞ്ഞില്ല. വീട്ടിൽ ചോറുവയ്ക്കാൻ വരുന്ന സ്ത്രീ അന്ന് വന്നില്ല. അതുകൊണ്ട് അദ്ദേഹം പട്ടിണിയായിരുന്നു. കടേന്ന് അഞ്ചാറുദോശ വാങ്ങിക്കൊടുക്കാൻ പറഞ്ഞു. ഞാൻ വാങ്ങിക്കൊടുത്തു.”

ചന്ദ്രചൂഡൻ ഒന്നും പറയാതെ ഏറെനേരം നിന്നു.

“അച്ഛന് മിണ്ടാനും പറയാനും ആരുമില്ലാത്തത് വലിയ പ്രശ്നമാ. ഏകാന്തതയ്ക്ക് ഒരു മധുരമുണ്ടെന്നാ എന്റെ വിശ്വാസം. അച്ഛനെക്കൊണ്ട് വീണ്ടും ഒരു വിവാഹം കഴിപ്പിച്ചാലോ എന്ന് ചിന്തിക്കാ. അച്ഛന്റെ അഭിപ്രായം ഇതേവരെ ചോദിച്ചില്ല. സമയാസമയത്തിന് വല്ലതും

കഴിക്കാൻ കിട്ടുകയാണ് ഏറ്റവും പ്രധാനം. മനസ്സിന്റെ ഭാരം ഇറക്കിവയ്ക്കാൻ ഒരു കൂട്ടുണ്ടാവുക നല്ല കാര്യമാണ്. പക്ഷേ, പഴയജീവിതത്തിലേക്ക് ഒരു തിരിച്ചുപോക്ക് അച്ഛന് സാദ്ധ്യമാവുമോ എന്നാണ് എന്റെ ആശങ്ക."

ഓർമ്മകൾ നഷ്ടപ്പെട്ടു ചന്ദ്രചൂഡൻ ഒരു നിമിഷം നിർത്തി.

"എന്റെ ഫൈനൽ പരീക്ഷ തിങ്കളാഴ്ച തുടങ്ങും. പോർഷൻ എല്ലാം ഒരു പ്രാവശ്യംകൂടി കവർ ചെയ്യണം. ഷേക്സ്പിയറിന്റെ മുഴുവൻ വർക്കും പഠിക്കുന്നത് ഒരു വെല്ലുവിളിതന്നെയാ. ഇന്നലെ ഒരു മണിവരെ പഠിച്ചു. ശിവൻകുട്ടി സ്ഥലത്തുണ്ടായിരുന്നെങ്കിൽ സെക്കന്റ് ഷോയ്ക്ക് പോകാമെന്നു വിചാരിച്ചു. അച്ഛനെക്കുറിച്ച് ആലോചിക്കുമ്പോൾ എന്തു ചെയ്യണമെന്നറിയാതെ ഞാൻ വിഷമിക്കാറുണ്ട്."

ശിവൻകുട്ടി അത്ഭുതത്തോടെയാണ് ചന്ദ്രചൂഡനെ കണ്ടത്. ഒരു മാതിരി കൊള്ളാവുന്ന ജോലിയുണ്ടായിട്ടും കഷ്ടപ്പെട്ടു പഠിച്ച് വീണ്ടും ഉയരത്തിലെത്താനുള്ള ചന്ദ്രചൂഡന്റെ ആഗ്രഹം ആദരിക്കപ്പെടേണ്ടതാണ്. സ്വന്തംമുറിയിൽ കയറി പായും തലയിണയും ജവുക്കാളവും കാല്കൊണ്ട് തട്ടി നിവർത്തുമ്പോൾ ചന്ദ്രചൂഡൻ വീണ്ടും ശിവൻകുട്ടിയുടെ മുറിയുടെ മുന്നിൽ വന്നു.

"നമ്മുടെ ഓഫീസിൽ അഖിലേന്ത്യാ സമരത്തിന്റെ ഭാഗമായി ഒരു പണിമുടക്ക് വരുന്നു. ശിവൻകുട്ടിയും സമരത്തിൽ പങ്കെടുക്കേണ്ടതായി വരും. സമരത്തിൽ പങ്കെടുത്താൽ ശിക്ഷകിട്ടാനും മതി. അതൊക്കെ നേരിടാനുള്ള ശക്തി മനസ്സിനുണ്ടാവണം. ഞാൻ ഒരാഴ്ചത്തെ അവധിയാ പരീക്ഷ പ്രമാണിച്ച്. ഓഫീസിലെത്തുമ്പോൾ വിവരങ്ങളൊക്കെ അറിയാം."

ചന്ദ്രചൂഡൻ സ്വന്തം മുറിയിലേക്കു പോയി.

ശിവൻകുട്ടി മുറിയുടെ വാതിൽ തുറന്നിട്ടിരുന്നു.

അവന് ഉറങ്ങാൻ കഴിഞ്ഞില്ല.

നാളെ പതിവിലും നേരത്തേ ഉണരണം.

മനഃശാന്തിക്കുവേണ്ടി ഗാന്ധാരിയമ്മൻ കോവിലിൽ പോയി പ്രാർത്ഥിക്കണം.

ശരീരത്തിന് നല്ല തളർച്ച തോന്നിയെങ്കിലും ഉറങ്ങാൻ കഴിയാതെ അവൻ തിരിഞ്ഞും മറിഞ്ഞും കിടന്നു.

പിറ്റേന്ന് അതിരാവിലെ ഓഫീസിലെത്തി. ലോഡ്ജിൽനിന്നും ഇറങ്ങാൻ നേരം ചന്ദ്രചൂഡന്റെ മുറി അടച്ചിരുന്നു. ഉറങ്ങുമ്പോൾ വിളിച്ചുണർത്തരുതെന്ന് ചന്ദ്രചൂഡൻ പണ്ടേ പറഞ്ഞിട്ടുണ്ട്. അങ്ങനെ ഉണർന്നാൽ തലവേദനയായിരിക്കും ഫലം. രാത്രിയിൽ മഴ പെയ്തതുകൊണ്ട് പ്രഭാതത്തിന് നേരിയ തണുപ്പുണ്ടായിരുന്നു.

ജനറൽ പോസ്റ്റാഫീസിന്റെ മുന്നിൽ ചെറിയ ഒരാൾക്കൂട്ടം കണ്ടു. കേന്ദ്രത്തിന്റെ തൊഴിലാളി വിരുദ്ധ നയങ്ങൾക്കെതിരെ പ്രതിഷേധിക്കാൻ വേണ്ടി ഏതോ സംഘടന പോസ്റ്റാഫീസ് പിക്കറ്റ് ചെയ്യുകയാണ്. ഓഫീസിലെത്തിയപ്പോൾ പതിവിന് വിപരീതമായി ആളുകളുടെ മുഖത്ത് പരി

ഭ്രമവും ജിജ്ഞാസയും കണ്ടു. യൂണിയൻ നേതാക്കൾ കൂട്ടംകൂടി നിന്ന് സംസാരിക്കുന്നുണ്ട്. ത്രിവിക്രമൻപിള്ളയും എം സുകുമാരനും പി ടി തോമസും ഗംഗാധരക്കുറുപ്പും അക്കൂട്ടത്തിലുണ്ടായിരുന്നു. ഒന്നും മിണ്ടാതെ ആളുകൾക്ക് പിറകിൽ നില്ക്കുന്ന എം സുകുമാരനെ ശിവൻകുട്ടി തിരിച്ചറിഞ്ഞു. ഗോവിന്ദൻനമ്പ്യാർ ധൃതിയിൽ നടന്നുവന്ന് ത്രിവിക്രമൻപിള്ളയോടു എന്തോ ചോദിക്കുന്നത് ശിവൻകുട്ടി ശ്രദ്ധിച്ചു. ശിവൻകുട്ടിയും യൂണിയനിലെ അംഗമാണ്. പുതുതായി ചേർന്നവർക്കു വേണ്ടി ത്രിവിക്രമൻപിള്ള കഴിഞ്ഞയാഴ്ചയിൽ ഒരു ക്ലാസ് എടുത്തിരുന്നു. അന്നൊന്നും സമരത്തെക്കുറിച്ച് അദ്ദേഹം ഒന്നും പറഞ്ഞില്ല. ആദ്യമൊക്കെ യൂണിയനിൽ ചേരാൻ ശിവൻകുട്ടിക്ക് താല്പര്യമില്ലായിരുന്നു. ചന്ദ്രചൂഡൻ നിർബ്ബന്ധിച്ചപ്പോൾ ശിവൻകുട്ടിക്ക് നിരസിക്കാൻ കഴിഞ്ഞില്ല. അംഗത്വത്തിനുള്ള അപേക്ഷ ഗംഗാധരക്കുറുപ്പിന്റെ കൈയിലാണ് കൊടുത്തത്. *സ്പാർട്ടക്കസ്* എന്ന നോവൽ മലയാളത്തിലേക്ക് വിവർത്തനം ചെയ്ത ഗോവിന്ദൻനമ്പ്യാരേയും അന്നേരം പരിചയപ്പെട്ടു. തൊഴിൽമേഖലയിൽ അസംതൃപ്തി കത്തിപ്പടരുന്ന സമയമായിരുന്നു അത്. ദലിതർ മേൽജാതിക്കാർക്കെതിരെയും മതേതരവാദികൾ മതമൗലികവാദികൾക്കെതിരെയും സമരം ചെയ്യുന്ന സമയം.

"ചന്ദ്രചൂഡൻ വന്നില്ലേ?" നമ്പ്യാർ ശിവൻകുട്ടിയോട് ചോദിച്ചു.

"ഇല്ല സാർ." ശിവൻകുട്ടി പറഞ്ഞു. "ഫൈനൽ പരീക്ഷ അടുത്ത തിങ്കളാഴ്ചയാ. അതുകൊണ്ട് അവധീലാ. രാത്രീം പകലും പഠിത്തമാ."

"ഓ, അക്കാര്യം ഞാൻ മറന്നു."

എല്ലാവരും സ്വന്തം സീറ്റിലേക്കു പോയി.

ലീവെടുത്തതുകൊണ്ട് ഒരാഴ്ചത്തെ പെൻഡിങ് ജോലികൾ തീർക്കാനുണ്ട്. ശിവൻകുട്ടി ധൃതിയിൽ ഫയലുകൾ നോക്കിത്തുടങ്ങി. തന്റെ ജീവിതത്തിലേക്ക് ഒരുപാടു പ്രതിസന്ധികൾ കടന്നുവരാൻ പോകുന്നതായി ശിവൻകുട്ടി മനസ്സിലാക്കി. സമരത്തെക്കുറിച്ച് കൃത്യമായ വിവരമൊന്നും ആരിൽനിന്നും കിട്ടിയില്ല. തൊട്ടടുത്തിരുന്ന ആലപ്പുഴക്കാരൻ സുരേന്ദ്രൻ ശിവൻകുട്ടിയോടു പറഞ്ഞു.

"കേന്ദ്രഗവ: ജീവനക്കാരെല്ലാം ഒരു സമരത്തിനുള്ള പുറപ്പാടിലാ. നോട്ടീസ് നല്കിക്കഴിഞ്ഞതായാണ് അറിയുന്നത്. സമരം വിജയിപ്പിക്കേണ്ട ആവശ്യകതയെക്കുറിച്ചാണ് എല്ലാരും പറയുന്നത്. സെപ്തംബർ പത്തൊൻപതാം തീയതിയാണ് സമരം."

ജോലിക്ക് കയറിയിട്ട് അധികനാളുകളായിട്ടില്ല. അതുകൊണ്ട് ശിവൻകുട്ടിക്ക് സമരത്തെ ഭയമാണ്. ജോലിയിൽ സ്ഥിരമായിട്ടില്ല. പ്രൊബേഷൻ സമയമാണ്. സമരത്തിൽ പങ്കെടുത്താൽ ജോലിയിൽ നിന്നും പിരിച്ചുവിടുമോ എന്നാണ് അവന്റെ സംശയം.

"പുതുതായി ജോലിയിൽ കയറിയവരും സമരം ചെയ്യണോ?"

"പിന്നല്ലാതെ." സുരേന്ദ്രൻ ചിരിച്ചെങ്കിലും മുഖത്ത് ആകാംക്ഷ കണ്ടു. "സമരത്തിന് ജൂനിയറെന്നോ സീനിയറെന്നോ ഇല്ല. എല്ലാവരും സമരം ചെയ്തേ പറ്റൂ. ഒരാളായിട്ടു ഒഴിഞ്ഞു നില്ക്കാൻ കഴിയില്ല."

"പ്രതികാര നടപടി വല്ലതുമുണ്ടെങ്കിൽ എന്റെ ജോലി പോവില്ലേ?"

"എല്ലാരേം പിരിച്ചുവിട്ടാൽ ജോലി ചെയ്യാൻ ആളുവേണ്ടേ?"

"എല്ലാരേമല്ല, എന്നെപ്പോലെ സ്ഥിരമാവാത്തവർ."

"അതൊന്നുമുണ്ടാവില്ല. ധൈര്യമായിരിക്ക്."

"തീരെ പ്രതീക്ഷിക്കാതെ കിട്ടിയ ജോലിയാ. ഇതില്ലാതായാൽ പിന്നെ മരിക്കുന്നതാ നല്ലത്."

"അങ്ങനെയൊന്നും ചിന്തിക്കരുത്. കുറെയാളുകളെ പുറത്താക്കിയാൽ അകത്തുള്ളവരും പുറത്തിറങ്ങും. പിന്നെന്തിനാ ഈ യൂണിയൻ?"

"അണ്ടിയോടടുക്കുമ്പോഴല്ലേ മാങ്ങേടെ പുളി അറിയുന്നത്."

ഭാരതിയുടെ ആരാധനാ കഥാപാത്രമായ എം സുകുമാരൻ ഇടനാഴിയിലൂടെ നടന്നു പോകുന്നതുകണ്ടു. സുകുമാരന്റെ ഒന്ന് രണ്ട് കഥകൾ ശിവൻകുട്ടി വായിച്ചിട്ടുണ്ട്. ശരിയെന്നു തോന്നുന്നത് ചെയ്യാനും പറയാനും മടികാണിക്കാത്ത എഴുത്തുകാരനാണ് അദ്ദേഹം. മറ്റെഴുത്തുകാരൊക്കെ കാര്യലാഭത്തിനും പ്രശസ്തിക്കും വേണ്ടി നട്ടെല്ല് വളയ്ക്കുന്നവരാണ്. എഴുത്തുകാരുടെ ഇടയിലെ ഒറ്റയാനാണ് എം സുകുമാരനെന്ന് ഭാരതിച്ചേച്ചി ഒരിക്കൻ ശിവൻകുട്ടിയോട് പറഞ്ഞത് അവൻ ഓർത്തു. എഴുത്തുകാരൊക്കെ ഒരു പ്രത്യേക ജീവികളാണെന്ന് ശിവൻകുട്ടിക്ക് തോന്നിയിട്ടുണ്ട്. ഒരിക്കൽ കടമ്മനിട്ട അടൂർ പ്രൈവറ്റ് ബസ്സ്റ്റാന്റിൽ നില്ക്കുമ്പോൾ, ഒരു ബസ് തൊട്ടുതൊട്ടില്ല എന്ന മട്ടിൽ കടന്നുപോയതും ഡ്രൈവർ ചീത്തവിളിച്ചപ്പോൾ ഒരു കൊച്ചുകുഞ്ഞിനെപ്പോലെ ചിരിച്ചതും ശിവൻകുട്ടിയുടെ മനസ്സിൽ മായാതെ കിടപ്പുണ്ട്. അദ്ദേഹത്തിന്റെ തോളിൽ ഒരു തുണി സഞ്ചിയുണ്ടായിരുന്നു. മുടി നീട്ടി വളർത്തിയിരുന്നു. കവിതചൊല്ലി പേരെടുക്കാൻ തുടങ്ങിയ സമയമായിരുന്നു അത്. ചിരിച്ചപ്പോൾ മുറുക്കാൻ തുപ്പൽ കടവായിലൂടെ പുറത്തേക്ക് ഒഴുകുന്നതും കണ്ടു.

പരീക്ഷ കഴിഞ്ഞ് വളരെ വൈകിയാണ് ചന്ദ്രചൂഡൻ ലോഡ്ജിലെത്തിയത്. കോളേജിൽനിന്നും നേരേ സെക്രട്ടറിയേറ്റിനു തെക്കുഭാഗത്തുള്ള ട്രിവാൻഡ്രം ഹോട്ടലിലേക്കാണ് പോയത്. യൂണിയൻ നേതാക്കളെല്ലാം അവിടെ ഉണ്ടായിരുന്നു. സമരത്തെക്കുറിച്ച് ചർച്ച ചെയ്യാനാണ് യോഗം വിളിച്ചുകൂട്ടിയത്. എസ് ആർ വി റെസ്റ്റോറന്റ് അടച്ചുകഴിഞ്ഞിരുന്നു. ആയുർവ്വേദ കോളേജിന്റെ വലതുഭാഗത്തെ തട്ടുകടയിൽ നിന്നു മൂന്നു ദോശയും ഒരു ഓംലറ്റും കഴിച്ചിട്ട് പത്തരമണിയോടെ ചന്ദ്രചൂഡൻ ലോഡ്ജിലെത്തി. ഒരു അനാഥനെപ്പോലെ ശിവൻകുട്ടി തിണ്ണയിൽ ചന്ദ്രചൂഡനേയും പ്രതീക്ഷിച്ചിരുന്നു.

"എന്താ ഇത്ര താമസിച്ചത്?"

"ട്രിവാൻഡ്രം ഹോട്ടലിൽ ഒരു മീറ്റിങ് ഒണ്ടായിരുന്നു. അതിനു പോയതാ."

"നാളെ പരീക്ഷയില്ലേ?"

"ഒണ്ട്. പരീക്ഷപോലെതന്നെ പ്രധാനമാ യൂണിയൻ കാര്യങ്ങളും. ഇന്നത്തെ മീറ്റിങ്ങിന് സോമനും ഉണ്ടായിരുന്നു."

"അവനെവിടെ?"

"പോയി."

"എന്നെ കാണാതോ?"

"ശിവൻകുട്ടിയോടു അന്വേഷണം പറയാൻ പറഞ്ഞു."

"അവനെങ്ങോട്ടാ പോയത്."

"അതറിയില്ല. പുല്പള്ളിയിലേക്കാണെന്നു തോന്നുന്നു."

"കേന്ദ്രഗവ: ജീവനക്കാർ ഇതിനുമുമ്പ് സമരം ചെയ്തിട്ടുണ്ടോ?"

"എന്റെ അറിവില്പെട്ടിടത്തോളം ഇല്ല."

"ചന്ദ്രചൂഡാ ഞാനും സമരിക്കണോ? ഞാനൊരു താല്ക്കാലിക ജീവനക്കാരനല്ലേ?"

"സമരത്തിൽനിന്നും ഒഴിഞ്ഞുനില്ക്കാൻ ആരെയും അനുവദിക്കത്തില്ല. നടപടികളുണ്ടായാൽ നേരിടാൻ യൂണിയനുണ്ട്. ശിവൻകുട്ടിയെപ്പോലെ ജൂനിയറായ നാല്പതോളം പേർ ഇവിടുണ്ട്. അവർ ജോലിക്ക് കയറിയാൽ സമരം പരാജയമാണെന്ന് വ്യാഖ്യാനിക്കപ്പെടും."

"എന്റെ സാഹചര്യം ചന്ദ്രചൂഡന് അറിയാമല്ലോ. ജോലി നഷ്ടപ്പെട്ടാൽ പിന്നെ ജീവിച്ചിരുന്നിട്ട് കാര്യമില്ല."

"എല്ലാരും അങ്ങനെയൊക്കെത്തന്നയാ. ഇവിടെ ജോലി ചെയ്യുന്നവരെല്ലാം സാധാരണക്കാരാ. സാമ്പത്തിക ശേഷി ഇല്ലാത്തവരാ. ഒരാളെമാത്രം ഒഴിവാക്കാൻ പറ്റത്തില്ല. ശിവൻകുട്ടി തന്നെപറ. പറ്റുമോ?"

ചന്ദ്രചൂഡൻ ശിവൻകുട്ടിയുടെ തോളിൽത്തട്ടി ആശ്വസിപ്പിച്ചു.

"നമുക്കൊരു സിനിമയ്ക്ക് പോയാലോ. ഇനി ഇന്നൊന്നും പഠിക്കുന്നില്ല. ചങ്ങമ്പുഴേടെ *രമണൻ* ചിത്രയിൽ ഓടുന്നുണ്ട്. തിരക്ക് കൊറവാരിക്കും. വാ, ശിവൻകുട്ടിയുടെ ചിന്തയ്ക്കും ഒരു അയവ് കിട്ടുമല്ലോ."

അവർ രണ്ടുപേരും ചിത്രയിൽ സിനിമയ്ക്കു പോയി. തിരക്കൊന്നുമില്ലായിരുന്നു. തീയേറ്ററിനു സമീപത്തെ ചായക്കടയിൽനിന്നും ചായയും വടയും കഴിച്ചു. പൈസ കൊടുത്തത് ചന്ദ്രചൂഡനായിരുന്നു. വിശപ്പ് തോന്നുമ്പോൾ മാത്രം ആഹാരം കഴിക്കുന്ന സ്വഭാവമായിരുന്നു ചന്ദ്രചൂഡന്. ഉച്ചയ്ക്ക് ഉണ്ണാതെ തണുത്ത വെള്ളം മാത്രം കുടിച്ച് സീറ്റിലേക്ക് പോകുന്ന ചന്ദ്രചൂഡനെ ശിവൻകുട്ടി കണ്ടിട്ടുണ്ട്. ഏജീസ് ഓഫീസിൽ കാന്റീനുണ്ടായിരുന്നു. ഊണിന് ചാർജ്ജ് കുറവായിരുന്നു. ആഹാരം ഒഴിവാക്കുന്നതിനെക്കുറിച്ച് ചോദിച്ചപ്പോൾ അയാൾ പറഞ്ഞു.

"നമ്മുടെ നാട്ടിൽ ഒരു നേരത്തെ ആഹാരംപോലും കഴിക്കാൻ നിവൃത്തിയില്ലാത്ത ധാരാളം ആളുകളുണ്ട്. മൂക്കുമുട്ടെ തിന്ന് ആഹാരം നശിപ്പിക്കുന്നത് ശരിയല്ല. വിശപ്പിന്റെ വേദന എന്താണെന്ന് ശിവൻകുട്ടിക്കും അറിയാമല്ലോ. വിശപ്പിനെ ശമിപ്പിക്കാൻ മാത്രം ആഹാരം കഴിക്കുക."

ചന്ദ്രചൂഡൻ പറഞ്ഞത് എത്രയോ സത്യമാണെന്ന് ശിവൻകുട്ടിക്കു തോന്നി. ശിവൻകുട്ടി ഇപ്പോൾ സമരത്തെക്കുറിച്ച് മാത്രം ചിന്തിക്കുന്നു. പുതിയ കളിപ്പാട്ടം കിട്ടുമ്പോൾ കുട്ടികൾ പഴയകളിപ്പാട്ടത്തെ ഉപേക്ഷിക്കുന്നതുപോലെ അവൻ ഭാരതിയേയും സൗദാമിനിയേയും മറന്നു. ശിവൻകുട്ടിയുടെ ഭാവിജീവിതം നിർണ്ണയിക്കപ്പെടുന്നത് സമരത്തിന്റെ ഫലമായുണ്ടാവുന്ന ശിക്ഷാരീതികളിലായിരിക്കും.

മുപ്പത്തി ഒൻപത്

ആയിരത്തി തൊള്ളായിരത്തി അറുപത്തെട്ട് സെപ്തംബർ 19-ാം തീയതി രാവിലെ ഒൻപത് മണി.

ഏജീസ് ഓഫീസിനു മുന്നിലെ ഗേറ്റിൽ ജീവനക്കാർ കൂട്ടംകൂടി നില്ക്കുന്നുണ്ട്. യൂണിയനംഗങ്ങൾ ഓഫീസിനു മുന്നിൽ ഒരു കോട്ട തീർത്തിരിക്കുകയാണ്. കോട്ട തകർത്ത് അകത്ത് കയറാൻ ആർക്കെങ്കിലും കഴിയുമെന്ന് തോന്നുന്നില്ല. സെക്രട്ടറിയേറ്റിനു മുന്നിൽ കാവൽ നില്ക്കുന്ന പൊലീസുകാരിൽ ചിലർ വടക്കോട്ട് നോക്കി ആൾക്കൂട്ടം ശ്രദ്ധിക്കുന്നതു കാണാം. ശിവൻകുട്ടി ഗേറ്റിനു സമീപമുള്ള മതിലിൽ ചാരിനിന്നു. തുറന്നു കിടന്ന ഓടയിൽക്കൂടി അഴുക്കുവെള്ളം ഒഴുകുന്നത് കാണാം. തൊട്ടടുത്ത് ആൾക്കൂട്ടമുണ്ടെങ്കിലും താൻ തനിച്ചാണെന്ന് ഒരു തോന്നൽ അവനുണ്ടായി. ചന്ദ്രചൂഡനെ കാണാഞ്ഞപ്പോൾ അവന്റെ മനസ്സമാധാനം നഷ്ടപ്പെട്ടു. ഇന്ന് ജോലിയിൽ കയറിയില്ലെങ്കിൽ തന്നെ ജോലിയിൽനിന്നും പിരിച്ചുവിടുമോ എന്ന് അങ്കലാപ്പോടെ ശിവൻകുട്ടി നിന്നു. ജോലി കിട്ടിയപ്പോൾ ഭാരതിച്ചേച്ചിയുടെ വിവാഹം ആർഭാടത്തോടെ നടത്താമെന്നൊരു ആഗ്രഹം അവനുണ്ടായിരുന്നു. പക്ഷേ, അത്തരം മോഹങ്ങളൊന്നും ഇപ്പോൾ അവന്റെ മനസ്സിലില്ല. ആകാശം മൂടിക്കെട്ടിയിരുന്നതുകൊണ്ട് പ്രകാശം ദുർബ്ബലമായിരുന്നു. രാവിലെ വെറും ചായമാത്രം കുടിച്ചതുകൊണ്ട് ശിവൻകുട്ടിക്ക് ക്ഷീണം തോന്നി. ആകാശത്തിന് ചുവന്ന മണ്ണിന്റെ നിറമായിരുന്നു. സൂര്യപ്രകാശത്തിലും ചുവപ്പ് നിറം കലർന്നതുപോലെ അവന് തോന്നി.

"സമരത്തിൽ പങ്കെടുക്കണം." തലേന്നു രാത്രിയിൽ ചന്ദ്രചൂഡൻ പറഞ്ഞു.

"പിരിച്ചു വിട്ടാൽ അതിനുള്ള പരിഹാരം കണ്ടെത്തണം. ഏത് പ്രശ്നവും പരിഹരിക്കാൻ ശ്രമിക്കണം. എല്ലാവരും പുറത്തു നില്ക്കുമ്പോൾ ഒരാൾ മാത്രം ജോലിക്ക് കയറുന്നത് തെറ്റുതന്നെയാണ്. രോഗം വന്നാൽ ചികിത്സിക്കണം."

അക്കൗണ്ടന്റ് ജനറൽ കുര്യാക്കോസ് കാറിൽ വന്നിറങ്ങിയപ്പോൾ ജീവനക്കാർ മുദ്രാവാക്യം വിളിക്കാൻ തുടങ്ങി. എ ജിയെ ജീവനക്കാർക്ക് തീരെ ഇഷ്ടമില്ലായിരുന്നു. ഏ ജിയെ ഓഫീസിനുള്ളിൽ കയറ്റി വിടണോ എന്നൊരു ശങ്ക ആളുകൾക്കിടയിലുണ്ടായിരുന്നു. എ ജിയെ തടയാൻ ജീവനക്കാർ ശ്രമിച്ചു. എ ജിയെ തടയാൻ പാടില്ല എന്നൊരു തീരുമാനം കമ്മിറ്റിയിൽ എടുത്തിരുന്നെങ്കിലും അക്കാര്യം ജീവനക്കാരെ അറിയിക്കാൻ കഴിഞ്ഞില്ല. ത്രിവിക്രമൻപിള്ള ഇടപെട്ട് ആളുകളെ ഒതുക്കി എ ജിക്ക് ഓഫീസിലേക്ക് കടക്കാനുള്ള വഴിയൊരുക്കി. എം സുകുമാരൻ ഒരല്പം അകലെമാറി ചലനമില്ലാതെ നിന്നു. അദ്ദേഹത്തിന്റെ കണ്ണുകളും നിശ്ചലമായിരുന്നു. കുട്ടിത്തം വിട്ടുമാറാത്ത മുഖത്ത് ഒരു കൗതുകം നിഴൽ വിരിച്ചിരുന്നു. ശിവൻകുട്ടി മതിലിൽ ചാരിനിന്ന് ഒരു മയക്കത്തിലേക്ക് വീണു.

"എടാ, ശിവൻകുട്ടീ, നീ എന്തിനാ ഈ പൊല്ലാപ്പിനൊക്കെ പോകുന്നത്. കിട്ടിയ സൗഭാഗ്യം നീ കളഞ്ഞുകുളിക്കരുത്. അഹമ്മതി കാട്ടിയാൽ, നായിന്റെ മോനെ നീ അനുഭവിക്കും. എന്തിനാടാ നീ സമരിക്കുന്നത്?"

ഉറക്കത്തിൽ ആരോ തന്നോട് സംസാരിക്കുന്നത് കേട്ട് അവൻ ഞെട്ടിയുണർന്നു. അവൻ കണ്ണുകൾ തുറന്ന് ചുറ്റിലും നോക്കി. സമരക്കാരാരും ഓഫീസിനു മുന്നിൽനിന്നും പോയിട്ടില്ല. തന്നോടു സംസാരിച്ചത് ആരാണെന്നറിയാതെ ശിവൻകുട്ടി വിയർപ്പ് തുടച്ചു. അത് പാറുവമ്മയാണോ? അവൻ ശങ്കിച്ചു.

ഓഫീസിന് മുന്നിൽക്കൂടി നടന്നുപോകുന്നവർ ഓഫീസിലേക്ക് നോക്കി എന്തൊക്കെയോ സംസാരിക്കുന്നത് കണ്ടു. കടന്നുപോയ ബസുകളിൽ യാത്രക്കാർ കുറവായിരുന്നു. അവർ തലനീട്ടി ആൾക്കൂട്ടത്തെ ശ്രദ്ധിച്ചു. പത്തുമണി കഴിഞ്ഞപ്പോൾ കോൺഫെഡറേഷന്റെ ആഭിമുഖ്യത്തിൽ കേന്ദ്രജീവനക്കാരുടെ ഒരു ജാഥ തെക്കോട്ടു നീങ്ങി. റെയിൽവേയിലും പോസ്റ്റാഫീസിലും ടെലിഫോണിലും ജോലി ചെയ്യുന്നവർ അക്കൂട്ടത്തിലുണ്ടായിരുന്നു. ഏജീസ് ഓഫീസിനു മുന്നിൽനിന്നും ഏതാനും പേർ ജാഥയോട് ചേർന്നു. ഒരു പൊലീസ് വണ്ടി ഓഫീസിനു മുന്നിൽ വന്നുനിന്നു. ഏതാനും പൊലീസുകാരെ ഇറക്കി വണ്ടി വടക്കോട്ടുപോയി. ഉച്ചയായപ്പോൾ ആളുകളൊക്കെ പിരിഞ്ഞുപോയി. ചന്ദ്രചൂഡനെ സമരമുഖത്തെങ്ങും കാണാഞ്ഞതിൽ ശിവൻകുട്ടി അത്ഭുതപ്പെട്ടു.

ചന്ദ്രചൂഡൻ പഠിത്തകാര്യങ്ങളുമായി ലോഡ്ജിലുണ്ടായിരുന്നു. അവസാനത്തെ പരീക്ഷ പിറ്റേന്നായതുകൊണ്ട് അയാൾ മറ്റൊന്നിലും ശ്രദ്ധിച്ചില്ല. സമരത്തെക്കുറിച്ചോ അതിന്റെ വിശദാംശങ്ങളെക്കുറിച്ചോ ചന്ദ്രചൂഡൻ ഒന്നും ചോദിച്ചില്ല. എല്ലാം മുൻകൂട്ടി അറിയാവുന്നതുപോലെയാണ് ചന്ദ്രചൂഡൻ പെരുമാറിയത്. രാവിലെ മുതൽ മഴക്കാറുകൾ ആകാശത്തിലൂടെ നീങ്ങുന്നുണ്ടായിരുന്നു. മഴപെയ്യാൻ സാദ്ധ്യതയുണ്ടെന്ന് തോന്നിയതുകൊണ്ട് വേഗത്തിലാണ് ശിവൻകുട്ടി നടന്നത്. സമരത്തിൽ പങ്കെടുത്തതിൽ ദുഃഖമുണ്ടോ എന്നുമാത്രം ചന്ദ്രചൂഡൻ ചോദിച്ചു. ഇല്ല എന്ന് പറഞ്ഞിട്ടു ശിവൻകുട്ടി മുറിക്കുള്ളിൽ കയറിക്കിടന്നു.

വീട്ടിലെ വിവരങ്ങളൊന്നും അറിയാൻ കഴിയുന്നില്ല. സൗദാമിനിച്ചേച്ചി വീട്ടിലുണ്ടായതുകൊണ്ട് ഏറക്കുറെ ശിവൻകുട്ടി സംതൃപ്തനാണ്. ചേച്ചിയുടെ പ്രസവം എപ്പോഴാവുമെന്ന് അന്വേഷിക്കാൻ കഴിയാത്തതിൽ അവന് ഖേദമുണ്ട്. ഭാരതിച്ചേച്ചിക്ക് വേണ്ടത്ര തന്റേടമുണ്ട്. എന്റെ രോഗം ചികിത്സിക്കാനുള്ള കഴിവ് എനിക്കുണ്ടെന്ന് ഒരു ദിവസം ഭാരതിച്ചേച്ചി പറഞ്ഞു. "എനിക്ക് ശരിയെന്നു തോന്നുന്ന കാര്യങ്ങളാണ് ഞാൻ ചെയ്യുന്നത്. ഒരു കാര്യത്തിലും എനിക്ക് പശ്ചാത്താപമില്ല." അവർ കൂട്ടിച്ചേർത്തു. തന്റേടം നല്ലതോ ചീത്തയോയെന്ന് ശിവൻകുട്ടിക്കറിയില്ല. പക്ഷേ, നാട്ടിൽ നഷ്ടപ്പെട്ട അന്തസ്സും അഭിമാനവും ഇനിയും വീണ്ടെടുക്കാൻ കഴിയുമെന്ന് അവൻ വിശ്വസിക്കുന്നില്ല.

പിറ്റേന്ന്, അവസാന പരീക്ഷയെഴുതാൻ ചന്ദ്രചൂഡൻ യൂണിവേഴ്സിറ്റി കോളേജിലേക്ക് പോയി. ശിവൻകുട്ടി ഓഫീസിലേക്കും കയറി. പന്ത്രണ്ട് മണിയായപ്പോൾ എ ജിയുടെ ഓർഡർ കൈയിൽ കിട്ടി. താല്ക്കാലിക ജീവനക്കാരെയെല്ലാം ഒരു മാസത്തിനുള്ളിൽ സർവ്വീസിൽ നിന്നും പിരിച്ചുവിടുമെന്നുള്ള അറിയിപ്പായിരുന്നു അത്. തൂക്കിക്കൊന്ന കുറ്റവാളിയുടെ ശരീരം വീട്ടുകാർ ഏറ്റുവാങ്ങുന്നതുപോലെയാണ് ശിവൻകുട്ടി തന്നെ ജോലിയിൽനിന്നും പുറത്താക്കിക്കൊണ്ടുള്ള നോട്ടീസ് കൈപ്പറ്റിയത്. ഓരോരുത്തർക്കും അവരവരുടെ പേരിലായിരുന്നു നോട്ടീസ്. അറിയിപ്പു കിട്ടിയപ്പോൾ ശിവൻകുട്ടിയുടെ ശരീരം വിയർക്കുകയോ വിറയ്ക്കുകയോ ചെയ്തില്ല. എന്തും നേരിടാനുള്ള ഒരു ശക്തി അവന്റെ ചിന്തകൾക്കുണ്ടായി. ഒരുതരം നിസ്സംഗതയാണ് അവന് തോന്നിയത്. ഇതൊന്നും താൻ നിശ്ചയിക്കുന്നതല്ലെന്ന് അവൻ ഉറപ്പിച്ചു. അക്കാര്യത്തിൽ ആശങ്കപാടില്ല. എല്ലാവരും അവരവർക്ക് കിട്ടിയ കടലാസുമായി കസേരയിൽ ഒന്നും മിണ്ടാതെ അമർന്നു. ഇതൊരു കടലാസ് പുലി മാത്രമാണെന്ന് ചിലർ പറഞ്ഞു. അവരൊക്കെ യൂണിയന്റെ പ്രധാനപ്രവർത്തകരായിരുന്നു.

“ഒരു മാസം കഴിഞ്ഞാൽ എല്ലാരേം പിരിച്ചുവിടുമെന്ന് ശിവൻകുട്ടി കരുതുന്നുണ്ടോ?”

തൊട്ടടുത്ത സീറ്റിലിരുന്ന സുരേന്ദ്രൻ ചോദിച്ചു. എന്തുമറുപടി പറയണമെന്ന് അറിയാത്തതുകൊണ്ട് ശിവൻകുട്ടി മൗനം പാലിച്ചു. ഏതു കാര്യത്തെക്കുറിച്ചും കൂടുതൽ അറിവ് ഇല്ലാതിരിക്കുന്നതാണ് ഉത്തമമെന്ന് അവനറിയാം. പിരിച്ചുവിട്ടാലും ഇല്ലെങ്കിലും അതിനെ തന്റേടത്തോടെ നേരിടണമെന്ന് അവൻ ഉറപ്പിച്ചു.

“ഇതൊക്കെ ഒരു ചടങ്ങാണ്. സമരം ചെയ്തപ്പോൾ മോളീന്ന് ഇത്രയെങ്കിലും ചെയ്തില്ലെങ്കിൽ ഏമാന്മാർക്ക് മോശമല്ലേ? ശിവൻകുട്ടി ഇതൊന്നും കാര്യമാക്കണ്ട.”

സമരത്തെക്കുറിച്ചും അതിന്റെ ഫലത്തെക്കുറിച്ചും പല സംശയങ്ങളും തോന്നിയെങ്കിലും ശിവൻകുട്ടി മൗനം പാലിച്ചു. കിട്ടിയ കടലാസ് മേശവലിപ്പിലെ ഡയറിയിൽ സൂക്ഷിച്ച് അവൻ വർക് ഓഡിറ്റ് സെക്ഷനിൽ ചെന്ന് ത്രിവിക്രമൻപിള്ളയെ അന്വേഷിച്ചെങ്കിലും അദ്ദേഹം സീറ്റിലുണ്ടായിരുന്നില്ല. ഭാവികാര്യങ്ങളെക്കുറിച്ച് അന്വേഷിക്കാനാണ് ശിവൻകുട്ടി ചെന്നത്. സമരത്തെക്കുറിച്ച് ആധികാരികമായി സംസാരിക്കാൻ കഴിവുള്ള ആൾ ത്രിവിക്രമൻപിള്ളയാണ്.

ചന്ദ്രചൂഡന് സസ്പെൻഷൻ ഓർഡറാണ് കിട്ടിയത്. മിഠായിപ്പൊതി കിട്ടിയ കുട്ടിയെപ്പോലെ ചന്ദ്രചൂഡൻ ചിരിച്ചു. പിരിച്ചുവിട്ടാൽ സന്തോഷത്തോടെ പുറത്തുപോകാനുള്ള തീരുമാനം അയാൾ നേരത്തേ എടുത്തിരുന്നു. അതിനുവേണ്ടി മാത്രമാണ് അയാൾ പി ജിക്ക് ചേർന്നത്. പിരിച്ചുവിട്ടാലും ഇല്ലെങ്കിലും അയാൾ ഏജീസ് ഓഫീസ് ജോലി ഉപേക്ഷിക്കുമായിരുന്നു. അത്രയ്ക്ക് പിൻതിരിപ്പനായിരുന്നു കേന്ദ്രഗവൺമെന്റിന്റെ തൊഴിലാളി നയം. ഒരു അദ്ധ്യാപകനാവുക എന്നത് ചന്ദ്ര

ചൂഡന്റെ ജീവിതാഭിലാഷമായിരുന്നു. അന്ന് ഓഫീസിലാരും ജോലി ചെയ്തില്ല. സമരത്തെ അധികാരികൾ നേരിട്ടരീതി തൊഴിലാളികൾക്കിടയിൽ അതൃപ്തിയുണ്ടാക്കി. ഒറ്റദിവസത്തെ സമരത്തിന് ഇത്രയും കടുത്ത ശിക്ഷയോ? ജീവനക്കാരുടെ കണ്ണുകളിൽ കണ്ടത് നിശ്ചയദാർഢ്യമായിരുന്നു. സത്യം ജയിക്കുമെന്ന് അവർ പരസ്പരം പറഞ്ഞു. ശിവൻകുട്ടിക്ക് നേരത്തെ തോന്നിയിരുന്ന ഭയം ഇപ്പോഴില്ല. ഏറ്റവും ദുഃഖകരമായ കാര്യം യൂണിയൻ നേതാക്കളായ ത്രിവിക്രമൻപിള്ളയേയും പി ടി തോമസിനേയും സർവ്വീസിൽനിന്നും പിരിച്ചുവിട്ടതാണ്. എന്ത് ത്യാഗം സഹിക്കാനും ജീവനക്കാർ തയ്യാറായിരുന്നു. പ്രസിഡന്റ് വി വി ഗിരി ഒപ്പിട്ടതായിരുന്നു പിരിച്ചുവിടൽ നോട്ടീസ്.

"The president of Republic of India is satisfied that your rentention in service is detriment to the security of the nation and therefore you are dismissed from service with immediate effect under the provision of Article 311 (2) (c) of the Constitution of India.''

ഏജീസ് ഓഫീസ് തിരുവനന്തപുരം യൂണിറ്റ് മേലധികാരികൾക്ക് വീണ്ടും തലവേദനയായി. പിരിച്ചുവിട്ടവരെ തിരിച്ചെടുക്കാൻ മറ്റൊരു സമരം അരങ്ങേറി. എം സുകുമാരനും ചാമിയും ശിവൻകുട്ടിയും ചന്ദ്രചൂഡനും സമരത്തിന് നേതൃത്വം നല്കി. ഇടയ്ക്ക് ആരോ സഖാവ് ശിവൻകുട്ടി സിന്ദാബാദ് എന്ന് മുദ്രാവാക്യം വിളിക്കുന്നത് കേട്ടു. ശിവൻകുട്ടി അങ്ങനെ ഒരു സഖാവായി. കേന്ദ്രത്തിൽനിന്നും അടിച്ചമർത്തലുകളും പിരിച്ചുവിടലും തുടർന്നും ഉണ്ടായി. അവസാനം എം സുകുമാരനേയും ചന്ദ്രചൂഡനേയും ശിവൻകുട്ടിയേയും എന്നെന്നേക്കുമായി ഏജീസ് ഓഫീസിൽനിന്നും പിരിച്ചുവിട്ടു.

പിരിച്ചുവിടൽ നോട്ടീസുമായി ധർമ്മാലയം റോഡിലെ ലോഡ്ജിലെത്തിയ ശിവൻകുട്ടിയെ എന്ത് പറഞ്ഞാണ് ആശ്വസിപ്പിക്കേണ്ടതെന്ന് ചന്ദ്രചൂഡന് അറിയില്ലായിരുന്നു. ശിവൻകുട്ടി ഒരുകാര്യത്തെക്കുറിച്ചും അധികം സംസാരിക്കാൻ കൂട്ടാക്കിയില്ല. താനിപ്പോൾ ഒരു സഖാവാണ്. ഈ ലോകത്ത് തനിക്ക് ആരും ആകണ്ട എന്ന് അയാളുടെ മനസ്സ് മന്ത്രിച്ചുകൊണ്ടിരുന്നു. എന്തെങ്കിലും ആകണമെന്ന് എഴുത്തുകാരനായ എം സുകുമാരനും ആഗ്രഹമുണ്ടായിരുന്നില്ല. കൈയിലെ ഞരമ്പ് മുറിച്ച് സാവധാനം മരണത്തിലേക്ക് വീണാലോ എന്ന് ശിവൻകുട്ടി ആലോചിച്ചെങ്കിലും തന്നെ അമ്മാവാ എന്നു വിളിക്കാൻ ഒരാൾ വളർന്നു വരുന്ന കാര്യം ആലോചിച്ചപ്പോൾ അവൻ ജീവിക്കാൻ കൊതിച്ചു. കന്യാകുമാരിയിലെ ഏതോ കോളേജിൽ ജോലിക്ക് കയറാൻ വേണ്ട ഏർപ്പാടുകൾ ചെയ്തിരുന്നതുകൊണ്ട് ചന്ദ്രചൂഡൻ വൈകാതെ തിരുവനന്തപുരം വിടും. പകൽ സമയങ്ങളിൽ ആഹാരം കഴിക്കാനായി മാത്രം ശിവൻകുട്ടി മുറിയിൽനിന്നും പുറത്തിറങ്ങി. കൈയിലെ കാശ് തീർന്നപ്പോൾ ചന്ദ്രചൂഡനോട് കടംവാങ്ങി. യാത്രാമൊഴി ചൊല്ലിപ്പുറത്തിറങ്ങിയ ഏജീസ് ഓഫീസിലേക്കു വീണ്ടും പോകാൻ തോന്നിയില്ല. കുറച്ചുനാൾ ജോലി ചെയ്ത വകയിൽ ചില്ലറ കാശ് അവിടുന്ന് കിട്ടാനുണ്ട്. അതു കിട്ടിയാൽ

കുറെ നാളത്തേക്ക് ആഹാരം കഴിക്കാം. തിരുവനന്തപുരത്ത് എന്തെങ്കിലും ജോലിക്കുവേണ്ടി ചന്ദ്രചൂഡൻ ശ്രമിച്ചെങ്കിലും വിജയത്തിലെത്തിയില്ല. ഗോവിന്ദൻനമ്പ്യാർ ഒരു പ്രസ് നടത്തിയിരുന്നു. അവിടെ എന്തെങ്കിലും ജോലി ശരിയാക്കാമെന്ന് പറഞ്ഞെങ്കിലും ശിവൻകുട്ടി പ്രതികരിച്ചില്ല. പട്ടിണിയാണെങ്കിലും സ്വന്തം ഗ്രാമം തന്നെയാണ് നല്ലതെന്ന് ശിവൻകുട്ടി വിചാരിച്ചു. തിരുവനന്തപുരത്തില്ലാത്ത പലതും ഏഴംകുളത്തുണ്ട്. അവിടെ ക്ഷേത്രത്തിനു മുന്നിലെ ഞാവൽമരത്തണലുണ്ട്. പതിയാന്റെ തോടുണ്ട്. തോട്ടിലൂടെ ഒഴുകുന്നത് പളുങ്കുപോലെയുള്ള വെള്ളമാണ്. തോടിന്റെ കരയിൽ കൈതക്കാടുണ്ട്. കൊയ്ത്തു കാലമാവുമ്പോൾ തോടിന്റെ കരയിലെ വരമ്പിൽ മഞ്ഞനിറമുള്ള നെൽച്ചെടികൾ ഗർഭാലസ്യത്തിൽ തലചായ്ച്ച് കിടക്കുന്നതു കാണാം. കൊയ്ത്ത് കഴിഞ്ഞപാടത്തിൽ തലപ്പന്ത് കളിക്കാം. കൂട്ടുകാരോടൊത്ത് അമ്പലക്കുളത്തിൽ 'ഉണ്ട' കളിക്കാം. കുംഭമാസത്തിൽ തുരുതുരെ വീഴുന്ന ഞാവൽപ്പഴം നാവിലിട്ടു നുണയാം. ഉത്സവത്തിന് കെട്ടുകുതിരയുടെ ചട്ടം തോളിലേറ്റി നടക്കാം. അമ്പലമുറ്റത്ത് കിളിത്തട്ട് കളിക്കാം. ബലിക്കൽപുരയിലിരുന്ന് ഇരുപത്തിയെട്ടു നായും പുലിയും കളിക്കാം. ചിറപ്പുത്സവത്തിന് ലക്ഷം ദീപം തെളിക്കാം. താലപ്പൊലിയെടുക്കുന്ന പെൺകുട്ടികളെ കണ്ട് കൊതിക്കാം. അതിരാവിലെ ഈറനോടെ നിർമ്മാല്യം തൊഴാൻ പോകുന്ന സ്ത്രീകളെ കാണാം. വഴിപാടു തൂക്കത്തിന്റെ വില്ലിൽക്കെട്ടിയ വടം വലിച്ചുകൊണ്ട് ക്ഷേത്രത്തിന് ചുറ്റും കറങ്ങാം. അമ്പലക്കുളത്തിൽ കുളിക്കാം. അത്താഴപൂജ കഴിഞ്ഞ് മേൽശാന്തി തരുന്ന പായസം കഴിച്ച് വിശപ്പകറ്റാം. രാത്രിയിൽ പൂർണ്ണചന്ദ്രൻ അമ്പലക്കുളത്തിൽ വലിയ പപ്പടം പൊള്ളിച്ചിടുന്നതു കാണാം. ഒരു ചെറിയ കാറ്റിൽ പപ്പടം പൊടിഞ്ഞ് വെള്ളത്തിൽ കലരുമ്പോൾ വീണ്ടും മറ്റൊരു പപ്പടം പൊള്ളിച്ച് ചന്ദ്രൻ വെള്ളത്തിലിടും. കുളക്കരയിലെ അരയാൽ കൊമ്പിൽ നിലാവിന്റെ പുടവ ഇലകൾക്കിടയിലൂടെ താഴേക്ക് വീണു കിടക്കുന്നത് കാണാം. ചെറിയ കാറ്റടിക്കുമ്പോൾ നാട്ടുമാവിൽനിന്നും പഴുത്ത മാങ്ങ വീഴുന്നതും കാത്ത് കരിയിലപ്പുറത്ത് കാത്തിരിക്കാം. മഴവെള്ളം കുടിച്ച് വീർത്ത വയറുമായി കിടക്കുന്ന വയലിൽ വാഴപ്പിണ്ടിയിൽ പിടിച്ച് നീന്തൽ പഠിക്കാം. ഇത്തരത്തിലൊന്നും തിരുവന്തപുരം പട്ടണത്തിലില്ല. ഇവിടത്തെ ജീവിതം യാന്ത്രികമാണ്. കുറെയേറെയാളുകൾ ധൃതിയിൽ നടന്നുപോകുന്നു. ആരും ആരേയും ശ്രദ്ധിക്കുന്നില്ല. അയൽപക്കത്തു താമസിക്കുന്നവർ ആരാണെന്നുപോലും അറിയാൻ ശ്രമിക്കുന്നില്ല. പത്മതീർത്ഥ കുളത്തിൽ കുളിക്കാനോ കളിക്കാനോ ആരെയും അനുവദിക്കുന്നില്ല. മറ്റുള്ളവർക്കുവേണ്ടി കരയാൻ ആരും മിനക്കെടാറില്ല. സ്വന്തം കാര്യം സിന്ദാബാദുകാരാണ് ഏറെയും. തിരുവനന്തപുരത്തെ സുഭിക്ഷതയേക്കാൾ ഏഴംകുളത്തെ പട്ടിണിയാണ് സുഖമെന്ന് ശിവൻകുട്ടിക്ക് തോന്നിയതുകൊണ്ട് എത്രയുംപെട്ടെന്ന് തിരുവനന്തപുരത്തോടു യാത്രപറയാൻ അവന്റെ മനസ്സ് ധൃതികൂട്ടി. ചന്ദ്രചൂഡൻ രാത്രി ഒൻപത് മണി കഴിഞ്ഞപ്പോൾ ലോഡ്ജിലെത്തി. ശിവൻകുട്ടിക്കൊരു കത്തുണ്ട്. ഒരു ഇൻലാന്റ്

നീട്ടിക്കൊണ്ട് ചന്ദ്രചൂഡൻ പറഞ്ഞു. ഞാൻ വെറുതെ ഓഫീസിലൊന്നു കയറിയതാ. കത്ത് നോട്ടീസ് ബോർഡിൽ കണ്ടു.

കൈയക്ഷരം കണ്ടിട്ട് ആരുടെ കത്താണെന്ന് ശിവൻകുട്ടിക്ക് മനസ്സിലായില്ല. മലയാളത്തിലാണ് മേൽവിലാസം എഴുതിയിരിക്കുന്നത്. അക്ഷരങ്ങൾക്ക് വടിവോ വൃത്തിയോ ഇല്ലായിരുന്നു. അക്ഷരത്തെറ്റും ഉണ്ടായിരുന്നു. ശിവൻകുട്ടി കത്ത് പൊട്ടിച്ചു.

പ്രിയപ്പെട്ട ശിവൻകുട്ടിക്ക്,

സൗദാമിനി എഴുതുന്നു. നീ എന്താ ഇതേവരെ ഇങ്ങോട്ടു വരാതിരുന്നത്? ഭാരതി പ്രസവിച്ചു. ആൺകുഞ്ഞാണ്. അമ്മയും കുഞ്ഞും സുഖമായിരിക്കുന്നു. പ്രസവം വീട്ടിൽ വച്ചായിരുന്നു. പതിച്ചി നാരായണി സഹായത്തിനുണ്ടായിരുന്നു. അമ്മാവൻ, അമ്മാവൻ എന്നും പറഞ്ഞാണ് ചെറുക്കൻ കരയുന്നത്. രാത്രീൽ ഒരുപോള കണ്ണടയ്ക്കാൻ കഴിയുന്നില്ല. ഭാരതി എപ്പോഴും ഉറക്കമാണ്. പാല് കൊടുക്കാൻ മാത്രം ഉണരും. നീ എത്രയും പെട്ടെന്ന് വരുമെന്ന് വിശ്വസിക്കുന്നു.

നിർത്തട്ടെ,

സസ്നേഹം,
സൗദാമിനി
(ഒപ്പ്)

കത്തു വായിച്ചുകൊണ്ടിരുന്നപ്പോൾ ശിവൻകുട്ടിയുടെ മുഖത്ത് തെളിഞ്ഞ സന്തോഷവും വിഷാദവും കണ്ടപ്പോൾ ചന്ദ്രചൂഡൻ ചോദിച്ചു.

"കത്ത് ആരെയെടാ?"

''വീട്ടിലൊള്ള ഒരു സ്ത്രീയെടെയാ. സൗദാമിനീന്ന് പറയും. എന്റെ പെങ്ങൾ പ്രസവിച്ചു."

"അതിന് ശിവൻകുട്ടിയുടെ പെങ്ങൾ കല്യാണം കഴിച്ചില്ലല്ലോ."

''ഇല്ല. കല്യാണം കഴിക്കാതെയും പ്രസവിക്കാമല്ലോ. ഞാൻ പോരുമ്പോൾ ഗർഭിണിയായിരുന്നു. അഭിമാനം ഓർത്ത് ഞാൻ ചന്ദ്രചൂഢനോട് പറഞ്ഞില്ല. ഇതൊക്കെ ആരോടെങ്കിലും പറയാൻ കൊള്ളാമോ? നേരത്തെ പറയാതിരുന്നതിൽ ക്ഷമിക്കണം."

"സാരമില്ല." ചന്ദ്രചൂഡൻ പറഞ്ഞു. "അതൊക്കെ ജീവിതത്തിൽ സംഭവിക്കാം. ചേച്ചിക്ക് കുറ്റബോധമില്ലെങ്കിൽ പ്രശ്നമില്ല. എല്ലാം ധൈര്യത്തോടെ നേരിടുകയാണ് വേണ്ടത്. എനിക്ക് ശിവൻകുട്ടിയുടെ പെങ്ങളോടു ബഹുമാനം തോന്നുന്നു. കഴുത്തിൽ ബന്ധനത്തിന്റെ കയർ മുറികിയാലേ പ്രസവിക്കാൻ പാടുള്ളൂ എന്നൊന്നും അവർ ചിന്തിച്ചില്ലല്ലോ. ആരൊക്കെ എപ്പോഴൊക്കെ ചൂടുവെള്ളം ഒഴിച്ച് നശിപ്പിക്കാൻ ശ്രമിച്ചാലും വീണ്ടും അതേ സ്ഥാനത്ത് കൂടുണ്ടാക്കുന്ന കൂനനുറുമ്പുകളേപ്പോലെയാകണം മനുഷ്യർ. ശിവൻകുട്ടിക്ക് വീട്ടിപ്പോണോ?"

"പോണം. ഇനിയും ഞാൻ തിരുവനന്തപുരത്തേക്കില്ല."

"മറ്റൊരു ജോലി ഇവിടെ സംഘടിപ്പിക്കാം. വീട്ടില്പോയിട്ടു തിരിച്ചു വരണം."

"ഇല്ല." ശിവൻകുട്ടി പറഞ്ഞു. "എനിക്കിനി തിരുവനന്തപുരം വയ്യ. എനിക്കെന്റെ നാടാണ് പ്രിയം. എന്റെ നാട് എനിക്ക് സ്വർഗ്ഗമാണ്."

"എനിക്കും അങ്ങനെ തന്നെയാണ്. ശിവൻകുട്ടിക്ക് വണ്ടിക്കൂലിക്ക് പൈസ വേണോ?"

"വേണം."

"ജോലി നഷ്ടപ്പെട്ട കാര്യം ആരോടും പറയണ്ട." ചന്ദ്രചൂഡൻ ഓർമ്മിപ്പിച്ചു.

"നാളെ ഞാനും കന്യാകുമാരിക്ക് പോവ്വാ. കോളേജൊക്കെ ഒന്നു കാണണം. റിസൽട്ട് വന്നു. ക്ലാസുണ്ട്."

ചന്ദ്രചൂഡൻ അമ്പതുരൂപാ ശിവൻകുട്ടിക്ക് കൊടുത്തു. വന്നതു പോലെ സുരേന്ദ്രൻസാറിന്റെ പെട്ടിയുമായി അവൻ ഏഴംകുളത്തേക്ക് പോകാൻ തയ്യാറായി. മുറിയിലെ പായും ജവുക്കാളവും അവിടെത്തന്നെ ഉപേക്ഷിച്ചു. ആരോടും പ്രത്യേകമായി യാത്ര ചോദിക്കാനില്ല. ജീവിത യാത്രയ്ക്കിടയിലെ ഒരു താവളമെന്ന രീതിയിൽ തിരുവനന്തപുരം ജീവി തത്തെ അവൻ കണക്കാക്കി. അവൻ തലയുയർത്തി ധർമ്മാലയം റോഡിലേക്കിറങ്ങി. ചന്ദ്രചൂഡൻ നോക്കിനിന്നു. മെയിൻറോഡിൽക്കയറി വടക്കോട്ടു നടന്നു. ആഹാരം തന്ന എസ് ആർ വി റെസ്റ്റോറന്റിലെ മാനേ ജരുടെ സമീപം ചെന്നു.

"ഞാൻ നാട്ടിൽ പോവ്വാ. ഇനീം തിരിച്ചുവരവില്ല. ഏജീസ് ഓഫീ സിലെ ജോലിയൊക്കെപ്പോയി."

ശിവൻകുട്ടി പറഞ്ഞത് മാനേജർ ശ്രദ്ധിച്ചില്ല. പറ്റുവരവ് ബുക്കിലെ ഒരു പേര് വെട്ടിക്കളയുന്നതിൽ അയാൾക്ക് പ്രത്യേകിച്ച് വികാരമൊന്നു മില്ലെന്നു തോന്നി. മാനേജർ ഒന്നും ചോദിച്ചില്ല.

ശിവൻകുട്ടി ഏജീസ് ഓഫീസിനു മുന്നിലെ റോഡിൽ ഒരല്പനേരം നിന്നിട്ടു ഉള്ളിലേക്കു നോക്കി. പരിചയമില്ലാത്ത ഒരാൾ പുറത്തേക്കു വരു ന്നതുകണ്ടു. സെക്യൂരിറ്റി ശിവൻകുട്ടിയെ നോക്കി പരിചയമുള്ളതു പോലെ ചിരിച്ചു. ഉയരെ കാണുന്ന ഏജീസ് ഓഫീസിലേക്കു നോക്കി ശിവൻ സ്വയം പറഞ്ഞു. നീ എന്നും എന്റെ മനസ്സിലുണ്ടാവും. പട്ടിണി യിൽനിന്നും കുറെ നാളത്തേക്ക് എന്നെ മാറ്റിനിർത്തിയ നിനക്ക് നന്ദി യുണ്ട്. ഞാൻ എന്റെ പഴയ പഴംകഞ്ഞിയിലേക്കും കറപുരണ്ട ഒറ്റക്കര യൻ തോർത്തിലേക്കും മടങ്ങുകയാണ്. രാത്രിയിൽ മണ്ണെണ്ണവിളക്കിന്റെ വെട്ടത്തിലിരിക്കുമ്പോൾ ഇവിടത്തെ പ്രകാശത്തെ ഓർക്കാതിരിക്കാൻ എനിക്കാവില്ല.

നാല്പത്

ശിവൻകുട്ടി ഏഴംകുളത്ത് വണ്ടിയിറങ്ങിയപ്പോൾ സമയം ഉച്ച കഴി ഞ്ഞിരുന്നു. ജങ്ഷനു സമീപമുള്ള തെങ്ങോലയിൽ തൂങ്ങിക്കിടന്ന കുരു വിക്കൂട്ടിൽനിന്നും ഒരു ചെറുപക്ഷി അന്നേരം പുറത്തേക്കുപോയി. നാര് നാരോട് കൂട്ടിപ്പിന്നി നിർമ്മിച്ച കൂടിന്റെ നിർമ്മാണ വൈദഗ്ദ്ധ്യം അപാര

മാണെന്ന് ശിവൻകുട്ടി നിരീക്ഷിച്ചു. തള്ളക്കിളി കൊക്കിൽ ഒരു ചെറു പ്രാണിയുമായി തിരിച്ചുവന്നതു കണ്ടപ്പോൾ കൂട്ടിൽ കുഞ്ഞുണ്ടാവാമെന്ന് ശിവൻകുട്ടി സംശയിച്ചു. പൊടുന്നനെ അവൻ ഭാരതിച്ചേച്ചിയെ ഓർത്തു. കുഞ്ഞിന് പാല് കൊടുക്കുന്ന രംഗം അവന്റെ മനസ്സിൽ തെളിഞ്ഞു. ശിവൻകുട്ടിക്ക് കുഞ്ഞിനെ കാണാൻ കൊതിതോന്നി. ജങ്ഷന് പടിഞ്ഞാറുഭാഗത്തെ വയലിൽ ആരോ പുല്ല് ചെത്തുന്നതു കണ്ടു. പണ്ട് സ്കൂൾ വിട്ടുവരുമ്പോൾ കുട്ടയുമായി കണ്ടത്തിൽ പുല്ല് ശേഖരിക്കാൻ പോയത് അവനോർത്തു. കണ്ടത്തിന്റെ കരയിലെ ആഞ്ഞിലിമരത്തിൽ കയറി ആഞ്ഞിലിപ്പഴം തിന്നുമ്പോൾ അബദ്ധത്തിൽ രണ്ട് മൂന്ന് കുരു വിഴുങ്ങിയത് പിറ്റേന്ന് കിട്ടിയത് ഓർത്ത് അവൻ പുഞ്ചിരിച്ചു. എപ്പോഴും എന്തെങ്കിലും ചെയ്തുകൊണ്ടിരിക്കണമെന്ന് പാറുവമ്മ പറയുമായിരുന്നു.

ശിവൻകുട്ടിയെ കണ്ടപ്പോൾ പലരും അവന് സമീപം ചെന്നു. ജോലിയൊക്കെ സുഖമാണോ, നല്ല ശമ്പളമുണ്ടോ, തിരുവനന്തപുരം പത്മനാഭസ്വാമി ക്ഷേത്രം കണ്ടോ, തനിച്ചാണോ താമസിക്കുന്നത്, ആഹാരം ഹോട്ടലീന്നാണോ എന്നൊക്കെ ആളുകൾ ചോദിച്ചു. ദൂരെനിന്നും കുളത്തറയിൽ പ്രഭാകരൻ വരുന്നതുകണ്ടപ്പോൾ ശിവൻകുട്ടി നടത്തം നിർത്തി. പ്രഭാകരൻ ശിവൻകുട്ടിയുടെ സഹപാഠിയായിരുന്നു. അവൻ ശിവൻകുട്ടിയുടെ തോളിൽത്തട്ടി പറഞ്ഞു.

“നീയൊരു ഭാഗ്യവാനാടാ. ഇത്ര ചെറുപ്പത്തിലേ ഒരു കേന്ദ്രഗവ: ഉദ്യോഗം കിട്ടുകാന്നു പറഞ്ഞാൽ ചെറിയ കാര്യമാണോ? പത്താം ക്ലാസ് പാസായെങ്കിലും ദേ, ഞാൻ വായ്നോക്കി നടക്കുന്നു. ജോലി കിട്ടീട്ട് ഞങ്ങൾക്കാർക്കും ഒന്നുമില്ലേടാ. നീയാ സൗദാമിനിയെ വീട്ടിൽക്കേറ്റി പൊറുപ്പിച്ചിരിക്കുന്നത് അത്ര നല്ലതല്ല. നിന്റെ പെങ്ങൾ ഭർത്താവില്ലാതെ പെറ്റതുകൊണ്ട് രണ്ടുപേരും ഒരേ തൂവൽപക്ഷികളാ. അതുകൊണ്ട് സാരമില്ല.”

ഉത്തരമൊന്നും പറയാതെ ശിവൻകുട്ടി ചിരിക്കുകമാത്രം ചെയ്തു. പലചരക്കുകടയുടെ തിണ്ണയിൽ ശങ്കരപ്പിള്ള ഒരു ചെറിയ മുറവുമായി ഇരിക്കുന്നതു കണ്ടപ്പോൾ ശിവൻകുട്ടി അയാളുടെ സമീപത്തേക്കു ചെന്നു.

“എന്താ ചേട്ടാ, ഇപ്പോൾ ചുമടെടുപ്പൊന്നുമില്ലിയോ?”

“അതെങ്ങനാ ശിവൻകുട്ടീ, ഒരു കാലുംവച്ച് ചുമടെടുക്കുന്നത്. കാലില്ലേലും ബീഡി തെറുക്കാം. കൈമതി. വെടിക്കെട്ടപകടത്തിൽ എന്റെ കാലാ പറിഞ്ഞ് യക്ഷിപ്പനേടെ ചുവട്ടിൽ വീണത്.”

“അപ്പോ, ഇപ്പോ ചേട്ടനെവിടാ കിടക്കുന്നെ. വീട്ടിലാണോ?”

“ഈ കടത്തിണ്ണേലാ. ഒറ്റക്കാലനെ ആർക്ക് വേണം. അങ്ങോട്ടു ഇനീം ചെല്ലണ്ടാന്ന് ഇളയപെങ്ങൾ പറഞ്ഞു. മുരുകൻ മുതലാളീടെ സഹായമുണ്ടായോണ്ട് ഒരുവിധം കഴിഞ്ഞുകൂടുന്നു.”

കാലുണ്ടായിരുന്നപ്പോൾ ശ്രീമതിക്ക് ശങ്കരപ്പിള്ളയെ വേണമായിരുന്നു. കാല് ഇല്ലാതായപ്പോൾ അയാളെ ആർക്കും വേണ്ടാതായി. ഒഴിഞ്ഞ വയറുമായി, കടത്തിണ്ണയിൽ കീറിയ പുതപ്പ് പുതച്ച് രാത്രിയിൽ കിട

ക്കുന്നതും ഉറങ്ങുന്നതും ഇപ്പോൾ ശങ്കരപ്പിള്ളയ്ക്ക് ശീലമായിക്കാണും. പാതിരാത്രിവരെ റോഡിൽ ആളനക്കങ്ങളുണ്ടാവും. അതുകൊണ്ട് പേടി തോന്നത്തില്ല.

"സൗദാമിനി ഇപ്പോൾ ശിവൻകുട്ടിയുടെ വീട്ടിലാണെന്നു കേട്ടു. ശരിയാണോ?"

"ശരിയാണ്."

കൂടുതൽ ചോദ്യങ്ങളിൽനിന്നും രക്ഷപ്പെടാനായി ശിവൻകുട്ടി പെട്ടെന്ന് നടന്നു. ഭാരതിച്ചേച്ചി പ്രസവിച്ച കാര്യവും ഒരുപക്ഷേ, ശങ്കരപ്പിള്ള അറിഞ്ഞുകാണും. ചെറുപ്പത്തിലേ മുതുകിൽ ഭാരം കയറ്റിയ ശങ്കരപ്പിള്ളയ്ക്ക് ഇപ്പോൾ ജീവിതമെന്ന ഭാരം താങ്ങാൻ മനസ്സിനു ശക്തിയുണ്ടോ?

വീട്ടിലേക്കുള്ള വഴിയിലാണ് സോമന്റെ വീട്. പതിവുപോലെ പുറത്താരേയും കണ്ടില്ല. സോമന്റെ അമ്മ വീട്ടിനുള്ളിൽനിന്നും പുറത്തിറങ്ങാറില്ല. സോമനെ കണ്ടകാര്യം സമയം കിട്ടുമ്പോൾ സരസ്വതിയമ്മയോടു പറയണം. സുധർമ്മ ഇപ്പോൾ ഭർത്താവിന്റെ വീട്ടിലായിരിക്കും. സോമന്റെ വീടിന്റെ അതിരിലെ അമ്പഴം റോഡിലേക്ക് ചാഞ്ഞിട്ടുണ്ട്. അമ്പഴക്കായ് പെറുക്കി പുഴുങ്ങി പാറുവമ്മ വിളക്കെണ്ണ എടുത്തിട്ടുണ്ട്. വീട്ടിലേക്കുള്ള വഴിയുടെ തുമ്പിൽ ശിവൻകുട്ടി ഏറെനേരം നിന്നു. പൂവക്കാട്ടു സുകുമാരൻ തോളിൽ തുമ്പയുമായി അതുവഴി വന്നു. അയാൾ ചിരിച്ചതല്ലാതെ ഒന്നും പറഞ്ഞില്ല. കാലുകൾക്ക് കരുത്ത് നഷ്ടപ്പെട്ടതുപോലെ ശിവൻകുട്ടി ഇടവഴിയിൽനിന്നു. പാറുവമ്മ ഇല്ലാത്ത വീട്ടിലെ ജീവിതം സഹിക്കാവുന്നതിനും അപ്പുറത്താണ്. കണ്ണിൽ കണ്ണീര് ഊറിവരാതിരുന്നെങ്കിലെന്ന് ശിവൻകുട്ടി ആശിച്ചു. ജോലി നഷ്ടപ്പെടുത്തിയതറിഞ്ഞാൽ പാറുവമ്മയുടെ ആത്മാവ് ഒരിക്കലും പൊറുക്കത്തില്ല. ഇടയ്ക്ക് സൗദാമിനി പുറത്തിറങ്ങി. നനഞ്ഞ പുല്പായ് തോരാൻ വേണ്ടി മുറ്റത്ത് വിരിച്ചിട്ടു അവർ അകത്തേക്ക് പോയി. അഞ്ചാറുമാസമായി ശിവൻകുട്ടി വീട്ടിൽനിന്നും ഇറങ്ങിയിട്ട്. ജോലിയിൽ കയറിയപ്പോൾ തന്നെ സമരത്തിന്റെ തിരക്കായി. അന്നേരം വീട്ടിലെ കാര്യങ്ങൾ മറന്നു. പുതിയ പ്രശ്നം വരുമ്പോൾ പഴയപ്രശ്നങ്ങൾ മറക്കുന്നത് സ്വാഭാവികമാണ്. ശിവൻകുട്ടി മുറ്റത്തു കയറി. ഭാരതിച്ചേച്ചിയേയും കുഞ്ഞിനേയും കാണുമ്പോൾ വികാരപ്രകടനങ്ങളൊന്നും ഉണ്ടാവാൻ പാടില്ല എന്ന് ശിവൻകുട്ടി സ്വന്തം മനസ്സിനെ താക്കീത് ചെയ്തിരുന്നു. ഭാരതിച്ചേച്ചിയുടെ കുഞ്ഞിന് ഒരു കുട്ടിയുടുപ്പ് കൊണ്ടുവരേണ്ടതായിരുന്നു എന്ന് ശിവൻകുട്ടിക്കു തോന്നി.

ഒരപരിചിതനെപ്പോലെ മുറ്റത്തു നില്ക്കുന്ന ശിവൻകുട്ടിയെ കണ്ട് സൗദാമിനി ഓടിവന്ന് അവന്റെ സമീപം നിന്നു. സൗദാമിനിച്ചേച്ചിയുടെ തലയിൽ വെള്ളിക്കമ്പികളുടെ എണ്ണം കൂടിയിരിക്കുന്നു.

"കേറിവാ ശിവൻകുട്ടീ, നീ എന്തിനാ മുറ്റത്തുതന്നെ നില്ക്കുന്നെ. ഇത് നിന്റെ വീടാ. എന്താ സംശയമുണ്ടോ?"

"ഇല്ല."

അവൻ തിണ്ണയിൽ കയറി.

“എത്ര ദെവസത്തെ അവധിയൊണ്ട് നെനക്ക്?”

“അതൊക്കെ പിന്നെ പറയാം. ഭാരതിച്ചേച്ചീം കുഞ്ഞും എന്തിയേ?”

“അവള് പാറുവമ്മേടെ കട്ടിലിലൊണ്ട്. പൊട്ടിയ കയറൊക്കെ മാറ്റി ഞാൻതന്നാ കട്ടില് വരിഞ്ഞത്. അതിന്റെ കൂലി പ്രത്യേകം വേണം.”

“അതൊക്കെ തരാം.”

ഭാരതിയുടെ കുഞ്ഞ് ഉറങ്ങുകയാണ്. കൈവിരലുകൾ ചേർത്ത് പിടിച്ചിരിക്കുന്നു. നല്ല വെളുത്ത നിറമാണ്. കുഞ്ഞ് ഉറക്കത്തിൽ പുഞ്ചിരിക്കുന്നതുപോലെ ശിവൻകുട്ടിക്ക് തോന്നി.

“എടാ, ചെക്കാ, നിന്റെ അമ്മാവൻ വന്നു. കണ്ണ് തൊറക്ക്.”

ഭാരതി കുഞ്ഞിന്റെ മുഖത്ത് മൃദുവായി തൊട്ടു.

“ചേച്ചീ, കുഞ്ഞിന് ഒരുടുപ്പ് പോലും വാങ്ങാൻ കഴിഞ്ഞില്ല.”

“സാരമില്ല, ഇനിയും സമയമുണ്ടല്ലോ.”

“ശിവൻകുട്ടി വല്ലതും കഴിച്ചാരുന്നോ?” സൗദാമിനി ചോദിച്ചു.

“ഇല്ല.”

“കാച്ചിലും ചേമ്പും പുഴുങ്ങിയതിരുപ്പൊണ്ട്. ഭാരതിക്ക് ഇച്ചിരി അരിപ്പുട്ടുണ്ടാക്കി കൊടുത്തു. പെറ്റ വയറല്ലിയോ. നല്ലതുപോലെ വല്ലതും കൊടുക്കണം. നിനക്ക് പുഴുക്ക് വേണേൽ ഞാനിച്ചിരി ചമ്മന്തി ഒടയ്ക്കാം. കാന്താരിപറിച്ചത് ഇരിപ്പൊണ്ട്.”

സൗദാമിനിയുടെ വെളുത്ത കൈലിയിൽ പല ആകൃതിയിൽ കറകൾ പടർന്നത് ശിവൻകുട്ടി ശ്രദ്ധിച്ചു. അവരുടെ ബ്ലൗസ് മുഷിഞ്ഞിരുന്നു. വിയർപ്പ് വെളുത്ത നിറത്തിൽ പടർന്നിട്ടുണ്ട്. അവരുടെ പാവാടത്തുമ്പ് കീറിയിരിക്കുന്നത് ശിവൻകുട്ടി ശ്രദ്ധിച്ചു. വസ്ത്രങ്ങളിൽ കറ പുരളാതിരിക്കണമെങ്കിൽ ഒരു ജോലിയും ചെയ്യാതെ വെറുതെ സമയം കളഞ്ഞാൽ മതി.

പുഴുക്ക് കഴിച്ചപ്പോൾ ശിവൻകുട്ടിയുടെ ക്ഷീണം മാറി. അവൻ തിണ്ണയിലെ ബഞ്ചിന്റെ അറ്റത്ത് ഇരുന്നു. ഭാരതി തിണ്ണയിലേക്ക് വന്നു. ഭാരതിയുടെ മുഖത്ത് മുഖക്കുരു പഴുത്ത് നില്ക്കുന്നത് ശിവൻകുട്ടി കണ്ടു. അവളുടെ മുഖം പ്രസന്നമായിരുന്നു. അവളുടെ ശരീരം തടിച്ചിട്ടുണ്ട്. കുഞ്ഞിന്റെ അച്ഛനെക്കുറിച്ച് ശിവൻകുട്ടി എന്തെങ്കിലും ചോദിക്കുമെന്ന് ഭാരതി പ്രതീക്ഷിച്ചെങ്കിലും അവൻ അത്തരം വിഷയത്തിലേക്ക് കടന്നില്ല. മുലപ്പാലിന്റെ മണം ഭാരതിയുടെ ശരീരത്തിൽ തങ്ങിനില്ക്കുന്നതുപോലെ ശിവൻകുട്ടിക്കു തോന്നി.

“നിനക്ക് എത്രദിവസത്തെ അവധിയൊണ്ട്?” ഭാരതി ചോദിച്ചു.

“ഒരാഴ്ച.”

ശിവൻകുട്ടി കള്ളമാണ് പറഞ്ഞതെന്ന് ഭാരതിക്ക് തോന്നിയില്ല.

“നിന്റെ കൈയിൽ പൈസ വല്ലതുമുണ്ടോ? കുഞ്ഞിന് പൗഡറും സോപ്പും വാങ്ങാനാ.”

ഉത്തരമൊന്നും പറയാതെ ശിവൻകുട്ടി എഴുന്നേറ്റ് മുറ്റത്തിറങ്ങി. ഭാരതി മുറിക്കുള്ളിലേക്ക് പോയി.

"എന്റെ വീട് ഇപ്പോ നശിച്ചുകാണും." സൗദാമിനി ശിവൻകുട്ടിയോടു പറഞ്ഞു. "ചെതലിപ്പോ എല്ലാടത്തും കേറിക്കാണും. മൂന്നാല് മാസമായല്ലോ വീടു ഒന്ന് തൊറന്നിട്ട്. ഭാരതിയെ തനിച്ചാക്കിയിട്ടു പോവാൻ പറ്റത്തില്ലല്ലോ. ഇനീപ്പം നീ വന്നതുകൊണ്ട് എനിക്കൊന്ന് വീട്ടി പോവണം. പെട്ടെന്ന് തിരിച്ചുവരാം."

"ഇന്നിപ്പം പോവണ്ട." ശിവൻകുട്ടി പറഞ്ഞു. "നാളെ പോകാം. എനിക്കിന്ന് അമ്പലത്തിലോട്ടൊന്നു പോണം. ചന്ദ്രചൂഡന്റെ അച്ഛനേം ഒന്നു കാണണം."

"അപ്പൊ, ഞാനിനി എന്നും ഇവിടെ താമസിക്കണോ?"

"പിന്നല്ലാതെ." ശിവൻകുട്ടി ചിരിച്ചുകൊണ്ടു പറഞ്ഞു "ഞങ്ങൾക്ക് ഒരമ്മയെ കിട്ടിയല്ലോ. അമ്മയിനി എന്നും ഞങ്ങടെകൂടെ കഴിഞ്ഞാമതി. ശങ്കരപ്പിള്ള ചേട്ടന്റെ കാലുപോയ കാര്യം അറിഞ്ഞാരുന്നോ?"

"അറിഞ്ഞു. ഇടയ്ക്ക് കടേ പോയപ്പം കാണുകേം ചെയ്തു."

സൗദാമിനിയുടെ മുഖം കറുത്തിരുണ്ടു. എന്തോ ഓർത്തിട്ടെന്നപോലെ അവൾ ചിരിച്ചു. രാമക്കുറുപ്പിന്റെ വീട്ടിൽ താമസിക്കുന്നത് സുഖമുള്ള ഒരു കാര്യമായി അവൾ കണക്കാക്കി.

ഞാവൽമരത്തറയിൽ ശിവൻകുട്ടി ഏകനായിരുന്നു. വയലിനപ്പുറത്തെ പതിയാന്റെ തോട്ടിൻകരയിൽ ആരോ തുണിയലക്കുന്നത് കാണാം. തോട്ടിലെ വെള്ളത്തിന്റെ അളവ് കുറഞ്ഞുകാണും. മകരമാസം തുടങ്ങുമ്പോൾ തോട്ടിലെ ഒഴുക്ക് കുറയും. ഒരു ഞാവല്പഴം ശിവൻകുട്ടിയുടെ മുൻപിൽ വീണു. മണൽത്തരികൾ തട്ടിക്കുടഞ്ഞ് അവൻ വായിലിട്ടു നുണഞ്ഞു. കുംഭമാസത്തിൽ ഞാവൽക്കായ്കൾ പഴുക്കാൻ തുടങ്ങും.

വയലിൽക്കൂടി ഏതോ ഒരു സ്ത്രീ സാവധാനം നടന്നു വരുന്നതു കണ്ടു. അടുത്തുവന്നപ്പോഴാണ് അത് ശ്രീദേവിയാണെന്ന് മനസ്സിലായത്. ശ്രീദേവി ആകെ മാറിയിരിക്കുന്നു. പഴയ കുസൃതിയും ഊർജ്ജസ്വലതയും കാണാനില്ല. ശരീരം മെലിഞ്ഞിട്ടുണ്ട്. മുഖത്ത് കറുത്തപാടുകൾ പ്രത്യക്ഷപ്പെട്ടിട്ടുണ്ട്. ചങ്ങനാശ്ശേരിയിൽ വച്ച് കണ്ടപ്പോൾ ശ്രീദേവിക്ക് നല്ല നിറമായിരുന്നു. വെള്ളംകിട്ടാതെ വാട്ടംതട്ടിയ ചെടിപോലെ അവളുടെ മുഖം ഉണങ്ങിവരണ്ടിരിക്കുന്നു. ശിവൻകുട്ടിയെ കണ്ടപ്പോൾ പഴയ ആവേശമൊന്നും അവളുടെ മുഖത്ത് തെളിഞ്ഞില്ല.

"നീ എപ്പോൾ വന്നു."

"ഇന്ന്."

"എത്ര ദിവസത്തെ അവധിയുണ്ട്?"

"ഒരാഴ്ച."

"എന്റെ ഭർത്താവിന്റെ പെങ്ങടെ വീട് പതിയാന്റെ തോടിന്റെ കരേലാ. അവിടംവരെ പോയതാ."

"അപ്പോ, ശ്രീദേവിയുടെ കല്യാണം കഴിഞ്ഞോ?"

"രണ്ടുമാസമായി."

“അന്നേരം ഇനീം അംശോം അംശോം ഛേദോം ഛേദോം തമ്മിൽ കൂട്ടേണ്ട കാര്യമില്ലല്ലോ.”

“ഇല്ല. ഭർത്താവിന്റെ വീട്ടിലാ ഞാനിപ്പോ. പതിവ്രതയായ ഭാര്യയായോണ്ട് ഇനീം ഒന്നും വേണ്ട.”

ശിവൻകുട്ടിയും ശ്രീദേവിയും ചിരിച്ചു. അണ്ടിയോട് അടുക്കുമ്പോൾ മാത്രമേ മാങ്ങയുടെ പുളിയെന്താണെന്ന് അറിയൂ. ശ്രീദേവിയുടെ ഇളക്കങ്ങളെല്ലാം അസ്തമിച്ചോ? ശിവൻകുട്ടിക്ക് ഒന്നും വിശ്വസിക്കാൻ കഴിഞ്ഞില്ല. ശ്രീദേവി നടക്കുമ്പോൾ കിതയ്ക്കുന്നുണ്ടായിരുന്നു. അവളുടെ നെറ്റിയിൽനിന്നും വിയർപ്പ് മുഖത്തേക്കിറങ്ങി നെഞ്ചിലൂടെ ഇഴഞ്ഞിറങ്ങുന്നത് ശിവൻകുട്ടി ശ്രദ്ധിച്ചു.

ഞാവൽമരച്ചോട്ടിലെ തണുപ്പിൽ ശിവൻകുട്ടി ഏറെനേരമിരുന്നു. മനസ്സ് ശാന്തമായതുപോലെ അവന് തോന്നി. ക്ഷേത്രക്കുളത്തിൽനിന്നും ദേവദാസ് തിരുമേനി കല്ലുവളയം കയറി ക്ഷേത്രത്തിലേക്ക് പോകുന്നതുകണ്ടു. ഞാവൽമരത്തിന് മറഞ്ഞിരുന്നതുകൊണ്ട് ശിവൻകുട്ടിയെ ആരും ശ്രദ്ധിച്ചില്ല. അത്താഴപൂജയ്ക്കുശേഷം കഴകം കൊടുത്ത കടും പായസം കഴിച്ചിട്ടു ശിവൻകുട്ടി വീട്ടിലേക്ക് മടങ്ങി. അഞ്ചാറു മാസം നാട്ടിൽനിന്നും വിട്ടുനിന്നപ്പോൾ നാട്ടുകാർക്ക് താനൊരു അപരിചിതനായോയെന്ന് ശിവൻകുട്ടി സംശയിച്ചു.

മണ്ണെണ്ണ വിളക്ക് തിണ്ണയിൽ കത്തുന്നുണ്ട്. ഏഴംകുളത്ത് കറന്റ് വന്നിട്ട് രണ്ടു വർഷമായി. ചുരുക്കം ചില വീടുകളിൽ മാത്രം കറന്റുണ്ട്. പത്തിൽ പഠിക്കുമ്പോൾ സന്ധ്യകഴിഞ്ഞ് സോമന്റെ വീട്ടിലിരുന്നാണ് ശിവൻകുട്ടി പഠിച്ചത്. അവിടെ കറന്റുണ്ടായിരുന്നു. രാത്രിയിൽ സോമന്റെ വീട്ടിൽ ഉറങ്ങി. സോമന്റെ അമ്മ പലപ്പോഴും അവന് അത്താഴം കൊടുക്കുമായിരുന്നു. കുടംപുളി ഇട്ടുവച്ച മത്തിക്കറി അവിടെ സ്ഥിരമായിരുന്നു. ജോലികിട്ടിയപ്പോൾ എത്രയും പെട്ടെന്ന് വീട്ടിൽ കറന്റ് എടുക്കണമെന്ന് ശിവൻകുട്ടി ആഗ്രഹിച്ചിരുന്നു. വിചാരിക്കുന്നത് ഒന്ന്; സംഭവിക്കുന്നത് മറ്റൊന്ന്. ശിവൻകുട്ടി ഇരുട്ടിലൂടെ മുറ്റത്തു കയറി.

രാമക്കുറുപ്പിന്റെ കട്ടിലിൽ കിടക്കുകയായിരുന്നു സൗദാമിനി. ശിവൻകുട്ടിയെ കണ്ടപ്പോൾ അവൾ ചാടി എഴുന്നേറ്റു. കുഞ്ഞിന്റെ കരച്ചിൽമൂലം മിക്ക രാത്രികളിലും അവൾക്ക് ഉറങ്ങാൻ കഴിഞ്ഞിരുന്നില്ല. കുഞ്ഞ് കരഞ്ഞാലും ഉറങ്ങിയാൽ പിന്നെ ഉണരുന്ന സ്വഭാവമില്ല ഭാരതിക്ക്. രാത്രിയിൽ കുഞ്ഞിന്റെ കാര്യങ്ങൾ നോക്കുന്നത് സൗദാമിനിയാണ്. സൗദാമിനിയുടെ നെഞ്ചിലെ ചൂടേറ്റാൽ കുഞ്ഞ് കരച്ചിൽ നിർത്തും.

“ശിവൻകുട്ടീ, നീ എന്നാ ഇനി തിരിച്ചുപോവുന്നത്?”

“ഞാനിനി പോകുന്നില്ല. എന്നും ഇവിടുണ്ടാവും.”

“ശിവൻകുട്ടിയെന്താ, തമാശ പറയുവാണോ?”

“തമാശയല്ല ചേച്ചി, സത്യമാണ്.”

“അപ്പോ ഇനീം ജോലിക്ക് പോവണ്ടായോ?”

“വേണ്ട, എന്നെ ജോലീന്നു പിരിച്ചുവിട്ടു.”

"സത്യമാണോ നീയീ പറയുന്നെ?"

"സത്യം, ഞങ്ങടെ ഓഫീസിലൊരു സമരം ഒണ്ടാരുന്നു. എല്ലാവരും സമരം ചെയ്തു. എനിക്കും സമരത്തീന്ന് മാറിനില്ക്കാൻ കഴിയില്ലാരുന്നു. ഒന്നുരണ്ടുപേരെ പിറ്റേന്നു തന്നെ പിരിച്ചുവിട്ടു. പിരിച്ചുവിട്ടവരെ തിരിച്ചെടുക്കാൻ വീണ്ടും സമരമുണ്ടായി. ഞാൻ ആ സമരത്തിലും പങ്കെടുത്തു. ഒൻപതുപേരെ വീണ്ടും പിരിച്ചുവിട്ടു. അതിലൊന്ന് ഞാനാ."

സൗദാമിനി ശിവൻകുട്ടിയുടെ മുഖത്തേക്കു നോക്കി. ഇരുട്ടിൽ ഒരു നിഴൽപോലെ ശിവൻകുട്ടി ബഞ്ചിന്റെ അറ്റത്തിരുന്നു. സൗദാമിനി പിന്നീടൊന്നും ചോദിച്ചില്ല. അവൾ മണ്ണെണ്ണ വിളക്കുമായി അടുക്കളയിൽ പോയി അത്താഴം വിളമ്പി. ചോറും മോരു കറിയും ചക്കക്കുരു തോരനും. ഇടയ്ക്ക് അവൾ മൂക്ക് ചീറ്റി മുറ്റത്തേക്കെറിയുന്നതു കണ്ടപ്പോഴാണ് സൗദാമിനി കരയുകയാണെന്ന് ശിവൻകുട്ടിക്ക് മനസ്സിലായത്. പാറുവമ്മയുടെ പണപ്പെട്ടി ഒഴിഞ്ഞിരുന്നു. പട്ടിണി കൂടാതെ കഴിയാനുള്ള വഴിയെക്കുറിച്ച് സൗദാമിനി ചിന്തിച്ചു.

"ഇനീം എന്താ നിന്റെ പ്ലാൻ? ഇവിടെ കാശൊന്നുമില്ല."

"നാളെ മുതൽ ഞാൻ ജോലിക്കു പോവും." ശിവൻകുട്ടി ധൈര്യത്തോടെ പറഞ്ഞു. "കണ്ടം കിളയ്ക്കാനോ ചീനിക്ക് കൊത്താനോ കൂലിവേലയ്ക്കോ മൈക്കാട് പണിക്കോ എന്തിനും. ഈ ലോകത്ത് ഗവ: ജോലിയില്ലാതെ എത്രയോ പേർ ജീവിക്കുന്നു. ഞാൻ ജോലിചെയ്ത് അന്വേഷിച്ചുകൊണ്ടുവന്ന് ഭാരതിച്ചേച്ചിയുടെ കുട്ടിയെ വളർത്തും."

ശിവൻകുട്ടി തിരുവനന്തപുരത്ത് പോയതിനു ശേഷം സൗദാമിനി രാമക്കുറുപ്പിന്റെ കട്ടിലിലാണ് ഉറങ്ങുന്നത്. രാമക്കുറുപ്പിന്റെ സാന്നിദ്ധ്യം അവിടെയുണ്ടെന്നാണ് അവളുടെ വിശ്വാസം. കട്ടിലിൽ രാമക്കുറുപ്പിന്റെ വിയർപ്പ് അലിഞ്ഞ് ചേർന്നിട്ടുണ്ട്. കുറുപ്പിന്റെ കട്ടിലിൽ കിടക്കുമ്പോൾ ഏതോ ഒരു നിർവൃതി അവൾക്ക് അനുഭവപ്പെട്ടു. ഞാനിവിടെയുണ്ട് എന്ന് കുറുപ്പ് പറയുന്നതായി അവൾക്കു തോന്നാറുണ്ട്. നിങ്ങളുടെ കട്ടിലിൽ കിടക്കാനാണ് ഞാനും വന്നതെന്ന് അവൾ മറുപടി പറയാറുണ്ട്. അവർ രാത്രിയിൽ പരസ്പരം സംസാരിച്ചു. എന്റെ വീടുപേക്ഷിച്ച് ഞാൻ വന്നത് ഈ കട്ടിലിൽ കിടക്കാനാണ്. നീ എന്നും ഈ കട്ടിലിൽ കിടന്നാൽ മതിയെന്ന് രാമക്കുറുപ്പ് മറുപടി പറഞ്ഞു.

"ശിവൻകുട്ടീ, നീയി കട്ടിലിൽ കെടന്നോ, ഞാൻ തറയിൽ കെടന്നോളാം."

"വേണ്ട, ചേച്ചി കട്ടിലിൽ കിടന്നോ. എനിക്ക് അച്ഛന്റെ കട്ടിലിൽ കിടന്നാൽ ഒറക്കം വരത്തില്ല."

അവൻ തറയിൽ പായ് വിരിച്ചു. ഭാരതി അത്താഴം കഴിക്കാത്തതുകൊണ്ട് അവൾ നേരത്തെ കതകടച്ചു. ഏറെനേരം കിടന്നിട്ടും സൗദാമിനിക്കുറക്കം വന്നില്ല. സൗദാമിനി വശം ചരിഞ്ഞ് കിടക്കുകയാണ്. കട്ടിലിൽ ഒരാൾക്കുകൂടി കിടക്കാനുള്ള സ്ഥലം അവൾ ഒഴിച്ചിട്ടിരുന്നു. ഒരു സ്വപ്നാടനംപോലെ ശിവൻകുട്ടി തറയിൽനിന്നും എഴുന്നേറ്റ് സൗദാമിനിയുടെ സമീപം ചെന്ന് കട്ടിലിൽ അവളുടെ ശരീരത്തോടു ചേർന്നു

കിടന്നു. സ്വർഗ്ഗത്തിൽനിന്നും ഭൂമിയിലെത്തിയ ഒരു ഗന്ധർവ്വനാണ് താനെന്ന് ശിവൻകുട്ടിക്ക് തോന്നി. സൗദാമിനിയും ശിവൻകുട്ടിയെ പ്രതീക്ഷിച്ചതുപോലെ അവനെ സ്നേഹത്തോടെ നോക്കി. രണ്ടു കൈയും നീട്ടി അവൾ ശിവൻകുട്ടിയെ തന്റെ ശരീരത്തോടു ചേർത്തുപിടിച്ചു.

"നീ എന്തിനാ ഇങ്ങോട്ടു വന്നേ?"

സൗദാമിനി ശിവൻകുട്ടിയുടെ തലയിലൂടെ വിരലുകൾ ഓടിച്ചു. അവളുടെ ശരീരത്തിലും കൈവെള്ളയിലും വിയർപ്പ് പൊടിഞ്ഞിരുന്നു. ശിവൻകുട്ടി തന്റെ മുഖം സൗദാമിനിയുടെ നെഞ്ചിലമർത്തി പറഞ്ഞു.

"സൗദാമിനിച്ചേച്ചി എന്റെ അമ്മയാണ്. അതോണ്ടാ വന്നെ. അമ്മേടെയടുത്ത് മക്കൾക്ക് എപ്പോഴും വരാമല്ലോ."

സൗദാമിനി അവന്റെ കത്തുന്ന കണ്ണുകളിലേക്ക് നോക്കി. അവിടെ ഒരു കടലിരമ്പം അവൾ കേട്ടു. അവൾ ബ്ലൗസുയർത്തി ശിവൻകുട്ടിയുടെ മുഖം തന്റെ നെഞ്ചിൽ ചേർത്തുപിടിച്ചു. അവളുടെ മാറിൽനിന്നും ഊറിവരുന്ന സ്നേഹത്തിന്റെ സ്തന്യം നുകരാൻ കൊച്ചുകുട്ടിയെപ്പോലെ ശിവൻകുട്ടി വായ് പിളർത്തി. ത്രസിക്കുന്ന പാൽക്കുടങ്ങളെ അവൾ അവന്റെ വായിൽ തിരുകിക്കയറ്റി.

"എനിക്ക് നീ രാമക്കുറുപ്പാണ്. നിന്റെ അച്ഛൻ രാമക്കുറുപ്പ്." അവൾ പുലമ്പി.

"ചേച്ചി എനിക്ക് അമ്മയാണ്. എന്റെ ചെല്ലമ്മയമ്മ." അവൻ സ്നേഹത്തോടെ വിങ്ങിപ്പൊട്ടി.

സൗദാമിനിയുടെ കൈകൾ നെയ്യുണ്ണി ഉറുമ്പുകളെപ്പോലെ ശിവൻകുട്ടിയുടെ ശരീരത്തിലൂടെ ഇഴഞ്ഞു നീങ്ങിയപ്പോൾ ശിവൻകുട്ടി രാമക്കുറുപ്പായി. സൗദാമിനിയുടെ ഉരസിജങ്ങളിൽനിന്നും ഊറിവന്നത് ഉപ്പാണെന്ന് ഉറപ്പായപ്പോൾ അവൾ അവന്റെ അമ്മയായി രൂപാന്തരം പ്രാപിച്ചു. പൂക്കളൊന്നും വിരിയാത്ത ഒരു പൂന്തോട്ടത്തിനുള്ളിൽ അവർ കയറി. കുറേ നേരത്തേക്ക് അവർ എല്ലാം മറന്നു. ജീവിതം മറന്നു. പരിസരം മറന്നു. ജീവിതത്തിന് ഇത്രമാത്രം രുചിയുണ്ടെന്ന് ആദ്യമായി അറിഞ്ഞു.

ആകാശത്തിന്റെ കിഴക്കേക്കോണിൽനിന്നും ഒരു നക്ഷത്രം പൊട്ടിയടർന്ന് മുറ്റത്തെ കാഞ്ഞിരമരത്തിന്റെ ഇലകളിൽ മഞ്ഞ നിറമുള്ള ദ്രാവകമായി വീണ് തിളച്ചു. രാത്രിത്തിരി വെട്ടം ആരോ ഊതിക്കെടുത്തി. അന്നേരം ഭാരതിയുടെ കുഞ്ഞ് കരയുന്ന ശബ്ദം കേട്ടു. കരച്ചിൽ പെട്ടെന്നു നിന്നു. ഭാരതി മുലയൂട്ടിയതാവാമെന്ന് സൗദാമിനി അനുമാനിച്ചു. വലിയ ആരവത്തോടെ അപ്പോൾ വേനൽമഴ കടന്നുവന്നു. ദാഹിച്ചു വലഞ്ഞ ഭൂമിയുടെ മണ്ണടരുകളിൽ വെള്ളം ഒഴുകിയിറങ്ങി. കരിയിലയും ചപ്പുചവറുകളും മഴ ഒഴുക്കിക്കൊണ്ടു പോയപ്പോൾ ഭൂമി നെടുവീർപ്പിട്ടു. തടിത്തട്ടിയുടെ വിടവിലൂടെ എത്തിനോക്കിയ ചുവന്ന ചെമ്പരത്തിപ്പൂവിന്റെ വാടിയ ഇതളുകൾ രാമക്കുറുപ്പിന്റെ കട്ടിലിൽ ഞെട്ടറ്റുവീണു.

www.ingramcontent.com/pod-product-compliance
Lightning Source LLC
LaVergne TN
LVHW101423051026
849519LV00005BC/1856